பேரியல் பொருளாதாரம்
ஓர் அறிமுகம்

வேய்மடல் பெருங்காப்பியம்

பேரியல் பொருளாதாரம்
ஓர் அறிமுகம்

அலெக்ஸ் எம். தாமஸ் (பி. 1986)

பெங்களூருவிலுள்ள அசிம் பிரேம்ஜி பல்கலைக்கழகத்தின் பொருளியல் துறை உதவிப் பேராசிரியர். செவ்வியல் பொருளாதாரத்தில் சிறப்புக்கவனத்துடன் கூடிய பொருளியல் சிந்தனைகளின் வரலாறு, இவரது முதன்மை ஆய்வுப்புலம் ஆகும். எகனாமிக் அண்ட் பொலிடிகல் வீக்லி, ஹிஸ்டரி ஆஃப் எகனாமிக் ஐடியாஸ், ஹிஸ்டரி ஆஃப் எகனாமிக்ஸ் ரெவ்யூ, ஜர்னல் ஆஃப் இண்டர்டிசிப்லினரி எகனாமிக்ஸ் – முதலிய தேசிய – பன்னாட்டு அளவிலான ஆய்விதழ்களில் இவரின் ஆய்வுகள் வெளியாகியுள்ளன.

அஷ்வத் (பி. 1999)
மொழிபெயர்ப்பாளர்

பெங்களூர் அசிம் பிரேம்ஜி பல்கலைக்கழகத்தில் இளங்கலை பொருளியல் பட்டம் பெற்றவர். புதினம் சாரா மொழிபெயர்ப்புப் பணிகளில் – குறிப்பாக, சமூக அறிவியல், பொருளியல் புலங்களில் – மொழிபெயர்ப்புப் பணிகளில் ஆர்வம் கொண்டவர். இதற்கு முன்னதாக ஒருசில ஆய்வுக் கட்டுரைகளையும் நூல்களின் பகுதிகளையும் மொழிபெயர்த்துள்ள இவர் மேற்கொண்டுள்ள புத்தக அளவிலான முதல் மொழிபெயர்ப்புப் பணி இது.

மின்னஞ்சல்: *rashwath99@gmail.com*

அலெக்ஸ் எம். தாமஸ்

பேரியல் பொருளாதாரம்
ஓர் அறிமுகம்

ஆங்கிலத்திலிருந்து தமிழில்
அஷ்வத்

காலச்சுவடு பதிப்பகம்

அன்பார்ந்த வாசகருக்கு,

வணக்கம்.

காலச்சுவடு நூலை வாங்கியமைக்கு நன்றி.

நூலின் உள்ளடக்கம், உருவாக்கம், அட்டைப்படம் இன்ன பிற அம்சங்கள் பற்றிய உங்கள் கருத்துகளையும் ஆலோசனைகளையும் காலச்சுவடு வரவேற்கிறது. தகவல், எழுத்து, வாக்கியப் பிழைகள் தென்பட்டால் கட்டாயம் தெரிவித்து உதவுங்கள். நூல் தயாரிப்பில் கடும் குறைபாடு இருப்பின் மாற்றுப் பிரதி உங்களுக்குக் கிடைக்கக் காலச்சுவடு ஏற்பாடு செய்யும்.

மின்னஞ்சல்: publisher@kalachuvadu.com

காலச்சுவடு நாகர்கோவில் தலைமையகத்துக்கும் கடிதம் அனுப்பலாம்.

தங்கள்
எஸ்.ஆர். சுந்தரம் (கண்ணன்)
பதிப்பாளர் — நிர்வாக இயக்குநர்

Macroeconomics by Alex M. Thomas
© Alex M. Thomas

பேரியல் பொருளாதாரம்: ஓர் அறிமுகம் ❖ பொருளியல் ❖ ஆசிரியர்: அலெக்ஸ் எம். தாமஸ் ❖ ஆங்கிலத்திலிருந்து தமிழில்: அஷ்வத் ❖ முதல் பதிப்பு: அக்டோபர் 2022 ❖ வெளியீடு: காலச்சுவடு, 669, கே.பி. சாலை, நாகர்கோவில் 629001

காலச்சுவடு பதிப்பக வெளியீடு: 1110

peeriyal poruLaataaram: oor aRimukam ❖ Economics ❖ Author: Alex M. Thomas ❖ Translation from English to Tamil by Ashwath ❖ Language: Tamil ❖ First Edition: October 2022 ❖ Size: Royal ❖ Paper: 18.6 kg maplitho ❖ Pages: 344

Published by Kalachuvadu, 669, K.P. Road, Nagercoil 629001, India ❖ Phone: 91–4652–278525 ❖ e–mail: publications@kalachuvadu.com ❖ Printed at Mani Offset, Chennai 600077

ISBN: 978-93-5523-170-3

என்னை எப்போதும் கேள்விகள்
கேட்கச் சொல்லி ஊக்கப்படுத்திய
அப்பச்சாவுக்கு

எண்ணென ஏற்படும் கேள்விகள்
பதில்கள் பெற்றுத் தெளிவாய் நடத்தும்
அமைவாவதே.

பொருளடக்கம்

மொழிபெயர்ப்பாளர் முன்னுரை	13
முகவுரை	19
நன்றியுரை	23
வாசகருக்கான ஆசிரியர் குறிப்பு	27

1. பொருளியல் என்றால் என்ன — 31
   1.1 முன்னுரை — 31
   1.2 பொருளியலின் சுருக்கமான வரலாறு — 34
   1.3 பொருளியல்: நமது வரையறை — 40
   1.4 நமது அணுகுமுறையைப் பற்றி ஒரு குறிப்பு — 44
   1.5 முடிவுரை — 52

2. பொருளாதாரத்தைக் கருத்தாக்கம் செய்தல் — 54
   2.1 முன்னுரை — 54
   2.2 பேரியல் பொருளாதாரத்தைக் கருத்தாக்கம் செய்தல்:
      கடந்தகாலமும் நிகழ்காலமும் — 55
   2.3 பொதிந்த அமைப்பாகப் பேரியல் பொருளாதாரம் — 64
   2.4 போக்குவரத்துகளின் வலைப்பின்னலாகப்
      பேரியல் பொருளாதாரம் — 68
   2.5 நமது அணுகுமுறையைப் பற்றி மேற்கொண்டு ஒரு குறிப்பு — 72
   2.6 முடிவுரை — 75

3. பணமும் வட்டிவீதமும் — 77
   3.1 முன்னுரை — 77
   3.2 இந்தியாவின் நிதிக் கட்டமைப்பு — 78
   3.3 பணம் என்றால் என்ன — 88

	3.4 பணத்தின் கோட்பாடுகள்	93
	3.5 திறந்தநிலைப் பொருளாதாரத்தில் பணம்	100
	3.6 முடிவுரை	106
4.	வெளியீட்டு மட்டங்களும் வேலைவாய்ப்பு மட்டங்களும்	108
	4.1 முன்னுரை	108
	4.2 வெளியீடு, வேலைவாய்ப்பு ஆகியவற்றின் கோட்பாடுகள்	110
	4.3 திறந்தநிலைப் பொருளாதாரத்தின் பேரியல் இயக்கங்கள்	126
	4.4 முடிவுரை	137
5.	பொருளாதார வளர்ச்சி	140
	5.1 முன்னுரை	140
	5.2 பொருளாதார வளர்ச்சியின் கோட்பாடுகள்	142
	5.3 இந்தியாவில் பொருளாதார வளர்ச்சியின் இயல்பு	153
	5.4 திறந்தநிலைப் பொருளாதாரத்தில் வளர்ச்சி	165
	5.5 முடிவுரை	170
6.	பொருளியல் கோட்பாட்டைப் பொருட்படுத்த வேண்டியது ஏன்	172
	6.1 முன்னுரை	172
	6.2 ஒழுங்குபடுத்துதலின் தேவை	172
	6.3 தவறான கோட்பாடுகள் கெடுதியான கொள்கைகளை விளைவிக்கின்றன	177
	6.4 நல்ல கோட்பாடுகள் சூழ்நிலையை உணர்பவை	185
	6.5 கோட்பாடுகளும் தரவுகளுக்கான தேவையும்	193
	6.6 முடிவுரை	197
7.	வேலைநிறைவு என்ற கொள்கையிலக்கு	200
	7.1 முன்னுரை	200
	7.2 இந்தியாவில் வேலைவாய்ப்பின் இயல்பு	201
	7.3 தீர்வுகளுக்கொரு முன்னோட்டம்	216
	7.4 முடிவுரை	229
8.	குறைவான பணவீக்கம் என்ற கொள்கையிலக்கு	231
	8.1 முன்னுரை	231
	8.2 இந்தியாவில் பணவீக்கத்தின் தன்மை	232
	8.3 தீர்வுகளுக்கொரு முன்னோட்டம்	250
	8.4 முடிவுரை	258

9. நல்ல பொருளியலை நோக்கி — 260

9.1 பேரியல் பொருளாதாரத்திற்கு ஓர் அறிமுகம் — 260
9.2 கருத்தாக்கத்தையும் சூழலையும் பற்றி — 268
9.3 கோட்பாட்டிலும் நெறிமுறையிலும் பன்மைவாதம் — 272

பின்னிணைப்புகள்

தரவுகளின் ஆதாரங்கள் — 277
துணைநூல் பட்டியல் — 280
சித்திரங்களின் பட்டியல் — 290
படங்களின் பட்டியல் — 292
அட்டவணைகளின் பட்டியல் — 293
கலைச்சொல் பட்டியல் — 294
பொருள் மற்றும் பெயர் அட்டவணை — 310

9. நுண்ணிய பொருளினவியல் நோக்கு 260
9.1 பெரியளவு பொருளினவியலுக்கும் நுண் அளவுக்கும் 265
9.2 காட்சித்தர சமநிலையும் ஆகூழ்வுழையும் பற்றிய 268
9.3 கோட்பாடு மாதிரிகளும் மெய்திறன்கொடுத்திடும் பாரளவுவாதம் 272

துணைக்கட்டுரைகள், பின்னிணைப்பு
தாஸ்பாஷிய் ஆரம்பங்கள் 277
தேவைகளால் பதிலுறல் 280
நிதி நிர்வாகனர் பதிலுறல் 290
பிறமனிதனர் பதிலுறல் 292
அரசே மாகாண மன்றில் பதிலுறல் 293
கலைஞர் தொடர் பதிலுறல் 294
பேராளர்கள் மறுப்பும் பொருள் நூல் ஆளுநர் 310

மொழிபெயர்ப்பாளர் முன்னுரை

நான் இளங்கலை முதலாம் ஆண்டில் படித்துக் கொண்டிருந்தபோது, பேரியல் பொருளாதார அறிமுகப் பாடத்தில் பேராசிரியர் அலெக்ஸ் தாமஸ் அவர்களின் விரிவுரைகளும் வகுப்பு உரையாடல்களும் நான் சிந்தித்த விதத்திலும், பொருளியலைப் புரிந்துகொண்ட விதத்திலும் தாக்கத்தை உண்டாக்கின. அந்த விரிவுரைகளின் சாரத்தைத் தொகுத்து இந்தப் பாடநூலை அலெக்ஸ் அவர்கள் எழுதி வெளியிட்டிருப்பதும், அதைத் தமிழில் மொழியாக்கம் செய்யும் வாய்ப்பு எனக்குக் கிடைத்திருப்பதும் மகிழ்ச்சி அளிக்கிறது. அலெக்ஸ் அவர்கள் நடத்திய பேரியல் பொருளாதார அறிமுகப் பாடம் எனக்கு எந்த அளவு கற்றுத்தந்ததோ, அதே அளவில் இந்நூலை மொழிபெயர்க்கும் முயற்சியும் எனக்குக் கற்றுக்கொடுத்துள்ளது; தமிழ் மொழியில் பொருளியல் உரையாடல்கள் பற்றிய பல்வேறு கேள்விகளையும் எண்ணங்களையும் அது தூண்டிவிட்டுள்ளது.

அக்கேள்விகளில் முதலாவது, தமிழில் பொருளியல் சொல்லாடல் நிகழ வேண்டிய முக்கியத்துவத்தைப் பற்றியது. ஐரோப்பாவையும் மேற்குலகையும் மையப்படுத்தி வளர்ந்த பொருளியல் சிந்தனைகளில், இந்தியச் சூழலுக்கான பொருத்தப்பாட்டை விவாதத்திற்கு உட்படுத்திய பல்வேறு அறிஞர்களின் வழிவந்து, அக்கேள்வியை இந்நூலிலும் ஒருவகையில் கையாள்கிறார் நூலாசிரியர் (காண்க ப. 124–125). பொருளியல் சிந்தனைகளுக்கு வரலாறு இருப்பதுபோல, புவியியலும் இருப்பதாகக் கூறுகிறார் பரூச்சி (2006, ப. 22). இந்த வகையில், மூலதனம் முதல் தொகுதியின் இரண்டாம் ஜெர்மன் பதிப்பிற்கான பின்னுரையில் மார்க்ஸ் சொல்வது கவனிக்கத்தக்கது. "இன்றுவரை ஜெர்மனியில் அரசியல் பொருளாதாரம் ஒரு வெளிநாட்டு விஞ்ஞானமே" என்று கூறும் மார்க்ஸ், ஜெர்மனியின் வரலாற்று நிலைமைகளின் விளைவாக முதலாளித்துவம் சரிவர வளர்ச்சி அடையாமல் இருந்ததைக் குறிப்பிட்டு, "இவ்வாறு அரசியல்

பொருளாதாரம் வேர்விட்டு வளர்வதற்கு வேண்டிய மண் இல்லாமற் போயிற்று. இந்த 'விஞ்ஞானத்தை'த் தயாரான நிலையில் அப்படியே இங்கிலாந்திலிருந்தும் பிரான்சிலிருந்தும் தருவித்துக்கொள்ள வேண்டியிருந்தது" (1872, ப. 31-2) என்கிறார். (இது பற்றி இந்நூலில் வரும் விளக்கத்தை, ப. 34-35 காண்க). "இந்தியாவில் பயிலப்படும், நடைமுறையில் இருக்கும் பொருளியலானது இந்த மண்ணுக்குப் பூர்விகமானது கிடையாது; அது ஓர் அந்நிய நாற்று" (ப. 81) என்று கூறும் அம்பிராஜன் ("The Professionalization of Economics in India" 1998), இந்தியாவில் பொருளியலானது தொழில்முறையில் ஒரு நவீன அறிவுப்புலமாக உருவாவதற்குத் தடையாக இருக்கும் காரணங்களில் ஒன்று, அது அந்நிய மொழியில்–ஆங்கிலத்தில்–புழங்குவது என்று குறிப்பிடுகிறார் (ப. 90). ஒரு சமூக அறிவியல் சிந்தனைப்புலத்தை, அது ஆய்வு செய்யும் நிலப்பரப்போடு இணைப்பதில் மொழியின் பங்கினை இந்த வாதங்கள் வலியுறுத்துவதாக உணர்கிறேன்.

முதல் கேள்வியின் நீட்சியாக அமைகிறது இரண்டாவது கேள்வி. தமிழ் மொழியில் பொருளியல் சொல்லாடலின் தன்மை எத்தகையது? எழுதப்பட்ட நூல்கள், பிற மொழிகளிலிருந்து தமிழாக்கம் செய்யப்பட்ட நூல்கள், கல்விப்புல ஆய்வுகளை வெளியிடும் ஆய்விதழ்கள், பொதுவெளியில் பொருளியல் சார்ந்து வெளிவரும் இதழ்கள், பொருளியல் சார்ந்த ஆய்வாளர்களின் கூட்டமைப்புகள், கருத்தரங்கங்கள்–இப்படிப் பல்வேறு ஊடகங்களின் வழியாகப் பொருளியல் உரையாடல்கள் நிகழலாம். 1930களிலிருந்து பல்வேறு பதிப்பகங்களால் பொருளியல் சார்ந்து பல்வேறு தலைப்புகளில் தமிழ்மொழியில் புத்தகங்கள் வெளியிடப்பட்டுவருகின்றன. மொழிபெயர்ப்பு மரபும் பல்வேறு தளங்களில் இயங்கிவருகிறது. எடுத்துக்காட்டாக, மார்க்சியப் பொருளியல் நூல்கள் பல, தமிழிலும், பல கிழக்கத்திய மொழிகளிலும் சோவியத் நாட்டில் முன்னேற்றப் பதிப்பகத்தால் மொழிபெயர்க்கப்பட்டு அச்சிடப்பட்டன. அது தவிர, இந்தியாவிலும் மார்க்சியப் பொருளியல் நூல்கள் தமிழில் எழுதப்பட்டும் மொழியாக்கம் செய்யப்பட்டும் வெளிவந்துள்ளன. இந்திய அரசின் 'திட்டம்', காந்திய இயக்கத்தின் பொருளியல் சார்ந்த இதழ்கள், 1950களில் வெளியான 'பொருள்', யாழ்ப்பாணப் பல்கலைக்கழகத்தின் 'பொருளியலாளன்', இலங்கை மக்கள் வங்கியின் 'பொருளியல் நோக்கு', முதலிய பல பொருளியல் சார்ந்த இதழ்கள் தமிழில் வெளியாகியுள்ளன; இன்னமும் சில வெளியாகி வருகின்றன. இவையன்றித் தமிழ் ஊடக வெளியிலும் இதழியல் உலகிலும், பொருளியலுக்கு எத்தகைய இடம் தரப்படுகிறது என்று மதிப்பிடுவதும் பொருளியல் சொல்லாடலின் வீச்சினைத் தெரிந்துகொள்ள உதவலாம். ஏற்கெனவே தமிழில் புழங்கும் பொருளியல் சொல்லாடலை ஆய்வு செய்வதானது, அதன் தன்மையினையும் தனித்தேவைகளையும் தெளிவாகக் காட்டி, தமிழில் பொருளாதார உரையாடல் மேற்கொண்டு வளர்ச்சி அடைவதற்கான திசையினைக் காண்பதற்குப் பங்களிக்கும் என்று நான் எண்ணுகிறேன்.

தமிழில் பொருளியல் சொல்லாடல்கள் வளர்ச்சியடைந்துள்ளதைக் கண்டறிய, கலைச்சொற்கள் ஒரு நல்ல சான்றாக இருக்கும் என்று

நினைக்கிறேன். இதுவரை தமிழில் பொருளியல் கலைச்சொற்களை உள்ளடக்கிய சொல்லகராதிகள் வெவ்வேறு காலகட்டங்களில் வெளிவந்துள்ளன. சென்னை மாகாணத் தமிழ்ச்சங்கம் வெளியிட்ட 'கலைச்சொற்கள்' *(1936)*, இலங்கை அரசகரும் மொழியலுவலகம் வெளியிட்ட 'பொருளியல் சொற்றொகுதி' *(1957)*, கல்லூரித் தமிழ்க்குழு வெளியிட்ட 'கலைச்சொல் அகராதி: பொருளாதாரம்' *(1960)*, கலைக்கதிர் வெளியீடான 'கலைச்சொல் அகராதி' *(1985)*, தஞ்சைத் தமிழ்ப் பல்கலைக்கழகம் வெளியிட்ட 'அருங்கலைச்சொல் அகரமுதலி' *(2002)*, தமிழ் இணையக் கல்விக்கழகம் செறிவுப்படுத்தித் தன் இணையதளத்தில் பதிவேற்றியுள்ள 'கலைச்சொல் களஞ்சியம்' ஆகியவற்றை நான் பயன்படுத்தியுள்ளேன் (தஞ்சைப் பல்கலைக்கழகத்தின் அகராதி நீங்கலாக மற்ற அனைத்துமே தமிழ் இணையக் கல்விக்கழகத்தின் மின்னூலக இணையதளத்தில் தடையின்றிக் கிடைக்கின்றன). பொருளியலில் பல்வேறு முக்கியக் கலைச்சொற்களும் – *demand, supply* உட்பட–வெவ்வேறு அகராதிகளில் வெவ்வேறு விதமாக மொழிபெயர்க்கப்பட்டிருக்கின்றன. ஒருபுறம், இது தமிழில் பொருளியல் கலைச்சொற்களின் படிமலர்ச்சியைக் காட்டுகிறது என்று சொன்னாலும், இந்த நீண்ட அகராதி மரபில் ஒரு கலைச்சொல்லாக்கம்கூட நிலைபெறவில்லையா என்ற கேள்வியினையும் எழுப்புகிறது. ஒருவேளை பொருளியல் உரையாடல்கள் தமிழில் பரவலாக நிகழாததால் கலைச்சொற்கள் இன்னும் நிலைபெறாமல் உள்ளனவா என்பது ஒரு கேள்வி; 'பணவீக்கம்' போன்ற சில சொற்கள், ஊடக வெளியில் பரவலாகப் பயன்படுத்தப்படுவதாலும், சமூக வாழ்வோடு நெருங்கிய தொடர்புடையதாலும் பொதுவெளியில் பதிந்துபோயின என்பது என் கருத்து. இப்பாடநூலின் சில இடங்களில், சொற்பிறப்பியலைக் கொண்டு கருத்தாக்கங்களின் தோற்றுவாயை விளக்குவார் நூலாசிரியர். எடுத்துக்காட்டாக, வேளாண்விளைச்சலைக் குறிப்பிடுவதற்கான ஆங்கிலச் சொல்லான *yield*, நிதி ஆதாயங்களைக் குறிப்பதற்கும் வழங்கப்பட்டு வருகிறது. தமிழிலோ, நிதி ஆதாயங்களைக் குறிப்பிட 'ஈட்டங்கள்' என்ற சொல் பயன்படுத்தப்படுகிறது. அறிவாக்கங்கள் நிலப்பரப்பைப் பொறுத்து உருப்பெறுகின்றன, புரிந்துகொள்ளப்படுகின்றன. இதில் மொழியின் பங்கினையும் வலியுறுத்திய முந்திய கேள்விக்கு, கலைச்சொற்களின் சொற்பிறப்பினை ஒரு சான்றாகச் சுட்டிக்காட்ட விரும்புகிறேன்.

மூன்றாவது கேள்வி, பொருளியல் பாடநூல்களைப் பற்றியது. பொருளியல் கல்விப்புலத்தில் புழங்கிவரும் மையநீரோட்டப் பாடநூல் கலாசாரத்திற்கு ஓர் எதிர்வினையாக இந்தப் பாடநூல் அமைகிறது. 'தீர்வு காணப்படாத' ஆய்வுப்புலமாகிய பொருளியலின் அறிவாக்கத்திலும், அதைப் பரப்புவதிலும் கல்லூரிப் பாடத்திட்டங்களும் பாடநூல்களும் வகிக்கும் பாத்திரம் இன்றியமையாதன; பொருளியல் சிந்தனைகளின் வரலாற்றில், ஜே.பி.சே முதல் சாமுவெல்சன் வரை பாடநூல்கள்/கையேடுகள் வடிவில் வெளியிட்ட எழுத்துகள் முக்கியப் புள்ளிகளாக விளங்கியுள்ளன என்று *On the 'Textbook' as a Source of Study for the History of Economic Thought – An Introductory Note* என்ற தனது கட்டுரையில் பரூச்சி வாதிக்கிறார் *(Barucci 2006, ப. 18–21)*. இப்பாடநூல்களில் பொருளியல்

'விதி' என்றும் 'கொள்கை' என்றும் கூறப்படுபவை உண்மையில் அந்நூலாசிரியர்களின் தனிப்பட்ட கருத்துகள்/பரிந்துரைகளே என்று இந்த நூலின் ஆசிரியர் வேறோர் இடத்தில், Economics textbooks as commodities என்ற கட்டுரையில் கூறியிருப்பது குறிப்பிடத்தக்கது (தாமஸ் 2012, ப. 21). மையநீரோட்டத்திலுள்ள விளிம்புநிலைவாதப் பாடநூல்களை விமர்சித்து எழுதப்பட்டுள்ள இந்தப் பாடநூல், முன்வைக்கப்படும் கருத்துகளைத் திறனாய்வதற்கும் மேற்கொண்டு அலசுவதற்கும் இடமளித்திருப்பது சிறப்பு. இந்த வகையில், தமிழில் பொருளியல் பாடநூல்களின் மரபு குறித்தும், அதில் இந்த நூல் வகிக்கக்கூடிய இடம் குறித்தும் சுருக்கமாகப் பார்ப்பது பயனளிக்கலாம்.

1932ஆம் ஆண்டு வெளியான ஜே.எஸ். பொன்னையா அவர்களின் 'பொருளாதார நூல்', 1935ஆம் ஆண்டு அன்னார் வெளியிட்ட 'நாணயம்', பொதுமக்களுக்கான கையேடு போல எழுதப்பட்ட அவிநாசிலிங்கம் அவர்களின் 'இந்தியப் பொருளாதாரம்' (1933), க. சந்தானம் அவர்களின் 'செல்வம்: பொருளாதார நூல்' (1948) ஆகியவை, நான் பார்த்ததில் மிகவும் முற்காலத்திய பாடநூல்/கையேடு வகையைச் சேர்ந்தவை. இவற்றில் விளிம்புநிலைவாதத்தின் தாக்கம் பெரிதாகக் காணப்படுவதில்லை; உற்பத்தி, உழைப்புப் பிரிவினை, இயற்கை வளங்கள், பரிமாற்றம், வட்டி, வாரம், கூலி, ஆதாயம்–என, கோட்பாட்டுத் தளத்தில் செவ்வியல் பொருளாதாரத்தையே ஒட்டி அமைந்த இந்த நூல்கள், சூழலைப் பொறுத்தவரை இந்திய தேசியப் பொருளாதாரத்தை மையப்படுத்தி விவாதித்தன. ஆங்கிலேய அரசு தொகுத்துச் சேகரித்த தரவுகளைப் பயன்படுத்தி இந்தியப் பொருளாதாரத்தை விளக்கிய ஆங்கிலக் கையேடு நூல்களைத் தழுவி (ஜாதர் மற்றும் பெரியின் 'இண்டியன் எகானமி' போன்றவற்றை), அன்றைய தேசிய இயக்கத்தின் தாக்கத்தை இந்த நூல்கள் வெளிப்படுத்தின. இந்திய மாநில மொழிகளில் கல்லூரி, உயர்கல்வி அளவில் பல்துறை நூல்களையும் வெளியிடும் மத்திய அரசின் திட்டத்தின் விளைவாகக் கடந்த நூற்றாண்டின் இரண்டாவது பாதியில் பல பாடப்புத்தகங்கள் வெளியாகின.

1961ஆம் ஆண்டில் தமிழ் வெளியீட்டுக் கழகம் உருவாக்கப்பட்டது; அதுவே பின்னாளில் 'கல்லூரிநூல் வெளியீட்டு இயக்குநரகம்' என்றும், 'தமிழ்நாடு பாடநூல் நிறுவனம்' என்றும் பல பெயர் மாற்றங்களுக்கு உள்ளாகி இன்று 'தமிழ்நாடு பாடநூல் – கல்வியியல் பணிகள் கழகம்' என்று இயங்கிவருகிறது. 1961–1980 இடையேயான பத்தொன்பது ஆண்டுகளில், பல்வேறு பாடத்தலைப்புகளின் கீழ் மொத்தம் 1016 நூல்கள் இக்கழகத்தால் வெளியிடப்பட்டுள்ளன (தமிழ்நாடு பாடநூல் – கல்வியியல் பணிகள் கழகம் 2017, ப. 2). பேரியல் பொருளாதாரம், கணிதப் பொருளாதாரம், பொருளாதாரப் புள்ளியியல், பொருளாதார வரலாறு, பொருளாதாரச் சிந்தனை வரலாறு என்று, கல்லூரிப் படிப்பிற்குத் தேவையான பாடநூல்கள் பல வெளியிடப்பட்டன. சில நூல்கள் ஆங்கிலப் பாடநூல்களின் தழுவல்களாகவும், சில மொழிபெயர்ப்புகளாகவும்கூட வெளியாகின. இப்பாடநூல்களில், விளிம்புநிலைவாதப் பொருளியலின் தாக்கமும், கேனீசிய மரபின்

எதிர்வினைகளும் பரவலாக இடம்பெற்றதை ஒரு மேலோட்டமான பார்வையில் சொல்லலாம். 1960களிலும் 1970களிலும், இலங்கையின் கல்வி வெளியீட்டுத் திணைக்களம் உட்பட பலரும் பல அமைப்புகளும், வெளியிட்ட பொருளியல் பாடநூல்களும் காணக்கிடைக்கின்றன.

அண்மைக்காலத்தில் தமிழ்நாட்டில் வெளிவரும் பாடநூல்கள், பாடத்திட்டங்களுக்காகவும், போட்டித் தேர்வுகளுக்காகவும் எழுதப்படுபவையாக உள்ளன. தமிழில் வெளியான பேரியல் பொருளாதாரப் பாடநூல்களில் பல ஆங்கில மொழியில் வெளியான பாடநூல்களைத் தழுவி மையநீரோட்டப் பாடத்திட்டத்திற்கு நெருக்கமாக எழுதப்பட்டவையாகவே இருக்கின்றன. பேரியல் பொருளாதாரம்: ஓர் அறிமுகம் என்னும் இந்தப் பாடநூலும், கோட்பாட்டு ரீதியாக மேலைநாட்டுச் சிந்தனை மரபுகளைப் பின்பற்றினாலும், அதனை விமர்சனத்திற்கு உட்படுத்துகிறது. அது மட்டுமன்றி, மையநீரோட்டத்திலிருந்து விலகிய பன்மைவாத அணுகுமுறையைக் கடைப்பிடிக்கவும் செய்கிறது. இந்நூலின் களம்– அதாவது சூழல்– இந்திய நிலப்பரப்பையே பெரிதும் மையப்படுத்தியதாக உள்ளது. இந்த வகையில் கோட்பாட்டில் பன்மைவாதத்தையும், சூழலில் இந்தியாவையும் முன்னிலைப்படுத்தும் இந்நூல், தமிழில் இதுவரை வந்துள்ள பாடநூல்களின் மரபிலும் ஒரு புது அணுகுமுறையைக் கொண்டதாக இருக்கும் என்று நான் நம்புகிறேன்.

இந்த மொழியாக்கப் பணி நெடுகிலும் எழுந்த ஐயங்களைத் தீர்த்து, தொடர்ந்து வழிகாட்டுதலும் ஊக்கமும் அளித்த இந்நூலின் ஆசிரியர் அலெக்ஸ் தாமஸ் அவர்களுக்கு நன்றி தெரிவிக்கவேண்டும். ஒவ்வோர் இயலையும் வாசித்துக் கருத்துகளையும் வழிகாட்டலையும் ஊக்கத்தையும் அளித்த திரு ரகுநாத் நாகேஸ்வரன் அவர்களுக்கு நன்றி சொல்ல விரும்புகிறேன். இம்மொழிபெயர்ப்பின் தொடக்க இயல்களை வாசித்துப் பல பயனுள்ள பின்னூட்டங்களைத் தந்த என் அம்மா, கணித ஆசிரியர் கிருஷ்ணவேணி அவர்களுக்கும் நன்றி சொல்ல வேண்டும். மொழியாக்கத்தின்போது பல கட்டங்களில் நண்பர்கள் துர்காபிரசாத், தர்ஷன் ஆகியோருடன் கலந்துரையாடியதில் தெளிவு கிடைத்தது; அவர்களுக்கும் என் நன்றி. இறுதியாக, இந்நூலை வெளியிட முன்வந்துள்ள காலச்சுவடு பதிப்பகத்திற்கும் நன்றி. கல்லூரி மாணவர்களுக்கான பாடநூல் வடிவில் எழுதப்பட்டிருந்தாலும், பல்வேறு முக்கிய விடயங்களைத் தொட்டுச்செல்லும் இந்நூலை, பொது வாசகரும் பயன்படுத்திக்கொள்ள வேண்டும் என்று கேட்டுக்கொள்கிறேன்.

சென்னை அஷ்வத்
19–11–2021

முகவுரை

நான் ஒரு பாடநூலை எழுத விருப்பப்படவில்லை என்பதை எடுத்த எடுப்பிலேயே ஒப்புக்கொள்ள வேண்டும். ஏனென்றால், ஒருசில பாடநூல்கள் நீங்கலாக, பொருளியல் பாடநூல்கள் அனைத்து அவற்றின் பொருளடக்கத்திலும் முன்வைக்கும் முறையிலும் அடிப்படையில் ஒரே மாதிரியானவையாகவே இருக்கின்றன. குறிப்பாக, கோட்பாட்டு அணுகுமுறைகளில் பன்மைவாதத்தை அவை அங்கீகரிப்பதில்லை. ஒரு மாணவராகவும் ஆசிரியராகவும் ஆய்வாளராகவும் வலைப்பூ பதிவராகவும் உரையாளராகவும் – பல்வேறு வகைகளில் பொருளியலுடன் நான் மேற்கொண்ட உரையாடலானது, மையநீரோட்டப் பொருளியலைத் திறனாய்வது, ஆடம் ஸ்மித், டேவிட் ரிகார்டோ, கார்ல் மார்க்ஸ், ஜான் மேனார்ட் கேயின்ஸ், பியாரோ ஸ்ராஃபா ஆகியோரின் தாக்கத்தில் ஏற்பட்ட மாற்று அணுகுமுறையை வலுப்படுத்துவது ஆகியவற்றைப் பற்றியதாகவே இருந்துள்ளது. இந்த மாற்று அணுகுமுறையில் எனக்கு இருக்கும் ஆர்வமும், இதனைப் பரவலாகப் பார்வையாளர்களிடத்தில் முன்வைக்க வேண்டியதற்கான தேவையுமே, பேரியல் பொருளாதாரத்தில் எனது அணுகுமுறையினை எழுத்துவடிவில் ஒழுங்குபடுத்தி ஆவணப்படுத்துவதற்குத் தூண்டுதலாக அமைந்தது.

ஆவணப்படுத்த விரும்புவதைத் தாண்டி, இந்நூலை எழுத மற்றொரு தூண்டுதலும் இருந்தது. நல்ல வகையில் நூலகப் பராமரிப்பில்லாத இந்திய கல்லூரிகளிலும் பல்கலைக்கழகங்க ளிலும் பயிலும் மாணவர்களுக்கு நல்ல உரைகளை (சிறிய மேற்கோள்களின் வடிவிலாவது) அளிக்க வேண்டிய தேவைதான் அது. ஐதராபாத் பல்கலைக்கழகத்தில் இளமுனைவர் படிப்பில் மாணவராக இருந்த நான் (பல்கலைக்கழகத்தில் நன்கு சேகரித்துப் பராமரிக்கப்பட்ட நூலகம் இருந்த போதிலும்கூட), ஆடம் ஸ்மித்துக்கு முந்திய பொருளியல் குறித்த எனது ஆய்விற்குத் தேவைப்பட்ட நூல்களைப் பெறுவதற்குப் பாடுபட வேண்டியிருந்தது எனக்கு மிகத் தெளிவாக நினைவிருக்கிறது. நல்வாய்ப்பாக,

இந்தியாவிலுள்ள மற்ற பல்கலைக்கழகங்களில் இருந்த என் நண்பர்களிடமிருந்தும், அயல்நாட்டுப் பல்கலைக்கழகங்களைச் சேர்ந்த பொருளியல் சிந்தனை வரலாற்றாசிரியர்களிடமிருந்தும் எனக்கு உதவி கிடைத்தது. இந்நூல்களின் இயல்களில் இடம்பெறும் புத்தகப் பரிந்துரைகளும், ஒவ்வோர் இயலின் நிறைவில் இடம்பெறும் மேற்படி வாசிப்புக்கான பரிந்துரைகளும், வாசகர்களை மூலநூல்களை வாசிக்கும்படி ஊக்குவிப்பதோடு, நன்கு சேகரித்துப் பராமரிக்கப்பட்ட நூலகங்களுக்கான கோரிக்கையினையும் ஊக்குவிப்பதாக இருக்கும்.

பொருளியலில் எந்தவொரு பாடத்தைப் பயிற்றுவிப்பதிலும், பல்வேறு உரைவடிவங்கள் (புத்தகங்கள், ஆய்விதழ்க் கட்டுரைகள், அரசு அறிக்கைகள், புதினம், செய்தித்தாள் கட்டுரைகள், பாடநூல்கள்) பயன்படுத்தப்பட வேண்டும் என்று நான் வலுவாகப் பரிந்துரைக்கிறேன்; ஊக்குவிக்கிறேன். பதினைந்து ஆண்டுகள் பொருளியல் மாணவராகவும் ஆசிரியராகவும் இருந்த எனது எளிய அனுபவத்திலிருந்து இந்த எண்ணம் எழுகிறது. பலதரப்பட்ட உரைவடிவங்களைப் பயன்படுத்துவது ஆசிரியர், மாணவர் எனும் இருதரப்புக்குமே சவாலானதாக இருக்கலாம்; ஆனால் அது நல்லபடியான கற்றலுக்குப் பங்களிக்கும் என்பதாலும், மாணவர்கள் அறிவாக்கத்தில் சிறந்து நெறியாளுகை செய்பவர்களாக உருவாக வழிவகுக்கும் என்பதாலும், குறுகிய காலச் செலவினங்களை விட நீண்டகால பலன்கள் அதிகம் என்று நான் வலுவாக நம்புகிறேன். எது எப்படியென்றாலும், நாம் தகவல்மிகைக் காலத்தில் வாழ்கிறோம்; நம்பத்தகுந்த தகவல் ஆதாரங்களைக் கண்டறிவதில் போட்டி போடும் வாதங்களை, கண்ணோட்டங்களை, நிலைப்பாடுகளைப் போதிய தன்னம்பிக்கையுடன் மதிப்பீடு செய்யும் ஆற்றல் மிகுந்த பயனுள்ள திறமையாக உள்ளது.

மேற்கண்ட இலட்சியத்தை அடியொற்றி, 'பேரியல் பொருளாதாரம்: ஓர் அறிமுகம்' புத்தகத்தில், பலவகைப்பட்ட உரைகளை – குறிப்பிடத்தக்கதாக, பொருளியல்சார்ந்த, புதினம்சார்ந்த நூல்களை – வாசகருக்கு அளிக்க முயன்றுள்ளேன். இருப்பினும், 1975ஆம் ஆண்டில் வெளியான பொருளாதார வளர்ச்சி குறித்த தமது அருமையான பாடநூலில் எச்.ஜி. ஜோன்ஸ் எழுதுவது போல, "எவ்வளவு செறிவானதாக இருந்தாலும், எந்தவொரு பாடநூலும் மூலநூல்களையும் கட்டுரைகளையும் வாசிப்பதற்கு மாற்றாக ஒருபோதும் இருக்க முடியாது; மூலநூல்களைப் பாடுபட்டு வாசிப்பது ஓர் ஒளியூட்டும், பயனளிக்கும் முயற்சியாக இருக்கும்" என்பதை மனத்தில் கொள்வது முக்கியம் (ப. iii).

நான் உரைகளை எப்படித் தேர்ந்தெடுத்துள்ளேன் என்பது பற்றிய ஒரு சுருக்கமான குறிப்பினைத் தர வேண்டும். முதலாவதாக, அடிப்படை வாதத்தைப் புரிந்துகொள்ளும் பொருட்டுக் கூடுதல் உரைகளை நாட வேண்டிய தேவையினைக் குறைக்க முயன்றுள்ளேன்; ஒரு புத்தகத்தையோ கட்டுரையையோ தேடியலைய வேண்டிய சுமையை வாசகர்மீதும் அவரது கல்வி நிறுவனத்தின் மீதும் சுமத்த வேண்டாம் என்பதற்காக இந்த முயற்சி. ஓர் உரையின் சுவையை அளிப்பதற்கு, அதிலிருந்து

பத்திகளை (சில நேரங்களில் நீண்ட பத்திகளை) மேற்கோள்களாகக் காட்டியுள்ளேன். இரண்டாவதாக, கொடுக்கப்பட்டுள்ள சான்றுகள், இலக்கியத் தேர்வு ஆகியவற்றின் அடிப்படையில், ஒரு தனித்துவமான 'இந்தியப்' பண்பினை இப்புத்தகம் கொண்டுள்ளது. இப்புத்தகத்தில், அமெரிக்கப் பொருளாதாரத்தைக் குறிக்கும் செய்திகளையோ, அமெரிக்க/பிரிட்டன் எழுத்தாளர்களின் புதினப் படைப்புகளிலிருந்து பெற்ற மேற்கோள்களையோ மிக அரிதாகவே வாசகர்கள் காண்பார்கள். 1938ஆம் ஆண்டில் வெளியான 'காந்தபுரா' என்ற தனது நாவலில், ராஜா ராவ் எழுதிய முகவுரையில், "இந்திய வாழ்வின் இயல்பினை நமது ஆங்கில வெளிப்பாட்டில் புகுத்த வேண்டும்" (ப. *V*) என்ற வரியில்தான், மேற்கண்ட நிலைப்பாடு வெளிப்படையாக அங்கீகரிப்பட்டதை நான் முதல்முதலாகப் பார்த்தேன். இப்புத்தகத்தில் நீங்கள் காணப் போகிற பொருளாதாரக் கோட்பாடுகளில் ஏறத்தாழ எதுவுமே இந்தியாவில் தோற்றம் கண்டவையாக இருக்காது; இதில் வியப்பேதும் இல்லை. ஒருவகையில், ராவ் சொல்வதைத் தழுவிச் சொன்னால் இந்தியாவைச் சாராத நமது கருத்தாக்கங்களில், இந்தியச் சூழல் புகுத்தப்பட்டுள்ளது. இலக்கியத்தில் எனது வரம்புக்குட்பட்ட அனுபவம் தவிர்த்து – சாதி, சூழலியல், பாலினம், நிலம் ஆகியவற்றில் ஏதேனும் ஒன்றைப் பற்றியாவது அலசுகின்றனவா என்பதே, நான் இலக்கியங்களைத் தேர்ந்தெடுப்பதற்கு அடிப்படையான வழிமுறையாக இருக்கிறது.

நிறைவாக, பெரும்பாலான பொருளியல் பாடநூல்களில் உள்ளது போன்ற சிக்கல்–தீர்வு என்கிற அணுகுமுறையை விடுத்து, சிக்கல்–முன்வைப்பு அணுகுமுறையைக் கடைப்பிடிக்கிறது இந்நூல். இன்னும் தெளிவாகச் சொன்னால் பேரியல் பொருளாதாரச் சிக்கலைக் கண்டறியவும், அதைக் கருத்தாக்கம் செய்யவும், நெறிப்படுத்தவும் இந்நூல் உங்களுக்கு உதவுகிறது. எனவே சிக்கல் தீர்க்கும் பயிற்சிகளை இப்புத்தகம் கொண்டிருக்காது; மாறாக எடுகோள்களின் தன்மை குறித்தும், கோட்பாட்டின் தர்க்கம் குறித்தும், கோட்பாட்டின் வரம்புகள் குறித்தும், கோட்பாட்டிற்கும் கொள்கைக்கும் இடையிலான ஊடாட்டம் குறித்தும், கோட்பாட்டுக்கும் தரவுகளுக்கும் இடையிலான இடைவெளி குறித்தும், கடந்தகால – நிகழ்காலப் பொருளியல் சிந்தனைகள் குறித்தும் உங்களைச் சிந்திக்க வைக்கக்கூடிய உரையாடல்களையும் கேள்விகளையும் உள்ளடக்கியிருக்கும்.

ஆகவே பேரியல் பொருளாதாரத்தில் ஈடுபாடு நிறைந்த அனுபவத்தை (அதன் அறிமுகக் கட்டத்தில்) தங்களுக்கு அளிப்பதைக் குறிக்கோளாகக் கொண்டது இந்நூல்.

பெங்களூரு
ஜூலை *2020*

அலெக்ஸ் எம். தாமஸ்

நன்றியுரை

அசிம் பிரேம்ஜி பல்கலைக்கழகத்தில் 2016 முதல் 2018 வரை முதலாம் ஆண்டு இளங்கலை மாணவர்களுக்கு நான் அளித்த விரிவுரைகளே இந்நூலின் தொடக்கங்கள் என்று கூறலாம். அதைத் தொடர்ந்து நான் அங்கே பயிற்றுவித்த மற்ற பாடங்களும் இப்புத்தகத்தை எழுதுவதற்குப் பெரிதும் உதவியுள்ளன; குறிப்பாக, கோட்பாட்டில் பன்மைவாதத்தின் அறிவார்ந்த பயன்கள்மீதும், விவரணைப் புள்ளித்தரவுகளின் *(Descriptive Statistics)* வல்லமைமீதும் எனது நம்பிக்கைக்கு வலுவூட்டிய 'பொருளியல் சிந்தனைகளின் வரலாறு', 'மனிதவியல் படிப்பிற்கான அளவியல் வாதமுறை' *(Quantitative Reasoning for Humanities*' ஆகிய பாடங்களைக் குறிப்பிட வேண்டும்.

நான் பேரியல் பொருளாதார அறிமுகப் பாடத்தைச் சொல்லிக்கொடுக்கத் தொடங்கியபோது, ஒரு பாடநூலை எழுதும் திட்டம் என்னிடம் இருக்கவில்லை; ஜூலை 2017இல் இந்த எண்ணம் தோன்றியதற்கு, நான் அன்வேஷா ரானா அவர்களுக்குக் கடமைப்பட்டுள்ளேன். இப்புத்தகத்தை எழுதும்போது பதிப்பாசிரியராக அவர் அளித்த ஆதரவு மிகவும் சிறப்பானது. கேம்பிரிட்ச் பல்கலைக்கழகப் பதிப்பகத்தின் சார்பில், இந்நூலின் முதல் வரைவில் சில இயல்களை வாசித்து, மிகவும் பயனுள்ள பின்னூட்டங்களை வழங்கிய, பெயரறியாத நான்கு திறனாய்வாளர்களுக்கும் நான் கடமைப்பட்டுள்ளேன். இந்நூலின் பதிப்பை மேற்பார்வையிட்டவரும், வழக்கத்திற்கு மாறான எனது கோரிக்கைகளுக்கு இடமளித்தவருமாகிய அனிருத்தா டே அவர்களுக்குப் பெரிதும் கடன்பட்டிருக்கிறேன். பொருள் அட்டவணையைத் தயாரித்ததற்காக அமித் பிரசாத் அவர்களுக்கும் நன்றியுள்ளவனாகிறேன்.

தொடக்கம்முதல் நிறைவுவரை, இப்புத்தகத்தை எழுத ஏறத்தாழ மூன்றாண்டுகள் பிடித்தன; இதைப் போன்ற

ஒரு படைப்பிற்கு இது அதிகப்படியான காலமே. ஒவ்வோர் ஆண்டும் தோராயமாக மூன்று இயல்களின் முதல் வரைவை எழுதி முடித்தேன். ஆசிரியப்பணியின் உடனடித் தேவைகளும், இதர ஆராய்ச்சி மற்றும் பேச்சுப் பணிகளும் இருக்கையில், தொடர்ச்சியாக எழுத நேரம் கிடைப்பது கடினமாக இருந்ததே இதற்குக் காரணம். காலதாமதம் இருந்தபோதிலும் எனது ஆசிரியப்பணிகளும் ஆராய்ச்சிப் பணிகளும் இந்த நூலின் ஆக்கத்தில் நல்ல விதத்தில் பங்களித்துள்ளன என்பதில் நான் சற்றே உறுதியாய் இருக்கிறேன். அத்தோடு, பல்வேறு இந்தியப் பல்கலைக்கழகங்களிலும் இந்தியப் பொருளாதாரத்தின் இயல்புகள் குறித்தும், பொருளியல் சிந்தனைகளின் வரலாறு குறித்தும் நான் ஆற்றியுள்ள விரிவுரைகள் அனைத்தும், குறிப்பிட்ட சிக்கல்கள் குறித்து உன்னிப்பாகச் சிந்திக்க எனக்குப் பல வாய்ப்புகளைத் தந்துள்ளன. இச்சிக்கல்களில் பல இந்நூலிலும் இடம்பெறுகின்றன. இந்த விரிவுரைகளைத் தருமாறு என்னை அழைத்த அனைவருக்கும் நான் கடன்பட்டுள்ளேன்.

எனது மாணவர்கள் எழுப்பிய கேள்விகளும், அதைத் தொடர்ந்து வகுப்பறைக்கு உள்ளேயும் வெளியேயும் நாங்கள் மேற்கொண்ட உரையாடல்களும், பொருளியல் விடயங்கள் குறித்த எனது புரிதலையும் வடிவமைந்த வெளிப்பாட்டையும் மேம்படுத்தியுள்ளன. குறிப்பாக, பின்வரும் மாணவர்களுக்கு என் நன்றியைப் பதிவுசெய்ய விரும்புகிறேன்: மோசமான கையெழுத்தால் எழுதப்பட்ட முதல் வரைவினைத் தட்டச்சு செய்துதர முன்வந்து ஒப்புக்கொண்ட மிருதுளா மோகன், நிவேதிதா ஜி.டி. ஆகியோர்; முதல் வரைவின் சில இயல்களுக்கு ஊக்கம் தரும் வகையில் பின்னூட்டங்களை அளித்த அனுஷ்கா காலே, இந்து பெரியோடி ஆகியோர்; இறுதி வரைவு முழுவதற்கும் கூர்மையான பின்னூட்டங்களைக் கொடுத்த அஷ்வத் ஆர்.; இந்த நூலில் சில முக்கியக் கருத்துகளுக்கு வலுச்சேர்க்கும் அருமையான சித்திரங்களைப் படைத்த சஹானா சுப்பிரமணியம்.

மூன்று ஆண்டுகள் முழுவதும் எனக்குத் தேவைப்பட்ட புத்தகங்களை உடனுக்குடன் தருவித்துக் கொடுத்ததற்காக அசிம் பிரேம்ஜி பல்கலைக்கழக நூலகத்தைச் சேர்ந்த சகாக்களுக்கு எனது ஆழமான நன்றியைப் பதிவுசெய்தாக வேண்டும். முதல் வரைவின் சில இயல்களுக்குத் தம் கருத்துகளை அளித்த பின்வரும் சகாக்களுக்கும் நண்பர்களுக்கும் கடன்பட்டுள்ளேன் (துணைப் பெயரின் அகர வரிசையில் உள்ளவாறு): டோனி ஆஸ்ப்ரொமொர்கஸ், ராகுல் டே, சுனந்தன் கே.என்., பவ்யா சின்ஹா ஆகியோர். திருத்திய வரைவில் இரண்டு இயல்களை வாசித்து மிகவும் பயனுள்ள பின்னூட்டங்களை அளித்தார் மோகிப் அலி. சையத் அடிஃப், வரதராஜன் நாராயணன், லிமகும்பா வாலிங் ஆகியோர், திருத்தப்பட்ட முழு வரைவையும் வாசித்து முக்கியமான கருத்துகளை அளித்தது மிகவும் பலனளித்தது. எனக்கு அளித்த அறிவுரைகள் அனைத்தையுமே நான் ஏற்கவில்லை. ஆதலால், எஞ்சிய பிழைகள் அனைத்திற்கும் நான் மட்டுமே பொறுப்பு என்பதைச் சொல்லவேண்டியதில்லை.

மூன்றாண்டுகள் இப்புத்தகத்தை எழுதும்போது எனக்கு அறிவுசார்ந்தும் உணர்வுசார்ந்தும் ஆதரவு தந்தமைக்காக அபிக்னா, அடிஃப், சைத்ரா, திவ்யா, லிமா, நீரஜா, நீலேஷ், ராகுல், ஷர்மதிப், சுனந்தன், தரங்கிணி, வரதா, வருண், வாருணி ஆகியோருக்கு நான் கடமைப்பட்டுள்ளேன். அயராமல் ஆதரவளித்த என் பெற்றோர், பாட்டிகள், இந்நூலின் இறுதிக் கட்ட எழுத்துப்பணியின்போது உடனிருந்து, இறுதி வரைவினையும் சரிபார்த்த என் தங்கை எலிசபெத் – ஆகியோருக்கு நான் கடன்பட்டுள்ளேன். அதைத் தொடர்ந்து நூலின் முன்வடிவில் அபிக்னா அரிகலா மேற்கொண்ட உன்னிப்பான திருத்தல்கள், நூலின் தரத்தைக் கணிசமாக மேம்படுத்தியுள்ளது; இதற்கும் நான் கடன்பட்டிருக்கிறேன். நூல் முன்வடிவின் அச்சுப்படியைக் கவனமாகப் பார்வையிட்டு, பயனுள்ள பின்னூட்டங்களை வழங்கியமைக்காக அஞ்சனா தம்பி அவர்களுக்குத் தனியாக நன்றி சொல்ல கடமைப்பட்டிருக்கிறேன்.

எந்த ஓர் அறிவுசார்ந்த பணியைப் போலவும், என் சகாக்களுடனும் ஆசிரியர்களுடனும், மாணவர்களுடனும், குறிப்பாக என் ஆராய்ச்சி வழிகாட்டிகள் இருவருடனும் நான் மேற்கொண்ட உரையாடல்களின் வாயிலாக நான் பெரிதும் பலனடைந்துள்ளேன். எனது பொருளியல் அணுகுமுறையின் கூறுகள் பலவும் ஐதராபாத், சிட்னி ஆகிய பல்கலைக்கழகங்களில் நான் படிப்பை மேற்கொண்டபோது என் வழிகாட்டிகளிடமிருந்து நான் உள்வாங்கிக்கொண்டவையே. ஆகவே, கொட்டண்டி ஓம்கார்நாத், டோனி ஆஸ்ப்ரொமொர்கஸ் ஆகியோரையே என் அறிவுக்கடன் பெரிதும் சாரும்.

அலெக்ஸ் எம். தாமஸ்

வாசகருக்கான ஆசிரியர் குறிப்பு

பேரியல் பொருளாதாரம்: ஓர் அறிமுகப் புத்தகத்தை வாசிப்பதற்கு, பொருளியலில் முன்கூட்டியே கொஞ்சம் பழக்கம் இருக்கவேண்டும்; குறைந்தது ஓராண்டு இளங்கலை பொருளியல் அளவுக்கேனும் பழக்கம் இருப்பது அவசியம். இது அவ்வளவு பெரிய புத்தகம் இல்லை; முழுவதுமாக வாசிக்கப்பட வேண்டும் என்ற நோக்கில் எழுதப்பட்டுள்ளது. இருப்பினும், பேரியல் பொருளாதாரத்தின் கருத்தாக்க அல்லது கோட்பாட்டுக் கூறுகளில் மட்டும் உங்களுக்கு ஆர்வம் உள்ளதென்றால், 1.4, 2.4, 2.5 ஆகிய பகுதிகளை வாசித்த பிறகு, 3, 4, 5 ஆகிய இயல்களை வாசிக்கலாம். (இந்தியாவின் மீதான தனிக் கவனத்துடன்) வேலைவாய்ப்பை மேம்படுத்துவதையும், பணவீக்கத்தைச் சீராக்குவதையும் இலக்காகக் கொண்ட பரந்துபட்ட கொள்கைக் கண்ணோட்டத்தைப் பெற வேண்டுமென்றால், 7, 8 இயல்களைப் படித்தால் போதுமானதாக இருக்கும். இறுதியாக, பேரியல் பொருளாதாரத்தின் வரலாறு குறித்தும் அதன் மெய்யியல் குறித்தும் ஆர்வம் இருந்தால், 1, 2, 6, 9 ஆகிய இயல்களை வாசிக்கலாம்.

இந்நூலின் உள்ளடக்கத்தைப் பற்றிய ஒரு வெளிவடிவத்தை மட்டுமே பொருளடக்கப் பகுதி தருகிறது. இந்த நூல்/நூலாசிரியரின் கண்ணோட்டத்தையும் நோக்கங்களையும் புரிந்துகொள்ள வேண்டுமென்றால், பொருள் அட்டவணையை வாசிப்பது நல்ல பலனளிக்கும் அணுகுமுறையாக இருக்கும். புத்தகத்தில் ஒரு குறிப்பிட்ட சொல் எங்கேயெல்லாம் இடம்பெறுகிறது என்றுக் கண்டறிவதற்கு மட்டுமல்லாமல், இந்நூலில் பேசப்படும் பேரியல் பொருளாதாரக் கருத்தாக்கங்கள், சூழல்கள், கணக்குப்பதிவு, கொள்கைகள், ஆதாரங்கள் ஆகியவற்றுக்கிடையிலான பல்வேறு இணைப்புகளையும் புரிந்துகொள்ள உதவும் வரைபடத்தையும் அளிக்கிறது

பொருள் அட்டவணை. அதாவது கோட்பாடுகளுக்கிடையிலும், குறிப்பிட்ட ஒரு கோட்பாட்டிற்கு உட்பட்டும், கருத்தாக்கங்களுக்கும் சூழலுக்கும் இடையிலும், கணக்குப்பதிவுக்கும் கோட்பாட்டுக்கும் இடையிலும் – கண்கூடானதும், அவ்வளவு கண்கூடாக இல்லாததுமாகிய இணைப்புகளை, பொருள் அட்டவணை தருகிறது. எடுத்துக்காட்டாக, 'நுகர்வு' குறித்து இந்தப் புத்தகம் என்ன சொல்கிறது என்று தெரிந்துகொள்ள விரும்பினால், பொருள் அட்டவணையில் அதன் பதிவைப் பாருங்கள்; 'தன்னிச்சையான', 'தூண்டப்பட்ட', 'அதுவும் வெளியீட்டின் கோட்பாடும்' போன்ற கண்கூடான பதிவுகளோடு, 'அதுவும் குறியீட்டு எண்களும்', 'அதுவும் முதலீடும்' போன்ற அவ்வளவு கண்கூடாக இல்லாத பதிவுகளையும் பார்க்கலாம். நீங்கள் மின்னூலை வாசிக்கிறீர்கள் என்றால், சொல் தேடல் பொறியைப் பயன்படுத்தி இந்நூலில் இடம்பெறும் கருத்துகளுக்கு இடையில் கண்கூடாக இல்லாத தொடர்புகளின் இயல்பையும் பகுதிகளையும் சொல்லிவிட முடியாது.

இந்தியப் பொருளாதாரத்தின் பண்புகளைக் காட்சிப்படுத்த நான் அளவீட்டுத் தரவுகளைப் பயன்படுத்தியுள்ளேன்; ஆனால் அவை அண்மைக் காலத்தவையாக இருக்க வேண்டிய கட்டாயமில்லை. அளவீடுசார்ந்த பொருளாதார இயல்புகளைக் காட்சிப்படுத்தும் எண்கள், வரைபடங்கள் ஆகியவை, இந்தியப் பொருளாதாரத்தின் பண்புகளை வெளிப்படுத்தவும், இந்தியப் பொருளாதாரம் தொடர்பான பெறுமானங்களின் பரந்த சட்டகத்தை அளிப்பதற்கும் ஒரு கருவியாக மட்டுமே பயன்படுத்தப்படுவதுதான் இதற்கான காரணம்.

ஓர் ஆசிரியராக இந்நூலைப் பயன்படுத்த விருப்பப்பட்டால், இதில் ஒவ்வோர் இயலையும் நான்குமணிநேர வகுப்புகளாக நடத்தலாம். கேள்விகளை இயலின் நிறைவில் வைக்கும் வழக்கத்திற்கு மாறாக, கருத்தாக்கங்களை விளக்கும்போது இடையிடையே இணைத்துள்ளேன். உரையாடல் நிறைந்த விரிவுரை அனுபவத்தை உருவாக்குவதற்கும், ஒரு வாதத்தை அல்லது உரையாடலை மேற்கொள்ளும்போது குறிப்பிட்ட இடங்களில் கேள்விகள் இயல்பாகத் தோன்றுவதை வலியுறுத்துவதற்குமாக இந்த ஏற்பாடு.

பேரியல் பொருளாதாரத்தில் ஈடுபாடு மிகுந்த அனுபவத்தைப் பெற வேண்டுமென்றால், மற்ற நூல்கள் அல்லது படிப்பினைகளோடு சேர்ந்ததாக இந்நூலைப் பயன்படுத்த வேண்டும். அத்தகைய உரையாடலை ஏற்படுத்தும் பொருட்டு, தனிப்பட்ட முறையில் சிந்தித்துப் பார்ப்பதற்கும் குழுக்களில் விவாதிப்பதற்குமான கேள்விகளையும் முன்வைத்துள்ளேன். குறிப்பிட்ட கேள்விகளுக்கு நான் விடை அளித்திருக்க வேண்டுமென்றும், நீண்ட விளக்கங்களை மேற்கொண்டிருக்க வேண்டுமென்றும் இந்நூலின் பல இடங்களில் உங்களுக்குத் தோன்றலாம். ஆனால் இந்தப் பயிற்றுவிப்பு முறையானது அறிந்து கடைப்பிடிக்கப்படுவதுதான்; பேரியல் பொருளாதாரத்திலுள்ள கருத்தாக்கம்சார்ந்த, சூழல்சார்ந்த சிக்கல்கள் குறித்து வகுப்பறைக்குள்ளும், வெளியேயும் உங்களை

விவாதிக்கத் தூண்டுமென்றால், இப்புத்தகத்தின் நோக்கம் நிறைவேறியது போலாகும். வேறு வார்த்தைகளில் சொன்னால், இந்தப் புத்தகம் ஒரு விமர்சனப்பூர்வக் கையேடு.

இந்நூலின் முதன்மை வாசகர்கள் இளங்கலைப் பொருளியல் மாணவர்கள் என்றாலும், மற்ற சமூக அறிவியல் மாணவர்களுக்கும், பேரியல் பொருளாதாரச் சிக்கல்களைப் புரிந்துகொள்ள விரும்பும் பொது வாசகர்களுக்கும்கூட இது ஆர்வம் பயப்பதாக இருக்குமென்று நம்புகிறேன்.

1

பொருளியல் என்றால் என்ன

1.1 முன்னுரை

இந்திய விவசாயிகளின் போராட்டம், தொழில்துறை போதிய வேலைவாய்ப்புகளை உருவாக்காமை, இந்தியப் பொருளாதார வளர்ச்சியின் தன்மை, இந்திய ரிசர்வ் வங்கி வட்டிவீதத்தில் செய்த மாற்றங்கள், சாதியிலும் பாலினத்திலும் நீக்கமற நிறைந்திருக்கும் பொருளாதார ஏற்றத்தாழ்வுகள், உற்பத்தித் தொழில் ஏற்படுத்தும் சுற்றுச்சூழல் அழிவு, அரசு அண்மையில் வெளியிட்ட அறிக்கைக்கு மும்பைப் பங்குச் சந்தை காட்டிய மகிழ்ச்சிகர எதிர்வினை—ஒரு வாரத்திற்கு நாள்தோறும் செய்தித்தாளை மேலோட்டமாகப் படித்துவந்தால் இவற்றைப் பற்றியெல்லாம் தெரிந்து கொள்ளலாம். மேற்கண்ட பிரச்சினைகள், வேலைவாய்ப்பு, பொருளாதார வளர்ச்சி, வட்டிவீதம், பொருளாதார ஏற்றத் தாழ்வு ஆகியவற்றோடு தொடர்புடையவை என்பதால் 'பொருளாதார'த் தன்மையைக் கொண்டிருக்கின்றன; தனிமனிதர்களையும், சமுதாயங்கள் முழுவதையும், பல்வேறு துறைகளையும், தேசங்களையும் கூட இவை பாதிக்கக் கூடியன. இருந்தாலும், இந்தப் பொருளாதாரப் பிரச்சினை களை நேரம் செலவழித்து எதற்காகப் புரிந்துகொள்ள வேண்டும்? பொருளியல் பாடப்பிரிவில் இளங்கலை அல்லது முதுகலைப் பட்டப்படிப்பிற்குச் சேர்ந்திருந்தீர்கள் என்றால் நீங்கள் இவற்றைக் கற்பது அவசியமாகும். முன்பு கேட்ட கேள்வியை வேறு விதமாக முன்வைத்தால், பொருளியல் பாடப்பிரிவில் சேர்ந்து பயில்வதற்கோ, தனிப்பட்ட முறையில் நேரம் செலவழித்துக் கற்றுக்கொள்ளவோ, உங்களை ஊக்குவிப்பது எது?

ஒரு பொருளியலாளரைப் பொறுத்தவரை, மேற்கண்ட பிரச்சினைகள் அனைத்தும் ஒன்றோடொன்று தொடர்புடையவை. விவசாயிகள் பிழைப்பதற்கே போராடிக்கொண்டிருக்கும் நிலையில், தொழில்துறை போதிய வேலைவாய்ப்புகளை ஏற்படுத்திக் கொடுக்காததாலும், உற்பத்தித்தொழிலுக்குத் தேவைப்படும் திறமையை/கல்வியை

அடைய விவசாயிகளுக்கு வழியில்லாததாலும், தொழில்துறையில் வேலைவாய்ப்புகளைத் தேடிக்கொள்ள இயலாமல் போகிறார்கள். இந்தியாவின் பொருளாதார வளர்ச்சியைப் பிரதானமாக வழிநடத்திச் செல்வது சேவைத்துறையின் வளர்ச்சியே ஆகும். ஆனால் இங்கும் பெருமளவில் வேலைவாய்ப்புகள் உருவாக்கப்படுவதுமில்லை, வேண்டிய திறமையை/கல்வியை இந்திய விவசாயிகள் கொண்டிருப்பதும் இல்லை. நிலவுடைமையிலிருந்தும் மூலதன உடைமையிலிருந்தும் பிறக்கும் வரலாற்று ஏற்றத்தாழ்வுகளே கல்வியை அடைவதில் நிலவும் ஏற்றத்தாழ்வுகளுக்குக் காரணமாக விளங்குகின்றன. வேளாண் உற்பத்தியின் பற்றாக்குறையால் வேளாண்விலைகள் உயர்கின்றன (இதன் காரணமாக விவசாயிகளின் வாழ்வாதாரமும் பாதிப்படைகிறது). இந்த விலையுயர்வினைச் சமாளிக்க, பொருளாதாரத்தில் புழங்கும் கூடுதல் பணத்தைத் துடைத்தெடுக்கும் வகையில் வட்டிவீதத்தை உயர்த்த ரிசர்வ் வங்கி முடிவெடுக்கிறது; வெகுசில பண்டங்களை அளவுமிஞ்சிய பணம் துரத்துவதுதான் பணவீக்கத்தின் காரணம் என்ற நம்பிக்கையின் பேரில் அப்படிச் செய்கிறது. தங்களுடைய நாடுகளைவிட இந்தியாவில் வரவு வீதம் அதிகமாக இருக்கும் என்பதால், வட்டிவீதத்தில் ஏற்பட்டிருக்கும் இந்த உயர்வானது புதிய அந்நிய முதலீடுகளின் உள்வரத்தை ஈர்க்கும்; இதனால் மும்பைப் பங்குச் சந்தையில் பட்டியலிடப்பட்ட நிறுவனங்களின் பங்குகளில் முதலீடு செய்திருப்பவர்கள் மகிழ்ச்சியடைவார்கள். இவ்விளைவுகளை உண்டாக்கும் இயங்கமைப்புகள் யாவை? பணம், வட்டிவீதம், வேலைவாய்ப்பு– இவற்றைப் போன்ற பேரியல் பொருளாதார மாறிகளின் அளவினையும், வளர்ச்சி வீதத்தினையும் தீர்மானிப்பது எது? இப்படி வெவ்வேறாகத் தோற்றமளிக்கும் நிகழ்வுகளைப் புரிந்துகொள்வதற்குப் பேரியல் பொருளாதாரம் உதவுகின்றது. இப்பாடநூலை ஈடுபாட்டுடன் வாசிப்பவர்கள், இத்தொடர்புகளைக் கண்டறிந்து விளக்கமளிக்கத் தேவைப்படும் கருத்தாக்கங்களைப் பெறுவார்கள் என்று நம்புகிறேன்.

நாம் வாழ்ந்துவரும் பல்வேறு சமூகங்கள், நேரடியாகவோ மறைமுகமாகவோ நமது வாக்குகளின் மூலம் மக்களாட்சிமுறையில் தேர்ந்தெடுக்கப்பட்ட அரசைக் கொண்டவையே. நாம் நம்முடைய வாக்குகளை எப்படிச் செலுத்துகிறோம் என்பதை அடிப்படையாகக் கொண்டே அரசாங்கச் செயற்பாட்டின் செயல்திறன் ஓரளவிற்கு (பெருமளவிலும் கூட) அமையும். பொருட்கள் மற்றும் சேவைகளின் தற்போதைய கையிருப்பையும் பங்கீட்டையும் மேம்படுத்த வேண்டும் என்று, அரசியல் கட்சிகள், கூட்டணிகள், சுயேச்சை வேட்பாளர்கள் என அனைவரும் ஒரே பார்வையைக் கொண்டிருப்பதைக் கவனித்திருப்பீர்கள். மேற்படியாக, அதிக ஊதியத்தையும், வேலைவாய்ப்புகளையும், குறைந்த பணவீக்கத்தையும் பெற்றுத்தருவதாக வாக்குறுதி அளிக்கிறார்கள். அவர்களுடைய கட்சி அறிக்கைகளையும், தொலைநோக்கு அறிக்கை– ஆவணங்களையும் அடிப்படையாகக் கொண்டு அவற்றில் எது சிறந்ததென்று எப்படி முடிவு செய்வது? அரசும் இத்தகைய தொலைநோக்கு அறிக்கை– ஆவணங்களையும் திட்டங்களையும் வெளியிடுவதுண்டு; ஆண்டுதோறும் வெளியாகும் பொருளாதார ஆய்வறிக்கைகளும் (Economic Surveys) நிதிநிலை அறிக்கைகளும் (budgets) இதற்கு எடுத்துக்காட்டுகள். இத்தகைய பொது

ஆவணங்களில் சொல்லப்பட்டிருக்கும் கூற்றுகளை எவ்வாறு மதிப்பிடுவது? ஓர் அறிவார்ந்த மதிப்பீட்டினை அடைவதில் பொருளியல் கல்வி உதவலாம். இது ஒருபுறமிருக்க, நீங்கள் வாழும் சமுதாயத்திலும் நாட்டிலும் அனைவருக்கும் நல்வாழ்வு அமையுமாறு பார்த்துக்கொள்ள உங்களுக்கு விருப்பமிருக்கலாம். உங்களுடைய ஊக்கம் இதுவென்றால், அரசாங்கத்தில் கொள்கைவகுப்பவராகவோ, சுற்றுச்சூழல் பிரச்சினைகளுக்கான ஆலோசகராகவோ, சமூக–பொருளாதார இதழியலாளராகவோ, ஆசிரியராகவோ, சமுதாயநோக்குடைய தொழில்முனைவராகவோ, தொழிற்சங்கத் தலைவராகவோ பணிபுரிய வேண்டுமென்று இயற்கை யாகவே விரும்பலாம். நீங்கள் எந்த வகையில் பணியாற்ற விரும்பினாலும், பொருளியல் விஷயங்கள் குறித்து அறிந்துகொள்வது அவசியமாகும்.

இருப்பினும், பொருளாதாரக் கல்வியானது, குறிப்பாகத் தற்போதைய பல்கலைக்கழகங்களில் இருப்பதைப் போன்ற நடைமுறையானது, நமது சமூகங்களை முழுமையாகப் புரிந்துகொள்வதற்கு ஒருகாலும் போதுமானதாகாது. எனினும் பொருளியல் மாணவர்கள் என்ற முறையில் நீங்கள் பரவலாக வாசிக்க வேண்டும் என்று பரிந்துரைக்கிறேன். பொருளாதார நூல்களால் ஆகாத, இயலாத வகையில், உங்களைச் சுற்றியிருக்கும் உலகின் நடப்புகளை எடுத்துரைக்கும் நல்ல புதின நூல்களைப் படியுங்கள். பொருத்தமான சில புதினங்களிலிருந்து மேற்கோள்களை இந்நூல் பயன்படுத்துவதன் வாயிலாக, இந்த வகையில் ஒரு சிறு மாற்றத்தை ஏற்படுத்துமென நம்புகிறேன். வரலாறு படியுங்கள். உங்கள் சமுதாயத்திலும் நாட்டிலும் அரசியல் கட்டமைப்புகள் இயங்கும் விதத்தைப் புரிந்துகொள்ளுங்கள். சமூக–பொருளாதார இன்னல்களுக்கு ஆட்பட்டவர்கள் சொல்வதைக் கேட்டறியுங்கள். இறுதியாக, இந்நூல் உட்பட எந்தவொரு பொருளியல் பாடநூலினையும், பிறவகைப் புத்தகங்களுடனும் படிப்பினைகளுடனும் சேர்த்து ஒரு படிக்கல்லாகவே கருதவேண்டும்.

ஒரு நல்ல பொருளியலாளரின் பண்புகள்

ஒரு பொருளியலாளரிடம் இருக்கவேண்டிய திறமைகள் பற்றிய ஜான் மேனார்ட் கேயின்ஸின் ஊக்கமளிக்கும் மேற்கோளினை வாசிக்க இதுவே சரியான சந்தர்ப்பமாகும்.

> *. . . தலைசிறந்த பொருளியலாளன் எனப்படுபவன், ஓர் அரிய கலவையிலான பேறுகளைப் பெற்றிருக்கவேண்டும் .... ஓரளவில், அவனொரு கணிதவியலாளனாகவும், வரலாற்றாசிரியனாகவும், அரசியல் ஆளுமையாகவும், மெய்யியலாளனாகவும் இருக்கவேண்டும். அடையாளக்குறிகளைப் புரிந்துகொண்டு வார்த்தைகளில் வெளிப்படுத்தத் தெரிந்திருக்கவேண்டும். ஒரே சிந்தனையில் அருவத்தையும் திட்பத்தையும் தொட்டு, குறிப்பிட்ட ஒன்றைப் பொதுப்படையில் வைத்துச் சிந்திக்கத் தெரிந்திருக்கவேண்டும். கடந்தகாலத்தின் படிப்பினைகளிலும் எதிர்காலத்தின் தொலைநோக்கிலும் நிகழ்காலத்தினை அவன் கற்றுணர வேண்டும். மனிதனின் எவ்விதப் பண்பும் நிறுவனமும் அவனுடைய பரிசீலனைக்கு அப்பாற்பட்டிருக்கக்கூடாது. (ப. 173–4)*

தன்னுடைய பொருளியல் ஆசிரியரான ஆல்ஃபிரெட் மார்ஷலின் இரங்கல் செய்தியில் கேயின்ஸ் (1924) இவ்வாறு குறிப்பிடுகிறார். வகுப்பறையில் என்னுடைய மாணவர்களிடம் நான் சொல்வது போல, இதிலுள்ள ஆண்பால் பெயர் விகுதிகள் மாறவேண்டும். இடத்திலும் காலத்திலும் சற்றே நமக்கு நெருக்கமாக, ஜீன் டிரீஸ் 2002ஆம் ஆண்டு *எகனாமிக் அண்ட் பொலிட்டிகல் வீக்லி* இதழுக்கு எழுதிய கட்டுரையால், 'செயற்பாட்டை நோக்கிய ஆராய்ச்சி' என்று தாம் அழைக்கும் கருத்தின்மீது நம் கவனத்தை ஈர்க்கிறார்; "சொந்த அனுபவங்களின் விழுமியத்தை, அறிவாக்கத்தின் ஆதாரமாகக் கொள்ளவேண்டும்" (ப. 819) என அவர் அக்கட்டுரையில் வலியுறுத்திக் கூறுகிறார். முன்னதாக வெளியான தனது கட்டுரைகளைத் தொகுத்து 2017இல் '*சென்ஸ் அண்ட் சாலிடாரிடி: ஜோலாவாலா எகனாமிகஸ் ஃபார் எவ்ரி ஒன்*' என்னும் நூலில், பொருளியலில் தனது அணுகுமுறையைப் பற்றி அவர் மேற்கொண்டு தெளிவுபடுத்துகிறார்.

பொருளியலைக் கற்பதற்கான பல்வேறு நோக்கங்கள் குறித்தும், பொருளியலைக் கற்பதனால் எழக்கூடிய எதிர்கால வசதிவாய்ப்புகள் குறித்தும், மிகவும் முக்கியமாக–முறைசார் பொருளியல் கல்வியின் குறைபாடுகளையும், பரவலாக வாசிப்பதன் மூலம் அக்குறைபாடுகளைக் களைவது பற்றியும் இதுவரை பார்த்துவந்த நிலையில், நாம் தற்போது பொருளியலைக் கற்கத் தொடங்கலாம்.

1.2 பொருளியலின் சுருக்கமான வரலாறு

இந்நூலில் பயன்படுத்தப்படும் பொருளியலின் வரையறையினைக் குறிப்பிடும் முன்னர், பொருளியல் சிந்தனைகளின் படிமலர்ச்சியைப் பற்றிய ஒரு சுருக்கமான வரைவினை அளிப்பது பயனுள்ளதாக இருக்கும். ஒரு தனிப் பாடமாக/கல்விப்புலமாகப் பொருளியல் எப்போது தோன்றியிருக்குமென்று நினைக்கிறீர்கள்? சமூகத்தை ஒருங்கிணைக்கும் அமைப்பாக முதலாளித்துவம் தோன்றியதற்கும், தனிப் பாடப்பிரிவாகப் பொருளியல்

தோன்றியதற்கும் இடையே ஏதேனும் ஒற்றுமைகள் தென்படுகின்றனவா? (உற்பத்திச் சாதனங்கள் எல்லாம் முதலாளிகளுக்குச் சொந்தமாக இருக்க, தொழிலாளர்கள் தங்களுடைய உழைப்பாற்றலைத் தவிர்த்து வேறேதும் இல்லாமலிருக்கும் பொருளாதார அமைப்பே முதலாளித்துவம்).

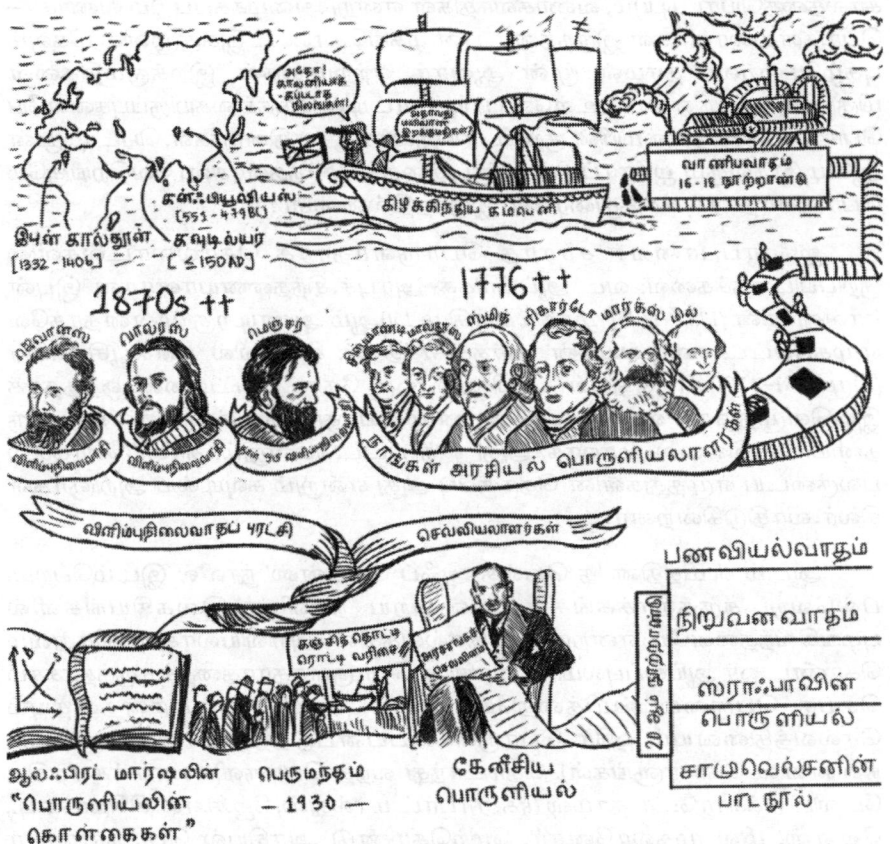

பொருளியல் சிந்தனைகளின் சித்திரிக்கப்பட்ட வரலாறு

பொருளாதாரச் சிந்தனைகளின் வரலாற்றாசிரியர்களில் (தங்களது கல்விப்புலத்தின் வரலாற்றைப் படிப்பவர்கள்) பெரும்பாலானோர், முதல் அரசியல் பொருளியலாளராக (அவர்களுக்கு அப்போது வழங்கிவந்த பெயர்) வில்லியம் பெட்டி என்பவரையே அடையாளம் காண்கிறார்கள். இதுதவிர, பெட்டி ஓர் அறுவைமருத்துவரும் கணக்கெடுப்பாளரும் கூட ஆவார்.

தொகைவெளியீட்டினைக் கணக்கிடும் ஒரு வழிமுறையையும், அதில் எவ்வளவு வரிவிதிக்கப்பட வேண்டும் என்பது குறித்த முன்மொழிவையும் முன்வைத்தது அவர் 1662இல் வெளியிட்ட 'அ ட்ரீடைஸ் ஆஃப் டேக்சஸ் அண்ட் காண்ட்ரிபியூஷன்ஸ்' என்னும் நூல். அதாவது, உங்களில் சிலர் நினைப்பது போலவே, இயல்அறிவியலைக் (Physical Sciences) காட்டிலும்,

பேரியல் பொருளாதாரம் → 35 ←

பொருளியலுக்கு ஒரு குறுகிய கால வரலாறே உள்ளது (350 ஆண்டுகளுக்குச் சற்று அதிகம்). அப்படியெனில், பெட்டிக்கு முன்பாகப் பொருளியல் விடயங்களைப் பற்றி வேறெவரும் எழுதவில்லை என்பது உண்மையாகுமா? நிச்சயமாக உண்மை ஆகாது! பெட்டிக்குச் சற்று முன்னதாகவும், அவரின் காலத்தையொட்டியும், வணிகவாதிகள் என்று அழைக்கப்படும் வணிகர்–பொருளியலாளர்கள் இருந்தனர். பன்முகங்கொண்ட இக்குழுவில் மிகவும் புகழ்பெற்றவர் தாமஸ் மூன் ஆவார். ஏற்றுமதிகள், இறக்குமதிகளை மிகுந்திருக்கும் நிலையில் உள்ளே பாயும் நாட்டின் தங்கக் கையிருப்புகளையே பொருளாதார நன்மையின் குறியீடாக இவர்கள் கருதினார்கள். பெட்டி, மூன் ஆகிய இருவரும் ஐரோப்பிய கண்டத்தைச் சேர்ந்தவர்கள். வேறெங்குமே பொருளாதாரக் கருத்துரைகள் இருந்ததில்லையா?

ஐரோப்பாவைச் சாராத பொருளாதாரச் சொல்லாடல்களில் குறிப்பிடத்தக்கவை: வட ஆப்பிரிக்க–அரபுச் சிந்தனையாளரான இபுன் கால்தூனின் (1332–1406) *முகதிம்மா*, கிமு 150ஆம் ஆண்டிற்கு முன்னதாகவே எழுதப்பட்ட கவுடில்யரின் *அர்த்தசாத்திரம்*; சீனாவில் கன்ஃபூசியஸின் (கிமு 551–479) எழுத்துகள். ஆயினும், ஒரு கோட்பாட்டினை ஒத்ததாக இவ்வெழுத்துகளில் எதையும் காணமுடியாது. கவுடில்யர் என்பது ஒரு தனியாள் இல்லை, மாறாக, அது ஒரு பட்டமென்றும், காலப்போக்கில் பலருடைய எழுத்துகளின் தொகுப்பு அது என்றும் கவுடில்ய அறிஞர்கள் சிலர் வாதிடுகின்றனர்.

ஆடம் ஸ்மித்தின் 'த வெல்த் ஆஃப் நேஷன்ஸ்' நூலில் இடம்பெறும் பல்வேறு கருத்தாக்கங்கள் அன்றைய நாளின் இலக்கியங்களில் புழங்கிவந்தவையே என்றாலும், செல்வத்தின் அறிவியலாக, தனித்துவம் கொண்ட ஓர் ஆய்வுப்புலமாக அரசியல்பொருளாதாரத்தைக் கருத்தாக்கம் செய்த பெருமை ஸ்மித்தையே சாரும் (ஸ்மித், வருமானத்தையும் செல்வத்தினையும் ஒரே பொருளில் பயன்படுத்தினார் என்பதையும் நினைவில் கொள்ளுங்கள்). தொடர்ந்து வந்த பொருளியலாளர்களாகிய டேவிட் ரிக்கார்டோ, தாமஸ் டூக், ராபர்ட் மால்துஸ், ஜே.சி.எல். சிசிமாண்டி, ஜே.எஸ். மில் முதலானோர், மேற்கொண்டு அரசியல் பொருளாதார அறிவியலை வளர்த்தெடுத்தனர். கார்ல் மார்க்ஸின் ஆய்வுப்பணியில்தான் செவ்வியல் அரசியல் பொருளாதாரம் (அல்லது, இன்றைய வழக்கில் செவ்வியல் பொருளாதாரம்) மிகவும் பக்குவமாகக் கையாளப்பட்டது. குறிப்பாக, தமது காலக்கட்டத்தில் தொழிலாளர்கள் முதலாளிகளால் சுரண்டப்படுவதைப் பகிரங்கமாக வெளிப்படுத்தினார் மார்க்ஸ். கூலிக்கும் ஆதாயவீதத்திற்குமிடையே உள்ள எதிர்மறை உறவினை விளக்கும் வேளையில், தொழிலாளர்களுக்கும் முதலாளிகளுக்குமிடையே வருமானப் பகிர்மானத்தில் நிலவும் மோதல் போக்கினை எடுத்துரைத்தார் (பணவீக்கம் குறித்த இயலில் இதைப் பற்றி மேற்கொண்டு உரையாடுவோம்). சமூக மிகைப்பொருள், (வாடிக்கையான) பிழைப்புநிலைக் கூலி (Customary Subsistence Wages), சமுதாய வர்க்கங்கள் முதலியவற்றை, மதிப்பு, பகிர்மானம் மற்றும் பொருளாதார வளர்ச்சி ஆகியவற்றைக் குறித்த தம் கோட்பாடுகளில் செவ்வியல் பொருளியலாளர்கள் பயன்படுத்திக் கொண்டார்கள்.

அடுத்தபடியாக, லியான் வால்ரஸ், வில்லியம் ஸ்டான்லி ஜெவான்ஸ், கார்ல் மெங்கர் ஆகியோரின் தனித்தனி முன்னெடுப்புகளின் விளைவாகப் பொருளாதாரச் சிந்தனையில் ஒரு புரட்சி நிகழ்ந்தது. செவ்வியல் அறிஞர்கள் முன்மொழிந்த கருத்தாக்கங்களும் சிந்தனைகளும் மாற்றியமைக்கப்பட்ட காரணத்தால் இது ஒரு புரட்சியாகும். விளிம்புநிலைப் பயன்பாடு, விளிம்புநிலை ஆக்கம், விளிம்புநிலைச் (உற்பத்தி) செலவு, வருமானப் பகிர்மானத்தின் விளிம்புநிலை ஆக்கத்திறன் கோட்பாடு– முதலிய விளிம்புநிலைவாதக் கருத்துகளையும் கொள்கைகளையும் பயன்படுத்தியதாலும், அவற்றைச் சார்ந்திருப்பதாலும் இது விளிம்புநிலைவாதப் புரட்சி என்று குறிப்பிடப்படுகிறது. வருமானப் பகிர்மானத்தின் விளிம்புநிலை ஆக்கத்திறன் கோட்பாட்டின்படி, ஒரு போட்டிநிறைந்த பொருளாதாரத்தில், உழைப்பாளர்களுக்குத் தங்கள் உழைப்பின் விளிம்புநிலை ஆக்கமும், முதலாளிகளுக்குத் தங்கள் மூலதனத்தின் விளிம்புநிலை ஆக்கமும் (Marginal Product of Capital) சன்மானமாகக் கிடைக்கப்பெறும். ஒரு கூடுதல் உழைப்பாளரைப் பணியமர்த்துவதனால் தொகை உற்பத்தியில் ஏற்படும் அதிகரிப்பே, உழைப்பின் விளிம்புநிலை ஆக்கம் எனப்படுவதாகும் (மூலதனத்துக்கும் இந்த வரையறையே பொருந்தும்). முதலாளித்துவச் சமூகத்தில் ஒருவித இணக்கமான வருமானப் பகிர்மானம் இருப்பதாக மறைமுகமாகக் குறிப்பிடப்படுகிறதென்பதை கவனியுங்கள்; இதுவே செவ்வியல் பொருளியலாளர்களும் மார்க்ஸும் கூறும் பொருளியலிலோ, குறிப்பாகத் தொழிலாளர்களுக்கும் முதலாளிகளுக்குமிடையே, மோதல் போக்கு நிலவுவது வலியுறுத்திக் கூறப்படுகிறது என்பதையும் கவனிக்க.

தனது 'ப்ரின்சிபிள்ஸ் ஆஃப் எகனாமிக்ஸ்' என்னும் நூலில், இருவேறு கோட்பாட்டு அல்லது கருத்தாக்கக் கட்டமைப்புகளைக் கொண்டிருக்கும் செவ்வியல் பொருளாதாரத்திற்கும், விளிம்புநிலைவாதப் பொருளாதாரத்திற்கும் இடையே ஒரு தொடர்ச்சியை நிறுவ முனைகிறார் ஆல்ஃபிரெட் மார்ஷல். விளிம்புநிலைவாதப் பொருளியலின் தொடக்கப் புள்ளி தனிநபர் என்பதாகும்; அதுவே செவ்வியல் பொருளாதாரத்தைப் பொறுத்தவரையிலோ, வர்க்கம் அல்லது குழுமம் என்பதே தொடக்கப் புள்ளி. இரண்டாவதாக, செவ்வியல் அரசியல் பொருளாதாரம் அல்லது செவ்வியல் பொருளாதாரத்தில், கூலி என்பது, சமூக மற்றும் அரசியல் காரணிகளால் தீர்மானிக்கப்படுகிறது; எனவே, பெரும்பாலாக மாறத் தகாதது. விளிம்புநிலைவாதப் பொருளாதாரத்திலோ, கூலியினை உழைப்பின் விளிம்புநிலை ஆக்கம் தீர்மானிப்பதால், அது மாறத்தக்கதாகும். சமநிலைக் கூலியானது (Equilibrium wages), உழைப்பிற்கான வேண்டல், வழங்கல் ஆகியவற்றின் வளைவரைகளின் சந்திப்பிடத்தில் அமையும் என்பதையும், அந்தக் கோடுகளில் நிகழும் இடமாற்றங்களால் சமநிலைக் கூலிவீதத்தைக் கீழிறக்கவோ மேலுயர்த்தவோ முடியும் என்பதையும், நுண்ணியல் பொருளாதார (Microeconomics) அறிமுகப் பாடத்திலிருந்து நினைவுகூருங்கள். உதாரணமாக, கேரளாவில் பேருந்து ஓட்டுனர் ஒருவரின் அன்றாடக் கூலி ரூ 1000 என்று நிர்ணயிக்கப்பட்டிருக்கிறதென்றால், அதற்குக் காரணம் கூலிப் பேரமும் அரசின் கொள்கையும்தான் என்று செவ்வியல்

பொருளியலாளர்கள் வாதிடுவார்கள். அதுவே விளிம்புநிலைவாதப் பொருளியலாளர்களோ, அப்பேருந்து நடத்துநரின் ஆக்கத்திறனையே இந்தக் கூலி பிரதிபலிக்கிறது என்று வாதிடுவார்கள். எனவே, ஒருவேளை நடத்துநரின் ஆக்கத்திறன் குறைந்துவிட்டால், அவருடைய கூலி ரூ. 800ஆகக் குறையலாம் என்றும், அப்படிக் குறைக்கப்படுவதே பொருளாதாரத்தின்படி நியாயமாக இருக்கும் என்றும் மேற்கொண்டு வாதிப்பார்கள். செவ்வியல் பொருளியலாளர்களோ, நுகர்வினுடைய மாறத்தகாத தன்மை கருதி–அதிலும் குறிப்பாகத் தொழிலாளர்களின் நுகர்வின் மாறத்தகாத தன்மைகளைச் சுட்டிக்காட்டி, அவ்வாறு கூலியைக் குறைப்பது நியாயமற்றதென்று கருதுவார்கள். மூன்றாவதாக, செவ்வியல் பொருளியலாளர்களைப் பொறுத்தவரையில், நிலவும் கூலி வீதத்தில் பணிபுரிய விருப்பமுள்ள தொழிலாளர்கள் அனைவருக்கும் வேலை கிடைக்குமாறு உறுதிசெய்யும் உள்ளார்ந்த/இயற்கையான இயங்கமைப்பு எதுவும் போட்டிநிறை பொருளாதாரங்களில் இருப்பதில்லை. விளிம்புநிலைவாதப் பொருளாதாரமோ, தொழிலாளர்களுக்கான வேலைநிறைவு நிலையை அடையும் இயல்பானது போட்டிநிறை பொருளாதாரத்தில் உள்ளது என்று அதற்கு எதிராக வாதிடுவார்கள்.

1930களின் பெருமந்தச் சூழலில், 'த ஜெனரல் தியரி ஆஃப் எம்ப்ளாய்மெண்ட், இண்ட்ரெஸ்ட் அண்ட் மனி' என்ற தனது புரட்சிகரமான நூலினை வெளியிட்டார் ஜான் மேனார்ட் கேயின்ஸ்; அன்றைய நாளின் பிரதானப் பொருளியலில் (குறிப்பாக மார்ஷல், ஆர்தர் பிகோ ஆகியோரிடத்தில்) காணப்பட்ட வேலைநிறைவு இயல்பினைக் குறைபாடுள்ளதாக அந்நூலில் அவர் வாதிட்டார். அரசாங்கச் செலவினத்தைப் பெருக்குவதே, தொகைவருமானத்தையும் வேலை வாய்ப்பையும் மந்த நிலையிலிருந்து மீட்பதற்கான ஒரே தீர்வு என்றும் அவர் வாதிட்டார். இதற்குக் காரணம், தனியார் முதலீடு நிலையற்றது என்பதையும், அவை 'எதிர்பார்ப்பு'களைச் சார்ந்திருப்பவை என்பதையும் கேயின்ஸ் சரியாகக் கண்டுணர்ந்தார்; இந்த 'எதிர்பார்ப்பு'களோ, கோட்பாட்டில் உட்படுத்த முடியாத பல்வேறு மாறிகளைச் சார்ந்து நிற்பவை. ஆனால், அரசாங்கச் செலவினங்கள் அப்படிப்பட்ட 'எதிர்பார்ப்பு'களுக்குக் கட்டுப்படாதவை. போலந்து நாட்டுப் பொருளியலாளரான மிகல் கலட்ஸ்கியும், அடிப்படையில் இதே வாதத்தை 1933இல் கேயின்ஸைச் சாராது தாமாகவே முன்வைத்தார்.

இருபதாம் நூற்றாண்டில் இதைத் தவிர ஐம்பெரும் முன்னேற்றங்களைச் சந்தித்தது பொருளியல். அவை: மில்டன் ஃப்ரீட்மன் முன்னெடுத்த பணவியல்வாதம் (Monetarism)–தொகைவெளியீடு மற்றும் வேலைவாய்ப்பு போன்ற 'மெய்' மாறிகளின் (Real Variables) மீது 'பணவியல்' சக்திகள் எந்தவிதத்திலும் தாக்கம் ஏற்படுத்தாது என்று, கேயின்ஸின் 'பணவியல் உற்பத்திப் பொருளாதாரம்' (Monetary Production Economy) என்னும் கருத்தை எதிர்த்து வாதிடப்பட்டது; தார்ஸ்டன் வெப்லன், கென்னத் கால்பிரைத், குன்னார் மிர்டால் ஆகியோரால் வளர்த்தெடுக்கப்பட்ட அமைப்பியல்வாதம் (Structuralism)–பொருளாதார விளைவுகளைத் தீர்மானிப்பதில் சமூக மற்றும் அமைப்புமுறைகளின் முக்கியத்துவம் வலியுறுத்தப்பட்டது; ஆட்டக் கோட்பாட்டின் பயன்பாடு–அதிலும்

நாடுகள், நிறுமங்கள் மற்றும் மக்கள் குழுக்களிடையில் நிகழும் நெறிநுட்ப ஊடாட்டங்களைப் (Strategic Interactions) புரிந்துகொள்ள எடுத்தாளப்பட்டது; விளிம்புநிலைவாதப் பொருளாதாரம் குறித்த பியரோ ஸ்ராஃபாவின் கடுமையான விமர்சனமும், அதைத் தொடர்ந்து, பொருளியல் கோட்பாட்டில் மூலதனத்தைப் பற்றிய கருத்தாக்கத்திலும் அளவீட்டிலும் இருக்கக்கூடிய சிக்கல்களின் காரணமாக, வருமானப் பகிர்மானத்தின் விளிம்புநிலை ஆக்கத்திறன் கோட்பாட்டினைக் கேள்விக்குள்ளாக்கிய 1960களின் மூலதனக் கோட்பாட்டு விவாதங்கள்; மற்றும், பால் சாமுவெல்சனை முன்னோடியாகக் கொண்டு (விளிம்புநிலைவாதப்) பொருளியலைக் கற்பிக்க எழுந்த பாடப்புத்தகக் கலாசாரம்; ஆகிய முன்னேற்றங்கள்.

முக்கியமான ஒன்றைக் குறிப்பிட்டு இப்பகுதியை நிறைவு செய்கிறேன். பாடநூல்கள் வழக்கமாகப் பொருளாதாரத்தை ஒரு தீர்வுகாணப்பட்ட அறிவியலாகவே கருதுகின்றன; ஆனால் அது உண்மைக்குப் புறம்பானது. குறிப்பிட்ட காலகட்டங்களில் குறிப்பிட்ட சிந்தனைகள் அதிக்கம் செலுத்திவந்த போதிலும், நம்முடைய பொருளாதாரச் சுற்றங்களைப் புரிந்துகொள்வதற்குப் பலதரப்பட்ட பொருளியல் கோட்பாடுகளும் கருத்தாக்கங்களும் பல்வேறு அளவுகளில் பயன்படுத்தப்பட்டே வந்தன என்பதை எடுத்துரைக்கும் நோக்குடையதே பொருளாதாரச் சிந்தனையின் வரலாற்றைப் பற்றி மேற்கண்ட குறிப்பு. பெரும்பாலான பாடநூல்கள், அதிலும் குறிப்பாக நுண்ணியல் மற்றும் பேரியல் பொருளாதார அறிமுகப்பாட வகையறாக்கள், பொருளியல் என்பது பெரும்பாலும் தீர்வுகாணப்பட்டதோர் ஆய்வுப்புலம் என்பது போன்ற தோற்றத்தை மாணவர்களிடத்தில் ஏற்படுத்துகின்றன. பொருளாதாரத்தில் பற்பல கண்ணோட்டங்களும் சிந்தனைமரபுகளும் இருப்பதை இப்போது உணர்ந்திருப்பீர்கள். சுற்றுச்சூழல் பொருளியல், பெண்ணியப் பொருளியல் ஆகிய இரண்டு வளர்ந்துவரும் சிந்தனைமரபுகளைப் பற்றி இங்கே குறிப்பிடப்படவில்லை. 1999ஆம் ஆண்டு வெளிவந்த 'நாலேஜ், சைன்ஸ் அண்ட் ரிலேடிவிசம்' நூலில் அறிவியல் மெய்யியலாளர் பால் ஃபயராபாண்டின் 'ரேஷனலிசம், ரிலேடிவிசம் அண்ட் சைண்டிஃபிக் மெதட்' என்கிற இயலிலிருந்து ஒரு மேற்கோளை முன்வைத்து இப்பகுதியை நிறைவு செய்ய விரும்புகிறேன்.

> "என்ன செய்வது? எதைத் தொடங்குவது? எடுத்துக்கொள்ள வேண்டிய விதிகள் என்னென்ன? நமக்கு வழிகாட்டும் தரக்கோல்கள் என்னென்ன?" என்பது போன்ற கேள்விகளுக்கு, "பிள்ளைகளா! நீங்கள் வளர்ந்துவிட்டீர்கள், உங்களுடைய வழியை நீங்களே பார்த்துக்கொள்ள வேண்டும்" என்பதே பதிலாகும். (ப. 211)

மையநீரோட்டத்திலுள்ள பாடப்புத்தகங்களோ, பொருளாதாரப் பிரச்சினைகளை விளக்க ஆதிக்கப் பொருளியல் கட்டமைப்பினைப் (விளிம்புநிலைவாதம்) பயன்படுத்துகின்றன; இந்தப் பாடநூலோ, ஒரு மாறுபட்ட பாதையைப் பின்பற்றி, முரண்படும் பொருளியல் கோட்பாடு களை எடுத்துரைப்பதன் வாயிலாகப் பொருளியலின் பலவயப்பட்ட தன்மையை அடிகோடிட்டுக் காட்டுகிறது. ஃபயராபாண்ட் சொல்வதைப்

போல, 'அப்படிப்பட்ட ஓர் அணுகுமுறை, உங்கள் கற்றல் பயணத்தில் நல்லுதவி புரியும்' என்று நம்புகிறேன்.

1.3 பொருளியல்: நமது வரையறை

பொருளியலுக்குப் பல வரையறைகள் உள்ளன என்பதை, பள்ளி/கல்லூரியில் படித்த பொருளியலிலிருந்து உங்களில் சிலர் ஏற்கெனவே தெரிந்து வைத்திருக்கலாம். எப்படி இருந்தாலும், பொருளாதாரத்தில் பலதரப்பட்ட கண்ணோட்டங்கள் இருப்பதைப் பற்றிக் கடந்த பகுதியில் உரையாடியதைச் சிந்தித்துப்பார்த்தீர்களானால், ஒன்றோடொன்று போட்டிபோடும் வரையறைகள் ஒருங்கே இருப்பது புலப்படும். இல்லையெனில், இந்தப் பகுதியை வாசித்து முடித்தவுடன் 1.2ஆவது பகுதியை மீண்டும் ஒருமுறை வாசித்தீர்கள் என்றால் புரிந்துபோகும்.

பொருளியலைக் கற்பதற்கான நோக்கங்கள், குறிக்கோள்கள், தூண்டுதல்கள் ஆகியவற்றைக் குறித்து பகுதி 1.1இல் வரைந்துகாட்டப் பட்டதை நினைவுகூருங்கள். ஒருவகையில், குறிக்கோள்தான் வரையறையைத் தீர்மானிக்கிறது என்பது உங்களுக்குத் தெளிவாகும். இந்தக் காரணத்தினால்தான், 'பொருளாதாரம் என்றால் என்ன' என்பதற்கு முன்பாக 'பொருளாதாரம் எதற்காக' என்பதை விவாதித்தோம்.

"தேசங்களுடைய செல்வத்தின் தன்மைகளையும் காரணிகளையும்" கண்டறிவதில் ஆர்வமாக இருந்தார் ஆடம் ஸ்மித். இந்த வரையறையை, 'செல்வ வரையறை' என்று பாடப்புத்தகங்கள் குறிப்பிடுகின்றன. பொருளியல் அல்லது (அன்றைய வழக்கில்) அரசியல் பொருளாதாரத்திற்கு ஆடம் ஸ்மித், தனது 'தேசங்களின் செல்வம்' நூலின் IVஆவது நூற்றொகுதிக்கான அறிமுகப் பகுதியில் கொடுத்த வரையறையை இப்போது வாசிக்கலாம்:

> ஓர் அரசியல்வாதி அல்லது சட்ட இயற்றுநருக்குச் சம்பந்தப்பட்ட அறிவியலின் ஒரு கிளையாகக் கருதப்படும் அரசியல்பொருளாதாரம், இருவேறு நோக்கங்களைக் கொண்டது: முதலாவதாக, மக்களுக்குக் கணிசமான வருமானம் அல்லது பிழைப்பூதியத்தை வழங்குவது, அல்லது அவ்வாறு வருமானத்தையோ பிழைப்பூதியத்தையோ வழங்குவதற்கு வழிவகை செய்வது; இரண்டாவதாக, பொதுச் சேவைகளுக்குப் போதிய அளவிலான வருமானத்தினை அரசு அல்லது குடியாட்சிக்கு வழங்குவது. எனவே, மக்கள், (அரசின்) இறையாண்மை ஆகிய இரண்டினையும் வளப்படுத்த முனைகிறது (அரசியல்பொருளாதாரம்). (ப. 428)

ஸ்மித்தின் பங்களிப்பினை ஏற்றுக்கொள்ளும் ரிகார்டோ, "அரசியல் பொருளாதாரத்தின் முதல் சிக்கல்" என்பது, வாரம், ஆதாயம், ஊதியம் ஆகியவற்றினிடையே தொகை வெளியீட்டினைப் பகிர்ந்தளிக்கும் செயலை "ஒழுங்காற்றும் விதிகளைக் கண்டறிவது" என்று தனது 'ப்ரின்சிபிள்ஸ் ஆஃப் பொலிடிகல் எகானமி அண்ட் டாக்சேஷன்' (1817) நூலின் முகவுரையில் குறிப்பிடுகிறார் (ப. 5). பொதுப்படையாக, பொருளாதாரங்கள் எப்படி வளர்கின்றன என்பது பற்றியும், நிலக்கிழார், முதலாளிகள் மற்றும்

தொழிலாளர்களிடையே மிகைப் பொருள்-அதாவது, மறுஉற்பத்தித் தேவைகளை (Reproductive needs) மிஞ்சிய தொகைஉற்பத்தி என்பது- எவ்வாறு பகிர்ந்தளிக்கப்படுகிறது என்பது பற்றியும் விளக்கம் தரவே செவ்வியல் பொருளியலாளர்கள் ஆர்வமாக இருந்தனர். செவ்வியல் பொருளியலாளர்களிடையில், பொருளியல் என்பது செல்வத்தின்/ வருமானத்தின் அறிவியலாகவே அறியப்பட்டது.

1870களில் விளிம்புநிலைவாதப் புரட்சியையொட்டி, பகுப்பாய்வின் அடிப்படை அலகாக 'வர்க்கத்தை' காண்பது மாறி, 'தனிநபர்' மீது கவனம் சென்றது. இது, நெறியியல் தொகைநிலையிலிருந்து (Methodological holism) நெறியியல் தனிநிலைக்கு (Methodological individualism) பொருளியல் ஆய்வுநெறி மாறிச் சென்றதைக் காட்டுகிறது. முன்கூட்டியே பொருளியல் அறிந்த வாசகர்கள், நீங்கள் முன்பு (பள்ளியிலோ அல்லது இளங்கலை முதற்பருவத்திலோ) படித்த வரையறையோடு விளிம்புநிலைவாதப் பொருளியலாளரான ஜெவான்ஸ் தந்த வரையறை ஒத்திருப்பதைக் காண்பீர்கள். 'த தியரி ஆஃப் பொலிடிகல் எகானமி' என்னும் தனது 1871 நூலில், ஜெவான்ஸைப் பொறுத்தவரை, "இன்பமும் வலியுமே பொருளியல் நுண்கணிதத்தின் மிகப்பெரிய நோக்கம் ஆகும்" (ப. 37). வேறு விதமாகச் சொன்னால், இன்பத்தைப் பெரிதாக்கச் செய்வதும் வலியைச் சிறிதாக்கச் செய்வதுமே பொருளியலாகும். தனிப்பட்ட நுகர்வோர் மற்றும் நிறுமங்களின் பயன் மற்றும் ஆதாயச் சார்புகளின் (Utility and Profit Functions) பெருமத்தைக் கண்டறிவதற்குக் கோட்பாட்டில் தேவை ஏற்பட்டது; ஆகையால், நுண்கணிதம் என்னும் கணிதவியலின் கிளைப்புலம் பொருளியலில் பயன்படுத்தப்பட்டதன் தொடக்கத்தை விளிம்புநிலைவாதப் புரட்சி குறிக்கிறது.

விளிம்புநிலைவாதப் பொருளியலைச் செவ்வியல் பொருளாதாரத்தின் தொடர்ச்சியாகக் காண்பிக்கும் தனது முயற்சியில், "வாழ்க்கையின் அன்றாடப் பிழைப்பில் மனிதகுலத்தை ஆராய்வதே (பொருளியல்); அது, நல்வாழ்விற்கான பொருள் தேவைகளை அடைதல், பயன்படுத்தல் ஆகியவற்றோடு நெருங்கிய தொடர்புடைய தனிமனித மற்றும் சமூகச் செயற்பாட்டினை ஆராய்வதாகும்" என்று, 1890இல் முதன்முதலாக வெளியாகி, பெரும் செல்வாக்கைப் பெற்றிருந்த தனது 'பிரின்சிபிள்ஸ் ஆஃப் எகனாமிக்ஸ்' நூலின் முதல் இயலில் பொருளியலை வரையறுக்கிறார் ஆல்ஃபிரட் மார்ஷல் (ப. 1). 'அன் எஸ்ஸே ஆன் த நேச்சர் அண்ட் சிக்னிஃபிகன்ஸ் ஆஃப் எகனாமிக் சைன்ஸ்' (1932) என்ற தனது நூலில் லயனல் ராபின்ஸ் அளிக்கும் வரையறை, பொருளியல் குறித்த பெரும்பாலானோரின் புரிதலுக்கு மிகவும் நெருக்கமாக இருப்பதாக நான் கருதுகிறேன்; "இலக்குகளுக்கும், மாற்றுப் பயன்களும் பற்றாக்குறையும் மிகுந்த சாதனங்களுக்கும் இடையில் உள்ள உறவாக மனித நடத்தையினைப் பயிலும் அறிவியலே பொருளியலாகும்" என்று வரையறுத்தார் (ப. 16). விருப்பத்தேர்வின் அறிவியல் (The science of choice) என்பதே பொருளியல் குறித்து இன்றைய நாளில் நிலவும் ஆதிக்கம் வாய்ந்த புரிதல். 1976ஆம் ஆண்டில் வெளியான தனது 'தி எகனாமிக் அப்ரோச் டு ஹியூமன் சைன்சஸ்' என்ற நூலில், கேரி பெக்கர், விளிம்புநிலைவாதக் கருத்துகளைப்

பயன்படுத்திய விதத்தில் விருப்பத்தேர்வின் அறிவியல் அதன் உச்சத்திற்கே இட்டுச்செல்லப்பட்டது; உண்மையிலேயே தன்னுடைய பெருமத்தை அடைந்தது.

'விருப்பத்தேர்வின் அறிவியல்' வரையறையின் கருவாக விளங்கும் ஒதுக்கீட்டை (Allocation) விடுத்து, உற்பத்தியின் மீது கவனம்செலுத்தும் பொருளியலின் 'செல்வ அறிவியல்' வரையறையினையே இந்நூலில் பயன்படுத்துகிறோம். இந்நூலை மேலும் வாசிக்கும்போது, இதைத் தேர்ந்தெடுத்த காரணம் புரியவரும்; இது தொடர்பான விளக்கக் குறிப்பினை *6.3*ஆவது பகுதியில் காணலாம். கேயின்ஸின் கூற்றைத் தழுவிச் சொன்னால், 'பணவியல் உற்பத்திப் பொருளாதாரம்' என்பதே நமது ஆய்வின் கோட்பாட்டு ரீதியான நோக்கம் (ஆர்த்தர் ஸ்பீடாஃப் என்னும் ஜெர்மானியப் பொருளியலாளரின் நினைவாக வெளியான தொகுப்பு நூலொன்றில் இத்தொடரை கேயின்ஸ் பயன்படுத்துகிறார் *(1933, ப. 408)*); அவ்வாறு தோன்றும் அறிவாக்கத்தினை இந்தியாவின் 'பணவியல் உற்பத்திப் பொருளாதார'த்தில் புகுத்திப் பார்க்கிறது இந்நூல். அதாவது, போட்டிநிறைந்த பொருளாதாரத்தில் தொகை உற்பத்தி, பணம் மற்றும் வேலைவாய்ப்பு ஆகியவற்றின் அளவுகள் எவ்வாறு தீர்மானிக்கப்படுகின்றன என்பதை இப்புத்தகத்தில் ஆராய்வோம். வேறுவிதமாகச் சொன்னால், பேரியல் பொருளாதார மாறிகளின் தொகைநிலை (Aggregate) அளவுகளையும், அவற்றின் வளர்ச்சியையும் குறித்த சுத்தமான கோட்பாட்டினை நாம் ஆராய்வோம். இந்தக் கருத்தாக்கக் கட்டமைப்பை இந்தியப் பொருளாதாரத்தில் புகுத்திப் பார்க்கும்போது, அதற்குத் தொடர்பான சூழ்நிலைத் தன்மைகளோடு பொருந்தியவாறே மேற்கொள்ளப்படும். உதாரணமாக, இந்தியாவின் நிதியியல் கட்டமைப்பைப் பற்றிக் காணும்போது, 'முறைசாராக்' கடன் கொடுப்பவர்கள் குறித்தும் *(பகுதி 3.2)* இந்தியப் பொருளாதாரத்தில் வேளாண்மையின் முக்கியத்துவம் குறித்தும் *(பகுதி 6.4)* சேர்த்தே காண்போம்.

உற்பத்தி, பகிர்மானம், மிகைப்பொருள் செலவழிப்பு (Disposal of Surplus) ஆகியவற்றைத் தீர்மானிப்பது எது என்ற கேள்வியே, ஸ்மித் மற்றும் ஏனைய செவ்வியல் பொருளியலாளர்களைப் பொறுத்தவரையில் மையக்கரு ஆகும். பொதுமக்களின் விருப்புவெறுப்புகளுக்கேற்ப மிகைப்பொருளை எப்படி பகிர்ந்தளிப்பது அல்லது பயன்படுத்துவது என்பதையொட்டிய விவாதங்கள் 'செல்வத்தின் அறிவியல்' வரையறையில் பொதிந்திருக்கிறது. 'செல்வத்தின் அறிவியல்' வரையறையை நாம் தேர்ந்தெடுத்துக்கொள்வதற்கான மற்றொரு காரணம், செவ்வியல் பொருளாதாரத்தில் அரசியலுக்கும் கொள்கைகளுக்கும் அளிக்கப்படும் வெளிப்படைத்தன்மை ஆகும்; சுற்றுச்சூழல் தூய்மையும், வேலைநிறைவும், குறைந்த பணவீக்கமும், ஏற்புடைய ஊதியமும், நல்ல பணிநிலைமைகளையும் கொண்ட, சமூகச் சமத்துவம் வாய்ந்த பொருளாதாரத்தில் வாழ வேண்டும் என்றே நாம் விரும்புகிறோம்; அது இந்தியா என்றாலும் சரி வேறெந்த இடம் என்றாலும் சரி. ஒன்றியம், மாநிலம், உள்ளாட்சி ஆகிய அனைத்து நிலைகளிலுமுள்ள அரசாங்கத்திற்கு முக்கியப் பாத்திரத்தைச் செவ்வியல் பொருளாதாரம் வழங்குகிறது. சாலை அமைத்தல், ஏரி வெட்டுதல், இருப்புப்பாதையமைத்தல், வீடுகள், பள்ளிக்கூடங்கள், மருத்துவமனைகள், கழிவறைகள் போன்ற

திட்ப மற்றும் சமூக உட்கட்டமைப்பு வசதிகளை உருவாக்கித் தருவதன் வாயிலாக—மிகைப்பொருளைப் பயன்படுத்துகிறது அரசாங்கம் (பொதுச் செலவினம் என்று இது அறியப்படுகிறது); இது வேலைவாய்ப்பு மற்றும் பணவீக்கம் தொடர்பாக ஏற்படுத்தும் தாக்கங்களை இப்புத்தகம் அலசுகிறது. பொருளியலை – செல்வத்தின் அறிவியலை – கற்கும் நமது முயற்சியில், தற்போது இருக்கும் செல்வப் பங்கீட்டுமுறை எப்படி உருவாகியது என்பதையும் ஆராய வேண்டும். சான்றாக, மக்கள்தொகையில் வெறும் 1% வகிக்கும் மக்கள், 80% நிலத்தை உரிமைகொண்டாடும் நிலைமைக்கு எப்படி வந்தடைந்தோம்? நியாயமற்ற முறையில் வன்முறையைப் பயன்படுத்தி நிகழ்ந்ததா, அல்லது ஒருவிதத் 'தகுதித்திறன்' (அதன் பொருள் எதுவோ) வாயிலாக நிகழ்ந்ததா?

'ஆதிவாசிகள் இனி நடனமாட மாட்டார்கள்' என்கிற தனது 2015 ஆம் ஆண்டு சிறுகதையில் (தமிழ்ப் பதிப்பு: 2017), நிலவுடைமை விவகாரத்தைக் குறித்து ஹன்ஸ்டா சௌவேந்திர சேகர் பின்வருமாறு எழுதுகிறார்:

> எந்தத் தேசம் அதன் மக்களை, தொழிற்சாலைகளுக்கும், நகரங்களுக்கும் மின்சாரம் தயாரிப்பதற்காக அவர்கள் வாழும் மண்ணைவிட்டு விரட்டி அடிக்கிறது? தொழிலா? என்ன தொழில்? ஓர் ஆதிவாசி உழவனின் வேலை வேளாண்மை செய்வது. வேறு எந்தத் தொழிலைச் செய்ய அவன் கற்றுக் கொடுக்கப்பட்டிருக்கிறான்? ஒரு வாரத்திற்கு முன்பு வரை அவனுக்குச் சொந்தமாயிருந்த இடத்தைப் பிடுங்கி, அதில் தொழிற்சாலை கட்டியிருக்கும் கோடீஸ்வரன் வீட்டில் சுவர்க்கா வேலை பார்க்கவா கற்றுக்கொடுக்கப்பட்டிருக்கிறான்? (ப. 190)

இதைப் போன்ற பரிசீலனைகளின் காரணமாகவே உங்களில் பலரும் பொருளியலைப் படிக்க வேண்டுமென்று முடிவெடுத்திருப்பீர்கள். அப்படிப்பட்ட பரிசீலனைகளைக் கோவையாக எடுத்துரைக்கவும், அவற்றுக்குத் தீர்வு காணவும் உதவி புரியும் ஓர் எளிய முயற்சியே இப்புத்தகம். பொருளியல் கோட்பாட்டை, செயலில் புகுத்திப் பயன்படுத்துவதற்கு நல்ல அரசியல் (அறமும் கூட) அவசியம் என்பதும் உண்மையே. மேற்கண்ட உரையாடலின் முடிவாக, ஆடம் ஸ்மித் முதலிய செவ்வியல் பொருளியலாளர்களும் கேயின்ஸும் கண்டதுபோல், இப்புத்தகம் பொருளியலை ஒரு கொள்கை சார்ந்த அறிவியலாகவே பார்க்கிறது. பொருளாதாரத்தை, கொள்கை வகுக்கும் நோக்கத்தைக் கொண்ட ஒரு பாடப்பிரிவாகப் பார்ப்பது, அனைவருக்குமான நல்வாழ்வினை உறுதிசெய்யும் இலட்சியத்தோடு இயைந்ததாகும் (பகுதி 1.1). ஆகையால், முன்பு குறிப்பிட்டது போல, இந்திய சமூக–பொருளாதார அமைப்புமுறை களைப் பற்றிய சுருக்கமான புரிதல் கட்டாயமாகிறது.

இறுதியாக, 'அரசியல் பொருளாதாரம்' என்பதிலிருந்து 'பொருளியல்' என்று பெயர் மாற்றம் நிகழ்ந்தபோதிலும் ('இயற்பியல்' என்பது போன்ற அறிவியல் தோற்றத்தை ஏற்படுத்தும் நோக்கில் இந்தப் பெயர்மாற்றம் நிகழ்ந்தது), பொருளியலைக் கற்பதற்கு, அரசியலையும் வரலாற்றையும் குறித்த அறிவு இன்றியமையாததென்பதை வாசகர்களுக்குத்

தெரிவித்துக்கொள்கிறேன். என்னதான் இருந்தாலும், பொருள் வளங்களைப் பங்கிட்டுக்கொள்வது பற்றிய முடிவுகள் அரசியல்வயப்பட்டவையே; பொருள் வளங்களின் பகிர்மானம் என்பது எங்கும் எப்போதும் அரசியலின்—அதாவது வல்லாதிக்கத்தின், அறத்தின், எதிர்காலம் குறித்த நம்முடைய இலட்சியங்களின்—வெளிப்பாடே ஆகும். அதிலும் நிலஉடைமையின்/பங்கீட்டின் பரிணாமம் என்பது மிகத் தெளிவாக அரசியல்வயப்பட்டதே. ஒரு மணிநேரத்திற்கான சராசரி குறைந்தபட்சக் கூலி இந்தியாவில் 1 அமெரிக்க டாலருக்கும் கீழாக இருப்பதற்கும், அதுவே அமெரிக்காவில் 6 டாலர்களுக்கு மேலதிகமாக இருப்பதற்கும், நம்முடைய அரசியல் மற்றும் கொள்கை அணுகுமுறைகளிலுள்ள வரலாற்று வேற்றுமைகளே காரணம். நான் கூற விரும்புவது இதுதான்: வரலாற்றுக்கும் அரசியலுக்கும் அப்பாற்பட்டதாகத் தன்னை அழைத்துக்கொள்ளும் எவ்விதப் பொருளியலையும், தீர முன்னெச்சரிக்கையோடுதான் அணுக வேண்டும். பொருளாதார நிகழ்வுகளைப் புரிந்துகொள்வதில் வரலாறும் அரசியலும் வகிக்கும் பாத்திரத்தினை ஏற்றுக்கொள்ளும் வரையறையே, ‘செல்வத்தின் அறிவியல்’ என்ற நமது பொருளியல் வரையறை.

1.4 நமது அணுகுமுறையைப் பற்றி ஒரு குறிப்பு

பொருளியலின் சுருக்கமான வரலாற்றைப் பற்றியும், இந்நூலில் எடுத்துக்கொள்ளப்பட்டுள்ள பொருளியல் வரையறையைப் பற்றியும் ஒரு புரிதலை அடைந்துவிட்ட வேளையில், பொருளாதாரக் கோட்பாடு வரைதலின் தன்மையைப் பற்றிய வெள்ளோட்டத்தினை அளிக்க இதுவே சரியான நேரம் (பொருளியல் கோட்பாடு வரைதலைப் பற்றிய விரிவான விளக்கத்தைத் தரும் 6ஆவது இயலைக் காண்க). இலக்கணத்தின்படி, பொருளாதார நிகழ்முறைகளில் தகுந்த கூறுகளை உன்னிப்பாகத் தேர்ந்தெடுத்து, மீதத்தைப் (தற்காலிகமாக) புறந்தள்ளுவதே கோட்பாடு வரைதல். ‘தகுந்த கூறுகள்’ என்பதைத் திறனாய்வு செய்ய ஓர் உவமையைப் பயன்படுத்துகிறேன். நோய்வாய்ப்பட்டு மருத்துவரை நாடினால், நம்மை இரத்தப் பரிசோதனை மேற்கொள்ளுமாறு அறிவுறுத்துகிறார். பரிசோதனை முடிவுகளைப் பார்த்தவுடன் உடல்நலத்தில் குறைபாடு இருக்கிறதா இல்லையா என்பது மருத்துவருக்குத் தெரிந்துபோகும். சம்பந்தப்பட்ட இரத்தக் கூறுகள் அவற்றின் இயல்புநிலையின் வரம்புகளுக்குட்பட்டு இருக்கின்றனவா, இல்லை ஏதேனும் பிறழ்வுகள் இருக்கின்றனவா என்பதை, பரிசோதனை முடிவுகள் மருத்துவருக்குத் தெரிவிக்கும். ‘இயல்பு’ எது என்பது எவ்வாறு தீர்மானிக்கப்படுகிறது? இரத்த வகையைப் பொறுத்து இயல்புநிலையின் வரம்புகளும் மாறாதா? நீங்கள் வசிக்கும் இடத்தைப் பொறுத்தும் (அதன் சூழலைப் பொறுத்தும்கூட) இயல்புநிலை வரம்புகள் மாறாதா?

அதைப்போலவே, கொச்சியின் (கேரளத்தில் ஒரு நகரம்) பொருளாதாரமும் மதனப்பள்ளியின் (ஆந்திரப் பிரதேசத்தில் ஒரு நகரம்) பொருளாதாரமும் ஒரே மாதிரி இருக்கின்றனவா? உத்தரகாசி (உத்தரகண்டில் ஒரு நகரம்), கோகரணா (கர்நாடகத்தில் ஒரு நகரம்) ஆகிய இடங்களின் பொருளாதாரத் தன்மைகள் ஒரே மாதிரி இருக்கின்றனவா? பேரியல் பொருளாதாரத்தின் புலத்தில் ‘இயல்பு’ என்பதைப் பற்றி

உரையாட வழிகோலும் கோட்பாட்டு வரைவுமுறை குறித்து இப்பகுதியில் உரையாடுவோம். 'இயல்பைப்' பற்றி மற்றொரு வகையில் சிந்திக்க வேண்டுமென்றால், 'பேரியல் பொருளாதாரத்தைப் பற்றி உரையாடும்போது நமது தரக்கோல் எது?' என்ற கேள்வியை முன்வைக்கலாம். மருத்துவம் தொடர்பான மேற்கண்ட உவமையை உங்களில் சிலர் தோரணையாக இருப்பதாகக் கருதியிருக்கலாம்; ஆனால் அப்படிக் கிடையாது. அரசியல்பொருளாதாரத்தைத் தோற்றுவித்தவர்களான வில்லியம் பெட்டியும் ஃபிரான்கஸ் குவெனேயும் மருத்துவர்களாவர். 'புழக்கம்', 'வீக்கம்' போன்ற இன்றைய பொருளியல் வழக்காற்றிலிருக்கும் சொற்கள் மருத்துவத்துறையின் கலைச்சொற்களிலிருந்து பெறப்பட்டவையே.

பகுத்தாயப்படும் பொருள்

உங்களில் சிலருக்கு, 'இந்தியப்' பொருளாதாரம் என்பதே பகுப்பாய்வின் பொருளாக இருக்கும்; சிலருக்கோ நாகாலாந்து அல்லது தெலுங்கானாவின் பொருளாதாரங்கள் எவ்வாறு இயங்குகின்றன என்பதைப் புரிந்துகொள்வதாக இருக்கக் கூடும். இன்னும் சிலர், கல்புர்கி அல்லது ராவுர்கேலாவின் பொருளாதாரங்கள் எப்படி இயங்குகின்றன என்பதைத் தெரிந்துகொள்ள விரும்பலாம். எந்தவொரு பொருளாதாரத்தையும் புரிந்துகொள்ள வழிசெய்யும் வகையில், ஒரு கருவியை, கட்டமைப்பை வழங்குவதே இப்புத்தகத்தின் தலையாய நோக்கம். முந்தைய பகுதியில் குறிப்பிட்டது போல், எந்தவொரு பொருளாதாரத்தையும் ஒழுங்காகப் புரிந்துகொள்வதற்கு அதன் வரலாறு, பண்பாடு மற்றும் அரசியலைப் பற்றிய அறிதலை ஓரளவு பெற்றிருக்க வேண்டும். வேறுவிதமாகச் சொன்னால், மேலோட்டமாகவும், பொறுப்பற்ற முறையிலும் பொருளியல் கோட்பாடுகளை மெய்யுலகப் பொருளாதாரங்களில் புகுத்திப் பயன்படுத்துவதென்பது இயலாத, கூடாத செயலாகும்.

உழைப்பும் மூலதனமும் தடையின்றி இடம்பெயரும் தன்மையைக் கொண்ட பொருளாதாரமே நமது முதற்கட்டமான ஆய்வுப் பொருள். நாம் பார்த்து வளர்ந்த பொருளாதாரங்கள் எவையும் தடையின்றி இடம்பெயரும் தொழிலாளர்களையும் மூலதனத்தையும் கொண்டவை கிடையாது என்கிற காரணத்தால், மாணவர்கள் இந்தக் கட்டத்தில் தம் ஆர்வத்தை இழப்பதுண்டு. உங்களுடைய தொழிலைத் தமிழ்நாட்டிலிருந்து தெலங்கானாவிற்கு இடம்பெயர்க்க வேண்டுமென்றால் (மூலதனத் தளவாடங்கள், தொழிலாளர்கள் உட்பட அனைத்தையும் கொண்டு), கூடுதல் செலவுகளை ஏற்க வேண்டிவரும் (பணச்செலவைத் தவிர்த்து, நேர விரயத்தையும் அதனால் தொழில்வருமானத்தில் ஏற்படும் இழப்பினையும் இதில் சேர்த்துக் கொள்ளவேண்டும்). தொழிலாளர்கள் இடம்பெயர்வது என்பது அதைவிடக் கடினமானது. இந்தியாவில் சாதி அமைப்பின் காரணமாக, கடைச்சாதியைச் சேர்ந்தவர்களும் சாதி அமைப்பிற்கு வெளியிலிருப்பவர்களும் தங்களுடைய விருப்பத்திற்குத் தகுந்த வேலைகளைத் தேர்ந்தெடுத்துச் செய்யும் சுதந்திரமில்லாதவர்களாக இருக்கிறார்கள். பணவியல் பொருளாதாரத்திற்கும் மத்திய–மாநில நிதியுறவுகளிலும் முக்கியப் பங்களிப்புகளை ஆற்றிய பி.ஆர். அம்பேத்கர், 'சாதி ஒழிப்பு' என்னும் நூலில் *(1936; தமிழ்ப் பதிப்பு: 1993)*, 'சாதி அமைப்பு

என்பது தொழில் பிரிவினை அல்ல, தொழிலாளர்களின் பிரிவினை' எனக் குறிப்பிடுகிறார் (ப. 68). நீங்கள் ஒரு குறிப்பிட்ட சாதியில் பிறந்திருந்தால், நீங்கள் மாடு மேய்க்கும் வேலையைச் செய்யவேண்டும் என்று பணிக்கிறது சாதியமைப்பு. பள்ளித் தமிழாசிரியரும் எழுத்தாளருமான இமையம், ஒரு தலித் பையனை மணக்கத் துணிந்த ஒரே காரணத்திற்காக, தன் சொந்த மகளையே கொன்றுவிடும்படி சமுதாயத்தின் வற்புறுத்தலுக்கு ஆளாகும் ஒரு தந்தையைப் பற்றிய தன்னுடைய 2013 (ஆங்கிலப் பதிப்பு 2015) ஆம் ஆண்டு நாவலான 'பெத்தவன்' நூலறிமுகவுரையில் காட்டமாகச் சித்தரிப்பது போல்,

> என் கதைமாந்தர்கள் பெரிய சிந்தனையாளர்களோ போராளிகளோ கிடையாது. அவர்கள் மண்ணின் மைந்தர்கள். தொழிலாளர்கள். மண்ணோடும் இயற்கையோடும் தொடர் போராட்டம் அவர்களுடையது. என் கதைமாந்தர்கள் கனவு காண்பது கூட கிடையாது. அவர்கள் கனவு கண்டுவிட்டாலும், அது நன்றாகச் சாப்பிட வேண்டும் என்பதாகவே இருக்கும்.
> (ப. xv-xvi)

மேலும், இந்தியாவைப் பொறுத்தவரை, ஆணாதிக்க எதிர்பார்ப்புகள், நடைமுறைகள் காரணமாக, பெண்கள் இடம்பெயர்ந்து செல்வதைப் பற்றி நினைத்துப்பார்ப்பது கூட எளிதன்று. தனது 2012 நாவலான 'ஆனந்தாயி'யில், கொத்தமல்லிக் கீரையறுக்கும் தொழிலாளியான சிவகாமி சந்திக்கும் சமூகக் கட்டுப்பாடுகளைச் செறிவாக விளக்குகிறார் ப. சிவகாமி. "நினைக்கவே கசந்தது அவளுக்கு (ஆனந்தாயிக்கு). தாம்பத்ய வாழ்க்கை இனி தனக்கு இல்லை. பிள்ளைகளுக்குத் தாய் மட்டுமே . . ." (ப. 101) ஆக, தொழிலாளர்கள் எந்த அளவிற்கு இடம்பெயரும் தன்மையைக் கொண்டிருக்கிறார்கள் என்பது அவரவருடைய சாதி, பாலினம், சமுதாயம், மதம் முதலிய அம்சங்களைப் பொறுத்து மாறுபடுகிறது. கோட்பாடு வரைதலின் தொடக்கநிலையில் இது போன்ற நடப்பு உண்மைகளுக்கு நாம் இடம் கொடுப்பதில்லை. எனவே, கோட்பாட்டைப் பயன்படுத்தி எந்தவொரு பொருளாதாரத்தையும் புரிந்துகொள்ள முற்படும்போது, அதன் சமூகப் பண்பாட்டுக் கூறுகளைச் சேர்த்துக்கொள்ள வேண்டும். வேறு விதமாகச் சொன்னால், ஒரு நல்ல பொருளாதாரப் புரிதலை அடைவதற்கு, கருத்தாக்கம், சூழ்நிலை ஆகிய இரண்டையும் ஒருங்கே கொள்வது அவசியம் (இதுகுறித்த முடிவுரைக்கு 9.2 ஆவது பகுதியைக் காண்க).

போட்டிநிறை பொருளாதாரத்தைத் தரக்கோலாகப் பார்ப்பதற்கு மற்றொரு காரணம், நாம் ஆராயும் நிகழ்முறையைப் பற்றித் திட்டவட்ட மாகவும் துல்லியமாகவும் ஏதேனும் சொல்வதற்கு அது வழிகோலும் என்பதாகும் (அதுவும் எடுகோள்களைப் பயன்படுத்தாமல் முடியாது). துறைகளைத் தழுவிய அளவில் வரவு வீதங்கள் சமச்சீராக இருப்பவை என்பது, தொழிலாளர்கள், மூலதனம் ஆகியவற்றின் தடையில்லா இடம்பெயர்வுத் தன்மையைப் பற்றிய எடுகோள் உணர்த்தும் பொருள். ஒவ்வொருதுறையிலும் குறிப்பிட்ட தொழில்நுட்பத் தேவைகளும் திறன்களும் வேண்டியிருப்பதால், துறைகளைத் தழுவிய ஆதாய வீதங்கள் கண்டிப்பாக மாறுபடும். அதாவது, திறன் சார்ந்தும் மறையிடர் (Risks) சார்ந்தும் நிலவும் துறைவாரி வேறுபாடுகளை ஒதுக்கிப்பார்த்தால், துறைகளைத் தழுவிய

ஆதாய வீதம் சமச்சீரானதாக இருக்கும்; இதனை, 'தூய' வரவு வீதம் ('Pure' Rate of Return) என்று நினைத்துக்கொள்ளலாம். மூலதனத்தின் இடப்பெயர்வுத் தன்மையைப் பற்றிய அருமையான விளக்கமொன்று 'ரிகார்டோவின் ப்ரின்சிபிள்ஸ் ஆஃப் பொலிட்டிக்கல் எக்கானமி' நூலில் இடம்பெறும் ஒரு பத்தியில் காணலாம்.

> *ஒவ்வொரு மனிதனும் தன்னுடைய மூலதனத்தை, தான் விருப்பப்பட்ட இடத்தில் முதலீடு செய்யும் சுதந்திரத்தைக் கொண்டிருக்கும் வேளையில், மிகவும் சாதகப்படும் இடத்தையே அவன் இயல்பாக நாடுவான்; இருக்கும் இடத்திலிருந்து மூலதனத்தை நீக்கும்பட்சத்தில் அவனுக்கு 15 விழுக்காடு ஆதாயம் கிடைக்கக்கூடும் என்றால், 10 விழுக்காட்டு ஆதாயத்தின் மீது இயல்பாகவே அவன் அதிருப்தி கொண்டிருப்பான். அதிகச் சாதகமுள்ள தொழிலுக்காகக் குறைந்த ஆதாயம் தரும் ஒன்றை விட்டுவிடுமளவுக்கு முதலீட்டாளர்களிடம் ஆதாயத்திற்காக இருக்கும் அடங்காத ஆசை, அனைவருடைய ஆதாய வீதங்களையும் சமப்படுத்தக் கூடிய வலுவான இயல்பைக் கொண்டது. . . (ப. 88)*

போட்டிநிறை பொருளாதாரத்தின் தன்மைகளையும் இயல்புகளையும் ஆராய்ந்த பிறகு, மெய்யுலகின் (கோட்பாட்டு உலகமும் உண்மையானதே என்பதனால் உண்மையுலகம் என்பதற்குப் பதிலாக மெய்யுலகம் என்று குறிப்பிட விரும்புகிறேன்) மையக்கருவான போட்டிகுறை பொருளாதாரங்களை ஆராயும் முகாந்திரத்தை அடைகிறோம். இது ஓர் அறிமுக அளவிலான புத்தகம் என்பதனால், தனிவல்லாண்மை (Monopoly), குறுங்குழுவல்லாண்மை (oligopoly) போன்ற போட்டிகுறை பொருளாதார அமைப்புகளைப் பற்றிய கோட்பாட்டு ரீதியாகச் செறிந்த விவாதம் எதையும் மேற்கொள்ளமாட்டோம். இருப்பினும், இந்தியப் பேரியல் பொருளாதாரத்தைப் புரிந்துகொள்ள போட்டிநிறை பொருளாதாரப் பகுப்பாய்வுக் கட்டமைப்பைப் பயன்படுத்தும்போது இத்தன்மைகளை அலசுவோம்.

போட்டிநிறை பொருளாதாரத்தை ஆய்வுப் பொருளாகத் தேர்ந்தெடுப்பதற்கு மேலும் இரண்டு காரணங்களைக் குறிப்பிட்டுவிட்டு, இப்புத்தகத்தில் பெரும்பாலாகக் கையாளப்படும் பகுப்பாய்வின் தளத்தைப் பற்றிப் பார்ப்போம். கருத்து மரபு வேறுபாடுகளைப் பாராமல், முறையே 'தி எகனாமிக்ஸ் ஆஃப் இம்பெர்ஃபக்ட் காம்படிஷன்' மற்றும் 'த தியரி ஆஃப் மோனோபோலிஸ்டிக் காம்படிஷன்' ஆகிய தங்களின் புத்தகங்களின் வாயிலாக, ஜோன் ராபின்சனும் எட்வர்ட் சேம்பர்லினும் 1930களில் 'குறைபோட்டிப் புரட்சியை' (Imperfect Competition Revolution) முன்னெடுத்தனர்; அது நிகழும் வரை, கிட்டத்தட்ட எல்லாப் பொருளியலாளர்களும், போட்டிநிறை பொருளாதாரக் கட்டமைப்பில்தான் தங்களுடைய ஆய்வுகளை மேற்கொண்டு வந்தார்கள். இருப்பினும், பிணைப்புகளைத் தெளிவாகக் கண்டுணர நமக்கு உதவுவதாலும், பொருளாதார நடவடிக்கையின் பின்விளைவுகளை அப்பட்டமாகக் காட்டுவதாலும், போட்டிநிறை பொருளாதாரத்தை

ஆய்வுப் பொருளாக எடுத்துக்கொள்வதில் மேலும் சில நன்மைகள் உள்ளன. இரண்டாவதாக, சமூகங்களை ஒருங்கிணைக்கும் நெறியாக முதலாளித்துவம் உருவெடுத்ததிலிருந்து, அதன் நன்மை–தீமைகள் குறித்து நிறைய எழுதப்பட்டிருக்கின்றன. போட்டிநிறைந்த பொருளாதாரங்கள் (குறிப்பிட்டுச் சொன்னால், பண்டங்களுக்கும் தொழிலாளர்களுக்குமான போட்டிச் சந்தைகள்) தொழிலாளர்களுக்கு வேலைநிறைவை ஏற்படுத்த வல்லது என்ற நம்பிக்கை, முதலாளித்துவத்தில் ஒரு முக்கிய நற்பண்பாகக் கருதப்படுகிறது. அதையும் கடந்து, போட்டிநிறை பொருளாதாரமானது எல்லோருக்கும் நன்மை தரக்கூடியது என்கிற மறைமுக நம்பிக்கையின் பேரில்தான் பெரும்பாலான பொருளாதாரச் 'சீர்திருத்தங்கள்' மேற்கொள்ளப்பட்டு வருவதாகத் தெரிகிறது. அப்படியொரு மறைமுக நம்பிக்கை நிலவுகிறது என்பதாலும், இனியும் தொடர்ந்து நிலவும் என்கிற காரணத்தாலும், கோட்பாட்டு ரீதியாக, ஒரு பொருளியலாளரின் ஆய்வகத்தில், போட்டிநிறை பொருளாதாரம் எப்படி இயங்குகிறதென்பதை விரிவாகப் புரிந்துகொள்வது நம் அனைவருக்கும் முக்கியமானதாகும். ஆக, இந்தியாவின் பொருளாதாரப் பார்வையின் கடந்தகாலத்தையும், நிகழ்காலத்தையும், எதிர்காலத்தையும் புரிந்துகொள்ள, போட்டிநிறை பொருளாதாரம் பற்றிய புரிதல் அத்தியாவசியமாகிறது.

இந்தியாவில், கூலியுழைப்பு என்பது, சாதி உழைப்போடும் தனியுடைமையோடும் கூடியே இருக்கிறது. இந்திய நிலப்பரப்பின் 3,287,263 சதுர கிலோ மீட்டர்களில், பெருவாரியான பகுதி வெறும் 1% மக்களுக்குச் சொந்தமாக இருப்பதன் காரணம் என்னவென்பதைச் சிந்தித்துப் பார்ப்பீர்.

பகுப்பாய்வின் தளம்

நம் ஆய்வின் பொருளை அடையாளம் கண்டோம்; இந்நூலில் எடுத்துக் கொள்ளப்பட்டுள்ள ஆய்வுத்தளத்தைக் குறிப்பிடுவதற்கு முன்னதாக, பகுப்பாய்வினை மேற்கொள்ளத் தகுந்த பல்வேறு தளங்களையும் பற்றி உரையாடலாம். முந்தைய உதாரணத்தின் நீட்சியாக, இந்தியப் பொருளாதாரம், மணிப்பூர் பொருளாதாரம், கேரளப் பொருளாதாரம், குஜராத் பொருளாதாரம், பலம்பூர் பொருளாதாரம், தார்வாட் பொருளாதாரம், விதர்பா பொருளாதாரம் என்று எதைப் பற்றி வேண்டுமென்றாலும் குறிப்பிட்டுப் பார்க்கலாம். மணிப்பூர், கேரளம், குஜராத், பலம்பூர், தார்வாட், விதர்பா–முதலிய பொருளாதாரங்களால் ஆனதே இந்தியப் பொருளாதாரம் என்றாலும்கூட, அவற்றைச் சாதாரணமாகக் கூட்டுவதால் கிடைப்பதாகாது. கேரளப் பொருளாதாரத்தையும் குஜராத் பொருளாதாரத்தையும் கூட்டுவது எந்த வகையில் அர்த்தமுள்ளதாக இருக்கும்? எந்த வகையிலான பொருளாதார விவரங்களை அர்த்தமுள்ள முறையில் தொகுக்க முடியும்? அதாவது, தேசிய, மாநில, பிரதேசப் பொருளாதாரங்களைப் பற்றி ஆராயலாம். முறைசார், முறைசாராப் பொருளாதாரத்தையும், ஊரக, நகர்ப்புறப் பொருளாதாரத்தையும் பற்றி ஆராயலாம். ஆக, உங்களுக்கு ஆர்வமுள்ள பிரச்சினை அல்லது தலைப்பு எது என்பதைப் பொறுத்தே ஆய்வின் தளமும் அமையும்.

பொருளாதாரத்தை ஒருங்கிணைக்கவும் ஆராயவும் பேரியல் வழிகளை மட்டுமல்லாமல், நுண்ணியல் அணுகுமுறையையும் கடைபிடித்துத் தனிமனிதர்கள் பொருளியல் முடிவுகளை எப்படி எடுக்கிறார்கள், ஒரு நிறுவனம் எவ்வளவு உற்பத்தி செய்ய வேண்டும், எத்தகைய தொழில்நுட்பத்தைப் பின்பற்ற வேண்டும் என்பதையெல்லாம் ஆய்ந்தறிய முடியும். 'பேரியல்' மற்றும் 'நுண்ணியல்' அணுகுமுறைகளுக்கு இடைப்பட்டு, 'இடையியல்' அணுகுமுறை என்று நான் அழைக்கும் ஒன்றும் இருக்கிறது. பொருளாதாரத்திலுள்ள பல்வேறு துறைகளையும் ஆராய்கிறது இந்த அணுகுமுறை. வேளாண்மை, உற்பத்தி, சேவைத் துறை ஆகியவற்றின் பொருளாதார நலம் தொடர்பான கேள்விகள் இந்த அணுகுமுறையில் அடக்கம். எனவே, உற்பத்தித் துறையுடன் ஒப்பீட்டளவில் வேளாண் துறையின் செயற்பாட்டைத் தெரிந்துகொள்ள விரும்பினால், நீங்கள் 'இடையியல்' அணுகுமுறையை எடுத்துக்கொள்ளலாம். வேறுவிதமாகச் சொன்னால், வேளாண்மைக்கும் உற்பத்திக்கும் இடையே நிலவும் வணிக நிலுவையைப் பற்றிப் பார்க்க வேண்டுமென்றால், அதனை 'இடையியல்' அணுகுமுறையில் பார்க்க முடியும்.

இப்புத்தகத்தில் இடம்பெறும் பெரும்பாலான பகுப்பாய்வுகள் 'பேரியல்' அணுகுமுறையைச் சார்ந்தவையே என்றாலும், அவ்வப்போது 'இடையியல்' மற்றும் 'நுண்ணியல்' அணுகுமுறைகளையும் பயன்படுத்துவோம். மெய்யுலகில், 'பேரியல்', 'இடையியல்', 'நுண்ணியல்' என்று வெவ்வேறான பொருளாதாரங்கள் இருப்பதில்லை. நம்மில் பலரும் பொருளியலைக் கற்கும் நோக்கம், பொருளாதாரச் சுற்றங்களைப் புரிந்துகொள்வது மட்டுமல்லாமல், அனைவருக்கும் அதனை நலம்பெறச் செய்வதும் ஆகும். அருவமான சிந்தனைகள், சமன்பாடுகள், வரைபடங்கள், எண்கள் இவற்றுக்கிடையில், இந்தியப் பேரியல் பொருளாதாரத்திலுள்ள ஒவ்வொரு மனிதரின் பொருளாதார நிலையைப் பற்றியும் கற்கிறோம் என்பதையும் மறந்துவிடக்கூடாது. மேனாள் பழங்குடியினர் உரிமைப் போராளியான அபேய் காகா அவர்களின் கீழ்க்காணும் உருக்கமான கவிதை நமது ஆய்வின் குறிக்கோளை நமக்குத் தொடர்ந்து நினைவூட்டுகிறது. உலகைப் புரிந்துகொள்ள நாம் பயன்படுத்தும் அணுகுமுறைகள் குறித்து பணிவடக்கத்துடன் இருக்கவேண்டும் என்றும் அது நமக்குக் கற்பிக்கிறது.

> நான் உங்கள் தரவுப்புள்ளி அல்ல; உங்கள் வாக்குவங்கியும் அல்ல
>
> நான் உங்கள் செயல்திட்டம் அல்ல; அரிய அருங்காட்சியகப் பொருளும் அல்ல
>
> . . .
>
> நான் உங்கள் கோட்பாடுகள் சோதிக்கப்படும் ஆய்வுக்கூடமும் அல்ல
>
> . . .
>
> நான் உங்கள் களமோ, கூட்டமோ, வரலாறோ அல்ல
>
> . . .

நான் நீங்கள் தரும் பட்டங்களை மறுக்கிறேன், நிராகரிக்கிறேன், எதிர்க்கிறேன்

. . .

ஏனெனில், அவை என் இருப்பையும், பார்வையினையும், இடத்தினையும் நிராகரிக்கின்றன

. . .

ஆகவே, நான் என் சொந்தப் படத்தை வரைந்துகொள்கிறேன்; என் சொந்த இலக்கணத்தைக் கண்டறிகிறேன்

. . .

அவை எனக்கும், என் மக்களுக்கும், என் உலகத்திற்கும், என் பழங்குடித் தன்னிலைக்குமானவை!

ஆய்வில் நுட்பம்

இப்புத்தகத்தில் மேற்கொள்ளப்படும் ஆய்வின் பொருளையும் தளத்தையும் முன்கண்ட விவாதங்கள் தெளிவுபடுத்தியுள்ளன. பொருளியலில் நுணுக்கத் தன்மையைப் பற்றியும், அதற்கான தேவையைப் பற்றியும் சற்றே உரையாடுவதற்கு இதுவே நேரம். முன்னதாகக் குறிப்பிட்டதுபோல், பொருளாதார நிகழ்முறைகளைப் பற்றிச் சில திட்டவட்டமான, நுட்பமான விஷயங்களைக் கூற முனைகிறோம். உதாரணமாக, வேலைவாய்ப்பின் முக்கியத் தீர்மானிகளைப் புரிந்துகொள்ள விரும்புவதாக வைத்துக் கொள்வோம். இப்போது நம் முன்னே பல வழிகள் இருக்கின்றன; ஊதியங்கள் மற்றும் வேலைவாய்ப்பு, தொகை உற்பத்தி மற்றும் வேலைவாய்ப்பு, பணவீக்கம் மற்றும் வேலைவாய்ப்பு, அரசாங்கச் செலவினம் மற்றும் வேலை வாய்ப்பு, தனியார் முதலீடு மற்றும் வேலைவாய்ப்பும்—என நீங்கள் எதை வேண்டுமென்றாலும் தேர்ந்தெடுத்து ஆராயலாம். தொகை உற்பத்தியினை யும் வேலைவாய்ப்பினையும் ஆய்வுக்கு எடுத்துக்கொண்டீர்கள் என்றால், மற்ற மாறிகளை மாறிலிகளாக வைத்துக்கொள்ள வேண்டும். இரண்டு பொருளாதார மாறிகளுக்கிடையில் உள்ள உறவினைப் புரிந்துகொள் வதற்கும், முக்கியமாக, இரண்டில் எது எதனைத் தூண்டிவிடுகிறது என்பதைத் தெரிந்துகொள்வதற்கும் இப்படிச் செய்கிறோம். ‘மற்றவை மாறாதிருப்ப’ என்று பொருள்படும் லத்தீன் மொழித் தொடரான ‘செடரிஸ் பாரிபஸை’ப் பொருளாதாரக் கோட்பாட்டில் பயன்படுத்துவதுண்டு. செடரிஸ் பாரிபஸ் எடுகோளினை, ஒரே சமயத்தில் நிகழும் பலவயப்பட்டப் பொருளாதாரச் செயற்பாடுகளை ஒழுங்குபடுத்தி, கட்டுப்படுத்தி, நம் எண்ணங்களைக் கட்டியெழுப்ப உதவும் கடிவாளமாகவோ, அல்லது சாரமாகவோ நினைத்துக் கொள்ளுங்கள். செடரிஸ் பாரிபஸ் எடுகோளைப் பற்றி மிக நேர்த்தியாக மார்ஷல் தனது ‘ப்ரின்சிபிள்ஸ் ஆஃப் எகனாமிக்ஸ்’ நூலில் விளக்குகிறார்.

“காலம் என்னும் கூறே பொருளியல் ஆய்வுகளில் எழும் சிக்கல்களுக்குத் தலையாய காரணமாக விளங்குவதால், குறைந்த ஆற்றல் படைத்த மனிதன் படிப்படியாகவே முன்னேற

வேண்டியிருக்கிறது; சிக்கல் நிரம்பிய கேள்வி ஒன்றைப் பகுத்து, ஒரு நேரத்தில் ஒரு பகுதி எனப் பயின்று, கடைசியாகப் பகுதிகளுக்குரிய தீர்வுகளைத் தொகுத்து முழுப் புதிருக்குமான தோராயத் தீர்வினை அடைய முடியும். அவ்வாறு பகுத்துப்பார்க்கும் வேளையில், சிரமத்தை உண்டாக்கும் போக்குகளையுடைய, குழப்பம் விளைவிக்கும் காரணிகளை, செடரிஸ் பாரிபஸ் என்னும் சிறையில் தற்காலிகமாக அடைத்து வைக்கிறான். 'மற்றவை மாறாதிருக்க' என்னும் எடுகோளைப் பயன்படுத்தி ஒரு சில இயல்புகள் மட்டும் தனிப்படுத்தப்படுகின்றன: அதாவது, பிற இயல்புகள் இருப்பது மறுக்கப்படுவதில்லை, ஆனால் சற்று நேரத்திற்கு அதன் குழப்ப விளைவுகள் ஒதுக்கிவைக்கப்படுகின்றன. எந்த அளவுக்கு ஒரு பிரச்சனை குறுகலாக்கப்படுகிறதோ, அதைக் கையாள்வது அத்தனை நன்றாக வசமாகிறது; அதே சமயம், அதே அளவுக்கு உண்மை வாழ்விலிருந்து விலகியும் செல்கிறது. இருப்பினும், ஒரு குறுகிய பிரச்சினையைத் தீரத் திடமாகக் கையாள்வது, மேலும் பரந்த பிரச்சினைகளைக் கையாள்வதில் முன்னெப்போதும் இல்லாத வகையில் மென்மேலும் உதவி புரியும். சிறைவைக்கப்பட்டிருக்கும் விடயங்களை ஒவ்வொரு படியிலும் விடுவித்துக்கொள்ளலாம்; ஆரம்பக்கட்டத்தில் கூடியதை விடவும், குறைவான அருவத்தன்மை வாய்ந்த திண்மை பொருந்திய உரையாடல்களையும், குறைந்த திண்மையின்மை வாய்ந்த மெய்ம்மையான உரையாடல்களையும் நிகழ்த்த முடியும்.

திட்டவட்டமான கூற்றுகளை வடிவமைப்பதற்கு செடரிஸ் பாரிபஸ் எடுகோள் மட்டுமே போதாது. துறைகளைத் தழுவிய அளவில் சமச்சீரான வரவுவீதப் பண்பு கொண்ட போட்டிநிறை பொருளாதாரமே, நாம் பகுத்தாயும் பொருள் என்பதை நினைவில் கொள்ளுங்கள். மேற்கொண்டு, புறவுலக நிகழ்வொன்று குறிப்பிட்ட ஒரு துறையில் வரவு/ஆதாய வீதத்தை உயர்த்தினால், ரிக்கார்டோவின் மேற்கோளில் கண்டது போல், துறைகள் அனைத்திலும் வீதங்கள் சமமாகும் வரை தொழிலாளர்களும் மூலதனமும் அந்தக் குறிப்பிட்ட துறையில் உட்புகும் நிலை உண்டாகும். பொருளாதார அமைப்புமுறையில் ஏற்படும் எந்தவொரு மாற்றமும் நாளடைவில் துறைகள் தழுவிய சமச்சீரான வரவு வீதத்திற்கே இட்டுச்செல்லுமாதலால், ஒரு பொருளாதாரத்தில் இருக்கும் மேற்கண்ட பண்பானது, சமநிலைப் பண்பாகவே கருதப்படுகிறது. இயற்பியலைப் போன்றே, பொருளியலிலும் சமநிலை என்பது ஓர் அமைதிநிலை ஆகும். இருப்பினும், செடரிஸ் பார்பஸ் எடுகோளைப் பயன்படுத்தவில்லை என்றால் சமநிலைப் பண்பைக் கண்டறிய முடியும் என்று நினைக்கிறீர்களா?

ஆராயப்படும் நிகழ்முறையைப் பற்றித் துல்லியமான, திட்டவட்ட மான விளக்கங்களை எடுத்துரைக்கவே செடரிஸ் பாரிபஸ் போன்ற எடுகோள்களைப் பொருளியலாளர்கள் பயன்படுத்துகின்றனர். நுணுக்கத்தன்மையையே அடித்தளமாகக் கொண்ட இன்னொரு களமிருக்கிறது; கோட்பாட்டில் கருத்தாக்கங்களை வரையறுப்பதே அது.

உதாரணமாக, ஆதாய வீதத்தை எப்படி வரையறுப்பீர்கள்? மூலதனத்தை எப்படி வரையறுப்பீர்கள்? தொழில்நுட்பத்தை எப்படி வரையறுப்பீர்கள்?

தரவுகளின் பற்றாக்குறை காரணமாக, புள்ளியியல் பகுப்பாய்வில் தோராய அளவீடுகளைப் பயன்படுத்தலாம். ஆனால் கோட்பாட்டிலோ, தோராயங்களை ஏற்க இயலாது. சான்றாக, பொருளியல் கோட்பாட்டில், மூலதனத்தைப் பண்டங்களின் தொகுப்பு என்பதா, அல்லது மதிப்புப் பெறுமானம் (value magnitude) என்பதா? மூலதனம் என்பது, விதைகள், ஏர்கலப்பை, டிராக்டர் ஆகியவற்றின் தொகுப்பா அல்லது ரொக்கப் பணமா? பொருளியலில் துல்லியத்தைப் பற்றிப் பேசுகையில், குறிப்பிடத்தக்க வகையில் புரட்சிகரமான பங்களிப்பைத் தந்த ஆகச்சிறந்த இத்தாலிய–கேம்பிரிட்ச் பொருளியலாளரான ஸ்ராஃபாவை மேற்கோள் காட்டுவது பொருத்தமாக இருக்கும். ஸ்ராஃபா, 1958இல் நடந்த மாநாடு ஒன்றில் கீழ்வருமாறு குறிப்பிட்டார்: *மூலதனக் கோட்பாடு: பன்னாட்டுப் பொருளியல் கூட்டமைப்பின் மாநாட்டின் அறிக்கை* என்ற பெயரில் அம்மாநாட்டின் அறிக்கை 1963ஆம் ஆண்டில் வெளியானது.

> கோட்பாடு சார் அளவீடுகள் முழு நுணுக்கத்தை வேண்டுகின்றன. கோட்பாட்டு அளவீடுகளில் எந்தவொரு நுணுக்கக் குறைவுகளும் கவலையளிப்பது என்பதோடு, ஒட்டுமொத்தக் கோட்பாட்டு அடித்தளத்தையும் நிலைகுலையச் செய்துவிடும். (ப. 305)

ஆகமொத்தம், கோட்பாட்டில் எடுத்தாளப்படும் மாறிகளை வரையறுப்பதில் மிகவும் நுணுக்கமாக இருக்க வேண்டும். அளவீட்டுச் சிக்கல்களைப் பற்றி மேலும் தெரிந்துகொள்ள, இந்தியாவில் முறையே வேலைவாய்ப்பு மற்றும் பணவீக்கத் தன்மைகளைப் பற்றிய பகுதிகளான 7.2 மற்றும் 8.2 ஆகியவற்றைக் காண்க. ஒரு கேள்வியுடன் இந்தப் பகுதியை நிறைவு செய்கிறேன்: மூலதனம் குறித்த பல்வேறு (கோட்பாட்டு) வரையறைகள் இருக்கமுடியுமா?

1.5 முடிவுரை

பொருளாதார நிகழ்முறையை ஆராய்வதற்கான பல்வேறு உந்துதல்களோடு இந்த இயலைத் தொடங்கினோம். அதைத் தொடர்ந்து, பொருளியற் சிந்தனையின் பரிணாம வளர்ச்சியின் பாதையில் சிறிய பயணத்தை மேற்கொண்டோம்; *அர்த்தசாத்திரம்* போன்ற நூல்களையும் அதில் பார்த்தோம். பின்னர், பொருளியலைக் கற்கும் வழிமுறைகளைப் பட்டியலிட்டு, இந்நூல் செல்வத்தின் அறிவியல் வரையறையை ஏற்றுப் பயன்படுத்துகிறது என்பதைக் குறிப்பிட்டோம். 'பேரியல் பொருளாதாரம்: ஓர் அறிமுகம்' நூலின் கோட்பாட்டு ரீதியான அணுகுமுறை குறித்த ஒரு வெள்ளோட்டத்தை இந்த இயலின் கடைசிப் பகுதி தந்தது. குறிப்பாக, இந்நூலில் எடுத்துக்கொண்ட ஆய்வின் பொருளையும், போட்டிநிறை அமைப்பின் பொருளியல் தன்மைகளை ஆராயும் ஒரு பேரியல் அணுகுமுறை என்ற நமது ஆய்வுத் தளத்தையும், கோட்பாட்டில் நுணுக்கத்திற்கான தேவையையும் பற்றி உரையாடினோம்.

மேற்கொண்டு வாசிப்பதற்கான பரிந்துரைகள்

பொருளியல் சிந்தனை வரலாற்றைப் பற்றிய ஒரு நல்ல மேற்பார்வையைப் பெறுவதற்கு, ஹெயின்ஸ் கர்ஸ் அவர்களின் 2016ஆம் ஆண்டு புத்தகமான *Economic Thought: A Brief History* (நியூ யார்க்: கொலம்பியா பல்கலை. பதிப்பகம்). பொது வாசகருக்கும் கர்ஸின் புத்தகம் ஆர்வமூட்டுவதாக இருக்கும்; முனைப்பான பொருளியல் மாணவருக்கோ, அலெஸ்ஸான்றோ ரொன்காலியா அவர்களின் 2017 ஆம் ஆண்டு வெளிவந்த *A Brief History of Economic Thought* (கேம்பிரிட்ச்: கேம்பிரிட்ச் பல்கலை. பதிப்பகம்) என்ற புத்தகத்தைப் பரிந்துரைக்கிறேன். கோட்பாட்டு அளவீடுகள் குறித்த உரையாடல் உங்களின் ஆவலைத் தூண்டியது என்றால், கர்ஸின் புத்தகத்தில் (2016) 160–70 ஆகிய பக்கங்களையும், ரொன்காலியாவின் புத்தகத்தில் (2017) 237–9 ஆகிய பக்கங்களையும் வாசிக்கலாம். இப்புத்தகங்கள் உங்களுக்குக் கிடைக்கவில்லை என்றால், கர்ஸின் புத்தகம் பற்றி '*எகனாமிக் அண்ட் பொலிடிகல் வீக்லி* இதழில் வெளியான என் விமர்சனத்தையும் (2016, தொகுதி 54, இதழ் 33, ப. 47–8), ரொன்காலியா குறித்து *அர்த்த விஞ்ஞானா* இதழில் வெளியான என் விமர்சனத்தையும் (2019, தொகுதி 61, இதழ் 4, ப. 364–72) வாசிக்கலாம். *Classical Political Economy and the Rise to Dominance of Supply and Demand Theories* (ஐதராபாத்: பல்கலை. பதிப்பகம்) என்ற, கிருஷ்ணா பரத்வாஜ் அவர்களின் 1978ஆம் ஆண்டு வெளியான செந்நூலின் 1986ஆம் ஆண்டின் பதிப்பு, செவ்வியல் அரசியல் பொருளாதாரம் தொட்டு விளிம்புநிலைவாதப் பொருளியல் வரை பொருளியலின் படிமலர்ச்சி குறித்த மேம்பட்ட உரையையும், பல விமர்சனப்பூர்வ வாதங்களையும் முன்வைக்கிறது. அர்த்தசாத்திரத்தில் உள்ள பொருளாதாரம் குறித்தும் பொருளியல் குறித்தும் அறிந்துகொள்ள விரும்பினால், தாமஸ் ஆர். டிரவுட்மன் அவர்களின் 2012இல் வெளியான *Arthashastra: The Science of Wealth* (புது டெல்லி: பெங்குவின் புக்ஸ்) புத்தகம் ஒரு நல்ல தொடக்கப் புள்ளியாக இருக்கும். மருத்துவத்துக்கும் பொருளியலுக்கும் இடையிலான உறவு குறித்து மேற்கொண்டு கற்க ஆர்வமிருந்தால், 2001ஆம் ஆண்டு பீட்டர் குரோன்வீகனின் கட்டுரைத் தொகுப்பான *Physicians and Political Economy: Six Studies of the Work of Doctor Economists* (லண்டன்: ரூட்லேஜ்). சமச்சீரான ஆதாயவீதமுள்ள போட்டிநிறை பொருளாதாரத்தை ஆராய்வதன் காரணத்தைப் பற்றிய மேம்பட்ட உரையாடலை, 1987ஆம் ஆண்டு நான்கு தொகுதிகளாக வெளியான *The New Palgrave: A Dictionary of Economics* (லண்டன்: மேக்மிலன்) அகராதியில், 'குறை போட்டி' ('Imperfectionism') குறித்த ஜான் ஈட்வெல்லின் பதிவில் காணலாம். இருப்பினும், நம் நூலகங்களின் நிலைமை கருதி, ஜான் ஈட்வெல் மற்றும் முர்ரே மில்கேட் அவர்களின் *The Fall and Rise of Keynesian Economics* (ஆக்ஸ்போர்டு: ஆக்ஸ்போர்டு பல்கலை. பதிப்பகம்) என்ற 2011ஆம் ஆண்டு புத்தகத்தில் இடம்பெற்ற அதே பதிவின் மறுபதிப்பைப் பெறுவது எளிமையாக இருக்கலாம்.

2

பொருளாதாரத்தைக் கருத்தாக்கம் செய்தல்

2.1 முன்னுரை

கோட்பாடு வரைதலின் முதற்கட்டத்தில் எந்தெந்தக் கூறுகள் பயன்படக்கூடியவையாக இருக்கும் என்று நினைக்கிறீர்கள்? குடித்தனங்களை, செல்வந்தர்கள், ஏழைகள் என்று வகைப்படுத்துவதா, அல்லது அவற்றைச் சமப்படித்தான ஒற்றை அலகாகக் கொள்வதா? உள்ளாட்சி அமைப்புகளையும் ஒன்றிய அரசையும் வேறுபடுத்திப் பார்க்கவேண்டுமா? மூலதனம் செறிந்தவை, உழைப்புச் செறிந்தவை என்று நிறுவனங்களை வகைப்படுத்தித் தொடங்க வேண்டுமா? அல்லது, உலகின் மற்ற நாடுகளுக்கு வழங்குபவை, உள்நாட்டுப் பொருளாதாரத்திற்கு அளிப்பவை என்று நிறுவனங்களை வகைப்படுத்த வேண்டுமா? இவை அனைத்தும் பேரியல் பொருளாதாரத்தில் முக்கியமான கூறுகளே என்றாலும், இவற்றைக் கோட்பாடு வரைதலின் முதற்கட்டத்தில் தொடர்புடையவை என்று கருதுவதில்லை என்பதை விரைவில் கண்டுணர்வீர்கள்.

இங்கிலாந்தின் வில்லியம் பெட்டி தொடங்கி இந்தியாவின் வி. கே. ஆர். வி. ராவ் ஈறாக, பேரியல் பொருளாதாரத்தைக் கருத்தாக்கம் செய்தலின் கடந்த காலம், நிகழ்காலம் ஆகிய இரண்டையும் தொட்ட, சுருக்கமான காலவரிசைப் பயணத்தில் உங்களை இந்த இயல் அழைத்துச் செல்கிறது. பேரியல் பொருளாதாரத்தைக் கருத்தாக்கம் செய்யும் மூன்று வெவ்வேறு வழிகளை அறிமுகப்படுத்தி, பின்னர், சமூகம், சுற்றுச்சூழல் ஆகியவற்றின் பரந்த புலத்திற்குள் பேரியல் பொருளாதாரம் பொதிந்திருப்பதாகக் கருத்தாக்கம் செய்யப்படுகிறது. அதைத் தொடர்ந்து, குடித்தனங்கள், நிதித்துறை, நிதி சாராத் துறை, அரசு—ஆகிய முக்கியத் துறைகளினிடையே பண்டங்களும் பணமும் இருமடிப் பாயும் வலைப் பின்னலாகப் பொருளாதாரம் கருதப்படுகிறது. நம் புத்தகத்தின் அருவத்

அலெக்ஸ் எம். தாமஸ்

தன்மையினை வெளிப்படையாக விளக்கி இந்த இயல் முடிவடைகிறது. அருவத்தன்மை வாய்ந்த எந்தவொரு கோட்பாட்டையும் போல, நம் கோட்பாட்டையும் மெய்யுலகில் புகுத்திப் பயன்படுத்துதல் என்பது, மிகுந்த எச்சரிக்கையுடனே மேற்கொள்ளப்பட வேண்டிய ஒன்றாகும்.

2.2 பேரியல் பொருளாதாரத்தைக் கருத்தாக்கம் செய்தல்: கடந்தகாலமும் நிகழ்காலமும்

பேரியல் பொருளாதாரத்தைப் புரிந்துகொள்வதற்கு, அதைக் கருத்தாக்கம் செய்வது அவசியமாகிறது. அவ்வாறு செய்யும் பொருட்டு, அதன் வரம்புகளையும், தொடர்புடைய பாகங்களையும் அடையாளம் காண வேண்டும். இந்நூல், பொருளியலைச் செல்வத்தின் அறிவியலாக வரையறுத்து, பேரியல் அணுகுமுறையைக் கடைப்பிடிக்கும் காரணத்தால், பேரியல் பொருளாதாரத்தைக் குறிப்பிட்ட வடிவில் கருத்தாக்கம் செய்வதும், செல்வத்தைக் குறிப்பிட்ட வகையில் அளவீடு செய்வதும் அவசியமா கின்றன. 'பொருளாதாரம்' என்னும் சொற்றொடரைப் பயன்படுத்தியே பேரியல் பொருளாதாரம் என்கிற கருத்து வெளிப்படுத்தப்படுகிறது; எனவே, பொருளாதாரம், பேரியல் பொருளாதாரம் ஆகிய இரண்டினையும் ஒரே பொருளுடைய சொற்களாகப் பயன்படுத்துகிறேன். பின்வரும் கூறுகளின் மீது கவனத்தை செலுத்திப் பொருளாதாரத்தைக் கருத்தாக்கம் செய்யலாம்: (அ) தொகை வருமானமும் மற்றும் செலவினமும் (ஆ) துறைகளுக்கிடையிலான உறவுகள் (இ) துறைகளுக்கு இடையிலான நிதிப் போக்குவரத்து. பேரியல், இடையியல், நுண்ணியல் ஆகிய வகைப்பாடுகளைப் பொறுத்தவரை, அவை மூன்றும் ஒரே பொருளாதாரத்தைக் காண உதவும் வெவ்வேறு வழிகளே. உண்மையில், ஒரே பொருளாதாரப் பரிவர்த்தனையினை இம்மூன்று கண்ணாடிகளின் வழியாகவும் காணலாம்.

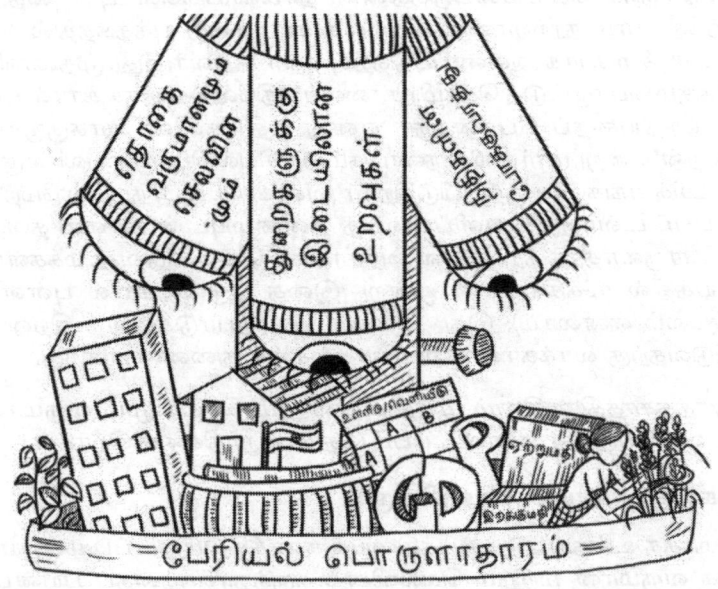

மூன்று கண்ணாடிகளின் வழியே பேரியல் பொருளாதாரம்

ஒருவிதத்தில், கருத்தாக்கம் செய்வதென்பது கணக்குப் பதிவைப் போன்றதே. இரண்டுமே முன்தீர்மானித்த நோக்கங்களுக்காக மேற்கொள்ளப்படுகின்றன; இரண்டையும் மேற்கொள்வதற்குப் பல்வேறு வழிகள் உள்ளன. கோட்பாட்டில் நுணுக்கத்தின் முக்கியத்துவத்தை, கடந்த இயலில் வலியுறுத்தி விவாதித்தோம். இரட்டைப் பதிவு முறையைக் (Double Entry System) கடைப்பிடிக்கும் காரணத்தால், கணக்குப்பதிவியலில் பிழைகளைக் கண்டறிவது எளிதாகிறது. நல்ல கணக்குப்பதிவியலின் வாயிலாகக் கோட்பாடு மேன்மை அடையக் கூடும்; கோட்பாடுகள் கோரும் குறிப்பிட்ட வகையிலான கணக்குகளின் வாயிலாகக் கணக்குப் பதிவின் பலன்களும் மேம்படக்கூடும் (இது பற்றி மேலும் தெரிந்துகொள்ள பகுதி *6.5*–ஐக் காண்க).

வரலாற்று நோக்கில் பார்த்தால், அரசர், தேவாலயம், அல்லது அரசாங்கம் என ஆட்சியமைப்பு இயந்திரங்களின் பக்கவிளைவாகவே சமூகக் கணக்குகள் தோன்றின; எனவேதான், அத்தகைய தரவுகள், சமூகத்தில் பிறப்பு–இறப்பு எண்ணிக்கை, நிலவுடைமை அளவீடு, புழக்கத்திலிருக்கும் தங்கம் மற்றும் வெள்ளியின் அளவு ஆகியவற்றைக் காட்சிப்படுத்தின. இன்றைய நாளில் பொருளாதாரத் தரவுகளில் பெரும்பங்கு வழக்கமான ஆட்சித்துறைச் செயல்முறைகளுக்காகத் திரட்டப்படுபவையாக இருக்கின்றன. ஒரு குழந்தையின் பிறப்பை அரசாங்க அலுவலகத்தில் எதற்காகப் பதிய வேண்டும் என்பதைச் சிந்தித்துப்பாருங்கள். அதற்கு மேலாக, நம் வருமானம் குறித்த தரவுகளை, தனிநபர் வருமானவரி விதிப்பின் போது இந்திய அரசு சேகரிக்கிறது. அண்மையில், *2014*ஆம் ஆண்டில், பிரான்ஸ், ஜெர்மனி, பிரிட்டன், ஜப்பான் மற்றும் அமெரிக்க ஐக்கியத்தின் வருமான வரித் தரவுகளை, அந்நாடுகளின் வருமான ஏற்றத்தாழ்வுகளைக் கணக்கிடுவதற்காகப் பயன்படுத்தினார் தாமஸ் பிக்கெட்டி; இதை, தனது 'இருபத்தோராம் நூற்றாண்டில் மூலதனம்' என்ற புத்தகத்தில் (தமிழ்ப் பதிப்பு: *2018*) சிறப்பாக ஆவணப்படுத்தியுள்ளார் அவர். இது, முதலாளிகளை விமர்சிக்கும் பொருட்டுத் தொழிற்சாலைப் பதிவேடுகளைக் காரல் மார்க்ஸ் பயன்படுத்தியதைப் போன்றது; 'எனது எதிரிகளின் வாக்குமூலத்தில் மகிழ்கிறேன்' என்று, மார்க்ஸின் நண்பரும் அரசியல் பொருளியலாளருமாகிய ஃபிரெட்ரிக் எங்கல்ஸ் குறிப்பிடுகிறார் (வீன் *2006*, ப. *51* நூலில் மேற்கோள் காட்டப்பட்டவாறு). வெளிப்படைத் தன்மையுடன் காலம் தவறாமல் சமூக–பொருளாதாரத் தரவுகளை அரசாங்கம் வெளியிடுவது, மக்களாட்சிச் சமுதாயத்தில் முக்கியமான ஒன்று (இதை ஒருவகையில் புள்ளிவிவர வாக்குமூலம் எனலாம்); இது, அரசின் செயற்பாடுகளைத் திறனாய்ந்து மதிப்பிடுவதற்கு வாக்காளர்களாகிய நமக்குத் துணை புரிகிறது.

அர்த்தசாத்திரத்திலும் முகதிம்மாவிலும் செல்வமும் வருமானமும் எப்படி வரையறுத்து அளவிடப்பட்டது என்று நினைக்கிறீர்கள்?

தொகைவருமானமும் செலவினமும்

மொத்த உள்நாட்டு உற்பத்தியைக் கணக்கிடும் நடப்புமுறையானது, தொகை வருமான மற்றும் செலவினக் கருத்தாக்கத்தைப் பயன்படுத்து கிறது; இந்த முறைமை, 'அரசியல் பொருளாதாரத்தின் தந்தை' என்று

அழைக்கப்படும் பெட்டி அவர்களின் – 1867ஆம் ஆண்டு (தமிழ்ப் பதிப்பு: 1998) வெளியான மூலதனம் முதல் தொகுதியில் மார்க்ஸ் இந்தப் பட்டத்தைச் சூட்டினார் (ப. 370) – காலம் தொட்டே பயன்படுத்தப்பட்டு வருகிறது. இங்கிலாந்து அரசாங்கம், வரிவிதிப்பின் மூலம் கிடைத்த வருவாயினைக் கொண்டு தன் கடன்பாடுகளை அடைக்கும் பொருட்டு, அயர்லாந்தில் தான் கையகப்படுத்தியிருந்த நிலங்களை அளந்துதரச் சொல்லி பெட்டியைப் பணித்தது. அதைத் தொடர்ந்து, பிறப்பு–இறப்பு விவரங்களைக் கொண்ட இறப்புப் பதிவோலைகளைப் பயன்படுத்தி, வீடுகள், தளவாடங்கள், கால்நடை, பண்டங்களின் போக்குவரத்து முதலியவற்றின் புள்ளிவிவர மதிப்பீடுகளைத் தயாரித்து, அதன் வாயிலாக இங்கிலாந்தின் மக்கள்தொகைக்கும் தொகைவருமானத்திற்கும் மதிப்பீடு களை வரைந்தார் பெட்டி. பொருளாதாரக் கணக்கியலின்–அல்லது அவர் கொடுத்த பெயரான 'பொலிட்டிகல் அரித்மெடிக்' (அரசியல் எண்கணிதம்)– மீதான குறுநூலில் இடம்பெற்ற பெட்டியின் கூற்று, முழுமையாக மேற்கோள் காட்டுவதற்கு உரியது.

> இதை மேற்கொள்ள நான் எடுத்துக்கொள்ளும் நெறிமுறை வழக்கத்திற்கு மாறான ஒன்று; ஏனெனில், ஒப்பீடும் மிகைப்பாடும் நிறைந்த சொற்களையும், அறிவார்ந்த வாதங்களையும் மட்டும் பயன்படுத்துவதை விடுத்து, எண்கள், நிறைகள், மற்றும் அளவைகளை அடிப்படையாகக் கொண்டு என் கருத்துகளை வெளிப்படுத்தும் முயற்சியை (நான் வெகுகாலமாகக் குறிக்கோளாகக் கொண்டிருந்த அரசியல் எண்கணிதத்திற்கொரு முன்மாதிரி என்கிற வகையில்) மேற்கொண்டுள்ளேன்; புலன்சார் வாதங்களை மட்டுமே பயன்படுத்தி, இயற்கையில் காணும் அடித்தளமுடைய காரணகாரியங்களை மட்டுமே கருத்தில் கொண்டு, மாறத்தக்க மனங்களையும், குறிப்பிட்ட மனிதர்களின் கருத்துகளையும், இச்சைகளையும், பற்றுகளையும் அடிப்படையாகக் கொண்ட (வாதங்களை) பிறரின் கருத்திற்கு விட்டுவிடுகிறேன்... (ப. 224)

அந்தக் காலத்தில் சமூக–பொருளாதார விஷயங்களுக்கு அளவியல் சார்ந்த வெளிப்பாடுகள் வழக்கத்தில் இருக்கவில்லை என்பது மேற்கண்ட மேற்கோளிலிருந்து தெளிவாகிறது. 'எண்கள், நிறைகள், மற்றும் அளவைகள்' என, அளவியலின் அடிப்படையில் வெளிப்படுத்தக் கூடிய தரவுவகைகளை மட்டுமே சார்ந்த நெறியை–அரசியல் கணக்காய்வு முறையை–பெட்டி முன்மொழிகிறார். இவ்வாறு, முறையான பொருளாதாரக் கணக்குப்பதிவு தொடக்கமுற்றது.

நவீனகாலத் தேசியக் கணக்குப் புள்ளியியலின் கரு வடிவம் பெட்டியின் முயற்சிகளில் இடம்பெற்றிருந்தபோதிலும், இருபதாம் நூற்றாண்டின் முதல் பாதியில் காலின் கிளார்க், சைமன் குஸ்னெட்ஸ், ரிச்சார்ட் ஸ்டோன் ஆகியோர் முன்னெடுத்த பணிகளின் பேரில்தான் 'நவீன' தேசிய வருமானக் கணக்குகள் உருவாகின. தேசிய வருமானக் கணக்குப்பதிவில் தான் ஆற்றிய பங்களிப்பிற்காக, ஸ்டோன், 1984ஆம் ஆண்டின் பொருளியலுக்கான 'நோபல்' பரிசைப் பெற்றார்; குறிப்பாக,

இரட்டைப் பதிவு முறையைத் தேசிய வருமானக் கணக்குப்பதிவில் பயன்படுத்தியமைக்காக ஸ்டோன் போற்றப்படுகிறார். தன்னுடைய 'நோபல்' ஏற்புச் சொற்பொழிவுக்கு 'சமூகத்தின் கணக்குகள்' ('The Accounts of Society') என்று பொருத்தமாகப் பெயர் சூட்டிய அவர், பெட்டியிடமிருந்து தொடங்கித் தேசிய வருமானக் கணக்குப்பதிவின் வரலாற்றை விவரித்துக் கூறினார். ('நோபல்' என்கிற சொல்லை ஒற்றை மேற்கோள்களுக்குள் வைத்ததன் காரணம், பரிசை நிறுவிய சுவீடனைச் சேர்ந்த வங்கியான ஸ்வெரிகெஸ் ரிக்ஸ்பேங்க் பாடப்பிரிவின் பட்டியலில் பொருளாதார அறிவியலைப் பின்னாளில்தான் சேர்த்தது; ஆல்ஃபிரட் நோபலின் பட்டியலில் பொருளியல் இடம்பெறவில்லை.)

பல்வேறு நாடுகளின் தேசிய கணக்குப் புள்ளியியல்களையும் கால வரையறையில் ஒப்பிட வழிசெய்யும் வகையில், தேசிய கணக்குப்பதிவு நெறிமுறை என்ற கட்டமைப்பினை ஐக்கிய நாடுகள் மன்றம் வளர்த்தெடுத்தது; இந்தியாவில் முதலாம் தேசிய கணக்குப்பதிவு நெறிமுறை 1953ஆம் ஆண்டில் வெளியானது. புள்ளியியல் மற்றும் திட்டச் செயலாக்கத் துறை அமைச்சத்தின் கீழ் இயங்கும் மத்திய புள்ளியியல் அமைப்பே, இந்தியாவின் தேசிய வருமானக் கணக்குகளைத் தொகுத்து வெளியிடும் பொறுப்பைக் கொண்ட அரசுமுகவாண்மை ஆகும். இங்கிலாந்தின் தேசிய கணக்குப் புள்ளியியலில் பெரும்பங்காற்றிய கிளார்க்கையும் ஸ்டோனையும் போல, இந்திய தேசிய வருமானக் கணக்கீட்டிற்கு முன்னோடிகளாக விளங்கியவர்கள் தாதாபாய் நவுரோஜி, வி. கே. ஆர். வி. ராவ் மற்றும் பி.சி. மகாலனோபிஸ் ஆவர் (7.3ஆவது பகுதியில் ராவ் அவர்களும் மகாலனோபிஸ் அவர்களும் இந்தியப் பொருளியற் சிந்தனைக்கு ஆற்றிய பங்களிப்புகளைப் பற்றிய விளக்கத்தைக் காண்க).

வழக்கமாக ஒரு நிதியாண்டின் கால வரையறையில், பொருளாதாரத்தின் தொகைவருமானம், உற்பத்தி, நுகர்வு, சேமிப்பு, முதலீடு ஆகியவற்றின் மதிப்புகளைத் தேசிய கணக்குப் புள்ளியியல் பதிவு செய்கிறது. இந்தியாவின் தேசிய கணக்குப் புள்ளியியலில் (மற்ற நாடுகளின் தேசிய கணக்குப் புள்ளியியல்களிலும் கூட) அதிருப்திகரமான இரண்டு விஷயங்கள் உள்ளன; அவை, நமது பொருளாதாரப் புரிதலையும் பார்வையினையும் இழிவாகப் பிரதிபலிக்கின்றன. ஒன்று, பொருளாதாரத்தின் மதிப்புக் கூட்டலில் பெண்கள் ஆற்றும் பங்கினைக் குறிப்பிடத்தக்க வகையில் குறை மதிப்பீடு செய்தல். சமைத்தல், துப்புரவு செய்தல், நீரிறைத்தல், சுள்ளிப் பொறுக்குதல், குழந்தைகளையும் பெரியவர்களையும் பேணுதல் போன்ற– முக்கியமாகப் பெண்களால் மேற்கொள்ளப்படும் வீட்டு வேலைகள், ஊதியமற்றவை என்பதே இந்தக் குறைமதிப்பீட்டிற்குக் காரணமாகும். இரண்டாவதாக, உற்பத்தியிலிருந்து தோன்றும் சுற்றுச்சூழல் அழிவின் இழப்புகளை நம் தேசியக் கணக்குகள் கருத்தில் கொள்வதில்லை. நேரப் பயன்பாட்டுக் கணக்கெடுப்புகளின் (Time-use Surveys) வாயிலாகப் பெண்களின் ஊதியமில்லாத உழைப்பினை மதிப்பிடுதல், இயற்கை வளங்களின் பயன்பாட்டு வீதம் சார்ந்த தரவுகளையும் கணக்கில் எடுத்துக் கொள்ளும் 'பசுமை'த் தேசிய வருமானக் கணக்குப்பதிவை வளர்த்தெடுத்தல் முதலியவற்றைப் போன்ற முயற்சிகள், இக்குறைகளைக் களைய

அவ்வப்போது மேற்கொள்ளப்பட்டு வந்தபோதிலும், இவையெல்லாம் ஒருகாலும் போதுமான அளவை நெருங்க முடியாது. பொருளாதார வரலாற்றாசிரியரான ஃபில்லிஸ் டீன், 1940களிலும் 1950களிலும் தாம் மேற்கொண்ட ஊரகக் கணக்கெடுப்பு ஆய்வுகளின் மூலமாகவும், தேசிய வருமானக் கணக்குப்பதிவின் மீது தாம் மேற்கொண்ட பணிகளின் மூலமாகவும், பெண்களின் ஊதியமில்லா உழைப்பு புறக்கணிக்கப்படும் சிக்கல் குறித்து வலியுறுத்தியிருந்தார். எனினும், 1953ஆம் ஆண்டின் தேசியக் கணக்குப்பதிவு நெறிமுறையில் அது கணக்கில் எடுத்துக்கொள்ளப்பட வில்லை; இன்றளவிலும் அது புறக்கணிக்கப்பட்டே வருகிறது.

நிறைவான விவரங்களோடு கூடிய சிறந்த கணக்குப்பதிவு நெறிமுறைகளுக்கான கோரிக்கை, வெறும் ஆய்வுப் புலம் சார்ந்ததாக மட்டுமே அல்லாமல், ஓர் அரசியல்தேவையாகவும் உள்ளது. இதற்கு விளக்கம் தருகிறேன்: சாலைகள், இருப்புப்பாதைகள், மருத்துவமனைகள், பள்ளிகள் என அத்தியாவசிய, சமூக உட்கட்டமைப்புகளில் முதலீடு செய்யும் அரசாங்கத்தைக் கொண்ட இந்தியா மாதிரியான நாடுகளில், சரியான, காலதாமதமற்ற தரவுகள், அரசின் சேவைகள் (மகாத்மா காந்தி ஊரக வேலைவாய்ப்பு உறுதித் திட்டம் போன்ற பகுதிநிலை வேலையின்மை காப்பீட்டுத் திட்டங்களாகட்டும், ஓய்வூதியங்களாகட்டும், அல்லது நியாயவிலைக் கடைகளாகட்டும்) சிறப்பாகச் சென்றடைவதற்கும், நலத் திட்டப் பயனாளர்களைக் கண்டறிந்து தனிக்கவனம் செலுத்துவதற்கும் வழிவகுக்கின்றன. எனினும், நல்ல கணக்குப்பதிவால் மட்டும் நல்ல கொள்கைத் திட்டங்கள் கட்டாயமாகக் கிடைத்துவிடும் என்பது கிடையாது.

துறைகளுக்கிடையிலான உறவுகள்

பொருளாதாரத்தைக் கருத்தாக்கம் செய்யும் மூன்று வழிகளில் இரண்டாவது, அதனைப் பிணைப்புகள் மிகுந்த அமைப்புமுறையாகக் கருதுவதாகும். ‘டப்ளீக் எகனாமிகே–வின்’ (1765) ஆசிரியரான குவெனே, பெட்டியின் பொருளாதாரத்தைச் செப்பனிட்டு, வேளாண்துறைக்கும், ஐரோப்பாவில் அன்றைய நாளில் தோன்றி வளர்ந்து வந்த தொழில் துறைக்கும் இடையேயான உறவுகளை ஆராய்ந்தார். பொருளாதாரத்தைப் பல துறைகள் இணைந்த ஒன்றாகக் காணும் கருத்தாக்கத்தின் கருவில் இருப்பது சார்பிணைப்பு என்னும் கருத்து. அதாவது, பொருளாதாரத்தில் எந்தவொரு துறையும்–அது வேளாண்மையோ அல்லது உற்பத்தித் தொழிலோ–தனித்து இயங்க வல்லது கிடையாது; ஆகவே, அமைப்புரீதியாகத் துறைகள் அனைத்தும் ஒன்றோடொன்று சார்ந்து இணைந்தவையே. உற்பத்தித்தொழிலிலிருந்து கிடைக்கும் கருவிகளும் பொறிகளும் வேளாண்தொழிலுக்குத் தேவைப்படுகிறது; வேளாண் தொழிலிலிருந்து கிடைக்கும் உணவு (தானியங்கள்) உற்பத்தித் தொழிலுக்குத் தேவைப்படுகிறது. துறைகளுக்கிடையிலான உறவுகளைக் குவெனேயின் வரைப்பட விவரணைகள் வெளிப்படையாகக் காட்டியதை அடுத்து, 1867இல் வெளியான காரல் மார்க்சின் ‘மூலதனம்’ நூலின் முதல்தொகுதியில் இந்தச் சிந்தனை மீண்டும் பொருளியலுக்கு வருகை தந்தது. குவெனேவின் ஆய்வுப்பணிகள் குறித்து அறிந்துவைத்திருந்தார் மார்க்ஸ். மார்க்ஸ், தன் ‘மூலதனம்’ நூலின் இரண்டாம் தொகுதியில்,

பொருளாதாரத்தை இரண்டு துறைகளாகப் பிரித்தார்: துறை *I* நுகர்வுப் பொருட்களையும், துறை *II* முதலீட்டுப் பொருட்களையும் உற்பத்தி செய்தன. துறைகள் *I, II* ஆகியவற்றுக்கிடையில்–அல்லது முதலீட்டு மற்றும் நுகர்வுப் பொருட்களுக்கிடையில் உள்ள சார்பிணைப்புகளை மார்க்ஸின் எழுத்துகள் வெளிப்படையாகவே முன்வைத்தன. அரைநூற்றாண்டுக் காலத்திற்குப் பிறகு, 1936ஆம் ஆண்டில், நுகர்வு, முதலீடு ஆகிய சொற்றொடர் களைத் தனது 'த ஜெனரல் தியரி ஆஃப் எம்ப்ளாய்மெண்ட், இண்ட்ரெஸ்ட் அண்ட் மனி' என்ற நூலில் பயன்படுத்துகிறார் கேயின்ஸ்; முதல் இயலில் குறிப்பிட்டதுபோல், அன்றைய பொருளாதாரச் சிந்தனையில் புரட்சிகரமான செல்வாக்கைக் கொண்டிருந்தது அந்நூல். பொருளாதாரத்தில் நிலவும் சார்பிணைப்பினை நன்குணர்ந்திருந்த கேயின்ஸ், முதலீடு என்பது நுகர்வைச் சாராதது என்று நம்பிக்கொண்டிருந்த (விளிம்புநிலைவாதப்) பொருளியலாளர்களுக்குப் பதில் கூறும் வகையில், "மூலதனம் என்பது நுகர்விலிருந்து தனிப்பட்டிருக்கும் தற்சார்புப் பொருளல்ல" (ப. 106) என்ற நுட்பமான வாக்கியத்தை எழுதியிருந்தார். கேயின்ஸின் 'ஜெனரல் தியரி'க்கு வெகு முன்னதாகவே பேரியல் பொருளாதாரச் சிந்தனை தோன்றியிருந்ததென்பதை, குவெனே, மார்க்ஸ் ஆகியோரின் பொருளியல் சிந்தனை குறித்த இச்சுருக்கமான வரலாற்றிலிருந்து தெரிந்துகொள்ளலாம். அத்தோடு, குவெனே, மார்க்ஸ், கேயின்ஸ் ஆகியோர் இடையே இருந்த கருத்து ஒற்றுமையையும் இது விளக்குகிறது.

கேயின்ஸ் வாழ்ந்த அதே காலகட்டத்தில், 1930களில், ருஷ்ய–அமெரிக்கப் பொருளியலாளரான வஸ்ஸிலி லியாண்டிஃப், 'உள்ளீட்டு–வெளியீட்டுக் கட்டமைப்பு' என்று தற்போது அறியப்படும் கருத்தாக்கத்தின் மீது பணியாற்றிவந்தார்; பொருளாதாரத்தில் உள்ள துறைகள் அல்லது தொழில்களுக்கு இடையிலான பிணைப்புறவுகளை ஆராய்வதற்கு இக்கட்டமைப்பு/நெறிமுறையைப் பயன்படுத்தலாம். அதன் பெயர் உணர்த்துவது போல, ஒரு பொருளாதார அமைப்பின் உள்ளீடுகளுக்கும் வெளியீடுகளுக்கும் இடையிலிருக்கும் உறவுகளை இந்தக் கட்டமைப்பு காட்டுகிறது. பொருளாதாரத்தைப் பிணைப்புகள் நிறைந்த ஓர் அமைப்புமுறையாக இந்த அட்டவணை சித்திரிக்கிறது; எனவே, இந்த உள்ளீட்டு–வெளியீட்டு அட்டவணையை மேலோட்டமாகப் பார்வையிடுவதும் கூட அறிவுப்பயனுள்ளதாக இருக்கும். இந்தக் கருத்து மிகவும் கண்கூடான ஒன்றாகத் தோன்றினாலும், பல பொருளாதார விவாதங்களில் இது வெளிப்படையாக இடம்பெறுவதில்லை. குறிப்பாக, முக்கியமான (முதன்மைத் துறையைப் போன்ற) துறையொன்றில் ஏற்படும் அதிர்வுகள், ஏனைய துறைகளை நேரடியாகவும் மறைமுகமாகவும் தாக்கக்கூடும் என்பதை நமக்கு இது எடுத்துரைக்கிறது.

உள்ளீட்டு–வெளியீட்டுப் பரிவர்த்தனை அட்டவணைகளை ஐந்தாண்டுகளுக்கு ஒரு முறை இந்திய அரசு தொகுத்து வெளியிடு கிறது. இந்தியாவில், தேசியக் கணக்குப் புள்ளியியலோடு இயைந்த அட்டவணையை மத்திய புள்ளியியல் நிறுவனம் முதன்முதலாக 1978ஆம் ஆண்டு வெளியிட்டது. 2007–08ஆம் ஆண்டிற்கான துறைகளுக்கிடையிலான உறவுகளைக் காட்டுகிறது அட்டவணை 2.1.

அட்டவணை 2.1

இந்தியப் பேரியல் பொருளாதாரத்தில் துறைகளுக்கிடையிலான உறவுகள்

துறை / பண்டங்கள்	முதன்மை	இரண்டாம் நிலை	மூன்றாம் நிலை	இதர	இடைநிலை நுகர்மானம்	இறுதி நுகர்மானம்	மொத்தம் (மொத்தத் துறைவாரி வெளி யீட்டில் விகிக்கும் %)
முதன்மை	*17%*	*51%*	*5%*	*0.1%*	*73.6%*	*26.4%*	*100%*
இரண்டாம் நிலை	*2.4%*	*40%*	*7.2%*	*2%*	*51.8%*	*48.2%*	*100%*
மூன்றாம் நிலை	*4.9%*	*31.6%*	*11.3%*	*3.4%*	*51.2%*	*48.8%*	*100%*
இதர	*1.4%*	*16.3%*	*6.3%*	*6.8%*	*30.8%*	*69.2%*	*100%*

ஆதாரம்: Input–Output Transactions Table 2007–08, அத்தியாயம் 3, அட்டவணை 3.3, புள்ளியியல் மற்றும் திட்டச் செயலாக்கத் துறை (Ministry of Statistics and Programme Implementation–MOSPI), இந்திய அரசு.

பயிர்கள், கால்நடைகள், மீன்கள் ஆகியவை, முதன்மைத் துறையின் வெளியீடுகளில் அடக்கம். சர்க்கரை, ஜவுளி, காலணிகள், அச்சு ஊடகம், பூச்சிக்கொல்லிகள், காரை, பொறிக்கருவிகள் முதலியன இரண்டாம்நிலைத் துறையின் வெளியீடுகள். வணிகம், உணவகங்கள், போக்குவரத்து, தொலைத் தொடர்பு ஆகியவை, மூன்றாம் நிலைத் துறையின் வெளியீடுகள். நிதி மற்றும் நில–மனை நிலைச்சொத்து சேவைகள் ஆகியவை, 'இதர' வகையில் அடங்குவன. இரண்டாம்நிலை மற்றும் மூன்றாம்நிலைத் துறைகள் இரண்டிற்குமான இறுதி நுகர்வு விகிதம் 50 விழுக்காட்டினை ஒட்டியதாக உள்ளது. அதுவே வேளாண்மையிலோ, 25 விழுக்காட்டிற்குச் சற்று அதிகமாக உள்ளது. 'இதர' வகையைச் சேர்ந்த துறையில், இறுதி நுகர்வானது தொகைவெளியீட்டில் 70 விழுக்காட்டை ஒட்டியதாக உள்ளது. அட்டவணையில் பதிவீடுகளை/கட்டங்களை இடமிருந்து வலமாகச் சரிந்த வாக்கில் பார்த்தால், அந்தந்தத் துறைகளின் அகப் பயன்பாட்டின் விகிதம் கிடைக்கும். உதாரணமாக, இரண்டாம்நிலைத் துறையின் வெளியீடுகளில் 40% அதே துறையின் உள்ளீடுகளுக்காகப் பயன்படுத்தப்படுகின்றன. தன் சொந்த வெளியீட்டை மிகவும் குறைவாகப் பயன்படுத்தும் துறை 'இதர' வகையைச் சேர்ந்த துறையாகும் (6.8%). முதன்மைத் துறை வெளியீடுகளில் 56 விழுக்காடு (51 விழுக்காடு + 5 விழுக்காடு + 0.1 விழுக்காடு) ஏனைய துறைகளால் பயன்படுத்தப்படுகிறது; அதே நேரம், இரண்டாம்நிலைத்துறையின் வெளீயீட்டில் வெறும் 11 விழுக்காட்டை ஒட்டி (2.4% + 7.2% + 2%) ஏனைய துறைகளால் பயன்படுத்தப்படுகிறது. ஒட்டுமொத்த அளவில் தன் உள்ளீடுகளுக்காகப் பெரும்பாலும் தன்னையே சார்ந்திருக்கும் துறை இரண்டாம் நிலைத் துறை ஆகும். இந்நிலையில், சுற்றுச்சூழல் பேரிடர் காரணமாக முதன்மைத் துறையின் தொகைவெளியீடுகள் பாதிக்குப் பாதி குறைந்துவிட்டால் என்னவாகும்

என்று நினைக்கிறீர்கள்? மேலும், பொருளாதாரம் மொத்தத்திற்குமாக இது ஏற்படுத்தும் பாதிப்பையும் கண்டறியுங்கள்.

துறைகளுக்கிடையிலான நிதிப் போக்குவரத்து

பொருளாதாரமானது, பணப் போக்குவரத்துகள் மிகுந்த அமைப்பு என்பதே, இந்தப் பகுதி முன்வைக்கும் பொருளாதாரக் கருத்தாக்கங்களில் மூன்றாவதும் இறுதியானதுமாகும். பொருளாதாரத்தை, பணப் போக்குவரத்துகள் நிரம்பிய அமைப்பாகக் காணும் கருத்தாக்கமானது, பொருளாதாரத்தை (பண்டப்) போக்குவரத்துகளின் வலைப்பின்னலாகக் காணும் கருத்தாக்கத்தை ஒத்தது என்பதை, 2.4ஆவது பகுதியை எட்டும்போது காண்பீர்கள். பண்டங்களும் பணமும் பொருளாதாரத்தில் புழங்குகின்றன என்கிற கருத்து, குவெனேவின் முக்கிய முந்தையவரான ரிச்சார்ட் கேண்டிலானின் 'எஸ்ஸே ஆன் த நேச்சர் ஆஃப் ட்ரேட் இன் ஜெனரல்' நூலில் இடம்பெறுகிறது:

> எப்படி இருந்தாலும், குடியிருப்பவர் ஒருவரின் பிழைப்பு வழிவகைகளை ஆராய்ந்து, அவற்றின் தோற்றுவாயைக் கண்டறிய முனைந்தால், அவை உரிமையாளருக்குச் சொந்தமான நிலத்திலிருந்துதான் பிறக்கின்றன என்பதே முடிவாகத் தெரியவரும்... (ப. 22).

நிலம் உள்ளவர்கள், நிலம் இல்லாதவர்கள் என்று பொருளாதாரத்தைப் பகுக்கிறார் கேண்டிலான். தம்முடைய பிழைப்பிற்காகப் பின்னையவர்கள் முன்னையவர்களைச் சார்ந்திருக்கிறார்கள்; வேளாண்மிகைப்பொருளே அவர்களது பிழைப்பிற்கான ஆதாரம். மருத்துவர்களும் பொருளியலாளர்களுமான பெட்டியும் குவெனேயும், பொருளாதாரத்தை ஒரு சுற்றோட்டமாகக் கருதினார்கள் என்பதும், வேளாண்மை மிகைப்பொருளை அதன் பிறப்பூற்றாகக் கருதினார்கள் என்பதும் தற்செயலானதன்று. உடலில் இரத்தம் ஊறுகிறது, இதயம் அதன் ஆதாரமாக இருக்கிறது என்ற கருத்தே, அரசியற்குடியின் உடலில் (*Body politik*) பண்டங்களும் பணமும் ஊறுவது (புழங்குவது) போன்ற கருத்திற்கு அடித்தளமாக இருந்திருக்கிறது.

இருபதாம் நூற்றாண்டில் பொருளாதாரத்தைப் பணப் போக்குவரத்துகள் பாய்கின்ற அமைப்பாகக் கருத்தாக்கம் செய்த பெருமை மாரிஸ் கோப்லாண்டைச் சேரும். கேனிசிய புரட்சிக்குப் பிற்காலத்தில், *தி அக்கவுண்டிங் ரெவ்யூ* இதழில் 'சோஷியல் அக்கவுண்டிங் ஃபார் மனி ஃப்லோஸ்' என்ற புகழ்பெற்ற கட்டுரையை 1949ஆம் ஆண்டு வெளியிட்டார் கோப்லாண்ட். உள்ளீட்டு–வெளியீட்டு அட்டவணையானது, பொருளாதாரத்தில் பண்டப் போக்குவரத்தின் சித்திரிப்பென்றால், கோப்லாண்டின் நிதிப் போக்குவரத்தானது, பொருளாதாரத்தில் பணத்தின் போக்குவரத்தைச் சித்திரிப்பதாகும். அவர் சொல்வது:

> பொருளாதாரச் செயற்பாடுகளை ஒருங்கிணைப்பதில் பணப்போக்குவரத்துகள் முக்கியப் பாத்திரம் வகிக்கும் பணவியல் பொருளாதாரத்தில் வாழ்கிறோம்; எனவே, பணப்

போக்குவரத்துகளைச் சிறப்பாகப் புரிந்துகொள்வதென்பது, வேலைநிறைவைத் தக்கவைத்துக் கொள்வதிலுள்ள சிக்கல்கள் குறித்த மேம்பட்ட புரிதலை அடைய உதவ வேண்டும். (ப. 245)

'பணவியல் உற்பத்திப் பொருளாதாரம்' என்பதே கேயின்ஸின் ஆய்வுப் பொருள் என்பதை நினைவுகூருங்கள். மேலும், வேலையின்மைக்குக் காரணம், தொகைவேண்டலில்–அதாவது, நுகர்விலும் முதலீட்டிலும் அரசும் தனியார்த்துறையும் மேற்கொள்ளும் தொகைச்செலவினத்தில் உள்ள பற்றாக்குறையே என்றும், அதற்கான தீர்வு அரசாங்கச் செலவினத்தைப் பெருக்குவதே என்றும் கேயின்ஸ் ஏற்கெனவே கண்டறிந்து கூறியிருந்தார் (இது குறித்த விளக்கமான உரைக்கு 4.2 ஆவது பகுதியைக் காண்க). பேரியல் பொருளாதாரத்தை மேலும் நன்றாகப் புரிந்துகொள்வதற்காக, பணப்போக்குவரத்துகளைப் பதிவு செய்யும் மேம்பட்ட கணக்குப்பதிவுக் கட்டமைப்பை வழங்குவதும், அதன் வாயிலாக வேலையின்மைச் சிக்கலைச் சமாளிக்கத் தலைசிறந்த கொள்கைத் திட்டங்களை வகுக்க வழிசெய்வதுமே கோப்லாண்டின் நோக்கமாக இருந்தது (இயல் 3இல் விளக்கமான உரையைக் காண்க).

இந்தியப் பொருளாதாரத்திற்கான பணப் போக்குவரத்து அறிக்கைகளை 1964ஆம் ஆண்டு முதல் வெளியிட்டுவருகிறது ரிசர்வ் வங்கி. உள்ளீட்டு–வெளியீட்டுப் பரிவர்த்தனை அட்டவணையானது, பொருளாதாரத்தை முதன்மை, இரண்டாம்நிலை, மற்றும் மூன்றாம் நிலை துறைகளாகப் பகுப்பது போல, பணப்போக்குவரத்து அறிக்கையானது, அதே பொருளாதாரத்தை, குடித்தனங்கள், தனியார் நிறுமத் தொழில்கள், அரசு, வங்கி, மற்றும் அயல் நாட்டுத் துறைகள் என்று பிரிக்கிறது. முதன்மை, இரண்டாம்நிலை, மூன்றாம்நிலை ஆகிய துறைகளின் தொகைவெளியீட்டு மதிப்பையும், தொகைநுகர்வு, முதலீடு, அரசாங்கச் செலவினம், நிகர ஏற்றுமதிகள் ஆகியவற்றின் மதிப்பையும் தேசியக் கணக்குப் புள்ளிவிவரங்கள் தெரிவிக்கின்றன. நாணயம், வங்கி வைப்புத்தொகை, 'முதலீடுகள்' (எ.கா. ஊடுறவு நிதியங்கள் (Mutual Funds), சிறு சேமிப்புகள், மற்றும் வாழ்நாள் நிதியங்கள் (எ.கா. வாழ்நாள் காப்பீட்டுக் கழகத்தின் (LIC) காப்பீட்டுத் திட்டங்கள்)–ஆகிய நிதியக் கருவிகளின் ஊடாகவே இந்தியாவில் பணப்போக்குவரத்து நிகழ்கிறது (அட்டவணை 3.1–ஐ காண்க).

பேரியல் பொருளாதாரத்தின் கருத்தாக்கங்கள் நமது ஆய்வு நிலைப்பாட்டை– 'பேரியல்' அணுகுமுறையை–அடியொற்றி வருபவை என்பதை இப்பகுதியின் அறிமுகப் பத்தியில் சுட்டிக்காட்டினோம். தொகைவெளியீடு மற்றும் வேலைவாய்ப்பு முதலிய தொகைப் பொருளாதார மதிப்புகளைத் தீர்மானிக்கும் காரணிகளைப் புரிந்துகொள்வதற்கு, பொருளாதாரத்தின் மூன்று கருத்தாக்கங்களும் ஒன்றி உதவுகின்றன. சான்றாக, நீங்கள் இந்தப் புத்தகத்தை வாங்கும் நிகழ்வு, தேசியக் கணக்குப் புள்ளிவிவரத்தில் தொகை நுகர்வாகவும் தொகைவெளியீடாகவும், உள்ளீட்டு–வெளியீட்டு அட்டவணையில் மூன்றாம்நிலைத் துறையின் 'இறுதி நுகர்வாகவும்', நிதிப் போக்குவரத்து அறிக்கையில் குடித்தனத் துறையிலிருந்து தனியார் நிறுமத் தொழில் துறைக்கு (நாணயத்தின் வாயிலாக) நிகழும் பணப் போக்குவரத்தாகவும் இடம்பெறும். மேலும், உள்ளீட்டு–

வெளியீட்டுப் பரிவர்த்தனை அட்டவணையும், நிதிப் போக்குவரத்துகளும், பொருளாதாரம் பற்றிய ஓர் 'இடையியல்' புரிதலைப் பெறுவதற்கு உதவுகின்றன.

2.3 பொதிந்த அமைப்பாகப் பேரியல் பொருளாதாரம்

'பேரியல்' பொருளாதாரத்தைக் கருத்தாக்கம் செய்யும் மூன்று வழிகளுக்கும் சென்ற பகுதியில் வரைவடிவம் கொடுத்தோம். பொருளியலின் வரம்புகளை வலியுறுத்தி, மானுடவியல், வரலாறு, அரசியல் ஆகியவற்றைப் பொருளியல் துணைகொள்ள வேண்டிய அவசியத்தையும் கடந்த இயலில் பார்த்தோம் (பகுதி 1.3). இன்னும் பரந்துபட்ட பின்புலத்தில் இருத்தி–அதாவது, சமூகத்தில் பொதிந்தவாறு பொருளாதாரத்தை ஆராய்வதே, இப்பகுதியின் குறிக்கோளாகும். சாதியமைப்பின் காரணமாக ஏற்படும் தொழிலாளர்கள் இடம்பெயரவியலாத் தன்மையைப் பற்றி பகுதி 1.4இல் உரையாடியபோது இது குறித்து வெள்ளோட்டம் தந்திருந்தோம். எடுத்துக்காட்டாக, இமையம் அவர்களின் 'பெத்தவன்' நாவலில், கதாநாயகரின் மகள் ஒரு தலித் இளைஞனை விரும்பிய காரணத்தால், குடும்பம் அமைத்து இல்லறம் நடத்துவதை ஊர்க்காரர்களும் சாதி சார்ந்த கட்டப்பஞ்சாயத்தினரும் எதிர்த்தார்கள். சில சமயங்களில் சமுதாயப் பழக்கவழக்கங்களின் காரணமாக, குறிப்பிட்ட சில பணிகளுக்கு ஈடாகப் பணவரத்து இருக்காது; இல்லையென்றால், பணத்திற்கு ஈடான பணி ஆற்றப்படமாட்டாது. சாதிப் பேதங்களின் காரணமாக, போதிய பணத்தை அளித்தபோதிலும், தலித் மக்களும் விளிம்புநிலைச் சாதிக் குழுக்களைச் சேர்ந்தவர்களும் தாம் விரும்பிய பொருட்களையும் சேவைகளையும் பெறவியலாமல் போகலாம். இவற்றைச் 'சமனில்லாப் பரிமாற்றங்கள்' என்று பொருளியலாளர்கள் அடையாளம் கூறுகிறார்கள்; எனினும், இந்தப் பரிமாற்றங்கள் உண்மையில் முழு 'முதலாளித்துவத் தன்மை' பொருந்தியவையாக இல்லாமல், பாதி பொருளாதாரத்தன்மையும் பாதி சமூகத்தன்மையும் கொண்டவையாக இருக்கின்றன. மேலும், பொருளாதார விளைவுகளில் சமூக அல்லது சமுதாயப் பழக்கவழக்கங்களின் வலிந்த தலையீடுகளுக்கு ஆட்படுகின்றன என்கிற உண்மைக்கும் இது வலுவூட்டுகிறது.

சதாத் ஹசன் மாண்டோ, 'ராம் கிலாவன்' என்ற தனது சிறுகதையில்– கதை உரைப்பவருக்கும், அவருடைய வண்ணாரரான ராம் கிலாவனுக்கும் இடையில் நிகழும் உரையாடல்களை மையமாகக் கொண்ட அக்கதையில்– பொருளாதாரத்தின் சமூகப் பண்பை வெளிக்கொணர்கிறார். கதாநாயகரின் மனைவி (இன்றைய விளிம்புநிலைவாதப் பொருளியலாளர்களைப் போலவே), வண்ணாரன் கணக்கு வைத்துக்கொள்ளாததைப் 'பகுத்தறிவும்', நம்பகத்தன்மையும் இல்லாத செயல் என்று கருதுவது, அதற்குக் கிலாவன் தந்த பதில், ஆகியவை அடங்கிய ஒரு பத்தியை அந்தக் கதையிலிருந்து இங்கே மேற்கோள் காட்டுகிறேன்:

மாதத்திற்கு நூற்றைம்பது உருப்படிகள் சலவைக்குப் போனது. வண்ணாரனைச் சோதித்துப்பார்க்கும் விதமாக, "இந்த மாசம் அறுபது உருப்படிகள் சலவைக்குக் கொடுக்கப்பட்டது" என்றாள் என் மனைவி. "சரிங்கம்மா, நீங்க பொய் சொல்ல

மாட்டீங்க" என்றான். அறுபது உருப்படிகளுக்கான காசை என் மனைவி அவனிடம் கொடுக்க, அதை வாங்கி நெற்றியில் ஒத்திக்கொண்டு புறப்பட்டான். என் மனைவி அவனைத் தடுத்தாள். "இருங்க! இந்த மாசம் நூத்தைம்பது உருப்படி; அறுவது இல்ல. இந்தாங்க மீதிப் பணம். நா சும்மா விளையாட்டுக்குச் சொன்னேன்."

"பேகம் அம்மா, நீங்க பொய் சொல்ல மாட்டீங்கம்மா" என்று மட்டும் சொன்னான் வண்ணாரன். மீதிப் பணத்தை வாங்கி நெற்றியில் ஒத்திக்கொண்டு, "சலாம்" சொல்லிவிட்டுப் புறப்பட்டான். (ப. 94)

பொருளாதாரப் பரிவர்த்தனைகளைப் பாதிக்கக்கூடிய—சமூகத்தில் நிலவும் 'நம்பிக்கை' உணர்வைப் பற்றி மேற்கண்ட பத்தி எடுத்துரைக்கிறது. 'பெத்தவன்', 'ராம் கிலாவன்' ஆகிய இரண்டு கதைகளுமே, பொருளாதார முடிவுகளிலும் பரிவத்தனைகளிலும் இருக்கும் சமூகப்பண்பினையே சுட்டிக்காட்டுகின்றன. ஆக, சமுதாயங்களின் சமூகப் பழக்கவழக்கங்களைப் பற்றி இந்த அறிமுக அளவிலானப் புத்தகத்தில் முறையாக ஆராயாவிட்டாலும், பொருளாதாரச் சுற்றங்களைப் புரிந்து கொள்ள விரும்பும் எவருக்கும் அத்தகைய விவரங்கள் இன்றியமையாதவை. அப்படிப்பட்ட விவரங்களைத் தெரிந்துகொள்ள விரும்பினால், உள்ளூர் மொழிகளிலோ ஆங்கிலத்திலோ எழுதப்பட்டுள்ள கதைகளை வாசியுங்கள்.

அனைவருக்கும் எது சிறந்தது என்பது தங்களுக்குத் தெரியும் என்று நினைத்துக்கொண்டிருக்கும் (பொருளாதாரக்) கொள்கை வகுப்பவர்களிடம் இருக்கும் பிரச்சினைகளைச் சுட்டிக்காட்டுவதே, கடந்த இயலில் (பகுதிகள் 1.3 மற்றும் 1.4) இடம்பெற்ற சேகர், காகா ஆகியோரின் மேற்கோள்களின் நோக்கம். எந்தவொரு பொருளாதாரத் தலையீட்டையும்—சந்தை, அரசு, சமுதாயங்கள் என எதன் வாயிலாகவும் மேற்கொள்ளும் முன்னர்—ஐந்தாண்டுகள் அல்ல, ஏறத்தாழ ஓர் இருபதாண்டு கால வரைவில், பல்வேறு சாதிகள், வர்க்கங்கள் எனப் பயனாளர்களைச் சார்ந்து மட்டுமல்லாமல், இயற்கைச் சுற்றுச்சூழலைச் சார்ந்த பொருளாதார மற்றும் சமூக நன்மை—தீமைகளையும் கணக்கில் எடுத்துக்கொண்டு அப்பொருளாதாரக் கொள்கைத்திட்டத்தை மதிப்பிடுதல் மிகமிக முக்கியம். 'ஐலாண்ட்ஸ் இன் ஃப்லக்ஸ்: தி அந்தமான் அண்ட் நிகோபார் ஸ்டோரி' என்கிற தனது 2017ஆம் ஆண்டுப் புத்தகத்தில், சுற்றுச்சூழல் இதழியலாளராகிய பங்கஜ் சேக்சாரியா, அந்தமான் நிகோபார் தீவுகளில் நிகழும் தொலைநோக்கற்ற பொருளாதார விரிவாக்கத்தின் அச்சுறுத்தும் கெடு விளைவுகளைப் பற்றிக் கீழே இடம்பெறும் பத்தியில் எடுத்துரைக்கிறார்:

காடுகள் என்பவை, ஒழுங்குப்படுத்திக் குடியேறி மேம்படுத்தப்பட வேண்டிய 'தரிசு நிலங்கள்'. காடுகள் என்பவை, நெடுநீண்ட காலகட்டத்தில் படிமலர்ந்த பலதரப்பட்ட தாவர விலங்குகளின் வீடு என்பது ஒரு பொருட்டாகக் கருதப்படவில்லை. பல நூற்றாண்டுகளாகப் பழங்குடி மக்கள் இங்கு வாழ்ந்துவந்ததும், அவர்தம் உடலும் ஆவியும்

காடுகளின் பேரில்தான் பிழைத்திருக்கின்றன என்பதும் பொருட்படுத்தப்படவில்லை. . . பெரு தொழிற்பெருக்கம் என்ற நேருவியக் கனவு அழைத்தது; அதற்கு மிகையான வெட்டுமரத்தைத் தர இத்தீவின் செழித்தப் பசுமைமாறாக் காடுகள் உறுதியளித்தன. இந்திய மையநீரோட்டத்தில் கலக்கும் பொருட்டுப் பழங்குடியினரையும் நாகரிகமாக்க வேண்டியிருந்தது. ஓங்கே மக்களுக்கும், அந்தமானியர்களுக்கும், ஜாரவாக்களுக்கும் என்ன வேண்டும் என்பதைப் பற்றிப் புரிந்துகொள்வது என்ன—அதைப் பற்றி ஆராய்வது கூட கேள்வியில்லை. (ப. 4–5)

மீண்டும் சொன்னால், பொருளியலாளர்கள் என்ற முறையில், அந்தமானியர்களுக்கு எந்த வகையானப் பொருளாதார 'மேம்பாடு' வேண்டும் என்பதை நாம் எந்த அடிப்படையில் முடிவு செய்கிறோம்? அதற்கு மேலாக, பொருளாதாரம் வளரும் திறனின் மீது தீவிரமான சூழலியல் கட்டுப்பாடுகள் இருக்கின்றன. 'த கிரேட் டீரேஞ்சுமெண்ட்' என்ற தனது 2016ஆம் ஆண்டுப் புத்தகத்தில் அமிதாவ் கோஷ் ஆணித்தர மாகக் கூறுவது போல, "உலகத்திலுள்ள எல்லாக் குடும்பங்களும் இரண்டு கார்களையும், ஒரு சலவை இயந்திரத்தையும், குளிர்ப்பெட்டியையும் வைத்துக்கொள்ள முடியாது; இதற்குக் காரணம், தொழில்நுட்பத் தடைகளோ அல்லது பொருளாதாரத் தடைகளோ கிடையாது. மாறாக, அப்படி வைத்துக்கொண்டால் மனிதம் மூச்சுத் திணறிச் செத்துவிடும்" (ப. 124).

படம் 2.1:
பொதிந்தமைந்த அமைப்புமுறையாகப் பேரியல் பொருளாதாரம்

நமது பொருளாதார ஆய்வு, பரந்துவிரிந்த சமூகப் பழக்கவழக்கங் களிலும், சுற்றுச்சூழல் அமைப்பிலும் பொதிந்தவாறே மேற்கொள்ளப்பட வேண்டும் என்பது கடந்த உரையாடலிலிருந்து தெளிவாகிறது. பொருளாதாரத்தைத் தனித்த, பிரித்தெடுக்கக்கூடிய ஒன்றாகக் கோட்பாட்டுத் தேவைகளுக்காகக் கருதினாலும், அதுவும் ஓர் அருவக்கருத்து

தான் என்பதை நினைவில் கொள்ளுங்கள். சுற்றுச்சூழலிலும் சமூகத்திலும் பொருளாதாரம் பொதிந்திருப்பதை ஒரு காட்சிப்படத்தின் வாயிலாகச் சித்திரித்து இப்பகுதியை நிறைவு செய்வோம் (படம் 2.1–ஐக் காண்க).

சமூகத்திலும் சுற்றுச்சூழலிலும் பொருளாதாரத்தின் பொதிந்தமைந்த தன்மை என்பது, பொருளாதாரக் கணிப்புகளைப் பொதுப்படுத்திக்கூறும் போக்கிற்கும், அக்கணிப்புகளின் அடிப்படையில் மேற்கொள்ளப்படும் தலையீடுகளுக்கும் முட்டுக்கட்டை போடுவதாக விளங்கவேண்டும். எல்லாச் செயல்களும்–குறிப்பாகப் பணம் சார்ந்த செயல்கள் அனைத்தும் ஊக்கங்களின் அடிப்படையிலானவை கிடையாது. வேறுவிதமாகச் சொன்னால், வெவ்வேறான பண்பாட்டுப் பழக்கவழக்கங்களின் காரணமாக, 'அறம் சார்ந்த மனப்பாங்கு'களாலும் (ஸ்மித்துக்குச் சொந்தமான தொடர் இது), அமைப்பியல் கட்டுமானங்களாலும், சமுதாயங்களின் இடையே ஊக்கங்கள் மாறுபடுகின்றன. 'த தியரி ஆஃப் மாரல் செண்டிமெண்ட்ஸ்' (1759) என்ற தனது நூலில் ஸ்மித் குறிப்பிடுவது போல, நல்லறம் சார்ந்த மனப்பாங்கினை மக்கள் கொண்டிருக்கும்போது சமூகம் செழித்தோங்கு கிறது: "மனிதச் சமூகத்தில் உறுப்பினர் ஒவ்வொருவரும் மற்றவர்களின் துணையை வேண்டி நிற்பது போலவே, ஒருவரால் மற்றொருவர் தீமைகளுக்கும் ஆட்படுவார்கள். அன்பும், நன்றியும், நட்பும், மாண்பும் கொண்டு வேண்டிய தேவைகளைப் பரிமாறிக்கொள்ளும்போது, சமூகம் செழித்தோங்கி மகிழ்வுறுகிறது" (ப. 85). நேயம், அக்கறை, பரிவு, பெருந்தன்மை ஆகியவை, சமூகத்திற்கு உவந்தவை என்று ஸ்மித் கருதும் மற்ற அற மனப்பான்மைகளாம்.

இறுதியாக, (மனிதச்) சமூகத்தையும், பொருளாதாரத்தையும் தன்னில் ஒரு பகுதியாகக் கொண்ட சுற்றுச்சூழலைத் தன்னில் உள்ளடக்கியிருக்கும் மெய்யுலகத்தினை, பல்வேறு 'ஆய்வுப்புலன்'களில் கருத்தாக்கம் செய்து, கோட்பாட்டிற்கு உட்படுத்தி, ஆராய்ந்து, ஆவணப்படுத்தலாம்; அவற்றில் பொருளியலும் ஒரு வழி. பேரியல் பொருளாதாரத்தைக் கற்கும்போது, சமுதாயப் பழக்கவழக்கங்களையும், 'அறம் சார்நத மனப்பாங்குகளை'யும், நிறுவனம் சார்ந்த கட்டுமானங்களையும் உள்ளபடியாக எடுத்துக்கொள்கிறோம்; அதாவது, இந்த 'முற்கோள்களைப்' பேரியல் பொருளாதாரக் கோட்பாட்டின் துணையோடு விளக்கிக்கூற முயற்சிக்க மாட்டோம். துணைப்புலமான நிறுவனவியல் பொருளியலானது (Structural Economics), இந்த 'முற்கோள்களைத்' தன் ஆய்வுவிளக்கங்களில் கணிசமாகப் பதிவுசெய்கிறது என்பதை, பகுதி 1.2இலிருந்து நினைவுகூருங்கள்.

சூழலியல், மானுடவியல், இலக்கியம் முதலிய புலங்களுடன் உரையாடுவதன் வாயிலாக, பொருளியல் செழிப்படைகிறது. இருப்பினும், இவ்விடத்தில் எச்சரிக்கை ஒன்றைக் கூற வேண்டும்; மெய் நடப்புகளுக்கு நெருக்கமாகக் கோட்பாட்டை நகர்த்திடும் முயற்சியில், ஆய்வுப்புலத்தின் வரம்புகளைப் புறந்தள்ளிப் பல்துறை அணுகுமுறையை ஏற்கும் போக்குகளையும் அவ்வப்போது காணமுடிகிறது. ஒரு கருத்தாக்க மையக்கரு இல்லாவிடில், அவ்வாறான அணுகுமுறையால் பெரிய பயனேதும் இருக்காது என்பதோடு, ஆக்கப்பூர்வத்திற்குப் புறம்பாக மாறிவிடும் வாய்ப்பும் உள்ளது. இதைப் பற்றிய மேம்பட்ட புரிதலைப் பெற விரும்பினால்,

பொருளியலை உள்ளடக்கிய ஒரு பல்துறை ஆராய்ச்சியை எடுத்து, அதன் பகுப்பாய்வின் அடிப்படை அலகு என்ன, அதற்கு மையமான எடுகோள்கள் யாவை, அதன் முற்கோள்கள் என்னென்ன, அதன் மைய விளக்க முறைமைகள் யாவை என்பதையெல்லாம் கண்டறியுங்கள். இவற்றில் பெருவாரியானவை பொருளியலிலிருந்து எடுக்கப்பட்டவையா, அல்லது மற்ற துறைகளைச் சார்ந்தவையா? தொடர்புடைய தனித்துறைகள் அனைத்திலும் உள்ள அறிவாக்கங்களையெல்லாம் மிஞ்சிவிடும் கூறுகளை இதில் காணமுடிகிறதா?

2.4 போக்குவரத்துகளின் வலைப்பின்னலாகப் பேரியல் பொருளாதாரம்

பொருளாதாரத்தைக் கருத்தாக்கம் செய்யும் மூன்று வழிகளை, பகுதி 2.1இல் விவாதித்தோம். அவை, முறையே, தேசிய வருமானக் கணக்குப்பதிவியல், உள்ளீட்டு—வெளியீட்டு முறை, நிதியப் போக்குவரத்துப் பகுப்பாய்வு ஆகியன. குறிப்பாக, பின்னைய இரண்டும், பணவியல் உற்பத்திப் பொருளாதாரங்களான சமகாலப் பொருளாதாரங்களைப் புரிந்துகொள்வதற்கு ஒருசேரத் துணை புரிகின்றன. பகுதி 2.3இல், சமுதாயம் குறித்த பொருளியலாளர்களின் விருப்பங்கள், அச்சமுதாயத்தின் சொந்த விருப்பங்கள், சமூக—சூழலியல் அமைப்புமுறைகள் முன்வைக்கும் வரம்புகள்—ஆகியவற்றுக்கிடையில் மாறுபட்ட பார்வைகள் நிலவுவதோடு தொடர்புபடுத்தி, பொருளியலின் செயற்பரப்பினைச் சுட்டிக்காட்டினோம். இந்தப் பகுதியில், பண்டங்கள், பணம் ஆகியவற்றின் போக்குவரத்து வலைப்பின்னலாகப் பொருளாதாரத்தைக் காட்சிப்படுத்துவோம்.

முன்னர் குறிப்பிட்டது போல், இதன் முற்காலச் சித்திரிப்புகள் குவெனேவின் *டப்ளூ எகனாமிக்யூவில்* – உடைமை வர்க்கம் (Proprietary), வேளாண் வர்க்கம், தொழில் வர்க்கம் ஆகியவற்றினிடையே வளைந்து நெளிந்து அலைபாயும் பெருமானங்களாக இடம்பெறுகிறது. குவெனேவின் ஆய்வுப்பணியைச் சிறப்பாக அறிந்துகொள்வதற்கும் அவருடைய கருத்தாக்கத்தின் சுவையைப் பெறுவதற்கும், 1764இல் வெளியான *டப்ளூ எகனாமிக்யூவிலிருந்து* ஒரு சுருக்கவுரையை இங்கே முன்வைக்கிறேன்:

> *(உற்பத்தி) வர்க்கத்தின் கைக்குக் கிடைத்த 300 லிவர்கள் என்னும் வருவாயின் ஒரு பாதி, கம்மியரால் தன் உயிர்பிழைப்பின் தேவைகளுக்காகவும், தன் வேலைக்குத் தேவையான இடுபொருட்களுக்காகவும், அயல்நாட்டு வணிகத்திற்காகவும், வேளாண் வர்க்கத்திடமிருந்து தருவித்துக்கொள்ளும் பொருட்டு செலவிடப்படுகிறது; மற்றொரு பாதி, தற்பராமரிப்பின் நிமித்தமும், முன்பணத்தை மீள்பகிர்வு செய்துகொள்வதற்கும், (உற்பத்தி) வர்க்கத்திற்குள்ளாகவே பகிர்ந்துகொடுக்கப்படுகிறது. அதே விதத்தில், ஒரு வர்க்கத்திடமிருந்து மற்றொரு வர்க்கத்திற்குக் கைமாறும் கடைசிக் காசு வரை, உட்பிரிவின் வாயிலாகவே இதன் புழக்கமும் இடைப் பகிர்மானமும் ஒருங்கமைந்து நிகழும். (ப. ii–iii)*

'பேரியல்' பொருளாதாரத்தை ('இடையியல் பொருளாதாரத்தையும் கூட) ஆராய்வதற்கு, துறைவாரிப் போக்குவரத்துகளை ஆய்ந்தறிவது

அவசியம் என்பது, குவெனேவின் கருத்தாக்கத்திலிருந்து தெளிவாகிறது. இந்தத் துறைகளானவை, உள்ளீட்டு வெளியீட்டுப் பரிவர்த்தனை அட்டவணையில் உள்ளதுபோல், வேளாண்மை, உற்பத்தி மற்றும் சேவைகள் என்றோ, அல்லது நிதியப் போக்குவரத்து அறிக்கையில் உள்ளது போல், குடித்தனங்கள், தனியார் நிறுமத் தொழில்கள் மற்றும் அரசு என்பதாகவோ இருக்கலாம்.

குவெனேயின் காலத்திற்கு 100 ஆண்டுகளுக்குப் பிறகு எழுதும் மார்க்ஸ், பண்டங்கள் மற்றும் பணப் போக்குவரத்துகளின் காட்சியைக் கொண்டிருந்தார்; அதுவே M–C–C′–M′ என்பதாகும். முதலாளித்துவச் சமூகமொன்றில், உற்பத்திச்சாதனங்களின் உரிமையாளர்களான முதலாளிகள், பண்டங்களுக்காகப் (C) பணத்தைப் (M) பரிமாற்றிக் கொள்கிறார்கள். உழைப்பாளர்களை வேலையில் அமர்த்துவதனால் C–இன் மதிப்பு C′–ஆக உயர்கிறது; C′–க்கும் C–க்கும் இடையிலான வேறுபாட்டிற்குக் காரணம், உழைப்பாளர்களின் மதிப்புக் கூட்டல் செயல்முறை ஆகும். C′ முழுமையாகச் சந்தையில் விற்றுப்போனால் (அதாவது, பணத்திற்குக் கைம்மாறினால்), M′ என்ற தொகையை–அதாவது, M–ஐ விட அதிகமான ஒரு பணத்தொகையை–முதலாளிகள் பெறுவார்கள். மேற்கண்ட “மூலதனத்துக்கான பொதுச் சூத்திர”த்தில் (மார்க்ஸ் இட்ட பெயர்) மூன்று கட்டங்களை அடையாளம் காண முடிகிறது. M–C எனப்படுவது முதலீட்டுக் கட்டம்; மதிப்பு கூட்டல் நிகழும் கட்டமான C–C′ எனப்படுவது உற்பத்திக் கட்டம்; C′–M′ எனப்படுவது நுகர்வுக் கட்டம் (அல்லது விற்பனை/பரிமாற்றக் கட்டம்). ஒருவேளை விற்பனைக் கட்டத்தில் இடையூறுகள் ஏற்பட்டால், முதலாளிகள் தம்முடைய முன்பணத்தையோ முதலீட்டையோ திரும்பப் பெற முடியாமல்போவதோடு, பொருளாதாரத்தின் சுற்றோட்டமும் இடைமறித்துப் போகிறது. வேறுவிதமாகச் சொன்னால், போதிய அளவில் விற்பனை நிகழாமல்போகும் நிலையில், போதாக்குறையான அளவில் ஆதாயம் ஈட்டப்பட்டு, தொகைவெளியீடும் சுருங்கிப்போகும் (கருத்தாக்கத்தின்படி இது சுற்றோட்டம் சுருங்கிப்போவதற்குச் சமம்).

ஏறத்தாழ இன்னொரு நூற்றாண்டிற்குப் பின்னர், பியரோ ஸ்ராஃபா, தன்னுடைய 1960ஆம் ஆண்டு நூலான ‘ப்ரொடக்ஷன் ஆஃப் கமாடிட்டீஸ் பை மீன்ஸ் ஆஃப் கம்மாடிட்டீஸ்’–இல், “உற்பத்தி மற்றும் நுகர்வு ஆகியவற்றின் ஒழுங்கமைப்பினை, ஒரு சுழற்சி நிகழ்முறையாகச் சித்திரிக்கும் மூலப் படத்தை” (ப. 93) தீட்டியதற்காகக் குவெனேவின் டப்ளூ எக்கனாமிக்யூ–வைப் பாராட்டுகிறார். ஸ்மித், ரிகார்டோ முதலியோரின் செவ்வியல் மரபினைப் பின்பற்றிய சமகால ஆராய்ச்சி, செவ்வியல் அரசியல் பொருளாதாரத்தை மீட்டு உயிர்ப்பித்துத்தந்த ஸ்ராஃபாவின் புத்தகத்திற்குக் கடன்பட்டுள்ளது. குவெனே, மார்க்ஸ், ஸ்ராஃபா ஆகியோரின் படைப்புகளில், பொருளாதாரத்தை ஆராயும் ‘இடையியல்’ அணுகுமுறைகளையும் காண்கிறோம்.

இந்தியப் பேரியல் பொருளாதாரம் குறித்த நமது கருத்தாக்கத்தில் இடம்பெறும் முக்கியத் துறைகளைப் பட்டியலிட இதுவே நேரம். பண்டம், பணம் ஆகியவற்றின் போக்குவரத்துகளை ஆய்ந்தறியும் வகையில், பொருளாதாரத்தை–எடுத்துக்காட்டாக, இந்தியப் பொருளாதாரத்தை–

குடித்தனங்கள், நிதிசாராத் தொழில்கள், நிதிசார் தொழில்கள், அரசு, புறவுலகம் (Rest of the World) என்று ஐந்து துறைகளாகப் பிரித்துக் கொள்கிறோம். பண்டம், பணம் ஆகியவற்றின் துறைவாரியான போக்குவரத்துகளைப் பற்றிய வரைபடத்தை முன்வைப்பதற்கு முன்னதாக, ஒன்றைக் குறித்துத் தங்களிடம் நினைவுபடுத்துகிறேன்: இந்தப் பரிவர்த்தனைகள்/போக்குவரத்துகள் பெரும்பாலும் இந்தியாவின் புவியியல் பரப்பிற்குள்ளாகவே நிகழ்பவை என்றாலும், இந்த நிலப்பரப்பானது ஒரே சீரானது கிடையாது; 15 வேளாண் மண்டலங்களையும், மண்வகை, தட்பவெட்பநிலை, பயிரிடும் முறைகள், நிலத்திணைகள் அடிப்படையில் மேற்கொண்டு பிரிக்கப்பட்ட பிராந்தியங்களையும் உள்ளடக்கியதாகும். இருப்பினும், ஏதோ திட்பமான ஒருபடித்தான உருவம் படைத்ததுபோல் இந்தியப் பொருளாதாரம் என்னும் பேருருவத்தைப் பற்றி நாள்தோறும்

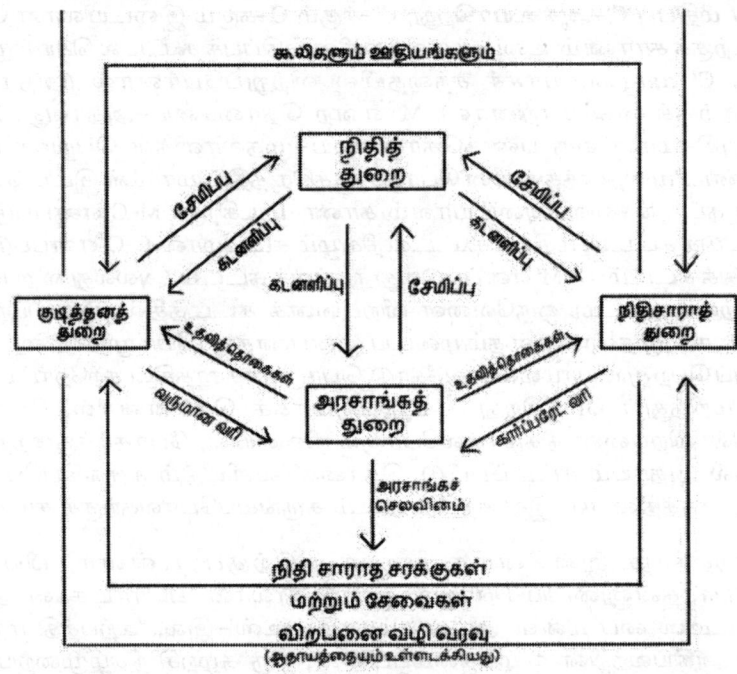

படம் 2.2:
பேரியல் பொருளாதாரத்தில் பண்ட மற்றும் பணப் போக்குவரத்துகள்

பேசிக்கொண்டிருக்கிறோம். பார்வைக்கு எளிதாக இருக்கும் என்பதற்காக, புறவுலகத் துறையை நம் படத்திலிருந்து ஒதுக்கிவிடுகிறோம் (படம் 2.2).

நாம் காட்சிப்படுத்தியுள்ள படமும், குவெனே மற்றும் மார்க்ஸ் ஆகியோரின் சுழற்சிப் பாய்ச்சல் கருத்தோடு ஒத்திருப்பதை உங்களில் சிலர் அடையாளம் கண்டிருப்பீர்கள். இந்தப் படம் பெரும்பாலும் எளிதாகவே இருந்தாலும், சற்று விளக்கம் கொடுப்பது அவசியமாகிறது.

முதலாளித்துவச் சமூகங்களில் ஒரு பண்டமாக விளங்கும் உழைப்பை, கூலிக்கும் ஊதியத்திற்கும் கைம்மாறாக அரசாங்கத்திடமும், நிதி சாரா

மற்றும் நிதிசாரும் துறைகளிடமும் குடித்தனத் துறை வழங்குகிறது. குழப்பங்களைத் தவிர்க்கும் நோக்கில், குடித்தனத் துறைக்கும் நிதிசாராத் துறைக்கும் இடையிலான போக்குவரத்தை மட்டுமே படம் 2.2 காட்டுகிறது. நிதிசாரா நிறுமங்களானவை, நடப்புக் காலத்திலும் வருங்காலத்திலும் தொகை வேண்டலைப் பற்றிய தம் மதிப்பீடுகளின் அடிப்படையில், தமது முதலீட்டின் அளவுகளை (உற்பத்தியின் அளவுகளையும்) முடிவு செய்கின்றன. பேரியல் பொருளாதாரத்தின் பின்புலத்தில் பார்த்தால், முதலீடு என்பது, மூலதன இருப்பை அதிகரிக்கச் செய்யும் நடவடிக்கைகளையே குறிக்கும்; இதில், நிதிக் கருவிகளிலும் ஊடுறவு நிதியத்திலும் 'முதலீடு' செய்யப்படும் பணம் சேராது. அத்தகைய பொருளாதாரப் பரிவர்த்தனைகள், மூலதன இருப்பில் சேராதவை என்பதே இதற்குக் காரணமாகும் (நிதிச் சேவைகளின் வளர்ச்சியைப் பற்றி பகுதி 5.3இல் காணும்போது இதைப் பற்றி மேலும் விளக்கிக் கூறுவோம்). இன்னும் நுணுக்கமாகச் சொன்னால், எஃகு இருப்பின் டன் அளவு, உணவு சேமிப்புக் கிடங்குகள், நெடுஞ்சாலைகளின் நிலப்பரப்பு, உலைகள், காற்றாலைகள், இழுவண்டிகள், மின்வடங்கள், கணினிகள் முதலிய திட்ப உற்பத்திச் சாதனங்களில்/மூலதனத்தில் (Physical means of production/capital) கூட்டல்களைக் குறிப்பதே முதலீடு ஆகும். முதலீட்டிற்கான நிதிகளில் ஒரு பகுதி அகத்தோற்றுவாய்களிலிருந்தும் (முக்கியமாக, இருத்திய வருமானங்கள்–அதாவது, மறுமுதலீட்டிற்காக ஆதாயத்திலிருந்து 'இருத்தி' வைக்கப்பட்ட தொகை), ஒரு பகுதி புறத்தோற்றுவாய்களிலிருந்தும் கிடைக்கும். (எனினும், நாம் அக நிதித் தோற்றுவாய்களைப் பற்றி பகுதி 2.2இல் குறிப்பிடவில்லை). இந்தப் புறத்தோற்றுவாய்களானவை, வங்கி முதலிய நிதித்துறையிலிருந்து பெறப்படும் கடன்களாகவோ, கடன் பத்திரம் வெளியிடுதல், தொடக்கநிலை பொதுஅளிப்பின் (Initial Public Offering) மூலம் பங்குமுதல் வெளியிடுதல் முதலிய வழிகளில் நிதியைத் திரட்டுவதாகவோ இருக்கலாம். நிதிசாரா நிறுமங்கள், நிதிசாரும் நிறுமங்கள் (வங்கிகள் உட்பட)–என இரண்டுமே, நெறிநுட்ப விலைவிதிப்பு (Strategic Pricing), ஆராய்ச்சி மற்றும் மேம்பாடு, மற்றும்/அல்லது விற்பனைப் பெருக்கம் முதலிய வழிகளில் தங்களுடைய ஆதாயத்தைப் பெருக்குவதிலேயே ஆர்வம் கொண்டிருக்கின்றன. பண்டங்களும் சேவைகளும் திட்டமிட்டவாறு விற்பனையானால், நிதிசாராத் துறையிலும் நிதிசாரும் துறைகளிலுமுள்ள நிறுமங்கள், தாம் எதிர்பார்த்த ஆதாயங்களைப் பெற்றதாகக் கூறப்படும். நிதிசாராதவை, நிதிசார்ந்தவை ஆகிய துறைகளைப் போல, அரசாங்கம் என்பது ஆதாயத்தைப் பெருக்க முனைவதில்லை; கல்வி, சுகாதாரம், சாலைவசதிகள், பாதுகாப்பு, பூங்காக்கள், தெருவிளக்குகள் போன்ற பொதுச் சேவைகளை வழங்குகிறது. குடித்தனங்களிடமிருந்தும் (வருமானவரி வாயிலாக நேரடியாகவோ, அல்லது சரக்குகள் மற்றும் சேவைகள் வரி வாயிலாக மறைமுகமாகவோ) நிறுமங்களிடமிருந்தும் (நிறும வரிவிதிப்பின் வாயிலாக நேரடியாக) வசூலிக்கப்படும் வருவாயிலிருந்து இவற்றுக்கான செலவில் ஒரு பகுதி பெறப்படுகிறது. நித்துறையில் உள்ள நிறுமங்கள், உபரிப் பணம் இருப்பவர்களுக்கும் முதலீடு அல்லது நுகர்வுத் தேவைகளுக்காகப் பணம் வேண்டுவோருக்கும் இடையில் ஊடாடிச் செய்வதன் வாயிலாக ஆதாயம் ஈட்டுகின்றன. கால வைப்புத்தொகை, பங்குகள், ஊடுறவு நிதியங்கள், கடன் அட்டைகள் முதலியவற்றின் வாயிலாக இந்த இடையூடல் நடைபெறும்.

வங்கிகள் அளிக்கும் கடனுக்கு ஈடான வைப்புத்தொகை இல்லாமல் கடனளிக்க முடியுமா?

இப்பகுதியை நிறைவு செய்வதற்கு முன்னர், ஒரேசீரானதாக நாம் இதுவரை அனுமானித்துவந்த குடித்தனங்கள், நிறுமங்கள், அரசாங்கம் ஆகியவற்றின் அமைப்புக்கூறுகளைப் பற்றி ஒரு நிமிடம், ஒரு பத்தியில் விவாதிக்கலாம். சுயதொழிலில் ஈடுபடும் தனிநபர்கள் அனைவரையும் (எ.கா. பலசரக்கு அல்லது மளிகைக் கடை, கோழிக்கடை, முடிதிருத்தக் கடை, விவசாயக் குடும்பங்கள்) உள்ளடக்கியதே குடித்தனங்கள் என்ற துறை; ஆகையால், வேளாண் தொழிலாளர்களையும் குடித்தனத் துறை பெருமளவு உள்ளடக்கியிருக்கிறது. வழக்கமான ஊதியமுறைப் பணியாளர்களையும் கூட இது உள்ளடக்கியிருக்கிறது. இத்துறையினை, செல்வந்தர்கள் என்றும், ஏழைக் குடும்பங்கள் என்றும் மேற்கொண்டு பிரிக்கலாம். பகுதி 2.2இல் குறிப்பிட்டதைப் போல், உள்ளீட்டு–வெளியீட்டுப் பரிவர்த்தனைகளானவை, முதன்மை, இரண்டாம்நிலை, மூன்றாம்நிலை ஆகிய துறைகளுக்கு உட்பட்டும் நிகழலாம். சான்றாக, இரண்டாம் நிலைத் துறையைச் சேர்ந்த எஃகுத் தொழிலை எடுத்துக் கொள்ளுங்கள். எஃகுத் தொழிலுக்கு, அதன் பண்டங்களைக் ஏற்றிச்செல்லும் பொருட்டு, அதே இரண்டாம்நிலைத் துறையைச் சேர்ந்த போக்குவரத்துத் தொழில் வேண்டியிருக்கிறது; அப்படி ஏற்றிச்செல்லப்படும் எஃகானது, போக்குவரத்து வாகன உற்பத்திக்குச் செல்லும் எஃகைத் தருவதன் வாயிலாகப் போக்குவரத்துத் தொழிலுக்கும் மறைமுகமாக உதவுகிறது. இறுதியாக, இந்தியாவில் அரசுத்துறை என்பதை ஒரேமாதிரியாக இருப்பது போல நாம் பார்த்து வந்ததற்கு மாறாக, உள்ளாட்சி, மாநிலம் மற்றும் ஒன்றியம் என மூன்று தளங்களில் இயங்கி வருகிறது. ஆக, நுணுகமாக ஆராய்ந்துபார்த்தால், ஒருபடித்தான வகைப்பிரிவுகளாகக் கருதப்படும் குடித்தனம், நிறுவனம், அரசாங்கம் ஆகிய துறைகள், உண்மையில் பரந்த பலபடித்தான தன்மையைத் தமக்குள் மறைத்துவைத்திருக்கின்றன என்பது தெளிவாகும். குறிப்பாக, நமது நேரடிப் பொருளாதாரச் சுற்றங்களைப் புரிந்துகொள்வதற்குப் பொருளியல் கோட்பாடுகளைப் பயன்படுத்தும்போதும், கொள்கைகளை வகுக்கும் போதும், இந்தப் பலபடித்தான தன்மையினை மனதில்கொள்ள வேண்டும்.

2.5 நமது அணுகுமுறையைப் பற்றி மேற்கொண்டு ஒரு குறிப்பு

இப்புத்தகத்தில் கடைப்பிடிக்கப்பட்டிருக்கும் அணுகுமுறையைப் பற்றி பகுதி 1.4இல் விவாதித்திருந்தோம் என்றாலும், அது பொதுப்படையானதாகவே இருந்தது. கோட்பாட்டில் நுணுக்கம் முக்கியம் என்பதையும், நமது பகுப்பாய்வின் தளமானது, 'நுண்ணியல்' என்பதோ, 'இடையியல்' என்பதோ இல்லை–மாறாக, 'பேரியல்' அடிப்படையிலானது என்பதையும், நாம் ஆய்வுக்குட்படுத்தும் பொருள் போட்டிநிறை பொருளாதாரம் என்பதையும் அந்த உரையாடலின் முடிவாக எடுத்துக்கொண்டோம். பேரியல் பொருளாதாரத்தின் பல்வேறு கருத்தாக்கங்களையும் விவாதித்து முடித்த இந்த வேளையில், இப்புத்தகத்தில் பின்பற்றப்பட்டிருக்கும் அணுகுமுறையைப் பற்றி மேலும் சில கூடுதல் குறிப்புகளைத் தெரிவிப்பதற்கு

இதுவே நேரம். குறிப்பாக, நம் பொதுச் சமநிலை அணுகுமுறையில் (General Equilibrium Approach), விலைகள், சாதி, சுற்றுச்சூழல், பாலினம், நிலம் ஆகியவை வகிக்கும் பங்கினையும், இந்தியப் பேரியல் பொருளாதாரத்தைப் போன்ற ஓர் உண்மையான பேரியல் பொருளாதாரத்தைப் புரிந்துகொள்ள வேண்டுமெனில் நாம் நிகழ்த்த வேண்டிய கருத்தாக்கப் பாய்ச்சல்களையும் பற்றி விவாதிப்போம்.

பொருளாதாரம் என்பது வேலைநிறைவை நெருங்கிய நிலையில் இல்லை–என்கிற ஓர் அடிப்படை எடுகோளை இப்புத்தகம் முழுவதிலும் கடைப்பிடிப்போம். இந்தியாவின் நிலையில் உள்ளதுபோல், அமைப்பியல்ரீதியான வேலையின்மை, தகுதிசார் வேலையின்மை (Underemployment), உபரி உற்பத்தித் திறன் (அல்லது உற்பத்தி செய்யும் திறன்) ஆகியவை நிலவிவருகின்றன என்பதை இந்த எடுகோள் உணர்த்துகிறது. இதன் விளைவாக, தொகைவேண்டல் உயரும் நிலையில், தொகை விலைவாசியும் உயர வேண்டிய கட்டாயமில்லை; நிலவிவரும் கூலி வீதத்தில் பணிபுரிய விரும்பும் தொழிலாளர்கள் அதிகப்படியாக இருப்பதும், உபரியான உற்பத்தித் திறன் இருப்பதுமே இதற்குக் காரணம். எனினும், மழை இல்லாததன் காரணமாகவோ பன்னாட்டு கச்சா எண்ணெய் தேவையின் காரணமாகவோ, கோதுமை, கச்சா எண்ணெய் போன்ற மிகவும் இன்றியமையாப் பண்டங்களில் விலையேற்றம் நிகழ்ந்தால், தொகை விலைவாசி உயரும். மற்றொரு புறம், வேளாண் வழங்கல் சங்கிலியை எடுத்துக்கொள்ளுங்கள்; கடன் பெறுவது, விதை விதைப்பது, பயிரை அறுவடை செய்வது, விளைச்சலைச் சேமித்துவைப்பது, அதை உள்ளூர் வணிகர்களிடம் விற்பது, உள்ளூர் வணிகர்கள் அதைச் சில்லறை வணிகர்களிடம் விற்பது, கடைசியில் அது நுகர்வோரைச் சென்றடைவது எனச் செயற்பாடுகளின் தொடரை உள்ளடக்கியது இந்த வழங்கல் சங்கிலி. வேளாண் வழங்கல் சங்கிலியில் இடையூறுகள் ஏற்பட்டால், மற்றவை எதுவும் மாறாதிருந்தபோதிலும், பொது விலைவாசி ஏற்றமடைய வாய்ப்புள்ளது. விலைகளைப் பற்றிய நமது உரையாடலை நிறைவு செய்யும் முன்னதாக, பேரியல் பொருளாதாரத்தைப் போலவே 'பொது விலைவாசி' என்பதும் ஒரு அருவப்பட்ட கோட்பாட்டு வடிவமே என்பதைப் புரிந்துகொள்ள வேண்டும். பொது விலைவாசியை அறுதியற்ற ஒன்றாகக் கருதும் கேயின்ஸ், 'ஜெனரல் தியரி' புத்தகத்தின் த சாய்ஸ் ஆஃப் யூனிட்ஸ் இயலில், ஸ்ராஃபாவைப் போலவே, கோட்பாட்டில் நுணுக்கத்தின் முக்கியத்துவத்தைக் குறித்துப் பின்வருமாறு சுட்டிக்காட்டுகிறார்: "*பொது விலைவாசியின் கருத்தாக்கத்தில், நாம் நன்கறிந்தும் தவிர்க்கவியலாத வகையில் பொருந்தியிருக்கும் அறுதி இல்லாத தன்மை என்பது, (பொதுவிலைவாசி என்ற) இத்தொடரை, நுணுக்கமாக அமைய வேண்டிய காரணவியல் பகுப்பாய்வுக்குத் தகாதவாறு செய்கிறது*" (ப. 39). நுகர்வோர் விலைவாசிக் குறியீடு, மொத்த விற்பனை விலைவாசிக் குறியீடு போன்ற விலைவாசிக் குறியீடுகள், இந்தக் கோட்பாட்டு வடிவத்தின் புள்ளியியல் தோராயங்களே (பொது விலைவாசி, விலைக் குறியீடுகள் பற்றிய மேலும் விளக்கத்திற்கு பகுதி 8.2–ஐ காண்க). (நீங்கள் ஒருவேளை கவனித்திருக்கவில்லை எனில்: *சில சொற்களுக்கு அழுத்தம் சேர்க்கும் பொருட்டு, நான் அவற்றைச் சாய்வச்சில் எழுதுகிறேன்.*)

பொருளியலில், குறிப்பிட்ட பொருளாதார நிகழ்முறை ஒன்றை ஆய்ந்தறிவதற்கு இருவேறு அணுகுமுறைகள் உள்ளன. எடுத்துக்காட்டாக, ஒரு கிலோ கேழ்வரகின் சமநிலை விலைக்கும், அதன் அளவுக்கும் இடையில் உள்ள தொடர்பின் தன்மையை அறிந்துகொள்ளும் பொருட்டு, 'மற்றவை மாறாதிருப்ப' என்ற எடுகோளை நாம் கடைப்பிடிக்கின்றோம். அதாவது, பிற சந்தைகளில் இணை நேர்வுகளாகவோ, அல்லது ஒன்றன்பின் ஒன்றாகவோ மாற்றங்கள் ஏதும் நிகழாது என்று அனுமானித்துக்கொள்கிறோம். இதுவே ஆல்ஃபிரட் மார்ஷல் அவர்கள் விரிவுபடுத்திச் செழுமை நிலைக்கு வளர்த்தெடுத்த பகுதிநிலைச் சமநிலை அணுகுமுறை (Partial Equilibrium Approach) ஆகும். மறுபுறம் இருப்பது பொதுச் சமநிலை அணுகுமுறை; சவ்வரிசி, கோதுமை, அரிசி முதலியவற்றின் சந்தைகள், வேளாண் தொழிலாளர்களுக்கான சந்தை, வேளாண் கருவிகள் சந்தை முதற்கொண்டு, தொடர்புடைய சந்தைகள் அனைத்தையும் ஆராய்கிறது இந்த அணுகுமுறை. சந்தைகள் அனைத்தும் சமநிலையில் இருக்கும் நிலையில், பொருளாதார அமைப்புமுறையின் தன்மைகளை ஆராய்வது பொதுச் சமநிலை அணுகுமுறை ஆகும். இவற்றில் முன்னையதை 'குறுகலான' அணுகுமுறை என்றும், பின்னையதை 'நிறைவான' அணுகுமுறை என்றும் தோராயமாகக் குறிப்பிடலாம். மற்ற தொடர்புடைய மற்ற சந்தைகள்/துறைகளையும் (அனைத்தையும் கிடையாது) ஆராய வேண்டியதன் முக்கியத்துவத்தைப் பதிவுசெய்யும் 'நிறைவான' அணுகுமுறையை நாம் இப்புத்தகத்தில் கடைப்பிடிக்கிறோம்; ஆனால், ஒட்டுமொத்தச் சமநிலை என்பதன் மீதான கவனத்தைக் கைவிட்டுவிடுகிறோம். எனவே, வட்டிவீதங்கள், வேலைவாய்ப்பு, பொருளாதார வளர்ச்சி ஆகியவற்றைக் குறித்து நாம் மேற்கொள்ளும் பகுப்பாய்வில், அவற்றில் ஏற்படும் மாற்றங்களால் நம் இயற்கைச் சுற்றுச்சூழலில் ஏற்படும் தாக்கங்களைப் பற்றியும் அவ்வப்போது ஆராய்வோம்.

நம் பகுப்பாய்வுப் பொருள் என்பது போட்டிநிறை பணவியல் உற்பத்திப் பொருளாதாரமே என்பதால், இந்த ஆய்விலிருந்து பிறக்கும் முடிவுகளை இந்தியப் பொருளாதாரத்தில் மிகவும் எச்சரிக்கையுடனே 'புகுத்திப்' பயன்படுத்த வேண்டும். முதலாவதாக, கோட்பாட்டிலிருந்து பெறப்படும் கருத்துகளும் முடிவுகளும் இந்தியப் பொருளாதாரத்தையோ, கேரளப் பொருளாதாரத்தையோ, அல்லது மதனப்பள்ளியின் பொருளாதாரத்தையோ புரிந்துகொள்வதற்கு ஒரு கட்டமைப்பை மட்டுமே முன்வைக்கின்றன. ஒரு நல்ல கொள்கைத்திட்டத்தை வகுக்க, சம்பந்தப்பட்ட மக்களைப் பற்றிய அளவீடு சார்ந்ததும், தன்மைசார்ந்தது மாகிய விவரங்கள் தேவை. சான்றாக, வேளாண் பணிக்காக மக்களைத் திரட்டும் நெறிமுறைகள், மதனப்பள்ளியில் வேறாகவும், உத்தரகாசியில் வேறாகவும் இருக்கலாம். ஓரிடத்திலோ, சிறிய விவசாயிகளைக் காட்டிலும் பெரிய விவசாயிகளே வேளாண் உற்பத்தியை மேற்கொள்வதாக இருக்கலாம். முதலாவது உதாரணம் தன்மை சார்ந்ததென்பதால், அதனை அளவீடு சார்ந்த விவரங்களாகச் சுருக்கிக் கூறமுடியாது; இரண்டாவது உதாரணமோ, அளவீடுகளாகச் சுருக்கிக் கூறத்தக்க விவரங்களைத் தருகிறது. இரண்டாவதாக, கோட்பாடுகளுக்கும் புள்ளியியல் அளவீடுகளுக்கும்

இடையில் அடிக்கடி இடைவெளிகள் ஏற்படுவது உண்டு; இது, பகுதி 1.4இல் இடம்பெற்ற உரையாடலுடன் இணைசேர்ந்த வாதம் ஆகும். புள்ளியியல் அளவீடுகள் என்பவை, கோட்பாட்டு அளவீடுகளுக்கு இணையாக இருக்கவேண்டும் என்று நாம் விரும்பினாலும், நடைமுறையில் அவ்வாறு நேர்வது அரிது. கிட்டத்தட்ட எல்லா நேரங்களிலும், புள்ளியியல் அளவீடுகள் வெறும் தோராயங்களாகவே இருக்கின்றன. மேலும், புள்ளித்தரவுகளைச் சேகரிக்கும்/பதிவு செய்யும் முறைகளும் அவற்றின் தரத்தைப் பாதிக்கின்றன. சில நேரங்களில், இதன் தாக்கம் குறிப்பிடத்தக்க அளவில் இருக்காது; எனினும், அதை அப்படியே எடுத்துக்கொள்ளாமல் சோதித்தே அறிந்து கொள்ள வேண்டும். எடுத்துக்காட்டாக, சரக்கின் இருப்பினை அளந்தறியும் முறைகளான 'கடைசியாக வருவது முதலில் செல்லும்', 'முதலில் வருவது முதல் செல்லும்' ஆகியவை வெவ்வேறு முடிவுகளைத் தருகின்றன. தரவுகள், நீண்ட கேள்விப்பட்டியலின் துணையோடு சேகரிக்கப்படுகின்றன என்றால், அத்தகைய தரவின் நம்பகத்தன்மையை எப்படி மதிப்பிடுவது? மூன்றாவதாகவும், நிறைவானதுமாக, நல்ல பொருளாதாரக் கொள்கைகளை வகுக்க இயல வேண்டுமெனில், பொருளாதாரத்தின் அமைப்பியல்பைப் (இடையியல் தளத்தில்) புரிந்துகொள்ள வேண்டும்.

2.6 முடிவுரை

பொருளாதாரத்தைக் கருத்தாக்கம் செய்யும் வெவ்வேறு வழிகளை—அதாவது, தேசிய கணக்குப் புள்ளியியல், உள்ளீட்டு—வெளியீட்டுப் பரிவர்த்தனை அட்டவணை, நிதிப் போக்குவரத்துப் பகுப்பாய்வு ஆகியவற்றைப் பற்றி சிறுகுறிப்பு வரைந்தோம்; அதற்குப் பிறகு, பொருளாதாரத்தை ஓர் உருப்படியாக—அதிலும் அருவப்பட்ட ஒன்றாக, சமூகத்திலும் சுற்றுச்சூழலிலும் உள்ளார்ந்து பொதிந்திருக்கும் ஒன்றாகக் காட்சிப்படுத்தினோம். அதைத்தொடர்ந்து, பொருளாதாரத்தை, குடித்தனங்கள், நிதிசார் நிறுமங்கள், நிதி சாரா நிறுமங்கள், அரசாங்கம் என நான்கு துறைகளாகப் பிரித்தும், துறைகளுக்கிடையிலான பண்டம், பணம் ஆகியவற்றின் போக்குவரத்தைச் சுட்டிக்காட்டியும், அப்பொருளாதாரத்தின் உட்பிணைப்புகள் நிரம்பிய தன்மையை வெளிக்கொணர்ந்தோம். பொருளாதாரத்தின் பொதிந்தமைந்த தன்மை குறித்த உரையாடலை, பேரியல் பொருளாதாரத்தை மூன்று கண்ணாடிகளின் வழியாகக் கருத்தாக்கம் செய்யும் பகுதிக்கும், அதனைப் போக்குவரத்துகள் நிறைந்த வலைப்பின்னலாகக் கருத்தாக்கம் செய்யும் பகுதிக்கும் இடையில் செருகியதற்குப் பின்னால் இருக்கும் காரணம் என்னவென்று உங்களில் சிலர் சிந்தித்திருக்கலாம்; இந்த உரையாடலைத் தொடக்கத்திலோ அல்லது கடைசியிலோ எளிதாகப் பொருத்தியிருக்கலாம். இருப்பினும், எளிமையான நேர்கோட்டுவாதக் கூற்றுக்கு மாற்றாக, எண்ணத்திலும் கருத்திலும் முன்னும்பின்னுமாக நகர்தலுக்குத் தோதாக இந்த ஏற்பாடு அமைவதாக உணர்ந்தேன். கடைசிப் பகுதியோ, இப்புத்தகத்தில் நாம் கடைப்பிடிக்கும் அணுகுமுறையைப் பற்றி மேற்கொண்டு தெளிவுபடுத்தியது; மிகவும் முக்கியமாக, கோட்பாட்டைக் கொள்கைகளாக எளிதில் மாற்றிவிட முடியாது என்பதும், அவ்வாறு செய்வதைத் தவிர்க்க வேண்டும் என்பதும் சுட்டிக்காட்டப்பட்டது.

மேற்கொண்டு வாசிப்பதற்கான பரிந்துரைகள்

மொத்த உள்நாட்டு உற்பத்தி மதிப்பீடு, தனியார் முதலீடு, தொழிலாளர் சன்மானம், தனியார் சேமிப்பு முதலிய–இந்தியாவின் தேசிய பொருளாதாரக் கணக்குகளின் தன்மையையும் ஆதாரங்களையும் பற்றிய நல்ல பிடிமானத்தைப் பெற விரும்பினால், இந்திய அரசின் புள்ளியியல் மற்றும் திட்டச் செயலாக்கத்துறை அமைச்சகத்தின் புரவலில், மத்திய புள்ளியியல் நிறுவனம் 2012இல் வெளியிட்ட *National Accounts Statistics: Sources and Methods* ஆவணத்தை வாசிப்பது இன்றியமையாததாகும். இந்த ஆவணத்தை அந்த அமைச்சகத்தின் *(Ministry of Statistics and Programme Implementation)* வலைத்தளத்திலிருந்து இலவசமாகத் தரவிறக்கிக் கொள்ளலாம். எம்.ஆர். ஷலூஜாவின் 2017ஆம் ஆண்டு வெளிவந்த *Measuring India: The Nation's Statistical System* (புது டெல்லி: ஆக்ஸ்போர்டு பல்கலை. பதிப்பகம்) என்ற நூல், இந்தியாவில் அதிகாரப்பூர்வத் தரவுச் சேகரிப்பில் கடந்தகாலத்திலும் நிகழ்காலத்திலும் பின்பற்றப்பட்டுவரும் நடைமுறைகளை விவரிக்கும் ஒரு குறிப்பேடு ஆகும்.

3

பணமும் வட்டிவீதமும்

3.1 முன்னுரை

பேரியல் பொருளாதாரக் கோட்பாட்டைப் பற்றி இப்புத்தகத்தில் இடம்பெறும் மூன்று இயல்களில் இதுவே முதலாவதாகும் (4, 5 ஆகியவை மற்ற இரண்டு இயல்கள்). கருத்தாக்கம் (அல்லது கோட்பாடு), சூழல் ஆகிய இரண்டையும் ஒருங்கிணைப்பது இந்நூலின் அணுகுமுறைகளில் ஒன்று; எனவே, இந்தியாவின் நிதியியல் கட்டமைப்பு குறித்த ஒரு மேற்பார்வையுடன் இந்த இயல் தொடங்குகிறது. பேரியல் பொருளாதாரத்தைக் கருத்தாக்கம் செய்வது குறித்து, கடந்த இயல்களில் குறிப்பிட்டிருந்த மூன்று வழிமுறை களில், துறைகளைத் தழுவிய நிதிப் போக்குவரத்தின் மீது கவனம்செலுத்துவதே கோப்லண்ட் முன்னெடுத்த கருத்தாக்க மாகும். பண்ட மற்றும் பணப் போக்குவரத்துகளைப் பற்றி பகுதி 2.4இல் கண்ட வடிவாக்கம், கோப்லண்டின் கருத்தாக்கங்களோடு உடன்படுகின்றன (குறிப்பாகப் படம் 2.2–ஐக் காண்க). பணவியல் உற்பத்திப் பொருளாதாரத்தில் நிகழும் பணப் போக்குவரத்துகளைப் பற்றி–இந்திய பேரியல் பொருளாதாரத்தின் மீது சிறப்புக் கவனத்துடன் கூடிய விளக்கவுரையே இந்த இயல்.

கடந்த இயலில் இடம்பெற்ற படம் 2.2–ஐ மீண்டும் ஒருமுறை பார்வையிட்டு, பின்வரும் கேள்விகளுக்கு விடை தேடுங்கள். பொருளாதாரத்தின் பல்வேறு துறைகளுக்கு இடையில் நிகழும் பணப் போக்குவரத்துகளின் துல்லியமான வடிவம் என்ன? ஒரு குடித்தனத்தின் உறுப்பினர் என்ற முறையில், உங்களை நிதிசாரா நிறுமங்களுடன் இணைக்கும் நிதிசார்ந்த பண்டங்கள் அல்லது கருவிகள் என்னென்ன? அது

போலவே, நிதிசாரா நிறுமங்களை நிதிசார் நிறுமங்களுடன் இணைக்கும் நிதிக் கருவிகள் என்னென்ன? தங்களுடைய உழைப்பிற்குக் கைம்மாறாக, கூலிகளையும் ஊதியங்களையும் குடித்தனங்கள் எவ்வாறு பெறுகின்றன? (இந்திய ரூபாயின் இலக்கத்தில்) பணமாகவா, வங்கி வைப்புநிதிகளாகவா, நிறுமப் பங்குகளாகவா, அந்நியச் செலாவணியாகவா, அல்லது வேறேதாவது ஒரு வடிவில் பெறுகின்றனவா?

பகுதி 3.2இல் மேல் குறிப்பிட்ட கேள்விகளுக்கு விடை கண்ட பின்னர், 'பணம் என்றால் என்ன' என்பதைப் பற்றியும், வட்டிவீதங்களைப் பற்றியும் உரையாடுவதற்குச் செல்வோம். அதைத் தொடர்ந்து, இந்தியாவின் மைய வங்கியான இந்திய ரிசர்வ் வங்கியின் மீது வெளிச்சம் பாய்ச்சி, நடுவண் வங்கியின் பங்கினை விளக்குவோம். இந்தியாவுக்கும் புறவுலகிற்கும் இடையேயான பணப்போக்குவரத்தின் மீது கவனம் செலுத்தும் ஒரு பகுதியைக் கொண்டு இந்த இயலை நிறைவு செய்கிறோம்.

3.2 இந்தியாவின் நிதிக் கட்டமைப்பு

பொருளியல் என்பது, வட்டிவீதங்களையும் பணவீக்கத்தையும் போன்ற பணம் மற்றும் அதுசார்ந்த மாறிகளைப் பற்றிய ஆய்வு என்று பலரும் சரியாகவே தொடர்புபடுத்துகிறார்கள். முன்பு குறிப்பிட்டது போல், உழைப்பும் மூலதனமும் தடையின்றி இடம்பெயரும் தன்மையைக் கொண்ட பணவியல் உற்பத்திப் பொருளாதாரத்தின் பொருளாதார இயக்கங்களைப் புரிந்துகொள்வதே இந்நூலின் அணுகுமுறை. பணவியல் உற்பத்திப் பொருளாதாரமொன்றில், பொருளாதாரத்தின் ஆய்வானது பணப் போக்குவரத்தையும், அத்தோடு பண்டப்போக்குவரத்தையும் ஆராய வேண்டியது இன்றியமையாததாகும். 'பணம் என்றால் என்ன' என்ற கேள்விக்குப் பகுதி 3.3இல் விளக்கமளிப்பதற்கு முன்னதாக, இந்தியப் பொருளாதாரத்திற்குள்ளாக, நிதியின் வழங்குநர்களையும் பயனர்களையும் இணைத்துப் பணப்போகுவரத்துக்கு வழிகோலும்–அரசு, தனியார் ஆகிய இரண்டையும் சார்ந்த–நிறுமங்களைப் புரிந்து கொள்வோம். பணப்போக்குவரத்துகளின் வலைப்பின்னலை ஏற்கெனவே 2.4 ஆவது பகுதியில் வரைந்து காட்டினோம்; அதில், பொருளாதாரத்தின் நிதி இடையூடல் என்ற மிகமுக்கியப் பங்களிப்பைத் தனியார் நிதி நிறுவனங்கள் மேற்கொள்கின்றன. இந்தியர்கள் பெரும்பாலும் ஊடுறவு நிதியில் (Mutual Funds) முதலீடு செய்கிறோமா? இல்லை, நம்மில் பெரும்பாலானோர் அஞ்சல் துறை சேமிப்புக் கணக்குகளில் நம் சிறு நிதிகளைச் சேர்த்து வைத்துக்கொள்கிறோமா? நாம் பெரும்பாலும் வணிக வங்கிகளிடமிருந்து தான் கடன் வாங்குகிறோமா?

துறைகளுக்கிடையிலான நிதிப்போக்குவரத்து

ஒரு புதிய நிறுமம் உற்பத்தியைத் தொடங்கும்போது, உற்பத்திச் சாதனங்களை (ஆலை, பொறிகள், உழைப்பு ஆகியவற்றை) விலைக்கோ வாடகைக்கோ வாங்க வேண்டும். அதற்கான நிதிவளங்களை அடைய வழி இருக்க வேண்டும். இந்நிறுமங்களுக்குப் பல வழிகள் இருக்கின்றன: குடும்ப நிதிச்சொத்தில் ஒரு பகுதியைப் பயன்படுத்திக்கொள்ளலாம்,

சேமித்துவைத்திருந்த வருமானத்தைப் பயன்படுத்தலாம், முதற்கட்டப் பொது வெளியீட்டின் (Initial Public Offering) வாயிலாகப் பங்குமுதலைத் திரட்டலாம், வங்கியிலிருந்து கடன் பெறலாம், அல்லது, கடன் பத்திரங்களை வெளியிடலாம். இப்படிப்பட்ட பாதைகள், பல்வேறு படிநிலைகளில் முதலீட்டை–அதாவது பொருளாதாரத்தின் உற்பத்தித் திறனில் அதிகரிப்பை–மேற்கொள்ள வழிவகுக்கின்றன. இந்நிலையில், குடும்ப நிதிச்சொத்துகளையோ அல்லது சேமிக்கப்பட்ட வருமானத்தையோ இந்த நிறுமங்கள் தேர்ந்தெடுத்தால் நிதி இடையூடல் ஏதும் தேவைப்படாது (அக நிதியாதாரங்களைப் பற்றி 2.4ஆவது பகுதியில் குறிபிடப்பட்டிருந்தது). மேலும், இன்னபிற வழிகளில் அந்நிறுமம் இறங்கினால், முதலீட்டாளர்களுக்கும், நிதித் தேவைகளுக்கும் இடையே ஊடாடும் பாத்திரத்தை நிதிநிறுவனங்கள் ஏற்கின்றன. எனவே, இது நிதித்துறைக்கும் நிதிசாராத் துறைக்கும் இடையிலான நிதிப்போக்குவரத்தாகும்.

முதலீட்டு நோக்கத்திற்காக மட்டுமே கடன் பெற வேண்டும் என்ற அவசியம் இல்லை. குளிர்சாதனப் பெட்டி வாங்குதல், தொலைக்காட்சி வாங்குதல், வீடு கட்டுதல், குழந்தைகளின் கல்வி, திருமண விழா என்று குடித்தனங்கள் தங்களுடைய நுகர்வுத் தேவைகளை நிறைவு செய்து கொள்ளவும் கடன் பெற்றுக்கொள்ளலாம். கடன் கொடுப்போரிடமிருந்தும், அடகுக் கடைகளிலிருந்தும், சீட்டு நிதியத்திலும், வங்கியிலிருந்தும் அவர்கள் கடன் வாங்கலாம். இந்நிலையில் நுகர்வோருக்கும் சேமிப்பவர்களுக்கும் இடையேயானதாகப் பணப்போக்குவரத்து இருக்கும். குடித்தனங்களின் நடப்பு நுகர்வானது, தமது நடப்புவருமானத்தை இருவேறு விதங்களில் மிஞ்சியிருக்கலாம். ஒன்று, தங்களுடைய கடந்தகால சேமிப்புகளிலிருந்து பணத்தை எடுக்கலாம்; அல்லது கடன் வாங்கலாம். பின்னைய வழியில் சென்றால் எதிர்கால வருமானத்திலிருந்து வாங்கிய கடனைத் திருப்பிச் செலுத்த வேண்டும். கடந்த கால அல்லது எதிர்காலச் சேமிப்புகள் குறைவதன் மூலமாக மட்டுமே நடப்புவருமானங்களை மிஞ்சி நுகர முடியும் என்பதனால், நுகர்வுக் கடன்களைச் 'சேமிப்பு மறைவு' (எதிர்மறைச் சேமிப்புகள்) (Dissaving/Negative Saving) என்று பொருளியலாளர்கள் குறிப்பிடுகிறார்கள். அப்படியெனில், உங்களுடைய நடப்பு நுகர்வையும் எதிர்காலச் சேமிப்பையும் இணக்கமாக்கும் ஒருவித நிதிக்கருவியாக நுகர்வுக் கடனை எடுத்துக்கொள்ள முடியுமா?

தன்னுடைய முதலீடு மற்றும் நுகர்வு சார்ந்த செலவுகளை நிறைவு செய்துகொள்ள அரசும் கடன் வாங்குகிறது. தன்னுடைய குடிமக்களிடமோ அயல் நாடுகளிடமோ கடன்பத்திரங்களை வெளியிடுவதன் மூலமாகவே அரசாங்கம் பிரதானமாகக் கடன் வாங்குகிறது. பேரியல் பொருளாதாரக் கணக்குப்பதிவில், முன்னையது (குடிமக்களிடம் பத்திரங்களை வெளியிடுவது) அகக் கடன் என்றும் பின்னையது புறக் கடன் என்றும் குறிப்பிடப்படுகிறது (பொதுக் கடன் குறித்த சிறு விளக்கக்குறிப்பிற்கு பகுதி 7.3–ஐ காண்க). (பத்திரத்தின்) முதிர்வில் குறிப்பிட்ட வட்டிவீதத்தை யும், முழு முகமதிப்பையும் வாங்குபவரிடம் செலுத்த கடன்பத்திரம் உறுதியளிக்கின்றது. அரசுக் கடன்பத்திரங்கள் இறையாண்மைப் பத்திரங்கள் (Sovereign Bonds) என்றும் அழைக்கப்படுகின்றன. பொதுத்துறை நிறுமங்களும்

தனியார் நிறுமங்களைப் போலவே பத்திரங்களை வெளியிட்டுக் கடன் பெறலாம். தேசிய அனல்மின் நிறுவனம் (NTPC), எண்ணெய் மற்றும் இயற்கைவளி நிறுவனம் (ONGC), இந்திய எஃகு நிறுவனம் (ISC), பாரத கனரக மின்பொருள் லிட். (BHEL) ஆகியவை பொதுத்துறை நிறுவனங்களின் சில எடுத்துக்காட்டுகள். குடிமக்களிடமிருந்து இந்திய அரசு கடன் பெறும்போது, அரசாங்கத்திற்கும் குடித்தனங்களுக்கும் இடையில் நிதிப்போக்குவரத்து நிகழ்கிறது.

பல்வேறு துறைகள் இருத்தி வைக்கும் உபரி நிதிகள் (அவற்றின் வருமானத்தில் ஒரு பகுதி) என்னவாகும்? குடித்தனங்கள், நிதிசாரா மற்றும் நிதிசார் துறைகள் தங்களுடைய உபரி நிதிகளை வங்கிகளிலோ, பங்குச் சந்தைகளிலோ (முதற்கட்டப் பொதுவெளியீட்டின் வாயிலாக), கடன்சந்தைகளிலோ (அரசுப்பத்திரங்களின் வாயிலாக), காப்பீட்டுச் சந்தையிலோ, அல்லது சீட்டுநிதியிலோ இருத்திவைக்கலாம். எதிர்காலத்தில் பணத்தேவை ஏற்படும்போது இவற்றில் சில நிதிக்கருவிகள் அடகுப்பொருட்களாகவும் பயன்படக்கூடியவை. எடுத்துக்காட்டாக, வோல்காவின் 'தி எக்ஸ்பெரிமெண்ட்' *(1997)* என்ற சிறுகதையில் கணவன், மனைவிக்கு இடையில் நிகழும் பின்வரும் உரையாடலில் வருவது போல், வாழ்நாள் காப்பீட்டுக் கழகத்தின் (எல்.ஐ.சி) காப்பீட்டுத்திட்டத்தில் கடன் பெற அடகாகவும் பயன்படுத்தலாம்.

> *'உனக்குப் பணம்தானே வேணும்? என்னோட எல்.ஐ.சி பாலிசியை வைத்துக் கடன் வாங்குறேன். பி.எஃப் கடன் வாங்குறேன். கடன வாங்கி எப்படியாவது கொண்டு வந்திடறேன், சரியா? ஆனா என் அப்பா கிட்ட மட்டும் கேக்க மாட்டேன்.'*
>
> *'கடன வாங்கி வட்டி கட்டியே வீட்ட அழிச்சிரு. எல்.ஐ.சியையும் பி.எஃபையும் தொட்டால் தெரியும். வருங்காலத்துல உனக்கெதாவது விபத்து ஏற்பட்டா அப்புறம் என் நிலமை என்ன ஆகுறது? (ப. 71)*

பி.எஃப். என்பது வருங்கால வைப்புநிதியைக் குறிக்கும் (பிராவிடெண்ட் ஃபண்ட்); இது, இந்திய அரசால் நிர்வகிக்கப்படும் கட்டாய ஓய்வூதிய நிதித்திட்டமாகும். ஊழியர்கள் ஒவ்வொருவரும் தங்களுடைய வருமானத்தின் ஒரு பகுதியை இந்நிதிக்கு அளிப்பர். ஒரு குடித்தனம் என்பது ஒருபடித்தான அலகு கிடையாது என்பதையும் மேற்கண்ட மேற்கோள் சுட்டிக்காட்டுகிறது; பினா அகர்வால் *(2001)* அவர்கள் பாலினக் கண்ணோட்டத்தில் எழுதுவதுபோல, குடும்பம் என்பது, "உறுப்பினர்கள் அனைவரும் சேர்ந்து வருமானங்களையும் வளங்களையும் திரட்டி ஒரே மாதிரியான விருப்பங்களையும் நலன்களையும் கொண்டிருக்கும் அலகு கிடையாது . . ." *(ப. 159)*.

இதற்கு மாற்றாக, குடித்தனங்களும், நிதிசாரா மற்றும் நிதிசாரும் துறைகளும் தங்களுடைய மிகைப் பணத்தை ஊடுறவு நிதியில் செலுத்தலாம்; அந்நிதியின் மேலாளர்கள் தேர்ந்தெடுக்கப்பட்ட பங்குமுதல்களையும் கடன் கருவிகளையும் உள்ளடக்கிய தொகுமுதலீட்டை (Investment

Portfolio) மேற்கொள்வதன் வாயிலாக, ஒரு தனிப்பட்ட பங்குமுதல்/ கூட்டுப் பங்குமுதலை வைத்திருப்பதிலுள்ள மறையிடர்களைக் (Risks) குறைவானதாக்குவார்கள். அடிப்படையில், மறையிடர்களைப் பரவலாக்கி, அதன்வழியாக ஒட்டுமொத்தத்தில் மறையிடர்களை ஊடுறவு நிதி குறைவாக்குகிறது.

நிதி நிறுவனங்கள்

ஒழுங்காற்றிகள் (Regulators), வங்கிகள், பண மற்றும் மூலதனச் சந்தைகள், நிதி நிறுவனங்கள், முறைசாரா நிதி நிறுவனங்கள்—என்று இந்தியாவின் நிதிக் கட்டமைப்பைப் பொதுவாக வகைப்படுத்தலாம். மும்பைப் பங்குச் சந்தை (Bombay Stock Exchange–BSE), தேசிய கூட்டுப்பங்குப் பரிவர்த்தனையகம் (National Stock Exchange–NSE) ஆகியவை கூட்டுப்பங்குகளுக்கான இரண்டாம்நிலைச் சந்தைக்கு உட்பட்ட முக்கிய நிறுவனங்கள். மேற்கண்டவற்றைப் பற்றிப் பெரிதாக விளக்கங்கள் தேவையில்லை என்றாலும், வங்கி சாரா நிதி நிறுவனங்களையும் முறைசாரா நிதி நிறுவனங்களையும் பற்றிய கூடுதல் விளக்கவுரை அவசியமாகும். தளவாடக் குத்தகை நிறுவனங்கள், வீட்டுமனை நிதி நிறுவனங்கள், காப்பீட்டு நிறுவனங்கள் மற்றும் பரஸ்பர நிதி நிறுவனங்கள் முதலியவை வங்கி சாரா நிதி நிறுவனங்களில் அடக்கம். நுகர்வோருக்கு நிதிக்கடன் அளிக்கும் பஜாஜ் ஃபினான்ஸ் லிமிடெட், வங்கி சாரா நிதி நிறுவனங்களுக்கு ஓர் எடுத்துக்காட்டு ஆகும். வேளாண்மை மற்றும் ஊரக மேம்பாட்டிற்கான தேசிய வங்கி (National Bank for Agriculture and Rural Development–NABARD), மேம்பாட்டு நிதிக் கழகம் (Infrastructure Development Finance Company–IDFC), மாநில நிதிக் கழகங்கள் (State Finance Corporations–SFCs) ஆகியவற்றை உள்ளடக்கியவை மேம்பாட்டு நிதி நிறுவனங்கள். பல்வேறு துறைகளிலும் உள்துறைகளிலும் நிறைவு செய்யப்படாத கடன் தேவைகளை நிறைவு செய்யும் நோக்கில் நிறுவப்பட்டவையே மேம்பாட்டு நிதி நிறுவனங்கள். இவை, மூலதனச் சரக்குகளில் தனியார் நிதிசாராத துறையின் முதலீட்டை முடுக்கிவிடும் என்று எதிர்பார்க்கப்பட்டது; வேறுவிதமாகச் சொன்னால், மேம்பாட்டு நிதி நிறுவனங்கள், தனியார் நிதிசாராத்துறையின் (குறிப்பாக உற்பத்தித்தொழிலில்) நீண்டகால நோக்கிலான நிதித்தேவைகளுக்கு நிதிகளை அளிப்பவை. 1964ஆம் ஆண்டு வளர்ச்சி நிதி நிறுவனமாக அமைக்கப்பெற்ற இந்திய தொழில் மேம்பாட்டு வங்கி (Industrial Development Bank of India–IDBI), 2019ஆம் ஆண்டில் தனியார் வங்கியாக உருமாறியது; ஒரு பயிற்சியாக, ஐ.டி.பி.ஐ–யின் வரலாற்றைக் கண்டறிந்து இந்தியாவின் முன்னேற்றப் பாதையில் அதன் பங்களிப்பை அறிந்துகொள்ளுங்கள். மேலும், கூட்டுறவு வங்கிகளின் பங்களிப்பினையும் ரிசர்வ் வங்கியின் வலைப்பக்கத்தில் தேடி வாசியுங்கள். இதனை, படம் 3.1இல் எங்கே பொருத்துவீர்கள்?

முறைசாரா நிதியம்

1951 ஆம் ஆண்டில் இந்தியாவின் முதல் ஐந்தாண்டுத் திட்டத்திற்கு முன்புவரை, ஊரக இந்தியர்களின் அனைத்து நிதித் தேவைகளையும் பெரும்பாலாக வட்டித்தொழிலில் ஈடுபடுபவர்களே நிறைவு செய்துவந்தனர். ஐந்தாண்டுத் திட்டங்களானவை, பெயர் உணர்த்துவதுபோல, திட்டமிட்ட

3.1 இந்தியாவின் நிதிக் கட்டமைப்பு

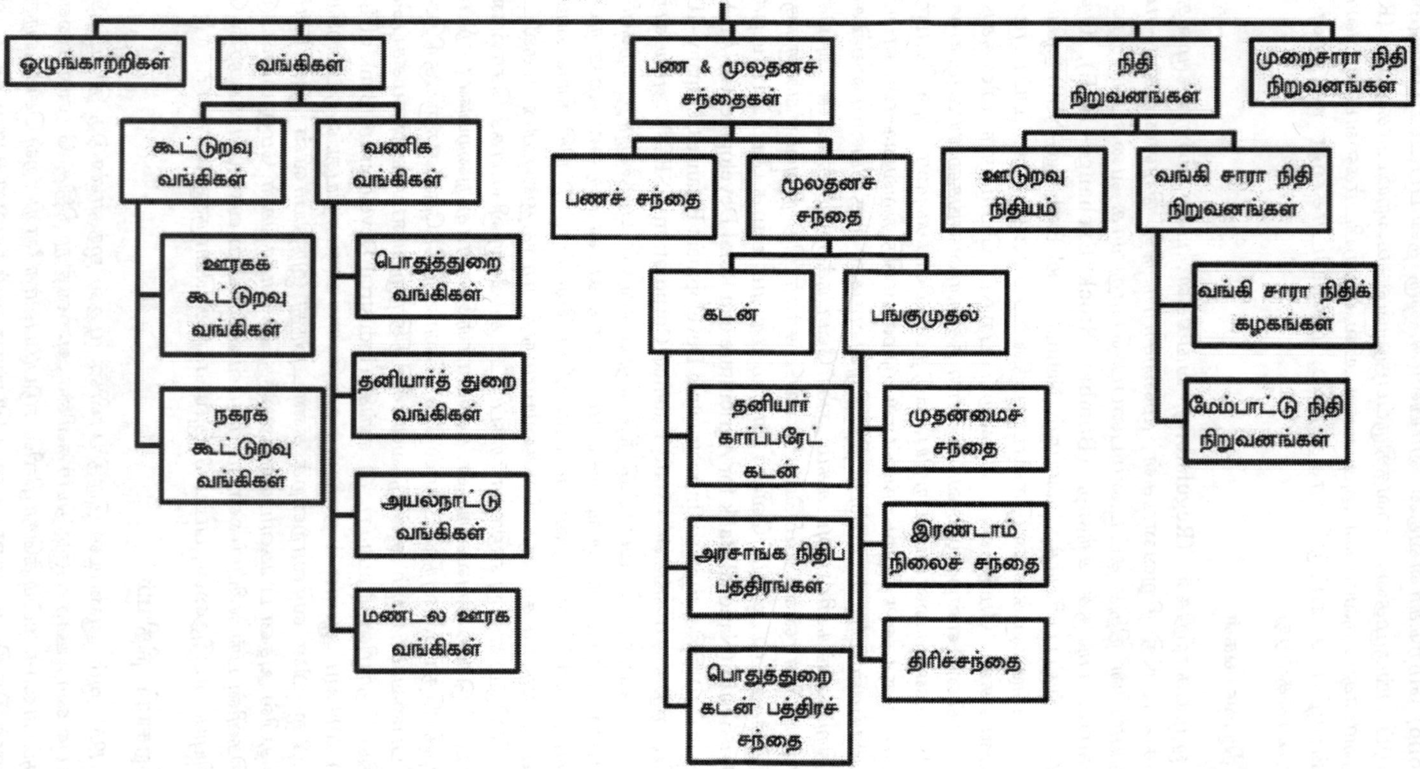

ஒழுங்காற்றிகள்
வங்கிகள்
நிதி நிறுவனங்கள்
முறைசாரா நிதி நிறுவனங்கள்
கூட்டுறவு வங்கிகள்
வணிக வங்கிகள்
ஊரகக் கூட்டுறவு வங்கிகள்
நகரக் கூட்டுறவு வங்கிகள்
பொதுத்துறை வங்கிகள்
தனியார்த் துறை வங்கிகள்
அயல்நாட்டு வங்கிகள்
மண்டல ஊரக வங்கிகள்
பணச் சந்தை
மூலதனச் சந்தை
கடன்
பங்குமுதல்
தனியார் கார்ப்பரேட் கடன்
அரசாங்க நிதிப் பத்திரங்கள்
பொதுத்துறை கடன் பத்திரச் சந்தை
முதன்மைச் சந்தை
இரண்டாம் நிலைச் சந்தை
திரிச்சந்தை
ஊடுறவு நிதியம்
வங்கி சாரா நிதி நிறுவனங்கள்
வங்கி சாரா நிதிக் கழகங்கள்
மேம்பாட்டு நிதி நிறுவனங்கள்

குறிப்பு: படத்தில் இரைச்சல் தவிர்ப்பதற்காகவேண்டி, மறுகொள்சந்தை, கேட்புப்பணச்சந்தை, மற்றும் கருவூல உண்டியல் சந்தை — என, பணச் சந்தைக்கு உட்பட்ட சந்தைகள் இதில் சேர்க்கப்படவில்லை.

அலெக்ஸ் எம். தாமஸ்

பொருளாதார மேம்பாட்டின் தேவையை வலியுறுத்தின; முதல் ஐந்தாண்டுத் திட்டம் முழுவதுமாக முதன்மைத் துறை மீதே கவனம் செலுத்தியது (முதல் மற்றும் இரண்டாம் ஐந்தாண்டுத் திட்டங்களைப் பற்றிய சிறு விளக்கம் பகுதி 7.3இல் வேலைவாய்ப்புக் கொள்கையின் பின்னணியில் கொடுக்கப்பட்டுள்ளது).

பெருவாரியான குடித்தனங்களையும் நிறுவனங்களையும் (முறைசாராத் துறையைச் சேர்ந்த வட்டிப்பணம் மற்றும் சீட்டுப்பணம் முதலியவற்றைச் சார்ந்திருப்பதற்குப் பதிலாக) 'முறைசார்' துறையின் கீழ் கொண்டுவரும் பொருட்டு, 1975ஆம் ஆண்டு மண்டல ஊரக வங்கிகளையும் (Regional Rural Banks), அதைத்தொடர்ந்து 1982இல் நபார்டையும், 2014இல் பிரதமரின் மக்கள் நிதித் திட்டத்தையும் (ஜன்தன் யோஜனா) முன்னெடுத்தது இந்திய அரசு. இப்படிப்பட்ட முன்னெடுப்புகளைத் தாண்டியும், மொத்த ஊரகக் கடன்களில் 20% தொழில்முறைக் கடன் கொடுப்போரிடமிருந்தும், 7% உறவினர்களிடமிருந்தும், 10% வேளாண்சார் கடன் கொடுப்போரிடமிருந்தும் பெறப்பட்டதாக, தேசிய மாதிரிக்கூறு கணக்கெடுப்பு நிறுவனம் (National Sample Survey Organisation–NSSO) வெளியிட்ட அனைத்திந்திய கடன் மற்றும் முதலீட்டுக் கணக்கெடுப்பின் (All India Debt and Investment Survey–AIDIS) 2003ஆம் ஆண்டு அறிக்கை தெரிவித்தது (ப. ii). மேலும், உலக வங்கியின் குலோபல் ஃபிண்டெக்ஸ் டேட்டாபேஸைப் (Global Findex Database) பொறுத்தவரை, 2017ஆம் ஆண்டில், இந்தியர்களில் முறைசார் துறைகளிடமிருந்து கடன் பெற்றவர்கள் வெறும் 8% மட்டுமே; 27% தங்கள் உறவினர்களிடமோ, நண்பர்களிடமோ கடன் பெற்றுள்ளனர் (ப. 73).

முறையாகக் கடன் பெற வேண்டுமென்றால், புதிர்கள் மிகுந்த வழிமுறைகளைப் பின்பற்றவேண்டும். அப்படிப்பட்ட கடனும் பெரும்பாலும் போதாத அளவிலும் தாமதமாகவுமே கிடைக்கும்; எனவே, முறைசாரா நிதியின் மீதான சார்புநிலை உங்களுக்கு வியப்பளிப்பதாக இருக்காது. (ஆங்கிலத்தில் கடன் என்பதற்கு வழங்கிவரும்)[1] 'கிரெடிட்' (credit) என்னும் சொல், லத்தீனின் 'நம்புதல்' என்று பொருள்படும் கிரெடெர் என்னும் சொல்லிலிருந்து தோன்றியதென்பது சுவையான தகவல். ஆர்.கே. நாராயணின் 'த ஃபினான்சியல் எக்ஸ்பர்ட்' புத்தகத்தில், இச்சிக்கலைப் பற்றிய ஒரு நல்ல காட்சி இடம்பெறுகிறது. நாராயண் அவர்களின் நாவலில் வரும் கதாநாயகரான மார்கய்யா, முறையாகக் கடன் வாங்கத் தேவையான ஆவண வேலைகள் ஏற்படுத்தும் இடையூறுகளை வைத்துத் தன்னுடைய பிழைப்பை நடத்துகிறார். 'கூட்டுறவு வங்கியின் கடன் விண்ணப்பப் படிவங்கள்', மார்கய்யாவின் கையடக்கப் பெட்டியில் இருந்த மிகவும் முக்கியமான பொருட்களாக இருந்தன (ப. 9).

> கூட்டுறவு வங்கியிலிருந்து தடையின்றிக் கடன் வாங்க வழி செய்யும் மாயாவியாக அவன் அவர்களிடத்தில் (விவசாயிகளிடத்தில்) விளங்கினான். சேமிப்பை ஊக்குவிப்பதும் இடைத்தரகர்களை நீக்குவதுமே கூட்டுறவு இயக்கத்தின் நோக்கம் என்றால், இங்கே ஆலமரத்தடியில் வீழ்த்தப்படுபவையும் அவ்விரண்டு நோக்கங்கள்தாம்.

1. மொழிபெயர்ப்பாளர் குறிப்பு

> சேமிப்பை ஊக்குவிப்பதில் மார்கய்யாவுக்கு நம்பிக்கை யில்லை; எதிரே இருந்த வங்கியிலிருந்தும், ஒருவரிடமிருந்து மற்றொருவர் கடன் வாங்குவதையும் நம்பியே அவர் பிழைப்பு இருந்தது. (ப. 8)

இந்தப் புனைவுச் சித்திரிப்பில், 15 மைல்கள் தொலைவிலிருக்கும் கிராமங்களிலிருந்து மக்கள் கடன் வாங்க நடந்தே வந்தார்கள் (ப. 13). மக்கள் நிதித் திட்டத்தைப் போன்ற வெகுமக்களை நிதிவளையத்தில் இணைக்கும் செயல்திட்டங்களின் குறிக்கோள் என்பது குறிப்பாக இது தான்: அடகுவைக்க உதவுவது மட்டுமன்றி, ஆவணப் பணிகளையும், (வங்கி தொடர்பாளர் பணிகளைப் பயன்படுத்தி) வங்கியைச் சென்றடைய கடக்கவேண்டிய தொலைவினையும் குறைப்பதன் மூலம் நிதியமைப்பை மக்களுக்கு மென்மேலும் எட்டக்கூடியதாகச் செய்வதே அது.

பணம் கொடுப்பவர்களுடன் சேர்த்து, மரபுசார் வங்கிகளும் (பெரும்பாலும் சாதி சார்ந்தவை), அடகுக்கடை நடத்துவோரும் முறைசாரா நிதி நிறுவனங்களில் அடக்கம். மராத்தி தலித் இலக்கியத்திலிருந்து (ஆங்கிலத்திற்கு) மொழிபெயர்க்கப்பட்ட கவிதைகள், சிறுகதைகள் மற்றும் கட்டுரைகளின் தொகுப்பான *பாய்சண்டு பிரெட்* (2009) நூலில் இடம்பெற்ற 'லைவ்லிஹுட்' என்கிற சிறுகதையில், கதாநாயகர், காசியின் கணவராகிய தர்மா, ஓர் அடகு வியாபாரியை எதிர்கொள்ளும் காட்சியைப் பின்வருமாறு சித்திரிக்கிறார் பீம்ராவ் ஷிர்வாலே:

> காசிக்குப் பசியெடுத்தது. தர்மாவுக்கும் பசியெடுத்தது. அன்றைக்குப் பணம் எதுவும் வரவில்லை. நேர்வழியிலோ குறுக்குவழியிலோ வேலை கிடைக்கவில்லை, இருவருக்கும் பசி. ஒரே பசி.
>
> ஈயப் பானை பாத்திரங்களோடு சேர்த்து ஒரு செப்புப் பானை இருந்தது.
>
> . . .
>
> கொள்ளைப் பசியோடு அந்தப் பானையைப் எடுத்துக்கொண்டு மார்வாடி கடைக்கு ஓடினான்.
>
> . . .
>
> ஷா பன்வாரிலால் கிவார்சந்திடம் மீண்டும் கெஞ்சினான். "இந்தா பாரு தம்பி. இந்தத் திருட்டு வேலை எதுவும் எனக்குப் பிடிக்காதுன்னு உனக்கே தெரியும். இருந்தாலும் உனக்குத் தேவை இருக்குங்கிறதால . . . என்னோட பொறுப்புல இந்தப் பானைய நா எடுத்துக்கிறேன். ஆனா இந்தப் பணத்துக்கு நாலணா வட்டி கட்டணும். அதுவும் வட்டிய மொதல்ல கட்டிறணும். உனக்குச் சரியான்னு பாத்துச் சொல்லு" என்று பெருந்தயவுடன் மார்வாடி சொன்னார்.
>
> தர்மாவுக்கு வட்டியும், முதலும், இது போன்ற கணக்குச் சொற்களும் ஒன்றும் பொருட்படுவதாக இல்லை. அவற்றுக்கு

அப்பாற்பட்டிருந்தான் . . . அவனுடைய சிந்தனைப் புலன்கள் எல்லாம் அவனுக்குள் இருந்த அந்த ஒரு இடத்தில்–அவன் வயிற்றில் குவிந்திருந்தன. ரூபாய்க்கு நாலணா என்ற மாத வட்டிக்கு ஷா பன்வாரிலால் கிர்வாசந்திடம் இருபத்தைந்து ரூபாயை வாங்கிக்கொண்டு குடிசைக்கு ஓடினான்.

இருபத்தைந்து ரூபாய் என்பது ஐந்து நாள் பிழைப்புக்குச் சமம். . .

பிறகு, மாதத்தில் முதல் முறையாக, தர்மாவிடம் ஒரு சின்ன தொகை இருந்தது.

தனது செப்புப் பானையை மீட்பதற்காக ஷா பன்வாரிலால் கிர்வாசந்திடம் போனான். அவனோ ரசீதைக் காட்டச் சொல்லிக் கேட்டான். அரசாங்க விதிகளுக்கு எதிராக அந்தப் பானை அடகு வைக்கப்பட்டிருந்தது. அந்த விதிகளுக்கு ரசீது ஒன்றும் இருக்கவில்லை . . . மார்வாடியோ பானையை ஒப்படைக்க மறுத்துவிட்டான். (ப. 198–200)

மேற்கண்ட கதையில், அடகுவியாபாரியிடம் பணம் வாங்கக் காரணம் வேலையின்மையே என்பதைக் கவனியுங்கள். இதில் சாதியும் முக்கியமானதாகும். அளவுமீறிய அந்த வட்டிவீதத்தையும் கவனித்துப் பாருங்கள்; இதை ஓராண்டிற்குக் கணக்கிட்டால் கிடைக்கும் வட்டிவீதம் எவ்வளவு (16 அணாக்கள் = ஒரு ரூபாய்)?

முறைசாரா நிதி நிறுவனங்கள் அடகுப்பொருள் இல்லாமல் கடன் வழங்கும் காரணத்தால், முறைசார் நிறுவனங்கள் விதிக்கும் ஆண்டு வட்டிவீதமான 10–15 விழுக்காட்டிற்கு இணையாக, முறைசாரா நிறுவனங்களோ 20 விழுக்காட்டிலிருந்து 30 விழுக்காடு வரை வட்டி விதித்தன (பிரதான் 2013). எதுவானாலும், உற்பத்தியைக் கருத்தில் கொண்டே நிதிப் போக்குவரத்துகளைப் புரிந்துகொள்ள வேண்டும் (படம் 2.2–ஐ நினைவுகூருங்கள்). கடனளித்தலுக்கும், உற்பத்திக்கும் கடப்பாட்டிற்கும் உள்ள நெருக்கமான தொடர்பைச் சுட்டிக்காட்டுகிறது சாரா ஜோசஃப் எழுதிய கிஃப்ட் ஆஃப் கிரீன் (2011) நூலிலிருந்து பெறப்பட்ட பின்வரும் மேற்கோள்:

குஞ்சிமுத்தின் நெல் வயலை இறால் வளர்க்கக் குத்தகைக்கு எடுப்பதற்கான பணத்தை, கொம்பனுக்குக் குமரன்தான் அளித்திருந்தான். முன்னதாக, வடக்கில் நெல்வயல்களில் மீன் வளர்ப்பது வானளவு ஆதாயங்களை ஈட்டித்தந்ததாக வந்த வதந்தியால் ஈர்க்கப்பட்டிருந்த கொம்பன், பல்வேறு இடங்களில் இறால் வளர்ப்பில் முதலீடு செய்துவைத்தான் . . . ஆனால் படு நட்டம் ஏற்பட்டது. ஆளை நொறுக்கும் வட்டிக்கு வாங்கிய கடன்களுக்கு மாதத் தவணை செலுத்துவதற்குக் கூட இறால் வளர்ப்பிலிருந்து கிடைத்த வருமானம் போதவில்லை. கடனை அடைக்க அவன் வீட்டையே விற்க வேண்டியதாயிற்று. (ப, 171)

மேலும், கிராமப்புற இந்தியாவில், கடன் கொடுப்பவர்தான் நிலக்கிழாராகவும், விதைகளை விற்பவராகவும் இருப்பார். இந்த வல்லாதிக்கங்களின் குவியலானது, கிருஷ்ணா பரத்வாஜ் அவர்கள் முன்வைத்த 'பிணைப்புற்ற சந்தைகள்' என்ற கருத்தில் பதிவு செய்யப்பட்டுள்ளது. ஜோசஃப் அவர்களின் 'கிஃப்ட் ஆஃப் கிரீன்' (2011) இது குறித்து சற்றே அழுத்தமாக விவரிக்கிறது:

> மரத்தின் தண்டு போல நிமிர்ந்து நின்ற காளியப்பனைப் பார்த்து, "ஆமா, எங்கிட்ட தான் விதை இருக்குது. அத உனக்குத் தர்றேன், ஆனா ஒரு நிபந்தனை. என்னோட நெல் வயல்ல ஒரு வருசம் வேல பாக்கணும். வாய்க்கால் வெட்டி, தண்ணிய தேக்கி வச்சி நெல்ல பயிரிடணும்." என்றார் நிலக்கிழார். (ப. 160)

இந்த வகையில், உற்பத்தி நிகழ்முறையில் நிலவும் வல்லாதிக்க உறவுகள், பொருளாதாரத்தின் நிதி மற்றும் பண்டப் போக்குவரத்துகளைக் குறிப்பிடத்தக்க வகையில் பாதிக்கின்றன. ஒரு பயிற்சியாக, உங்களுக்குத் தெரிந்த வல்லாதிக்க அமைப்புகளைப் பற்றி அலசிப்பாருங்கள்; அவை பொருளாதார முடிவுகளையும் விளைவுகளையும் எந்த வழிகளில் பாதிக்கின்றன என்பதை விளக்குங்கள்.

நிதி ஒழுங்காற்றிகள்

இந்த எண்ணற்ற நிதி நிறுவனங்களை ஒழுங்காற்றுப்படுத்தும் பொறுப்பு, இந்திய ரிசர்வ் வங்கி (Reserve Bank India–RBI), இந்திய பத்திரங்கள் மற்றும் பரிமாற்ற வாரியம் (Securities and Exchange Board of India–SEBI), காப்பீட்டு ஒழுங்காற்று மற்றும் மேம்பாட்டு ஆணையம் (Insurance Regulatory and Development Authority–IRDA), தேசிய வீட்டுவசதி வங்கி (National Housing Bank–NHB) போன்ற முகவாண்மைகளிடத்தில் இருக்கிறது. மூலதனச் சந்தையின் பிரதான ஒழுங்காற்றியாக இருப்பது *SEBI* ஆகும். காப்பீட்டு மற்றும் மீள்காப்பீட்டு நிறுமங்களை *IRDA* ஒழுங்காற்றுப்படுத்துகிறது. வங்கிசாரா நிதி நிறுவனங்களைச் சேர்ந்த வீட்டுவசதி நிதி நிறுவனங்களை *NHB* ஒழுங்காற்றுப்படுத்துகிறது.

நமது வணிக வங்கிகளுக்கு வங்கியாளராகச் செயல்படுவதோடு நில்லாமல், பொருளாதார வளர்ச்சி நோக்கத்தை மனதில் கொண்டு, நிலையான (மிதமான) பணவீக்கத்தையும் நிலையான நாணயத்தையும் காத்துப் பராமரிக்கும் பொறுப்பு இந்திய ரிசர்வ் வங்கியிடம் ஒப்படைக்கப்பட்டுள்ளது. நமது வங்கிகளுக்கான வங்கியாளர் என்கிற முறையில், 'கடைசிக் கதியில் கடனளிப்பவர்' என்னும் முக்கியப் பாத்திரத்தை ரிசர்வ் வங்கி ஏற்கிறது. அதாவது, கடன் தீர்க்கும் வல்லமையுடைய வங்கியொன்று, தனது தற்காலிக ரொக்க நெருக்கடியைச் சந்திக்கும் வேளையில், வேறெந்த நிதி நிறுவனமும் அதற்குக் கடன்கொடுக்க முன்வராவிட்டால், ரொக்கத்தை/ கடனை ரிசர்வ் வங்கியே வழங்கும். இந்திய நிதி அமைப்புமுறையின் ஒழுங்காற்றி என்கிற வகையில், அந்த அமைப்புமுறையின் மீதான பொது நம்பிக்கையைக் காத்துப் பராமரித்து, கணக்கில் பணம் வைப்பவர்களின் நலனைப் பாதுகாக்கிறது. மேற்கொண்டு எதுவும் சொல்லாமல், ஒரு சுவையான பொருளாதார வரலாற்றுத் தகவல் துணுக்கைப் பகிர்கிறேன்:

இந்தியாவின் மைய வங்கியான இந்திய ரிசர்வ் வங்கி, 1949ஆம் ஆண்டில் முழுமையாக இந்திய அரசுடைமையாவதற்கு முன்புவரை தனியாருக்குச் சொந்தமானதாகவே இருந்தது.

முன்கண்ட உரையாடலின் நோக்கம் இந்திய நிதிக் கட்டமைப்பைப் பற்றிய முழு விளக்கத்தைத் தருவதாக இல்லாமல், ஒரு மேற்பார்வையைத் தருவதே ஆகும்.

நிதிக் கருவிகள்

வங்கி வைப்புத்தொகை, காப்பீடு, பணம் ஆகியவற்றின் ஒப்பீட்டளவிலான முக்கியத்துவத்தைப் பற்றி ஒரு புரிதலை ஏற்படுத்திய பிறகு, பணம் என்றால் என்ன என்பது பற்றி உரையாடத் தயாராய் இருப்போம். ரிசர்வ் வங்கியால் வெளியிடப்படும் 'இந்தியப் பொருளாதாரத்தின் நிதிப் போக்குவரத்துக் கணக்குகளி'லிருந்து இந்தத் தகவல்களைப் பெறலாம்.

அட்டவணை 3.1
இந்தியப் பொருளாதாரத்தில் நிதிச் சொத்துக்களின் அமைப்புக்கூறு

நிதிக் கருவிகள்	நிதிச் சொத்துக்களில் வகிக்கும் %
நாணயம்	2.41
வைப்புத்தொகைகள்	19.07
கடன் பத்திரங்கள்	9.87
கடன் மற்றும் நிதியிரவல்கள்	24.06
பங்குமுதல்	11.42
முதலீட்டு நிதி (பங்குகள்/அலகுகள்)	1.47
வாழ்நாள் காப்பீடு மற்றும் ஆண்டுத்தொகை ஈவு	4.85

ஆதாரம்: 'Flow of Funds Accounts of the Indian Economy: 2015–16, *RBI Bulletin*, ஆகஸ்ட் 2017, குறிப்பு 7.2.

குறிப்பு: இது 2014–15 ஆண்டைச் சேர்ந்த தரவு. மொத்த நிதிச் சொத்துக்களின் மதிப்பு 61,166 பில்லியன் இந்திய ரூபாய். இந்தக் கணக்கில் நிதிச் சொத்துகள் 'uses' அல்லது 'uses of funds' (பயன்கள் அல்லது நிதிப் பயன்கள்) என்று குறிப்பிடப்படுகின்றன. நிதிக் கருவிகள் அனைத்தையும் இந்த அட்டவணையில் சேர்க்கவில்லை என்பதால், இதன் மொத்தம் 100 என்பதாக இருக்காது.

ஒட்டுமொத்த நிதிச்சொத்துக்களில் நாணயத்தைக் கைவசம் குறைவாகக் கொண்டிருத்தலும் நாணயம் தவிர்த்த மற்றவற்றைக் கைவசம் அதிகமாகக் கொண்டிருப்பதும் இந்த அட்டவணை தெரிவிக்கும் வியப்புக்குரிய செய்தி. மேலும், நிதிச்சொத்துக்கள் கைவசம்

கொண்டிருத்தலைப் பொறுத்தவரையில், வங்கி வைப்புத்தொகைகள் அளவுக்குப் பங்குமுதலுக்கு முன்னுரிமை அளிக்கப்படுவதில்லை என்பதைக் கவனியுங்கள். பணப்போக்குவரத்துகளில் நாணயம் மட்டுமே கிடையாது என்பது இப்போது புலப்பட வேண்டும். இருப்பினும், உங்கள் அருகில் உள்ளவர்களுடன் பேசி, அவர்களின் 'பணத்தில்' எவ்வளவு விகிதம் நாணயமாகவும், பிற நிதிக்கருவிகளாகவும் இருக்கின்றன என்பதைக் கேட்டறிவது உதவிகரமாக இருக்கலாம். ஆக, பணம் என்றால் என்ன?

ஹால்ஸ் மிட்டாய் என்பது பணமா?

3.3 பணம் என்றால் என்ன

கட்டணம் செலுத்தும் சாதனமாகவும், மதிப்பின் சேமிப்புக்கிடங்காகவும் பொதுவாக ஏற்றுக்கொள்ளப்படுகிற ஒரு நிதியக் கடமைப்பாடே பணம் (இது ஒரு கடப்பாட்டுச் சான்று; ஆங்கிலத்தில் *IOU-'I Owe You'* என்பதன் சுருக்கம்). காசுகளும் நாணயத்தாள்களும் தோன்றுவதற்கு முன்பிருந்தே பணம் வெகுகாலமாக இருந்து வந்துள்ளது. ஜான் கென்னெத் கால்பிரைத், 'அ ஹிஸ்டரி ஆஃப் எகனாமிக்ஸ்: த பாஸ்ட் ஆஸ் ப்ரெஸெண்ட்' என்ற தனது 1987ஆம் ஆண்டு நூலில் நமக்கு நினைவூட்டுவதைப் போல, சிப்பிகள், கால்நடைகள், புகையிலை, இரும்பு முதலிய பொருட்கள் ஒரு காலத்தில் ஏற்புடைய பரிவர்த்தனை ஊடகங்களாகக் கருதப்பட்டன. நம்முடைய சேமிப்புகளை இருத்திவைக்கவும் நிதி திரட்டவும் பல்வேறு

நிதிக்கருவிகளை நாம் பயன்படுத்திவருகிறோம்; இந்நிலையில், பணத்தின் எந்தவோர் அர்த்தமுள்ள வரையறையிலும், அதில் ஒரு பகுதி பணமாக இருப்பதும், மற்றது பணமாக இல்லாததாக இருப்பதும் ஏன் என்பது தெளிவாக தெரிவிக்கப்பட வேண்டும்.

அட்டவனை 3.1இல் பட்டியலிட்ட நிதிக்கருவிகளில் அனைத்துமே கட்டணம் செலுத்தும் சாதனங்களாக (பொது அளவில்) ஏற்கப்படுவதில்லை என்ற காரணத்தால், அவை அனைத்தையுமே பணமாகக் கருத முடியாது. உதாரணமாக, குண்டூரில் (மிளகாய் உற்பத்திக்குப் புகழ்பெற்ற ஆந்திராவைச் சேர்ந்த நகரம்) உணவகமொன்றில் சாப்பாட்டுக்கான கட்டணத்தைக் கடன்/பற்று அட்டையைக் (Debit/Credit Card) கொண்டு செலுத்தலாம்; ஆனால் என்னுடைய முதலீட்டு நிதியையோ, வாழ்நாள் காப்பீட்டு நிதியையோ கொண்டு உணவகக் காசாளரிடம் சாப்பிட்டதற்குக் கட்டணம் செலுத்த முடியாது. கடன் பத்திரங்களுக்கும் பங்குமுதலுக்கும் கூட இதே நிலைதான். ஏன் முடியாது? ஏனெனில், முதலீட்டு நிதிப் பங்குகள், காப்பீட்டு நிதிகள், கடன்பத்திரங்கள், பங்குமுதல் ஆகியவற்றைக் காட்டிலும், காசு/நாணயமும் வங்கிவைப்புகளும் (கடன் மற்றும் பற்று அட்டைகளுக்கு வங்கி வைப்புத்தொகைகளே அடித்தளம்) மிகுந்த ரொக்கத்தன்மை வாய்ந்தவை. அட்டவணை 3.1இல் பட்டியலிட்ட நிதிக்கருவிகள் அனைத்துமே மதிப்பின் சேமிப்புக்கிடங்குகளாக விளங்கினாலும், ஓராண்டிற்குப் பிறகு அவற்றின் வாங்கும் ஆற்றல் மாறாமல் இருக்குமா? அவற்றின் வாங்கும் ஆற்றல்களின் மீது எந்தெந்தக் காரணிகள் தாக்கம் ஏற்படுத்தக்கூடியவை என்று நினைக்கிறீர்கள்?

பொருளியலாளர்களும் ரிசர்வ் வங்கியும் பணம் என்கிற சொல்லைப் பயன்படுத்தும்போது–மிகுந்த ரொக்கத்தன்மை உள்ள–புழக்கத்திலிருக்கும் நாணயத்தின் கையிருப்பினையும், வங்கியிலிருக்கும் கேட்பு வைப்புத்தொகைகளையும், அஞ்சல்துறை சேமிப்பு வங்கிகளிலிருக்கும் சேமிப்பு வைப்புத்தொகைகளையுமே வழக்கமாகக் குறிப்பிடுகிறார்கள். ஒட்டுமொத்தத்தில் இவை சேர்ந்து 'M2' பணத்தொகுப்பாகும். M2 மற்றும் வங்கி அமைப்பிலுள்ள கால வைப்புத்தொகைகள் ஆகியவற்றைக் கூட்டினால் 'M3' (பரந்துபட்ட பணம் (Broad Money)) கிடைக்கிறது. M3 தொகுப்பைவிட M2 அதிக ரொக்கத்தன்மை கொண்டதாகும். 1935ஆம் ஆண்டு ஜூலையிலிருந்து பணவியல் புள்ளித்தரவுகளை இந்திய ரிசர்வ் வங்கி தொகுத்து வெளியிட்டு வருகிறது. M1 அல்லது குறும் பணத்தில் (Narrow Money) இடம்பெறுபவற்றை ரிசர்வ் வங்கியின் வலைத்தளத்திலிருந்து கண்டறியுங்கள்.

பணத்தின் முக்கியப் பண்புகளில் ரொக்கத்தன்மையும் ஒன்று என்பது மேற்கண்ட உரையாடலின் தொடர்ச்சியாகும். இந்தியாவில் நாணயமே பணத்தின் மிகுந்த ரொக்கத்தன்மையுள்ள வடிவமாக இருக்கிறது; இருப்பினும், சொல்லப்போனால், ஒரு குறிப்பிட்ட தொகையைத் தாண்டிய பரிவர்த்தனைகளுக்கு வங்கிவைப்புகளே விரும்பப்படுகின்றன. தேவையின் பேரில் காசு/நாணயமாக மாற்றிக்கொள்ளவும், இந்த வைப்புத்தொகையினை நேரடியாகக் கட்டணங்கள் செலுத்தப் (கடன் அட்டைகளின் மூலமாக) பயன்படுத்தவும் முடியும். நிதிக் கருவியின் ரொக்கத்தன்மை என்பது,

படிநிலைகளைப் பொறுத்தது; சந்தைகளில் கட்டணம் செலுத்தும் சாதனமாக எந்த அளவுக்குப் பரவலாகப் பயன்படுத்தப்பட்டுவருகிறது, எவ்வளவு விரைவாகவும் சிக்கனமாகவும் பணமாக மாற்றத்தக்கது என்பதைச் சார்ந்தவை இந்தப் படிநிலைகள். அட்டவணை 3.1இல் பட்டியலிட்ட கருவிகள் இடமிருந்து வலமாக ரொக்கத்தன்மை அதிகரிக்கும் சீரில் கீழ்வருமாறு வரிசைப்படுத்தப்பட்டுள்ளன.

படம் 3.2: இந்தியாவில் குறிப்பிட்ட சில நிதிக்கருவிகளின் ரொக்கத்தன்மை படிநிலைகள்

இந்தியாவில் பங்குமுதலுக்கும் ஊடுறவு நிதிக்கும் நன்கு வளர்ச்சியடைந்த சந்தை இருந்தாலும், தொழிற்கழக (கார்ப்பரேட்) கடன்முறிச் சந்தை மிகவும் மெல்லியதாகவே இருக்கிறது; எனவே, கடன் பத்திரங்கள் என்பது, பங்குமுதலை விட ஒப்பீட்டளவில் குறைந்த ரொக்கத்தன்மை படைத்ததாக இருக்கின்றது. வாழ்நாள் காப்பீட்டையும் ஆண்டுத்தொகை ஈவுகளையும் (Annuity Entitlement) ரொக்க வடிவத்திற்கு மாற்றுவதில் தடைகள் இருப்பதால், இவற்றைக் கட்டணம் செலுத்தும் சாதனங்களாக எளிதில் மாற்றுவது இயலாத ஒன்று (அப்படி மாற்றுவதற்குக் காலம் செலவாகலாம்; பத்திரத்தின் முதிர்வுக் காலத்திற்கு முன் எடுத்தால் அதற்கும் அபராதங்கள் செலுத்த நேரலாம்).

மிகைநிதி உள்ளவர்களையும், நிதிப்பற்றாக்குறை இருப்பவர்களையும், பல்வேறு நிதிக்கருவிகளின் வாயிலாக ஊடாடி ஒருங்கிணைக்கும் நிதி நிறுவனங்களைப் பற்றிய உரையாடலைக் கொண்டு இந்த இயலைத் தொடங்கினோம். முன்னர் குறிப்பிட்டதுபோல், முதலீட்டிற்காகவோ அல்லது நுகர்வுக்காகவோ நிதி தேவைப்படலாம். 'புதுமையான' நிதிக் கருவிகளையும் பொருட்களையும் உருவாக்கி வெளியிடுவதன் மூலம் நிதி நிறுவனங்கள் தங்களுடைய ஆதாயங்களை அதிகரித்துக்கொள்கின்றன. 2007 உலக நிதிநெருக்கடியின்போது பரவலாக வாங்கி விற்கப்பட்ட இப்படிப்பட்ட 'புதுமையான' நிதிப் பொருள்வகைகள் எவை என்பதைத் தேடிக் கண்டுபிடித்து, அவற்றை விவரியுங்கள்.

நிறுமங்கள், தங்கள் மிகைநிதிகளை வங்கிகளில் வைத்துக்கொள்வதற்குப் பதிலாகப் பங்குமுதல்களில் இருத்திவைக்க வேண்டும் என்பதை எந்த அடிப்படையில் முடிவெடுக்கிறார்கள் என்பதைப் பற்றி இதுவரை நாம் உரையாடவில்லை. இதே கேள்வியை, நிறுமங்களுக்கு நிதி தேவைப்படும்போது கேட்டால்: நிறுமங்களை, பங்குமுதல் வெளியிடுவதற்கும் வங்கியிலிருந்து கடன் பெறுவதற்கும் பதிலாக, கடன் பத்திரங்களை வெளியிட முடிவெடுக்கத் தூண்டும் காரணிகள் யாவை? மறையிடர், வரவு ஆகிய இரண்டும் முக்கியக் காரணிகள். ஒரு குடித்தனம் என்ற வகையிலோ, அல்லது நிறுமம் என்கிற வகையிலோ, நீங்கள் நிதியை இருத்திவைப்பவராக இருந்தால், நீங்கள் செலுத்தும் வைப்புத்தொகை வளரும் என்பதையும், வைப்புக் காலத்தின் இறுதியில் முதலும் வட்டியுமாக

மீண்டும் பெறமுடியும் என்பதையும் உறுதிப்படுத்த விரும்புவீர்கள். இங்கே வரவுவீதமானது வட்டிவீதத்திலேயே முழுவதுமாக அடங்கியிருக்கிறது. பங்குமுதல் போன்ற நிதிக்கருவிகளைப் பொறுத்தவரையிலோ, பெறப்படும் ஈவுத்தொகையும் பங்கு விலையில் ஏற்படும் ஏற்றமும் கூட வரவுகளில் சேரும். மறையிடரையும் முதிர்ச்சிக்காலத்தையும் சார்ந்து நிதிக்கருவிகளின் வரவு வீதம் மாறுபடும். உதாரணமாக, தனியார் நிறுமங்களை விட, அரசாங்கம் நொடிந்துபோகும் வாய்ப்புகள் குறைவு என்பதனால், தனியார் நிறுமங்களால் வெளியிடப்படும் நிறுமப் பத்திரங்களோடு ஒப்பிடுகையில் அரசாங்கப் பத்திரங்கள் மிகவும் பதுகாப்பானவையாகவும் குறைந்த மறையிடர் வாய்ந்தவையாகவும் இருக்கின்றன. அரசுப் பத்திரங்களில் மறையிடர் குறைவென்பதால் வரவும் குறைவாகவே இருக்கும். மறையிடர்களை ஏற்றுக்கொள்வோருக்குத் தக்க சன்மானம் கிடைக்கவேண்டுமென்பதே இதற்கு அடித்தளமாக இருக்கும் கருத்து; எனவே, மறையிடர் அதிகமுள்ள நிதிப்பொருட்கள் மறையிடர் குறைவாக இருக்கும் நிதிப்பொருட்களை விட அதிக வரவுகளை அளிக்கின்றன. மேலும், முதிர்ச்சிக்காலம் எவ்வளவு நீண்டதாக உள்ளதோ, மறையிடரும் வரவும் அவ்வளவு அதிகமாக இருக்கின்றன. ஒரு நிதிப்பொருளின் எதிர்பார்த்த வரவுக்கும், மறையிடரற்ற அரசாங்கப் பத்திரங்களின் எதிர்பார்த்த வரவுக்கும் இடையிலுள்ள வேறுபாடானது, மறையிடர் முனைமம் (Risk Premium) என்று அறியப்படுகிறது. மொத்தத்தில், பலதரப்பட்ட நிதிக் கருவிகளைக் கொண்ட பொருளாதாரத்தில் பலதரப்பட்ட வட்டிவீதங்கள் (அல்லது ஈட்டங்கள்) நிலவுகின்றன. (நிதிப் பொருட்களுக்கான வரவுவீதத்தைக் குறிக்கும் வகையில் 'யீல்டு' (ஈட்டம்) என்னும் சொல் (ஆங்கிலத்தில்) தற்போது பொதுவாகப் பயன்படுத்தப்படுகிறது. வேளாண் அறுவடை/விளைச்சல் என்பதைக் குறிக்கும் (ஆங்கிலச்) சொல்லான '*yield*' என்பதிலிருந்தே இச்சொற்றொடர் தோன்றியுள்ளது. 'யீல்டு' என்ற சொற்றொடர், வேளாண்மையிலிருந்து நிதித்துறைக்கு (ஆங்கிலத்தில்) கடந்து வந்த பாதையைக் கண்டறியுங்கள்.

அரசாங்கங்களும் (ஒன்றியம், மாநிலங்கள் மற்றும் ஊராட்சிகள்) தங்களுடைய முதலீட்டுத் தேவைகளுக்காக–சாலைகள் அமைப்பதற்கோ, பள்ளிக்கூடங்கள் கட்டுவதற்கோ, அல்லது மருத்துவமனைகளைக் கட்டுவதற்கோ–கடன்பெறலாம் என்று கடந்த இயலில் (கடந்த பகுதியிலும்) குறிப்பிடப்பட்டிருந்தது. தம் குடிமக்களிடமிருந்தும் புறவுலகத்திடமிருந்தும் மட்டுமல்லாமல், இந்திய ரிசர்வ் வங்கியிடமிருந்தும் அரசு கடன் பெறலாம். ஒன்றிய அரசும் மாநில அரசுகளும் ரிசர்வ் வங்கியிடத்தில் குறைந்தபட்ச வைப்புத்தொகையொன்றைச் செலுத்திப் பராமரிக்க வேண்டுமென்று எதிர்பார்க்கப்படுகிறது; மாநிலங்களைப் பொறுத்த வரையிலோ, நிலுவைத்தொகையானது அவற்றின் திட்டமிட்ட வருமானம், செலவினம் ஆகியவற்றையும் (நிதிநிலைத் திட்ட அறிக்கையில் குறிப்பிட்டிருப்பது), பொருளாதாரச் செயற்பாடுகளின் அளவையும் சார்ந்து அமையும். மூலதனச் சந்தையில் அரசுப் பத்திரங்களை வெளியிடுவதும் அரசாங்கம் நிதிகளைப் பெற ஒரு வழி என்று சொல்கிறது இந்தியாவின் நிதிக் கட்டமைப்பை விவரிக்கும் படம் (3.1).

தன் பல்வேறு நிதித் தேவைகளை நிறைவு செய்துகொள்ளும் பொருட்டு, பல ஈட்டங்களையும் முதிர்ச்சிக்காலங்களையும் கொண்ட

அரசுப்பத்திரங்களை இந்திய அரசு வெளியிடுகிறது. முன்னதாகக் குறிப்பிட்டிருந்ததுபோல, முதிர்ச்சிக்காலம் எவ்வளவு நீண்டதாக இருக்கிறதோ, (மறையிடர் மிகுதியாக இருக்கும் காரணத்தால்) ஈட்டமும் அவ்வளவு அதிகமாக இருக்கும். இருப்பினும், 20 ஜனவரி 2020 நிலவரப்படி, இந்திய அரசுப் பத்திரங்களைப் பொறுத்தவரை, 2024 ஆம் ஆண்டு முதிர்ச்சியடையும் பத்திரங்களுக்கும் 2049 ஆம் ஆண்டில் முதிர்ச்சியடையும் பத்திரங்களுக்கும் இடையிலான ஈட்டத்தில் பெரிய வேறுபாடுகள் ஒன்றும் தென்படவில்லை. ஈட்டமானது, மற்ற காரணிகளோடு சேர்த்து, பல்வேறு மறையிடர்க் காரணிகள், பணவீக்கம் குறித்த எதிர்பார்ப்புகள், மற்றும் ரிசர்வ் வங்கியின் கொள்கை வீதங்கள், ஆகியவற்றையும் சார்ந்திருப்பதால், ஈட்ட வளைவரையின் வடிவம் காலக்கட்டங்களுக்கிடையில் மாறுபடுகிறது. ஜனவரி 2020, 20ஆம் நாளின் நிலவரப்படி, இந்திய அரசாங்கம் வெளியிட்ட அரசுப் பத்திரங்களின் ஈட்ட வளைகோட்டைப் பின்வரும் படம் காட்டுகிறது.

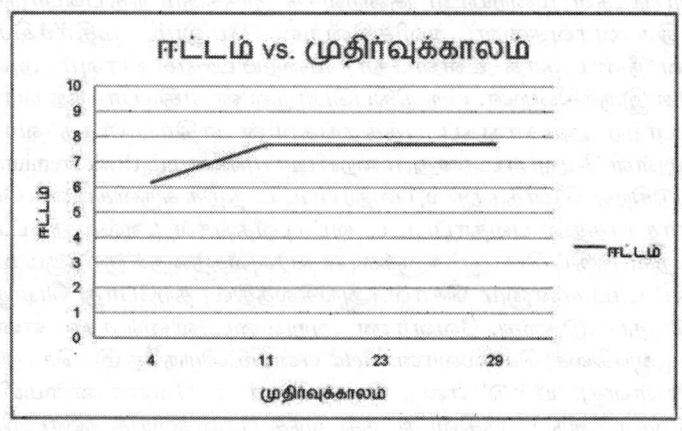

படம் 3.3:
இந்திய அரசாங்கக் கடன் பத்திரங்களின் ஈட்ட வளைவரை

இந்திய அரசு வெளியிடும் பத்திரங்கள் என்பதால், தவணை தவறும் மறையிடர் மிகவும் குறைவாகவே இருக்கும்; 'மறையிடரற்றது' என்பதற்கே உரைகல்லாகத் திகழ்கிறது இதன் ஈட்ட வளைவரை. நிதிக்கருவிகளின் பலதரப்பட்ட ஈட்டங்களை, இந்த மறையிடரற்ற வீதத்தின் மீது கட்டி எழுப்பப்பட்டவையாகவோ, அல்லது இதனுடன் சேர்க்கப்பட்டவை யாகவோ கருதலாம். ஒன்றிய அரசு அவ்வாறு இந்தியாவில் வெளியிடும் பத்திரங்களில் 50 விழுக்காட்டுக்கும் மேலானவை வணிகவங்கிகளின் வசமும் காப்பீட்டு நிறுவனங்களின் வசமும் உள்ளன.

நீண்டகால நிதித்தேவைகளை நிறைவு செய்வதற்காக அரசுப் பத்திரங்கள் வெளியிடப்படும் நிலையில், கருவூல உண்டியல்கள், வணிகத்தாள், வைப்புத்தொகைச் சான்றிதழ்கள் ஆகிய குறுகிய காலக் கருவிகளையும் (ஓராண்டிற்குக் குறைவானதாக) அரசாங்கம் வெளியிடுகிறது. கருவூல உண்டியல்களில் 50% பக்கமாக வணிக வங்கிகளுக்கும், 14% ஊடுறவு நிதி நிறுவனங்களுக்கும், 18% மாநில அரசுகளுக்கும் சொந்தமாக

உள்ளன (ஆர்.பி.ஐ புல்லெட்டின் பிப்ரவரி 2020, ப. 92). அரசாங்கப் பத்திரங்கள் மூலதனச் சந்தையில் பரிவர்த்தனையாகும் நிலையில், கருவூலப் பத்திரங்களும் மற்ற குறுகிய காலக் கருவிகளும் பணச்சந்தையில் பரிவர்த்தனையாகின்றன. நடப்பு வாரத்தின் நிலவரப்படி, 91–நாள், 182–நாள் மற்றும் 364–நாள் பத்திரங்களின் ஈட்டங்கள் என்ன?

முந்தைய இயலில் குறிப்பிட்டது போல், அரசாங்கத்தில் மூன்று அடுக்குகள் இருந்தாலும், பொதுவாக அரசு என்பதை ஒருபடித்தான துறையாகவே கருதி நடத்துகிறோம். மாநில அரசுகளும் தங்களுடைய நிதித் தேவைகளை நிறைவுசெய்துகொள்ள பத்திரங்களை வெளியிடுகின்றன. மாநில அரசுப் பத்திரங்களில் பெரும்பாலானவை வணிக வங்கிகளுக்கும், காப்பீட்டு நிறுவனங்களுக்கும், வருங்கால வைப்பு நிதியங்களுக்கும் சொந்தமாக இருக்கின்றன.

கட்டணங்களைச் செலுத்த உலகப்பொது ஊடகமாகவும் (Universal Medium of Exchange), மதிப்பின் சேமிப்புக்கிடங்காகவும் விளங்கும் பணத்தின் அத்தியாவசியப் பண்புகளை அலசிய பிறகு, இந்திய நிதி அமைப்பின் தன்மையின்மீது கட்டியெழுப்பியவாறு பல்வேறு நிதிக் கருவிகளுடைய ரொக்கத்தன்மையின் படிநிலைகளைப் பற்றி உரையாடினோம். உண்மையில் பற்பல வட்டிவீதங்கள் இருந்தபோதிலும், ஒரே ஒரு வட்டிவீதம் மட்டுமே இருப்பதைப்போல பல்வேறு பொருளியல் பாடநூல்கள் கூறுவதையும் அதைத் தொடர்ந்து சுட்டிக்காட்டினோம். மூலதனச்சந்தையில் பரிவர்த்தனை செய்யப்படும் அரசுப்பத்திரங்களைக் கூர்ந்து நோக்கி, அதன் வாயிலாக இதனை விவரித்துக்காட்டினோம். இந்தியாவின் நிதி மற்றும் பணம் சார்ந்த நிறுவனக் கட்டமைப்பின் அடிப்படை அறிதலைக் கொண்டு, பணத்தின் இரண்டு பரந்துபட்ட கோட்பாடுகளைப் பார்வையிட இதுவே நேரம்.

3.4 பணத்தின் கோட்பாடுகள்

முன்னதாக உரையாடியது போல, நுகர்வு, முதலீடு ஆகிய இரண்டு நோக்கிலும் குடித்தனங்களும், (நிதி சார் மற்றும் நிதி சாராத) நிறுமங்களும், அரசாங்கமும், பணத்தை வேண்டுகின்றன. ‘பணம் வேண்டப்படுகிறது’ என்று நாம் எழுதும்போது, ஒப்பீட்டளவில் ரொக்கத்தன்மையற்ற நிதிக் கருவிகளைப் பணமாக–அதாவது (அதிக ரொக்கத்தன்மையைக் கொண்ட) நாணயமாகவும் வங்கிக் கணக்குவைப்புகளாகவும்–மாற்றுவது பற்றியே குறிப்பிடுகிறோம் என்பதைக் கவனியுங்கள். ஒருவகையில், பணத்திற்கான வேண்டல் என்பது உண்மையில் ரொக்கத்தன்மையுள்ள நிதிக் கருவிகள்/பொருட்களுக்கான வேண்டலே ஆகும். வங்கி வைப்புத்தொகைகளும், எல்.ஐ.சி–யும், ஊடுறவு நிதிப் பங்குகளும், இன்னபிற கருவிகளும், நிதித் துறையால் ‘உற்பத்தி’ செய்யப்படும் பண்டங்கள்தாம் என்ற உண்மையைச் சுட்டிக்காட்டும் பொருட்டே (நிதிப்) ‘பொருட்கள்’ என்ற சொல்லைப் பயன்படுத்துகிறேன்.

எதற்காக நமக்குப் பணம் தேவைப்படுகிறது? பணவேண்டல்களுக்குப் பின்வருமாறு மூன்று காரணங்கள் அல்லது நோக்கங்கள், பொருளாதார

இலக்கியத்தில் காணக்கிடைக்கின்றன: அவை, பரிவர்த்தனை நோக்கம், முன்னெச்சரிக்கை நோக்கம், ஊகவாணிக நோக்கம் ஆகியன (கேயின்ஸ் 1936, ப. 195–6 காண்க). முதலில், குடித்தனங்கள் என்ற முறையில், மளிகைப் பொருட்களை வாங்குதல், மின்கட்டணம் செலுத்துதல், போக்குவரத்துக் கட்டணங்கள் முதலியவற்றுக்குப் பணம் தேவைப்படுகிறது; நிறுமங்களுக்கோ, ஊதியம் வழங்குதல், மூலப்பொருட்களை வாங்குதல், மின்கட்டணம் செலுத்துதல், பொறிகளை வாங்குதல்/வாடகைக்கு எடுத்தல் முதலியவற்றுக்குப் பணம் தேவைப்படுகிறது. இரண்டாவதாக, எதிர்பாராத செலவினங்களுக்கு–உடல்நலக் குறைவுக்கோ, ஊருக்கு உடனடியாகப் பயணப்படவோ அல்லது வேண்டலில் ஏற்படும் எதிர்பாராத உயர்வினை நிறைவு செய்வதற்கோ–பணம் தேவைப்படுகிறது. பணத்திற்கான மூன்றாவதும் இறுதியானதுமான வேண்டல் காரணி, பணத்தின் ஊகவாணிக வேண்டல் என்று அழைக்கப்படுகிறது. பத்திரங்களையும், பங்குமுதல்களையும், பிற நிதிக் கருவிகளையும் வைத்திருப்பதற்குப் பதிலாக ரொக்க வடிவைத் தேர்ந்தெடுக்கும் ஊக முடிவை குறிப்பது இது. வேறு விதமாகச் சொன்னால், பிற ரொக்கத்தன்மையற்ற நிதிப் பொருட்களோடு ஒப்பிடுகையில் ரொக்கத்தன்மையுள்ள நிதிப் பொருட்களைக் (பணத்தை) கோருதலைக் குறிப்பதே ஊகவாணிக வேண்டல் ஆகும். எனவே, சேமிப்புக் கணக்கில் பெறும் வட்டிக்கும் கடன்முறிப் பத்திரங்கள் முதலிய மற்ற நிதிக்கருவிகளில் பெறும் வட்டிக்கும் இடையிலான வேறுபாட்டைச் சார்ந்தே பணத்திற்கான ஊகவாணிக வேண்டல் இருக்கும் (இந்த வேறுபாடானது வட்டிப் பரப்பு (Interest Spread) என்றும் அழைக்கப்படுகிறது).

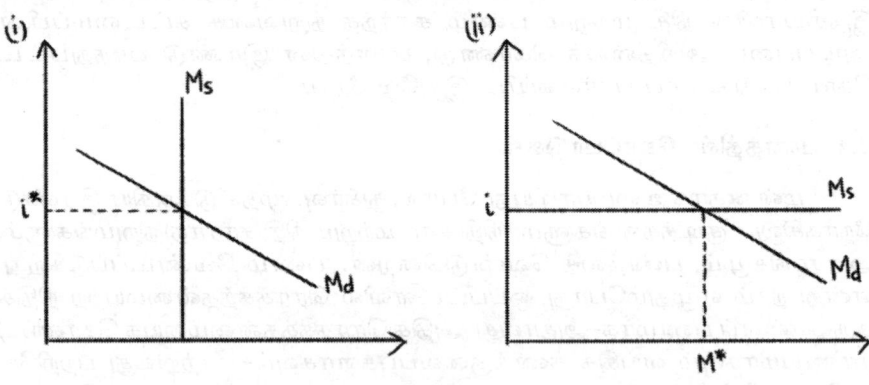

படம் 3.4
புறந்தோன்று பணமும் அகந்தோன்று பணமும்

பொதுவாக, வட்டிப் பரப்பு உயர்வாக இருக்கும்போது பணத்திற்கான ஊகவாணிக வேண்டல் குறைவாக இருக்கும்; இதுவே மறுதலைப் பட்சமாகவும் (vice versa) பொருந்தும். எளிதாகச் சொன்னால், பணத்தைக் கையில் வைத்திருப்பதென்பது சுழிய (பூஜ்ய) வட்டியை ஈட்டுவதாக எடுத்துக் கொண்டால், பத்திரங்களின் வட்டிவீதம் குறைவாக இருக்கும்போது பணமாகவே கையில் வைத்திருப்போம்; அதுவே, பத்திரங்களின் வட்டிவீதம் உயர்வாக இருந்தால் பத்திரங்களைக் கையில் வைத்திருப்போம்.

மேலும், வட்டிவீதம் உயர்வாக இருக்கும்போது, பணத்தைக் கையில் வைத்திருப்பதன் பிறவாய்ப்புத்துறப்புச் செலவுகளும் (Opportunity Cost) உயர்வாக இருப்பதனால், பணத்திற்கான பரிவர்த்தனை வேண்டலுக்கும் வட்டிவீதத்திற்கும் இடையில் எதிர்மறை உறவு நிலவுகிறது.

பணத்தின் வேண்டலைப் பாதிக்கும் இந்தக் காரணிகளைச் சேர்த்துப் பார்க்கும் நிலையில், ரொக்கத்தொகைக்கான (பணம்) வேண்டலை, பரிவர்த்தனைகளின் அளவும், கடன் பெறுவதற்கான செலவுமே (வட்டிவீதம்) தீர்மானிகின்றன என்னும் முடிவை எட்டலாம். எளிமை கருதி, பணத்திற்கான வேண்டலுக்கும், வட்டிவீதத்திற்கும் இடையில் நேர் உறவு நிலவுவதாக எடுத்துக்கொள்வோம். இது, இடமிருந்து வலமாகக் கீழ்நோக்கிச் சரியும் நேர்க்கோடு ஒன்றை வரைய வழிகோலுகிறது (படம் 3.4-ஐ காண்க). ஓர் எதிர்மறை உறவிலிருந்து நேரியல் தன்மையுடைய சார்பியல் உறவுக்கு எப்படி மிடுக்காக நகர்ந்தோம் என்பதை உன்னிப்பாகக் கவனியுங்கள். எதிர்மறைஉறவு என்னும் கருத்திலிருந்து துல்லியமான சார்பு வடிவத்திற்கு கணிதரீதியாகப் பெயர்ந்து மாறுவதற்காக அமர்த்த வேண்டிய எடுகோள்களைப் பற்றிச் சிந்தித்துக் குறிப்பு வரையுங்கள்.

பணம் எவ்வாறு வழங்கப்படுகிறது?–இன்னும் நுணுக்கமாகச் சொன்னால், பொருளாதாரத்தில் பணம் எப்படி உருவாக்கப்படுகிறது? இந்தக் கேள்விக்குப் பதிலளிக்கப் பொருளியல் இலக்கியத்தில் இரண்டு பொதுப்பட்ட அணுகுமுறைகள் இருக்கின்றன: அவை (அ) புறந்தோன்று பணம் (ஆ) அகந்தோன்று பணம். இவற்றின் பெயர்கள் உணர்த்துவது போல், பணத்தின் வழங்கல் என்பது, பணவியல் உற்பத்திப் பொருளாதாரத்திற்கு வெளியிலிருந்து மைய வங்கியால் அளிக்கப்படுவதாக முதல் அணுகுமுறை வாதிடுகிறது; அதுவே, பணவியல் உற்பத்திப் பொருளாதாரத்தின் உள்ளிருந்து–குறிப்பாக, பொருளாதாரத்தின் ரொக்கத்தொகைவேண்டல் களுக்குச் செவிசாய்த்து (தனியார்) வங்கித் துறை பணம் உருவாக்குவதாக இரண்டாவது அணுகுமுறையும் வாதிடுகிறது. இந்த அணுகுமுறைகளின் விவரங்களுக்குள் நுழைவதற்கு முன்பாக, இந்த இரண்டு அணுகுமுறைகளை யும் சார்ந்த வேண்டல், வழங்கல் ஆகியவற்றின் சார்புகளை வரைவோம்.

பணவேண்டலும் பணவழங்கலும் சந்திக்கும் புள்ளியில் சமநிலை எட்டப்படுகிறது. மீண்டும் சொன்னால், முதல் அணுகுமுறையில், மைய வங்கியால் *வெளியிலிருந்து* பணத்தின் அளவு முடிவு செய்யப்படுகிறது; இரண்டாவது அணுகுமுறையில், பணத்தின் வேண்டலும் அதன் வழங்கலும் குறுக்குவெட்டும் புள்ளியில், *உள்ளிருந்தே* பணத்தின் அளவு தீர்மானிக்கப்படுகிறது. (இன்னும் நுணுக்கமாகப் பார்த்தால், அகந்தோன்று பணக் கோட்பாட்டில் கூறப்படுவது கடனுக்கான வேண்டல் ஆகும்; பணத்திற்கான வேண்டல் கிடையாது.) புறந்தோன்று பணக் கோட்பாட்டிலோ, பணத்தின் வழங்கல் மாறாது; எனவே, பணத்தின் வேண்டலில் ஏற்படும் மேல்நோக்கிய இடமாற்றமானது, வட்டிவீதங்களில் மேல்நோக்கிய அழுத்தத்தை உண்டாக்கும். இருப்பினும், அகந்தோன்று பணக் கோட்பாட்டில், நிர்ணயிக்கப்பட்ட வட்டிவீதத்தில், பணத்தின் வேண்டலைப் பொறுத்து, பணத்தின் வழங்கல் தன்னைத் தகவமைத்துக் கொள்ளும். மாறாக, புறந்தோன்று பணஅணுகுமுறையிலோ,

வட்டிவீதமானது உள்ளிருந்தே தீர்மானிக்கப்படுகிறது என்பதையும், அதுவே அகந்தோன்று பண அணுகுமுறையில் மைய வங்கி வெளியிலிருந்து வட்டிவீதத்தை முடிவு செய்கிறது என்பதையும் கவனியுங்கள். கெடுவாய்ப்பாக, பெரும்பாலான பொருளியல் பாடநூல்கள் அகந்தோன்று பண அணுகுமுறையைப் பற்றி உரையாடுவதில்லை.

இங்கிலாந்து வங்கி, *மனி க்ரியேஷன் இன் தெ மாடர்ன் எகானமி* என்ற தலைப்பில், அகந்தோன்று பண அணுகுமுறையை விளக்கி, வழிமொழிந்து அறிக்கையொன்றை 2014ஆம் ஆண்டு வெளியிட்டது. பேரியல் பொருளாதாரத்தில் பணஉருவாக்கம் குறித்து, சிறந்து விற்பனை காணும் பல்வேறு பொருளியல்பாடநூல்கள் பரப்பிவந்த இரண்டு புகழ்பெற்ற பிழையான கருத்துகளை நல்லடக்கம் செய்துவைத்தது இந்த அறிக்கை. அவை: (அ) வங்கிகள், மறைமுக இடையூடகங்களாகச் செயல்படுபவை என்பது; (ஆ) பணம் வைப்புத்தொகைகளின் வரம்புகளுக்குள் அடங்கியது என்பது–ஆகியன. இதற்கு மாறாக, வங்கிகள் நேரடியாகவே ஆதாயத்தைப் பெருக்குபவை என்றும், கடனளிப்பதால் பணம் உருவாக்கப்படுகிறது என்றும் அந்த அறிக்கை வாதிட்டது. இவற்றில் பின்னைய வாதமே பண வழங்கல் வளைவரையைக் கிடைமட்டமானதாக ஆக்குகிறது.

வங்கிகள் எவ்வாறு ஆதாயம் ஈட்டுகின்றன? பிற நிறுவனங்களைப் போலவே வங்கிகளும், மலிவாக வாங்கியும், அதிக விலைக்கு விற்றும் ஆதாயம் ஈட்டுகின்றன. வைப்புத்தொகைகளும் கடன்களுமே வங்கிகள் விற்பனை செய்யும் நிதிப் பொருட்கள். வைப்புத்தொகைகளின் மீதான வட்டியை விட கடன்களின் மீதான வட்டி எப்போதுமே அதிகமாக இருக்கும். வங்கிகள், தம் ஆதாயங்களைப் பெருக்கிக்கொள்ளும் பொருட்டு, கடனளிப்பு வீதத்துக்கும் வைப்புத்தொகை வீதத்துக்கும் இடையிலான பரப்பினை அதிகரிக்கவும், வைப்புத்தொகைகளுக்கு ஒப்பாக கடனளிப்பின் அளவை அதிகரிக்கவும் முயற்சிசெய்கின்றன. அதாவது, பணத்திற்கான வேண்டலில் ஏற்றமிருந்தால், வட்டிவீதத்தை (வைப்புத்தொகைகளின் அளவையும் கூட) மாற்றியமைப்பதற்கு அவசியம் ஏற்படாத வகையில், தம்முடைய கடனளிப்பை அதிகரிப்பதன் மூலம் அந்த ஏற்றத்தை வங்கிகள் ஈடு செய்கின்றன. இதுவே அகந்தோன்று பண அணுகுமுறையிலிருந்து கிடைக்கும் நுட்பப்பார்வை; இதையே படம் 3.4–இன் இரண்டாவது தொகுதியிலும் காட்சிப்படுத்தியிருந்தோம். இந்தியாவின் மிகப்பெரிய வணிக வங்கியான பாரத ஸ்டேட் வங்கியின் வலைத்தளத்திற்குச் சென்று, பல்வேறு முதிர்ச்சிக்காலங்களுக்கு உரித்தான கடனளிப்புவீதங்களை அந்த வங்கியின் வைப்புத்தொகை வீதங்களுடன் ஒப்பிட்டுப்பாருங்கள்.

பிற நிறுவனங்களைப் போலவே வங்கிகளும், தம்முடைய நிதிப் பரிவர்த்தனைகளைப் பதிவு செய்வதற்கு இரட்டைப் பதிவுக் கணக்கு விதியையே கடைப்பிடிக்கின்றன. சிந்தனைகளின் வரலாற்றின் மீது உங்களுக்கு ஆர்வமிருந்தால், பின்வரும் வரலாற்றுத் தகவல்துணுக்கை ரசிப்பீர்கள்: இரட்டைப் பதிவு விதிக்கு முறையான விளக்கவுரை அளிக்கும் முதல் முயற்சிகளில் ஒன்று, புகழ்பெற்ற கலைஞரான லியனார்டோ டா வின்சி அவர்களின் நெருங்கிய நண்பரான லூகா பாசியோலி என்னும் இத்தாலிய கணிதவியலாளர் வெனிஸ் நகரில் 1494இல்

மேற்கொண்டதாகும். அவருடைய 1494 இத்தாலிய மொழி நூலான 'சும்மா டே அரித்மெடிகா, ஜியாமெட்ரிகா, ப்ரொபோர்டியோனி எட் ப்ரொபோர்ஷனாலிடா' (கணக்கியல், வடிவியல், விகிதம் மற்றும் விகிதாசாரம் ஆகியவற்றைப் பற்றிய தொகுப்புரை), தொழில் நடத்துவது எப்படி, தொழில்முறையில் கடிதம் வரைதல், தொழில் அறம் ஆகியவற்றைக் குறித்தும் பேசுகிறது. மேற்படிப் புரிதலுக்கு, புதுக் கடன் அளிக்கப்படு வதற்கு முன்பாகவும் பின்பாகவும்–ஒரு வங்கிக்கும் ஒரு நிறுவனத்திற்கும் சொந்தமான ஐந்தொகைக் குறிப்புகளின் (Balance Sheet) புனைவுமாதிரிகளை, 2014ஆம் ஆண்டின் இங்கிலாந்து வங்கியின் அறிக்கையின் உதவி கொண்டு வரைந்துபாருங்கள். முன்பிருக்கும் வங்கி வைப்புத்தொகைகளிலிருந்து பணம் உருவாவதில்லை என்பதை இந்தக் கணக்குப்பதிவுப் பயிற்சி உணர்த்திவிடும்.

பொருளாதாரத்தில் நிலவிவரும் பல்வேறு வட்டிவீதங்களையும் (அரசின்) கொள்கை எவ்வாறு பாதிக்கும்? தொகைச் சேமிப்புகளின் அளவை இந்த வீதங்கள் பாதிக்கின்றனவா? பணவீக்கத்தைக் கட்டுப்படுத்துவதில் இந்த வீதங்களுக்குப் பங்களிப்பு இருக்கிறதா? இந்த வீதங்கள், வெளி நாடுகளிலிருந்து உள்வரும் நிதிகளை பாதிக்கின்றனவா? இதில் மூன்றாவதும் நான்காவதுமாகிய கேள்விகளை முறையே பகுதிகள் 8.3, 3.5 ஆகியவற்றில் கையாள்வோம். 'மறுகொள்முதலின் கொள்கை வீதத்தை' (Policy Repo Rate) (இனி மறுகொள் வீதம் என்று குறிப்பிடப்படும்) இந்திய ரிசர்வ் வங்கி நிர்ணயிக்கிறது; அதில் ஏற்படும் மாற்றங்கள் பொருளாதாரத்தில் உள்ள மற்ற வட்டிவீதங்களுக்கும் கடத்தப்படுகின்றன (கீழே படம் 3.5–ஐ காண்க). இந்த மறுகொள் வீதத்தை நிர்ணயிக்க, வழக்கமான இடைவேளைகளில் இந்திய ரிசர்வ் வங்கி கூடுகிறது; இந்த இன்றியமையாத வீதத்தை நிர்ணயிக்கும் பொறுப்பினைக் கொண்ட ரிசர்வ் வங்கியின் பணவியல் கொள்கைக் குழு ஆண்டிற்கு நான்கு முறையேனும் கூடுவது கட்டாயம். எனவே, இந்தக் மறுகொள் வீதம் என்பது ஒரு முக்கியமான பொருளாதாரக் கொள்கை நெம்புகோல் (Policy lever) ஆகும். ஆயினும், இந்தியாவின் முறைசாராக் கடனளிப்பு வீதங்களை இந்தக் கொள்கை வீதங்கள் எப்படிப் பாதிக்கின்றன என்பதைப் பற்றி இங்கே ஒரு நொடி பொறுத்திருந்து சிந்தித்துப் பாருங்கள்.

கொள்கை வட்டிவீதங்களில் ஏற்படும் மாற்றங்கள் நிதிக் கட்டமைப்பிற்குள் இருப்போரை எப்படி பாதிக்கின்றன என்பதைத் தெரிந்துகொள்வதால், சமகாலப் பணவியல் கொள்கை முடிவுகளைப் புரிந்துகொள்வதற்கு ஒரு வலுவான அடித்தளத்தைப் பெறுவீர்கள். மேலும், பணத்தின் அளவை நிர்ணயிக்காமல்–கொள்கை வட்டிவீதத்தை மட்டுமே நிர்ணயிக்கும் மைய வங்கியைக் கொண்ட அகந்தோன்று பண அணுகுமுறையைப் பற்றிய நமது உரையாடலோடு இது உடன்படுகிறது.

பேரியல் பொருளாதாரத்திலுள்ள சேமிப்பு, கடன் வாங்கல் ஆகியவற்றுடன் பணவியல் கொள்கையை (அதாவது, கொள்கை வட்டிவீதத்தை நிர்ணயித்தலை) இணைக்கும் முக்கிய வழித்தடங்களைக் காட்சிப்படுத்துகிறது படம் 3.5. பணவியல் கடத்தல் இயங்கமைப்பின் (Monetary Transmission Mechanism) எளிமைப்படுத்தப்பட்ட வடிவமான இதில், வணிக வங்கிகளும் பணச்சந்தைப் போட்டியாளர்களுமே கடத்தலுக்குப் பொறுப்பாக இருக்கும் கணு அமைப்புகள் (Nodal Institutions). இதில்

பணச்சந்தைப் போட்டியாளர்களோ, முக்கியமாக வட்டிவீதங்கள், பணவீக்கம், பத்திர விலைகள் ஆகியவற்றின் வருங்காலப் போக்குகளைப் பற்றிய எதிர்பார்ப்புகளின் வாயிலாகவே கடத்தல் இயங்கமைப்பிற்குப் பங்களிக்கிறார்கள். மீள்விளைவாக, இந்த எதிர்பார்ப்புகளானவை, நடப்புப் பத்திர விலைகளையும் ஈட்டங்களையும் பாதிக்கின்றன. கொடுக்கப்பட்ட கொள்கை வட்டிவீதத்தைப் பொறுத்து, தம்முடைய ஆதாயங்களைப் பெருக்கிக்கொள்ளும் வகையில் கடனளிப்பு வீதத்தை வணிக வங்கிகள் நிர்ணயிக்கின்றன. இவ்விரு வழித்தடங்களும் வெகுநேரம் பிடிப்பவை என்பதால், கடனளித்தல் (அல்லது கடன் வாங்கல்), சேமிப்பு ஆகிய பேரியல் பொருளாதார மாறிகளில் பணவியல் கொள்கை பாதிப்பை உண்டாக்குவதாலும் காலத் தொய்வு ஏற்படுகிறது. வட்டிவீதம், எதிர்பார்ப்புகள் ஆகிய வழித்தடங்களுடன், கடன் வழித்தடம், சொத்து விலை வழித்தடம், நாணயமாற்று வீதம் என்ற வழித்தடம் ஆகியவையும் சேர்ந்திருக்கின்றன. எனினும், இந்த வழித்தடங்கள் ஒவ்வொன்றின் ஒப்புத் திறத்தை அறிந்துகொள்வதற்கு மேற்கொண்டு ஆராய்வது அவசியம்.

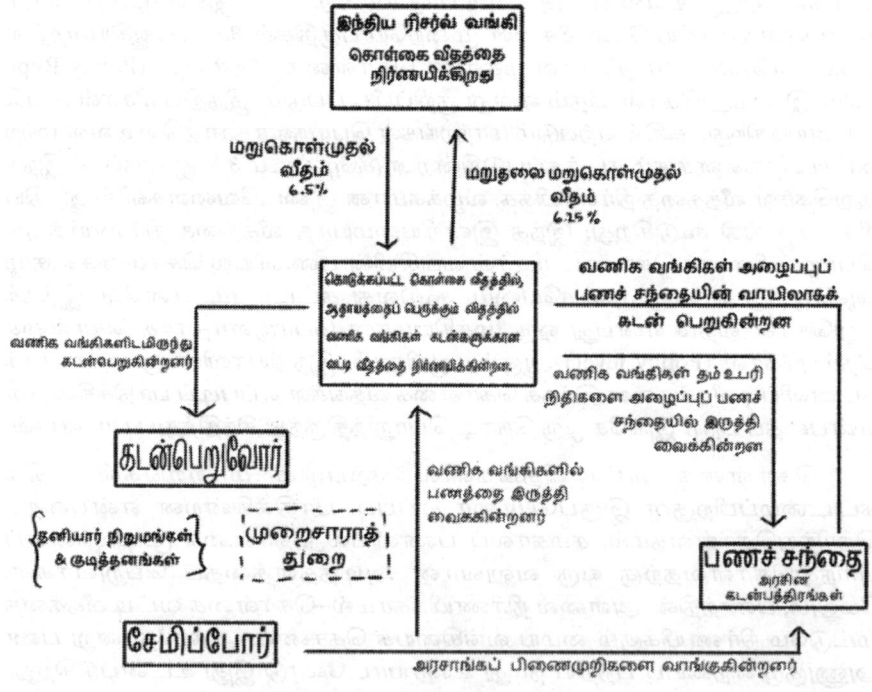

படம் 3.5
பணவியல் கடத்தல் இயங்கமைப்பு

வணிக வங்கிகள் மாறாதவாறு நிர்ணயிக்கும் கடனளிப்பு வீதங்களும், வளர்ச்சிகுன்றிய பணச் சந்தைகளும், இணக்கமான பணவியல் கடத்தலில் ஏற்படும் தடைகளில் சில. இந்தச் சிக்கல்களைக் கையாண்டால்—அதாவது, கணு இயந்திரத்தை நன்கு எண்ணெய் விட்டுப் பராமரித்துவந்தால், ரிசர்வ் வங்கியின் மறுகொள் வீதம் இந்தியப் பொருளாதாரத்திலுள்ள

நிதிக் கருவிகள் அனைத்திலும் சுமூகமாகக் கடத்தப்பட்டுவிடும்; எடுத்துக்காட்டாக, ரிசர்வ் வங்கி, தன் மறுகொள் வீதத்தை 25 அடிப்படைப் புள்ளிகள் (அடிப்படைப் புள்ளி எனப்படுவது ஒரு விழுக்காட்டுப் புள்ளியில் நூற்றில் ஒரு பங்காகும்) குறைக்கிறது என்றால், கடனளிப்பு வீதங்களையும் அதே விகிதத்தில் குறைப்பதன் மூலம், இந்தக் குறைப்பை வணிக வங்கிகள் குடித்தனங்களுக்கும் நிறுமங்களுக்கும் கடத்தவேண்டும். வங்கிகள் ஆதாயம் ஈட்ட வேண்டும் என்பதால், அதே விகிதத்தில் வைப்புத்தொகை வீதங்களையும் குறைத்துக்கொள்கின்றன. கடத்தல் இயங்கமைப்பு சுமூகமாக இருந்தால், உயர் வட்டிவீதம் என்பது, ஈட்ட வளைவரையை மேல்நோக்கி இடமாற்றும் வகையில் (படம் 3.3), அதே விகிதத்தில் அரசுப் பத்திரங்களையும் பாதிக்கும். ஆக, இந்திய ரிசர்வ் வங்கியின் மறுகொள் வீதம் என்பது, பேரியல் பொருளாதாரத்திலுள்ள மற்ற வட்டிவீதங்கள் அனைத்திற்குமான நங்கூரமாகச் செயல்படுகிறது. ரிசர்வ் வங்கியின் மறுகொள் வீதத்திற்கும், முறைசாராக் கடனளிப்புவீதங்களுக்கும் இடையிலான பணவியல் கடத்தலின் திசையும் வலிமையும் அவ்வளவு தெளிவாக இல்லை; மேற்கொண்டு இது பற்றிய ஆய்வுகளை, குறிப்பாக நெடுக்குவாட்டத்திலான ஆய்வுகளை (Longitudinal Studies) மேற்கொள்வது அவசியமாகிறது.

ரொக்க மேலாண்மை

அயல்நாட்டுச் சேமிப்புகளின் உள்வரத்துக்கும் இந்தியப் பொருளாதாரத்திலுள்ள வட்டிவீதங்களுக்கும் இடையிலான ஊடாடலைப் பற்றி, வரும் பகுதியில் உரையாடுவோம்; அதற்கு முன்பாக, கடைசியாகக் காணவேண்டிய ஒன்றை நோக்கி நம்மை அழைத்துச்செல்கிறது மேற்கண்ட உரையாடல். குடித்தனங்கள், தனியார் நிறுமங்கள் ஆகிய இரண்டினையும் படம் 3.5இல் ஒரே பகுப்பாய்வுப் பெட்டகத்திற்குள் வைத்திருந்தாலும் கூட, கடன் வாங்க அவை எடுக்கும் முடிவுகள் அடிப்படையில் வெவ்வேறு காரணங்களிலிருந்து பிறக்கின்றன. குடித்தனங்களின் கடன் வாங்கும்

முடிவுகள் நுகர்வுத் தேவைகளிலிருந்து பிறக்கின்றன—இரு சக்கர வண்டி, மகிழுந்து, திருமண விழா, நிலம், வீடு முதலியவற்றுக்காகச் செலவழிப்பதற்காக இருக்கலாம்; நிறுமங்களின் தேவைகளோ, உற்பத்தித்திறனைப் பெருக்கிக்கொள்வதற்கோ, அல்லது இருக்கும் உற்பத்தித்திறனின் பயன்பாட்டை அதிகரிக்கவோ அவை மேற்கொள்ளும் திட்டங்களிலிருந்து பிறக்கின்றன. எதிர்கால விற்பனைகள், வட்டிவீதங்கள், போட்டி, ஆராய்ச்சி மற்றும் மேம்பாடு முதலியவற்றைக் குறித்த எதிர்பார்ப்புகளைச் சார்ந்தே நிறுமங்களின் முதலீட்டுத் திட்டங்கள் அமைகின்றன. சான்றாக, எதிர்காலத்தில் போட்டி கடுமையாகும் என்று எதிர்பார்க்கப்பட்டால், நிறுமங்கள், இன்னும் கூடுதலாகக் கடன் பெறுவதன் மூலம் இன்றே அவற்றின் உற்பத்தித் திறனைப் பெருக்கிக்கொள்ளலாம் (வட்டிவீதத்தில் ஏற்றம் இருந்தாலும் கூட அதிகப்படியாகக் கடன் வாங்கலாம்). நிறைவாகச் சொன்னால், நிறுவனங்கள் மற்றும் குடித்தனங்களின் கடன் வாங்கும் முடிவுகளைப் பாதிக்கும் பல்வேறு காரணிகளில் வட்டிவீதம் என்பது ஒன்று மட்டுமே.

3.5 திறந்தநிலைப் பொருளாதாரத்தில் பணம்

இந்திய அரசியல் எல்லைகளுக்குள்ளாக நிகழும் பணப் போக்குவரத்துகளை—இன்னும் துல்லியமாகச் சொன்னால், நிதிப் போக்குவரத்துகள் அல்லது நிதித்தொகைகளின் போக்குவரத்துகளைப் பற்றி இதுவரை இந்த இயலில் உரையாடினோம். பணவியல் கடத்தல் இயங்கமைப்பைப் பற்றிய முந்தைய உரையாடலானது, நாணயமும் வங்கி வைப்புத்தொகைகளும் அடங்கிய பணத்தின் போகுவரத்துகளோடு நின்றுவிடவில்லை; பங்குமுதலையும் அரசுப் பத்திரங்களையும் போன்ற ஏனைய நிதிக்கருவிகளின் போக்குவரத்துகளையும் உள்ளடக்கியிருந்தது. ஆகவே, இதற்குத் துல்லியமான சொற்றொடர் 'நிதிப் போக்குவரத்துகள்' என்பதே ஆகும். இருப்பினும், ஒரே சீராக இருக்க வேண்டும் என்பதற்காக, 'பணப் போக்குவரத்துகள்' மற்றும் 'நிதிப் போக்குவரத்துகள்' ஆகிய சொற்றொடர்களை ஒரே பொருளில் பயன்படுத்துகிறோம்; மேலும், 'பணம்' என்பது பல்வேறு ரொக்கத்தன்மைகளைக் கொண்ட நிதிக் கருவிகள் அனைத்தையும் குறிப்பதாக உள்ளது. இந்தியாவுக்கும் புறவுலகிற்கும் இடையிலான பணப் போக்குவரத்தின் அமைப்பியலை ஆராய இதுவே நேரம். இந்தியா, பணப் போக்குவரத்துகள், பண்டப் போக்குவரத்துகள் ஆகியவற்றின் அளவிலும் செறிவிலும், புறவுலகத்துடன் எந்த அளவிற்குத் திறந்த தன்மையுடையதாக இருக்கிறது என்பதையே சார்ந்திருக்கும். இந்தியா எந்த அளவுக்குப் புறவுலகத்துடன் திறந்த தன்மையுடன் இருக்கிறது என்பதைப் பற்றி ஒரு நல்ல அறிதலைப் பெறுவதற்கு, பண்டங்கள், பணம், உழைப்பு ஆகியவற்றின் உள்வரத்திற்கும் வெளியேற்றத்திற்கும் இந்தியா விதிக்கும் கட்டுப்பாடுகளின் தன்மையையும் அளவினையும் கண்டறியுங்கள்.

இந்தியாவிற்குள்ளாக நிதிக் கருவிகள் அனைத்துமே—அது பாரத ஸ்டேட் வங்கியின் சென்செக்ஸ் ஊடுறவு நிதியாக இருந்தாலும் சரி, அல்லது 91—நாள் கருவூல உண்டியலாக இருந்தாலும் சரி—ரூபாய் வடிவில்தான் வெளியிடப்படுகின்றன. இந்தியாவில் குடியிருப்பவர்கள் தம்மிடம் உள்ள மிகைநிதித்தொகைகளை இருத்தி வைக்கும் பொருட்டு, அமெரிக்காவின்

டோ ஜோன்ஸ் பங்குச் சந்தையில் பட்டியலிட்ட ஒரு நிறுவனத்தின் பங்குகளை வாங்குவது என்று முடிவெடுத்தால், அங்கே பங்குமுதல்கள் டாலர் வடிவில் தான் வெளியிடப்படுகின்றன என்பதனால் அதை அமெரிக்க டாலர்களைச் செலுத்தியே வாங்கவேண்டிவரும்; இந்திய ரூபாயாகச் செலுத்த முடியாது. அதைப் போல, இந்திய நிறுவனமொன்று ஜெர்மனியிலிருந்து ஒரு தளவாடத்தை வாங்க நினைத்தால், இந்திய இறக்குமதியாளர் அந்த ஜெர்மன் நிறுவனத்திடம் யூரோக்களில்தான் பணம் செலுத்த வேண்டும்; உலகம் முழுவதிலும் கட்டணம் செலுத்தும் சாதனமாக அமெரிக்க டாலர்கள் பரவலாக ஏற்கப்படுவதனால் ஒரு வேளை டாலர் வடிவிலும் கட்டணம் செலுத்தப்படலாம். பின்னைய எடுத்துக்காட்டினை வைத்துப்பார்த்தால், உலகப் பொருளாதாரத்தில் இந்திய ரூபாயை விட அமெரிக்க டாலர்களே அதிகப் 'பணத்தன்மை'யைக் கொண்டுள்ளதாக இருக்கிறது என்று கூறுவது சரியாக இருக்குமா?

இந்திய இறக்குமதியாளர், அமெரிக்க டாலர்களைப் பெற வேண்டும் என்றால், இந்திய ரூபாயைக் கைம்மாறாக அளிக்கவேண்டும். அப்படியெனில், அமெரிக்க டாலர் ஒன்றுக்கு நிகராக எத்தனை இந்திய ரூபாய்களைத் தர வேண்டும் என்பதை எப்படித் தெரிந்துகொள்வது? பங்கு விலைகள் எவ்வாறு பங்குச்சந்தைகளில் தீர்மானிக்கப்படுகின்றனவோ, அதைப் போன்றே அந்நியச் செலாவணிக்கென்று ஒரு சந்தை இருக்கின்றது. அந்நியச் செலாவணிக்கான வேண்டல் என்பது, மற்ற காரணிகளுக்கு இடையே, பண்டப் போக்குவரத்துகளின் அளவு, எதிர்கால நாணயமாற்று வீதங்களைப் பற்றிய முதலீட்டாளரின்/ஊகவாணிகரின் எதிர்பார்ப்புகள், மற்றும் நாணயமாற்று வீதங்கள் சீர்குலைவதைத் தடுத்தல் வேண்டி–இறக்குமதி–ஏற்றுமதிச் செயற்பாடுகள் சீர்குலையாதிருக்க இந்திய ரிசர்வ் வங்கி விதிக்கும் அந்நியச் செலாவணிக் கட்டாயத் தேவைகள் ஆகியவற்றையும் சார்ந்திருப்பதாகும். 21 செப்டம்பர் 2018–இன் (மாலை 5 மணி) நிலவரப்படி இந்திய ரூபாயின் அந்நிய நாணயமாற்று வீதங்களைக் கீழ்க் காணும் அட்டவணை 3.2 காட்டுகிறது.

அட்டவணை 3.2: இந்தியாவின் நாணயமாற்று வீதங்கள்

அமெரிக்க ஒன்றிய டாலர் (USD)	72.2
பிரிட்டன் பவுண்ட் (GBP)	95.2665
யூரோ (EUR)	84.979
ஐக்கிய அரபு அமீரகத் தீராம் (AED)	19.7073
சிங்கப்பூர் டாலர் (SGD)	52.8666

ஆதாரம்: XE Currency Charts.
குறிப்பு: 21 செப்டம்பர் 2018, மாலை 5 மணி நிலவரப்படி வீதங்கள்.

செப்டம்பர் 21, 2018 நாளன்று பரிவர்த்தனை நிகழ்கிறதென்றால், ஓர் அமெரிக்க டாலரைப் பெறுவதற்கு, இந்திய இறக்குமதியாளர் ஒருவர் 72.2 இந்திய ரூபாய்களைத் தர வேண்டும் என்கிறது அட்டவணை 3.2. மேலும், ஓர் அமீரக ஒன்றிய திராமைப் பெறுவதற்கு அதைவிடக் குறைவான

இந்திய ரூபாய்களே தேவைப்படுகிறது என்பதையும் இந்த அட்டவணை காட்டுகிறது.

அமெரிக்கர் ஒருவர், அமெரிக்காவிலோ அல்லது வேறெந்த இடத்திலோ தன்னுடன் உள்ள உபரி நிதித்தொகையை இட்டுவைப்பதைக் காட்டிலும், மும்பைப் பங்குச்சந்தையில் பட்டியலிடப்பட்ட ஓர் இந்திய நிறுவனத்தின் பங்குமுதலை வாங்குவதனால் அதிக வரவுவீதத்தை ஈட்ட முடியும் என்றால், தனது பணத்தொகையை இந்திய மூலதனச் சந்தையில் இடுவதே நிதியியல் ரீதியில் 'ஈர்ப்புடையதாக' இருக்கும் (நாணயமாற்றில் ஏற்படும் மாறுபாடுகளினால், அவருக்கு டாலர் வடிவில் கிடைக்கக்கூடிய வரவுகள் பாதிக்கப்படலாம்; எனவே, இது 'ஈர்ப்புடையதாக' மட்டுமே விளங்குகிறது). உள்நாட்டு வட்டிவீதங்களும் வெளிநாட்டு நாணயமாற்று வீதங்களும் இணைப்புடையவையே என்ற உண்மையை அடிக்கோடிட்டுக் காட்டுவதற்காகவே இந்தச் சிந்தனைப்பரிசோதனை நிகழ்த்தப்பட்டது. ரிசர்வ் வங்கியால் நிர்ணயிக்கப்படும் கொள்கை வட்டிவீதமானது (அதாவது, பணவியல் கொள்கை), நாணயமாற்று வீதங்களின் மீது தாக்கம் கொண்டது என்பதையும், இதன் விளைவாக, பணம் மற்றும் பண்டங்களின் உள்வரத்தும் வெளியேற்றமும் கூட பாதிக்கப்படக்கூடும் என்பதையும் இது உணர்த்துகிறது. ஆக, பன்னாட்டு நிதி, வணிகம் என இரண்டுமே பணவியல் கொள்கையால் பாதிப்படைகின்றன.

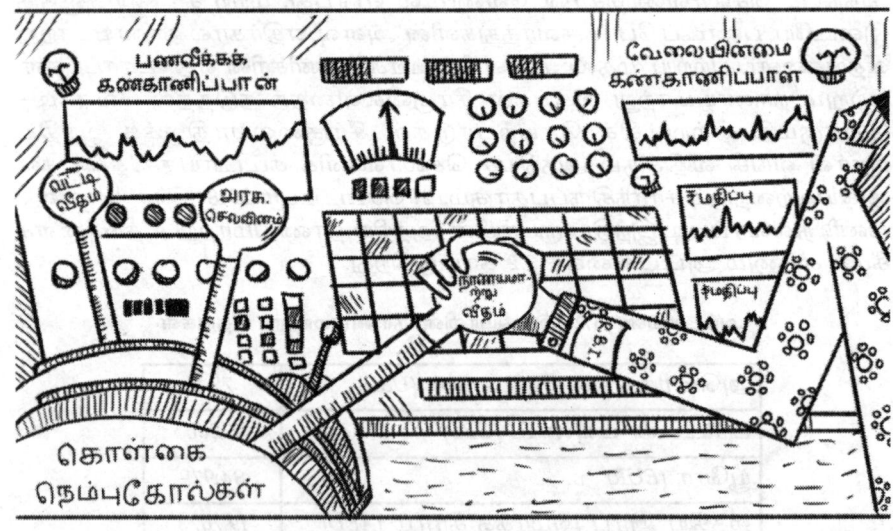

பேரியல் பொருளாதாரக் கொள்கை நெம்புகோல்கள்

பன்னாட்டு நிதி மற்றும் பண்டங்களின் போக்குவரத்துகளைத் தூண்டிவிடுவதற்கு, பணவியல் கொள்கை தவிர வேறெந்த வகையிலான நெம்புகோல்கள் இருக்கின்றன? மூலதனக் கட்டுப்பாடுகள் (வெளிநாட்டு நிதிகளின் உள்வரத்தையும் உள்நாட்டு நிதிகளின் வெளியேற்றத்தையும், ஒழுங்காற்றவும் கட்டுப்படுத்தவும் உதவும்); விலைக் கட்டுப்பாடுகள் (இறக்குமதிகளின் மீது வரி விதித்தலும் ஏற்றுமதிகளுக்குச் சலுகைகளை

அளித்தலும்); அளவுக் கட்டுப்பாடுகள் (பண்டங்களின் இறக்குமதிக்கு 'ஒதுக்கீடுகளை' விதித்தலும், ஊழியர்களின் பன்னாட்டு இடம்பெயர்வை ஒழுங்காற்றுப்படுத்தலும்)-ஆகிய கட்டுப்பாடுகளை விதித்து, அரசு இந்தப் போக்குவரத்துகளை நேரடியாகக் கட்டுப்படுத்த முடியும்

வெளிநாட்டு நிதியை ஈர்ப்பதற்காக ரிசர்வ் வங்கி வட்டிக்கான கொள்கைவீதத்தை உயர்த்துகிறது என்று வைத்துக்கொள்வோம். இந்தியப் பொருளாதாரம் நெடுகவும் இதன் விளைவுகளைப் பணவியல் கடத்தல் இயங்கமைப்பின் வாயிலாக உணரலாம் (படம் 3.5-ஐ காண்க). கொள்கை நெம்புகோலை மாற்றி இயக்குவதற்கும் புதிய கொள்கையை அறிமுகப்படுத்துவதற்கும் முன்னதாக, அவற்றின் கணிக்கப்பட்ட விளைவுகள் அனைத்தையும் ஆராய்ந்துபார்ப்பது கொள்கை வகுப்பவர்களின் கடமை. வட்டிவீதங்கள் மாறா அடிப்படையில் அல்லாமல், மாறும் அடிப்படையில் இருக்குமென்றால், வட்டிவீதங்களை உயர்த்துவதென்பது கடன்பெறுவோரைக் காட்டிலும் கடனளிக்கும் இந்தியர்களுக்கே நன்மை பயக்கும். அத்தோடு, பன்னாட்டு முதலீட்டாளருக்கும்/கடனளிப்போருக்கும் கூட இது நன்மை பயக்கும். அரசின் கடன்வாங்கல் அல்லது கடப்பாட்டின் மீது இதன் தாக்கம் எப்படி இருக்கும்? அரசுப் பத்திரங்களானவை, மாறா வட்டிவீதத்தைக் கொண்ட நிதிக் கருவிகள் என்பதால், ஏற்கெனவே உள்ள கடன் கையிருப்பின் வட்டிக் கூறினை இது பாதிக்காது. இருப்பினும், கடனைத் திருப்பிச்செலுத்தும் விலை உயர்ந்துவிடும் என்பதால், புதிதாக வெளியாகும் அரசுப் பத்திரங்கள் பாதிப்புக்கு உள்ளாகின்றன. அந்நியச் செலாவணிச் சந்தையிலோ, இந்தியாவின் வட்டிவீதங்களில் ஏற்படும் உயர்வானது, மற்ற நாணயங்களுக்கு நிகரான இந்திய ரூபாயின் வேண்டலில் உயர்வுக்கு வழிவகுக்கும்; ஆகவே ரூபாயின் மதிப்பேற்றத்தை விளைவிக்கும். அதாவது, ஓர் அமெரிக்க டாலரையோ, ஒரு யூரோவையோ அல்லது ஒரு பவுண்டு ஸ்டெர்லிங்கையோ பெறுவதற்குக் (முன்பை விட) குறைவான இந்திய ரூபாய்களையே கைம்மாறாக அளிக்க வேண்டியிருக்கும். இந்திய ரூபாய் மதிபேற்றம் காணும்போது, ரூபாய் வலுவுறுகிறது என்கிறோம்.

வட்டிவீதம் உயரும்போது பொருளாதாரத்திலுள்ள பணத்தின் அளவுக்கு என்ன ஆகிறது? படம் 3.4 (ii)-இன் உதவியுடன் இந்தக் கேள்விக்கு விடையளியுங்கள். வட்டிவீதத்தின் உயர்வினால் ஏற்படக்கூடிய மற்றொரு விளைவு, கடன் பெறுவதில் ஏற்படும் செலவில் ஏற்பட்ட உயர்வினைத் தொழில்கள்/நிறுவனங்கள் அனைத்தும் விலை உயர்வு என்ற வடிவத்தில் கடத்திக்கொண்டே போனால் (-ஆகையால் தொகை விலைவாசி உயர்கிறது), மற்றவை மாறாதிருப்ப, ஏற்றுமதிகளும் மேலும் விலையுயர்ந்து, அதனால் ஏற்றுமதிகளுக்கான வேண்டல் வீழ்ச்சியுற்று, இந்திய ரூபாயின் வேண்டலைக் குறைத்துவிடும். இது, ரூபாயின் மதிப்புத்தேய்விற்கு (Depreciation of the Rupee)-அதாவது, அதன் வலுவிழப்பிற்கு வழிவகுத்துவிடும். நாணயமாற்றுவீதங்களில் (வட்டிவீதங்களிலும் கூட) ஏற்படும் மாற்றங்கள் வெளியீட்டு மற்றும் வேலைவாய்ப்பு மட்டங்களின் மீது செலுத்தும் தாக்கத்தைப் பற்றி அடுத்த இயலில் உரையாடுவோம். நாணயமாற்று வீதங்களில் ஏற்படும் மாறுபாடுகள், பொருளாதாரத்திற்கு உள்ளாகப் பலதரப்பட்ட விளைவுகளை ஏற்படுத்தும் என்பதும்,

அம்மாறுபாடுகளின் திசையைப் பொறுத்து, ஏற்றுமதியாளர்களும், இறக்குமதியாளர்களும், கடனளிப்போரும், கடன்பெறுவோரும் வெவ்வேறு வகையில் பாதிக்கப்படுகிறார்கள் என்பதும் இப்போது உறுதியாகிவிட்டது. நிறும அளவில் இது ஏற்படுத்தும் விளைவுகளைக் கணக்கிடுவதற்கு, நிறுமத்தின் மொத்த வெளியீட்டில் ஏற்றுமதிக்கும் இறக்குமதிக்கும் இடையிலுள்ள ஒப்பீட்டு விகிதாசாரம், மற்றும் அதன் ஐந்தொகைக் குறிப்பிலுள்ள கடன் மற்றும் வரவு ஆகியவற்றின் அளவுகள் முதலியவற்றைப் போன்ற மேற்படியான தகவல்கள் தேவைப்படுகின்றன.

வட்டிவீதங்களானவை, நாணமாற்றுவீதங்களையும் பாதிக்கும் காரணத்தால், பணவியல் கொள்கையானது, பன்னாட்டு நிதி மற்றும் பண்டங்களின் போக்குவரத்துகளையும் கண்காணிக்க வேண்டியிருக்கிறது. இந்திய ரூபாயின் நாணயமாற்றுவீதங்களின் மீது தாக்கம் ஏற்படுத்த வேண்டுமென்றால், ரிசர்வ் வங்கிக்கு அந்நியச் செலாவணி தேவைப்படும் என்பது சில பத்திகளுக்கு முன்பாகச் சுட்டிக்காட்டப்பட்டிருந்தது. அந்நியச் செலாவணிச் சந்தையில், அந்நிய நாணயங்களை நெறிநுட்பமாக வாங்கி விற்பதன் வாயிலாக இதனை ரிசர்வ் வங்கி செய்கிறது. இதைப் பற்றிய மேம்பட்ட புரிதலைப் பெற, ரிசர்வ் வங்கியின் ஐந்தொகைக் குறிப்பில்– அதன் சொத்துகள் மற்றும் கடப்பாடுகளின் வருடாந்திரப் பதிவில்– வழக்கமாக இடம்பெறும் ஒதுக்கீட்டு வகைப்பிரிவுகள் (Line Items) கீழே கொடுக்கப்பட்டுள்ளன. ரிசர்வ் வங்கியின் அண்மைக்கால ஆண்டு அறிக்கையைக் கொண்டு படம் 3.6இல் இருக்கும் காலி இடங்களை நிரப்புக.

கடப்பாடுகள்		சொத்துகள்	
வைப்புத் தொகைகள்		தங்க நாணயம் & கட்டி	
● அரசு		முதலீடுகள்	
● வங்கி		● அயல்நாட்டுக் கடனீட்டு ஆவணங்கள்	
இதர கடபபாடுகள் & ஒதுக்கீடுகள்		● உள்நாட்டுக் கடனீட்டு ஆவணங்கள்	
வெளியிட்டுள்ள பணத்தாள்கள்		கடன் & முன்பணம்	
		● அரசு	
		● வங்கி	

படம் 3.6

வணிகவங்கிகளுக்கு ரிசர்வ் வங்கி அளிக்கும் கடன்கள் சொத்துக் களாகக் கருதப்படும் நிலையில், அவற்றில் செலுத்தப்பட்டுள்ள வைப்புத்தொகைகள் கடப்பாடாகக் கருதப்படுக்கின்றன. ரிசர்வ் வங்கி வைத்திருக்கும் அரசுப் பத்திரங்களும், அந்நியச் செலாவணியும், தங்கமும் அதன் சொத்துக்களாகும். ஒன்றிய, மாநில அரசுகளுக்கு அளிக்கப்படும் கடன்களும் முன்பணங்களும் ரிசர்வ் வங்கிக்கே 'சொந்தம்' என்பதனால், அவையும் ரிசர்வ் வங்கியின் சொத்துக்களே. இந்திய ரிசர்வ் வங்கியிடம் இருக்கக்கூடிய அரசின் வைப்புத்தொகைகள், ரிசர்வ்

வங்கிக்குச் சொந்தமானவை அல்ல என்பதால், அவை கடப்பாடுகள். ஆனால், 'வெளியிடப்பட்ட நாணயத்தாள்'களும் 'பொதுமக்களிடமுள்ள நாணய'மும் எப்படி ரிசர்வ் வங்கியின் கடப்பாடுகளாக இருக்கின்றன? ஒரு பயிற்சியாக, 'பொதுமக்களிடம் உள்ள நாணயம்' என்பது கணக்குப்பதிவில் சிக்கலுக்குள்ளான ஓர் அங்கம் என்ற கூற்றுக்கு ஆதரவாகவும் எதிராகவும் வாதங்களை முன்வையுங்கள்.

இந்தியாவில் அயல்நாட்டுநிதி உட்புகும்போது, நமது அந்நியச் செலாவணி இருப்புகள் அல்லது அந்நியச் செலாவணிச் சொத்துக்கள் உயர்கின்றன. இந்த உள்வரத்தானது, இந்திய நிதிச்சந்தையில் நிலவும் உயர்வான வரவுவீதங்களைச் சுரண்டிக்கொள்வதற்காக ஊக அடிப்படை யிலானதும் குறுகிய காலத்தினதாகவும் இருக்கலாம்; அல்லது, இந்தியாவின் உற்பத்தித்திறனைப் பெருக்கும் நோக்கத்திலானதாகவும் இருக்கலாம். குறுகியகால நிதிஉள்வரத்துகள் அந்நிய நிறுவன முதலீட்டாளர்களால் முடுக்கிவிடப்படுகின்றன. இந்தியாவின் உற்பத்தித் திறனைப் பெருக்கும் நிதிஉள்வரத்துகள், 'அந்நிய நேரடி முதலீடுகள்' என்றழைக்கப்படுகின்றன (பகுதி 4.3இல் அந்நிய நேரடி முதலீடுகளைப் பற்றி உரையாடப்படும்).

உள்நோக்கிய மற்றும் வெளிநோக்கிய நிதிப் போக்குவரத்துகளைப் பதிவு செய்யப் பயன்படுத்தப்படும் கணக்குப்பதிவுக் கட்டமைப்பை விவரித்து, இந்தப் பகுதியை நிறைவு செய்வோம். இந்தப் பரிவர்த்தனைகள் மூலதனக் கணக்கில் பதியப்படுகின்றன. அதைப் போலவே, பண்டங்களின் (சரக்குகள் மற்றும் சேவைகளின்) உள்வரத்துகள் மற்றும் வெளியேற்றங்கள், பண அனுப்புதல்கள், மற்றும் அயல்நாட்டுக் கொடைகள் ஆகியவை, நடப்புக் கணக்கில் பதியப்படுகின்றன (படம் 4.2-ஐக் காண்க). மூலதனக் கணக்கும் நடப்புக் கணக்கும் சேர்ந்து ஒரு நாட்டின் 'பன்னாட்டுக் கட்டண நிலுவை'யைத் (Balance of Payments) தருகிறது. முந்தைய பயிற்சியைப் போன்றே, ரிசர்வ் வங்கியின் வலைத்தளத்திலிருந்து சரியான மதிப்புகளைத் தேடிப் படம் 3.7இல் இருக்கும் காலி இடங்களை நிரப்புக.

	உள்வரத்து	வெளியேற்றம்
அயல்நாட்டு நேரடி முதலீடு		
அயல்நாட்டு நிறுவன முதலீடு		
வணிகக் கடன்கள்		
NRI வைப்புத்தொகைகள்		

படம் 3.7

மொத்த உள்வரத்துகளை விட வெளியேற்றங்கள் அதிகமாக இருந்தால், மூலதனக் கணக்கு பற்றாக்குறையில் இருப்பதாகவும், அதுவே மொத்த வெளியேற்றங்களைவிட உள்வரத்து அதிகமாக இருந்தால், அதை மிகுதியில் இருப்பதாகவும் கூறுகிறோம். இந்தியப் பொருளாதாரம் மொத்தத்திற்குமாகப் பார்த்தால், மூலதனக் கணக்கு மிகுதியில் இருப்பது

பேரியல் பொருளாதாரம்

விரும்பத்தகுந்ததாகத் தோன்றலாம்; ஆனால், வெளிநாட்டவருக்கான இந்தியக் கடப்பாடுகள் உயர்வடைவதால், இது அவ்வளவு நல்லதுமில்லை. மேலும், மூலதனக் கணக்கில் மிகுதியின் ஆதாரத்தைப் புரிந்துகொள்வது முக்கியம்; ஏனெனில், மிகவும் குறுகியகாலத்தினதாகிய அந்நிய நிறுவன முதலீடுகள் பெரிய அளவில் உள்வருவதால் மிகை ஏற்படுகிறதென்றால், தொழிலாளர்களுக்கு வேலைநிறைவு, தொழில்நுட்ப வளர்ச்சி போன்ற நமது நீண்ட காலப் பொருளாதாரத் தேவைகளுக்காக அதை நம்பிஇருக்க முடியாது. மறுபுறம், அந்நிய நிறுவன முதலீடுகளை விட, அந்நிய நேரடி முதலீடுகள் ஒப்பீட்டளவில் அதிக நிலையுள்ளதாகவும், அதிகம் நம்பத்தக்கதாகவும் விளங்குகின்றன.

3.6 முடிவுரை

இந்தியாவின் நிதிக் கட்டமைப்பின் விளக்கத்தோடு (வணிக வங்கிகள், மூலதனச் சந்தை, மற்றும் பணக் கடனளிப்போரை அக்கட்டமைப்பின் முக்கியப் போட்டியாளர்களாகக் கொண்டவாறு) தொடங்கிய இந்த இயல், பொருளாதாரத்தில் இந்திய ரிசர்வ் வங்கி, *SEBI* மற்றும் *IRDI* ஆகிய ஒழுங்காற்றிகள் இருப்பதையும் சுட்டிக்காட்டியது. அதைத் தொடர்ந்து, வங்கிகள் அதிக விலைக்குக் கடனளித்தும் மலிவான விலைக்கு வைப்புத்தொகைகளை ஏற்றும் ஆதாயம் ஈட்டும் காரணத்தால், நிதி இடையூடலில் அவற்றின் நேரடிப் பங்களிப்புகளை விவாதித்தோம். இதைத் தொடர்ந்து, பணம், வட்டிவீதம் ஆகியவற்றின் பொருளையும் பங்களிப்பையும் பற்றி உரையாடினோம். வழக்கமான புறந்தோன்று பண அணுகுமுறையோடு சேர்த்து, பணவியல் பொருளாதாரத்தின் அண்மைக்கால வளர்ச்சிகளை அடியொற்றிய அகந்தோன்று பண அணுகுமுறையினையும் அறிமுகப்படுத்தினோம். அதைத் தொடர்ந்து, ஏனைய வட்டிவீதங்களைப் பணவியல் கொள்கை பாதிக்கக்கூடிய வழித்தடங்களையும், பொருளாதாரத்தில் நிகழும் கடனளிப்பு மற்றும் கடன் பெறுதல் தொடர்பான முடிவுகளையும் குறித்த உரையாடலை மேற்கொண்டோம். இறுதியாக, இந்தியாவுக்கும் புறவுலகத்திற்கும் இடையிலான நிதிப்போக்குவரத்துகளைப் பற்றிப் பார்த்தோம்; இங்கே, நாணயமாற்றுவீதங்கள் எப்படி தீர்மானிக்கப்படுகின்றன என்பதையும், பணவியல் கொள்கையுடன் அதற்குள்ள பிணைப்புகளையும் விவாதித்தோம். மேலும், அந்நிய நேரடி மற்றும் நிறுவன முதலீடுகளின் தன்மை குறித்தும், ரிசர்வ் வங்கியின் ஐந்தொகைக் குறிப்பு, இந்தியாவின் மூலதனக் கணக்கு ஆகியவற்றின் வாயிலாக, அம்முதலீடுகள் இந்தியப் பொருளாதாரத்தின் மீது ஏற்படுத்தும் தாக்கத்தைப் பற்றியும் சுருக்கமாக உரையாடினோம். தொகைவருமானம் மற்றும் வேலைவாய்ப்பின் தீர்மானிப்பைப் பற்றி அடுத்த இயலில் உரையாடுவோம்.

பெரும்பாலான பாடப்புத்தகங்களில் வெளியீடு மற்றும் வேலைவாய்ப்புக் கோட்பாட்டிற்குப் பிறகே இந்த இயல் இடம்பெறுவதாக உள்ளது; பேரியல் பொருளாதாரத்தைப் புரிந்துகொள்ள இயல்களின் வரிசை முக்கியம் என்று நினைக்கிறீர்களா?

மேற்கொண்டு வாசிப்பதற்கான பரிந்துரைகள்

இங்கிலாந்து வங்கி 2014ஆம் ஆண்டு வெளியிட்ட 'Money Creation in the Modern Economy' என்ற கட்டுரையை நீங்கள் வாசிக்கவேண்டும் என்று வலியுறுத்துகிறேன். இந்த இயலில் அக்கட்டுரையை முழுமையாகப் பயன்படுத்தியுள்ளேன். இதனை 'பேங்க் ஆஃப் இங்கிலாண்ட்' வலைத்தளத்திலிருந்து இலவசமாகத் தரவிறக்கம் செய்துகொள்ளலாம். பணம் மற்றும் வட்டிவீதங்களைப் பற்றிய மேம்பட்ட ஆய்வுகளுக்கு, பின்வரும் எழுத்துகளை அணுகுவீர்: ஃபிலிப் அரெஸ்டிஸ், மால்கம் சாயர் ஆகியோர் தொகுத்து 2016இல் வெளியான 'A Handbook of Alternative Monetary Economics' நூலில் (செல்டென்ஹாம்: எட்வர்ட் எல்கர் வெளியீடு) ஜான் ஸ்மிதின் எழுதிய The Theory of Interest Rates என்ற அத்தியாயம்; 1991ஆம் ஆண்டு வெளிவந்த மாசிமோ பிவெட்டியின் 'An Essay on Money and Distribution' என்ற புத்தகம் (நியூ யார்க்: பால்கிரேவ் மெக்மிலன் வெளியீடு). அமித் பாதுரியின் 1986ஆம் ஆண்டு வெளியான 'Macroeconomics: The Dynamics of Commodity Production' என்ற பாடநூலின் (ஹேம்ப்ஷயர்: மெக்மிலன் வெளியீடு) The Social Device of Money என்ற அத்தியாயத்தை மேற்கண்ட நூல்களோடு சேர்த்து வாசிக்கலாம். பணம் மற்றும் வட்டிவீதங்கள் மீதான உங்கள் புரிதலை மென்மேலும் வளர்த்துக்கொள்ள விரும்பினால், 2007இல் டோனி அஸ்ப்ரொமொர்க்ஸ் Metroeconomica இதழில் (2007, தொகுதி 58, இதழ் 4, ப. 514–35) வெளியிட்ட 'Interest as an Artefact of Self-validating Central Bank Beliefs' என்ற கட்டுரையை அணுகுங்கள். இந்தியாவின் மீதான சிறப்புக் கவனத்துடன், திறந்தநிலைப் பொருளாதாரத்தில் பணம் குறித்து புரிந்துகொள்ள, 2014இல் சுனந்தா சென் வெளியிட்ட Dominant Finance and Stagnant Economies (புது டெல்லி: ஆக்ஸ்போர்டு பல்கலை பதிப்பகம்) புத்தகத்தில் 'Managing Finance in Emerging Economies: The Case of India' என்ற அத்தியாயத்தைப் பாருங்கள்.

4

வெளியீட்டு மட்டங்களும் வேலைவாய்ப்பு மட்டங்களும்

4.1 முன்னுரை

இந்தியாவில் 2019ஆம் ஆண்டில் உற்பத்தியான பண்டங்கள் மற்றும் சேவைகளின் மொத்த மதிப்பு வெறும் 170 டிரில்லியனாக இருப்பது ஏன்? 250 டிரில்லியனாக ஏன் இல்லை? பொருளியலின் மொழியில், இந்த 170 டிரில்லியன் ரூபாய் என்பது 2019ஆம் ஆண்டில் இந்தியாவின் மொத்த உள்நாட்டு உற்பத்தி அல்லது மொஉஉ (Gross Domestic Product–GDP) ஆகும். பொதுப்படையாகச் சொன்னால், இந்த இயலில் நாம் விடைகாணப் போகும் கேள்வி இதுதான்: தொகைவெளியீட்டின் மட்டத்தைத் தீர்மானிப்பது எது? ஒரு ரூபாய் மதிப்புள்ள வெளியீட்டினை உற்பத்தி செய்ய எத்தனை தொழிலாளர்கள் தேவைப்படுகிறார்கள் என்பது தெரிந்தால், தொகைவெளியீட்டின் விவரத்தை வைத்து, வேலைவாய்ப்பின் மட்டங்களையும் கண்டறிந்துவிடலாம். இந்த இயலின் தலைப்பிற்கும், தொடர்ந்துவரும் பகுதியின் தலைப்பிற்கும் இதுவே பெயர்க் காரணமாகும். தொகைவெளியீடு (Y), தொகை வேலைவாய்ப்பு (N) ஆகியவற்றின் விவரங்களைக் கொண்டு தொழிலாளரின் தனிநபர் வெளியீட்டை (Per Capita Output) (Y/N) மதிப்பிட முடிகிறது; சராசரியாக, தொழிலாளர்களின் நல்வாழ்வு பற்றிய குறியீட்டை 'Y/N' அளிக்கிறது. மொத்த உள்நாட்டு உற்பத்தியை ஒரு இட்லியைப் போல் காட்சிப்படுத்தினால், அதில் தனியொரு தொழிலாளருக்கு எவ்வளவு 'சொந்தம்' என்பதன் தோராயக் குறியீடாக Y/N விளங்குகிறது. இருப்பினும், எந்தவொரு சராசரியைப் போலவும், ஏற்றத்தாழ்வுகள் அதிகமாகவோ அல்லது வருமானப் பகிர்மானம் ஒரு சில இடங்களில் குவிந்திருப்பதாகவோ விளங்கினால், அந்த சராசரி அவ்வளவு அர்த்தமுள்ள அளவீடாக இருக்காது.

எல்லோருக்கும் வேலை வாய்த்துவிட்டால் மட்டுமே போதாது; அந்த வேலையானது, பாதுகாப்பானதும்

(நம்பத்தக்கதாக) நல்ல ஊதியம் கொடுப்பதாகவும் (வருமானம் மிக்கதாக) இருத்தல் வேண்டும். இந்தியாவில் வேலையில்லாதோர் எண்ணிக்கை 2011ஆம் ஆண்டில் 17.1 மில்லியனிலிருந்து 2015ஆம் ஆண்டில் 23.3 மில்லியனுக்கு உயர்ந்திருப்பதைப் பார்த்து நீங்கள் வியந்துபோகலாம் (ஸ்டேட் ஆஃப் ஒர்க்கிங் இந்தியா 2018, ப. 37) (இந்தியாவில் வேலைவாய்ப்பு (இல்லாமையின்) தன்மையைப் பற்றியும் வேலைவாய்ப்பை அதிகரிக்க உதவும் பேரியல் பொருளாதாரக் கொள்கைகளைப் பற்றியும் இயல் 7இல் கொடுக்கப்பட்டிருக்கிறது). இந்த இயலில் இந்தியாவின் வேலைவாய்ப்புச் சூழலைப் பற்றிய குறிப்பு இடம்பெறாது; இதுவே இந்தியாவின் நிதிக் கட்டுமானத்தை விவரித்த கடந்த இயலிலிருந்து இந்த இயலை வேறுபடுத்துகிறது. எனினும், இந்தியப் பேரியல் பொருளாதாரத்தைப் பற்றிய சில சூழல்களைச் சார்ந்த கூறுகளை, பகுதிகள் 4.3, 4.4 ஆகியவற்றில் பார்க்கலாம்.

1 பொருளியலின் மைய நோக்கம்
"மக்களுக்குக் கணிசமான வருமானம்
அல்லது பிழைப்பூதியத்தை வழங்குவது,
அல்லது, இன்னும் சரியாகச் சொன்னால்,
அவ்வாறு வருமானத்தையோ
பிழைப்பூதியத்தையோ வழங்குவதற்கு
வழிவகை செய்வது."

பொருளியலின் மைய நோக்கம்

அரசியல் பொருளாதாரத்தின் முதல் நோக்கத்தை, "மக்களுக்குக் கணிசமான வருமானம் அல்லது பிழைப்பூதியத்தை வழங்குவது, அல்லது அவ்வாறு வருமானத்தையோ பிழைப்பூதியத்தையோ வழங்குவதற்கு வழிவகை செய்வது" என்று ஸ்மித் (பகுதி 1.3–ஐக் காண்க) முன்மொழிந்ததற்கேற்ப விரித்துரைக்கிறது இந்த இயல். ஒரு புறம் இந்தியாவையும், மறுபுறத்தில் ஆஸ்திரேலியாவையோ அல்லது டென்மார்க்கையோ வைத்து, இவற்றின் தொழிலாளரின் தனிநபர் வெளியீடுகளில் நிலவும் வேறுபாட்டின் காரணங்களைப் பற்றிச் சிந்திக்கத் தொடங்குவது எப்படி? முதல் இயலில் வரைந்துகாட்டியதுபோல், ஒரு போட்டிநிறை பொருளாதாரத்தை– உழைப்பும் மூலதனமும் தடையின்றி இடம்பெயரும் தன்மை கொண்ட பொருளாதாரத்தை–ஆய்வின் பொருளாக வைத்துத் தொடங்குகிறோம். தொகை வருமானம் மற்றும் செலவினம், துறைகளுக்கிடையிலான உறவுகள்,

துறைகளைத் தழுவிய நிதிகளின் போக்குவரத்து—ஆகிய மூன்று விதங்களாகப் பேரியல் பொருளாதாரத்தைக் கருத்தாக்கம் செய்வது குறித்து இரண்டாவது இயல் அலசியது. மூன்றாவது இயல் நிதிப்போக்குவரத்துகள் சார்ந்த அணுகுமுறையைப் பின்பற்றிய நிலையில், துறைவாரியான பகுப்பாய்வினை ஒதுக்கிவைத்துவிட்டு, பொருளாதாரம் மொத்தத்திற்குமாகிய (அல்லது பேரியல் சார்ந்ததாகிய) பகுப்பாய்வின் மீது நடப்பு இயல் கவனம் செலுத்துகிறது. இருப்பினும், பேரியல் பகுப்பாய்வுக்கான பொருளாதாரப் பின்புலமும், பேரியல் பொருளாதாரத்தின் இரண்டாவது மற்றும் மூன்றாவது கருத்தாக்கங்களும், ஒன்றோடொன்று உடன்படுகின்றன என்பதை மனதில் கொள்ளுங்கள்.

வெளியீடு, வேலைவாய்ப்பு ஆகியவற்றின் கோட்பாடுகளுக்குச் செல்லும் முன்னதாக ஓர் எச்சரிக்கையைத் தெரிவிப்பது அவசியம். நான் பேரியல் பொருளாதாரம் பயிற்றுவித்துவந்த காலத்தில், (விளிம்புநிலைவாத) நுண்ணியல் பொருளாதாரம் அளவுக்குப் பேரியல் பொருளாதாரத்தின் தர்க்கம் 'உள்ளுணர்வு'க்கு எட்டுவதாக இல்லை என்று ஒவ்வோர் ஆண்டும் குறைந்தது ஒரு மாணவராவது எண்ணுவதை அறிந்திருக்கிறேன். நாம் நுகரும் அறிவுக்கும் நமது தனிப்பட்ட அனுபவங்களுக்கும் இடையிலான சிக்கல் வாய்ந்த ஊடாடலின் விளைவுதான் நம்முடைய உள்ளுணர்வு. எனவே, அறிவாக்கங்கள் அனைத்தையுமே தனிப்பட்ட நடவடிக்கைகளின் அடிப்படையிலும் பட்டறிவின் அடிப்படையிலும் உற்பத்திசெய்யவோ புரிந்துகொள்ளவோ முடியாது என்பதை மனதில் கொள்வது மிகவும் முக்கியம் (இது தொடர்பான உரையாடல்களுக்குப் பகுதி 6.3—ஐக் காண்க).

4.2 வெளியீடு, வேலைவாய்ப்பு ஆகியவற்றின் கோட்பாடுகள்

கடந்த இயலில் விவாதிக்கப்பட்ட போட்டிபோடும் பணக் கோட்பாடுகளைப் போலவே, வெளியீடு, வேலைவாய்ப்பு ஆகியவற்றைப் பற்றி பொதுப்படையாக இரண்டு போட்டிபோடும் கோட்பாடுகள் உள்ளன. இதில் முதலாவது, ஜே.பி. சேயிடமிருந்து தோன்றி, ஆல்ஃபிரெட் மார்ஷலாலும், ஏ. சி. பிகூவாலும் மேற்கொண்டு வளர்த்தெடுக்கப்பட்டது; ராபர்ட் சோலோவின் வளர்ச்சிக் கோட்பாட்டிலும் இதுவே வேறொரு வடிவத்தில் காணக்கிடைக்கிறது (இயல் 5—ஐக் காண்க). இரண்டாவது கோட்பாடோ, மிகல் கலட்ஸ்கி, ஜான் மேனார்ட் கேயின்ஸ் ஆகியோரின் படைப்புகளிலிருந்து 20ஆம் நூற்றாண்டில் தோற்றம் பெற்றதாகும்; இருப்பினும், கலட்ஸ்கியின் கண்ணோட்டத்தைக் கார்ல் மார்க்சின் சிந்தனைகளிலும் காண முடிகிறது.

பத்தொன்பதாம் நூற்றாண்டில் எழுதும் மார்க்ஸ், போட்டிநிறை பொருளாதாரம் மீள்பட்ட நெருக்கடிகளுக்கு ஆளாகக்கூடிய ஒன்று என்பதையும், குறைநுகர்வே (underconsumption) அதற்கு மையக் காரணமாக இருக்கின்றது என்பதையும் கண்டுணர்ந்தார். தொழிலாளர்கள், தாம் உற்பத்திச் செயல்முறையில் கூட்டும் மதிப்பை விடக் குறைவான கூலியையே பெறுகின்றார்கள் என்ற முதலாளியத் தர்க்கத்திலிருந்து குறைநுகர்ச்சி தோன்றுகிறது (மூலதனச் சுற்றோட்டத்தைப் பற்றிய மார்ஸின் விளக்கத்திற்கு, பகுதி 2.2—ஐக் காண்க). இதன் காரணமாக, தொழிலாளர்களின் நுகர்வு,

உற்பத்தி செய்யப்பட்ட வெளியீட்டிற்கு ஈடுகொடுக்கப் போதாமலாகிப் பின்னர் பண்டங்கள் விற்பனையாகாத நிலையும், (தற்காலிக) நெருக்கடியும் ஏற்பட வழிவகுக்கிறது. இருபதாம் நூற்றாண்டின் துவக்கத்தில் மார்க்சிய மரபில் செயல்பட்டுவந்த ரோசா லக்சம்பர்க், முதலாளித்துவச் சமூகங்களில் உற்பத்தியாகும் வெளியீட்டிற்கான வேண்டல், முதலாளித்துவம் அல்லாத சமூகங்களிலிருந்து கிடைக்கிறது என்று வாதிட்டதோடு அல்லாமல், தொகைவேண்டல் பற்றாக்குறை என்ற சிக்கலையும் கண்டுணர்ந்தார். 'தி அக்குமுலேஷன் ஆஃப் கேபிடல்' (1913) என்னும் தனது நூலில் பின்வருமாறு அவர் எழுதுகிறார்:

> நெருக்கடிகள் ஏற்பட (மார்க்சின் கருத்துருவத்தில்) வழி இருந்தாலும், உற்பத்தியில் நிலவும் விகிதாசாரப் பிறழ்வின் காரணமாக—அதாவது, உற்பத்தி நிகழ்முறையின் மீதான பிழையான சமூகக் கட்டுப்பாடு காரணமாக—மட்டுமே அவ்வாறு ஏற்படுவதாகத் துணிகிறது. முதலாளித்துவச் சமூகத்தில் நுகர்வுக்கான திறனுக்கும் உற்பத்தி செய்வதற்கான திறனுக்கும் இடையிலுள்ள ஆழமானதும் அடிப்படையானதுமாகிய மோதல்போக்கினை—மூலதனக் கொழிப்பின் பலனாக ஏற்படுவதும், காலாந்திரமாக வெடிப்பதுமாகிய இந்த மோதலை (மார்க்சின் கருத்துரு) புறக்கணித்துவிடுகிறது . . . (ப. 346–7)

மார்க்ஸ், லக்சம்பர்க் ஆகியோரின் படைப்புகளைத் தீர அலசிய பிறகே கலட்ஸ்கியும் தனது பேரியல் பொருளாதாரக் கோட்பாட்டிற்கு வந்தடைகிறார். கலட்ஸ்கி, கேயின்ஸ் ஆகிய இருவருமே, ஒருவரை ஒருவர் சாராமல் விளிம்புநிலைவாதத்திற்கு எதிராக ஒரே மாதிரியான வெளியீட்டு மற்றும் வேலைவாய்ப்புக் கோட்பாட்டை (முறையே 1933ஆம் ஆண்டிலும், 1936ஆம் ஆண்டிலும்) உருவாக்கியிருந்தனர். இருப்பினும், அக்கோட்பாட்டினை, 'வெளியீடு, வேலைவாய்ப்பு ஆகியவற்றின் கேனீசியக் கோட்பாடு' என்றே குறிப்பிடுவோம். இக்கோட்பாட்டின் சில கூறுகள் சிஸ்மாண்டி, மால்தூஸ் ஆகியோரைப் போன்ற செவ்வியல் பொருளியலாளர்களின் படைப்புகளிலும் காணப்படுகின்றன; முடிந்தால், இந்தப் பகுதியை நிறைவு செய்த பிறகு, ஒரு பயிற்சியாக, அவர்களின் மூல எழுத்துக்களை எடுத்து, சிஸ்மாண்டி, மால்துஸ் ஆகியோரின் கருத்தாக்கங்களில் எவையெல்லாம் கேனீசிய கோட்பாட்டோடு ஒன்றியிருக்கின்றன என்பதைக் கண்டறியுங்கள்.

வெளியீடு, வேலைவாய்ப்பு ஆகியவற்றின் விளிம்புநிலைவாதக் கோட்பாடுகளுக்கும், கேனீசியக் கோட்பாடுகளுக்கும் பொதுவாக உள்ள எடுகோள்களைப் பட்டியலிடுவோம்; அவை: (அ) போட்டிநிறை பொருளாதாரம் என்ற ஆய்வுப் பொருள் (ஆ) உள்ளபடியான உற்பத்தித் திறனில் பொருளாதாரம் இயங்குதல்—ஆகியன. போட்டிநிறை பொருளாதாரத்தை ஏன் ஆராய்கிறோம் என்பதற்கான காரணங்களைப் பகுதி 1.4இல் ஏற்கெனவே கொடுத்திருந்தோம். போட்டிநிறை பொருளாதாரத்தில் இயங்கும் நிறுமங்கள், ஆதாயம் பெருக்குபவை என்பதை நினைவுகூருங்கள்; இந்நிறுமங்கள், கூடுதல் ஆதாயங்களை

ஈட்டித்தரும் புதிய சந்தைகளையும் தொழில்நுட்பங்களையும்–அத்தோடு, இருக்கும் சந்தைகளிலும் தொழில்நுட்பங்களிலும் மேம்பட்ட முறையில் இயங்குவதற்கான வழிவகைகளையும் தேடுபவை. 'உள்ளபடியான உற்பத்தித் திறன்' எனக்கூடிய இரண்டாவது எடுகோளுக்குச் சற்றே விளக்கம் தேவைப்படுகிறது. உங்களுடைய உள்ளூர்ப் பொருளாதாரத்தையோ அல்லது இந்தியப் பொருளாதாரத்தையோ எடுத்துக்கொள்ளுங்கள். அங்கே புதிய நிலக்கரி ஆலைகளோ, சூரியவொளி ஆலைகளோ அமைக்கப்படுவதில்லை என்றும், நீர் விசைச்சுழலிகளையும் கோதுமைக் கதிரடிப்புக் கருவிகளையும் போன்ற பொறிகள் புதிதாகச் சேர்க்கப்படுவதில்லை என்றும் வைத்துக் கொள்வோம். எனில், அப்பொருளாதாரத்தின் உற்பத்தித் திறனை, ஏற்கெனவே உள்ள ஆலைகள், பொறிகள், தொழில்நுட்ப நிலை ஆகிய வற்றின் அளவே வெளிப்படுத்துகிறது. 'உள்ளபடியான உற்பத்தித் திறன்' என்னும் இந்த எடுகோளை, அடுத்த இயலில் பொருளாதார வளர்ச்சியை ஆராயும்போது தளர்த்திப் பார்ப்போம்.

உள்ளபடியான உற்பத்தித் திறன் என்பதை ஒரு 'குறுகிய கால' நிலை என்றும், நெடுங்காலம் என்பது உற்பத்தித்திறன் மாறக்கூடிய நிலை என்றும் பாடநூல்களில் வழக்கமாகக் குறிப்பிடப்படுகிறது. இந்த விதத்தில், பேரியல் பொருளாதாரம் ஒரு 'குறுகிய காலம்' சார்ந்த ஆய்வு என்றும், பொருளாதார வளர்ச்சி எனப்படுவது நீண்ட கால இயக்கங்களை ஆராய்வதாகவும் விளக்கம் தரப்படுகிறது. எனினும், குறுகிய காலம் என்ற சொற்றொடர், ஓராண்டுக்குக் குறைவான காலஅளவினைக் குறிக்கவும் வழக்கமாகப் பயன்படுத்தப்படுவதனால், கருத்தாக்கத் துல்லியம் கருதி, அச்சொற்றொடரை இந்நூலில் பயன்படுத்தமாட்டேன். குறுகிய காலத்தைப் பற்றிய கோட்பாட்டுக் கருத்தை, நாட்காட்டியின் படி, குறிப்பிட்ட மாத எண்ணிக்கைகளின் அடிப்படையில் முன்னறிவாக மொழிபெயர்த்துக்கூற முடியாது என்பதைக் கவனியுங்கள்.

பேரியல் பொருளாதாரச் சமநிலையின் இயல்பு என்ன? பகுதி 1.4இல் 'பகுப்பாய்வின் நுணுக்கம்' என்ற தலைப்பின் கீழ்ச் சமநிலையைப் பற்றிய உரையாடலை மீண்டும் வாசியுங்கள். பேரியல் பொருளாதாரச் சமநிலை என்பது, திட்டமிட்ட தொகைவேண்டலும் தொகைவழங்கலும் சமமாக இருக்கும் இடமே ஆகும். பேரியல் பொருளாதாரக் கோட்பாடானது, 'திட்டமிட்ட' அளவுகளையே கையாள்கிறது, 'உண்மையில் விளைந்த' அளவுகள் அல்ல என்பதை உன்னிப்பாகக் கவனியுங்கள். அதாவது, எடுத்துக்காட்டாக, பொருளாதாரத்தில் மொத்தமாகத் திட்டமிட்ட வழங்கலின் அளவு என்பது, மொத்தமாகத் திட்டமிட்ட வேண்டலுக்கு ஈடாகிறதா என்பதைத் தெரிந்துகொள்வதே நமது முனைப்பு. அவை சரியாகப் பொருந்தினால், பேரியல் பொருளாதாரம் சமநிலையில் இருப்பதாக–அதாவது, பொருளாதாரம் மொத்தத்திற்குமான திட்டங்களில் மாற்றங்கள் ஏற்படாத காரணத்தால், அமைதி நிலையில் இருப்பதாக– கூறப்படுகிறது. தேசிய கணக்குப் புள்ளியியலில் இடம்பெறும் உண்மையான பேரியல் பொருளாதார விளைவுகளைப் பற்றி நாம் இங்கே பேசவில்லை. 'முன் கணித்த' (ex ante) மற்றும் 'முன் பயத்த' (ex post) என்பவை, முறையே திட்டமிட்ட மாறிகளையும், உண்மையில் விளைந்த மாறிகளையும் குறிப்பிடப் பயன்படும் மேலும் சில சொற்றொடர்களே ஆகும்.

மூடிய பொருளாதாரத்தில், திட்டமிட்ட தொகைவேண்டல் என்பது, திட்டமிட்ட நுகர்வு, திட்டமிட்ட முதலீடு, திட்டமிட்ட அரசாங்கச் செலவினம் ஆகியவற்றாலானது. பகுதி 2.3–இல் பொருளாதாரத்தைப் போக்குவரத்து வலைப்பின்னல்களாகப் பார்த்த உரையாடல் இடம் பெற்றது; அதை வைத்துப் பார்த்தால், சுழற்சிப் போக்குவரத்தில் ஏற்படும் திட்டமிட்ட உட்செலுத்தல்கள் என்பவை, சுழற்சிப் போக்குவரத்திலிருந்து ஏற்படும் திட்டமிட்ட கசிவுகளுக்குச் சமமாக இருத்தல்–என்று சமநிலை நிபந்தனையினை மாற்றி எழுதலாம். மேலும், இதுவே குடித்தனங்களையும் நிறுவனங்களையும் மட்டுமே கொண்ட இருதுறை பொருளாதாரத்தில், திட்டமிட்ட சேமிப்புகளும் திட்டமிட்ட முதலீடுகளும் சமமாக இருப்பதாய் மாறுகிறது.

உண்மையில் விளைந்த தொகைவழங்கலும் தொகைவேண்டலும் கணக்குப்பதிவு ரீதியில் முற்றொருமை (Identity) என்பதால் எப்போதும் சமமாகவே இருப்பவை என்பதைக் குறித்துக்கொள்ளுங்கள்; இந்தியப் பொருளாதாரத்திற்கான தேசிய வருமானப் புள்ளியியலில் எந்தத் தொகுதியை எடுத்துப்பார்த்தாலும் இதனை உறுதிப்படுத்திக்கொள்ள முடியும். வரையறையின்படி மெய்யாகிய சமத்துவத்தைக் குறிப்பதே கணக்குப்பதிவு முற்றொருமை ஆகும். தொகை உற்பத்தி = தொகை வருமானம் = தொகை செலவினம் – என்னும் சமன்பாடு, தேசிய கணக்குகளின் பின்னணியில் பார்த்தால், வரையறையின்படி மெய்யானதாகும். நிகழ்ச்சிகளுக்குக் காரணவியல் விளக்கமளிப்பதே கோட்பாடு. கணக்குப்பதிவு முற்றொருமைகளில், காரணவியல் விளக்கங்கள் எதுவும் உள்ளுறையாகவோ வெளிப்படையாகவோ இருக்காது. எனினும், பகுதி 6.5 தெளிவுபடுத்துவது போல, எந்த விதமான தரவுகள் சேகரிக்கப்படுகின்றன என்பதில் பொருளியல் கோட்பாடுகளின் பங்களிப்பு இருக்கவே செய்கிறது. கணக்குப்பதிவுக் கொள்கைகள் உண்மையில் கோட்பாடுகள் சாராதவையா என்பதைப் பற்றிச் சிந்தியுங்கள்.

விளிம்புநிலைவாதக் கோட்பாட்டில், காரணவியலின் திசையானது (direction of causation), திட்டமிட்ட சேமிப்பிலிருந்து திட்டமிட்ட முதலீட்டை நோக்கியதாக–அல்லது, தொகைவழங்கலிலிருந்து தொகைவேண்டலை நோக்கியதாக இருக்கின்றது; அதுவே கேனீசியக் கோட்பாட்டிலோ, திட்டமிட்ட முதலீட்டிலிருந்து திட்டமிட்ட சேமிப்பை நோக்கியதாக– அதாவது, தொகைவேண்டலிலிருந்து தொகைவழங்கலை நோக்கியதாக இருக்கின்றது என்பது குறித்து தற்போது பார்ப்போம்.

வெளியீடு, வேலைவாய்ப்பு ஆகியவற்றின் விளிம்புநிலைவாதக் கோட்பாடு

சே, மார்ஷல், பிகூ ஆகியோர் வளர்த்தெடுத்த வெளியீடு, வேலைவாய்ப்புக் கோட்பாடானது, பகிர்மானத்தின் விளிம்புநிலை ஆக்கத்திறன் கோட்பாட்டினை–வருமானப் பகிர்மானத்தைப் புரிந்துகொள்ளப் பயன்படுத்தப்படும் ஆதிக்க அணுகுமுறையினை–துணைகொள்ளும் காரணத்தால், அதனை வெளியீடு மற்றும் வேலைவாய்ப்பின் விளிம்புநிலைவாதக் கோட்பாடு என்று நாம் அழைக்கிறோம். பிற பாடநூல்கள் இக்கோட்பாட்டினை வெளியீடு மற்றும் வேலைவாய்ப்பின் ‘செவ்வியல்’

கோட்பாடு என்று குறிப்பிடுகின்றன; ஸ்மித், ரிகார்டோ, மால்தூஸ் முதலிய செவ்வியல் பொருளியலாளர்கள் அவ்வாறான கோட்பாட்டைக் கொண்டிருந்தார்களா என்று சிந்திக்கும்படியாக வாசகரை இது குழப்பி விடும் என்பதால் இந்தப் பிரபலமான வழக்காற்றினை நாம் இந்தப் பாடநூலில் பயன்படுத்துவதில்லை.

ஸ்மித், ரிகார்டோ, மால்தூஸ் ஆகியோரிடத்தில், பகிர்மானத்தின் விளிம்புநிலை ஆக்கத்திறன் கோட்பாட்டுக்கு ஒத்ததாக எந்தக் கருத்தும் இருக்கவில்லை; அவர்களைப் பொறுத்தவரையிலோ, கூலி என்பது, சமூக மற்றும் அரசியல் சார்ந்த காரணிகளால் வெளியிலிருந்து தீர்மானிக்கப்படுவதேயன்றி உழைப்பின் வழங்கல் மற்றும் வேண்டல் சார்புகளின் வாயிலாக உள்ளிருந்து தீர்மானிக்கப்படுவதில்லை. அதாவது, தன் கதவுகளில் ஒன்றை வரலாறு நுழைவதற்காகத் திறந்துவைத்திருந்தது செவ்வியல் பொருளாதாரம். இதன் பலனாக, பொதுவாகக் கூலி உயர்வுக்காகவும், குறிப்பாக ஆண்களுக்கும் பெண்களுக்கும் இடையிலான ஊதியச் சமத்துவத்திற்காகவும் பாடுபட்ட வரலாற்றுப் போராட்டங்களை, கூலி தீர்மானிப்பு குறித்த அதன் விளக்கத்தில் செவ்வியல் பொருளியலால் எளிதாகப் பதிவு செய்ய முடிந்துள்ளது.

வேலைநிறைவு என்பது அதிர்ஷ்டவசமாக அமைவது

திட்டமிட்ட தொகைவழங்கலே திட்டமிட்ட தொகைவேண்டலைத் தீர்மானிக்கிறது என்று எடுத்துரைக்கிறது வெளியீடு மற்றும் வேலை வாய்ப்பின் விளிம்புநிலைவாதக் கோட்பாடு; இதுவே குடித்தனங்களும் நிறுமங்களும் மட்டுமே உள்ள இருதுறை பொருளாதாரத்திலோ, திட்டமிட்ட சேமிப்பானது, போதிய அளவு கூருணர்வுடைய வட்டிவீதத்தின் வாயிலாகத் திட்டமிட்ட தொகை முதலீட்டினைத் தீர்மானிப்பதாக மாறும். மேலும், உழைப்புச் சந்தையிலோ, போதிய அளவு கூருணர்வுடைய ஊதியவீதத்தின்

வழியே, உழைப்பின் வழங்கலைப் பொறுத்து உழைப்பின் வேண்டல் தன்னைத் தகவமைத்துக்கொள்வதாகும்; ஆக, இது வேலைநிறைவுச் சமநிலையை விளைவிக்கிறது. உழைப்புச் சந்தையின் இடர்நீக்கும் கூலி வீதமே சமநிலைக் கூலி வீதமாகும்; அதாவது, நிலவும் (சமநிலை) கூலி வீதத்தில் பணியாற்ற விரும்பும் அனைவருக்கும் வேலைவாய்ப்பு கிடைக்கும்.

முன் குறிப்பிட்ட முன்மொழிவுகளையெல்லாம் சேர்த்து, திட்டமிட்ட சேமிப்பின் வேலைநிறைவு மட்டமானது திட்டமிட்ட முதலீட்டைத் தீர்மானிக்கிறது என்று விளிம்புநிலைவாதக் கோட்பாடு கூறுவதாகச் சொல்லலாம். அல்லது, இன்னும் பொதுப்படையாகச் சொன்னால், போட்டிநிறை நிலையில், பேரியல் பொருளாதாரமானது வேலைநிறைவுச் சமநிலையை நோக்கி நகர்கிறது. இல்லையென்றால், சேவின் விதிப்படி, வழங்கலானது, தனக்கு உரிய வேண்டலைத் தானாகவே எப்போதும் உருவாக்கிக்கொள்கிறது.

திட்டமிட்ட சேமிப்பு திட்டமிட்ட முதலீட்டை மிகுந்திருக்கும்போது, திட்டமிட்ட முதலீடு அதிகரித்து, திட்டமிட்ட சேமிப்பும் திட்டமிட்ட முதலீடும் சமமாகும் வரை வட்டிவீதம் வீழ்ச்சியடையும். சேமிப்பு, முதலீடு ஆகிய இரண்டுமே நிதி சார்ந்த பெறுமானங்களாகக் கருத்தாக்கம் செய்யப்படுவதே இதற்குக் காரணமாகும். நிதி வேண்டலானது நிதி வழங்கலை மிகுந்திருக்கும்போது, விளிம்புநிலைவாத நுண்ணியல் பொருளாதாரத்தில் வருவதுபோல், திட்டமிட்ட முதலீடானது திட்டமிட்ட சேமிப்பிற்கு ஈடாகும் வரையில் வட்டிவீதம் அதிகரிக்கும். எனவே, திட்டமிட்ட சேமிப்பையும் முதலீட்டினையும் சமநிலைப்படுத்தும் பொறுப்பு/சுமை, வட்டிவீதத்தின் மீது இருக்கிறது. வட்டிவீதம் பற்றிய இந்தக் கருத்தினை இயல் 3இல் கண்ட பலதரப்பட்ட வட்டிவீதங்களிடமிருந்து வேறுபடுத்திப்பார்க்கவும்.

விளிம்புநிலைவாத மற்றும் கேனீசிய அணுகுமுறைகள்

வெளியீடு மற்றும் வேலைவாய்ப்பின் கேனீசிய கோட்பாட்டின் படி, திட்டமிட்ட தொகைவேண்டலே திட்டமிட்ட தொகைவழங்கலைத் தீர்மானிக்கிறது; இதுவே திறம்படு வேண்டல் கொள்கையின் (Principle of Effective Demand) சாரமாகும். இரு-துறை பொருளாதாரத்திலோ, திட்டமிட்ட முதலீடு என்பது, தொகைவருமானத்தின் வாயிலாக திட்டமிட்ட சேமிப்பினைத் தீர்மானிப்பதாகப் பொருள்மாறும். உழைப்புச் சந்தையிலோ, தொழிலாளர்களுக்கான வேலைநிறைவை நோக்கி நகரும் இயல்பேதும் இருக்காது. உண்மையில், வேலைவாய்ப்பின்மையே பொதுப்பட்ட நேர்வு என்றும், விளிம்புநிலைவாதக் கோட்பாட்டில் காணப்படும் வேலைநிறைவுச் சமநிலை என்பது வெறும் 'அதிர்ஷ்டவசமானது' என்றும் 'தனிப்பட்ட நேர்வு' என்றும் கேன்ஸ் வாதிடுகிறார். இதுவே அவருடைய 'த ஜெனரல் தியரி ஆஃப் எம்ப்லாய்மெண்ட்', 'இண்ட்ரெஸ்ட் அண்ட் மனி' என்ற 1936 செம்மை யான படைப்பின் பெயர்க் காரணமாகும். மேலும், வேலைவாய்ப்பில்லாச் சமநிலையே பொது நடைமுறை நிலவரமாக இருப்பதால், விளிம்பு நிலைவாத வெளியீடு மற்றும் வேலைவாய்ப்புக் கோட்பாடு என்பது, "நம் பொருளாதாரங்கள் எவ்விதத்தில் நடக்கவேண்டும் என்ற நமது விருப்பத்தைக்

காட்டுகிறது; ஆனால் அவ்வாறே நிகழ்வதாக அனுமானித்தல் என்பது நம் சிக்கல்களை இல்லை என்று அனுமானித்துக்கொள்வதற்கு இணையானது" என்று எழுதுகிறார் கேயின்ஸ் *(1936, ப. 8)*. எனவே, விளிம்புநிலைவாதக் கோட்பாட்டினைப் புறந்தள்ளி, தொகைவெளியீடு மற்றும் வேலைவாய்ப்பு தீர்மானிப்பின் கேனீசிய கோட்பாட்டினைப் பயன்படுத்துகிறது இந்த இயல்.

வெளியீடு, வேலைவாய்ப்பு ஆகியவற்றின் கேனீசிய கோட்பாடு குறித்த விரிவான விளக்கவுரையில் இறங்குவதற்கு முன்னதாக, வெளியீடு, வேலைவாய்ப்பு ஆகியவற்றின் விளிம்புநில்வாதக் கோட்பாட்டிற்கும், கேனீசிய கோட்பாட்டிற்கும் இடையிலான வேறுபாடுகளை அட்டவணை வடிவில் தொகுத்து வழங்கலாம்.

அட்டவணை 4.1
வெளியீடு, வேலைவாய்ப்பு ஆகியவற்றின்
விளிம்புநிலைவாதக் கோட்பாடும் கேனீசியக் கோட்பாடும்

	விளிம்புநிலைவாதக் கோட்பாடு	கேனீசியக் கோட்பாடு
விளக்கப்படு பொருள் *(The Explanandum)*	தொகை வேண்டலும் வேலைவாய்ப்பும்	தொகை வேண்டலும் வேலைவாய்ப்பும்
முக்கியப் பொருளியலாளர்கள்	சே, மார்ஷல், பிகூ	கேயின்ஸ், கலட்ஸ்கி
விளக்கக் குறிப்பு *(The Explanans)*	வழங்கலே தனக்குரிய வேண்டலை உருவாக்கிக் கொள்கிறது	தொகை வேண்டலே தொகை வெளியீட்டைத் தீர்மானிக்கிறது
முக்கிய முடிவுகள்	வேலைநிறைவை நோக்கி நகரும் இயல்பு	வேலைநிறைவை நோக்கி நகரும் இயல்பு இல்லை
முக்கியக் கொள்கை பரிந்துரை	அரசாங்கத் தலையீட்டைக் குறைந்தபட்சமாக வைத்துக்கொள்ள வேண்டும்	வெளியீட்டு மற்றும் வேலைவாய்ப்பு மட்டங்களை உயர்த்த அரசாங்கம் தலையிட வேண்டும்

விளக்கப்படு பொருள் என்பது விவரிக்கப்படும் அல்லது விளக்கப்படும் பொருளினைக் குறிப்பதாகும்; விளக்கக்குறிப்பு என்பது விளக்கும் கொள்கையினையோ அல்லது இயங்கமைப்பினையோ குறிப்பதாகும். (விளக்கப்படு பொருள், விளக்கக்குறிப்பு ஆகிய சொற்களுக்கு நிகரான) 'எக்ஸ்ப்ளனண்டம்' மற்றும் 'எக்ஸ்ப்ளனன்' ஆகிய இலத்தீன் சொற்கள், அறிவியல் விளக்க உரையாடல்களில் பயன்படுத்தப்படுபவை; இச்சொற்றொடர்கள் பொருளியல் பாடநூல்களில் வழக்கமாகப் பயன்படுத்தப்படுவதில்லை.

தொகைவெளியீட்டின் நடப்பு மட்டங்களைத் தீர்மானிப்பது அல்லது விளக்குவது எது? விளிம்புநிலைவாதக் கோட்பாடு வழங்கும் விளக்கங்கள் சேயின் விதிகளைச் சார்ந்தவை–இச்சூழலிலோ, தொகைவழங்கலே தொகைவெளியீட்டினைத் தீர்மானிப்பதாகப் பொருள் தரும்; தொகைவேண்டலே தொகைவெளியீட்டினைத் தீர்மானிக்கும் என்பதே, கேனீசிய கோட்பாடு வழங்கும் விளக்கம் ('திறம்படுவேண்டல் என்னும் கொள்கை' என்று சில சமயங்களில் வழங்கப்படுகிறது). விளிம்புநிலைவாதம், கேனீசியவாதம் ஆகிய இரண்டு கோட்பாடுகளிலும் ஒரே விளக்கப்படு பொருள் இருந்தாலும், வெவ்வேறான–ஒரு வகையில் ஒன்றுக்கொன்று எதிரானதாகிய–விளக்கங்கள் இருப்பதனையும் குறித்துக்கொள்ளுங்கள். மேலும், இவை கூறும் முக்கிய முடிவுகளோடு கொள்கைப் பரிந்துரைகளும் மாறுபட்டதாக இருக்கின்றன. இந்த அட்டவணையில் அளிக்கப்படாத மற்றொரு வேறுபாடு, தொகை பெறுமானங்களை அடையும் விதம் பற்றியது. விளிம்புநிலைவாதக் கோட்பாடோ, தொகை பெறுமானத்தை தனித்தனி நடவடிக்கைகளின் கூட்டலாகப் பார்க்கிறது (தனித்தனி வேண்டல்வளைவரைகளின் கூட்டலிலிருந்து தொழில்வேண்டல் வளைகோடு கட்டமைக்கப்படுவதைப் போலவே); இந்நிலையில், கேனீசிய கோட்பாடோ, தொகைப்பட்ட நடத்தையியலை, தனியாள் நடத்தைகளின் கூட்டலாகப் பார்ப்பதில்லை. ஆக, இவ்விரு கோட்பாடுகளும் உண்மையில் ஒன்றுக்கொன்று முரண்பட்டவையாகவே உள்ளன.

வெளியீடு மற்றும் வேலைவாய்ப்பின் கேனீசியக் கோட்பாடு

பின்வரும் பத்திகளில், இருபரிமாணத் தளத்தில் (Two–dimensional space) எளிய வரைபடங்களின் உதவியுடன் கேனீசிய வெளியீட்டு மற்றும் வேலைவாய்ப்புக் கோட்பாடு விளக்கப்படுகிறது. X–அச்சில் தொகைவழங்கலின் மதிப்புகளையும் (AS), Y–அச்சில் தொகைவேண்டலின் மதிப்புகளையும் (AD) பொருத்துகிறோம்.

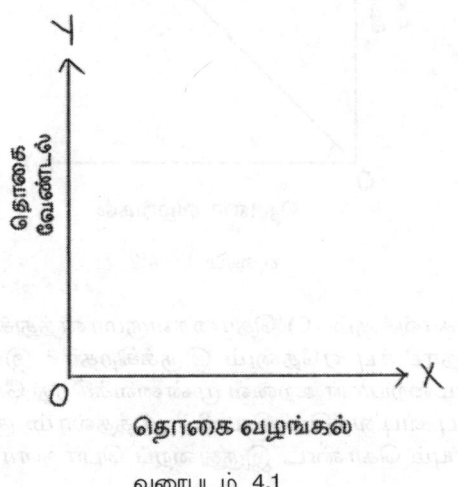

வரைபடம் 4.1

முதலில், பேரியல் பொருளாதாரச் சமநிலையினை—தொகை வேண்டல் தொகைவழங்கலுக்குச் சமமாக இருக்கும் இடத்தை (AD = AS)—வரைபடத்தில் காட்டுவோம். கோட்பாட்டில் உரையாடும்போது திட்டமிட்ட அளவுகளையே எப்போதும் குறிப்பிடுகிறோம் என்பதை நினைவில் கொள்ளுங்கள். பேரியல் பொருளாதாரச் சமநிலையில், தொகைவேண்டலானது 158 டிரில்லியன் இந்திய ரூபாயாக இருக்கும்போது, தொகைவழங்கலும் 158 டிரில்லியன் இந்திய ரூபாயாக இருக்கவேண்டும். அல்லது, தொகைவேண்டல் 596 டிரில்லியன் இந்திய ரூபாயாக இருக்கும்போது, தொகைவழங்கலும் 596 டிரில்லியன் இந்திய ரூபாயாக இருக்கவேண்டும். வரைபடத்தில் தொகைவேண்டலும் தொகைவழங்கலும் சமமாக இருக்கும் புள்ளிகள் அனைத்தையும் இணைக்கும் ஒரு நேர்கோட்டினைப் பெற, ஒரு 45–டிகிரி கோட்டைக் கிழித்துக்கொள்கிறோம்.

'AD = AS' என்ற கோட்டின் மீதிருக்கும் புள்ளிகள் அனைத்தும் பேரியல் பொருளாதாரச் சமநிலைப் புள்ளிகள். இருதுறைப் பொருளாதாரத்திலோ, திட்டமிட்ட தொகைவேண்டல் (AD) என்பது, திட்டமிட்ட தொகை நுகர்வாலும் (C), திட்டமிட்ட தொகை முதலீட்டாலும் (*I*) ஆனதே ஆகும். கேயின்ஸ் எழுதியது போல, "நடப்பு நுகர்விலிருந்தோ, அல்லது வருங்கால நுகர்விற்காக மேற்கொள்ளப்படும் நடப்பு ஒதுக்கீட்டிலிருந்தோ மட்டுமே தொகைவேண்டலைப் பெற முடியும்" (கேயின்ஸ் 1936, ப. 104). அதாவது, நடப்பு முதலீட்டின் வாயிலாகவே பொருளாதாரம் தன் வருங்கால நுகர்வுக்கு வழிசெய்துகொள்கிறது.

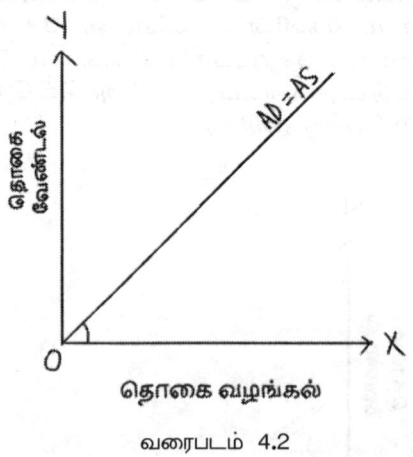

வரைபடம் 4.2

தொகைநுகர்வுக்கும் (C) தொகைவருமானத்துக்கும் (Y) இடையில் முறையான தொடர்பு ஏதேனும் இருக்கிறதா? இவை இரண்டுக்கும் இடையில் ஓர் முறையான உறவை முன்வைக்கிறது கேனீசிய கோட்பாடு; இதனைச் சார்பு வடிவத்தில் வெளிப்படுத்தலாம். குடித்தனங்களையும் நிறுவனங்களையும் கொண்ட இருதுறைப் பொருளாதாரத்தில், தொகை

வருமானம் (Y) 50 டிரில்லியன் இந்திய ரூபாய் அளவிற்கு உயர்வதாக வைத்துக்கொண்டால், அதில் எவ்வளவு தொகைநுகர்வாக மாறுகிறது? வேறுவிதமாகச் சொன்னால், தொகைவருமானம் (Y) ஓர் அலகு அதிகரித்தால், திட்டமிட்ட தொகைநுகர்வு எத்தனை அலகுகள் (C) அதிகரிக்கும்? பின்வரும் இரண்டு நியாயமான எடுகோள்களை அமர்த்திக்கொள்கிறது கேனீசிய கோட்பாடு: தொகைவருமானம் (Y) 50 டிரில்லியன் இந்திய ரூபாய் அளவிற்கு அதிகரித்தால், தொகை நுகர்வும் 50 டிரில்லியன் இந்திய ரூபாய் அளவிற்கு அதிகரிக்காது; அதாவது, தொகை வருமானத்தில் ஏற்படும் அதிகரிப்பு ஒட்டுமொத்தமாகத் தொகை நுகர்வில் செலுத்தப்படாது. அத்தோடு, தொகை வருமானம் 50 டிரில்லியன் இந்திய ரூபாய் அளவுக்கு அதிகரித்தால், குறைந்தபட்சம் ஏதோ ஒரு நேர்மறை தொகை அளவிற்கு 'C'-யும் அதிகரிக்கும்; அதாவது, தொகைவருமானத்தில் ஏற்படும் அதிகரிப்பு ஒட்டுமொத்தமாகத் தொகை சேமிப்பிலும் (S) செலுத்தப்படாது. தொகைவருமானத்திலிருந்து ஒரு மாறா விகிதம் தொகைநுகர்வுக்காக ஒதுக்கப்பட்டிருப்பதாகப் பின்வரும் வரைபடங்களில் எடுத்துக்கொள்ளப்படுகிறது. 'Y' அதிகரிக்கும்போது, 'C'-யும்–ஒரு மாறா விகிதத்தில் என்றாலும்–அதிகரிக்கிறது.

திட்டமிட்ட தொகைமுதலீட்டிற்கும் (I) திட்டமிட்ட தொகை வருமானத்துக்கும் (Y) என்ன உறவு? தொகைவருமானம் உயரும் என்று நிறுமங்கள் எதிர்பார்க்கின்றன என்று வைத்துக்கொள்வோம்; அப்படியெனில், தொகைவேண்டல் பெருகும் என்றும், தொகைவழங்கலை அதிகரிப்பதன் மூலம் நிறுமங்கள் தம் ஆதாயஅளவை அதிகரித்துக் கொள்ள முடியும் என்றும் அந்த எதிர்பார்ப்பு உணர்த்துகிறது; எனவே, திட்டமிட்ட தொகைமுதலீடும் அதிகரிக்க இது வழி செய்யலாம். தொகைவருமானத்தில் ஏற்படும் மாற்றங்களின் விளைவாக, தொகை முதலீட்டில் ஏற்படும் மாற்றங்களைக் காட்டும் பேரியல் பொருளாதாரக் கருத்தாக்கமே 'முடுக்கி' ஆகும். ஆனாலும், கற்பித்தலில் எளிமை கருதி, திட்டமிட்ட தொகைமுதலீடானது வருமானத்தைச் சாராமலிருப்பதாகவும், அதனால், வெளியிலிருந்து தீர்மானிக்கப்படுவதாகவும் இந்த இயலில் எடுத்துக்கொள்வோம் (பகுதி 3.4இல் முதலீட்டிற்காகக் கடன்பெறுதலின் தீர்மானிகளிலிருந்து இதனை வேறுபடுத்திப்பார்க்கவும்). அத்தோடு, ஒரு நேர்மறை அளவிலான தொகை முதலீடு எடுத்துக்கொள்ளப்படுகிறது; அதாவது, X–அச்சிற்கு நேர் இணைகோடாக 'I' சித்திரிக்கப்படுகிறது.

'C' மற்றும் 'I' ஆகிய இரண்டையும் கூட்டினால், 'AD' (தொகை வேண்டல்) வளைகோடு கிடைக்கிறது; 'AD' கோடு, X–அச்சைச் சந்திக்கும் புள்ளியின் மதிப்பைத் தருவது, 'I' அல்லது தொகைமுதலீட்டின் மதிப்பே ஆகும். இந்த 'AD' கோட்டின் சாய்வைத் தீர்மானிப்பது எது? தொகை நுகர்வுக்காக ஒதுக்கப்பட்டிருக்கும் தொகை வருமானத்தின் (மாறா) விகித மதிப்பே 'AD' கோட்டின் சாய்வைத் தீர்மானிக்கிறது. 'Y' மற்றும் 'C' ஆகியவற்றினிடையே நேர்மறை உறவு நிலவும் காரணத்தினால், திட்டமிட்ட தொகைவருமானம் அதிகரித்தால் திட்டமிட்ட தொகைவேண்டலும் அதிகரிக்கும் என்பதை 'AD' கோடு காட்டுகிறது.

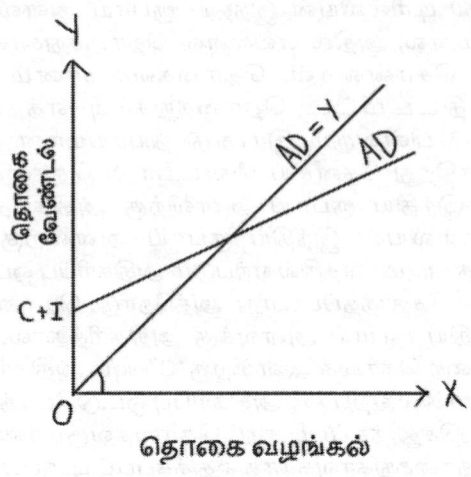

வரைபடம் 4.3

முன்னர்க் குறிப்பிட்டது போல, உள்ளபடியான உற்பத்தித் திறன் என்கிற எடுகோளுக்கு இணங்க, உள்ள உற்பத்தித் திறனைப் பயன்படுத்தும் வீதம் அதிகரிப்பதையே முதலீடு குறிக்கிறது. இது போட்டிநிறை பொருளாதாரம் என்பதையும், இந்த இருதுறைப் பொருளாதாரத்தில் முதலீட்டினை–அதாவது, உற்பத்தித்திறன் பயன்பாட்டினை அதிகரிக்கும் செயலை–மேற்கொள்வது ஆதாயத்தைப் பெருக்கும் நிறுமங்கள் என்பதையும் நினைவில்கொள்ளுங்கள்; திறன் பயன்பாட்டில் செய்யப்படும் இந்த அதிகரிப்பே, கூடுதல் தொகைவெளியீட்டை உருவாக்குகிறது. நால்துறை பொருளாதாரத்திலோ, முதலீட்டை அரசோ அல்லது வெளிநாட்டு நிறுவனங்களோ (அந்நிய நேரடி முதலீட்டின் வடிவில்; இது பற்றி அடுத்த பகுதியில் கையாள்வோம்) கூட மேற்கொள்ளலாம். மேலும், பொருளாதாரத்தில் வேலையில்லாத தொழிலாளர்களும் மூலதனமும் இருப்பதாகக் கேனீசிய கோட்பாடு அனுமானித்துக்கொள்வதை நினைவுகூருங்கள். உழைப்பின் வேலைநிறைவுக்கு இணையான வெளியீட்டு அளவினை, 'Y^F' என்று கீழ்வரும் வரைபடத்தில் குறிப்பிடுகிறோம். வேலைநிறைவின் வெளியீட்டு மட்டம் அல்லது வேலைநிறைவுச் சமநிலை எனப்படுவது, நிலவும் கூலிவீதத்தில் பணிபுரியத் தயாராக இருக்கும் தொழிலாளர்கள் அனைவருக்கும் வேலை வாய்த்திருக்கக் கூடிய, உற்பத்தித் திறன் முழுமையாகப் பயன்படுத்தப்பட்டுள்ள நிலையே ஆகும்.

திட்டமிட்ட தொகைவேண்டலும் திட்டமிட்ட தொகைவழங்கலும் குறுக்குவெட்டும் இடத்தில் ஒரு செங்குத்தான கோட்டைக் கிழித்து, அந்தக் கோட்டில் X–அச்சின் மீதிருக்கும் புள்ளியின் மதிப்பைக் குறித்து, தொகைவெளியீட்டின் சமநிலை அளவினைக் கண்டறியலாம். வழங்கப்படும் தொகைவெளியீட்டுக்கு முற்றொருமையின் படிச் சமமானதாகத் திட்டமிட்ட தொகைவழங்கல் எடுத்துக்கொள்ளப்படுகிறது. (எளிய இயற்கணிதச் சித்தரிப்பிற்கு, பகுதி 6.2–ஐக் காண்க.)

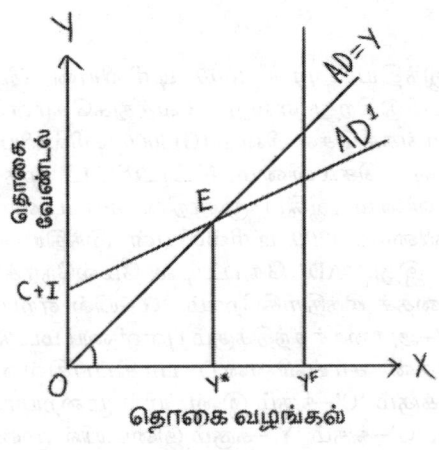

வரைபடம் 4.4

அமைதி நிலையாக விளங்குவது சமநிலைமையின் பண்புநலன்களில் ஒன்றாகும். சமநிலையின் விரும்பத்தக்க பண்பு, அதன் உறுதித்தன்மை. பொருளாதாரமானது, Y^* என்ற புள்ளியில் அமர்ந்திருக்கும் இயல்பினை உறுதி செய்வது எது? பொருளாதாரம், Y^*-க்கு வலப்புறத்தில் எந்தவொரு புள்ளியில் இருந்தாலும், திட்டமிட்ட தொகைவெளியீடானது திட்டமிட்ட தொகைவேண்டலை விடப் பெரிதாக இருக்கிறது; அதுவே 'Y^*'-க்கு இடப்புறத்தில் அமைந்திருந்தால், திட்டமிட்ட தொகைவேண்டலானது திட்டமிட்ட தொகைவெளியீட்டை விடப் பெரிதாக இருக்கிறது. திட்டமிட்ட தொகைவேண்டலைத் திட்டமிட்ட தொகைவெளியீடு மிகுந்திருக்கும் போது, விற்பனையாகாத பண்டங்களால் சந்தையில் தேக்கம் ஏற்பட்டு, நிறுமங்களை வெளியீட்டினைக் குறைத்துக்கொள்ளும்படித் தூண்டுகிறது. நிறுமங்கள் தம் உற்பத்தித் திட்டங்களைத் திருத்தவோ மாற்றிக்கொள்ளவோ காரணம் எதுவும் ஏற்படாத நிலையும், திட்டமிட்ட தொகைவெளியீடும், தொகைவேண்டலும் சந்திக்கும் இடமுமான 'Y^*' என்னும் புள்ளியினை எட்டும் வரை இந்தக் குறைப்பு தொடரும். திட்டமிட்ட தொகைவெளியீட்டினைத் திட்டமிட்ட தொகைவேண்டல் மிகுந்திருக்கும்போது, பொருளாதாரத்தில் நிறைவு செய்யப்படாத வேண்டல் இருப்பதனால், 'Y^*'-என்ற புள்ளியினை எட்டும் வரை நிறுமங்கள் தம் உற்பத்தியை அதிகரித்துக்கொண்டே இருக்கும். எனவே, உற்பத்தி சார்ந்து நிறுமங்கள் எடுக்கும் முடிவுகளில் ஏற்படும் மாறுபாடுகளின் வாயிலாகவே, பொருளாதாரமானது ஒரு சமநிலையை நோக்கி நகர்கிறது. இம்மாறுபாடுகள் வெளியீட்டு மட்டங்களை மட்டுமே சார்ந்தவை என்பதைக் குறித்துக்கொள்ளுங்கள்; உழைப்பு, மூலதனம் ஆகிய இரண்டிலும் பயன்படுத்தப்படாத உற்பத்தித் திறன் இருப்பதாலும், பண்ட விலைகளில் மாற்றங்கள் ஏற்பட வேண்டிய கட்டாயமில்லை என்பதாலும், நிறுமங்கள் விலைகளை மாற்றாமலே உற்பத்தியை அதிகரிக்கலாம். இந்த இரு துறைப் பொருளாதாரத்தில், பேரியல் பொருளாதாரத்தினை அதன் இறுதிச் சேரிடமான அமைதிநிலையினை–அதாவது சமநிலையினை– நோக்கித் தேரேற்றுவதில் தனியார் முதலீடே மையமாக விளங்குகிறது.

கேனீசிய பெருக்கி

தற்போது, இந்திய அரசு 1000 டிரிலியன் இந்திய ரூபாயைச் செலவிடத் திட்டமிடுகிறது என்று வைத்துக்கொள்வோம்; அதாவது திட்டமிட்ட அரசாங்கச் செலவினம் (G) 1000 டிரில்லியன் இந்திய ரூபாய். திட்டமிட்ட நுகர்வுச் செலவினம், திட்டமிட்ட முதலீடு, திட்டமிட்ட அரசாங்கச் செலவினம் ஆகிய மூன்றின் கூட்டலாகிய திட்டமிட்ட தொகைவேண்டலினை, 1000 டிரில்லியன் இந்திய ரூபாய் அளவுக்கு உயரச் செய்கிறது இது. 'AD' கோட்டில் மேல்நோக்கிய இணையான இடமாற்றமாக இதைச் சித்திரிகிறோம். 'G'–யில் ஏற்படும் உயர்வானது, 'AD' வளைகோடு Y–அச்சைச் சந்திக்கும் புள்ளியை மட்டுமே அதிகரிக்கிறது என்பதையும், அதன் சாய்வினைப் பாதிப்பதில்லை என்பதையும் கவனியுங்கள். 'Y'–க்கும் 'C'–க்கும் இடையில் முறையான உறவு இருப்பது போல் அல்லாமல், 'G'–க்கும் 'Y'–க்கும் இடையில் முறையான தொடர்பு ஏதும் இல்லை என்பதே இதற்குக் காரணம்.

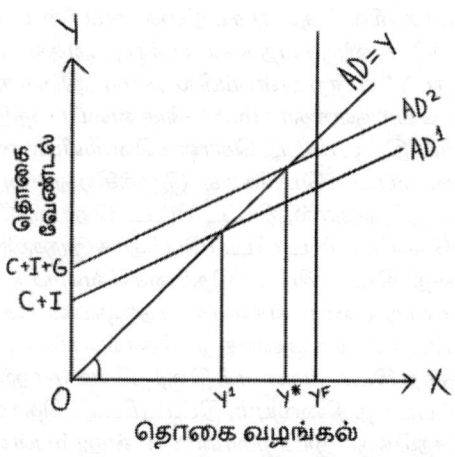

வரைபடம் 4.5

'G'இல் ஏற்படும் உயர்வு, வெளியீட்டின் சமநிலை அளவினை 'Y¹'– என்ற புள்ளியிலிருந்து 'Y*'–என்ற புள்ளிக்கு உயர்கிறது. வெளியீட்டின் சமநிலை அளவு எதற்காக உயர வேண்டும்? Y¹–என்ற புள்ளியில், (புதிதாக 'G' நுழைவதால்) Y–ஐ விட AD பெரிதாக இருக்கிறது; இதன் விளைவாக, Y=AD என்ற நிலை அமையும் புள்ளியான 'Y*'–என்ற புள்ளியை எட்டும் வரை நிறுமங்கள் தம் வெளியீட்டை அதிகரித்துக்கொண்டே இருப்பன. எனவே, வெளியீட்டின் சமநிலை அளவு உயர்கிறது.

'G'இல் ஏற்பட்ட உயர்வின் (இந்த எடுத்துக்காட்டில் 1000 டிரில்லியன் இந்திய ரூபாய்) பலனாக 'Y' எந்த அளவிற்கு அதிகரிக்கிறது என்பதைத் தெரிந்துகொள்வதில், பொருளியலாளர்கள் என்ற முறையில் நமக்கு ஆர்வமுள்ளது. தொகைவேண்டலின் பாகங்களில் ஏற்படும் மாற்றங்கள்,

தொகைவெளியீட்டில் விளைவிக்கும் மாற்றத்தை வெளிப்படுத்தும் பேரியல் பொருளாதாரக் கருத்தாக்கமே 'பெருக்கி' என்பது. இன்னும் குறிப்பாக, 'Y'இல் ஏற்படும் உயர்வின் அளவு, உட்செலுத்தப்பட்ட ரூ. 1000 டிரிலியனை விட அதிகமாக இருக்குமா என்பதைத் தெரிந்து கொள்ள முனைப்பாக இருக்கிறோம். அப்படியென்றால், எந்த அளவுக்கு அதிகமாக இருக்கும்? வெளியீடு ஏன் பெருகுகிறது? பண்டம், பணம் ஆகியவற்றின் போக்குவரத்துகளின் வாயிலாகப் பேரியல் பொருளாதாரத்தி லுள்ள அமைப்பியல் சார்பிணைப்பினை எடுத்துரைத்த படம் 2.2–ஐ நினைவுகூருங்கள். இப்படியான அமைப்பியல் சார்பிணைப்பு உள்ளபடி யால், பொருளாதாரத்தில் ஏற்படும் உட்செலுத்தல்கள் அனைத்தும் தொகைவெளியீட்டின் மீது பெருக்க விளைவுகளை ஏற்படுத்துகின்றன. தொகைவெளியீட்டில் ஏற்படும் மாற்றத்தினை அரசாங்கச் செலவினத்தில் ஏற்படும் மாற்றத்தால் வகுப்பதன் மூலம், மற்றவை மாறாதிருப்ப, அரசாங்கச் செலவினப்பெருக்கியின் துல்லியமான மதிப்பைக் கண்டறிய முடியும். நுகர்வுச் செலவினப் பெருக்கியை விட அரசாங்கச் செலவினப் பெருக்கியின் மதிப்பு அதிகமாக இருப்பதாக வைத்துக்கொள்ளுங்கள். வேலைவாய்ப்பை அதிகரிப்பதே உங்களது குறிக்கோள் என்றும் வைத்துக்கொள்ளுங்கள். கூடுதலாக இருக்கும் வளங்களை அரசாங்கச் செலவினத்திற்காக (G) ஒதுக்குவீர்களா அல்லது நுகர்வுச் செலவினத்திற்காக (C) ஒதுக்குவீர்களா? வேலைவாய்ப்பை அதிகரிப்பது தவிர, நுகர்வுக்கும் அரசாங்கச் செலவினத்திற்கும் இருக்கக்கூடிய மற்ற சமூகப் பொருளாதார நோக்கங்கள் என்னென்ன?

பெருக்கி என்ற இந்தக் கருத்தாக்கத்தின் அடிப்படையில் இருப்பது, பொருளாதாரத்தின் இடையியல் அல்லது அமைப்பியல் அணுகுமுறை ஆகும். படம் 2.2இல், அரசாங்கத்திற்கும் நிதிசாராத் துறைக்கும் இடையிலான போக்குவரத்துகளை உன்னிப்பாகப் பாருங்கள். நிதிசாராத் துறையின் பண்டங்கள் மீதும் சேவைகளின் மீதும் அரசு மேற்கொள்ளும் செலவினங்கள்–குடித்தனங்கள் மேற்கொள்ளும் செலவினத்தின் வாயிலாகக் கிடைப்பதோடு சேர்த்து–நிதிசாராத் துறைக்குக் கூடுதலான வருமானத்தை அளிக்கின்றன. ஆயினும், அரசாங்கச் செலவினம் என்பது ஒற்றை வழிப் போக்குவரத்து கிடையாது; ஏனெனில், அரசாங்கச் செலவினமானது கூடுதல் வேலைவாய்ப்பை உருவாக்கக்கூடிய கூடுதல் வருமானத்தை ஈட்டித்தருகிறது; இது, குடித்தனத் துறையில் கூடுதல் வருமானத்துக்கும் செலவினத்திற்கும் மேற்கொண்டு வழிவகுக்கிறது; இவ்வாறு தொடர்ச்சியாக நிகழும். தொகைவெளியீட்டின் மீது நேரடியாகவும் மறைமுகமாகவும் ஏற்படும் விளைவுகள் அனைத்தையும் பெருக்கியின் மதிப்பு பதிவு செய்கிறது. படம் 2.2இல் நிதி சாராத் துறை என்னும் இருள் சூழ்ந்த அறையில் என்ன நடக்கிறது என்பதைத் தெரிந்துகொள்ளவேண்டுமென்றால், அட்டவணை 2.1–ஐக் காண்க; முதன்மை, இரண்டாம்நிலை மற்றும் மூன்றாம் நிலை துறைகளுக்கு இடையேயான அமைப்பியல் சார்பிணைப்பின் அடிப்படையில், நிதி சாராத் துறைக்குள்ளான பிணைப்பு உறவுகள் பற்றிய ஓர் எண்ணத்தை அந்த அட்டவணை தருகிறது. நிதி சாராத் துறைக்குள்ளாகக் கூடுதல் வருமானங்களும் ஈட்டப்படுகின்றன. எனவே,

செலவினங்கள், வருமானத்தை ஈட்டித் தரக்கூடியவை என்ற புரிதல், பேரியல் பொருளாதாரத்தில் மிகவும் இன்றியமையாததாகும்.

தொகைவேண்டலின் தன்னிச்சையான கூறுகளும் தூண்டப்பட்ட கூறுகளும்

தொகைவேண்டலின் தன்னிச்சையான கூறுகளுக்கும், தூண்டப் பட்ட கூறுகளுக்கும் இடையிலான கருத்தாக்க வேறுபாடுகளை இப்போது அறிமுகப்படுத்துகிறேன். கோட்பாட்டில் மட்டுமல்ல, கொள்கையிலும் இது பொருத்தமானது (வேலைவாய்ப்பின்மைச் சிக்கலுக்குப் பேரியல் பொருளாதாரத் தீர்வுகளைப் பரிந்துரைக்கும் விதத்தில் பகுதி 7.3இல் இது எடுத்தாளப்பட்டிருப்பதைப் பாருங்கள்). தன்னிச்சையான நுகர்வு, தன்னிச்சையான முதலீடு ஆகியவற்றின் பொருளைச் சுருக்கமாக உரையாடுவோம். நடப்புத் தொகைவருமானத்தைச் சாராமல் நுகர்வுச் செலவினத்தில் ஏற்படும் மாறுபாடுகளைக் குறிப்பதே தன்னிச்சையான நுகர்வு. சேமிப்புக் குறைப்பின் காரணமாகவோ (சேமிப்பு நாட்டத்தை ஒரு நேர்மறை எண்ணாக எடுத்துக்கொண்டால்), சேமிப்பு மறைவு அதிகரிப்பதாலோ (பகுதி 3.2இல் உரையாடியது), அல்லது சொத்துகளை விற்பதனாலோ (எனவே செல்வத்தில் ஏற்படும் குறைப்பினால்), நுகர்வுச் செலவினத்தில் நேர்மறை மாறுபாடுகள் ஏற்படலாம். நடப்புத் தொகை வருமானத்தைச் சார்ந்து நுகர்வுச் செலவினத்தில் ஏற்படும் மாறுபாடுகளை, தூண்டிவிடப்பட்ட நுகர்வு குறிக்கிறது. நடப்புத் தொகைவருமானத்தில் ஏற்பட்ட மாற்றத்தினால் தூண்டப்பட்ட/விளைந்த நுகர்வுச் செலவினத்தின் அளவினை இது (தூண்டப்பட்ட நுகர்வு) குறிக்கிறது. அதைப் போலவே, பொருளாதாரம் மொத்தத்திற்குமாக—ஆராய்ச்சி மற்றும் மேம்பாடு போன்ற—நடப்புத் தொகைவருமானத்தைச் சாராத முதலீட்டுச் செலவினங்களைக் குறிப்பதே தன்னிச்சை முதலீடு; தூண்டப்பட்ட முதலீடு எனப்படுவது, நடப்புத் தொகைவருமானத்தில் உண்டாகும் மாறுதல்களால் தூண்டப்பட்ட அல்லது விளைவிக்கப்பட்ட முதலீட்டின் அளவைக் குறிப்பதாகும். தனியார் முதலீட்டின் மற்ற தீர்மானிகளைப் பற்றித் தெரிந்துகொள்ள, பகுதி 3.4இன் கடைசிப் பத்தியை மீண்டும் பார்வையிடுங்கள். தன்னிச்சையான மற்றும் தூண்டப்பட்ட செலவினங்கள் பற்றிய இந்த உரையாடலை அடிப்படையாகக் கொண்டு, தொகைவருமானத்தின் நடப்பு மட்டங்களைப் பொறுத்து, அரசாங்கச் செலவினம் என்பதைத் தன்னிச்சையானதாக வகைப்படுத்துவீர்களா, அல்லது தூண்டப்பட்டதாக வகைப்படுத்துவீர்களா?

இந்தியாவிற்கான பொருத்தப்பாடு

இந்தக் கேனீசிய கருவி இந்தியப் பொருளாதாரத்திற்கு எந்த அளவுக்குப் பொருந்தக்கூடியது? 1952இல் வி. கே. ஆர். வி. ராவ் அவர்கள், *இண்டியன் எகனாமிக் ரெவ்யூ*—யில் வெளியான ‘இன்வெஸ்ட்மெண்ட், இன்கம் அண்ட் த மல்டிப்ளையர் இன் அன் அண்டர்—டெவெலப்ட் எகானமி’ மற்றும் ‘ஃபுல்—எம்ப்ளாய்மெண்ட் அண்ட் எகனாமிக் டெவெலப்மெண்ட்’ என்ற இரண்டு கட்டுரைகளில் இந்தக் கேள்வியினைக் கையாள்கிறார். பிறகு, ஏ.கே. தாஸ்குப்தா அவர்களும், 1954இல் *தி எக்கனாமிக் வீக்லி*—யில் வெளியான தனது ‘கேனீசியன் எகனாமிக்ஸ் அண்ட் அண்டர்டெவெலப்ட் கண்ட்ரீஸ்’

என்ற கட்டுரையில், இந்தியப் பொருளாதாரத்தில் கேனீசிய பொருளியலைப் பொருத்துவது குறித்து அலசியுள்ளார். இந்தியப் பொருளாதாரத்தின் மேம்பாடு குன்றிய இயல்பினை—குறிப்பாக, மேம்பட்ட நாடுகளில் நிகழ்வது போன்ற கூலித் தீர்மானிப்பு ஏற்படாத வண்ணம்—பரந்துவிரிந்து இருக்கும் முறைசாராத் துறையைப் பற்றியும், கணிசமான அளவில் சுய தொழில் இருப்பதைப் பற்றியும் இக்கட்டுரைகள் எடுத்துரைக்கின்றன (இந்தியப் பொருளாதாரத்தின் முக்கியச் சூழல் சார்ந்த தன்மைகளைப் பற்றி, பகுதிகள் 6.4, 7.2, 8.2 ஆகியவற்றில் கொடுக்கப்பட்டிருக்கின்றன). இவற்றின் விளைவாக, இங்கிலாந்து மற்றும் அமெரிக்க ஐக்கியத்தைப் போன்ற வளர்ந்த நாடுகளிலிருந்து இந்தியாவின் தன்மைகள் மாறுபட்டு இருக்கும் காரணத்தினால், மொத்தத்தில் இந்தியப் பொருளாதாரத்தில் கேனீசிய சிந்தனையின் பொருத்தப்பாடு குறைவாகவே உள்ளதாக ராவ் அவர்களும் தாஸ்குப்தா அவர்களும் கண்டுணர்ந்துள்ளனர்.

இவர்களுடைய கருத்தோடு ஒப்பிட்டால், இந்நூலில் எடுத்துள்ள நிலைப்பாடு கேனீசிய பொருளியலை ஆதரிப்பதாகவே அமைகிறது; இருப்பினும், எந்தவொரு கோட்பாட்டினையும் நடைமுறைக் கொள்கையாக உருமாற்றும்போது எச்சரிக்கை அவசியம் என்பது வலியுறுத்தப்பட்டுள்ளது; வலியுறுத்தப்படுகிறது. இந்தியப் பொருளாதாரத்தில் தீவிரமான வழங்கல் சார்ந்த தடைகள் உள்ளபடியால், தொகைவழங்கலைப் பொறுத்துத் தொகைவெளியீடு சீரமையும் கேனீசிய நிகழ்முறை, அவ்வளவு சுமூகமான தாக இருக்காது என்பது உண்மையே. இன்றைய நாளிலும், போதிய திட்ப மற்றும் சமூகக் கட்டமைப்புகள் இல்லாமை, சாதியையும் பாலினத்தையும் பார்த்துப் பாகுபடுத்தும் உழைப்புச்சந்தை—ஆகியவற்றைக் கொண்டு விளங்குகிறது இந்தியா. இருந்தாலும், வழங்கல் சார்ந்த சிக்கல்களை நேரடியாகவும் மறைமுகமாகவும் களைந்து மேம்படுத்தும் ஆற்றல் அரசாங்கச் செலவினத்திற்கு உள்ள காரணத்தால், அரசாங்கச் செலவினத்தை மேற்கொண்டு வெளியீட்டு மற்றும் வேலைவாய்ப்பு மட்டங்களை அதிகரிக்கும் கேனீசியப் பரிந்துரை இந்தியப் பொருளாதாரத்திற்குப் பயனுள்ளதாகவே இருக்கும்.

இப்பகுதியை இப்போது தொகுத்துரைப்போம்: வெளியீடு, வேலைவாய்ப்பு ஆகியவற்றின் விளிம்புநிலைவாதக் கோட்பாட்டின் படி, தொகைவழங்கலே தொகைவெளியீட்டைத் தீர்மானிக்கிறது; மேலும், உழைப்பின் வேலைநிறைவு நிலையை நோக்கிச் செல்லும் இயல்பும் நிலவுகிறது. கேனீசிய வெளியீடு மற்றும் வேலைவாய்ப்புக் கோட்பாட்டினைப் பொறுத்தவரையிலோ, தொகைவெளியீடானது தொகைவேண்டலினால்—அதாவது, தன்னிச்சையான வேண்டல்கள் மற்றும் தூண்டப்பட்ட வேண்டல்கள் ஆகியவற்றின் கூட்டுத்தொகையினால் தீர்மானிக்கப்படுகிறது; உழைப்பின் வேலைநிறைவை நோக்கிய இயல்பு எதுவும் இந்தக் கோட்பாட்டில் கிடையாது. இன்னும் துல்லியமாகச் சொன்னால், தொகைவேண்டலின் தன்னிச்சையான பாகங்களே தொகைவெளியீட்டைத் தீர்மானிப்பதில் மையப் பங்காற்றுகின்றன. அடுத்த பகுதியில், புறவுலகத்தையும் சேர்த்து, நால் துறை நேர்வாகக் கேனீசியக் கோட்பாட்டினை விரிவுபடுத்திப்பார்ப்போம்.

4.3 திறந்தநிலைப் பொருளாதாரத்தின் பேரியல் இயக்கங்கள்

தொகைவெளியீட்டு மட்டங்களைக் குறிப்பிடும் போது, 'உள்நாட்டு' என்ற முற்சேர்க்கையினை இதுவரை பயன்படுத்தவில்லை; ஆனால், புறவுலகினையும் பொருளாதாரத்தில் ஒரு துறையாகச் சேர்த்துக்கொள்ளும் போது, இந்தியாவின் தொகைவெளியீட்டினைப் புறவுலகத்தின் வெளியீட்டிலிருந்து வேறுபடுத்திக்காட்டுவதற்காக அதைப் பயன்படுத்த வேண்டிவருகிறது. பின்வரும் கேள்விகளுக்கு இந்தப் பகுதியில் விடை காண்போம்: ஏற்றுமதிகளும் இறக்குமதிகளும் உள்நாட்டு தொகை வெளியீட்டு மட்டங்களை எவ்வாறு பாதிக்கின்றன? நாடுகள், தங்களுடைய இறக்குமதிகளுக்கு எவ்வாறு நிதி தேடுகின்றன? நாணயமாற்று வீதங்களில் (பகுதி 3.4இல் விவாதித்தது) ஏற்படும் ஏற்றஇறக்கங்கள் உள்நாட்டின் தொகைவெளியீடுகளை எப்படிப் பாதிக்கின்றன?

பேரியல் பொருளாதாரத்தில் பண்ட மற்றும் பணப் போக்குவரத்து களின் அமைப்பியல்பினை விளக்கிய படம் 2.2–ஐ மீண்டும் ஒரு முறை காண்க; காட்சியில் எளிமை கருதி, புறவுலகம் நீக்கப்பட்டிருந்தது. பின்வரும் விவரங்களின் அடிப்படையில் புறவுலகத்தை ஒரு கூடுதல் துறையாக வைத்து அதே படத்தை மறுபடியும் வரைய முடியுமா? குடித்தனத் துறையானது, வருமானத்திற்குக் கைமாறாக (வெளிநாடு சென்ற தொழிலாளர்கள், இந்தியாவிலுள்ள உறவினர்களுக்கு அனுப்பிவைக்கும் பணமே பண அனுப்பல்கள் எனப்படுகிறது) புறவுலகத் துறைக்கு உழைப்பை (புலம்பெயர் தொழிலாளர்கள் என்ற வடிவில்) வழங்குகிறது. அந்நிய நிறுவன முதலீட்டு நிதி என்பது இந்தியாவின் நிதித் துறையினைப் புறவுலகத்துடன் இணைக்கிறது என்பதும், இந்தியாவின் நிதி சாராத் துறைக்கும் புறவுலகத்திற்கும் இடையில் அந்நிய நேரடி முதலீடானது ஒரு முக்கியமான போக்குவரத்து என்பதும் இயல் 3இல் இருந்து உங்களுக்குத் தெரிந்திருக்கும். புறவுலகத்திற்குச் சலுகைகளை வழங்கியும் வரிகளை விதித்தும்வருகிறது அரசாங்கம்; அவை பல்வேறு பெயர்களில் புழங்கிவருகின்றன (பண்டங்கள், நிதி மற்றும் முதலீடு ஆகியவற்றின் உள்வரத்தை ஒழுங்காற்றுப்படுத்தும் பொருட்டு விதிக்கப்படும் சுங்க வரி, கலால் வரி, கூள இறக்குமதித் தடுப்புவரி (*Anti-dumping tax*), அந்நிய நேரடி முதலீட்டுக்கான விதிமுறைகளைத் தளர்த்துதல், நெடுங்கால மூலதன ஆதாயப்பலன்கள் மீதான வரி போன்றவை (*Tax on long-term capital gains*). இந்தியாவின் நிலைப்பாட்டிலிருந்து பார்த்தபோது புறவுலகென்பது ஒற்றை ஒருபடித்தான துறை என்பதைப் போல தோன்றலாம்; ஆனால், அதிலும் குடித்தனமும், அரசாங்கமும், நிதி சார்ந்ததும் நிதி சாராததுமாகிய துறைகளும் அடங்கியுள்ளன என்பதை மறக்க வேண்டாம்.

நுகர்வு, முதலீடு ஆகியவற்றின் தீர்மானிகள் பற்றி இந்த இயலின் முற்பகுதியில் உரையாடினோம். ஆனால், இறக்குமதிகளுக்கும் ஏற்றுமதி களுக்கும் பின்னால் இருக்கும் காரணத்தைப் பற்றி உரையாட வில்லை. ஒருவேளை, நுகர்வுப் பொருட்களின் உள்நாட்டு உற்பத்தியிலும் முதலீட்டுப்பொருட்களின் உள்நாட்டு உற்பத்தியிலும் இந்தியா தன்னிறைவு பெற்றிருந்தால், இந்தியப் பொருட்களை விட வெளிநாட்டுப்

பொருட்களின் விலை மலிவாக இருந்தால் மட்டுமே இறக்குமதிக்கான தேவை ஏற்படும். எனினும், உள்நாட்டுத் தேவைகளுக்கு–நுகர்வுத்தேவைகள் முதலீட்டுத்தேவைகள் ஆகிய இரண்டுக்கும்–அவசியமான எல்லா வற்றையும் இந்தியா உற்பத்தி செய்வதில்லை; ஆகவே இறக்குமதிகள் கட்டாயமாகின்றன. இந்தியாவில் முதல் ஐந்து தலையாய இறக்குமதிகளைப் பின்வரும் பட்டியல் தருகிறது.

அட்டவணை 4.2:
இந்தியாவின் ஐந்து தலையாய இறக்குமதிப் பொருட்கள்

பண்டங்கள்	மொத்த இறக்குமதி மதிப்பில் வகிக்கும் விழுக்காடு
கனிம எரிபொருட்கள்	33
முத்துக்கள் மற்றும் விலையுயர்ந்த உலோகங்களும்	12
மின் பொறிகள் மற்றும் தளவாடங்கள்	10
அணுஉலைக் கலன்கள்	8
கரிம வேதிப்பொருட்கள்	4

ஆதாரம்: Import Data Bank (இறக்குமதி :: பண்டங்களின் வாரியாக), வணிகத் துறை, வணிக மற்றும் தொழில்துறை அமைச்சகம்.

குறிப்பு: மதிப்புகள் அவற்றின் நெருங்கிய விழுக்காட்டிற்கு மாற்றப்பட்டுள்ளன. 2019-20ஆம் ஆண்டில் 2-இலக்கத் தளத்திற்குத் திருத்தியமைக்கப்பட்ட பண்டங்களைச் சேர்ந்தது இந்தத் தரவு; இத்தரவுகள் தற்காலிகமானவை.

முத்துக்களையும் விலையுயர்ந்த உலோகங்களையும் தவிர்த்த பிற பண்டங்கள் அனைத்தையும் முதலீட்டுப் பொருட்கள் என்று வகைப்படுத்தி விடலாம். எனினும், கனிம எரிபொருட்கள் அல்லது எண்ணெய் இறக்குமதிகளில் ஒரு பாகம் நுகர்வுப் பொருளாக மாறிவிடுகிறது. இடைநிலை மூலதனப் பொருட்களை இறக்குமதி செய்ய வேண்டிய தேவை, இந்தியப் பொருளாதாரத்தில் தொழில்களுக்கு இடையிலான அமைப்பியலிலிருந்து தோன்றுகிறது. இந்தச் சூழலில், அளவீடு குறித்து விடைகாண வேண்டிய கேள்வி பின்வருமாறு: உற்பத்தித்துறையில் (உள்நாட்டு) வெளியீட்டில் ஓர் அலகு உற்பத்தி செய்ய வேண்டுமென்றால், இறக்குமதிப்பொருட்கள் எத்தனை அலகுகள் தேவைப்படும்? இடைநிலை மூலதனப் பொருட்களை, ஏற்றுமதிக்காக மேற்கொள்ளப்படும் உற்பத்திக்காகவும் நாம் இறக்குமதி செய்கிறோம். நாம் இறக்குமதி செய்யும் முத்துக்களும் விலையுயர்ந்த உலோகங்களும், உள்நாட்டு நுகர்வுக்குப் பயன்படுத்தப்படுவது எவ்வளவு, இறக்குமதி நோக்கில் ஒதுக்கிவைக்கப்படுவது எவ்வளவு என்பதையும் கண்டறியுங்கள்.

பெரிய சந்தைகளைக் கைப்பற்றுவதற்கும் நல்ல விலைகளைப் பெறும் பொருட்டும் நம் பொருட்களையும் சேவைகளையும் புறவுலகத்திற்கு

ஏற்றுமதி செய்கிறோம் (இது, இயல் 3இல் அறிந்துகொண்டதுபோல், நாணயமாற்று வீதத்தைப் பொறுத்ததாகும்). இந்தியாவின் ஐந்து தலையாய ஏற்றுமதிச் சேரிடங்களைப் பின்வரும் அட்டவணை அளிக்கிறது.

அட்டவணை 4.3
இந்தியாவின் ஐந்து தலையாய ஏற்றுமதி நாடுகள்

நாடு	மொத்த ஏற்றுமதி மதிப்பில் வகிக்கும் விழுக்காடு
அமெரிக்க ஒன்றியம்	16
ஐக்கிய அரபு அமீரகம்	9
சீனா	5
ஹாங் காங்	4
சிங்கப்பூர்	3

ஆதாரம்: Export Import Data Bank (ஏற்றுமதி :: நாடுகளின் வாரியாக), வணிகத் துறை, வணிக மற்றும் தொழில்துறை அமைச்சகம்.

குறிப்பு: இந்தப் புள்ளிவிவரங்கள் 2018–19 ஆண்டிற்கானவை.

மற்ற நாடுகளை விட்டு ஏன் இந்த நாடுகளைத் தேர்ந்தெடுக்க வேண்டும்? இதற்கு ஏற்றுமதிச் சந்தையின் அளவும் ஒரு காரணம் (எடுத்துக்காட்டு: அமெரிக்க ஒன்றியம்); ஏற்றுமதி அளவை அதிகரிப்பதை இலக்காகக் கொண்ட இருதரப்பு வணிக ஒப்பந்தங்கள் மற்றொரு காரணம் (எடுத்துக்காட்டாக ஐக்கிய அரபு அமீரகம்). நாடுகளைத் தழுவிய அளவில் உழைப்பு மற்றும் மூலதனம் ஆகியவை கட்டற்று இடம்பெயரும் தன்மை கொண்டிருப்பதாக எடுத்துக்கொள்கிறோம். இருப்பினும், மெய்யுலகில், இது உண்மையன்று. வணிகத்திலிருந்து வரும் பலன்களை அதிகரிக்கும் நோக்கில் நாடுகள் மற்ற நாடுகளுடன் ஒப்பந்தம் செய்துகொள்கின்றன; வணிகத் தடைகளைத் தளர்த்துதல், தடையில்லா வணிக மண்டலங்களை உருவாக்குதல், பொதுச் சந்தையை அறிமுகம் செய்தல் போன்ற வடிவங்களில் இவை நிகழ்கின்றன. வணிகத் தடைகள் என்பவை, சுங்க வரி, ஒதுக்கீடுகள் ஆகிய வடிவங்களில் மட்டுமன்றி, பொதிகட்டுதலின் மீது விதிக்கப்படும் விதிமுறைகளாகவும், தரக்கட்டுப்பாடுகளாகவும், பாதுகாப்பு நடவடிக்கைகளாகவும் கூட இருக்கலாம். மேற்கண்ட பொருளாதார ஒப்பந்தங்கள், பொருளியலைக் காட்டிலும் புவிஅரசியல் இயக்கங்களையே அதிகம் சார்ந்து இருக்கின்றன. பல சமயங்களில், இந்தியா தனது மிகச் சிறந்த மாம்பழங்களையும் சுவைகூட்டுப் பொருட்களையும் புறவுலகத்திற்கே அனுப்பிவைக்கிறது. 'ஏற்றுமதித் தரம்' என்று அடையாளம் செய்யப்பட்ட பொருட்களை நீங்களும் பார்த்திருப்பீர்கள்; சிறந்த தரமுள்ள பொருட்களைப் புறவுலகிற்கு அனுப்பி வைப்பதன் நன்மை தீமைகளைப் பற்றி உங்களுடைய நண்பருடன் உரையாடுங்கள்; விவாதியுங்கள்.

இப்போது, கேனீசிய கோட்பாட்டைத் திறந்தநிலைப் பொருளாதாரத்தில் பொருத்திப்பார்ப்போம். பணத்தின் சுழல்போக்குவரத்தில்

மேற்கொள்ளப்படும் திட்டமிட்ட உட்செலுத்தல்களுக்கும் அதிலிருந்து ஏற்படும் திட்டமிட்ட கசிவுகளுக்கும் இடையான சமத்துவமாகப் பார்ப்பது, சமநிலையை வெளிப்படுத்தும் விதங்களில் ஒன்று என்பது கடந்த பகுதியில் குறிப்பிடப்பட்டிருந்தது. இதுவே, பகுப்பாய்வு ரீதியாகப் பார்த்தால், திட்டமிட்ட தொகைவேண்டலும் திட்டமிட்ட தொகைவழங்கலும் சமமாக இருப்பதற்கு நிகரானது என்பதும் கூறப்பட்டிருந்தது (இதையே இருதுறைப் பொருளாதாரத்தில் வைத்துப்பார்த்தால், திட்டமிட்ட முதலீடும் திட்டமிட்ட சேமிப்பும் சமம் என்பதாக இருக்கும்). எடுத்துக்காட்டாக, அரசாங்கச்செலவினம் என்பது பணத்தின் சுழல்போக்குவரத்தில் மேற்கொள்ளப்படும் உட்செலுத்தல்; வரிவிதிப்பு என்பதோ, பணத்தின் சுழல்போக்குவரத்தில் ஏற்படும் கசிவு. ஏற்றுமதி என்பது கசிவா அல்லது உட்செலுத்தலா?

திறந்தநிலைப் பொருளாதார அமைப்பிலும், திட்டமிட்ட தொகைவேண்டலும் திட்டமிட்ட தொகைவழங்கலும் சமமாக இருப்பதே உள்நாட்டுப் பொருளாதாரத்திற்கான பேரியல் பொருளாதாரச் சமநிலையாகும்; ஆனால், புறவுலகத்திலிருந்து வரும் வேண்டலையும் உள்ளடக்கியதே திட்டமிட்ட தொகைவேண்டல். நால் துறை பொருளாதாரத்திற்கான தொகைவேண்டல் வளைகோடானது, நுகர்வுவேண்டல் (C), முதலீட்டுவேண்டல் (I), அரசாங்கச் செலவினம் (G), வெளிநாட்டு வேண்டல் ஆகியவற்றை உள்ளடக்கியது. இந்தியப் பொருட்களுக்கும் சேவைகளுக்குமான புறவுலகின் வேண்டலுக்கும், புறவுலகின் பொருட்கள் மற்றும் சேவைகளுக்கான இந்தியாவின் வேண்டலுக்கும் இடையிலான வேறுபாடே வெளிநாட்டுவேண்டல் ஆகும். அதாவது, வெளிநாட்டுவேண்டல் என்பது ஏற்றுமதி (X), இறக்குமதி (M) ஆகியவற்றுக்கிடையேயான வேறுபாடு; இது நிகர ஏற்றுமதிக்குச் (NX) சமமானதாகும்.

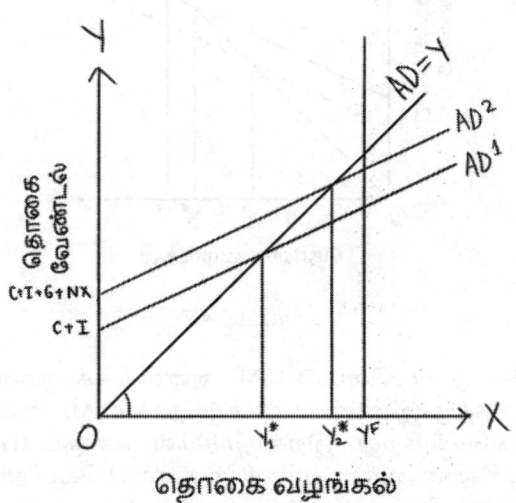

வரைபடம் 4.6

பேரியல் பொருளாதாரம்

ஏற்றுமதியின் அளவானது, புறவுலகத்தின் வருமானத்தைச் சார்ந்தது; நாணயமாற்றுவீதத்தில் ஏற்படும் மாற்றங்களுக்குக் கூருணர்வுடன் எதிர்வினையாற்றக் கூடியது. விலைகளை மாற்றவேண்டிய கட்டாயம் ஏற்படாதவாறு வெளிநாட்டுவேண்டலுக்கு வெளியீட்டை வழங்க முடியும் என்ற எடுகோள் இங்கும் அமர்த்தப்படுகிறது. இந்தியாவின் இறக்குமதிகளானவை நாணயமாற்றுவீதத்திற்குக் கூருணர்வுடன் எதிர்வினையாற்றுகின்றன; அதேவேளையில், இறக்குமதியின் அளவுகள் உள்நாட்டுத் தொகைவருமானம்/வெளியீட்டுமட்டங்களையும் சார்ந்ததாகும். இருப்பினும், கற்பித்தலில் எளிமை கருதி, இறக்குமதிகள் முற்றிலும் தன்னிச்சையானவை–அதாவது, உள்நாட்டுத் தொகைவருமானம்/வெளியீட்டைச் சாராதவை–என்று மறுபடியும் நம் விளக்கத்தில் எடுத்துக்கொள்கிறோம். எனவே, நிகர ஏற்றுமதியை நேர்மறை அளவில் பெருக்குவது, AD_1 வளைகோட்டினை இணைகோடாக மேல்நோக்கி AD_2 வளைகோட்டிற்கு இடம்பெயரச் செய்கிறது; இங்கே, AD_1 மற்றும் AD_2 ஆகிய கோடுகள், X–அச்சினைச் சந்திக்கும் புள்ளிகளுக்கு இடையேயான வேறுபாடு, நிகர ஏற்றுமதிகளின் அளவுக்குச் சமமானதாக இருக்கும்.

இந்த நால்–துறைப் பொருளாதாரத்தில், Y_2^*–என்ற புள்ளியே பேரியல் பொருளாதாரச் சமநிலையாகும். தற்போது, மற்றவை மாறாதிருப்ப, சூரியவொளித் தட்டுக்களை இறக்குமதி செய்ய அரசு எடுத்த முடிவின் காரணமாக இறக்குமதிகள் உயர்வதாக (ΔM) வைத்துக்கொள்வோம். இதனால் சமநிலை வெளியீட்டிற்கு என்னவாகும் என்று நினைக்கிறீர்கள்?

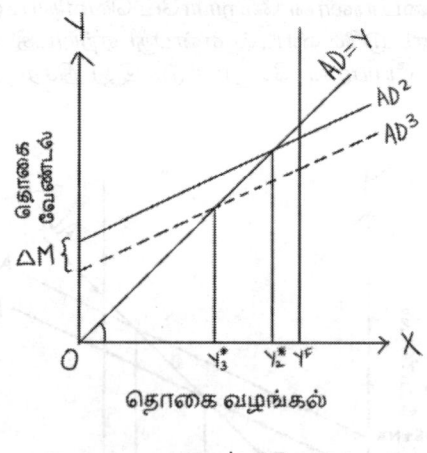

வரைபடம் 4.7

'Y'–அச்சின் இடைவெட்டு 'ΔM' அளவிற்குக் குறைவதனால், AD_2 வளைகோடு, அதற்கு இணையாகக் கீழ்நோக்கி AD_3 வளைகோட்டிற்கு இடம்பெயர்ந்துசெல்கிறது. இறக்குமதிகள் உயரும்போது, மற்றவை மாறாதிருப்ப, (கசிவின் அளவு அதிகரிப்பதனால்) வெளிநாட்டுவேண்டல் குறைகிறது; இதனால் தொகைவேண்டலில் ஏற்படும் குறைவைத் தொடர்ந்து, சமநிலை வெளியீடும் 'Y_3^*' என்ற புள்ளிக்குக் குறைகிறது. 'பெருக்கி'

இயங்கமைப்பின் காரணமாக, சமநிலையில் ஏற்படும் மாற்றமானது ($Y_2^* - Y_3^*$), ΔM–ஐ விட அதிகமாக இருக்கும். படம் 2.2–ஐப் பின்னணியில் வைத்து, இந்தியப் பொருளாதாரத்தில் பெருக்கிஇயங்கமைப்பு எப்படி நிகழ்கிறது என்பதை விளக்க முயற்சி செய்யுங்கள். இப்போது, ஏற்றுமதிகள் (X) அதிகரித்தால், மற்றவை மாறாதிருப்ப, சமநிலை வெளியீட்டிற்கு என்னவாகும் என்பதைச் சிந்தியுங்கள்.

உலகிலுள்ள திறந்தநிலைப் பொருளாதாரங்கள் அனைத்தும் சேர்ந்து பெரியதொரு மூடிய பொருளாதாரமாகச் செயல்படுகிறது என்பதே, திறந்தநிலைப் பொருளாதாரப் பேரியல் இயக்கத்தினைப் புரிந்துகொள்வதில் இருக்கும் மிகமுக்கியக் கோட்பாடாகும். ஆட்டக் கோட்பாட்டின் (game theory) மொழியில் சொன்னால், முழு உலகப் பொருளாதாரத்திற்கு உட்பட்ட பேரியல் பொருளாதாரப் போக்குவரத்துகளிலிருந்து கிடைக்கும் பலன், ஒரு சுழியக் கூட்டுப்பலன் ஆட்டத்தை (zero–sum game) ஒத்தது; அதாவது, ஒரு பொருளாதாரத்தின் இழப்பு என்பது கண்டிப்பாக இன்னொரு பொருளாதாரத்திற்கு ஆதாயமாக இருக்கும். பன்னாட்டுவணிகத்திலிருந்து கிடைக்கும் ஆதாயங்களைப் பெருக்க முற்படும் கொள்கைகளுக்கு, ‘அண்டைநாடுகளைப் பிச்சைக்காரர்களாக்கும்’ கொள்கைகள் என்று ஜோன் ராபின்சன் பெயர்சூட்டுவதற்குத் தூண்டுதலாக இருந்தது (ப. 122; 1974இல் வெளியான அவருடைய புத்தகத்தில் இடம்பெற்றுள்ள ‘த நியூ மெர்க்கண்டலிசம்’ என்ற கட்டுரையை முழுமையாக வாசியுங்கள்). மேலும், ‘த ஜெனரல் தியரி’ நூலின் இறுதி இயலில் கேயின்ஸ் எழுதுவதுபோல், “தேசங்கள், தம் உள்நாட்டுக் கொள்கைகளைப் பயன்படுத்தித் தமக்குத் தாமே வேலைநிறைவை ஏற்படுத்திக்கொள்ள கற்றுக்கொண்டால் . . . ஒரு நாடு மற்றொரு நாட்டின்மீது தன் பொருட்களைத் திணிக்கவோ அல்லது அண்டைநாட்டின் வழங்கலினை வெறுத்து ஒதுக்கவோ அழுத்தமான நோக்கம் எதுவும் இனி இருக்காது. . .” (ப. 382). வணிகவாதத்தின் முக்கியக் கொள்கையைப் பகுதி 1.2இல் சுருக்கமாக அறிமுகப்படுத்தினோம். நடப்பு வணிகக் கொள்கைளுக்கும் வணிகவாதத்திற்கும் இடையில் நீங்கள் காணும் ஒப்புமைகள் யாவை?

மேற்கண்ட கொள்கையானது, கணக்குப்பதிவிலிருந்து தோன்றுகிறது என்பதை நீங்கள் ஏற்கெனவே கவனித்திருக்கலாம்; ஒரு நாட்டின் ஏற்றுமதி என்பது வேறொரு நாட்டின் இறக்குமதி என்பதால், எல்லா நாடுகளும் ஒரேசமயத்தில் தங்களுடைய இறக்குமதியை மிஞ்சிய ஏற்றுமதியை மேற்கொள்ள முடியாது. விண்வெளியுடன் வணிகத்தில் ஈடுபடாத வரை இக்கொள்கை கண்டிப்பாக உண்மையானதாகவே இருக்கும். ஒரு வகையில், இதனைப் பொருளாதாரவிதியாகவும் பார்க்கலாம்–தனிப்பட்ட பொருளாதாரங்கள் போட்டிநிறைந்தவையா, முறைசாராதவையா, சேவைத் துறையைச் சார்ந்து இருப்பவையா, அல்லது பெரிய அளவிலான அந்நியச் செலாவணிக் கையிருப்பைக் கொண்டவையா, என்பதையெல்லாம் சாராத ஒரு விளைபலன் இது.

பலதரப்பு வணிகம் (மூன்று அல்லது அதற்கு மேற்பட்ட எண்ணிக்கை யிலான நாடுகளுக்கிடையே நிகழும் வணிகம்) குறித்த எளிய விளக்கம், இந்தக் கொள்கையை மேற்கொண்டு தெளிவாக்கிவிடும். 100 டிரில்லியன்

இந்திய ரூபாய் மதிப்பிலான மாம்பழங்களை இந்தியா ஆஸ்திரேலியாவுக்கு ஏற்றுமதி செய்கிறது என்றும், இது மட்டுமே அந்நாடுகளுக்கிடையில் நிகழும் வணிகம் என்றும் வைத்துக்கொள்வோம்; மேலும், புறவுலகிலிருந்து (ஆஸ்திரேலியாவைத் தவிர்த்து) இந்தியாவில் செய்யப்படும் இறக்குமதிகளின் தொகைமதிப்பு ரூ. 800 டிரில்லியன் என்றும், ஆஸ்திரேலியா புறவுலகிற்குச் (இந்தியாவைச் சேர்க்காமல்) செய்யும் ஏற்றுமதிகளின் மதிப்பு ரூ. 1000 டிரில்லியன் என்றும் வைத்துக்கொள்வோம். இந்தியா, ஆஸ்திரேலியா, புறவுலகம் ஆகியவற்றின் 'வணிக நிலுவை'யைப் (Balance of Trade) பின்வரும் படம் தருகிறது. ஒரு குறிப்பிட்ட காலத்திற்குரிய நிகர ஏற்றுமதியினை, அதாவது இறக்குமதியை மிஞ்சிய ஏற்றுமதியின் மதிப்பைத் தெரிவிப்பதே 'வணிக நிலுவை' ஆகும். இந்தியாவையும் ஆஸ்திரேலியாவையும் தவிர்த்த பிற நாடுகள் அனைத்தையும் உள்ளடக்கிய மற்றொரு தனிப் பொருளாதாரமாகப் புறவுலகத்தை இந்தப் படத்தில் கருதுகிறோம்.

வரைபடம் 4.1:
அந்நியச் செலாவணி வணிக நிலுவை:
இந்தியா, ஆஸ்திரேலியா மற்றும் புறவுலகம்

இந்தியா	
ஏற்றுமதிகள் (ஆஸ்திரேலியாவுக்கு)	INR 100
இறக்குமதிகள் (புறவுலகிலிருந்து)	INR 800
வணிக நிலுவை	−INR 700
ஆஸ்திரேலியா	
ஏற்றுமதிகள் (புறவுலகிற்கு)	INR 1000
இறக்குமதிகள் (இந்தியாவிலிருந்து)	INR 100
வணிக நிலுவை	INR 900
புறவுலகம்	
ஏற்றுமதிகள் (இந்தியாவுக்கு)	INR 800
இறக்குமதிகள் (ஆஸ்திரேலியாவிலிருந்து)	INR 1000
வணிக நிலுவை	−INR 200

இந்தியாவும் புறவுலகமும் எதிர்மறை வணிக நிலுவைகளைக் கொண்டிருக்கும் வேளையில், ஆஸ்திரேலியாவோ–இறக்குமதிகளை மிஞ்சிய ஏற்றுமதிகள் இருப்பதனால்–நேர்மறை வணிக நிலுவையைக் கொண்டிருக்கிறது. இந்தியா, ஆஸ்திரேலியா, புறவுலகம் ஆகியவற்றின் வணிகநிலுவைகளைக் கூட்டிப்பார்த்தால் பூச்சியம் கிடைக்கும். உலகிலுள்ள எல்லா நாடுகளும் ஒரே சமயத்தில் வணிக மிகுதியைக் (மிகை நிலுவையை) கொண்டிருக்க முடியாது என்பதைக் கூறும் நமது முக்கிய கொள்கைக்கு இந்த எளிய எடுத்துக்காட்டு வலுவூட்டுகிறது.

கடந்த இயலில் பார்த்ததுபோல், நடப்புக்கணக்கு எனப்படுவது, (உதாரணமாக) இந்தியாவுக்கும் புறவுலத்திற்கும் இடையிலான பரிவர்த்தனைகளின் குறிப்பறிக்கையாகும். இந்தியாவுக்கும் புறவுலகத்திற்கும் இடையில் நிகழும் பண்ட வெளியேற்றங்களிலிருந்தும் உள்வரத்துகளிலிருந்தும் (அதாவது, பொருட்கள் மற்றும் சேவைகளின் ஏற்றுமதிகளிலிருந்தும் இறக்குமதிகளிலிருந்தும்) தோன்றக்கூடிய பண உள்வரத்துகள் மற்றும் வெளியேற்றங்களை உள்ளடக்கியது நடப்புக் கணக்கு. உழைப்பு, நிதிவளங்கள் அல்லது இயற்கை வளங்களின் தற்காலிகப் பயன்பாட்டிற்காகப் பெறத்தக்க அல்லது செலுத்தத்தக்க வருமானங்கள்—என, நிகரான பண்டப் போக்குவரத்துகள் ஏதும் இல்லாமல் நிகழக்கூடிய பணப்போக்குவரத்துகளும் இதில் அடக்கம். இது தொடர்பான தரவுகளை இந்திய ரிசர்வ் வங்கியின் வலைத்தளத்திலிருந்து கண்டெடுத்துப் படம் 4.2இல் உள்ள காலி இடங்களை நிரப்புங்கள்.

வரைபடம் 4.2
நடப்புக் கணக்கு

	பண உள்வரத்துகள்	பண வெளியேற்றங்கள்	நிகர பண உள்வரத்துகள்
	(வரவு)	(பற்று)	(வரவு கழித்தல் பற்று)
1. பொருட்களின் வணிகம்			
2. சேவைகளின் வணிகம்			
3. முதன்மை வருமானம்			
4. இரண்டாம்நிலை வருமானம்			

தொலைத்தொடர்பு, காப்பீடு, கணினி மென்பொருள், போக்குவரத்து முதிலியவை சேவைகளில் அடக்கம். உழைப்பு, நிதிவளங்கள் அல்லது இயற்கை வளங்களின் தற்காலிகப் பயன்பாட்டிலிருந்து வரும் வருமானத்தைக் குறிப்பது முதன்மைவருமானம்; நாட்டில் குடியிருப்போருக்கும் குடியிருப்போர்–அல்லாதோருக்கும் இடையிலான வருமானப் பரிமாற்றங்களைக் குறிப்பது இரண்டாம்நிலை வருமானம் (வெளிநாட்டிற்குப் புலம்பெயர்ந்த தொழிலாளர்களின் பண அனுப்பல்கள் இரண்டாம்நிலை வருமானத்திற்கு எடுத்துக்காட்டாகும்). அதாவது, முதன்மை வருமானம் என்பது பணியாளர்களுக்கும் (அந்நிய) நேரடி முதலீடுகளுக்கும் கிடைக்கும் வரவினையும், இரண்டாம்நிலை வருமானம் என்பது குடியிருப்போருக்கும் குடியிருப்போரல்லாதவருக்கும் இடையில் நிகழும் பரிமாற்றங்களான தொழிலாளர் பண அனுப்பல்களையும் உள்ளடக்கியதாகும்.

இந்தியா மேற்கொள்ளும் ஏற்றுமதிகள், பண உள்வரத்துகளை ஏற்படுத்துவதால், வரவுப் (Credit) பரிவர்த்தனைகளாகக் கருதப்படுகின்றன; இறக்குமதிகளோ, பணவெளியேற்றத்தை ஏற்படுத்துவதால் பற்றுப்

பரிவர்த்தனைகளாகக் கருதப்படுகின்றன. மொத்தப் பணஉள்வரத்துகளை விட மொத்தப் பணவெளியேற்றங்கள் மிகுதியாக இருந்தால், நடப்புக் கணக்கு பற்றாக்குறையில் இருப்பதாகச் சொல்கிறோம்; அதுவே, மொத்த வெளியேற்றங்களை விட மொத்த உள்வரத்துகள் மிகுதியாக இருந்தால், நடப்புக்கணக்கு மிகுதியில் இருப்பதாகும்.

பேரியல் பொருளாதாரம் சார்ந்த உரையாடல்களில், பண அனுப்பல்கள் வழக்கமாக நல்ல விதத்தில் பார்க்கப்படுகிறது; இருப்பினும், வெளிநாடுகளுக்குக் குடிபெயர்வதற்கான காரணங்கள் சிலவற்றைக் கவனிக்க வேண்டியது முக்கியம். 'ஹோம்லாண்ட்' என்ற ஸ்கைபாபாவின் சிறுகதையில் *(2016)*, சுரேஷிடம் சுல்தான் திருத்தமாக விளக்குவது போல்,

> ஒட்டுமொத்த சமுதாயமும் (முஸ்லீம்கள்) என்னோட குடும்பம் இருக்கும் அதேநிலையில்தான் இருக்குது. வெளியே போக யாரும் விருப்பபட்டுத் தேர்ந்தெடுக்கிறதில்லை, சுரேஷ். அன்புக்குரிய மனைவியையும், குழந்தைங்களையும், பெத்தவங்களையும் கூடப்பிறந்தவங்களையும் நண்பர்களையும் விட்டுட்டுப் போறதில் சந்தோசமெதுவும் இல்லை. குறிப்பா, பிறந்த மண்ணை விட்டு ஏழுகடல் தாண்டி விசித்திரமான அந்நிய மண்ணுக்குப் போறது ரொம்பவும் கடினம். என்னோட சமுதாயத்தில, பொதுவா ஒரேஒருவரோட வருமானத்த நம்பித்தான் ஒட்டுமொத்தக் குடித்தனமும் இருக்கும். கல்யாணம் செய்ய வேண்டிய சகோதரிகளும், பார்த்துக்க வேண்டிய வயசான தளர்ச்சியான பெத்தவங்களும், நல்ல வேலையைத் தேடிக்கமுடியாத என்னை மாதிரியான தம்பி களும் இருப்பாங்க. ஒரு குடும்பம் பல பிரச்சனைகளப் பாக்குது! இதெல்லாம் உன்னால புரிஞ்சிக்க முடியாதா? முஸ்லீம்களுக்கு விவசாய நிலம் இருக்கா? அவங்களுக்குப் பரம்பரைத்தொழில் இருக்கா? அவங்களுக்கு இட ஒதுக்கீடுகள் இருக்கா? எவ்ளோ காலம்தான் சாலையோரத் தொழில்களிலேயே இருப்பது? சம்பாதிக்க முடியிறப்போ சாப்பிடுறோம்; இல்லன்னா பட்டினிதான் கெடப்போம். (ப. 61–2)

ஒரு பயிற்சியாக, புலம்பெயர்தல் பற்றிய கட்டுரைகளைப் படித்து, தனிமனிதர்களும் குடும்பங்களும் வெளிநாடுகளுக்குப் புலம் பெயர்வதற்காகக் குறிப்பிடும் காரணங்களைக் கண்டறியுங்கள்.

கல்வித் தேர்ச்சி, மதம் போன்றவற்றின் காரணத்தால், புலம்பெயர்வோர் அனைவரும் நாளடைவில் புலம் பெயரும் நாட்டில் குடியமர்ந்துவிடுவ தில்லை என்பதைக் குறித்துக்கொள்ளுங்கள். அமெரிக்காவில் குடியமர வேண்டும் என்ற சுரேஷின் விருப்பத்திற்குப் பதிலளிக்கும் விதமாக, சுல்தான் கூறுவது போல,

> நாங்க வாழ்வாதாரத்தைத் தேடித்தான் அங்கே போறோம்னு சொன்னாலும், நாங்கள் உழச்சி சம்பாதிக்கும் பணம் இந்த நாடுக்கே திரும்பி வந்திருதில்லையா? ஆனா நீங்க, உங்களோட

பட்டப்படிப்பை இங்கே முடிச்சிட்டு, அமெரிக்கா மாதிரி நாடுகளில குடிஅமர்ந்துவிடுறீங்க. பெரிய படிப்பு எதுவும் படிக்காத நாங்களோ, தொழிலாளர்களா வேலபாத்து நம்ம தாய்மண்ணுக்கு மதிப்புமிக்க அந்நியச் செலாவணிய கொண்டுவர்றோம். எத்தன காலம் வெளிநாட்டுல வேலை பார்த்தாலும், நாங்க என்னிக்குமே தாய்நாடு திரும்பிவிடுறோம் (ப. 63).

வெளியுறவுத் துறை அமைச்சகத்தின் 2019–20ஆம் ஆண்டு அறிக்கையின் கூற்றுப்படி, 2019ஆம் ஆண்டில் 3.34 லட்சம் தொழிலாளர்கள் குடியேற்ற ஆனுமதிகளைப் பெற்றவுடன் இந்தியாவை விட்டு வெளியே குடியேறி இருக்கிறார்கள் (ப. 315). இந்தியத் தொழிலாளர்கள் செல்லும் முதல் மூன்று குடியேற்ற நாடுகள் எவையென்பதை அந்த அறிக்கையை அணுகிக் கண்டறியுங்கள். மேற்கண்ட மேற்கோளில் கூறப்படுவதற்கு வலுசேர்ப்பதாக அதன் முடிவு இருக்கும்.

நடப்புக் கணக்கு மிகுதியில் இருந்தால், இந்தியாவில் பண வெளியேற்றத்தை விட அதன் உள்வரத்து அதிகமாக இருக்கும். ஏற்றுமதிகளே நடப்புக் கணக்கில் மிகுதியை ஏற்படுத்தியதென்றால், ஏற்றுமதிப் பரிவர்த்தனைகளில் ஈடுபடும் நிறுவனங்கள் பலனடைகின்றன. மறுபுறம், வெளிநாடுகளில் பணியாற்றும் இந்தியர்கள் அளிக்கும் பண அனுப்பல்களின் உள்வரத்துகள் மிகுதியை ஏற்படுத்தினால், குடித்தனங்கள் பலனடைகின்றன. எனவே, முதல் நேர்வில் இறக்குமதியாளர்களோடு ஒப்பிடுகையில் ஏற்றுமதியாளர்கள் பலனடைகிறார்கள்; இரண்டாவது நேர்வில், புறவுலகத்தில் பணியாற்றும் உறுப்பினர் இல்லாத குடித்தனங்களோடு ஒப்பிட்டால், அயல்நாடுகளில் பணியாற்றும் உறுப்பினரைக் கொண்ட குடித்தனங்களே அதிகப் பலனடைகின்றன. இருப்பினும், மற்றவை மாறாதில்லாமல், புறவுலகத்தின் மெய்க் கூலிகளைவிட இந்தியாவில் மெய்க்கூலிகள் விரைவான வீதத்தில் வளரும் சூழல் ஏற்பட்டால், இரண்டாவது நேர்விலிருந்து நமக்குக் கிடைத்த முடிவு சரியானதாக இல்லாமல்போகலாம். நடப்புக் கணக்குப் பற்றாக்குறை நிலவும்போது இந்தியாவில் எந்தெந்தத் தரப்பினருக்கு ஒப்பீட்டளவில் அதிகப் பலன் கிடைக்கும்?

இரட்டைக் கணக்குப் பதிவு முறையின் காரணமாக, மூலதனக் கணக்கின் மிகுதியினை, நடப்புக் கணக்கில் அதற்குச் சமானமான பற்றாக்குறையைக் கொண்டு ஈடுகட்ட வேண்டும். வேறு விதமாகச் சொன்னால், ஒரு பொருளாதாரமானது, தன் ஏற்றுமதிகளை விட அதிகமாக இறக்குமதி செய்ய வேண்டுமென்றால் (அதாவது, $M - X > 0$), நிதி வெளியேற்றத்தை விட நிதி உள்வரத்தின் அளவு–அதாவது, ‘உபரி’ இறக்குமதிகளின் அளவிற்கு–அதிகமாக இருக்கவேண்டும். இந்தியப் பொருளாதாரத்தின் நடப்புக்கணக்கு, மூலதனக் கணக்கு ஆகிய இரண்டையும் பற்றிய விரிவான புரிதலை–குறிப்பாக, தரவுகளின் ஆதாரம், கணக்குப் பதிவு நடைமுறைகள் ஆகியவற்றைப் பற்றிய புரிதலை–பெற விரும்பினால், இந்திய ரிசர்வ் வங்கியின் *பேலன்ஸ் ஆஃப் பேமெண்ட்ஸ் மேனுவல் ஃபார் இண்டியா*–வை (2010) அணுகுங்கள்.

ஒரு நாட்டின் மூலதனக்கணக்கிற்கும் நடப்புக்கணக்கிற்கும் இடையில் இன்னும் ஆழமான தொடர்பு எதுவும் இருக்கிறதா? புறவுலகத்துடனான உறவிலிருந்து திரட்டப்படும் நிகரவருமானத்தை நடப்புக்கணக்கு பதிவு செய்கிறது; மூலதனக்கணக்கோ, நிகர நிதிப் போக்குவரத்துகளைப் பதிவு செய்கிறது (உள்நாட்டுப் பொருளாதாரத்தின் நிதிச்சொத்து, கடப்பாடுகள் ஆகியவற்றில் இது பிரதிபலிப்பது). மூலதனக் கணக்கு மிகுதி என்பது, பேரியல் பொருளாதாரத்திற்கு விரும்பத்தகாத ஒன்று என்பதை இயல் 3இல் பார்த்தோம். இந்தப் பிரச்சனையை மீண்டும் பார்ப்போம். புறவுலகத்திற்கு இணையாக நம் நாட்டின் நிகர கடன்பெறும் நிலையை முன்னேற்றும் வரையில், மூலதனக் கணக்கு மிகுதி நன்மை பயக்குவதாக இருக்கும். நிகரக் கடனாளியாக (net borrower) இருப்பது கெடுதலான பொருளாதார விளைவா? அது நிலைமை சார்ந்த ஒன்று. அது மூலதனக் கணக்கு மிகுதியின் இயல்பைப் பொறுத்தது; இந்த மிகுதி, அந்நிய நேரடி முதலீட்டின் பலனாக வந்ததா, அல்லது நல்ல வரவுவீதத்தை மட்டுமே தேடி வந்த நிதிஉள்வரத்தின் பலனா என்பதைப் பொறுத்ததாகும். செயற்பாட்டு மட்டங்களை உயர்த்துவதே நமது முதன்மை நோக்கமென்றால், அந்நிய நேரடி முதலீடு, வணிகக் கடன்கள் ஆகியவற்றின் நிகர உள்வரத்து விரும்பத்தக்கதாகும். ஆனால், அந்நியச்செலாவணியைத் திரட்டுவது மட்டுமே நமது முதன்மை நோக்கமென்றால், நிகர நிதி உள்வரத்துகளிலிருந்து வரும் மூலதனக் கணக்கு மிகுதி விரும்பத்தக்கது.

பன்னாட்டு வணிகத்திலோ, அல்லது அரசாங்கக் கணக்கிலோ மிகுதி நிலுவைகளை ஆதரிப்பதென்பது, தனிமனிதருக்கு எது நல்லதோ, அதுவே பேரியல் பொருளாதாரத்திற்கும் நல்லது என்ற (பிழையான) தர்க்கத்திலிருந்து பிறப்பதாகத் தோன்றுகிறது. நடப்புக் கணக்கு மிகுதியை ஆதரிக்க முன்னறிக் காரணம் எதுவுமில்லை என்பதைச் சற்று முன்னரே சுட்டிக் காட்டினோம். மாறாக, நடப்புக் கணக்கில் இடம்பெறும் உருப்படிகளில் தாக்கம் விளைவிக்கக்கூடிய முடிவுகளோ, இந்தியாவின் நீண்டகால சமூகப் பொருளாதார முன்னுரிமைகளைச் சார்ந்திருக்க வேண்டியவை; தொழில்நுட்ப வளங்கள், இயற்கைசார் வளங்கள் ஆகியவற்றின் அளவு, இவற்றைக் கணிசமாகப் பாதிக்கிறது. எடுத்துக்காட்டாக, இந்திய மக்கள்தொகைக்குச் சூரியவொளி மின்தட்டுகளை உற்பத்தி செய்வதற்குத் தேவையான அளவில் கனிமங்களும் பொறிக்கலன்களும் இந்தியாவில் இல்லை என்றால், அவற்றை உள்நாட்டிலிருந்து பெறக்கூடிய நாள் வரும் வரையில், அவற்றை இறக்குமதி செய்வது அவசியம்.

நாணயமாற்றுவீதம் தொகைவெளியீட்டு மட்டங்களின் மீது ஏற்படுத்தும் தாக்கத்தைப் பற்றி உரையாடி இப்பகுதியை நிறைவு செய்வோம். நாணயமாற்றுவீதங்களைப் பற்றியும், உள்நாட்டு வட்டிவீதங்களுடனான அவற்றின் தொடர்பினைப் பற்றியும் பகுதி 3.5இல் சுருக்கமாக விவாதித்தோம். ரூபாயின் நாணயமாற்று வீதத்தை, உலகளாவிய வேண்டலும் வழங்கலுமே முழுவதுமாகத் தீர்மானிக்க இந்தியா அனுமதிப்பதில்லை; அந்நியச் செலாவணிச் சந்தையில் நெறிநுட்பமாக அந்நியச்செலாவணிகளை வாங்கி விற்பதன் வாயிலாக, நாணயமாற்று வீதத்தைப் பகுதியளவு தூண்டியும் கட்டுப்படுத்தியும் வருகிறது இந்திய ரிசர்வ் வங்கி. இந்திய ரிசர்வ் வங்கி

கொள்கை வட்டிவீதத்தை உயர்த்தினால், நம் நாணயமாற்றுவீதத்திற்கு என்ன ஆகும்?

ரூபாய் தேய்மானமடையும்போது, ஏற்றுமதிகள் (அமெரிக்க டாலர்களின் மதிப்பில்) மலிவாவதால் ஏற்றுமதியாளர்களுக்குச் சாதகமாக அமைகிறது. இருப்பினும், முன்பிருந்த அளவிலான இறக்குமதிகளைப் பெறுவதற்கு, அதே அமெரிக்க டாலர்களுக்குக் கைம்மாறாக முன்பைவிட அதிகமான ரூபாய்களைத் தர வேண்டிவருமென்பதால், இறக்குமதிகளை ஊக்கமிழக்கச் செய்கிறது ரூபாயின் தேய்மானம். அதாவது, இறக்குமதிகள் விலையுயர்ந்ததாகிவிடுகின்றன. எனவே, நாணயத்தேய்மானம், ஏற்றுமதியாளர்களை ஊக்குவித்து, இறக்குமதியாளர்களை ஊக்கமிழக்கச் செய்கிறது; ரூபாயில் ஏற்படும் வளர்மானமானது, இறக்குமதியாளர்களை ஊக்குவித்து, ஏற்றுமதியாளர்களை ஊக்கமிழக்கச் செய்கிறது. இவ்வாறு, மற்றவை மாறாதிருக்கும் நிலையில் (அதாவது, ஒப்பீட்டு விலைகள், தொழில்நுட்பம், நிறுவனங்களுக்கு இடையிலான ஏற்றுமதி–இறக்குமதி சார்பிணைப்புகள் முதலியவற்றில் மாற்றங்கள் இல்லாத நிலையில்), பொதுப்படையாகச் சொல்லலாம்.

இறக்குமதிகளைவிட ஏற்றுமதிகள் ஒப்பீட்டளவில் உயரும்போது, மற்றவை மாறாதிருப்ப, இந்தியப் பொருளாதாரத்தில் தொகை வெளியீட்டு மற்றும் வேலைவாய்ப்பு மட்டங்களும் உயர்கின்றன. மறுபுறம், இறக்குமதிகள் ஏற்றுமதிகளைவிட ஒப்பீட்டளவில் உயரும்போது, மற்றவை மாறாதிருப்ப, இந்தியப் பொருளாதாரத்தில் தொகைவெளியீட்டு மற்றும் வேலைவாய்ப்பு மட்டங்களும் குறைகின்றன. இவ்விரு சூழல்களிலும், புறவுலகத்தின் தொகைவெளியீட்டு மற்றும் வேலைவாய்ப்பு மட்டங்களில் என்ன மாற்றம் ஏற்படும் என்று நினைக்கிறீர்கள்?

4.4 முடிவுரை

அரசியல் பொருளாதாரத்திற்கு ஸ்மித் கூறிய இரண்டு நோக்கங்களில் முதலாவதாகிய, தொகைவெளியீடு மற்றும் வேலைவாய்ப்பு மட்டங்களின் தீர்மானிகளைப் புரிந்துகொள்ளும் பொருட்டு, 'பேரியல்' அணுகுமுறையைக் கடைப்பிடிக்கிறது இந்த இயல். விளிம்புநிலைவாத வெளியீட்டுக் கோட்பாடுகளிலும் கேனீசிய வெளியீட்டுக் கோட்பாடுகளிலும் இருக்கும் முக்கிய வாதங்களை வரைந்துகாட்டினோம்; கருத்தாக்க வலிமையின் காரணமாகவும், விளக்கநேர்த்தியின் காரணமாகவும் முன்னையதைக் காட்டிலும் பின்னையதை ஆதரித்துப் பகுதி 4.2இல் விவாதிக்கப்பட்டது. விளிம்புநிலைவாதக் கோட்பாட்டில், சந்தையின் தடையில்லா இயக்கமானது உழைப்பின் வேலைநிறைவை ஏற்படுத்துவதாக உள்ளது; கேனீசியக் கோட்பாட்டிலோ, பொருளாதாரத்தில் உழைப்பின் வேலைநிறைவு நோக்கி நகரும் இயல்பு எதுவும் இல்லை என்று விவரிக்கிறது. பகுதி 3.4இன் துணையுடன், திறந்தநிலைப் பொருளாதாரத்தின் பேரியல் இயக்கத்தைப் பற்றி பகுதி 4.3 உரையாடியது. இந்தியப் பொருளாதாரத்தில் வெளியீட்டு மற்றும் வேலைவாய்ப்பு மட்டங்களைத் தீர்மானிப்பதில் நாணயமாற்று வீதம் ஆற்றும் பங்கினை இங்கே குறிப்பிட்டிருந்தோம். நடப்புக் கணக்கைப் பற்றியும் இந்தியாவின் பண்ட இறக்குமதிகளின் தன்மையைப் பற்றியும்,

ஏற்றுமதி நாடுகளைப் பற்றியும் ஒரு நுட்பமான உரையாடலை மேற்கொண்ட பிறகு, பன்னாட்டுவணிகத்தில் புவிஅரசியல் வகிக்கும் பாத்திரத்தையும் குறிப்பிட்டிருந்தோம்.

இரண்டு முக்கிய நிபந்தனைகளை இங்கே குறிப்பிட வேண்டும். முதலாவதாக, போதாக்குறையான திட்பக் கட்டமைப்புகள், வேளாண்மையில் ஒழுங்கற்ற வழங்கல் சங்கிலித் தொடர்கள், மற்றும் தொழிலாளர்கள் இடம்பெயர்வதனால் ஏற்படும் அதிகப்படியான சமூகச் செலவுகள் போன்ற வழங்கல் சார்ந்த தடைகளைச் சந்திக்கும் இந்தியாவைப் போன்ற நாடுகளில், தொகைவேண்டலைப் பொறுத்துத் தொகைவழங்கல் தன்னைத் தகவமைத்துக்கொள்வதென்பது காலந்தாழ்ந்ததாகவும் செலவு மிகுந்ததாகவும் இருக்கலாம். இரண்டாவது, கூலிகளில் ஏற்படும் மாற்றங்களுக்கு உழைப்பின் வேண்டலும் வழங்கலும் கூருணர்வுடன் வினையாற்றக் கூடியது என்று அனுமானித்துக்கொள்கிறோம்; அதாவது, கூலி உழைப்பைத் தவிர்த்து, அடிமை உழைப்போ அல்லது உழைப்பின் வேறு வடிவங்களோ இல்லை என்று அனுமானித்துக்கொள்கிறோம். கடந்த இயல்களில் குறிப்பிட்டது போல், இந்தியாவில் சாதி உழைப்பு மைய இடத்தை ஆக்கிரமித்திருப்பதால், கோட்பாட்டின் அடிப்படையில் எதிர்பார்க்கப்படும் வேலைவாய்ப்புச் சீரமைவுகள் உண்மையில் நடக்காமலும் போகலாம்.

'தாகூர்ஸ் வெல்' (1932) என்ற பிரேம்சந்தின் சுருக்கமான, கூரிய சிறுகதையில், தன் தலித் அடையாளத்தின் காரணமாகக் கிணற்றிலிருந்து நீர் இறைக்க அனுமதிக்கப்படாத கங்கி, தாகூரின் கிணற்றிலிருந்து நீரிறைக்க அனுமதியுள்ள பெண் வேலையாட்கள் இருவரிடையே நிகழும் பின்வரும் உரையாடலை ஒட்டுக்கேட்கிறார்.

> நாம அடிமை இல்லாம வேற என்ன? ஒனக்குச் சோறும் துணிமணியும் அவங்கதானே தர்றாங்க? எப்பிடியாவது ஒரு அஞ்சோ பத்தோ உன் கைக்கு வந்து சேருது. எந்த விதத்துல அடிமைங்க நம்ம விட வித்தியாசப்பட்டவங்க? (ப. 4)

தீவிர வறுமையின் காரணமாக, தொழிலாளர்கள் இடம்பெயரவியலாத தன்மையைச் சுட்டிக்காட்டுகிறது, மேற்கண்ட மேற்கோள். ஆனால், கங்கியின் இடம்பெயரவியலாத் தன்மைக்கு அவர் தலித் என்பதே காரணம். ஆகையால், இந்தியாவில் வேலைவாய்ப்பின் இயல்பினைப் பற்றிய நிறைவானப் புரிதலை பெற வேண்டுமென்றால், தனியார், அரசு ஆகிய இரண்டு துறைகளிலும், நல்ல ஊதியமுள்ள வேலைகளை அடைவதற்கு ஆதிக்கச் சாதிகள் அனுபவிக்கும் வலைத்தொடர்புகளையும், பண்பாட்டுச் சலுகைகளையும் தீர ஆராய்வது கட்டாயமாகும் (இச்சிக்கலைப் பற்றிய ஒரு சிறிய மறைமுகமான உரையாடலைப் பகுதி 7.2 தருகிறது).

மேற்கொண்டு வாசிப்பதற்கான பரிந்துரைகள்

கேனீசிய மற்றும் விளிம்புநிலைவாத வெளியீட்டு மற்றும் வேலைவாய்ப்புக் கோட்பாடுகளைப் பற்றிய, சுருக்கமான, அணுகுதலுக்குரிய எளிய விளக்கத்தை, டோனி ஆஸ்ப்ரொமொர்கஸின் 2009ஆம் ஆண்டு *Australian Quarterly* இதழில் (தொகுதி 1, இதழ் 4, ப. 17–24) வெளியான '*John*

Maynard Keynes and the Preservation of Liberal Capitalism' என்ற கட்டுரையில் காணலாம். கேனீசியக் கோட்பாட்டையும் கொள்கைப் பரிந்துரைகளையும் குறித்த விரிவான விளக்கங்களை வாசிக்க, 2008ஆம் ஆண்டின் உலக நிதி நெருக்கடியைத் தொடர்ந்து 2009ஆம் ஆண்டில் வெளியான பின்வரும் இரண்டு நூல்களை அணுகவும்: பீட்டர் க்ளார்க்கியின் 'Keynes: The Rise, Fall, and Return of the 20th Century's Most Influential Economist' (லண்டன்: ப்ளூம்ஸ்பெரி வெளியீடு) மற்றும் ராபர்ட் ஸ்கிடல்ஸ்கியின் 'Keynes: The Return of the Master' (நியூ யார்க்: பப்ளிக் அஃபேர்ஸ் வெளியீடு). இந்தியாவில் அந்நிய நேரடி முதலீட்டின் பங்களிப்பைப் பற்றிய ஒரு விமர்சனப்பூர்வப் பார்வையை வாசிக்க, 2016ஆம் ஆண்டு *The Hindu* நாளிதழில் வெளியான 'The Foreign Hand Isn't Enough' (8 செப்டம்பர், ப. 9) என்ற எனது கட்டுரையைக் காணவும். சமகால விளிம்புநிலைவாதப் பேரியல் பொருளாதாரத்தில் காணப்படும் பல்வேறு அணுகுமுறைகளைப் பற்றிய சுருக்கமான விமர்சனப்பூர்வமான குறிப்பு, 2019இல் வெளியான அலெஸ்ஸாண்ட்ரோ ரொன்காலியாவின் 'The Age of Fragmentation: A History of Contemporary Economic Thought' புத்தகத்தின் (கேம்பிரிட்ச்: கேம்பிரிட்ச் பல்கலை. பதிப்பகம்) ஏழாவது இயலில் இடம்பெறுகிறது (குறிப்பாக ப. 146–59). ஜான் ஈட்வெல், முர்ரே மில்கேட் ஆகியோர் தொகுத்தளித்த 'Keynes's Economics and the Theory of Value and Distribution' என்ற 1983ஆம் ஆண்டுப் புத்தகம் (நியூ யார்க்: ஆக்ஸ்போர்டு பல்கலை, பதிப்பகம்), இந்த இயலுக்கு ஒரு நல்ல தொடர்ச்சியாக இருக்கும். இப்புத்தகம் கிடைப்பது கடினமாக இருந்தால், இதிலுள்ள 15 அத்தியாயங்களில் 7 அத்தியாயங்கள் ஏற்கெனவே *Cambridge Journal of Economics* இதழில் வெளியாகின என்ற செய்தி உங்களுக்கு மகிழ்ச்சியளிக்கலாம்.

5

பொருளாதார வளர்ச்சி

5.1 முன்னுரை

பொருளியலைப் படிப்பதற்குத் தூண்டுதலாக அமையும் காரணிகளில் சிலவற்றை, இந்நூலின் தொடக்கத்தில் (பகுதி 1.1) பட்டியலிட்டிருந்தோம். பின்வரும் கேள்வி அவற்றுள் ஒன்றாக இருந்தது: தனிநபருக்குக் கிடைக்கக்கூடிய பொருட்கள் மற்றும் சேவைகளின் அளவை அதிகரிப்பது எப்படி? வேறு வார்த்தைகளில் சொன்னால், தொழிலாளரின் தனிநபர் தொகைவெளியீடு (Y/N) காலஅடைவில் எவ்வாறு வளர்கிறது? Y/N-இன் வளர்ச்சிவீதம் என்பது, பொருளாதாரத்தின் ஆரோக்கியத்தைக் காட்டும் ஒரு குறியீடு. எடுத்துக்காட்டாக, இந்தியப் பொருளாதாரம் ஒரு நல்ல வேகத்தில் வளர்ந்து வருகிறது என்றால், சராசரித் தனிநபர் வருமானமும் ஒரு நல்ல வளர்ச்சியைக் காண்கிறது என்று பொருள். எனினும், சராசரியின் மீது மட்டுமீறிய மதிப்புப் புள்ளிகள் ஏற்படுத்தும் தாக்கத்தினால், இந்த வளர்ச்சியைத் தூண்டியது ஒரு சில தலைமைச் செயல் அலுவலர்களின் (CEO) கணிசமான

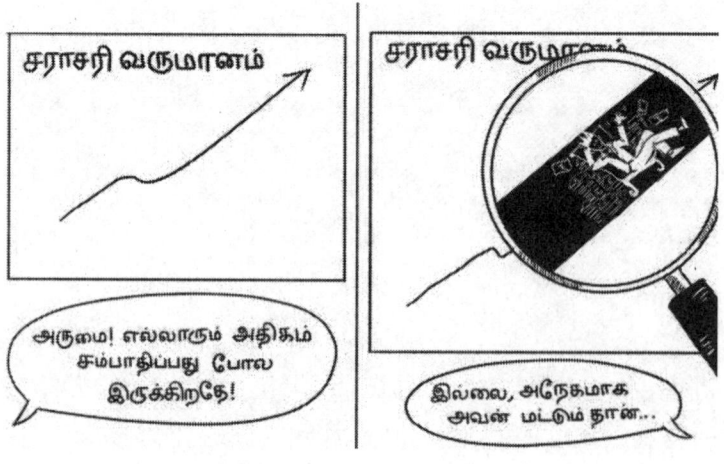

பொருளாதார வளர்ச்சியின் தன்மையும் முக்கியமே

அலெக்ஸ் எம். தாமஸ்

வருமான வளர்ச்சியா, அல்லது பெரும் எண்ணிக்கையிலான ஊரகத் தொழிலாளர்களின் விவசாய வருமான உயர்வா என்பதை அறுதியிட்டுச் சொல்லமுடியாது. ஒட்டுமொத்தமாக வேளாண் துறை வளர்கிறதா என்பதையும் கண்டறிந்துவிட முடியாது. வளர்ச்சியின் இயல்பினைக் ஆராய வேண்டுமென்றால், 'இடையியல்' அணுகுமுறையை நாம் கடைப்பிடிக்க வேண்டும்; பகுதி 5.3இலும் இதையே செய்தோம். இவற்றையெல்லாம் கருத்தில் கொண்டு, பொருளாதாரத்தின் வளர்ச்சிவீதத்தை ஒரு புத்தகத்தின் முகவுரையைப் போலவே பார்க்க வேண்டும்; அதாவது, கதைக்கு நியாய மான வழிகாட்டியாக இருக்குமேயன்றி, முழுக்காட்சியையும் வரைந்துகாட்ட இயலாத ஒன்றாகவே அதனைக் கருத வேண்டும்.

மூடிய பொருளாதாரம், திறந்தநிலைப் பொருளாதாரம் ஆகிய இரண்டு அமைப்புமுறைகளிலும், வெளியீட்டு மற்றும் வேலைவாய்ப்பு மட்டங்களின் தீர்மானிகளை விளக்கியது முந்தைய இயல். 'இட்லி' உவமையைப் பயன்படுத்தினால், இட்லியின் உருவளவைப் பற்றி ஆராய்ந்தது கடந்த இயல்; நடப்பு இயலோ, கால அடைவில் அதன் வளர்ச்சியைப் பற்றிப் பார்க்கிறது. வெளியீட்டு, அல்லது தனிநபர் தொழிலாளர் வெளியீட்டின் உருவளவின் படிமலர்ச்சியை ஆராய்வதே பொருளாதாரவளர்ச்சி. வெளியீட்டு அளவுகளுக்கும் வெளியீட்டின் வளர்ச்சியின் தீர்மானிகளும் கட்டாயம் ஒரே மாதிரியாக இருக்க வேண்டுமா என்பதை அலசிப்பாருங்கள்; அல்லது, வளர்ச்சியின் தீர்மானிகள் வெளியீட்டு அளவின் தீர்மானிகளிடமிருந்து வேறுபட்டவையாக இருக்கும் என்று நினைப்பீர்களா?

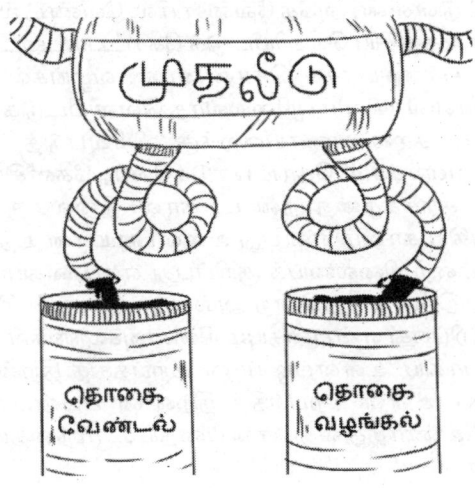

முதலீட்டின் இரட்டைப் பண்பு

கடந்த இயலில் சொல்லப்பட்ட 'உள்ளபடியான உற்பத்தித் திறன்' என்கிற எடுகோளினை இந்த இயலில் தளர்த்துகிறோம். பொருளாதார வளர்ச்சியை ஆராய்வதென்பது, உற்பத்தித்திறனின் வளர்ச்சியை ஆராய வேண்டிய கட்டாயத்தை ஏற்படுத்துகிறது. பொருளாதார வளர்ச்சியில் தொழில்நுட்ப முன்னேற்றம் வகிக்கும் பங்கு என்ன? உற்பத்தித் திறனை

விரைவாகப் பெருக்கிட உதவும் தொழில்நுட்பக் கண்டுபிடிப்புகளுக்கென்று தொகைமுதலீட்டில் எவ்வளவு பங்கு ஒதுக்கப்படுகிறது? அதே சமயம், உற்பத்தித் திறனில் (தொகைவழங்கலில்) ஏற்படும் வளர்ச்சி மட்டுமே பொருளாதார வளர்ச்சிக்குப் போதுமானது கிடையாது. பொருளாதார வளர்ச்சிக்குத் தொகைவேண்டலிலும் வளர்ச்சி இருக்க வேண்டியது அவசியமாகும். இந்நிலையில், முதலீடு என்பது இரட்டைப் பங்களிப்பை ஆற்றுகிறது; அது, நடப்புத் தொகைவேண்டலில் ஒரு கூறாக இருப்பதோடு, உற்பத்தித் திறனையும் கூட்டுகிறது. சற்று எளிமையாகச் சொன்னால், தொகைவேண்டல், தொகைவழங்கல் ஆகிய இரண்டிற்கும் பங்களிப்பை அளிக்கிறது முதலீடு.

இந்த அறிமுகப் பார்வையைக் கொண்டு, பொருளாதார வளர்ச்சியைக் குறித்து பொருளியல் பிரசுரத்தில் காணக்கிடைக்கும் பரந்துபட்ட இரண்டு கோட்பாடுகளை விவாதிப்பதற்கு நகர்ந்து செல்வோம்.

5.2 பொருளாதார வளர்ச்சியின் கோட்பாடுகள்

வெளியீடு மற்றும் வேலைவாய்ப்பு பற்றிய இரண்டு பரந்துபட்ட கோட்பாடுகளை விவாதித்தோம்; அதைப் போலவே, பொருளாதார வளர்ச்சியின் கோட்பாடுகளையும், வழங்கல்-சார் கோட்பாடு என்றும் வேண்டல்-சார் கோட்பாடு என்றும் இரண்டு பரந்துபட்ட வகைகளாகப் பிரிக்கலாம். பகுதி 4.2இல் இடம்பெற்ற உரையாடலோடு தொடர்புடைய மற்றொன்றும் இதில் உள்ளது. வழங்கல்-சார் வளர்ச்சிக் கோட்பாடுகள் விளிம்புநிலைவாத வெளியீட்டுக் கோட்பாடுகளின் மீது தோற்றுவிக்கப்பட்டுள்ளன; அதே வேளையில், வேண்டல்-சார் வளர்ச்சிக் கோட்பாடுகளோ, கேனீசிய வெளியீட்டுக் கோட்பாட்டை அடித்தளமாகக் கொண்டுள்ளன. பச்சையாகச் சொன்னால், வழங்கல் சார் வளர்ச்சிக் கோட்பாடுகளானவை, விளிம்புநிலைவாத வெளியீட்டுக் கோட்பாட்டின் தர்க்கத்தை நீண்ட கால வரையறைக்கு விரிவுபடுத்திக் கூறுகின்றன; வேண்டல் சார் வளர்ச்சிக் கோட்பாடுகளோ, கேனீசிய வெளியீட்டுக் கோட்பாட்டின் தர்க்கத்தை நீண்ட கால நிலைக்கு விரிவுபடுத்திக் கூறுகின்றன. குறுகிய காலம் என்பது உள்ளபடியான உற்பத்தித்திறனைக் கொண்ட நடைமுறை நிலையைக் குறிப்பது என்பதையும், நீண்ட காலம் என்பது உற்பத்தித்திறன் மாறுகின்ற அல்லது பரிணமிக்கின்ற நடைமுறை நிலைமையைக் குறிப்பது என்பதையும் நினைவுகூருங்கள். மேலும், குறுகிய கால நிபந்தனையாகிய 'உள்ளபடியான உற்பத்தித் திறன்' நிலவும்போது, முதலீடு என்பதோ, உள்ள உற்பத்தித் திறனின் பயன்பாட்டில் ஏற்படும் அதிகரிப்பையே உணர்த்துவது என்பதையும் முந்தைய இயலிலிருந்து நினைவுகூருங்கள்.

வழங்கல்சார் வளர்ச்சிக் கோட்பாடுகள்

வழங்கல்சார் வளர்ச்சிக் கோட்பாடுகளில் முக்கியமான செக்குமாடாக இருப்பது தொகை உற்பத்திச் சார்பு; உழைப்பு (L), மூலதனம் (K), தொழில்நுட்பம் (A) ஆகிய உள்ளீடுகளுக்கும், வெளியீட்டிற்கும் (Y) இடையிலான சார்புறவை வெளிப்படுத்துகிறது தொகை உற்பத்திச் சார்பு. $Y = A f(L, K)$ என்று வழக்கமாக எழுதப்படுகிறது இது. தொகை உற்பத்திச்

சார்பானது, உற்பத்தி அளவுக்கு இணையாக மாறாத விளைச்சலைக் கொண்டிருப்பதாகவும் (constant returns to scale), உழைப்பு, மூலதனம் ஆகிய உற்பத்திக் காரணிகளின் அளவுக்கு இணையாக குறையும் விளைச்சலை (decreasing returns to scale) கொண்டிருப்பதாகவும் எடுகோள்கள் அமர்த்தப்படுகின்றன. எடுத்துக்காட்டாக, காரணி உள்ளீடுகளை (Factor inputs) இரண்டால் பெருக்கினால், வெளியீடும் இரட்டிப்பாகும் என்று கூறுகிறது முதல் எடுகோள். (உழைப்பு என்னும் உள்ளீட்டை மாறாமல் வைத்துக்கொண்டு) மூலதனத்தின் அளவை மட்டும் கூட்டினால், தொகைவெளியீட்டில் (aggregate output) ஏற்படும் அதிகரிப்பு குறையும் என்பதையும், (மூலதனம் என்னும் உள்ளீட்டை மாறாமல் வைத்துக்கொண்டு) உழைப்பின் அளவை மட்டும் அதிகரித்தால் தொகைவெளியீட்டில் ஏற்படும் அதிகரிப்பு குறையும் என்பதையும் உணர்த்துகிறது இரண்டாவது எடுகோள். அதாவது, உழைப்பும் மூலதனமும் குறைந்துவரும் விளிம்புநிலை ஆக்கத்தைக் (diminishing marginal product) கொண்டவையாகக் கூறப்படுகிறது. இவ்விரு எடுகோள்களும் எந்த அளவுக்கு உண்மைக்குப் புறம்பாக இருக்கின்றன என்பதைச் சிந்தித்துப்பாருங்கள். இப்போது, உற்பத்தி அளவுக்கு இணையாக உயரும் விளைச்சலையும், உற்பத்திக் காரணிகளின் அளவுக்கு இணையாக மாறாத விளைச்சலையும் எடுகோள்களாக வைத்துக்கொள்ளுங்கள்; தொகை உற்பத்திச் சார்பின் (aggregate production function) மீது தனித்தனியே அவை ஏற்படுத்தும் விளைவுகளைக் கண்டறியுங்கள்.

செயல்சார் வருமானப் பகிர்மானத்தைப் (functional distribution of income) பற்றிய மிகவும் குறிப்பிட்ட ஒரு கோட்பாடு விளிம்புநிலை தொகை உற்பத்திச் சார்பில் பொதிந்துள்ளது; சமூக வர்க்கங்கள் அல்லது உற்பத்திக் காரணிகள் ஒவ்வொன்றும், பொருளாதாரத்தில் தாம் ஆற்றும் பங்களிப்புக்குக் கைம்மாறாக எவ்வளவு வரவைப் பெற வேண்டும் என்பதை விளக்குகிறது இந்தக் கோட்பாடு. நிறை போட்டிநிலையின் கீழ், சமநிலைக் கூலியானது, உழைப்பின் விளிம்புநிலை உற்பத்திக்குச் சமமானதாக இருக்கும்; ஆதாயவீதமானது மூலதனத்தின் விளிம்புநிலை உற்பத்திக்குச் சமமாக இருக்கும்–என்று கூறும் வருமானம் மற்றும் பகிர்மானத்தின் விளிம்புநிலை ஆக்கத்திறன் கோட்பாட்டினை (Marginal Productivity Theory of Income and Distribution) வழங்கல்–சார் வளர்ச்சிக் கோட்பாடுகள் ஏற்கின்றன. மேலும், சமநிலைக் கூலியில், உழைப்புக்கு வேலைநிறைவு உள்ளதாக எடுத்துக்கொள்ளப்படுகிறது.

வழங்கல்–சார் வளர்ச்சிக் கோட்பாடுகளுக்கு ஊக்கமளிப்பது, பரிமாற்றத்தைப் பற்றிய விளிம்புநிலை கோட்பாடாகும் (இக்கோட்பாட்டில் காரணிப் பேறுகள் (factor endowments) உள்ளபடியாக இருப்பதாகக் கருதப்படுகின்றன). பற்றாக்குறை என்னும் கருத்து, வழங்கல் சார் வளர்ச்சிக் கோட்பாடுகளின் கோட்பாட்டுக் கட்டுமானத்திலேயே பொருத்தப்பட்டிருப்பதனால், இதற்குக் குறிப்பிடத்தக்க கருத்தாக்கப் பின்விளைவுகள் (நடைமுறைப் பின்விளைவுகளும்) இருக்கின்றன; இதன் பலனாக, தொழில்நுட்பத்திலும் முதன்மை உள்ளீடுகளிலும் உண்டாகும் புறந்தோன்றிய வளர்ச்சியே பொருளாதார வளர்ச்சியை ஏற்படுத்துகிறது. இக்கோட்பாடுகளில் 'பற்றாக்குறை'யைச் சுட்டிக்காட்டும் மற்றொரு

கருத்தாக்கம், 'மூலதனத்தின் அளவுக்கு இணையாகக் குறைந்துவரும் விளைச்சல்' என்ற எடுகோளாகும். ஏனெனில், மூலதனமானது மென்மேலும் கொழிக்கும்போது, தொகைவெளியீட்டில் ஏற்படும் உயர்வு குறைந்துபோகும். வழங்கல்-சார் வளர்ச்சிக் கோட்பாடுகளின் அடித்தள மாதிரிவடிவமான சோலோ வளர்ச்சி மாதிரியில் (1956), மூலதனத்தில் ஏற்படும் வளர்ச்சி (இதைச் சேமிப்புக்குச் சமமாக எடுத்துக்கொள்கிறோம்), பொருளாதாரத்தின் வளர்ச்சிவீதத்தின் மீது நிரந்திரமான தாக்கத்தை உண்டாக்க முடியாது என்பதற்கு இதுவே முக்கியக் காரணமாக இருக்கலாம்.

காப்-டக்ளஸ் வகையைச் சேர்ந்த தொகை உற்பத்திச் சார்பானது (Cobb-Douglas Aggregate Production Function), மூலதனத்தின் அளவுக்கு இணையாகக் குறைந்துவரும் விளைச்சலையும், உற்பத்தி அளவுக்கு இணையாக மாறாத விளைச்சலையும் கொண்டது; இவ்வகை தொகை உற்பத்திச் சார்பினையே வழங்கல்-சார் வளர்ச்சி மாதிரிகள் பெரிதும் எடுத்தாள்கின்றன. மேலும், தனது விளிம்புநிலைவாத அடித்தளத்தின் காரணமாக, சோலோ வளர்ச்சி மாதிரியிலோ, சீர்நிலைச் சமநிலைமையில் (Steady State Equilibrium) உழைப்பில் வேலைநிறைவு நிலவுகிறது; சீர்நிலைச் சமநிலைமை என்பது, மூலதனம், உழைப்பு ஆகிய இரண்டுமே ஒரே மாறாத வீதத்தில் வளரும் என்கிற கருத்தாக்கமாகும். சோலோ வளர்ச்சி மாதிரியில் ஒரே ஒரு பண்டம் மட்டுமே இருப்பதனால், சேமிப்புகள் அனைத்தும் தானாகவே முதலீடுகளாக ஆகிவிடுகின்றன. சேமிப்பு மற்றும் முதலீடுகளை மேற்கொள்வதற்கான முடிவுகள் பரவலாக்கப்பட்ட பணவியல் உற்பத்திப் பொருளாதாரத்தில், அம்முடிவுகள் எவ்வாறு ஒருங்கிணைக்கப்படுகின்றன என்கிற முக்கியமான கேள்விக்குப் பதிலளிப்பதில்லை என்பதை இது உணர்த்துகிறது. சோலோ மாதிரியில், தொகைவேண்டல் குறைபாட்டிற்குப் பங்கு உள்ளதா, உள்ளது என்றால் எந்த வகையில் பங்கு வகிக்கிறது என்பதைப் பற்றிச் சிந்தித்துப் பாருங்கள்.

ராபர்ட் சோலோ தனது வளர்ச்சி மாதிரியை எப்படிப்பட்ட அறிவார்ந்த சூழலில் உருவாக்கினார் என்பதைச் சுருக்கமாகப் பார்ப்போம். கேனீசிய வெளியீட்டுக் கோட்பாட்டினை, நீண்ட காலத்திற்குரியதாக விரிவுபடுத்தியிருந்தார் ராய் ஹாரட் (1939). குறிப்பாக, போட்டிநிறை பொருளாதாரமானது, வேலைநிறைவுடன் கூடிய சீரான வளர்ச்சியை அடைவதிலுள்ள சிரமத்தைச் சுட்டிக்காட்டினார். சோலோவோ, விளிம்புநிலைவாதக் கருத்தோட்டத்தைப் பயன்படுத்தி-அதிலும் குறிப்பாக, உழைப்பு, மூலதனம் ஆகியவை நல்ல விதத்தில் தொடர்ச்சியாக மாற்றீடு செய்யத்தக்கவை என்ற எடுகோளின் மூலமாக-ஹாரடின் கூற்றுக்கு எதிரான முடிவை எட்டினார்; ஒரு போட்டிநிறை பொருளாதாரமானது, நீண்ட காலத்தில், வேலைநிறைவுடன் கூடிய சீரான வளர்ச்சியை அடைய முடியும் என்பதே அவர் எட்டிய முடிவு. எனவே, ஹாரட் வளர்ச்சி மாதிரியின் எதிர்மறை மனப்பான்மையின் இடத்தை சோலோ வளர்ச்சி மாதிரியின் நேர்மறை மனப்பான்மை பிடித்துக்கொண்டது.

தொடக்கத்தில் வழங்கல்-சார் வளர்ச்சி மாதிரிகள் தொழில்நுட்பத்தை, மாதிரிக்குப் புறம்தோன்றுவதாகப் பார்த்தன; அதாவது, தொழில்நுட்ப முன்னேற்றத்தின் தீர்மானிகளைப் பற்றி அந்த மாதிரியில் விளக்கம் இருக்காது.

பால் ரோமரின் படைப்பைத் தொட்டு (1986; அகந்தோன்று வளர்ச்சி மாதிரிகளின் தோற்றங்களைப் பற்றிய அவரது (1994) கட்டுரையையும் காண்க), பிந்நாளில் வந்த மாதிரிகள், தொழில்நுட்பத்தை அகந்தோன்றியாக மாற்றி, 'அகந்தோன்று வளர்ச்சி மாதிரிகள்' என்ற மாதிரிகளின் வகையினம் தோன்ற வழிவகுத்தன. இந்த மாதிரிகளில், A (தொழில்நுட்பம்) என்பது அந்த மாதிரிக்கு உள்ளிருக்கும் காரணிகளால் தீர்மானிக்கப்படுகிறது. தொழில்நுட்பம் பொருளாதார வளர்ச்சியில் நேர்மறையான தாக்கத்தை உண்டாக்கினாலும், மூலதனத்தின் அளவுக்கு இணையாக குறைந்துவரும் விளைச்சல் என்ற முரண்படும் சக்தியின் காரணமாக, பொருளாதாரத்தில் நிரந்தர வளர்ச்சிக்கு வாய்ப்பில்லாமல் போகிறது. வழங்கல்-சார் மரபிலுள்ள புறந்தோன்று மற்றும் அகந்தோன்று மாதிரிகள் அனைத்துமே விளிம்புநிலைவாத வெளியீட்டுக் கோட்பாட்டைச் சார்ந்தவை என்பதைக் குறித்துக்கொள்ளுங்கள். இன்னும் முக்கியமாக, தொகைவேண்டல் குறைபாட்டிற்கான வாய்ப்பு நீக்கப்பட்டுள்ளது.

விளிம்புநிலைவாத அடித்தளத்தின் பலனாகவே வழங்கல்-சார் வளர்ச்சிக் கோட்பாடுகளில் நேர்மறை மனப்பான்மை இருக்கிறது என்பதனை உணர வேண்டும். எனவே, இந்தக் கோட்பாடுகள் பரிந்துரைக்கும் கொள்கை நிலைப்பாடுகளோ, அரசின் தலையீடில்லாமையையும், குறிப்பாக, உழைப்புச்சந்தையிலும் பிற சந்தைகளிலும் அரசின் ஒழுங்காற்றலை நீக்குதலையும் உள்ளடக்கியவை. அத்தோடு, அளவில் சிறிய அரசாங்கமானது, பொருளாதாரத்தைப் போட்டிநிறைந்ததாகப் பராமரிக்கும் என்பதும், அதன் மூலம் வேலைநிறைவுடன் கூடிய நிலையான வளர்ச்சியை உருவாக்கும் என்பதும் இக்கோட்பாடுகள் கூறும் கொள்கைப் பரிந்துரையாகும். A (அல்லது சிந்தனைகள்) என்பது நேர்மறை புறவிளைவுகளை (positive externalities) ஏற்படுத்தும் என்பதை வலியுறுத்துகிறது ரோமரின் அகந்தோன்று வளர்ச்சி மாதிரி; எனவே, சந்தை இயங்கமைப்பால் இவற்றுக்குச் சரியான வகையில் விலை நிர்ணயிக்க இயலாமல் போவதால், சந்தையில் சிந்தனைகள் குறை-உற்பத்தி செய்யப்படுகின்றன. ஆராய்ச்சி மற்றும் மேம்பாட்டிற்குச் சலுகைகள் வழங்குதலும், காப்புரிமைக்கான சந்தை அமைத்தலுமே, ரோமரின் முக்கிய கொள்கைப் பரிந்துரைகள். புறவிளைவினை அகவயப்படுத்தும் நோக்கில், பின்னையதானது, சிந்தனைகளுக்கென்று கூடுதல் சந்தையொன்றை உண்டாக்க முனைகிறது.

வேண்டல்சார் வளர்ச்சிக் கோட்பாடுகள்

உள்ளீடுகள்/உற்பத்திக் காரணிகளுக்கும், தொகைவெளியீட்டிற்கும் இடையில் ஒருவழிச் சார்புறவு இருப்பதாகக் கருதுவதை வேண்டல்-சார் வளர்ச்சிக் கோட்பாடுகள் புறக்கணிக்கின்றன. அதற்குப் பதிலாக, அவை பின்வரும் கருத்தாக்கக் கருவிகளைப் பயன்படுத்துகின்றன: (அ) அமைப்பியல் சார்பிணைப்பு (Structural interdependence), (ஆ) தொகைவேண்டலிலுள்ள தன்னிச்சைக் கூறுகள் (பகுதி 4.2இல் விவாதிக்கப்பட்டது), மற்றும்/அல்லது (இ) மீப்பெருக்கி (super multiplier) (கடந்த இயலில் விவாதித்த முடுக்கி மற்றும் பெருக்கி ஆகிய இரண்டு கருத்தாக்கங்களையும் இணைக்கிறது இது).

ஸ்ராஃபாவின் 1960ஆம் ஆண்டு வெளியான நூலின் பெயரைத் தழுவிச் சொன்னால், பண்டங்களின் வழியாகவே பண்டங்கள் உற்பத்தி

செய்யப்படுகின்றன; இதன் காரணமாக, உற்பத்தியை, உற்பத்திக் காரணிகளுக்கும் தொகைவெளியீட்டிற்கும் இடையிலான ஒருவழி உறவாகக் காட்சிப்படுத்துவதனை இயலாததாக்குகிறது அமைப்பியல் சார்பிணைப்பு. வேறுவிதமாகச் சொன்னால், வெளியீட்டின் (Y) பாகங்கள், உள்ளீடுகளுக்கிடையிலும் இடம்பெற வேண்டும்; விளிம்புநிலைவாதப் பொருளியலாளர்களின் கருத்தில் காணப்படும் நேர்கோட்டு உற்பத்திப் பார்வைக்கு எதிராகச் செவ்வியல் பொருளியலாளர்களிடம் காணப்படும் சுழல் உற்பத்திப் பார்வை இதுவே ஆகும். மதிப்பு மற்றும் பகிர்மானத்தின் செவ்வியல் கோட்பாட்டிற்கு இந்த உற்பத்திப் பார்வையே அடித்தளமாக இருக்கிறது. மேலும், தொழில்நுட்ப முன்னேற்றம், தொகைவேண்டல், பொருளாதார வளர்ச்சி ஆகியவற்றுக்கிடையில் ஒருவழிக் காரணவியல் விளக்கம் ஏதும் முன்வைக்கப்படுவதில்லை; மாறாக, தொழில்நுட்ப முன்னேற்றம், தொகைவேண்டல், பொருளாதார வளர்ச்சி ஆகியவற்றுக்கு இடையான தொடர்பானது, பல்வேறு காரணிகளைச் சார்ந்திருக்கிறது எனவும், அதனால் அந்த உறவானது எந்தவொரு முன்னறி அளவீட்டை வடிவமைப்பதற்கும் இணங்காதது எனவும் கூறப்படுகிறது. தொழில்நுட்ப முன்னேற்றம் என்பது, பொருளாதார வளர்ச்சியின் மீது நல்விளைவு களையோ அல்லது தீய விளைவுகளையோ சூழலைப் பொறுத்து ஏற்படுத்தலாம். உதாரணமாக, உழைப்புச் செறிந்த பொருளாதாரமொன்றில், உழைப்பைக் குறைக்கும் தொழில்நுட்பத்தை அறிமுகப்படுத்துவதன் பலன்களை, தொகைவேண்டலில் ஏற்படும் குறைவானது (தொழிலாளர் வேலையின்மையின் விளைவாகத் தொகை வருமானக் குறைவின் காரணமாக), பகுதியளவு ஈடு செய்துவிடும்; அல்லது அதற்கும் மேலாகப் பாதிப்பை ஏற்படுத்திவிடும். வேண்டல்–சார் வளர்ச்சிக் கோட்பாடுகளில், வளர்ச்சியைப் பற்றிய புரிதல் என்பது செவ்வியல் பொருளாதாரத்திலிருந்து தோன்றுகின்றன; ஆகவே, சூழ்நிலைக் காரணிகளின் முக்கியப் பங்கினைக் கருத்தில்கொண்டு, வரலாற்றை அலசிப் பார்க்கவேண்டுமென வேண்டல்சார் வளர்ச்சிக் கோட்பாடுகள் அறைகூவல் விடுக்கின்றன. வேறு விதமாகச் சொன்னால், வளர்ச்சி என்பது தடம் சார்ந்ததாகும்.

சோலோ

கரேகியானி

வளர்ச்சிக் கோட்பாடுகளின் இரண்டு முன்னோடிகள்

வேண்டல்–சார் வளர்ச்சிக் கோட்பாடுகளில் பல்வேறு மாதிரிகள் இருப்பினும், பிரஞ்சலோ கரேகியானி அவர்களின் முன்னோடி ஆய்வுப்படைப்புகளிலிருந்து (1978; 1979) தோன்றிய மாதிரிகள் அடங்கிய ஒரு வகையின் மீது மட்டுமே நாம் கவனம் செலுத்துகிறோம்; மதிப்பு மற்றும் பகிர்மானத்தின் செவ்வியல் கோட்பாட்டையும், கேனீசிய வெளியீட்டுக் கோட்பாட்டையும் தம் ஆய்வுப் படைப்புகளில் தொகுத்துத்தந்தார் கரேகியானி. ஃபிராங்க்லின் செர்ரனோ (1995), அண்டோனெல்லா பலும்போ மற்றும் அட்டிலியோ டிரெஸ்ஸினி (2003), அண்மைக் காலத்தினதாகிய மாத்தியூ ஸ்மித் (2012) ஆகியோரின் படைப்புகளிலிருந்து வேண்டல்–சார் வளர்ச்சிக் கோட்பாடுகளின் வகைக்கு முக்கியப் பங்களிப்புகள் வந்தடைந்துள்ளன.

செர்ரனோ மற்றும் ஏனையோரின் கூற்றுப்படி, மொத்த வேண்டலின் தன்னிச்சையான கூறுகளில் ஏற்படும் வளர்ச்சியால் பொருளாதார வளர்ச்சி தீர்மானிக்கப்படுகிறது. இந்தத் தன்னிச்சையான கூறுகள், தன்னிச்சை நுகர்வாகவோ, தன்னிச்சை முதலீடாகவோ, அரசாங்கச் செலவினமாகவோ, அல்லது ஏற்றுமதிகளாகவோ இருக்கலாம். தொகைவெளியீட்டின் நடப்புமட்டங்களைச் சாராதிருப்பதனால், அரசாங்கச் செலவினம், ஏற்றுமதிகள் ஆகிய இரண்டும், தொகைவேண்டலின் தன்னிச்சையான கூறுகளாக எடுத்துக்கொள்ளப்படுகின்றன. மேலும், இந்த வகை வளர்ச்சிக்கோட்பாடுகளைப் பொறுத்தவரையில், கேனீசிய மையக்கருவின் காரணமாக, உழைப்பின் வேலைநிறைவு வளர்ச்சியுடன் தொடர்புபடுத்தப்படுவதில்லை. எனவே, பொருளாதார வளர்ச்சியினையும், வேலைநிறைவையும் எட்டுவதில் அரசாங்கச்செலவினத்திற்கு ஒரு முக்கியமான பங்கு உள்ளதாக வேண்டல்–சார் மாதிரிகள் கணித்துக் கூறுகின்றன.

ஸ்மித் 2012இல் இயற்றிய வேண்டல்–சார் வளர்ச்சி மாதிரியில், தன்னிச்சைவேண்டலின் வளர்ச்சியே (g^D_t)–அதாவது, அரசாங்கச்செலவினம், தன்னிச்சை நுகர்வு, தன்னிச்சை முதலீடு, நிகர ஏற்றுமதிகள் ஆகியவை (பகுதி 4.2இல் இடம்பெற்ற தொகைவேண்டலின் தன்னிச்சையான மற்றும் தூண்டப்பட்ட கூறுகளைப் பற்றிய உரையாடலை நினைவுகூருங்கள்)– பொருளாதார வளர்ச்சியை நடத்திச்செல்வதாக இருக்கிறது. 't'–என்பது நடப்புக் காலகட்டத்தையும், 't–1' என்பது முந்தைய காலகட்டத்தையும் குறிப்பவை ஆகும்.

$$g^Y_t = g^D_t + \Delta m_t \, (D_t/D_{t-1})$$

Δm_t–என்பது மீப்பெருக்கியில் ஏற்படும் மாற்றத்தைக் குறிக்கிறது. விளிம்புநிலைவாதப் பேரியல் பொருளாதாரத்தின் ஒரு முன்னோடியான ஜான் ஹிக்ஸ், தூண்டப்பட்ட செலவினத்தின் வழியே தன்னிச்சை வேண்டலைச் சமநிலைவெளியீட்டுடன் இணைக்கும் பொருட்டு இக்கருத்தாக்கத்தை முதன்முதலாக அறிமுகப்படுத்தியிருந்தார். ஸ்மித்தின் வேண்டல்–சார் வளர்ச்சிக் கோட்பாட்டிலோ, தொகைவேண்டலைப் பொறுத்துத் தொகைவழங்கல் தன்னைத் தகவமைத்துக்கொள்ள, உற்பத்தித் திறன் பயன்பாட்டிலுள்ள மாறுபாடுகள் வழிவகுக்கின்றன. 'D'–என்பது

தன்னிச்சைவேண்டலைக் குறிக்கிறது; உற்பத்தித் திறனை உருவாக்கத் தகாததாகத் தன்னிச்சை வேண்டல் எடுத்துக்கொள்ளப்படுகிறது.

மதிப்பு மற்றும் பகிர்மானத்தின் செவ்வியல் கோட்பாட்டிற்கு ஸ்ராஃபா வழங்கிய மீட்புரையைப் பின்பற்றி, கடந்தகாலத்தையும் நிகழ்காலத்தையும் சார்ந்த அரசியல், கொள்கை ஆகியவற்றின் விளைவாகவே வருமானப் பகிர்மானத்தைப் பார்க்கின்றன, வேண்டல்-சார் வளர்ச்சிக் கோட்பாடுகள். இன்னும் துல்லியமாகச் சொன்னால், வெளியீட்டின் அளவு, வெளியீட்டின் பாகக்கூறுகள், தொழில்நுட்பம், மற்றும் கூலிகள் தெரிந்துவிட்டால் (உள்ளபடியாகக் கொடுக்கப்பட்டால்), பண்டங்களின் ஒப்பீட்டு விலைகளையும் ஆதாயத்தின் வீதத்தையும் தனியே கண்டறியலாம் என்று தனது 1960ஆம் ஆண்டு நூலில் விளக்கிக்காட்டினார் ஸ்ராஃபா. பகிர்மானம் சம்பந்தப்பட்ட மாறிகளில் ஒன்று (அதாவது, கூலி) உள்ளபடியாகக் கொடுக்கப்பட்டதாக எடுத்துக்கொள்ளப்பட்டால், இந்த மதிப்புக்கோட்பாடு 'புறந்தோன்று பகிர்மானத்தின் வழியிலான மதிப்புக்கோட்பாடு' என்று அறியப்படுகிறது; இந்த அடையாளமானது, கிருஷ்ணா பரத்வாஜ் அவர்கள் எழுதி எகனாமிக் வீக்லீ-யில் வெளியான, ஸ்ராஃபா புத்தகத்தின் புகழ்பெற்ற மதிப்புரையின் (1963) தலைப்பிலிருந்து பெறப்பட்டுள்ளது. கடந்தகால மற்றும் நிகழ்கால அரசியலும் கொள்கையும், தொழிலாளர் இயக்கங்களையும், பெண்ணுரிமை இயக்கங்களையும், தொழிற்சங்கச் செயற்பாடுகளையும், கூட்டுப் பேரங்களையும், கூலிக் கொள்கைகளையும், பணவியல் கொள்கையையும் உள்ளடக்கியவை. ஆதாய வீதத்தின் மீது (அதன் விளைவாக கூலிகளின் மீதும் கூட) பணவியல் கொள்கையின் செல்வாக்கின் வாயிலாக, பணவியல் கொள்கையும் வருமானப் பகிர்மானத்தின் மீது தாக்கம் செலுத்தக்கூடியது என்பதை மனதில் வைத்துக்கொள்வது முக்கியம்.

வேண்டலுக்குத் தகுந்தாற்போல் மூலதனப் பொருட்களை உற்பத்தி செய்யமுடியும் என்பதால், வேண்டல்-சார் வளர்ச்சிக் கோட்பாடுகளில், 'பற்றாக்குறை' என்பது இல்லை; மூலதனம் என்பதும் உற்பத்தி செய்யப்பட்ட உற்பத்திச் சாதனமே ஆகும். வேலையின்மையும், தகுதிக்குறை வேலைவாய்ப்பும் (underemployment) இருப்பதாலும், தகுந்த குடிபெயர்வுச் சட்டங்களின் மூலமாக உழைப்பின் வழங்கலை அதிகரிக்கலாம் என்பதை இக்கோட்பாடுகள் உணர்ந்திருக்கின்றன; உழைப்பின் வழங்கல் என்பது, வளர்ச்சியை மட்டுப்படுத்தும் தடையாக இருக்காது என்று இயல்பாக எடுத்துக்கொள்ளப்படுகிறது. மதிப்பு மற்றும் பகிர்மானத்தின் செவ்வியல் கோட்பாடு என்பது, பொருள் மிகைமை அணுகுமுறையைக் (surplus approach) கடைப்பிடிக்கிறது என்பதைக் குறித்துக்கொள்ள வேண்டும்; அதாவது, பொருளாதார அமைப்பு தன்னைத்தானே மறுஉற்பத்தி செய்துகொள்ளத் தேவைப்படும் செலவினத்தை மொத்த வெளியீட்டிலிருந்து கழித்துவிட்டு, அதில் மிஞ்சும் தொகையே சமூக மிகைப்பொருள் ஆகும்.

வழங்கல் சார்ந்த வளர்ச்சிக் கோட்பாடுகளுக்கும், வேண்டல் சார்ந்த வளர்ச்சிக் கோட்பாடுகளுக்கும் இடையிலுள்ள வேறுபாடுகளைத் தெளிவாகவும் சுருக்கமாகவும் காணும் வகையில், மையக் கொள்கையினையும்,

கொள்கைப் பரிந்துரைகளையும், எடுகோள்களையும் வரையும் அட்டவணை விளக்கம் கீழே கொடுக்கபட்டுள்ளது.

அட்டவணை 5.1 வேண்டல் சார் மற்றும் வழங்கல் சார் வளர்ச்சிக் கோட்பாடுகள்: வேறுபாடுகள் குறித்த அட்டவணை

	வேண்டல்–சார் வளர்ச்சிக் கோட்பாடுகள்	வழங்கல்–சார் வளர்ச்சிக் கோட்பாடுகள்
மையக் கருத்து	• தொகைவேண்டலிலுள்ள தன்னிச்சையான கூறுகள் வளர்ச்சியை ஏற்படுத்துகின்றன	• உழைப்பு மற்றும் தொழில்நுட்பத்தில் ஏற்படும் வளர்ச்சியே, வளர்ச்சியை ஏற்படுத்தும்
கொள்கைப் பரிந்துரை	• உழைப்பின் வேலைநிறைவை அடையும் பொருட்டு துடிப்பான மற்றும் முறையான அரசாங்கத் தலையீடு தேவை	• சந்தைகளை அவற்றின் போக்கில் விட்டுவிடுதல்; அதாவது, உழைப்பின் வேலைநிறைவை எட்டும் பொருட்டு அரசாங்கத் தலையீட்டைக் குறைத்துக்கொள்ள வேண்டும்
முக்கிய எடுகோள்கள்	• மதிப்பு மற்றும் பகிர்மானம் ஆகியவற்றின் செவ்வியல் கோட்பாடு • சுழல் உற்பத்திப் பார்வை • புறந்தோன்று பகிர்மானம் • பொருள் மிகை அணுகுமுறை • கேனீசிய வெளியீட்டுக் கோட்பாடு • தொகைவெளியீட்டில் ஏற்படும் மாறுதல்களின் வாயிலாகத் திட்டமிட்ட முதலீட்டைப் பொறுத்து திட்டமிட்ட சேமிப்பானது தன்னைத் தகவமைத்துக்கொள்ளும்	• மதிப்பு, பகிர்மானம் ஆகியவற்றின் விளிம்புநிலைவாதக் கோட்பாடு • நேர்கோட்டு உற்பத்திப் பார்வை • அகந்தோன்று பகிர்மானம் • பற்றாக்குறை அணுகுமுறை • விளிம்புநிலைவாத வெளியீட்டுக் கோட்பாடு • வட்டிவீதத்தில் ஏற்படும் மாறுதல்களின் வாயிலாகத் திட்டமிட்ட சேமிப்பைப் பொறுத்து திட்டமிட்ட முதலீடு தன்னைத் தகவமைத்துக்கொள்ளும்

இது பேரியல் பொருளாதாரத்திற்கு ஓர் அறிமுகநிலைப் புத்தகமே என்பதால், சோலோ/ரோமர், செர்ரனோ/ஸ்மித் ஆகியோர் வளர்ச்சி மாதிரிகளைப் பற்றிய விளக்கமான உரையாடல்களை மேற்கொள்ளவில்லை. ஆயினும், இந்த மாதிரிகளின் இயங்குமுறைகளில் ஆர்வமுள்ளவர்கள், மேற்கண்டோரின் கருத்துகள் தொகுத்தளிக்கப்பட்டிருக்கும் மூலக் கட்டுரைகளை வாசிக்குமாறு பரிந்துரைப்பேன்; ஏனெனில், அந்தக் கட்டுரைகளில் கூறப்படும் சில எச்சரிக்கைக்குறிப்புகள் அதைத் தொடர்ந்து வந்த பாடநூல்களில் (நீங்கள் தற்போது வாசித்துக்கொண்டிருக்கும் இந்தப் பாடநூலில் உட்பட) இடம்பெறும் விளக்கங்களில் காணப்படுவதில்லை.

இந்தியச் சூழலில் பேரியல் பொருளாதாரக் கொள்கையின் விளைவு களைப் பற்றிப் பின்வரும் இயல்களில் விளக்கமாகக் காண்போம் (குறிப்பாக, இயல்கள் 7, 8 ஆகியவற்றில்). பகுதி 7.3இல், மகாலனோபிஸ் வளர்ச்சி மாதிரி குறித்த சுருக்கமான, விமர்சனப்பூர்வமான உரையாடலை மேற்கொள்வோம்.

தற்போது, ஒரு பயிற்சியை அளிப்பது பொருத்தமாக இருக்கும்; அமார்த்தியா சென் மற்றும் ஜீன் டிரீஸ் ஆகியோர் எழுதிய 'நிச்சயமற்ற பெருமை: இந்தியாவும் அதன் முரண்பாடுகளும்' (2013; தமிழ்ப் பதிப்பு: 2016) என்ற நூலை வாசித்து, அவர்களின் ஆய்வின் அடித்தளத்தில் இருக்கும் வளர்ச்சிக் கோட்பாட்டின் தன்மை, வழங்கல் சார்ந்ததா அல்லது வேண்டல் சார்ந்ததா என்பதைக் கண்டறியுங்கள்.

செவ்வியல் வளர்ச்சிக் கோட்பாடுகள்

வகுப்பில் சோலோ மாதிரியை அறிமுகப்படுத்தும்போது மாணவர்களிடையே தோன்றும் பொதுவான எண்ணம் இதுதான்: இதற்கு முன்பு வளர்ச்சி பற்றிய கோட்பாடுகளே இருந்ததில்லையா? ஹாரட் அல்லது சோலோவை வளர்ச்சிக் கோட்பாட்டின் முன்னோடிகளாகக் கருதுவதே வழக்கமான அணுகுமுறையாக இருந்துவருகிறது. எனவே, இது பற்றிய சோலோவின் சொந்த ஒப்புதலை 1987இல் அவர் வழங்கிய நோபல் சொற்பொழிவிலிருந்து வாசிப்பது சுவையானதாக இருக்கும்: "என்னுடைய 1956 மற்றும் 1957ஆம் ஆண்டுகளின் கட்டுரைகளிலிருந்து வளர்ச்சிக் கோட்பாடுகள் தொடங்கவில்லை; கண்டிப்பாக அத்தோடு முடிந்துவிடவுமில்லை. ஒருவேளை அது 'த வெல்த் ஆஃப் நேஷன்ஸ்' நூலிலிருந்து தொடங்கியிருக்கலாம்; ஏன், ஆடம் ஸ்மித்துக்கும் முன்னோடிகள் இருந்திருக்கலாம்." வளர்ச்சிக் கோட்பாட்டை அளிக்க முயற்சி செய்த வரலாற்றுப் புள்ளிகள் என்ற வகையில் மட்டுமே ஸ்மித்தும் ரிகார்டோவும் அரிய சந்தர்ப்பங்களில் விவாதிக்கப்படலாம். உண்மையில், வளர்ச்சியைப் பற்றிய அவர்களுடைய கருத்துகளைச் சீராக முறைப்படுத்தி, மாதிரிகளாக வடிக்க நவீன முயற்சிகள் மேற்கொள்ளப்பட்டுவருகின்றன. அவ்வாறான குறிப்பிடத்தக்க முயற்சிகளில் ஒன்று வால்டர் எல்டிஸ் அவர்களின் 'த க்ளாசிகல் தியரி ஆஃப் எகனாமிக் குரோத்' (1984) என்ற நூல்; குவெனே, ஸ்மித், ரிகார்டோ, மால்துஸ், மார்க்ஸ் ஆகியோரின் வளர்ச்சிக்கோட்பாடு களுக்கு, அவர்களுடைய நூல்களிலிருந்து பெற்ற மேற்கோள்களின் அடிப்படையிலும் எளிய இயற்கணித மாதிரியாக்கங்களின் அடிப்படையிலும்

உரையளிக்கிறது இந்தப் புத்தகம். எனவே, மாணவர்களின் அந்தக் கேள்விக்கு விடை, ஆம் இருந்துள்ளன என்பதே.

பின்வரும் பத்திகளில், ஸ்மித், ரிகார்டோ, மார்க்ஸ் ஆகியோரிடம் வளர்ச்சி குறித்துக் காணப்படும் விளக்கங்களைப் பற்றிய சுருக்கமான மேற்பார்வையினை அளிக்கிறேன். அவர்களது வளர்ச்சிக் கட்டமைப்பு இன்றளவிலும் பொருத்தமானவையே என்பதையும், சமகாலப் பொருளாதார வளர்ச்சியைப் புரிந்துகொள்வதற்கு உதவி புரியக் கூடியவை என்பதையும் முதற்கண் சுட்டிக்காட்ட வேண்டும்.

'அன் இன்கொயிரி இண்டு தெ நேச்சர் அண்ட் காசஸ் ஆஃப் வெல்த் ஆஃப் நேஷன்ஸ்' நூலில், நிகர முதலீடு, தொழில்நுட்ப முன்னேற்றம் ('உழைப்பின் பிரிவினை'), மறைமுகமாக, தொகைவேண்டலின் வளர்ச்சி ('சந்தையின் வரப்பெல்லை' என்ற கருத்தின் வாயிலாக) ஆகியவற்றை, பொருளாதார வளர்ச்சியின் தீர்மானிகளைப் பின்வருமாறு அடையாளம் காண்கிறார் ஸ்மித். 'சந்தையின் எல்லை' என்பது, 'உழைப்புப் பிரிவினை'யின் மீது தடையினை உண்டாக்குகிறது; 'உழைப்புப் பிரிவினை' அதிகரித்தால், அது 'சந்தையின் எல்லை'யினை விரிவாக்குவதில் துணை புரிகிறது. இதன் இயங்கமைப்பு பின்வருமாறு நிகழ்கிறது. தொழில்நுட்ப முன்னேற்றம், தொகைவழங்கலில் ஏற்படுத்தும் அதிகரிப்பினை, அதற்குச் சமானமான தொகைவேண்டலினால் ஈடுசெய்ய வேண்டும்; மேலும், தொகைவழங்கலில் ஏற்பட்ட அதே அதிகரிப்பு, கூடுதல் வருமானங்களையும் ஓரளவு உண்டாக்கும்; இது, 'சந்தையின் எல்லை'யினையும் விரிவுபடுத்துவதாகும். உற்பத்தித் திறனில் மேற்கொள்ளப்படும் அதிகரிப்புகளையோ, அல்லது, உற்பத்தித் திறனின் பயன்பாட்டில் மேற்கொள்ளப்படும் அதிகரிப்பையோ குறிப்பது நிகர முதலீடு (மொத்த முதலீட்டிலிருந்து தேய்மானத்தைக் கழித்தால் கிடைப்பது); இவ்விரண்டும் உற்பத்தியின் மட்டத்தையும், அதனால் தொகைவழங்கலையும் அதிகரிக்கக்கூடியவை. ஸ்மித்தின் கருத்தில், போதிய அளவில் தொகைவேண்டல் இருந்தால், தொழில்நுட்ப முன்னேற்றம் பொருளாதார வளர்ச்சியைத் தூண்டிவிடும். எனினும், ஸ்மித்தின் எழுத்துகளிலோ, 'சந்தையின் எல்லை' உண்டாக்கும் தடைகளை விட 'உழைப்புப் பிரிவினை'யில் ஏற்படும் முன்னேற்றங்களின் பின்விளைவுகளைப் பற்றியே அதிக கவனம் செலுத்தப்படுகிறது.

பொருளாதார வளர்ச்சியைப் பற்றி ரிகார்டோ, மார்க்ஸ் ஆகியோரின் பார்வைகளை, முறையே அவர்களின் நூல்களான 'பிரின்சிபிள்ஸ் ஆஃப் பொலிடிகல் எகானமி' (1817) மற்றும் மூன்று தொகுதிகளடங்கிய 'மூலதனம்' (1867; 1885; 1894) ஆகியவற்றில் காணப்படுகின்றன. மூலதனம் நூலின் இரண்டாவது மற்றும் மூன்றாவது தொகுதிகள், மார்க்ஸின் இறப்புக்குப் பின்னரே வெளியாகின என்பதையும், அவற்றைத் தொகுத்தவர்களின் கணிசமான தலையீடுகளையும் உள்ளடக்கியவை என்பதையும் குறித்துக்கொள்ளுங்கள். ஸ்மித், ரிகார்டோ, மார்க்ஸ் ஆகியோரின் இந்த நூல்கள் செம்மை வாய்ந்தவை; இவற்றை முதலிலிருந்து கடைசிவரை வாசிப்பதென்பது, அவர்களுடைய பொருளியலைப் பற்றிய முழுமையான விளக்கத்தை–பொருளாதார வளர்ச்சி, மக்கள்தொகையின் இயங்கியல்,

சமூகவர்க்கங்கள் மற்றும் அவற்றின் நுகர்வு நடத்தையியல், கூலி மற்றும் ஆதாயத்தின் தீர்மானிப்பு, பணவியல் சிக்கல்கள், மற்றும் தொழில்நுட்பத்தின் இயல்பையும் முன்னேற்றத்தையும் குறித்த சூழல் சார்ந்த செறிந்த விவாதங்கள் என, 'சிற்றியல்', 'இடையியல்' மற்றும் 'பேரியல்' ஆகிய அணுகுமுறைகள் அனைத்தையும்–வாசகருக்கு அளிக்கிறது. ஒரு வகையில், மேற்கண்ட புத்தகங்களில் ஏதாவது ஒன்றை முழுவதுமாக வாசிப்பது கூட, பொருளியலில் விரைவுப் பாடம் கற்பதைப் போன்றதாகும்.

ரிகார்டோவும், ஸ்மித்தைப் போலவே, முதலீட்டைப் பொருளாதார வளர்ச்சிக்கு மையமானதாகப் பார்க்கிறார். இருப்பினும், பொருளாதார வளர்ச்சியில் 'சந்தையின் எல்லை' இடும் தடைகளைப் பற்றி ஸ்மித் அளவுக்கு அவர் வலியுறுத்திச் சொல்லவில்லை; மேலும், நிலத்திலும் வேளாண் உற்பத்தியிலும் நிலவும் குறைந்துவரும் விளைச்சல்களை அவர் வலியுறுத்திப் பேசுகிறார். தொழில்நுட்ப முன்னேற்றம் ஏற்படாத வரையில், நிலத்தின் அளவுக்கு இணையாகக் குறைந்துவரும் விளைச்சல் இயல்பு, பொருளாதார வீழ்ச்சிக்கும் தேக்கநிலைக்கும் இட்டுச்செல்லும். ஒருவகையில், பொருளாதார வளர்ச்சியின் மீதான சூழலியல் தடைகளைப் பற்றிய தொடக்கக் காலத்து உணர்தலாக இதைக் கருதலாம். தொழில்நுட்பத்தில் ஏற்படும் முன்னேற்றங்கள், பெரும்பாலாகத் தொழிலாளர்களை அகற்றிவிடும் இயல்பைக் கொண்டவை என்பதால், அனைவருக்கும் நன்மை பயப்பதாக இருக்காது என்பதையும் ரிகார்டோ புரிந்துவைத்திருந்தார்.

ஒரு முதலாளித்துவப் பொருளாதாரம் எதனால் அடிக்கடி நெருக்கடிகளுக்கு ஆட்படுகிறது–அதாவது, எதனால் சீரற்ற வளர்ச்சியைக் கொண்டுள்ளது என்பதற்கான காரணங்களை மார்க்ஸின் அரசியல் பொருளாதாரம் நமக்குத் தருகிறது. மாறாக, போட்டிநிறை பொருளாதாரத்தின் சீர்நிலை வளர்ச்சிக்கான (Steady state growth) (அதன் சமநிலைக்கான) நிபந்தனைகளைக் கண்டறிய முயலும் வழங்கல்–சார் வளர்ச்சிக்கோட்பாடுகளுக்கு இது முற்றிலும் நேரெதிரானது (சீர்நிலை வளர்ச்சி எனப்படுவது, தொடர்புடைய மாறிகள் அனைத்தும் ஒரே வீதத்தில் வளரக்கூடிய தனித்துவமான கோட்பாட்டு வடிவமைப்பாகும்). நெருக்கடிகளின் தோற்றுவாயாக மார்க்ஸ் இரண்டு பேரியல் பொருளாதாரக் காரணிகளை முன்வைக்கிறார்: (அ) பொருளாதாரத்தில் துறைகளிடையிலான விகிதாசாரப் பிறழ்வு (disproportionality) (ஆ) குறைநுகர்வு (underconsumption). தொகை நுகர்வு மட்டமானது, தொகைவழங்கலுக்கு ஈடுகொடுப்பதற்குத் தேவையான அளவைவிடக் குறைவாக இருப்பதாகக் கூறுகிறது பின்னையது; இது, தொழிலாளர்களின் குறைந்த கூலிகளின் பின்விளைவாகும். முன்னையதோ, துறைகள் சிலவற்றில் ஏற்படும் உள்ளீட்டுத் தேவைகளை, பிற துறைகளின் வெளியீடு துல்லியமாக நிறைவு செய்யாத சூழ்நிலையைக் குறிக்கிறது; இதன் விளைவாக, தொகைவெளியீடு சுருங்கிவிடுகிறது; இந்த அமைப்பியல் சார்பிணைப்பின் துல்லியமான இயல்பினை உள்ளீட்டு–வெளியீட்டுக் கட்டமைப்பைக் கொண்டு காட்சிப்படுத்த முடியும் (அட்டவணை 2.1–ஐக் காண்க).

ஸ்மித், ரிகார்டோ, மார்க்ஸ் ஆகியோரின் வளர்ச்சிக் கோட்பாடுகளை வேண்டல்–சார் வளர்ச்சிக் கோட்பாடுகளோடு இணங்கியவையாகக் காண

முடியும்; ஆனால் இவற்றுக்கிடையில் ஒரு முக்கிய வேறுபாடும் உண்டு. திட்டமிட்ட சேமிப்பு மற்றும் முதலீடு ஆகியவற்றின் சமநிலை பற்றிய விளக்கம், செவ்வியல் வளர்ச்சிக் கோட்பாடுகளில் இல்லை. இருப்பினும், போதிய கூருணர்வுள்ள வட்டிவீதத்தில் ஏற்படும் மாறுபாடுகளின் வழியாக, (வேலைநிறைவோடு இணங்கிய) திட்டமிட்ட சேமிப்பைப் பொறுத்துத் திட்டமிட்ட முதலீடு தன்னைத் தகவமைத்துக்கொள்ளும் என்ற விளிம்புநிலைவாத வெளியீட்டுக் கோட்பாட்டிலிருந்து இது வேறுபட்டதே. செவ்வியல் பொருளாதார வளர்ச்சிக் கோட்பாடுகளுக்கு இயற்கையான புகலிடம் வேண்டல்–சார் வளர்ச்சிக் கோட்பாட்டுக் கட்டமைப்புதான் என்பது உங்களில் சிலருக்குத் தெளிவாகியிருக்கக்கூடும். அல்லது, காலவரிசை பிறழாமல் சொன்னால், வேண்டல் சார்ந்த வளர்ச்சிக் கோட்பாடுகளில் சில வகையறாக்கள், செவ்வியல் வளர்ச்சிக் கோட்பாடுகளிலிருந்து உந்துதலைப் பெற்றவையாகும்.

5.3 இந்தியாவில் பொருளாதார வளர்ச்சியின் இயல்பு

எந்தவொரு பொருளாதாரத்திலுமே, பொருளாதார வளர்ச்சியின் இயல்பினைப் புரிந்துகொள்வதென்பது, ஒரு சூழல்சார்ந்த செயலாகவே இருக்கும்; அப்படித்தான் இருக்கவும் வேண்டும். இங்கே, இந்தியாவின் பொருளாதார வளர்ச்சியின் இயல்பினை ஆராயும்போது, ஸ்மித், ரிகார்டோ, மார்க்ஸ் ஆகியோரின் வளர்ச்சிக் கோட்பாடுகளிலிருந்து கருத்துகளைப் பெற்று, அவற்றோடு ஒத்துப்போகக் கூடிய வேண்டல்–சார் வளர்ச்சிக் கோட்பாட்டுக்கட்டமைப்பைப்பின்பற்றுகிறேன்; பொருளாதார வளர்ச்சியை ஆராயும் வழங்கல்–சார் அணுகுமுறைகளுக்கு மாறாக, சூழல்சார்ந்த காரணிகளின் முக்கியத்துவத்தைச் சுட்டிக்காட்டுவதாக வேண்டல்–சார் அணுகுமுறை இருக்கிறது. ‘ஸ்ராஃபா அண்ட் த ரீகன்ஸ்ட்ரக்ஷன் ஆஃப் எகனாமிக் தியரி’ (2013) என்ற புத்தகத்தின் மூன்றாவதும் இறுதியானதுமாகிய தொகுதியில், டோனி ஆஸ்ப்ரொமொர்கஸ் அவர்கள் எழுதிய ‘ஸ்ராஃபா’ஸ் சிஸ்டம் இன் ரிலேஷன் டு கரெண்ட்ஸ் இன் ஆர்த்தடாக்ஸ் எகனாமிக்ஸ்’ என்னும் இயலிலிருந்து எடுக்கப்பட்ட பின்வரும் மேற்கோள், தற்போதைய நமது பயிற்சிக்குக் கூடுதல் உந்துதலை அளிக்கிறது.

> . . . சுழற்சிப் பண்புகளோடு கூடிய நமது உண்மையான வளர்ச்சி அனுபவம் என்பது, தொடர்ச்சி பிறழ்ந்த வளர்ச்சியே அல்லவா? குறிப்பிட்ட சில துறைகளில் தன்னிச்சை வேண்டலின் வளர்ச்சியானது, வளர்ச்சியைத் தற்காலிகமாக மட்டுமே வழிநடத்தும் என்றாலும், துறைகள் அனைத்தையும் சேர்த்துப் பார்த்தால், தொடர்ச்சியானது போன்ற வளர்ச்சியை ஏற்படுத்தும்; இதுபோன்ற இயங்கியல்கள், ‘ஒழுங்கற்ற’ வளர்ச்சிக் கோட்பாட்டுக்கு வழிவகுக்கின்றன. ஆக, பரவலாக்கப்பட்ட பொருளாதாரத்தில் (decentralised) திறம்படு வேண்டலின் (effective demand) நீடித்த நிலைத்த வளர்ச்சி என்பது ஒழுங்கற்றதும், பல காரணிகளைச் சார்ந்ததுமாக இருக்குமென்றால், அந்த நிகழ்முறையின் கோட்பாடும் ஒழுங்கற்றது போலவே இருக்கும். *(ப. 28; சொல்லழுத்தம் மூலநூலில் உள்ளவாறு)*

ஆகையால், நாம் இப்பகுதியில் 'பேரியல்' அணுகுமுறையோடு சேர்த்து 'இடையியல்' அணுகுமுறையையும் கடைப்பிடிக்கிறோம். இந்தியாவின் வளர்ச்சி குறித்த எத்தனையோ கூறுகளைக் காண முடியுமென்றாலும், நான் பின்வரும் கூறுகளில் மட்டும் கவனத்தைக் குவிக்கிறேன்:

1. பொருளாதார வளர்ச்சியும் வரலாற்றுச் சமத்துவமின்மைகள் உடனான அதன் தொடர்பும்,
2. வேளாண், உற்பத்தி மற்றும் சேவைத் துறைகளின் வளர்ச்சி,
3. பொருளாதார வளர்ச்சிக்கும் வேலைவாய்ப்பு உருவாக்கத்திற்கும் இடையிலுள்ள தொடர்பு,
4. ஆதாயவீதத்திற்கும் பொருளாதார வளர்ச்சிவீதத்திற்கும் இடையிலுள்ள தொடர்பு
5. நம் சுற்றுச்சூழலின் மீது பொருளாதார வளர்ச்சியின் தாக்கம்

பொருளாதார வளர்ச்சியும் ஏற்றத்தாழ்வுகள் மிகுந்த நிலவுடைமையும்

வளர்ச்சியின் இயல்பினைப் புரிந்துகொள்ள முயலும் எந்தவொரு முயற்சியும், தொடக்க நிலவரங்களின் மீது கவனம் செலுத்தவேண்டும். கூட்டுவட்டி (Compound Interest) என்ற கருத்தாக்கம், தொடக்க நிலவரங்களின் முக்கியத்துவத்தை உணர்த்தத் தகுந்த ஒரு நல்ல உவமையாக உள்ளது. ரூ 1000 மற்றும் ரூ 1400 ஆகிய முதல் தொகைகளுக்கு (அசல்), ஆண்டுக்கு 6% வீதத்தில் மாதாந்திரக் கூட்டுவட்டி சேர்கிறதென்றால், ஐந்தாண்டுகளுக்குப் பிறகு அவற்றின் அளவு என்னவாக மாறியிருக்கும்? முறையே ரூ 1349 மற்றும் ரூ 1888 ஆக மாறியிருக்கும். தொகைகளுக்கிடையே தொடக்க வேறுபாடு வெறும் ரூ 400 ஆக இருந்ததையும், கூட்டுவட்டி சேர்ந்துவிட்ட பிறகு அவற்றின் இடையிலான வேறுபாடு 539 ரூபாயாகிவிட்டது என்பதையும் கவனியுங்கள். பெருக்கல் விளைவுகளை ஏற்படுத்தும் துறைகளுக்கு இடையிலும், அவற்றுக்குள்ளாகவும் இருக்கின்ற தொடர்புகள், (கூட்டுசேரும்) பொருளாதார வளர்ச்சிக்கு அடிப்படைக் காரணங்களில் ஒன்று (பகுதி 4.2இல் பெருக்கி குறித்து இடம்பெற்ற உரையாடலை நினைவுகூருங்கள்). வழங்கல் சார்ந்த கோட்பாடுகள், வேண்டல் சார்ந்த கோட்பாடுகள் என இரண்டு வகைகளிலுமே, தொகைவெளியீட்டின் தொடக்கமட்டம் என்பது, தொகைவெளியீட்டின் வளர்ச்சி வீதத்திற்கான தீர்மானி கிடையாது. இருப்பினும், பொருளாதார வளர்ச்சியின் இயல்பினைப் புரிந்துகொள்ள, தொடக்க நிலவரங்களைப் பற்றிய ஆய்வு கட்டாயம்.

காலனியம், சாதி அமைப்பு, ஆணாதிக்கம், ஏற்றத்தாழ்வுகள் மிகுந்த நிலவுடைமை, மானாவாரி வேளாண்மை (மழைபொழிவையே நம்பி யிருப்பது), கனிமங்கள் மற்றும் இயற்கை வளங்களின் கிடைப்பு—முதலிய வற்றின் சிக்கல் வாய்ந்த வலைப்பின்னலே இந்தியப் பொருளாதாரத்தின் தொடக்க நிலவரமாகும். இந்தியர்களில் பெரும்பான்மையானோர் வேளாண்துறையில் ஈடுபட்டிருப்பதால், நிலவுடைமையைப் பற்றி முதலில் பார்ப்போம்: நிலவுடைமை என்பது, சமூக மற்றும் பொருளாதாரச் செல்வாக்கிற்கு ஒரு முக்கிய அடையாளமாகவும், நிதிப் பாதுகாப்பிற்கு

ஓர் ஆதாரமாகவும் விளங்குகிறது. கேசவ ரெட்டியின் 'மூகவாணி பில்லனகிரோவி: பல்லாட் ஆஃப் ஒண்டில்லு' (2013) என்னும் தெலுங்கு நாவலிலிருந்து எடுக்கப்பட்ட பின்வரும் மேற்கோள் சொல்வது போல, நிலத்திற்கும் அதன் உரிமையாளருக்கும் இடையிலான உறவு, வெறும் பொருளாதாரம் சார்ந்ததாக மட்டுமே இருக்க வேண்டியதில்லை.

"இனி நா விவசாயியே கிடையாது" என்று தனக்குள் சொல்லிக் கொண்டான் நாயகன். "கோழி தன் குஞ்சைப் பருந்துக்குப் பறிகுடுத்த மாதிரி என்னோட நெலமும் என்கிட்ட இருந்து பறிபோனது." ... அவன் தனது நிலத்தை இழந்திருந்தான். அந்த மண்ணோடு அவனைப் பிணைத்த பிணைப்பெல்லாம் தகர்ந்துபோனது. இனி அவனுக்கும் அந்த ஊரில் இருப்பவர்களுக்கும் ஒரு சம்பந்தமும் இல்லை. இனி அவன் எங்குமே தலைகாட்ட முடியாது. (ப. 26, 28)

தேசிய மாதிரிக்கூறு கணக்கெடுப்பு நிறுவனம் (National Sample Survey Organisation–NSSO) மேற்கொண்ட 2013ஆம் ஆண்டின் அனைத்திந்திய கடன் மற்றும் முதலீட்டுக் கணக்கெடுப்பின்படி (All–India Debt and Investment Survey–AIDIS), சொத்துக்களின் மொத்த மதிப்பில் நிலத்தின் பங்கானது, ஊரக இந்தியாவில் 72.60 விழுக்காடாகவும், நகர்ப்புற இந்தியாவில் 46.95 விழுக்காடாகவும் இருந்தது (தேசிய வகைக்கூறு கணக்கெடுப்பின் 70ஆம் சுற்று, ப. 14, உரை 3.3). இந்தியர்களின் சொத்தின் அமைப்புக்கூறில்– அதிலும் குறிப்பாக ஊரகப் பகுதிகளில் வாழ்வோரிடையில், நிலம் ஒரு முக்கிய இடத்தைப் பிடிக்கிறது என்பதை இந்தப் புள்ளிவிவரம் அடிகோடிட்டுக் காட்டுகிறது.

அட்டவணை 5.2
இந்தியாவில் நிலவுடைமையின் பரவல்

உடைமையின் வகை	குடித்தனங்களின் விழுக்காடு (%)	நில உடைமை விழுக்காடு (%)	குடித்தனம் ஒன்றுக்குச் சொந்தமான சராசரி பரப்பளவு (ஹெக்டேர்)
விளிம்புநிலை யிலுள்ளவை	76.42	29.75	0.234
சிறியவை	10.00	23.54	1.394
ஓரளவு நடுத்தர மானவை	5.01	22.07	2.606
நடுத்தர மானவை	1.93	18.83	5.782
பெரியவை	0.24	5.81	14.447

ஆதாரம்: தேசிய மாதிரிக்கூறு கணக்கெடுப்பு 70ஆவது சுற்று, Key Indicators of Land and Livestock Holdings in India, பக். 10

பேரியல் பொருளாதாரம்

குறிப்பு: இந்தத் தரவு 2012–13 காலத்திற்குரியது; விளிம்புநிலை என்பது 0.002 ஹெக்டேருக்கு அதிகமாகவும், 1 ஹெக்டேரை விடக் குறைவாகவோ அதற்குச் சமமானதாகவோ உள்ள நிலவுடைமைகளைக் குறிக்கிறது; சிறியவை என்பது 1 ஹெக்டேருக்கு அதிகமாகவும், 2 ஹெக்டேரைவிடக் குறைவாகவோ அதற்குச் சமமானதாகவோ உள்ள நிலவுடைமைகளைக் குறிக்கிறது; ஓரளவு நடுத்தரமானவை என்பது 2 ஹெக்டேருக்கு அதிகமாகவும், 4 ஹெக்டேரை விடக் குறைவாகவோ அதற்குச் சமமானதாகவோ உள்ள நிலவுடைமைகளைக் குறிக்கிறது; நடுத்தரமானவை என்பது 4 ஹெக்டேருக்கு அதிகமாகவும், 10 ஹெக்டேரை விடக் குறைவாகவோ அதற்குச் சமமானதாகவோ உள்ள நிலவுடைமைகளைக் குறிக்கிறது; பெரியவை என்பது 10 ஹெக்டேரை மிஞ்சிய பரப்பளவைக் கொண்ட நிலவுடைமைகளைக் குறிக்கிறது (ப. 8). அட்டவணையிலிருந்து நிலமற்றோரின் விழுக்காட்டை நீக்கியதால் 'குடித்தனங்களின் விழுக்காடு' நிரலின் மொத்தக் கூட்டல் 100ஆக வரவில்லை.

அட்டவணை 5.2–இல், இந்தியாவில் நிலவுடைமை ஏற்றத்தாழ்வு கண்கூடாகத் தெரிகிறது; 75.42 விழுக்காடு குடித்தனங்கள், 0.002 முதல் 1 ஹெக்டேர் வரையிலான நிலத்தையும், 0.24 விழுக்காடு குடித்தனங்களோ 10 ஹெக்டேர்களுக்கு அதிகமான நிலத்தையும் சொந்தமாக வைத்திருக்கின்றன. இந்தியக் குடித்தனங்களுக்குச் சொந்தமான சராசரி நிலப்பரப்பளவில், பரந்துவிரிந்த ஏற்றத்தாழ்வுகள் இருப்பதைக் கவனியுங்கள்; ஒரு ஹெக்டேர் முதல் 14 ஹெக்டேர்கள் வரை இந்த ஏற்றத்தாழ்வின் அளவு மாறுபடுகிறது. நேரடி முடிவுகளைப் பெறுவது அட்டவணை 5.1–இன் நோக்கம் கிடையாது; மாறாக, இந்தியாவில் நிலவுடைமையில் ஏற்றத்தாழ்வுகள் இருப்பதைச் சுட்டிக்காட்டுவதே அதன் நோக்கம். இந்தியர்களின் சமமில்லாத தொடக்க நிலவரங்களையும், இந்தியர்கள் பொருளாதார வளர்ச்சி நிகழ்முறையில் பங்கெடுக்கும் திறனில் இது ஏற்படுத்தும் பின்விளைவுகளையும் இந்த அட்டவணை சுட்டிக்காட்டுகிறது. பகுதி 1.4இல் கேட்கப்பட்டது போல, நிலவுடைமையில் ஏன் இவ்வளவு ஏற்றத்தாழ்வுகள்? தற்காலத்தின் பொருளாதார வளர்ச்சியானது கடந்தகாலத்தின் ஏற்றத்தாழ்வுகளை ஈடு செய்யுமா? இந்தக் கேள்விகளுக்கான விடைகளை அறிய, பொருளியலோடு சேர்த்து மற்ற சமூக அறிவியல் பாடங்களைக் கற்பதும் அவசியம். இக்கேள்விகளுக்கான விடைகள், இந்த அறிமுகப் புத்தகத்தின் நோக்கிற்கு அப்பாற்பட்டவை; எனினும், மற்ற வரலாற்று ஏற்றத்தாழ்வுகளை—அதிலும் ஆழவேரூன்றிய சமூக அமைப்புகளான சாதியிலிருந்தும் பாலினத்திலிருந்தும் பிறக்கும் ஏற்றத்தாழ்வுகளை, பொருளாதார வளர்ச்சி குறித்த கேள்வியானது புறக்கணித்துவிட முடியாது.

இந்தியாவில் நிலவுடைமை குறித்த சோர்வூட்டும் கேள்வியினை, ஷ்ரிலால் ஷுக்லாவின் 'ராக் தர்பாரி' நூலிலிருந்து (1968) மேற்கோளாகப் பெறப்பட்ட பின்வரும் பத்தி எள்ளலுடன் உரைக்கின்றது.

> கொஞ்சம் கொஞ்சமாகத் தரிசாகிக்கொண்டிருந்த ஒரு நீண்ட திறந்தவெளித் திடல் ஊருக்கு வெளியே இருந்தது. இப்போது அதில் புல்பூண்டு கூட முளைப்பதில்லை. வினோபா பாவே

அவர்களின் பூதான இயக்கத்திற்குத் தரப்பட்ட சிறப்பான நிலம்போல காட்சியளித்தது. உண்மையில் அப்படியான நிலம் தான் அது. பூதான இயக்கத்திற்காக, நிலமற்றோரின் முன்னேற்றத்திற்காக இரண்டு ஆண்டுகளுக்கு முன்பு கொடையளிக்கப்பட்டது அந்த நிலம். பிறகு ஊராட்சி மன்றத்தால் நன்கொடையாகத் திரும்பவும் எடுத்துக் கொள்ளப்பட்டது. பிறகு ஊராட்சி மன்றம் அதனைத் தலைவருக்கு நன்கொடையாகத் தந்தது. தலைவரோ அதனை முதலில் தன் நண்பர்களுக்கும் உறவினர்களுக்கும் நன்கொடையாகத் தந்தார்; மீதமிருந்த பகுதியைச் சில ஏழைகளுக்கும் நிலமற்றவர்களுக்கும் பணத்திற்கு விற்றுக் கழித்துக்கட்டினார். ஏழைகளுக்கும் நிலமற்றவர்களுக்கும் பிரித்துக்கொடுக்கப்பட்ட பகுதிகள் உண்மையில் இந்த நிலத்தில் சேராதவை என்பதும், அவை வேறொருவரின் வயலின் எல்லைக்குட்பட்டவை என்பதும் அப்புறமாகத் தெரிய வந்தது. இது குறித்து வழக்கு தொடரப்பட்டு, இன்னும் நீண்டுகொண்டேபோகிறது; மேலும் சிலகாலம் நீண்டு கொண்டே செல்லும் என்றும் எதிர்பார்க்கப்பட்டது. (ப. 149)

இந்தியாவில் தனிப்பட்ட நில உரிமையாளர்களை அடையாளம் காண்பதிலிருக்கும் சிக்கலை உணர்ந்துகொள்ள, உங்கள் நகரத்திலோ ஊரிலோ உள்ள நிலப்பதிவு ஆவணங்களின் நிலைமையை வாய்வழிப் பேட்டிகளின் மூலம் கேட்டறியுங்கள். மேலும், அரசாங்கத்திற்குச் சொந்தமான நிலத்தின் அளவையும் கண்டறியுங்கள்.

துறைவாரிப் பொருளாதார வளர்ச்சி

இப்போது, நாம் 'இடையியல்' அணுகுமுறையைப் பின்பற்றி, வேளாண், உற்பத்தி மற்றும் சேவைத் துறைகளின் வளர்ச்சி வீதங்களை ஆராய்வோம். ஒட்டுமொத்தப் பொருளாதாரத்தின்/பேரியல் பொருளாதாரத்தின் வளர்ச்சிக்கான ஒரு குறியீடாக இருக்கக்கூடிய மொத்த உள்நாட்டு உற்பத்தியின் வளர்ச்சிவீதத்தை விடவும், தனிமனிதர்களின் பொருளாதார நல்வாழ்விற்கு முக்கியமாக இருப்பது அவர்கள் சார்ந்த துறையின் வளர்ச்சியே ஆகும். உதாரணத்திற்கு, கட்டுமானத் தொழிலாளர் ஒருவரின் பொருளாதார வளர்ச்சி, மொத்த உள்நாட்டு உற்பத்தியின் வளர்ச்சியைக் காட்டிலும், உற்பத்தித் துறையின் (இதன் ஓர் அங்கமே கட்டுமானத்தொழில்) வளர்ச்சி வீதத்தோடு அதிகத் தொடர்புடையது. இன்னும் குறிப்பாக, கட்டுமானத் தொழிலின் வளர்ச்சி வீதத்தைப் பார்த்தே, சராசரியாக அவர்களின் நல்வாழ்வை மதிப்பிட்டுவிடலாம். எனவே, வளர்ச்சிநிகழ்முறையின் வகைபிரித்த புரிதலைப் பெறுவதற்கு, நாம் துறைவாரி வளர்ச்சிவீதங்களைப் பார்வையிடுகிறோம். இருப்பினும், துறையின் வளர்ச்சியானது, எப்போதுமே அத்துறைகளைச் சேர்ந்த தொழிலாளர்களின் நல்வாழ்வில் முன்னேற்றமாக உருமாற வேண்டும் என்பதில்லை.

அட்டவணை 5.3 இந்தியாவின் துறைவாரி வளர்ச்சிவீதங்கள்

துறை	2014–15	2016–17
வேளாண்மை, வனத்துறை மற்றும் மீன்பிடித் தொழில்	–0.2	4.9
தொழில்துறை	7.5	5.6
அ. உற்பத்தி	8.3	7.9
ஆ. கட்டுமானம்	4.7	1.7
சேவைகள்	9.7	7.7
அ. வணிகம்	9.0	7.8
ஆ. நிதி, நில–மனைத் தொழில்	11.1	5.7
இ. பொது நிர்வாகம்	8.1	11.3
மொஉஉ (சந்தை விலை)	7.5	7.1

ஆதாரம்: Economic Survey 2017–18, தொகுதி 2, பக். 3.

அட்டவணை 5.3இல் இருந்து இரண்டு வகையான கேள்விகளை முன்வைக்கலாம். (அ) வேளாண் வளர்ச்சிக்கும் உற்பத்தித்தொழில் வளர்ச்சிக்கும் ஏதேனும் தொடர்புள்ளதா? வேளாண் வளர்ச்சிக்கும் கட்டுமானத்தொழில் வளர்ச்சிக்கும் ஏதேனும் தொடர்புள்ளதா? உற்பத்தித் தொழில் வளர்ச்சிக்கும் நிதித்துறை வளர்ச்சிக்கும் ஏதேனும் தொடர்புள்ளதா? (ஆ) நிதித்துறையில் அதிகமான வளர்ச்சிவீதம் இருக்க வேண்டுமா? பொது நிர்வாகம் மெதுவாக வளரவேண்டுமா? உற்பத்தியோடு ஒப்பிடுகையில் வேளாண்துறை அதிகம் வளர வேண்டுமா?

ஒரு துறையிலிருந்து மற்றொரு துறைக்கு இடையில் குறுக்கும் நெடுக்குமான போக்குவரத்துகளின் வலைப்பின்னலாகப் பொருளா தாரத்தைக் கருத்தாக்கம் செய்தோம் என்பதை, 2.3ஆவது பகுதியிலிருந்து நினைவுகூருங்கள். குறிப்பாக, 2007–08 ஆண்டிற்கான இந்தியப் பொருளாதாரத்தின் உள்ளீட்டு–வெளியீட்டுக் கணக்கினைத் தந்த அட்டவணை 2.1–ஐ நினைவுகூருங்கள். வேளாண்துறையில் ஏற்படும் அதிர்வோ தேக்கமோ, மற்ற இரண்டு துறைகளின் மீதும் தீய விளைவுகளை ஏற்படுத்தும் என்பது தெளிவு. 2014–15 ஆண்டுகளில், வேளாண்மையிலும் அத்தோடு தொடர்புடைய துறைகளிலும் இருந்த எதிர்மறை வளர்ச்சியே, கட்டுமானத் துறையில் அதிக வளர்ச்சிக்கு (நலிவுநிலை புலம்பெயர்வு களின் (Distress migration) வாயிலாக) வழிகோலியது என்பதை அட்டவணை 5.3–யைப் பார்த்து உணரலாம். மேலும், 2016–17 ஆண்டில், வேளாண் வளர்ச்சி எழுச்சி கண்டவுடன், கட்டுமானத் துறையில் வளர்ச்சி தணிந்தது. கட்டுமானத்துறையில் வளர்ச்சி தணிந்ததன் காரணத்தில் ஒன்று, பற்றாக்குறையான தொகைவேண்டலாகவும் இருக்கலாம். ஒரு பயிற்சியாக,

வேளாண்மை மற்றும் உற்பத்தி ஆகியவற்றின் வளர்ச்சி வீதங்களை உயர்த்தும் திட்டங்களாக நீங்கள் கருதும் அரசுக் கொள்கைத் திட்டங்களைப் பற்றிக் குறிப்பு வரையுங்கள்.

நிதித்துறையின் வளர்ச்சியானது, மற்ற துறைகளின் வளர்ச்சியை நேர்மறையாகப் பாதிக்கிறது என்று நினைக்கிறீர்களா? இந்தக் கேள்விக்கு விடைகாண வேண்டுமெனில், நிதி நிறுவனங்களுக்கும், பேரியல் பொருளாதாரத்திலுள்ள மற்ற போட்டியாளர்களுக்கும் இடையிலான பிணைப்புறவை நாம் உணர வேண்டும் (படங்கள் 2.2 மற்றும் 3.1 ஆகியவற்றில் சித்திரிக்கப்பட்டுள்ளது). நிதித் துறையை, உற்பத்திக்கு இணையான இன்றியமையாத ஒரு துறையாகப் பார்க்கிறது விளிம்புநிலைவாத அணுகுமுறை; அதே வேளையில், செவ்வியல் பொருளியலாளர்கள், கேயின்ஸ் ஆகியோரின் படிப்பினை பெற்ற வேண்டல்சார் வளர்ச்சி அணுகுமுறையோ, பேரியல் பொருளாதாரத்தின் கண்ணோட்டத்தில், நிதித் துறையினை ஒரு சார்நிலைத் துறையாகவே பார்க்கிறது (அதனால் நேரடியாக உற்பத்தித் திறனை உருவாக்க முடியாது என்பதே காரணம்). மேலும், 'நிதி' என்பது பொருளாதாரம் தழுவிய அளவில் உற்பத்தி செய்யப்படும் பொருட்கள் மற்றும் சேவைகளின் மட்டங்களைப் பாதிக்காது என்று கூறிவந்த விளிம்புநிலைவாதப் பொருளியலாளர்களின் வாதத்திற்கு எதிராக, நிதித்துறையானது உற்பத்தி மட்டங்களைப் பாதிக்கக் கூடியதுதான் என்று வாதிட்டார் கேயின்ஸ்.

குறைந்த கூலியின் காரணமாகவும் நிலையற்ற வேலையின் காரணமாகவும் குடித்தனங்களில் நிதிக்கான தேவை பிறக்கிறது என்பது, செவ்வியல் பொருளாதார மரபில் பணியாற்றிவரும் அல்டோ பார்பா மற்றும் கியான்கார்லோ டே விவோ (2012) ஆகிய இரண்டு பொருளியலாளர்கள் முன்வைத்த வாதங்களில் ஒன்று. போதாக்குறையான வருமானங்களின் காரணமாகக் குடித்தனங்கள் கடன்பெறுகின்றன (பகுதி 7.2இல் இருக்கும் 'இந்திய வேலைகள் நல்ல ஊதியம் வழங்கக்கூடியனவா' என்ற உட்பகுதியைப் பார்க்க).

மேற்கொண்டு, வேளாண்மையையும், உற்பத்தியையும், கல்வியையும், சுகாதாரத்தையும் போலல்லாமல், நிதியானது, பொருளாதாரத்தின் உற்பத்தித் திறனுக்குப் பங்களிப்பைத் தருவதில்லை என்றும் அவர்கள் வாதிடுகிறார்கள். இன்னும் பொதுவாக, நிதி அல்லாத துறைகள் நன்றாக இயங்காதபோது நிதித் துறை வளர்கிறது என்று கூறலாம் (அல்லது, நிதி அல்லாத துறைகள் மிகவும் நன்றாகச் செயல்பட்டு, பேரியல் பொருளாதாரத்தின் போக்கைப் பற்றிய அவற்றின் வருங்கால எதிர்பார்ப்புகளும் ஊக்கம் நிறைந்ததாக இருக்கும் நிலையிலும் நிதித்துறை வளரலாம்).

சிந்தித்துப் பார்க்க வேண்டிய மற்றொரு கேள்வி: பொது நிர்வாகத்தின் அதிகப்படியான வளர்ச்சி எதைப் பிரதிபலிக்கிறது? உதாரணமாக, இது அரசாங்க வேலைகளில் ஏற்பட்ட வளர்ச்சியின் விளைவா, அல்லது பொது நிர்வாகம் தனது மரபார்ந்த வேலைகளைத் தனியார் கலந்தாய்வு நிறுவனங்களிடம் வெளிஒப்படைப்பு (Outsourcing) செய்ததன்

விளைவா என்பதைக் கண்டறிய வேண்டும். துறைவாரியான (மற்றும் துணைத்துறைவாரியான) வளர்ச்சிவீதங்களை அலசாமல், பொருளாதார வளர்ச்சி இயல்பின் முழுக்காட்சியை நம்மால் காணமுடியாது.

பொருளாதார வளர்ச்சியும் வேலைவாய்ப்பு உருவாக்கமும்

இந்த இயலில் முன்னதாகக் குறிப்பிட்டதைப்போல (பகுதி 5.1), பொருளாதாரத்தின் வளர்ச்சி என்பது, பொருட்கள் மற்றும் சேவைகள் கிடைப்பதில் உண்டாகும் வளர்ச்சியைப் பற்றிய தோராயமான ஒரு குறியீட்டைத் தரும் காரணத்தாலேதான், நாம் அதில் நாட்டம் கொண்டுள்ளோம். இருப்பினும், வளர்ச்சி என்பது தனிமனிதர்களின் நல்வாழ்வில் உண்மையாக வெளிப்பட வேண்டுமென்றால், நல்ல ஊதியம் மிகுந்த வேலைகளை உருவாக்கவும், உள்ள வேலைகளில் ஊதியத்தை உயர்த்தவும், பணிபுரியும் நேரத்தைக் குறைக்கவும் இந்த வளர்ச்சி வழிசெய்ய வேண்டும். தகுதிகுறை வேலைவாய்ப்பும் வேலைவாய்ப்பின்மையும் நீக்கமற நிறைந்திருக்கும் இந்தியாவிலோ, நமக்கு நல்ல வேலைகளை அதிக அளவில் பொருளாதார வளர்ச்சி உடனடியாகக் கொடுக்க வேண்டும். 1986 முதல் 2015 வரையிலான மொத்த உள்நாட்டு உற்பத்தி மற்றும் வேலைவாய்ப்பு ஆகியவற்றின் இணைசேர்ந்த வளர்ச்சிவீதங்களின் தொகுப்பே கீழ்வரும் அட்டவணை.

அட்டவணை 5.4
இந்தியாவில் மொஉஉ வளர்ச்சியும் வேலைவாய்ப்பு வளர்ச்சியும்

	1986–93	1993–99	1999–2004	2004–09	2009–11	2011–15
மொஉஉ வளர்ச்சி (%)	5.6	6.8	5.7	8.7	7.4	6.8
வேலை வாய்ப்பு வளர்ச்சி (%)	2.4	1.0	2.8	0.1	1.4	0.6

ஆதாரம்: ஸ்டேட் ஆஃப் ஒர்க்கிங் இண்டியா 2018, ப. 40, படம் 2.1 (அ).

அட்டவணை 5.4 நமக்கு ஒரு திருத்தமான நுண்பார்வையை அளிக்கிறது; இந்தியாவின் பொருளாதார வளர்ச்சியானது, பொதுவான வேலைவாய்ப்புவளர்ச்சியை விளைவிக்கவில்லை; குறிப்பாக 2004ஆம் ஆண்டிலிருந்து வேலைவாய்ப்பின் வளர்ச்சி மோசமாகவே இருந்துவருகிறது. இந்தியாவின் வளர்ச்சி அனுபவத்தைப் புரிந்துகொள்ள வேண்டல்-சார் அணுகுமுறையைக் கடைப்பிடிக்க வேண்டும் என்பதற்கு இது இன்னொரு அழுத்தமான காரணம்; பல்வேறு வரலாற்றுச் சூழல்களுக்கும், நிச்சயமில்லாத் தன்மைகளைப் பதிவுசெய்வதற்கும் வேண்டல்-சார் அணுகுமுறையின் கருத்தாக்க அமைவு முற்றிலும் ஏற்புடையதாக இருக்கிறது. வளர்ச்சியிலிருந்து வரும் ஆதாயங்கள், பெரும்பான்மையான இந்தியர்களுக்கு ஊதிய உயர்வாக உருமாறுகிறதா? கெடுவாய்ப்பாக, இல்லை

என்பதே விடை. ஒன்றிய அரசின் கீழ் இயங்கி வந்த ஓர் அமைப்பாகிய திட்டக்குழு உருவாக்கிய இந்தியாவின் இரண்டாவது ஐந்தாண்டுத் திட்ட (1956–61) ஆவணத்தின் இரண்டாவது அத்தியாயத்தில் இந்த விரும்பத்தகாத சாத்தியக்கூறு வெளிப்படையாக உணர்த்திக் குறிப்பிடப்பட்டிருந்தது (திட்டக்குழு 2014இல் கலைக்கப்பட்டது).

> முற்காலத்தில் பொருளாதார மேம்பாடு என்றால் வருமானத்திலும் செல்வத்திலும் வளரும் ஏற்றத்தாழ்வுகளுடன் தொடர்புபட்டதாகவே சொல்லப்பட்டது. தொழிலதிபர்களும் உற்பத்தியாளர்களும் அடங்கிய ஒரு சிறு வர்க்கத்திடமே தொடக்கக் கட்டங்களில் மேம்பாட்டின் பலன்கள் திரளும்; ஆனால், வேளாண்மையிலும் மரபுசார்ந்த தொழில்துறையிலும் புதுத் தொழில்நுட்பப் புகுத்தலின் உடனடித் தாக்கம் என்பது, கணிசமான மக்களுக்கு வேலையின்மையாகவும் தகுதிக்குறை வேலைவாய்ப்பாகவுமே பெரும்பாலும் இருந்துள்ளது. இந்தப் போக்கில் ஒரு புறம் தொழிற்சங்கங்களின் எதிர்வினை ஆற்றலின் மூலமாகவும், மறுபுறம் மக்களாட்சிச் சிந்தனைகளின் வளர்ச்சியின் பலனாக மேற்கொள்ளப்படும் அரசு நடவடிக்கைகளின் மூலமாகவும் இந்தப் போக்கு திருத்தியமைக்கப்படும்.

தொழிலாளர் சங்கங்கள் மற்றும் திட்டமிட்ட அரசாங்க நடவடிக்கைகளின் நேர்மறையான பங்களிப்பின் மீதான அழுத்தத்தைக் குறிப்பாகக் கவனியுங்கள். கைரோவிலுள்ள எகிப்தின் தேசிய வங்கியில் கே.என். ராஜ் வழங்கிய முன்று சொற்பொழிவுகளின் முதலாவதுமாகிய உரை, 'எம்ப்ளாய்மெண்ட் ஆஸ்பெக்ட்ஸ் ஆஃப் ப்ளானிங் இன் அண்டர்–டெவெலப்ட் எகானமீஸ்' (1957) என்று பின்னாளில் வெளியானது; அதில் அவர் சரியாகக் குறிப்பிடுவது போல, "(வளர்ச்சி குன்றிய பொருளாதாரங்களின்) வேலைவாய்ப்புக் கூறுகளைக் கணக்கில் எடுத்துக்கொள்ளாமலும், மாற்றுப்பாதைகளில் வேலைவாய்ப்பின் அடிப்படையில் ஏற்படும் விளைவுகளில் உள்ள சிக்கல்களை முன்வைக்காமலும், இப்பேர்பட்ட பொருளாதாரங்களின் வளர்ச்சியின் சிக்கல்களைப் பார்க்கும் அணுகுமுறை, நடப்பு உண்மைகளிலிருந்து அந்நியப்பட்டு எவ்வித நடைமுறை மதிப்பும் இல்லாததாகிறது" (ப. 2). (நியாயமான கூலிகளையும் நல்ல பணிச் சூழ்நிலைகளையும் கொண்ட) வேலைவாய்ப்பு உருவாக்கமே நாம் தேர்ந்தெடுக்கும் அரசாங்கத்தின் மையப் பொருளாதார முன்னுரிமையாக இருக்க வேண்டாமா?

வழங்கல் சார்ந்த தீவிரமான தடைகளால் அவதிப்படும் இந்தியாவைப் போன்ற ஒரு நாட்டில், அரசாங்கமானது, தொகைவேண்டலை உயிர்ப்பிக்கும் நோக்கில் பொதுச் செலவினத்தை உயர்த்துவதில் மட்டுமே குறியாக இருக்க முடியாது. திட்பக் கட்டமைப்புகளை நேரடியாக விரிவுபடுத்துவதன் மூலமாகவோ, அல்லது மறைமுகமாக அரசு–தனியார் கூட்டாண்மைகளின் வழியே தனியார்த் துறைக்கு ஊக்கமளிப்பதன் மூலமாகவோ, வழங்கல் சார்ந்த தடைகளைத் தளரச் செய்வதிலும் அது கவனம் செலுத்த வேண்டும்.

அரசாங்கம் என்பது, திட்ப உட்கட்டமைப்புகளில் முதலீடு செய்வதுடன் சேர்த்து, சமூகக் கட்டமைப்பில்–குறிப்பாக, கல்வி, சுகாதாரம் மற்றும் இயற்கைச் சுற்றுசூழல் ஆகியவற்றில்–தொகுப்பாக முதலீடு செய்ய வேண்டும். இப்படிப்பட்ட அமைப்புமுறை சார்ந்த பொருளாதாரக் குறைபாடுகளானவை, அமைப்புமுறை சார்ந்த பொருளாதாரத் திட்டமிடலின் தேவையைச் சுட்டிக் காட்டுகின்றன.

ஆதாயவீதம் மற்றும் பொருளாதார வளர்ச்சி வீதம் ஆகியவற்றைப் பற்றி

வளர்ச்சி வீதத்தை விட ஆதாயவீதம் அதிகமாக இருப்பதன் விளைவுகளை இப்போது ஆராயலாம். இந்தப் பிரச்சினையைச் சமகாலத்தில் பொதுவிவாதத்தின் மையமாக்கியதற்காக, தாமஸ் பிக்கெட்டிக்கும் அவரது ‘21ஆம் நூற்றாண்டில் மூலதனம்’ (2012 தமிழ்ப் பதிப்பு: 2018) என்ற நூலுக்கும் பாராட்டு உரித்தாகிறது. பல்வேறு தரவுஆதாரங்களைப் பயன்படுத்தி, வளர்ந்த நாடுகளில் பொருளாதாரத்தின் வளர்ச்சிவீதத்தைக் (‘g’) காட்டிலும் மூலதனத்திற்கான வரவுவீதம் (r) மிகுந்திருப்பதை அவர் விளக்கிக்காட்டினார்; அதாவது, r > g. ரிஷப் குமார் என்பவரால் இதே போன்ற ஆய்வு இந்தியாவிற்கும் மேற்கொள்ளப்பட்டது. அதன் சுருக்கம் அட்டவணை 5.5இல் கொடுக்கப்பட்டுள்ளது.

அட்டவணை 5.5
இந்தியாவில் தேசியச் செல்வம் மற்றும் வருமானம் ஆகியவற்றின் மெய் வளர்ச்சி

காலகட்டம்	தேசிய செல்வத்தின் மெய் வளர்ச்சி (%)	தேசிய வருமானத்தின் மெய் வளர்ச்சி (%)
1950–1981	3.91	3.83
1981–2012	6.91	6.04

ஆதாரம்: குமார் 2009, ப. 15, அட்டவணை 1.

இந்தியாவில் செல்வம், வருமானம் ஆகியவற்றைப் பற்றிய புள்ளியியல் தரவுகளிலுள்ள குறைபாடுகளைக் கருத்தில் கொண்டு, இந்தப் புள்ளிவிவரங்களை எச்சரிக்கையோடு பொருள் விளக்க வேண்டும். செல்வம் செல்வத்தை ஈனுகிறது என்று நினைக்கிறீர்களா? ஒரு வகையில், இந்தக் கேள்வி, தொடக்க நிலவரங்களைப் பற்றிய முந்தைய உரையாடலுடன் தொடர்புடையது. மேலும், வருமானம் என்பது பாய்வுநிலை மாறி (Flow Variable) என்பதையும், செல்வம் என்பது இருப்புநிலை மாறி (Stock Variable) என்பதையும் நினைவுகூருங்கள். நீங்கள் செல்வந்தராக இருக்கும்போது வருமானத்தை ஈட்டும் வாய்ப்புக்கூறு அதிகமாக இருக்கிறது. 1950களிலிருந்தே g–ஐ விட r–என்பது மிகுதியாக இருந்திருக்கிறது என்பதை அட்டவணை 5.5 தெரிவிக்கிறது. உண்மையில் r>g என்பதற்குப் பொருள் என்ன? இது, சராசரியாக வழக்கமான ஊதியம் பெறும் தொழிலாளர் ஒருவர் ஈட்டும் ஆண்டு வருமானத்தை விட, சராசரி செல்வந்தர் ஒருவர் பெறக்கூடிய ஆண்டு வருமானம் அதிகமாக இருப்பதைச் சுட்டிக்காட்டுகிறது. வேறு விதமாகச் சொன்னால், (பெரிய) நிலவுடைமையாளரிடம் திரளும் வார

வரவுகளின் வளர்ச்சியானது, நிலத்தில் உழைப்பவர்களிடம் திரளும் கூலியின் வளர்ச்சியை விட அதிகமாக இருக்கிறது. முன்பு சொன்னது போல, இத்தகைய வளர்ச்சியா நமக்கு வேண்டும்?

பொருளாதார வளர்ச்சியும் அதன் சுற்றுச்சூழல் தாக்கங்களும்

இந்தியாவின் மொத்த உள்நாட்டு உற்பத்தியின் வளர்ச்சியை, மின்னாற்றல் துறையிலிருந்து மட்டும் வரக்கூடிய CO2 உமிழ்வுகளுடன் ஒப்பிட்டுப்பார்த்து, இந்தப் பகுதியை நிறைவு செய்வோம். மின்னாற்றலுக்கான வேண்டலும், பொருளாதார வளர்ச்சியும் நேர்மறை உறவைக் கொண்டிருக்கின்றன என்று எடுத்துக்கொண்டால், இது பொருளாதார வளர்ச்சியின் சுற்றுச்சூழல் பாதிப்புகளுக்கு ஒரு நல்ல குறியீட்டைத் தருகிறது.

அட்டவணை 5.6
இந்தியாவின் மின்னாற்றல் துறையிலிருந்து ஏற்படும்
CO2 உமிழ்வுகளின் ஆண்டு வளர்ச்சி

2011	*2012*	*2013*	*2014*
3.17	*6.58*	*9.2*	*4.44*

ஆதாரம்: *காம்பெண்டியம் ஆஃப் என்விரான்மெண்டல் ஸ்டடிஸ்டிக்ஸ்*, 2016, ப. 111, அட்டவணை 4.14.8 (அ). தரப்பட்ட தனிநிகர் பெறுமானங்களிலிருந்து (absolute values) வளர்ச்சி வீதத்தைக் கணக்கிட்டுள்ளேன்

மேலும், மின்னாற்றாலைத் தயாரிப்பது கணிசமான மாசுபாட்டை உண்டாக்குகிறது. கரி மற்றும் இயற்கை எரிவாயு போன்ற புதுப்பிக்கவியலா வளங்களின் பயன்பாடும், சுற்றுச்சூழல் அழிவுச்செலவு/சேதத்திற்குக் கூடுதல் இழப்பைச் சேர்ப்பதாகும்.

இந்தியாவின் அண்மைக்காலப் பொருளாதார வளர்ச்சியின் சுற்றுச்சூழல் பாதிப்புகளில் சிலவற்றை எடுத்துரைக்கிறது கீழ் வரும் பத்தி; இந்தப் பத்தி, அசீம் ஷ்ரீவஸ்தவா, ஆஷிஷ் கொத்தாரி ஆகியோரின் சர்னிங் ‘தி எர்த்: த மேக்கிங் ஆஃப் குலோபல் இந்தியா’ என்ற 2012 நூலிலிருந்து எடுக்கப்பட்டுள்ளது.

> பல்லாயிரம் கிலோமீட்டர்கள் நீளும் சாலைகள், எத்தனையோ துறைமுகங்கள் மற்றும் விமான நிலையங்கள், நகர்ப்புற உட்கட்டமைப்புகள், மிகப்பெரியதும் பெரியதுமாக மின்நிலையங்கள்—என்று, புதிய உட்கட்டமைப்பு வசதிகளில் மாபெரும் உயர்வினைக் கடந்த இரண்டு பத்தாண்டுகள் கண்டுள்ளன. நிலத்தின் பயன்மாற்றமே (diversion of land)—அதிலும் பெரும்பாலாக, காடுகள், கடற்கரைகள் போன்ற இயற்கைச் சூழலமைப்புகள், அல்லது வேளாண் வயல்வெளிகள் ஆகியவற்றின் பயன்மாற்றமே இதன் விளைவாகியுள்ளது. கனிமங்கள் போன்ற தேவையான மூலப் பொருட்களின் எடுப்பில் ஓர் ஏற்றமும் இதன் விளைவாக ஏற்பட்டுள்ளது. . . . வேண்டப்படும் கனிமங்கள் பெரும்பாலும் வனப்பகுதிகளிலோ அல்லது ஏழ்மைப்பட்ட ஊரகப் பகுதிகளிலோ இருக்கின்றன;

> இப்பகுதிகள் பல்லுயிர்ப் பெருக்கத்தில் செழித்திருப்பதோடு, அங்கு உள்ள சமுதாயங்கள் அப்பகுதிகளின் வளங்களின் மீதே பெரிதும் சார்ந்திருப்பவையாகவும் உள்ளன. *(ப. 125)*

முன்பைப் போலவே, இங்குக் கேட்கப்பட வேண்டிய கேள்வி, நமக்கு எத்தகைய வளர்ச்சி வேண்டும் என்பதே. புதுப்பிக்கவியலா வளங்களின் பயன்பாட்டையும், அதிக மாசுபாட்டை ஏற்படுத்தும் செயற்பாடுகளையும் சார்ந்ததாகவா வளர்ச்சி இருக்க வேண்டும்? சுற்றுச்சூழலுடன் இணங்கிய உட்கட்டமைப்புகளின் உருவாக்கத்தால் தூண்டிவிடப்பட்ட பொருளாதார வளர்ச்சியை நாம் நினைத்துப் பார்க்க முடியுமா? பேரியல் பொருளாதாரமும் சூழலியல் சுற்றத்தில்தான் பொதிந்துள்ளது (பகுதி 2.3). சுரங்கங்கள், சாலைகள் போன்ற புதிய உட்கட்டமைப்பு வசதிகளை அமைக்க முன்மொழியப்படும் இடங்களில் வாழும் சமுதாயங்களின் விருப்பங்களை அங்கீகரிக்க வேண்டியதும் முக்கியமாகும். அப்படி சமுதாயத்தின் விருப்பங்கள் புறக்கணிக்கப்பட்ட ஒரு சந்தர்ப்பத்தை, ‘ஆதிவாசிகள் இனி நடனம் ஆடமாட்டார்கள்’ என்ற 2015 (தமிழ்ப் பதிப்பு: 2017) புத்தகத்தில் இடம்பெற்ற ‘பஸோ–ஜி’ என்னும் சிறுகதையில் வெளிக்கொணர்கிறார் ஹன்ஸ்டா சௌவேந்திர சேகர்.

> சர்ஜாம்டி, இந்தியத் துணைக் கண்டத்தின் தாதுப்பொருள் வெட்டி எடுக்கப்படும் மிக முக்கியமாக இடமாக விளங்கி வருகிறது. இதன் தென்பகுதியில் தாதுப்பொருள் வெட்டி எடுக்கப்படும் சுரங்கம் ஒன்று உள்ளது. அத்துடன் தாமிரத் தொழிற்சாலை ஒன்றும் நிறுவப்பட்டுள்ளது. இவ்வாறு இந்த இடம் தாமிர நகரமாக உருவாகி, சர்ஜாம்டி மாவட்டம் முழுவதும் தோண்டி எடுக்கப்பட்டுவிடும் அபாயகரமான நிலைக்குக் கொஞ்சம் கொஞ்சமாகத் தள்ளப்பட்டுவந்தது. சுரங்கத்தையும், தொழிற்சாலையையும் தேசிய உடைமை ஆக்கியது, இரண்டுக்கும் மேற்பட்ட குவாரிகளைத் தொடங்கியது, சாலைகள் அமைக்கவும், அலுவலர்களுக்கானக் குடியிருப்புகள் கட்டவும் ஊர்மக்களின் சொத்துகளை பறிமுதல் செய்தது. வளர்ச்சியினால் ஏற்பட்ட இழப்புகளை, சர்ஜாம்டி தாங்கிக்கொண்டது. வளமான அம்மக்களின் நிலங்களை அபகரித்துக்கொண்டு, சர்ஜாம்டி மக்களுக்கு சுரங்கங்களிலும் தொழிற்சாலைகளிலும் பழக்கப்படாத கூலி வேலைகள் கொடுக்கப்பட்டன. இரட்டைக் கொடைகளான தொழில்மயமாக்கலும், தொழில் வளர்ச்சிக்கும் வேளாண் தொழில் செய்யும் ஆதிவாசிகள் இனத்தின் வீழ்ச்சிக்கும், அவர்களின் கலாசாரப் பின்னடைவுக்கும் சர்ஜாம்டி சாட்சியாக நின்றது. *(ப. 124–5)*

நமக்கு வேண்டிய பொருளாதார வளர்ச்சியின் இயல்பு அல்லது வகை, அரசியல் மற்றும் கொள்கையின் வாயிலான ஒரு கூட்டுத் தேர்வாக, பரவலாக்கப்பட்ட (decentralised) தன்மை கொண்டதாக இருக்க வேண்டும் என்பதே நாம் இங்கிருந்து எடுத்துக்கொள்ள வேண்டிய முக்கியமான

வாதம். அந்தமான் – நிகோபார் தீவுகளில் கொள்கை நடவடிக்கை(யின்மை) யால் ஏற்பட்ட சூழலியல் சேதத்தைப் பற்றிய முறையான விளக்கத்தை, முன்னதாக வெளியான பங்கஜ் சேக்சரியாவின் இதழியல் கட்டுரைகளின் தேர்வுநூலாகிய 'ஐலண்ட்ஸ் இன் ஃப்ளக்ஸ்: தி அந்தமான் அண்ட் நிகோபார் ஸ்டோரி' (2017) புத்தகத்தை வாசித்துப்பாருங்கள்.

5.4 திறந்தநிலைப் பொருளாதாரத்தில் வளர்ச்சி

பகுதி 1.2இல் அறிமுகப்படுத்தப்பட்ட வணிகவாதி மூன் அவர்களைப் பொறுத்தவரை, ஏற்றுமதிகளை ஊக்குவிப்பதும் இறக்குமதிகளைத் தூற்றுவதுமே பொருளாதாரம் செல்வம் செழிக்கும் வழி. திறந்தவெளிப் பொருளாதாரப் பேரியல் இயக்கங்களைப் பற்றி பகுதி 4.3இல் உரையாடியபோது, பன்னாட்டு வணிகத்திலிருந்து உலகப் பொருளாதாரம் மொத்தத்திற்கும் கிடைக்கும் பலன், ஒரு சுழியக் கூட்டுப்பலன் ஆட்டம் (zero–sum game) போன்றது என்பது குறிப்பிடப்பட்டது. ராபின்சன் அவர்கள் மிகச்சரியாகக் குறிப்பிட்டிருந்ததைப் போல, நடப்புக் கணக்கு மிகுதியினை– அதாவது, (நேர்மறைப் பண்ட வெளியேற்றத்திற்குக் கைம்மாறாக) பணத்தின் நிகர நேர்மறை உள்வரத்தை–ஓயாமல் நாடுவது, அண்டைநாட்டுப் பேரியல் பொருளாதாரங்களை வறுமைக்கு உள்ளாக்கும் கொள்கையே ஆகும்.

மீண்டும் சொன்னால், வழங்கல்–சார் வளர்ச்சிக் கோட்பாடுகளில், 'உற்பத்திக் காரணி'களின்–குறிப்பாக தொழில்நுட்பத்தின்–வளர்ச்சியே, வளர்ச்சியின் உந்துதலாக இருக்கிறது. இதற்கு நேர்மாறாக, வேண்டல்–சார் வளர்ச்சிக் கோட்பாடுகளிலோ, வளர்ச்சி என்பது தொகைவேண்டலின் தன்னிச்சைக் கூறுகளில் ஏற்படும் வளர்ச்சியால் தீர்மானிக்கப்படுகிறது; திறந்தவெளிப் பொருளாதாரமென்றால், இதில் ஏற்றுமதிகளும் அடக்கம். வழங்கல்–சார் வளர்ச்சிக் கோட்பாடுகள், தம் விளிம்புநிலைவாத உட்கருவின் காரணமாக, குறைந்தபட்ச அரசாங்கத் தலையீட்டினை ஆதரிப்பவையாக இருக்கின்றன; வேண்டல்–சார் வளர்ச்சிக் கோட்பாடு களோ, தம் கேனீசிய உட்கருவின் காரணமாக, துடிப்பான அரசாங்கத் தலையீடுகளை ஆதரிக்கின்றன. ஒன்றோடொன்று முரண்படும் இவ்விரு அணுகுமுறைகளிலும், தொழில்நுட்ப முன்னேற்றம் எந்த விதத்தில் புரிந்து கொள்ளப்படுகிறது என்பது, அவை வேறுபடக்கூடிய மற்றொரு புள்ளி. வழங்கல்–சார் வளர்ச்சிக் கோட்பாடுகள், தொழில்நுட்ப முன்னேற்றங்களைப் பொருளாதார வளர்ச்சிக்கு என்றும் உகந்ததாகவே பார்க்கின்றன; அதே வேளையில், வேண்டல்–சார் வளர்ச்சிக் கோட்பாடுகளிலோ, காரணவியல் தாக்கத்தின் (Causal Effect) திசையும் அளவும் முன்னறிவாகக் கண்டறிய இயலாதவை; அவை சூழ்நிலையைப் பொறுத்தே அமைகின்றன.

வேண்டல்–சார் வளர்ச்சிக் கோட்பாடுகள், பொருளாதார வளர்ச்சி யைப் புரிந்துகொள்வதில் சூழ்நிலைக் காரணிகளுக்கு முக்கியத்துவம் அளிக்கின்றன; இதற்கிணங்க, அதே அணுகுமுறையினையும், அத்தோடு சேர்த்து பகுதி 5.3இல் பின்பற்றப்படும் அமைப்பினையும் இப்பகுதி பின்பற்றுகிறது. இரண்டு அணுகுமுறைகளின் நிலைப்பாட்டிலிருந்தும் வளர்ச்சி குறித்த கணக்குப்பதிவுப் பயிற்சிகளை மேற்கொள்ள முடியும்; எனினும்,

தத்தம் காலங்களில் நிலவிய சூழல்களை நுட்பமாக அலசிய செவ்வியல் பொருளியலாளர்களின் உணர்வுக்கு நெருக்கமான அணுகுமுறை ஒன்றை நாம் இப்பகுதியில் பின்பற்றுகிறோம். வளர்ச்சியைப் புரிந்துகொள்வதற்குப் பேரியல்-வரலாற்று அணுகுமுறையினை மேற்கொள்ள வேண்டிய தேவையை முறையிடும் வேண்டல்-சார் கோட்பாட்டாளர்கள்–இந்த இயலில் குறிப்பிடப்பட்டவர்கள்–இதே போன்ற நிலைப்பாட்டினையே கடைப்பிடிக்கிறார்கள்.

இந்தியாவைப் போன்ற ஒரு திறந்தவெளிப் பொருளாதாரத்தின் பொருளாதார வளர்ச்சியைப் புரிந்துகொள்ள, காலனியத்திலிருந்து பிறக்கும் ஏற்றத்தாழ்வுகளை ஆராய்வது அவசியம். ஒரு தேசம்/நாட்டிற்குள்ளாக வரலாற்று அநீதிகளை ஓரளவுக்குத் திருத்தியமைக்கும் வகையில் நிலச் சீர்திருத்தங்கள் மேற்கொள்ளப்படுகின்றன; உலகப் பொருளாதாரம் முழுமைக்குமான சீரமைப்பு நீதியைத் தொலைநோக்கிக் காணும் வழிகளைப் பற்றி சிந்தித்துப் பாருங்கள். அவ்வாறான ஓர் ஒருங்கிணைந்த விளக்கத்தைப் பெற வேண்டுமென்றால், அண்ட்ரே குண்டர் ஃப்ராங்க் அவர்களின் 'த டெவெலப்மெண்ட் ஆஃப் அண்டர்டெவெலப்மெண்ட்' (1996) என்ற கட்டுரையினை வாசித்துப்பாருங்கள். செல்வம் படைத்த நாடுகள், பல்வேறு வகையிலான பொருளாதார மற்றும் அரசியல் வழிமுறைகளின் மூலம் ஏழை நாடுகள் தம்மையே சார்ந்திருக்கும் நிலையை உறுதிப்படுத்துகின்றன என்று அவர் வாதிடுகிறார். பகுதி 5.3இல் சொன்னது போல், தொடக்க நிலவரங்கள் முக்கியமானவை; அதுவும் திறந்தவெளிப் பொருளாதாரம் ஒன்றில் மிகவும் முக்கியம். முதலாளித்துவத்தில் தனியுடைமை மற்றும் உற்பத்திச் சாதனங்களின் தோற்றுவாய்களைப் பற்றிய விமர்சனப்பூர்வமான வரலாற்றை அறிய, மார்க்ஸின் 'மூலதனம்' முதல் தொகுதியிலுள்ள 'ஆதித் திரட்டலின் இரகசியம்' என்ற 26ஆவது அத்தியாயத்தை வாசியுங்கள்.

மொத்த உள்நாட்டு உற்பத்தியின் வளர்ச்சியைக் காட்டிலும், துறைவாரியான வளர்ச்சிவீதங்களே வளர்ச்சியின் இயல்பைப் பற்றிய சிறந்த புரிதலை அளிக்கும் என்பது பகுதி 5.3இல் சுட்டிக்காட்டப்பட்டிருந்தது. வளர்ச்சியின் இயல்பானது, துறைகளுக்கிடையிலான சார்பிணைப்பு எந்த அளவுக்கு உள்ளது என்பதைச் சார்ந்திருக்கிறது என்பதும் அடிக்கோடிட்டுக் காட்டப்பட்டிருந்தது. உலகப் பொருளாதாரம் மொத்தத்திற்குமான நிலையில், துறைகளுக்கிடையிலான சார்பிணைப்பினை எவ்வாறு புரிந்துகொள்கிறோம் என்பதைப் பொறுத்தே, அந்தச் சார்பிணைப்பு பெரிதுபடுத்தியோ அல்லது உற்றுநோக்கியோ பார்க்கப்படுகிறது. குத்தூசி உற்பத்தியை எடுத்துக்காட்டாகக் கொண்டு தனது வெல்த் ஆஃப் நேஷன்ஸ் நூலின் முதல் இயலில் உழைப்பு பிரிவினையை விளக்கினார் ஸ்மித்.

> ஒருவன் கம்பியை வார்க்கிறன்; மற்றொருவன் அதை நேராக்குகிறான்; மூன்றாமவன் அதை வெட்டுகிறான்; நாலாமவன் அதைக் கூராக்குகிறான்; ஐந்தாமவன் ஊசித்தலையைப் பொருத்துவதற்காக அதன் மேற்பக்கத்தை இடிக்கிறான்; ஊசித்தலையைச் செய்வதற்கு இரண்டு மூன்று தனித்தனிச் செயற்பாடுகள் தேவைப்படுகின்றன. அதைப்

பொருத்துவது ஒரு தனி வேலை; அதை வெளுக்கச் செய்வது இன்னொரு வேலை. அவற்றைத் தாளில் வைத்து மடிப்பதே ஒரு தனித் தொழில்; இந்த வகையில், குத்தூசியைத் தயாரிக்கும் முக்கிய வேலைப்பாடு, ஏறத்தாழ பதினெட்டுத் தனிதனிச் செயல்பாடுகளாகப் பிரிக்கப்பட்டு, சில உற்பத்திக்கூடங்களில் தனித்தனிக் கைகளால் மேற்கொள்ளப்படுகிறது . . . (ப. 15)

இதே குத்தூசி உற்பத்தியானது, உலகப் பொருளாதாரத்தின் பல்வேறு நாடுகளிலும் விரவியிருக்குமென்றால், அதன் உழைப்புப் பிரிவினையின் அளவுகோலைப் பற்றி நினைத்துப் பாருங்கள். பகுதி 4.3இல் திறந்தவெளிப் பொருளாதாரப் பேரியல் இயக்கங்களைப் பற்றிய உரையாடலில் புலப்படுவது போல், பல்வேறு திறந்தவெளிப் பொருளாதாரங்களுக்கு இடையிலான அமைப்பியல் சார்பிணைப்பு மிகப்பெரியதாகும். பொருளியலில் இந்த உற்பத்தித் தொடர்புவலைகள் உலக மதிப்புச் சங்கிலிகள் (global value chains) என்று வழங்கப்படுகின்றன. வணிகம் செய்யப்படும் இடைநிலைப் பொருட்களுக்கும் (அதாவது, முதன்மை வேளாண்பொருட்களும் இறுதிநுகர்வுகளும் அல்லாத ஏற்றுமதிகள், இறக்குமதிகள் ஆகிய இரண்டும் அடங்கியது), இந்தியாவின் மொத்த வணிக மதிப்பிற்கும் இடையிலான விகிதாசாரத்தைக் கண்டறியுங்கள். இதற்கான விடை, உற்பத்தியை மேற்கொள்ளும் பொருட்டு, இந்தியா பிற நாடுகளுடன் எந்த அளவிற்கு அமைப்பியல் ரீதியாகச் சார்ந்திணைந்திருக்கிறது என்பதைச் சுட்டிக்காட்டும்.

ஒரு மாறாத நாணயமாற்று வீதத்தை எடுகோளாக அமர்த்தினால், இந்தியாவின் ஏற்றுமதிகள் (மூலதனப் பொருட்கள், நுகர்வுப் பொருட்கள் ஆகிய இரண்டும் சேர்ந்தது) உலக வேண்டலைச் சார்ந்திருக்கின்றன (பகுதி 4.3-ஐ காண்க). மேலும், உலக வேண்டலின் அளவும் நாணயமாற்று வீதமும் உள்ளபடியாகக் கொடுக்கப்பட்ட நிலையில், மற்றவை மாறாதிருப்ப, ஏற்றுமதியின் மதிப்பானது, ஒப்பீட்டு விலைகளை—உதாரணமாக, அமெரிக்க ஏற்றுமதி விலைகளுக்கு ஒப்பான இந்திய ஏற்றுமதிகளின் விலைகளை—சார்ந்திருக்கின்றன. கடந்தகால மற்றும் நிகழ்காலப் பன்னாட்டு அரசியல் ஏற்றத்தாழ்வுகளைக் கருத்தில்கொண்டு பார்த்தால், அமெரிக்க ஒன்றிய விவசாயிகளுக்கு அவர்களின் அரசாங்கம் அளிக்கக்கூடிய சலுகைகளின் அளவைச் சார்ந்தே இந்திய ஏற்றுமதிகளின் போட்டித்திறன் அமையும். பகுதி 4.3இல் குறிப்பிட்டதுபோல, தேச அளவிலும் சர்வதேச அளவிலுமான வணிகஒப்பந்தங்கள் திறந்தவெளிப் பொருளாதார இயக்கங்களைப் பாதிக்கின்றன. அதோடு, திறந்தவெளிப் பொருளாதாரம் ஒன்றில் பொருளாதார வளர்ச்சியைப் புரிந்துகொள்வது, புவியியல் நிலவரங்களை—இன்னும் பொதுவாக, உலகப் பொருளாதாரத்தின் உறுப்புநாடுகள் அனைத்திற்கும் உரிய உற்பத்தித்திறனையும் ஆய்ந்தறிவது அவசியமாகிறது.

சாதி, பாலினம், மொழி ஆகிய தடைகள் தொழிலாளர்கள் மாநிலங்களுக்கிடையில் புலம்பெயர்தலைக் கடினமாக்கும் வேளையில், திறந்தவெளிப் பொருளாதாரச் சூழ்நிலையிலோ, குடியமர்வுக் கொள்கைகள் கூடுதல் தடையை ஏற்படுத்துகின்றன. பன்னாட்டுப் புலம்பெயர்வுகளில் சாதி மற்றும் சமயம் சார்ந்த சமுதாயத் தொடர்பிணைப்புகள்

முக்கியப் பங்கை ஆற்றியுள்ளன (இதுவே பகுதி 4.3இல் சுருக்கமாகச் சுட்டிக்காட்டப்பட்டது). பெருவாரியான நாடுகளில் தகுதிக்குறை வேலைவாய்ப்பும், வேலையின்மையும் நிலவுவதைக் கருத்தில் கொண்டு பார்த்தால், விளிம்புநிலைவாதப் பொருளாதாரம் கூறும் வேலைநிறைவு என்ற எடுகோள், அளவீட்டியல் அடித்தளம் எதுவும் இல்லாததாகிறது. ஒரு பயிற்சியாக, கடந்த ஐந்தாண்டுகளில் அரபு அமீரகத்திற்கும் அமெரிக்க ஒன்றியத்திற்கும் குடியேறிய இந்தியர்களின் சாதி மற்றும் 'திறமை' ஆகிய கூறுகளைக் கண்டறியுங்கள். மேலும், ஆஸ்திரேலியா, கனடா போன்ற நாடுகள் வரவேற்கும் தொழில்களின் பட்டியலை வாசித்து, அத்தகைய வேலைகளை அவர்கள் வேண்டுவதற்கான அடிப்படைக் காரணங்கள் குறித்து உரையாடுங்கள்.

தனது நிதி மூலதனத்திற்குக் கிடைக்கும் வரவைப் பெருக்கிக்கொள்ளும் வகையில், மிகவும் அதிக வரவு வீதத்தை (மறையிடரைக் கழித்துவிட்டு) எந்தப் பொருளாதாரம் தருகிறதோ அதையே பன்னாட்டு நிதிப் போக்குவரத்துகள் நாடுகின்றன (அந்நிய நிறுவன முதலீடும் இதற்கான ஒரு வழியே ஆகும்). எனினும், பன்னாட்டு முதலீட்டுப் போக்குவரத்துகள் (அந்நிய நேரடி முதலீட்டைப் போன்றவை), பேரியல் பொருளாதார உறுதித்தன்மையையும் நிலையான பொருளாதார வளர்ச்சியையும் கொண்ட பொருளாதாரங்களை நாடுபவை. கொள்கைகளின் காரணமாக, வட்டிவீதங்களுக்கும் பொருளாதாரவளர்ச்சிக்கும் இடையிலான தொடர்புகளினால், உண்மையில் பன்னாட்டு முதலீட்டுக்கும் நிதிப் போக்குவரத்துகளுக்கும் இடையே அப்படிப்பட்ட கண்டிப்பான பிரிவினை எதுவும் இருக்காது. இப்படி எளிமைப்படுத்துவதையும் மீறி, பகுதி 3.5இல் குறிப்பிட்டது போல, அந்நிய நேரடி முதலீட்டை விடவும் அந்நிய நிறுவன முதலீடென்பது நிலையற்றதாகவே இருக்கிறது; எனவே, அந்நிய நிறுவன முதலீடானது, நிலையான வளர்ச்சியை ஏற்படுத்த நம்பத்தகாததாகிவிடுகிறது. எனினும், வேறெந்த தனியார் முதலீட்டையும் போலவே அந்நிய நேரடி முதலீடும் அதிக ஆதாய வீதத்தைக் கொடுக்கக்கூடிய துறையை/பொருளாதாரத்தையே நாடும் என்பதால், கேனீசிய வெளியீட்டு மற்றும் வேலை வாய்ப்புக் கண்ணோட்டத்திலிருந்து அந்நிய நேரடி முதலீட்டைச் சார்ந்திருப்பது அறிவுடைமை ஆகாது. பொருளியலாளர்களும் கொள்கைவகுப்பவர்களும் தங்களுடைய விளிம்புநிலைவாதப் பற்றின் காரணமாக, நிதிப்போக்குவரத்துகள் 'சுதந்திரமாக' வந்துபோவதற்கே வழக்கமாக ஆதரவு தெரிவிப்பார்கள். இந்தியாவிற்குள்ளாக அந்நிய நேரடி முதலீட்டுக்காக மாநிலங்கள் போட்டி போடுவதைப் போலவே, நாடுகளும் தங்கள் தொழிலாளர் சட்டங்களைத் தளர்த்தியும் வரிச்சலுகைகளை வழங்கியும் போட்டிபோடுகின்றன. தனியார் உள்நாட்டு முதலீட்டுடன் ஒப்பிடும்போது வெளிநாட்டு நேரடி முதலீட்டில் அதிக திடமின்மை உள்ளதைக் கருத்தில் கொண்டு, வெளிநாட்டு முதலீட்டைக் காட்டிலும் உள்நாட்டு முதலீட்டையே ஆதரிக்கின்றன செவ்வியல்–கேனீசிய வேண்டல் சார் வளர்ச்சிக் கோட்பாடுகள்.

ஒரு மூடியநிலைப் பொருளாதாரத்தில் வளர்ச்சியின் இயல்பு என்பது, (மக்களின்) கூட்டுத்தேர்வைச் சார்ந்தது என்ற உண்மையைப் பகுதி 5.3

சுட்டிக்காட்டியது; அதே வேளையில், வரலாறு சுட்டிக்காட்டுவதுபோல், காலநிலை மாற்றத்தின் மீதான பல்லரசாங்க அமர்வைப் (Intergovernmental Panel on Climate Change-IPCC) போன்ற அமைப்புகள் இயங்கிவந்த போதிலும், உலகப் பொருளாதாரம் மொத்தத்திற்கும் கூட்டாக முடிவு காண்பது மிகமிகக் கடினமானது. இப்படிப்பட்ட பன்னாட்டுத் தீர்வாயங்கள் இருப்பினும், ஆட்டத்திலுள்ள புவிஅரசியல் வல்லாதிக்க இயக்கவியலை நீக்கிப் பார்த்தாலும், அவற்றின் வழங்கல்–சார் வளர்ச்சி அணுகுமுறைப் பிடிமானம் பிரச்சினைக்குரியது. அப்படிப் பிரச்சினைக்குரிய உதாரணம்

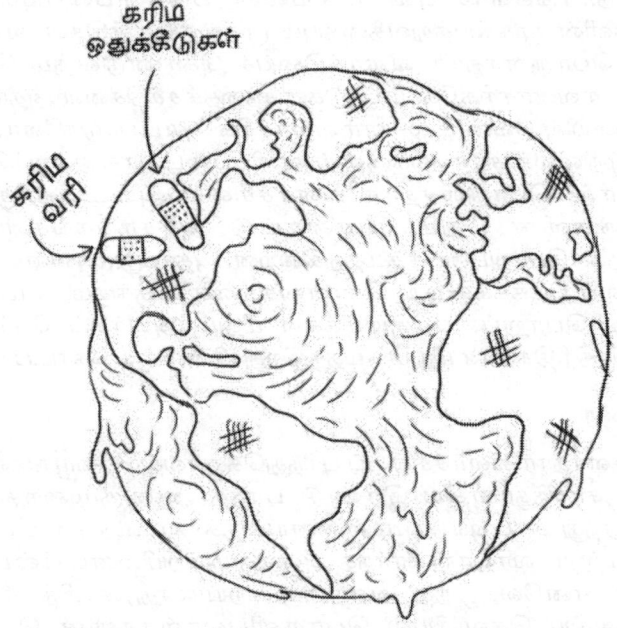

நார்தவுஸ்: 'யானைப்பசிக்குச் சோளப்பொரி' அணுகுமுறை

ஒன்றைப் பார்க்கலாம்: சுற்றுச்சூழல் பாதுகாப்பை ஒரு முக்கியத் தடையாகச் சேர்த்துக்கொண்டு, சோலோவின் வளர்ச்சிக் கோட்பாட்டினைச் சூழலியல் சிக்கல்களுக்கு விரிபடுத்தினார் வில்லியம் நார்தவுஸ்; இதற்காக, ரோமருடன் சேர்த்து இவருக்கும் 2018ஆம் ஆண்டில் நோபல் பரிசு வழங்கப்பட்டது. நார்தவுஸ், சோலோ மாதிரியில் (மின்)ஆற்றலையும் ஒரு கூடுதல் 'உற்பத்திக் காரணி'யாக அறிமுகப்படுத்தினார். சுவீடன் அரச அறிவியல் கழகம் குறிப்பிட்டது போல், "நாடுகள் அனைத்துக்கும் ஒரே சீரான கரிம வரியை விதிக்கும் உலகளாவிய திட்டமே பசுமைக்குடில் வாயு வெளியேற்றம் ஏற்படுத்தும் பிரச்சினைகளுக்கு மிகவும் திறம் வாய்ந்த தீர்வாகும்" (ப. 6) என்று நார்தவுஸின் ஆராய்ச்சி பரிந்துரைக்கிறது. வேறுவிதமாகச் சொன்னால், நார்தவுஸின் தீவிர வழங்கல் சார் வளர்ச்சிக் கோட்பாட்டுப் பிடிமானமானது, பசுமைக்குடில் வாயுக்களின் வெளியேற்றங்களுக்கான பன்னாட்டுச் சந்தையை உருவாக்க வேண்டும் என்ற கொள்கைப் பரிந்துரையினை அளிக்கிறது. மாறாக, வேண்டல்–சார் வளர்ச்சிக்

கோட்பாடுகளோ, தொழில்நுட்ப முன்னேற்றம், சூழலியல் பாதிப்புகள், பொருளாதார வளர்ச்சி ஆகியவை, வரலாற்றையும் சூழ்நிலையினையும் சார்ந்த இயல்பைக் கொண்டிருக்கின்றன என்பதை ஏற்றுக்கொள்கின்றன. ஒரு பிரச்சினையைப் பற்றி முறையாகச் சிந்திக்கும்போது ஒரு சூத்திரமோ அல்லது ஒரு மாதிரிவடிவமோ அதில் ஓர் உள்ளீடாக இருக்கலாமே தவிர, கூட்டு முடிவெடுத்தலுக்குப் பதிலான ஒன்றாக இருக்கவும் முடியாது, அப்படி இருக்கவும் கூடாது.

மூடிய பொருளாதாரங்களை விடவும் அதிகமாகத் திறந்தவெளிப் பொருளாதாரங்களில் புவிஅரசியலின் பங்களிப்பையும் கூட்டுத் தீர்வாயங்களின் முக்கியத்துவத்தையும் முந்தைய பத்திகள் வலியுறுத்திக் காட்டின. பொருளாதார வளர்ச்சியைக் கொண்டுவரும் பொருட்டு, வழங்கல்–சார் வளர்ச்சிக் கோட்பாடுகள் சந்தைச் சக்திகளை ஆதரிக்கின்றன; அதே வேளையில், வேண்டல்–சார் வளர்ச்சிக் கோட்பாடுகளோ, வரலாற்று மற்றும் சூழ்நிலைக் காரணிகளை வெளிப்படையாக ஏற்றுக்கொள்ளும் காரணத்தால், பொருளாதார வளர்ச்சியை அடைவதற்குத் தேசிய அரசாங்கங்களின் மீதும், பன்னாட்டு அரசாங்கங்களின் மீதும் குறிப்பிடத்தக்க பொறுப்பைச் சுமத்துகின்றன. அதாவது, அனைவருக்குமான நல்வாழ்வைப் பயக்கக்கூடிய கொள்கைகளை வகுக்கும், அமல்படுத்தும் மிகப்பெரிய பொறுப்பை, குடிமக்கள் மீதும் அவர்கள் தேர்ந்தெடுத்த அரசியல் பிரதிநிதிகளின் மீதும் சுமத்துகிறது பின்னைய கோட்பாட்டு வகை.

5.5 முடிவுரை

பொருளாதார வளர்ச்சியைப் புரிந்துகொள்வதற்கு–வழங்கல் சார்ந்தும் வேண்டல் சார்ந்துமாகிய இரண்டு பரந்த அணுகுமுறைகளை இந்த இயல் வரைந்து காட்டியது. முன்னையதைக் காட்டிலும், பின்னையதே சூழ்நிலை மற்றும் வரலாறு சார்ந்த அணுகுமுறையினைப் பின்பற்றுவதாக இருக்கிறது; எனவே, இந்த அணுகுமுறையானது, ஸ்மித், ரிகார்டோ, மார்க்ஸ் ஆகிய செவ்வியல் பொருளியலாளர்களின் பொருளியல் செயல்மரபில் இடம்பெறுகிறது. அதைத் தொடர்ந்து, நிலவுடைமை ஏற்றத்தாழ்வு, துறைவாரி வளர்ச்சி வீதங்கள், வேலைவாய்ப்பு வளர்ச்சி, செல்வத்தின் வளர்ச்சி, CO_2வின் வளர்ச்சி ஆகியவற்றைப் பற்றிய, இந்தியப் பொருளாதாரத்திற்குத் தொடர்புடைய தேர்ந்தெடுத்த தரவுகளைப் பார்வையிட்டோம்; அதன் வாயிலாக, அந்த மாறிகளுக்கும் பொருளாதார வளர்ச்சிக்கும் இடையிலான பற்பல தொடர்புகளைப் பகுதி 5.3இல் கண்டோம். 'இடையியல்' அணுகுமுறையைப் பின்பற்றிய இந்தப் பகுதி, நிலைமை 'எப்படி இருக்கிறது' என்பதைப் பற்றியும் 'எப்படி இருக்கவேண்டும்' என்பதைப் பற்றியும் பல்வேறு கேள்விகளை முன்வைத்தது. பகுதி 5.4இலும் இதைப் போன்ற ஓர் அணுகுமுறையே கடைப்பிடிக்கப்பட்டு, திறந்தவெளிப் பொருளாதாரத்தின் சூழ்நிலையில் பொருளாதார வளர்ச்சி விளக்கப்பட்டது; அனைவருக்குமான நல்வாழ்வை ஊக்குவிக்கக்கூடிய பொருளாதார வளர்ச்சியை அடைவதில் புவிஅரசியலின் பங்களிப்பையும், சர்வதேச அளவில் கூட்டுத் தீர்வாய அமைப்புகளின் தேவையையும் வலியுறுத்திக்காட்டியது.

மேற்கொண்டு வாசிப்பதற்கான பரிந்துரைகள்

வழங்கல்சார் மற்றும் வேண்டல் சார் வளர்ச்சிக் கோட்பாடு களுக்குட்பட்ட பல்வேறு மாதிரிகளையும் புரிந்துகொள்ள வேண்டுமெனில், ஹைவெல் கி. ஜோன்ஸின் 'An Introduction to Modern Theories of Economic Growth' (லண்டன்: நெல்சன்) என்ற 1976ஆம் ஆண்டு புத்தகத்தை வாசிக்குமாறு வலியுறுத்துகிறேன். ஏனெனில், வளர்ச்சி மாதிரிகளின் எடுகோள்களைத் திறனாய்ந்து, வரலாற்றுச் சூழலையும் அளிக்கிறது அந்நூல்; இவை இரண்டுமே, அண்மையில் வந்த புத்தகங்களில் காணப்படுவதில்லை. வேண்டல்சார் வளர்ச்சிக் கோட்பாடுகளை மேற்கொண்டு அலச விரும்புவோர், Cambridge Journal of Economics இதழில் 1978ஆம் ஆண்டும் (தொகுதி 2, இதழ் 4, ப. 335–53), 1979ஆம் ஆண்டும் (தொகுதி 3, இதழ் 1, ப. 63–82) வெளியான பிரஞ்சலோ கரேகியானி அவர்கள் எழுதிய முன்னோடிக் கட்டுரைகளைக் கட்டாயம் வாசிக்க வேண்டும். வேண்டல் சார் வளர்ச்சிக் கோட்பாடுகளுக்கு—இதோடு தொடர்புடையதென்றாலும், சற்றே மாறுபட்ட அணுகுமுறையைக் கொண்டுள்ளது, 1974ஆம் ஆண்டு வெளியான 'Growth and Income Distribution: Essays in Economic Theory' என்ற லூகி எல். பாசினெட்டி இயற்றிய கட்டுரைகளின் தொகுப்புநூல் (கேம்பிரிட்ச்: கேம்பிரிட்ச் பல்கலை. பதிப்பகம்). எந்த வளர்ச்சிக் கோடுபாட்டைத் தேர்ந்தெடுக்கிறோம் என்பது கொள்கையின் மீது எத்தகைய தாக்கத்தை உண்டாக்கும் என்று சிந்திக்கும் வாசகர்கள், 2015ஆம் ஆண்டு Economic and Political Weekly இதழில் வெளியான 'Economic Survey 2014–15: Growth Policy and Theory' என்ற எனது திறனாய்வுக் கருத்துரையினைக் (தொகுதி 50, இதழ் 32, ப. 62–5) காணவும். ரோமர், நார்தவுஸ் ஆகியோரின் நோபல் பங்களிப்புகளைப் பற்றிய விமர்சனப்பூர்வ அலசலுக்கு, Economic and Political Weekly இதழில் 2019ஆம் ஆண்டு வெளியான 'Romer and Nordhaus's Nobel Winning Contributions' என்ற எனது கட்டுரையை (தொகுதி 54, இதழ் 35, ப. 10–13) வாசியுங்கள்; அவர்களுடைய வழங்கல்சார் வளர்ச்சிக் கோட்பாடுகளின் விளிம்புநிலைவாத உட்கருவின் கொள்கை விளைவுகளை அக்கட்டுரை வரைகிறது. விளிம்புநிலைவாத அகந்தோன்று வளர்ச்சி மாதிரிகளின் மேம்பட்ட, விமர்சனப்பூர்வமானதும் வரலாற்று ரீதியானதுமாகிய விளக்கத்தை, 1997ஆம் ஆண்டு Economic Issues இதழில் வெளியான ஹெயின் கர்ஸின் 'What Could the "New" Growth Theory Teach Smith or Ricardo?' என்ற கட்டுரையில் (தொகுதி 2, இதழ் 2, ப. 1–20) பெறலாம். ஸ்மித்தும் ரிகார்டோவும் விளிம்புநிலைவாத வளர்ச்சிக் கோட்பாடுகள் குறித்து ஒரு நவீன உரையாடலை மேற்கொள்வது போன்ற வழக்கத்திற்கு மாறான விதத்தில் இக்கட்டுரை எழுதப்பட்டுள்ளது.

6

பொருளியல் கோட்பாட்டைப் பொருட்படுத்த வேண்டியது ஏன்

6.1 முன்னுரை

பொருளாதாரக் கோட்பாட்டைக் கற்பதற்கான காரண காரியங்களைப் பொருளியல் பாடநூல்கள் பலவும் முதல் இயலிலேயே தந்துவிடுகின்றன. பணமும் வட்டிவீதங்களும், வேலைவாய்ப்பும் வெளியீடும், பொருளாதார வளர்ச்சி-ஆகியவற்றின் பேரியல் பொருளாதாரக் கோட்பாடுகளைக் கடந்த இயல்களில் அறிமுகப்படுத்தியிருக்கும் நிலையிலும், பொருளாதாரக் கோட்பாட்டின் முக்கியத்துவத்தைப் பற்றி இந்த இயலில் உரையாடுவதன் வாயிலாகவும், ஒரு மாறுபட்ட அணுகுமுறையைக் கையாள்கிறது இந்தப் பாடநூல். மேலும், அடுத்த இரண்டு இயல்களும் முறையே வேலைவாய்ப்பு மற்றும் பணவீக்கம் ஆகியவற்றோடு தொடர்புடைய பொருளாதாரக் கொள்கைப் பிரச்சினைகளைப் பற்றியவை என்பதால், இது ஒரு கடத்துப்பாலம் போன்ற இயல் என்பதைக் குறித்துக்கொள்வீர். என்பொருளியல் வகுப்பிலுள்ள சிலமாணவர்களைப்போலவே, பொருளியல் கோட்பாட்டைக் கற்பதன் முக்கியத்துவம் என்ன என்று நீங்களும் சிந்திக்கலாம். கோட்பாடு வரைதலின் இயல்பைப் பற்றி 1.4 ஆவது பகுதியிலும், கோட்பாட்டின் அமைப்பியலைப் பற்றி 4.2 ஆவது பகுதியிலும் குறிப்பிட்டோம். பொருளியல் கோட்பாட்டை (மற்றும் அதற்குரிய மாதிரிகளை) உன்னிப்பாகவும், விமர்சனப்பூர்வமாகவும் கற்றாய்வதற்கான நான்கு அழுத்தமான காரணங்களை இந்த இயல் அளிக்கிறது.

6.2 ஒழுங்குபடுத்துதலின் தேவை

பொருளாதார உண்மைகள் நம்மைச் சூழ்ந்திருக்கின்றன; ஆட்டோவில் பயணித்ததற்கு நாம் செலுத்தும் கட்டணமாக இருக்கட்டும், உள்ளூர் காய்கறிச் சந்தையில் நாம் செலவழிக்கும் தொகையின் மதிப்பாக இருக்கட்டும், வேலையில் எத்தனை

மணிநேரங்கள் செலவிடுகிறோம் என்பதாகட்டும், வீட்டுவேலையின் நேர அளவாகட்டும், அல்லது நாள்தோறும் வேலை தேடும் மக்களின் எண்ணிக்கையாக இருக்கட்டும், இதில் எந்தெந்த விலைகளையும் அளவைகளையும் உற்றுநோக்கவேண்டும் என்பதை எப்படி முடிவு செய்வது? உறுதுணை எதுவும் இல்லாமல் இந்த உண்மைகளை ஒழுங்குபடுத்த முடியுமா? உண்மைகளைச் சலித்தெடுப்பதற்கு வடிகட்டியைப் போலவோ, தேர்ந்தெடுக்கப்பட்ட உண்மைகளை உற்றுநோக்குவதற்குப் பூதக்கண்ணாடியைப் போலவோ ஒழுங்குபடுத்தும் கருவி ஏதேனும் தேவைப்படுகிறதா? இப்பேர்ப்பட்ட சூழ்நிலைகளில், கவனம் செலுத்த வேண்டிய முக்கியப் பொருளாதாரக் கூறுகள் எவை என்பதை அந்த மாணவருக்கு எடுத்துரைத்து, மிகவும் முக்கியமான பங்கினை ஆற்றுகிறது கோட்பாடு. பெரும்பாலும், இந்தக் கூறுகள் நேரடியாகப் பார்க்கமுடியாதவையாக இருக்கின்றன; மதிப்பிடும் அல்லது மதிப்பைக் கற்பிக்கும் (imputation) நிகழ்முறைகளின் வாயிலாகவே இவற்றை அளக்கவோ கணக்கிடவோ முடியும். எடுத்துக்காட்டாக, தொகைவெளியீடு என்பது, நேரடியாகப் பார்க்கக்கூடியதன்று; ஆனால், இயல்கள் 4, 5 ஆகியவற்றில் குறிப்பிட்டதுபோல், தொகைவெளியீடு என்பது ஒரு பொருளாதாரத்திலுள்ள செயற்பாட்டு மட்டங்களைக் குறித்த பயனுள்ள குறியீட்டைத் தருவதாக இருக்கிறது. அதைப் போலவே, உணவுப் பண்டங்களையும், நுகர்வோர் நீடுழைப் பொருட்களையும் (consumer durables), போக்குவரத்துச் சேவைகளையும் மக்கள் வாங்குகிறார்கள் என்பதைப் பார்க்க முடிகிறது; எனினும், நேரடியாகப் பார்க்கவியலாத தொகை நுகர்வு என்ற மாறியே இவற்றோடு தொடர்புடைய பேரியல் பொருளாதார மாறி ஆகும். "ஒரு நல்ல கோட்பாட்டைப்போல நடைமுறைக்கு உகந்தது எதுவும் கிடையாது" என்பது உளவியலாளர் கர்ட் லெவின் கூற்று; இந்த வாசகமே, பரந்துபட்ட பொருளாதாரத் தகவல்களைப் பொருள் விளக்கும் கோட்பாட்டின் வல்லமையை/ஆற்றலைப் பறைசாற்றும் மணிமொழியாகக் கருதப்படுகிறது (ஆனால், இந்தக் கருத்தே அந்த வாசகத்திலிருந்து தோன்றியதுதான் என்பது கிடையாது).

பொருளாதார அமைப்புமுறையின் சமநிலை இயல்புகளைப் புரிந்துகொள்வதிலும், திட்டவட்டமான கூற்றுகளை முன்வைப்பதிலும், கோட்பாட்டு நுணுக்கத்தின் முக்கியத்துவத்தைப் பகுதி 1.4இல் வரைந்து காட்டினோம். நிகழ்முறையைப் புரிந்துகொள்வதற்கான ஒரு கருத்தாக்கக் கட்டமைப்பாகக் கோட்பாட்டைப் பார்க்கலாம். மேலும், திட்டவட்டமான கூற்றுகளை முன்வைப்பதில் நமக்கு உதவியாக இருப்பது கோட்பாட்டின் ஒழுங்குபடுத்தும் இயல்புதான். வழக்கமாக, மேற்படி ஒழுங்கைப் புகுத்தும் பொருட்டு, மாதிரிகள் கட்டமைக்கப்படுகின்றன. உதாரணமாக, இயல் 5இல் விவாதிக்கப்பட்ட சோலோவின் வளர்ச்சி மாதிரி என்பது, வழங்கல்–சார் வளர்ச்சிக்கோட்பாட்டின் ஒரு குறிப்பிட்ட பயனாக்கமே ஆகும்.

சமநிலை விளைவை எட்டுவதற்கு அவசியமானதாக இருக்கும் நிபந்தனைகளைக் காட்டுவதன் மூலம், கணிதத்தின் பயன்பாடு, மாதிரிக்குத் தெளிவை அளிக்கிறது. இந்த தர்க்கப்பூர்வமாக அவசியமான நிபந்தனைகள் பொருளியல் நிலைப்பாட்டிலிருந்து பார்க்கும்போது

பெரிதும் தடையாக இருக்குமென்றால், பொருளாதாரத்தைப் புரிந்துகொள்வதற்கு நம் கருத்திலுள்ள மாதிரி அவ்வளவாகப் பயனளிக்காது. எடுத்துக்காட்டாக, பண்டத்தின் விலை எதிர்மறையான மதிப்பைக் கொண்டதாக இருக்கவேண்டும் என்பது பொருளாதாரச் சமநிலையை எட்டுவதற்கான நிபந்தனைகளில் ஒன்றாக இருந்தால், அதில் சிக்கல் உள்ளதை உணர்கிறோம். பெரும்பாலும், கணிதத்தைப் பயன்படுத்தாமல் இந்தக் நிபந்தனைகளை அடையாளம் காண்பது கடினமாக இருக்கும். எனினும், பொருளாதாரக் கோட்பாட்டின் இயல்பைப் பொறுத்து நுண்கணிதத்தையோ (calculus), நேரியற் கணிதத்தையோ (linear algebra), அல்லது கணிதத்தின் வேறேதாவதொரு பிரிவினையோ பயன்படுத்தலாம் என்பதைக் கவனியுங்கள். விளிம்புநிலைப்பயன்பாடு, விளிம்புநிலைச் செலவு போன்ற கருத்தாக்கங்களை ஒரு கோட்பாடு பயன்படுத்துவதில்லை என்றால், அந்த மாதிரிகளில் நுண்கணிதத்திற்குப் பயன் ஏற்படுமா?

நுண்கணிதம் என்பது மாற்றத்தின் ஆய்வு; விளிம்புநிலைவாதப் பொருளியலின் சூழலிலோ, இது உண்மையாக விளைந்த மாற்றத்தின் பகுப்பாய்வாக அல்லாமல் நிலையாற்றலுடைய மாற்றத்தின் *(Potential Change)* பகுப்பாய்வாக உருமாறிவிடுகிறது (எடுத்துக்காட்டாக, உற்பத்திநிகழ்முறையில் உழைப்பின் உள்ளீடு ஓர் அலகு கூடுதலாகச் சேர்க்கப்படுகிறது என்று வைத்துக்கொண்டு, மற்றவை மாறாதிருப்ப, மொத்த வெளியீட்டில் ஏற்படும் அதிகரிப்பைக் குறிப்பதே உழைப்பின் விளிம்புநிலை உற்பத்தியாகும்). ஆகையால், எந்த வகையான கணிதம் எடுத்தாளப்படுகிறது என்பது, பொருளாதாரக் கோட்பாட்டின் இயல்பைப் பொறுத்ததாகவே அமைகிறது. கணிதத்தின் பயன்பாட்டின் மீதான சிறப்புக் கவனத்துடன் பொருளாதாரத்தின் வரலாற்றைத் தெரிந்து கொள்ள, இ. ராய் வெயின்ராப் அவர்களின் 'ஹவ் எகனாமிக்ஸ் பிகேம் அ மேதமேடிகல் சைன்ஸ்' என்னும் 2002ஆம் ஆண்டு நூலைப் படிக்கலாம்.

மேற்கண்ட கூற்றை விளக்கும் வகையில், குடித்தனங்களும் நிறுவனங்களும் அடங்கிய இரு துறைப் பொருளாதாரத்தில், வெளியீடு, வேலைவாய்ப்பு ஆகியவற்றின் கேனீசியக் கோட்பாட்டை மாதிரியாக வடித்துப் பார்ப்போம். குடித்தனங்கள், கூலிக்குக் கைம்மாறாகத் தம் உழைப்புப்பணியை நிறுவனங்களுக்கு அளிக்கின்றன. பெரும்பாலும், இந்தக் கூலியானது நுகர்வுத்தேவைகளுக்காகச் செலவிடப்படுகிறது. நிறுவனங்களோ, தம் ஆதாயத்தில் ஒரு பங்கினை முதலீட்டிற்காகப் பயன்படுத்துகின்றன; இது, அவர்களின் உற்பத்தித்திறன் பயன்பாட்டு வீதத்தை அதிகரிப்பதற்கு வழிவகுக்கும். உற்பத்தித்திறன் என்பது, வெளியீட்டு மற்றும் வேலைவாய்ப்புக் கோட்பாடுகளில் உள்ளபடியாகக் கொடுக்கப்பட்ட ஒன்றாகக் கருதப்படுகின்றன என்பதை நினைவு கூருங்கள். மேலும், இந்தப் பேரியல் பொருளாதாரத்தில் அமைதிநிலை என்பது திட்டமிட்ட தொகைவேண்டலை (AD), திட்டமிட்ட தொகைவெளியீடு (Y) இடைவெட்டும் இடத்தில் ஏற்படுகிறதென்பதையும் நினைவுகூருங்கள். இந்தப் புள்ளியில், தங்களுடைய பொருளாதாரத் திட்டங்களை மாற்றிக்கொள்ள குடித்தனங்களுக்கும் நிறுமங்களுக்கும் எவ்வித உந்துதலும் இருக்காது.

$$Y = AD$$

திட்டமிட்ட தொகைவேண்டலை, திட்டமிட்ட நுகர்வு (C), மற்றும் முதலீட்டுச் செலவினம் (I) என்ற உட்பிரிவுகளாக மேற்கொண்டு பகுக்கலாம். ஆக, பேரியல் பொருளாதாரச் சமநிலையைப் பின்வருமாறு முன்வைக்கலாம்.

$$Y = C + I$$

திட்டமிட்ட முதலீட்டுச் செலவினம் என்பது முழுவதும் தன்னிச்சையானது; அதுவே திட்டமிட்ட நுகர்வுச் செலவினத்தில், தொகை வருமானத்தைப் பொறுத்த ஓர் உந்தப்பட்ட கூறும், அதனுடன் ஒரு தன்னிச்சையான கூறும் இருப்பதாக வைத்துக்கொள்ளுங்கள் (தொகைவேண்டலின் தன்னிச்சையானதும் உந்தப்பட்டதானதுமாகிய கூறுகளைப் பற்றிய விவாதத்தை இயல் 4இல் இருந்து நினைவுகூருங்கள்).

$$I = I_o$$
$$C = C_o + cY$$

வருமானத்தை நுகர்வதற்கான விளிம்புநிலை நாட்டமாகிய 'c'– என்பது (marginal propensity to consume-MPC), இந்த மாதிரியின் ஓர் அளபுரு (Parameter) ஆகும். ஒரு வகையில், பேரியல் பொருளாதாரத்தின் அமைப்பியல் தன்மையை இது சுட்டிக்காட்டிக் காட்சிப்படுத்துகிறது. வேறு விதமாகச் சொன்னால், மாதிரியில் சேர்த்துக்கொள்ளப்படாத காரணிகளால் இது தீர்மானிக்கப்படுகிறது. Y– என்பது (வருமானம்) ஓர் அலகு அதிகரிக்கும்போது, திட்டமிட்ட நுகர்வு எவ்வளவு அதிகரிக்கிறதென்பதை நுகர்வுக்கான விளிம்புநிலை நாட்டம் தெரிவிக்கிறது. பொதுவாக, நுகர்வுநாட்டத்தினை இரண்டு வழிகளில் கண்டறியவும் புரிந்துகொள்ளவும் இயலும். அவை: (அ) தொகைநுகர்வினைத் தொகைவெளியீட்டால் வகுக்கும் போது சராசரி நுகர்வுநாட்டம் கிடைத்துவிடும் (Average Propensity to Consume-APC) மற்றும் (ஆ) தொகைவருமானம் ஓர் அலகு அதிகரிக்கும்போது தொகைநுகர்வு எவ்வளவு மாறுகிறது என்பதைக் கண்டறிந்தால், விளிம்புநிலை நுகர்வு நாட்டம் கிடைத்துவிடும். நாம் மாதிரியாக வடித்திருக்கும் இந்த எளிய பேரியல் பொருளாதாரத்தில் சராசரி நுகர்வு நாட்டத்தை விளிம்புநிலை நுகர்வு நாட்டமானது எப்போது இடைவெட்டுகிறது?

குடித்தனங்களும் நிறுவனங்களும் அவற்றின் நுகர்வு மற்றும் முதலீட்டுத் திட்டங்களை மாற்றிக்கொள்ளும் போக்கு எதுவும் இல்லாத புள்ளியாகிய சமநிலை வெளியீட்டை எட்டும் பொருட்டு, 'Y = AD' என்கிற சமன்பாட்டிற்குத் தற்போது தீர்வு காண்போம்.

$$Y = C + I$$
$$Y = C_o + cY + I_o$$
$$Y - cY = C_o + I_o$$
$$Y^* = (1 / 1 - c)(C_o + I_o)$$

இந்த எளிய இரு–துறைப் பேரியல் பொருளாதாரத்திலுள்ள சமநிலை வெளியீடானது, தன்னிச்சையான நுகர்வுடனும், தன்னிச்சையான

முதலீட்டுடனும், விளிம்புநிலை நுகர்வுநாட்டத்துடனும் நேர்மறையான உறவினைக் கொண்டுள்ளதாகும். அதாவது, தன்னிச்சையான நுகர்விலும் முதலீட்டிலும் ஏற்படக்கூடிய அதிகரிப்பானது சமநிலைத் தொகை வெளியீட்டை அதிகரிக்கும்; விளிம்புநிலை நுகர்வுநாட்டத்தில் (இது ஒன்றிலிருந்து விளிம்புநிலைச் சேமிப்புநாட்டத்தைக் கழித்தால் பெறக்கூடியது (1–c)) ஏற்படக்கூடிய அதிகரிப்பும் சமநிலைத் தொகைவெளியீட்டை அதிகரிக்கும். வேறு விதமாகச் சொன்னால், விளிம்புநிலைச் சேமிப்பு நாட்டத்தில் ஏற்படும் அதிகரிப்பானது, சமநிலைத் தொகைவெளியீட்டில் எதிர்மறைத்தாக்கத்தை விளைவிக்கக்கூடியதாகும்; இதற்குக் காரணம், வருமானத்தின் சுற்றோட்டத்தில் சேமிப்பு என்பது ஒரு கசிவு ஆகும். மேற்கண்ட வரிகளிலுள்ள (குறுகிய கால) பேரியல் பொருளாதாரத் தர்க்கமே வேண்டல்–சார் வளர்ச்சிக் கோட்பாடுகள் தோற்றுவிக்கப்பட்டிருக்கும் அடித்தளமாகும்.

சமநிலை வெளியீடான Y^*–என்பது, பொருளாதார ரீதியில் அர்த்தமுள்ள ஒரு மதிப்பைக் கொண்டதாக இருக்கவேண்டுமென்றால், விளிம்புநிலை நுகர்வு நாட்டம் ஏற்கக்கூடிய மதிப்புகளின் மீது சில நிபந்தனைகளை விதிக்க வேண்டும். C–என்பது 1–க்குச் சமமாக இருந்தால் என்னவாகும்? C என்பது 1–ஐ விடக் குறைவாக இருக்க முடியுமா? C என்பது 0–க்குச் சமமாக இருந்தால் Y^*–க்கு என்னவாகும்? C என்பது, 0, 1 ஆகிய மதிப்புகளுக்குச் சமமாகவோ அல்லது 0–க்குக் குறைவாகவோ இருக்கிறது என்று சொன்னால் அதற்குப் பொருள் என்னவென்பதை எழுதுங்கள். Cஇன் மீது விதிக்கப்படும் நிபந்தனைகளை, இயல் 4இல் உள்ள வரைபடங் களைப் பார்த்து உங்களில் சிலர் அடையாளம் கண்டிருக்கக்கூடும். ஆயினும், நேரியல் கணிதத்தைப் பயன்படுத்தினால் அது மென்மேலும் நுணுக்கமாகவும் வெளிப்படையாகவும் புலப்படும்.

கணிதமாதிரியின் நெறிப்படுத்தும் கருவியானது, எடுகோள்களை வெளிப்படையாகக் காட்டுவதோடு, அளபுருக்கள் மாறுபடுவதன் பின்விளைவுகளையும் புலப்படுத்துகிறது. எனவே, C–ஆனது 10% அளவுக்கு உயர்வதாக வைத்துக்கொண்டால், Y^*–ஆனது எவ்வளவு உயரும் என்பதை, மற்றவை மாறாதிருப்ப, மேற்கண்ட சமநிலைத் தொகைவெளியீட்டின் சமன்பாட்டிலிருந்து பெற முடிகிறது. மாறிகளுக்கும் அளபுருக்களுக்கும் இடையிலான பிணைப்புஉறவுகள் அதிகரிக்கும் நிலையில், அவற்றில் ஏதேனும் ஒன்றில் ஏற்படும் மாற்றமானது சமநிலைவெளியீட்டின் மீது உண்டாக்கக்கூடிய தாக்கத்தைக் கூடக் கணிதமாதிரியின் துணை இல்லாமல் கண்டறிவது மிகவும் சிக்கலாகிவிடுகிறது.

வழக்கமாக, கொள்கைவகுப்பவர்கள்–அரசாங்கங்களும் சரி, பணவியல்அதிகாரிகளும் சரி–பொருளியல் மாதிரிகளைப் பயன்படுத்து கின்றனர்; ஆகவே, மிகவும் முக்கியமாக, மாறிகள் ஒழுங்காக வரையறுக்கப்படாவிட்டாலோ, அல்லது சூழலுக்குத் தொடர்பற்றதானதாக இருந்தாலோ, கொள்கை நடவடிக்கையானது எதிர்நோக்காத பின்விளைவுகளுக்கு இட்டுச்சென்றுவிடும். கொள்கைகள், பலரின் வாழ்வாதாரங்களைப் பாதிக்கக்கூடியவை என்பதால் அவற்றை மிகுந்த எச்சரிக்கையுடனே மேற்கொள்ள வேண்டும். அப்படிக் கொள்கைகள்

மேற்கொள்ளப்பட்டவுடன், அவற்றின் அடித்தளத்திலிருக்கும் பொருளியல் மாதிரிகளையும் கோட்பாடுகளையும் கொள்கை ஆவணங்களில் கண்டவாறு விமர்சனப்பூர்வமாக ஆராய்வதில் கவனம்செலுத்தவேண்டும்.

இறுதியாக, ஒரு மாதிரி/கோட்பாடு உள்ளார்ந்து முரண்பட்டதாக இருக்கிறதென்றால், அதைப் பயன்படுத்தி எந்தவொரு கொள்கை நடவடிக்கையினையும் நியாயப்படுத்திவிட முடியும். எனவே, அதனை எந்தவிதக் கொள்கைவகுத்தலுக்குப் பயன்படுத்துவதும் மிகவும் ஆபத்தானது. ஒரு மாதிரி/கோட்பாடு உள்ளார்ந்து முரண்பட்டதாக இருந்தால், பிணைப்புஉறவுகளை நெறிப்படுத்துவதற்கும், திட்டவட்டமான கூற்றுகளை முன்வைப்பதற்குமான ஆற்றலை அது இழந்துவிட்டதென்று பொருள். ஒருவகையில், அத்தகைய மாதிரிகளைக்கொண்டு 'எதையும் நியாயப்படுத்திவிடலாம்'; அத்தகைய மாதிரிகள்/கோட்பாடுகளை முரண்பட்ட கொள்கைகளுக்கு ஆதரவாகப் பயன்படுத்தவும் இயலும். அத்தகைய மாதிரிகளின்/கோட்பாடுகளின் எடுகோள்களிலோ, அல்லது காரணவியல் தொடர்புவலைகளின் ஒரு பகுதியிலோ தேவைக்கேற்ப மாறுதல்களைச் செய்து சாதமான கூற்றுகளைக் கட்டமைக்க முடியும். பொருளியலில் மாதிரி வடித்தலைப் பற்றி தெரிந்துகொள்ளும் ஆர்வம் இருந்தால், மேரி எஸ். மார்கன் அவர்களின் நூலான 'த வர்ல்ட் இன் அ மாடல்: ஹவ் எகனாமிஸ்ட்ஸ் வர்க் அண்ட் திங்க்' (2012) ஒரு நல்ல தொடக்கப் புள்ளியாக இருக்கும்.

6.3 தவறான கோட்பாடுகள் கெடுதியான கொள்கைகளை விளைவிக்கின்றன

பொருளியலில் பல்வேறு முரண்படும் கோட்பாடுகள் இருப்பதைக் கருத்தில் கொண்டு பார்த்தால், ஒரு கோட்பாட்டைத் தவறு என்று கூறுவது, ஓரளவிற்கு அவரவர் நிலைப்பாட்டைச் சார்ந்ததே. இந்த நிலைப்பாடோ, பகுதியளவிலோ அல்லது முழுமையாகவோ நீங்கள் படித்த பள்ளி, கல்லூரிப் பாடப்புத்தகத்தின் வாயிலாகப் பெற்ற பொருளியல் கல்வியைச் சார்ந்து இருப்பதாகும். இந்தப் பாடநூலிலோ, பணம், வெளியீட்டு மட்டங்கள், வெளியீட்டின் வளர்ச்சி ஆகியவற்றைப் புரிந்துகொள்ள இருவேறு அணுகுமுறைகள் கூறப்பட்டிருக்கின்றன. இந்தப் பகுதியில், அந்தக் கோட்பாடுகள் சிலவற்றைத் திறானாய்ந்து அலசுவோம்.

விளிம்புநிலைவாதப் பொருளியலின் கருத்தாக்க மையத்திலிருந்து தோன்றும் பணம், வெளியீடு மற்றும் பொருளாதார வளர்ச்சி ஆகியவற்றின் கோட்பாடுகள், பின்வரும் நான்கு 'பிழையான' கொள்கைகளை மற்றும்/அல்லது கோட்பாடுகளை அடிப்படையாகக் கொண்டவை: (அ) ஒரு தனிமனிதருக்கு உண்மை எதுவோ, அதுவே பொருளாதாரம் மொத்தத்திற்கும் உண்மையாக அமையும்; (ஆ) வட்டிவீதம் என்பது ஒரு 'மெய்யான' நிகழ்முறை; (இ) திட்டமிட்ட சேமிப்பே திட்டமிட்ட முதலீட்டைத் தீர்மானிக்கிறது; (ஈ) வருமானப் பகிர்மானத்திற்கான விளிம்புநிலை உற்பத்திக் கோட்பாடு—ஆகியன. இந்தக் கொள்கைகள் 'தவறானவை' என்பதால், இந்தக் கோட்பாடுகளைப் பயன்படுத்துவது—மக்கள் வாழ்வின் மீது ஏற்படுத்தும் பொருளியல் தாக்கத்தின் அடிப்படையில்—கெடுதியான கோட்பாடுகளை விளைவித்துவிடும்.

தனிமனிதருக்குப் பொருந்தும் உண்மை எதுவோ, அதுவே பொருளாதாரம் மொத்தத்திற்கும் உண்மையானதாக இருக்கும் என்ற கருத்தின் மீதே மையநீரோட்டப் பேரியல் பொருளாதாரம் கட்டமைக்கப்பட்டிருக்கிறது; இதில், தனிமனிதர்களின் செயல்பாடுகளைச் சாதாரணமாகக் கூட்டுவதன் வாயிலாகப் பொருளாதாரம் மொத்தத்திற்கும் பொருந்தும் உண்மை இதில் கண்டறியப்படுகிறது. முதற்பார்வையில், இந்த அணுகுமுறை தவறானது என்று எண்ணுவதற்குக் காரணமேதும் இல்லைதான். சேமிப்பு என்பது, தனிமனிதர்களுக்கு மட்டுமல்லாமல் பொருளாதாரம் முழுமைக்குமே நல்லது என்று பொருளியலாளர்களை— முற்காலத்தவர்களையும் சரி, இக்காலத்தவர்களையும் சரி—வாதிடச் செய்துள்ளது இந்த அணுகுமுறை. சேமிப்புகளைக் குவிப்பதென்பது தனிப்பட்ட குடித்தனங்களுக்கு நல்லது என்பதால், அரசாங்கத்தைப் போன்ற இன்னபிற பொருளாதார அமைப்புகளுக்கும் அதுவே நல்லது— என்று, இதன் தர்க்கம் மிகவும் எளிமையானதாக இருக்கிறது. பொருளாதாரக் கண்ணோட்டத்தில் இந்த வாதத்தில் ஏதாவது குற்றம் இருக்கிறதா? ஆம்; அரசியலமைப்புச் செல்வாக்கினையும், அவற்றின் சட்டக் கூறுகளையும், கடன் பெறும் ஆற்றல்களையும், சமூகப் பங்களிப்புகளையும், பொதுப் பொறுப்புக்கூறலையும் (public accountability) கருத்தில் கொண்டு பார்த்தால், அரசாங்கங்களையும் குடித்தனங்களையும் ஒரே இடத்தில் வைத்துப் பார்ப்பது முறை ஆகாது என்பது குறிப்பிடத்தக்கது. (ஒரு பயிற்சியாக, ஒரு குடித்தனத்திற்கும் அரசாங்கத்திற்கும் இடையில் இருக்கும் சமூக– அரசியல் வேறுபாடுகளைப் பற்றிக் குறிப்பு வரையுங்கள்). மைய வங்கி என்பது வழக்கமாகக் 'கடைசிக் கதியில் கடனளிப்பவராக' இருப்பதைப் போலவே, அரசாங்கமும் 'கடைசிக் கதியில் கொடுப்பவர்' என்ற பணியை மேற்கொள்கிறது. பல நாடுகளில், தனிமனிதர் ஒருவர் வேலைவாய்ப்பைத் தேடிக்கொள்ள முடியாமல் போனால், அரசாங்கமே ஒரு மானியப்படியை (allowance) அளிக்கிறது; இந்தியாவில், மகாத்மா காந்தி தேசிய ஊரக வேலைவாய்ப்பு உறுதித் திட்டத்தின் வாயிலாக வேலைவாய்ப்பை அளிக்கிறது அரசாங்கம்; இதன் வாயிலாக, தனிமனிதர்கள் அனைவருக்குமான வேலைவாய்ப்பு என்ற உரிமையினை அரசு வலியுறுத்திக் கூறுகிறது. இத்தகைய சமூகப் பணிகளைத் தனிப்பட்ட குடித்தனங்களோ நிறுவனங்களோ மேற்கொள்வதில்லை. அரசு எனப்படுவது ஒரு மாறுபட்ட அமைப்பைப் பிரதிநிதித்துவப்படுத்துகிறது என்பதும், அதனைப் பகுத்தறியும் பொருளாதாரத் தனிமனிதர்களின் (rational economic individuals) நீட்சியாகவோ, அல்லது அவர்களது செயல் முடிவுகளின் கூட்டலாகவோ கருதுவதன் மூலம் புரிந்துகொள்ள முடியாது என்பதுமே இதற்குக் காரணம்.

இயல் 4இல் கூறியது போல, பேரியல் பொருளாதாரத்தை விட, நுண்ணியல் பொருளாதாரமே உள்ளுணர்வுக்கு எட்டுவதாக உணரும் மாணவர்களும் இருக்கிறார்கள். இதற்குக் காரணம், விளிம்புநிலைவாத நுண்ணியல் பொருளாதாரமானது, தன் மாணவரைப் பகுத்தறியும் பயன்சார் நுண்கணிதத்தில் (rational utility calculus) பொருத்திப்பார்த்துக்கொள்ளச் சொல்கிறது; அதைத் தொடர்ந்து, தனிமனிதர்கள் எவ்வாறு நடந்து கொள்கிறார்கள் என்பதைப் பற்றிச் சிந்தனைப் பரிசோதனைகளை

மேற்கொள்ளச் செய்கிறது—அதாவது, பல்வேறு நிபந்தனைகளுக்குட்பட்டுப் பயனைப் பெருக்கச் சொல்கிறது. மறுபுறம், பேரியல் பொருளாதாரம் என்பதோ, பொருளாதாரத்தின் முழுமையினையும் கையாள்கிறது; ஆகவே, அத்தகைய தனிப்பட்ட சிந்தனைப் பரிசோதனைகளைப் பயன்படுத்திப் பேரியல் பொருளாதாரப் புரிதலுக்கான அடித்தளத்தை அமைத்துவிட இயலாது. ஒரு பொருளாதார அமைப்பியலின் தர்க்கமும் நடத்தையியலும், ஒரு தனிமனிதருக்குப் பொருந்தக்கூடிய தர்க்கத்திலிருந்தும் நடத்தையிலிருந்தும் மாறுபட்டதாகும். எனினும், விளிம்புநிலைவாதப் பேரியல் பொருளாதாரமானது, பேரியல் நடத்தையியல்களை நுண்ணியல் நடத்தையியலுக்கு ஒப்பாகக் குறைத்துக் காட்ட முயல்கிறது; இது, பேரியல் பொருளாதாரத்திற்கான 'நுண்ணியல் அடித்தள' அணுகுமுறையில் ('Microfoundations' for macroeconomy Approach) தெளிவாகக் காணப்படுகிறது (கீழே பார்க்கவும்). எனவே, விளிம்புநிலைவாதக் கண்ணோட்டமானது நெறியியல் தனிநிலை வகையின் கீழ் வருவதாகவும், கேனீசியக் கண்ணோட்டமானது நெறியியல் தொகைநிலையினைக் கடைப்பிடிப்பதாகவும் இருக்கின்றது.

பேரியல் பொருளாதாரத்தை—அதாவது, வெளியீடு, வேலைவாய்ப்பு, பணம் ஆகியவற்றின் கோட்பாட்டினை—புரிந்துகொள்வதற்கு நெறியியல் தனிநிலையினைப் பயன்படுத்துவது தர்க்கப்படிப் பிழையானது என்பதை *1936*ஆம் ஆண்டில் விளக்கிக்காட்டினார், கேயின்ஸ். தொகை (தேச அளாவிய) சேமிப்புகளை அதிகரிக்கும் நோக்கில் குடித்தனங்கள் அனைத்தும் தங்களுடைய சேமிப்புகளை அதிகரித்துக்கொள்வதாக வைத்துக்கொள்வோம். நடப்புவருமானங்கள் உள்ளபடியாகத் தொடரும் நிலையில், குடித்தனங்கள் தம் நடப்புநுகர்வினைக் குறைத்துக்கொள்கின்றன என்பதை இது உணர்த்துகிறது. பேரியல் பொருளாதாரத்தில் என்ன நடக்கும்? குடித்தனங்களின் நுகர்வுக் குறைப்பின் காரணமாக, நிறுமங்கள் தமது திட்டமிட்ட வெளியீட்டினை விற்க இயலாமல், நிறுமங்களின் வருமானங்களிலும் குறைவு ஏற்பட வழிவகுக்கும்; அதன் பின்னர், பணியமர்த்தப்பட்ட உழைப்பில் (தொழிலாளர்களின் எண்ணிக்கையில்) குறைப்பை ஏற்படுத்தி, அதன் பின்விளைவாக, குடித்தனங்களின் வருமானத்திலும், அதன் விளைவாகக் குடித்தனங்களின் சேமிப்புகளிலும் குறைப்பினை ஏற்படுத்திவிடும். தொகைசேமிப்புகளை உயர்த்தும் முயற்சியில் தனிமனிதர்களின் சேமிப்புகளை உயர்த்துவது, புதிரான (அல்லது உள்ளுணர்வுக்கு முரணான) விளைவினைக் கொண்டிருக்கும் காரணத்தினால், இது சேமிப்புப்புதிர் (The Paradox of Thrift) என்று அழைக்கப்படுகிறது. இருப்பினும், நெறியியல் தனிநிலையைக் கடைப்பிடிக்கும் பொருளியல் கோட்பாடுகளின் நிலைப்பாட்டிலிருந்து பார்க்கும்போது மட்டுமே இது புதிராகத் தென்படுகிறது என்பதையும் உணர்வீர்கள். ஒரு கருத்தோட்டத்தில் புதிராகத் தென்படும் ஒன்று, மற்றொரு கருத்தோட்டத்தில் அவ்வாறாக இல்லாதது எப்படி என்பதை வகுப்பில் சான்றுகளுடன் விவாதியுங்கள். உலகைப் புரிந்துகொள்ளும் ஒரு கண்ணோட்டத்தை வழங்கும் அடிப்படைக் கொள்கைகளின் தொகுப்பு (இது, இத்தோடு சார்புடைய கோட்பாடுகள், மாதிரிகள், நெறிமுறைகள் ஆகியவை அடங்கிய 'இயல்பான' தொகுப்பை உருவாக்குகிறது) எனக்

கருத்தோட்டத்தைப் (Paradigm) புரிந்துகொள்ளலாம். இந்த வகையில், விளிம்புநிலைவாதப் பொருளியலும் செவ்வியல் பொருளியலும் இருவேறு கருத்தோட்டங்களே. அடுத்தபடியான 'தவறான' கொள்கையை நோக்கி இப்போது நகரலாம்.

கருத்தோட்டக் கிடங்கு

வட்டிவீதத்தின் தீர்மானிப்பு என்பது பேரியல் பொருளாதாரத்திற்கு அடிப்படையானதாகும். ஆனால், வட்டிவீதம் என்பது அகந்தோன்றுவதாகத் தீர்மானிக்கப்படுகிறதா, அல்லது புறந்தோன்றுவதாகத் தீர்மானிக்கப்படுகிறதா? வேறுவகையாகச் சொன்னால், பணவியல் அதிகார அமைப்புகளால் (இந்தியாவின் ரிசர்வ் வங்கியைப் போலவோ, அல்லது அமெரிக்காவின் ஒன்றிய ரிசர்வை (Federal Reserve) போலவோ) வட்டிவீதம் முடிவு செய்யப்படுகிறதா, அல்லது அது சந்தைச் சக்திகளின் விளைவாகத் தீர்மானிக்கப்படுகிறதா? பணத்தின் இரண்டு கோட்பாடுகளை– அகந்தோன்று மற்றும் புறந்தோன்று கோட்பாடுகளை–பகுதி 3.3இல் விவாதித்தோம். அகந்தோன்று பணக் கோட்பாடே சரியான கோட்பாடு என்பதை அங்கே சுட்டிக்காட்டியிருந்தோம். இருப்பினும், கல்விப்புல வட்டாரங்களிலும் கொள்கை வட்டாரங்களிலும் புறந்தோன்று பணக் கோட்பாடே ஆதிக்கம் செலுத்துவதால், பணம் புறந்தோன்றுவது என்று நம்பி, முக்கியப் பொறுப்புகளில் இருப்பவர்கள்–குறிப்பாக இந்தியாவில்– கடனளித்தலின் மூலம் பணம் உருவாக்கப்படுகிறது என்ற அதன் துணைக் கோட்பாட்டினையும் நம்புகின்றனர்.

'மெய்யான' வட்டிவீதமானது, உற்பத்தித்திறன், சிக்கனம் முதலிய 'மெய்யான' காரணிகளால் தீர்மானிக்கப்படுகிறது என்பதும், 'பணவியல்'

காரணிகளால் தீர்மானிக்கப்படுவதில்லை என்பதுமே, புறந்தோன்று பணத்தின் அடிப்படையில் இருக்கும் கருத்தாகும். அதாவது, சமநிலை 'மெய்' வட்டிவீதமானது, தொழில்நுட்பத்தையும் சேமிப்புகளையும் சார்ந்திருப்பதாகச் சொல்லப்படுகிறது. ஏன் அப்படி இருக்க வேண்டும் என்று நீங்கள் சிந்திக்கலாம். வட்டிவீதமானது, மூலதனத்தின் வழங்கலையும் (அதாவது, சேமிப்புகள்), மூலதனத்திற்கான வேண்டலையும் (அதாவது, முதலீடு) சமநிலைப்படுத்துவதாகப் பார்க்கும் விளிம்புநிலைவாதப் பொருளியலிலிருந்து புறந்தோன்று பணக்கோட்பாடு தன் கருத்துகளைப் பெறுவதே இதற்குக் காரணம்; வட்டிவீதத்தோடு சேமிப்புகள் நேர்மறை உறவினையும், அதே வட்டிவீதத்தோடு முதலீடு எதிர்மறை உறவினையும் கொண்டிருப்பதாகப் பார்க்கப்படுகிறது. மேலும், நிகழ்கால நுகர்வைக் காட்டிலும் எதிர்கால நுகர்வின் மீது பொருளாதார முகவருக்கு (Economic Agent) எந்த அளவுக்கு விருப்பம் உள்ளதென்பதைச் சார்ந்தே சேமிப்பு நாட்டம் அமையும். பொருளாதார முகவர்கள், நிகழ்காலத்தில் நுகர்வதைக் காட்டிலும், எதிர்கால நுகர்வை விரும்பினால், அவர்கள் அதிகப்படியாகச் சேமிப்பார்கள்; மற்றவை மாறாதிருப்ப, சேமிப்பினையும் முதலீட்டினையும் சமநிலைப் படுத்துவதற்கு வட்டிவீதமும் வீழ்ச்சியடையும். இதன் அடிப்படை இயங்கமைப்பு என்ன? பொருளாதார முகவரானவர், அதிகப்படியாகச் சேமிக்கத் திட்டமிடும்போது, திட்டமிட்ட சேமிப்பை விட திட்டமிட்ட முதலீடு குறைவாக இருப்பதாகப் பொருள்; மேலும், திட்டமிட்ட முதலீட்டில் ஏற்படும் அதிகரிப்பானது, திட்டமிட்ட சேமிப்புக்குச் சமமானதாக உயரும் வரையில் வட்டிவீதங்கள் வீழ்ச்சியடைய வேண்டும். புறந்தோன்று பணக் கட்டமைப்பிற்குள்ளாக, உள்ளபடியாகத் தொடரும் தொழில்நுட்பம்–அதாவது உள்ளபடியாக இருக்கும் உற்பத்தித்திறன்–என்னும் எடுகோளின் கீழ், அடிப்படையில் முகவர்களின் (சேமிப்பதற்கான) விருப்பங்களே வட்டிவீதத்தைத் தீர்மானிக்கின்றன. சொல்லப்போனால், தனிமனித விருப்பங்கள் தொடங்கி, சேமிப்பு, முதலீடு ஆகியவற்றின் சந்தையை அடைவதாகக் காரணவியல் தூண்டுதலின் விளக்கம் (Causal Explanation) கற்பிக்கப்படுவது இதே வழியில் தான். அகந்தோன்று பணக் கோட்பாட்டை முன்வைப்பவர்கள், குறிப்பாகத் தாமஸ் டூக், ஜான் மேனார்ட் கேயின்ஸ், ஹைமன் மின்ஸ்கி ஆகியோர், புறந்தோன்று பணக் கோட்பாட்டின் அடித்தளங்களையும் இயக்கத்தையும் குறித்த பல்வேறு கூறுகளைக் கேள்விக்கு உட்படுத்தியுள்ளனர் (அகந்தோன்று பணத்தைப் பற்றிய குறிப்பிற்கு, பகுதி 3.3–ஐக் காண்க).

கொள்கையின் அடிப்படையில் பார்த்தால், வங்கி வைப்புத்தொகைகளை உயர்த்தும் நடவடிக்கைகளையோ, அல்லது பொதுப்படையாக, சேமிப்பை உயர்த்தும் வகையிலான நடவடிக்கைகளையோ பரிந்துரைக்கிறார்கள், புறந்தோன்று பணக் கோட்பாட்டை முன்மொழிபவர்கள். இதற்குக் காரணம், $S_{FE}=f(roi)=I$ என்னும் விளிம்புநிலைவாதப் பார்வையே ஆகும்; இதில், காரணவியல் தூண்டுதலின் திசை என்பது, வேலைநிறைவு நிலையின் திட்டமிட்ட சேமிப்பிலிருந்து திட்டமிட்ட முதலீட்டை அடைவதாக இருக்கின்றது. மேலும், விளிம்புநிலைவாதப் பொருளியலாளர்களும், கொள்கைவகுப்பவர்களும், வட்டிவீதங்கள் நிகழ்காலத் தனிமனித விருப்பங்களை எதிரொலிக்கிறது என்பதைச் சுட்டிக்காட்டியும், அதனால்

வட்டிவீதத்தில் எந்த விதத்திலும் தலையிடுவது பொருளாதாரத்திற்குக் கெடுதியானது என்று கூறியும், வட்டிவீதம் குறைக்கப்படுவதை எதிர்த்து வாதிடலாம். அவர்களைப் பொறுத்தவரை, பேரியல் பொருளாதாரத்தின் இயற்கையான இயக்கத்தினைத் தலையீடுகள் உருக்குலைக்கும் காரணத்தால், அந்தத் தலையீடுகள் கெடுதியானவையே. அத்தகைய பார்வைகளை, அவற்றின் சரியான கோட்பாட்டுச் சூழலில் வைத்துத் திறனாய வேண்டும். பொருளியலைக் கற்பதற்கான நமது குறிக்கோள், பொருளாதாரக் கொள்கை ஒன்றின் அடிப்படையில் இருக்கும் கோட்பாட்டை மட்டுமே மதிப்பிட்டு அலசுவதோடு நின்றுவிடக்கூடாது; பொருளியல் கோட்பாடுகளையும் கொள்கைகளையும் அர்த்தமுள்ள வகையில் வடிவமைக்கும் நோக்கில், கோட்பாட்டைத் துடிப்புடன் அலசி ஆராயவும் வேண்டும்.

விளிம்புநிலைவாதத்தில் சேமிப்பு, முதலீடு ஆகியவற்றின் விளக்கமே மூன்றாவதான 'தவறான' கோட்பாடு (முந்தைய பத்திகளிலும் இது சுருக்கமாக விவாதிக்கப்பட்டுள்ளது). நிறைபோட்டி நிபந்தனையின் கீழ், போதிய கூருணர்வுள்ள வட்டிவீதத்தில் ஏற்படும் மாறுதல்களின் வாயிலாக, திட்டமிட்ட முதலீடானது, வேலைநிறைவு நிலையின் திட்டமிட்ட சேமிப்பைப் பொறுத்துத் தன்னைத் தகவமைத்துக்கொள்ளும் என்பதை முன்வைக்கிறது இந்தக் கோட்பாடு. இரண்டு முக்கியப் பார்வைகளைத் தற்போது குறிப்பிடலாம். முதலில், போட்டிநிறை பொருளாதாரத்தில், உழைப்பிற்கான வேலைநிறைவை நோக்கிய ஒரு போக்கு நிலவுகிறது. இரண்டாவதாக, திட்டமிட்ட சேமிப்பே குறிப்பிடத்தக்க வகையில் தூண்டுகாரணியாக இருப்பதால், கொள்கை நெம்புகோல் என்பது அதன் மீது தாக்கம் ஏற்படுத்துவதாக இருக்கவேண்டும். போட்டிநிறை பொருளாதாரத்தில் வேலைநிறைவை நோக்கி நகரும் இயல்பு எதுவும் இல்லை என்றும், திட்டமிட்ட முதலீடே திட்டமிட்ட சேமிப்பினைத் தீர்மானிக்கிறதென்றும், அதிலும் தொகைவெளியீட்டில் ஏற்படும் மாறுபாடுகளின் வாயிலாகவே அவ்வாறு தீர்மானிப்படுகிறது என்றும் (வட்டிவீதத்தினால் தீர்மானிக்கப்படுவதில்லை), கலட்ஸ்கியும் கேயின்ஸும் 1930களில் வாதிட்டார்கள். கெடுவாய்ப்பாக, விளிம்புநிலைவாதச் சேமிப்பு மற்றும் முதலீட்டுக் கோட்பாடே அதிக்கம் செலுத்தும் கோட்பாடாகத் தொடர்ந்து இருந்துவருகிறது. விளிம்புநிலைவாதப் பொருளியலின் ஆதிக்கமானது, கொள்கைவகுப்பவர்களை வழங்கல்–சார் கொள்கைகளின் மீதாகவே கவனம் செலுத்தும்படி செய்து, வேண்டல்– சார் பிரச்சினைகளைப் புறக்கணிக்கச் செய்கிறது.

தொகைவேண்டல் என்பது, தனியார் நுகர்வாலும், தனியார் முதலீட்டாலும், அரசாங்கச் செலவினத்தாலும், புறவுலகின் செலவினத் தாலும் ஆனது; எனவே, தொகை செயற்பாட்டு மட்டங்களை– அதாவது, வெளியீடு, வேலைவாய்ப்பு ஆகிய இரண்டினையும்– ஊக்கப்படுத்த வேண்டுமென்றால், தொகைவேண்டலின் இந்தக் கூறுகளை நேரடியாகக் குறிவைப்பது முக்கியம். இதனை அரசாங்கச் செலவினத்தின் வாயிலாக எளிமையாகவும் அர்த்தமுள்ள முறையிலும் செய்யமுடியும். மருத்துவமனைகள், புதுப்பிக்கக்கூடிய மின்சார நிலையங்கள், பள்ளிக்கூடங்கள், கழிவுச் சுத்திகரிப்பு நிலையங்கள் முதலிய,

சமூகக் கண்ணோட்டத்திலிருந்து முக்கியமாகத் தோன்றும் வசதிகளை ஏற்படுத்தித்தர அரசாங்கச் செலவினத்தைப் பயன்படுத்திக்கொள்ளலாம் என்பதால், ‘அர்த்தமுள்ள’ என்ற சொல்லைப் பயன்படுத்துகிறேன். ‘வெல்த் ஆஃப் நேஷன்ஸ்’ நூலில் ஸ்மித் சரியாகப் பரிந்துரைப்பது போல, “நாகரிகமும் வணிகமயமுமான சமூகத்தில், பொதுமக்களின் கல்வி என்பது, பொதுத்துறையின் கவனத்தை வேண்டி இருக்கிறது” *(ப. 784)*.

சேமிப்பு, முதலீட்டு ஆகியவற்றின் கேனீசியக் கோட்பாடு, வேண்டல்–சார் தடைப்பாடுகளைப் புறக்கணிக்க வேண்டும் என்று சொல்லவில்லை. உதாரணமாகச் சொன்னால், உணவுப்பொருள் கிடங்குவசதிகள் இல்லாத ஒரு நிலையில், அரசாங்கத்தின் உணவுக் கொள்முதலானது தானாகவே கிடங்குவசதிகளை ஏற்படுத்திவிடும் என்று கலட்ஸ்கியோ கேயின்ஸோ வாதிடவில்லை. இது, ஒரு துறைசார்ந்த சிக்கல்–இந்தப் புத்தகத்தில் கூறப்படும் சொல்லைப் பயன்படுத்திச் சொன்னால், ‘இடையியல்’ சிக்கல் ஆகும். கல்ட்ஸ்கியும் கேயின்ஸும் ஒரு பேரியல் கட்டமைப்பை நமக்குத் தருகிறார்கள். நுண்ணியல் தர்க்கத்தைப் பேரியல் சிக்கல்களுக்கு விரிவுபடுத்துவது எவ்வாறு முறையற்றதோ, அதைப்போலவே பேரியல் தர்க்கத்தை இடையியல், நுண்ணியல் ஆகிய சிக்கல்களுக்கு விரிவுபடுத்துவதும் முறையற்றதாகும். அவற்றின் தர்க்கங்கள் சில நேர்வுகளில் ஒன்றிப்போனாலும், அதையே முன்னறிவிதியாகக் கூற இயலாது.

அதே $S_{FE}=f(roi)=I$ என்ற தர்க்கம்தான் அரசாங்கச் செலவு இறுக்க நடவடிக்கைகளுக்கான (Austerity Measures) அடிப்படையைக் கட்டமைப்பதாக உள்ளது. அரசாங்கச்சிக்கனம் என்ற சொல்லின் பொருள் உணர்த்துவது போல, அரசுகள் தம் செலவினங்களில் சிக்கனமாகவும் செட்டாகவும் இருக்க வேண்டும் என்று பரிந்துரைக்கிறது அக்கொள்கை. அரசாங்கச் செலவினங்களைக் குறைத்துக்கொள்வதால் பேரியல் பொருளாதாரம் நன்மை அடைவதாக விளிம்புநிலைவாதப் பொருளியலாளர்கள் நம்புகின்றனர்; அரசாங்கக் கடனில் ஏற்படும் உயர்வானது, வட்டிவீதத்தை உயர்த்தும் என்பதாலும், மற்றவை மாறாதிருப்ப, தனியார் துறையினை நெருக்கியடித்து வெளியேற்றிவிடும் (Crowding-out) என்பதாலும், அரசாங்கச் செலவினம் (குறிப்பாகக் கடன்பெறுவதன் வாயிலாக வரக்கூடியது) பொருளாதாரத்திற்குத் தீங்கு விளைவிப்பது என்று அவர்கள் கருதுவதே இந்த நம்பிக்கைக்குக் காரணம். எனினும், தனிமனிதருக்கு நல்லதாகிய ஒன்றை–தன் சக்திக்கு உட்பட்டுச் செலவழிக்க வேண்டும் என்ற கருத்தை, தனிமனிதர்களிடமிருந்து மாறுபட்ட அமைப்பாகிய அரசாங்கத்திற்கும் நன்மை பயக்கும் ஒன்றாக அவர்கள் விரிவுப்படுத்திக் கூறுவதை கவனிப்பீர்கள்.

இந்தப் பகுதியில் விவாதிக்கப்படும் கடைசியான கோட்பாடு, வருமானப் பகிர்மானத்தின் விளிம்புநிலைவாதக் கோட்பாடு ஆகும். இக்கோட்பாடு, வழக்கமாக நுண்ணியல் பொருளியலில் கற்பிக்கப்படுவது என்றாலும், விளிம்புநிலைவாதப் பேரியல் பொருளாதாரத்திலும் அதன் தாக்கங்கள் கணிசமாக இருக்கின்றன. நிறைபோட்டி நிபந்தனையின் கீழ், சமநிலையில், கூலி என்பது உழைப்பின் விளிம்புநிலை உற்பத்தியாலும், ஆதாயம் என்பது மூலதனத்தின் விளிம்புநிலை உற்பத்தியாலும்

தீர்மானிக்கப்படுகிறது என்று கூறுகிறது விளிம்புநிலைவாதக் கோட்பாடு. மாதிரியின் மொழியில் சொன்னால், உழைப்புக்கான வேண்டல், உழைப்பின் வழங்கல், மூலதன வேண்டல் மற்றும் மூலதன வழங்கல்– ஆகிய பொருளாதாரச் சக்திகளின் வாயிலாகவே வருமானப் பகிர்மானம் முழுக்க முழுக்க அகந்தோன்றுவதாகத் தீர்மானிக்கப்படுகிறது.

கருத்தோட்டத்தில் பிழைநீக்கம்

ஸ்மித், ரிகார்டோ, மார்க்ஸ் ஆகிய செவ்வியல் பொருளியலாளர்கள் சரியாகக் கண்டதுபோல், போட்டிநிறை பொருளாதாரத்திலும் கூட, வரலாறும் பண்பாடுமே கூலிகளைத் தீர்மானிக்கின்றன. இது, செவ்வியல் பொருளியலின் வழிவந்த பிற உரையாசிரியர்களும் கூலியினைப் புறந்தோன்றுவதாகவே பார்க்க வழிவகுத்தது. கடந்த இயலில் விவாதிக்கப்பட்ட வேண்டல்–சார் வளர்ச்சிக் கோட்பாடுகளும் 'புறந்தோன்று பகிர்மானத்தின் வழி வந்த மதிப்பையே' சார்ந்திருந்தன என்பதை நினைவுகூருங்கள். செவ்வியல் மற்றும் விளிம்புநிலைவாதக் கோட்பாடுகளின் கொள்கைப் பரிந்துரைகள், கணிசமான வகையில் மாறுபடுகின்றன. சான்றாக, விளிம்புநிலைவாதக் கோட்பாட்டில் $W=MP_L$ என்பதே சமநிலை என்பதால், கூட்டுப் பேரம், குறைந்தபட்சக் கூலி ஆகிய தலையீடுகள் உழைப்புச் சந்தையினைச் சிதைக்கும் என்றும், எனவே அது பொருளாதாரத்திற்குத் தீங்கானது என்றும் கருதப்படுகிறது. எனினும், செவ்வியல் நிலைப்பாட்டினைப் பொறுத்தவரையில், கூலி என்பது வெளியிலிருந்து தீர்மானிக்கப்படுவதாக உள்ளது; எனவே, கூலிப் பேரமும் குறைந்தபட்சக் கூலிச் சட்டங்களும் கூலியினைச் சமூகநீதியாக ஏற்புடைய மட்டங்களுக்கு நிகரானதாக நிர்ணயிக்க வழிசெய்யும் காரணத்தினால், அவை நன்மை பயப்பதாகப் பார்க்கப்படுகின்றன. செவ்வியல் பொருளாதாரத்தில் கூலியைப் பற்றிய முழுநீளப் புத்தக அளவிலான ஆய்வினைக் காண வேண்டுமென்றால், அண்டோனெல்லா ஸ்டிராட்டி அவர்களின் 'த தியரி ஆஃப் வேஜஸ் இன் கிளாசிகல் எகனாமிக்ஸ்: அ ஸ்டடி

ஆஃப் ஆடம் ஸ்மித், டேவிட் ரிகார்டோ அண்ட் தெயர் கண்டெம்பொரரீஸ்' (1994) என்ற நூலினைப் பார்க்கவும்.

எந்தப் பொருளியல் கோட்பாட்டினைத் தேர்ந்தெடுக்கிறோம் என்பது, பொருளாதாரக் கொள்கைகளின் மீது குறிப்பிடத்தக்க தாக்கத்தை ஏற்படுத்தும் என்று இப்பகுதியில் விவாதிக்கப்பட்ட கொள்கைகள்/ கோட்பாடுகளிலிருந்து நன்கு தெளிவாகிறது. கோட்பாடுகள் தவறானால், அவை எதிர்நோக்காத பாதிப்புகளை ஏற்படுத்தலாம்; ஆகவே, அவற்றை நம்பத்தகுந்த வழிகாட்டிகளாகப் பயன்படுத்த முடியாது. மேலும், பொருளாதாரக் கொள்கைகள், மக்களின் வாழ்வாதாரங்களைப் பாதிக்கும் என்பது உண்மையாக இருக்கும்வரை, தவறான கோட்பாடுகளை பொதுக்கொள்கைகளில் எடுத்தாள்வது ஆபத்தானதாகும்.

6.4 நல்ல கோட்பாடுகள் சூழ்நிலையை உணர்பவை

இப்புத்தகத்தில் எடுத்தாளப்படும் பகுப்பாய்வின் நோக்கத்தினையும் தளத்தினையும் முதல் இயலில் வரைந்து காட்டினோம்; அதாவது, போட்டிநிறை பொருளாதாரம் என்ற உலகில் நாம் வாழ்ந்திராதபோதிலும், போட்டிநிறை பொருளாதாரத்தைப் புரிந்துகொள்ள ஒரு 'பேரியல்' அணுகுமுறையினைக் கடைப்பிடிக்கிறோம். 'பணம் மற்றும் வட்டிவீதம்' குறித்த இயலில் பணத்தைப் பற்றிய இருவேறு கோட்பாடுகளையும் விவாதிப்பதற்கு முன்னதாக, இந்தியாவின் நிதிக் கட்டமைப்பைப் பற்றிய– இந்திய நிதியியல் அமைப்புமுறையின் கூறுகளைப் பற்றிய–முக்கியமான விவாதம் பகுதி 3.2இல் இடம்பெற்றது. 'வெளியீட்டு மற்றும் வேலைவாய்ப்பு மட்டங்கள்' குறித்த இயலில், சூழலை உணர்வதன் முக்கியத்துவம் சுட்டிக்காட்டப்பட்டது (பகுதிகள் 4.1 மற்றும் 4.4 ஆகியவை). இந்தியாவின் பொருளாதார வளர்ச்சியின் கூறுகளையும், இந்தியப் பொருளாதாரத்தின் கூறுகளையும் பற்றிப் பகுதி 5.3இல் சொல்லப்பட்டது.

இந்தப் பகுதியில் சூழல் என்று குறிப்பிடப்படுவது, படம் 2.1இல் குறிப்பிடப்பட்ட முற்கோள்களையும் பொருளாதாரம் அல்லாத அமைப்புமுறைகளையும் விடக் குறுகிய பொருளுடைய ஒன்றாகும். இந்த இயலில், குறிப்பிட்ட பொருளாதாரம் ஒன்றின் (ஆழமான) அமைப்பியல் கூறுகள் என்று உணரக்கூடியவற்றையே சூழல் என்று நாம் குறிப்பிடுகிறோம். இந்தியப் பேரியல் பொருளாதாரத்தில் இருக்கக்கூடிய அத்தகைய இரண்டு அமைப்பியல் கூறுகளை இப்பகுதியில் விவாதிப்போம். அவை: (அ) வேளாண்மையின் பங்கு (ஆ) அளவில் பெரிய முறைசாராத் 'துறை' இருத்தல்.

வேளாண்மையின் பங்கு

ஒரு பொருளாதாரத்தின் தனித்தன்மைகள் அல்லது குறிப்பிட்ட இயல்புகள் அனைத்தையுமே கணக்கில் எடுத்துக்கொள்வதென்பது எந்தக் கோட்பாட்டாலும் இயலாத ஒன்று. பல்வேறு குறிப்பிட்ட அம்சங்களிலிருந்து ஒரு சில காரணிகளை அல்லது கூறுகளைத் தேர்ந்தெடுக்கவோ, தெரிவு செய்யவோ வேண்டி வரும். 1990ஆம் ஆண்டு வெளியான 'ஆர்கனைசேஷனல் இஷ்ஷ்யூஸ் இன் இண்டியன் அக்கிரிகல்சர்' என்ற நூலில், இந்தியப் பொருளாதாரத்தின் வேளாண் தன்மையினை

அடிக்கோடிட்டுக் காட்டுகிறார் கே.என். ராஜ்; அத்தோடு, கொள்கை வகுப்பதில் பொருளியல் கோட்பாடுகளை எடுத்தாளும்போது, இந்த இன்றியமையாத தனி இயல்பினை உணர வேண்டிய தேவையினையும் மிகச்சரியாக அடிக்கோடிட்டுக் காட்டுகிறார்:

> இவை, வேளாண் பொருளாதாரங்களின் இயல்புகள்; கேனீசியப் பொருளியலை (அல்லது எந்த வகையான பொருளியல் பகுப்பாய்வாயினும்) வேளாண் பொருளாதாரங்களில் எடுத்தாளும் முன்பு மனதில் கொள்ள வேண்டிய இயல்புகள். சந்தைகள் எவ்வாறு அமையப்பெற்றுள்ளன என்பதும், அவற்றில் முக்கியமான சந்தைகள் எவை என்பதும், அவை குறிப்பாக எவ்வாறு இயங்குகின்றன—ஒன்றோடொன்று எவ்வாறு ஊடாடுகின்றன என்பதும், வரலாற்றுப் படிமலர்ச்சியில் கட்டத்திற்குக் கட்டம் மாறுபடுவது மட்டுமன்றி, வேளாண் பொருளாதாரத்தின் பல்வேறு பகுதிகளுக்கிடையிலும் மாறுபடுவதாக இருக்கின்றன. அத்துடன், எண்ணிக்கையில் மிகுந்த உற்பத்திக் காரணிச் சந்தையிலும் சரக்குச் சந்தையிலும் ஒரே சமயத்தில் ஊரகச் சமூகத்தின் ஒரு சிறு பகுதியினரே ஆதிக்கம் செலுத்துவதும், இந்தச் சந்தைகள் விலை சார்ந்ததும் விலை சாராததுமாகிய இணைப்புகளால் இணைக்கப்பட்டுள்ளன என்பதும் மென்மேலும் சிக்கல்களை ஏற்படுத்துகின்றன; ஏனென்றால், குறிப்பிட்ட எந்தவொரு சந்தையிலும் பங்கெடுக்கக்கூடியவர்கள் மாறுபட்ட நிலைமைகளில் இருப்பதனால், அதனை வழக்கமான மாதிரிகளான விற்பவர்முற்றாதிக்க மாதிரியிலோ (Monopoly), அல்லது வாங்குபவர்முற்றாதிக்க மாதிரியிலோ (Monopsony) பொருத்தி, பொதுச் சமநிலைப் பகுப்பாய்வுக் கட்டமைப்பினுள் அடக்கிவிட முடியாது. கேனீசியப் பொருளியலும், பொதுச் சமநிலைப் பொருளியலும், சில பார்வைகளையும் துப்புகளையும் அளிக்கலாம்; கெடுவாய்ப்பாக, வேளாண் பொருளாதாரங்களின் இந்த இன்றியமையாத தன்மைகளைப் போதுமான அளவு கவனிக்காமல், திறனாய்வின்றி இவற்றைப் பயன்படுத்துவது இன்றளவிலும் வழக்கமாகவே இருக்கிறது. கோட்பாட்டு நேர்த்தி, செழுமை என்ற பொய்த்திரைக்குப் பின்னால் ஆழமில்லாத தன்மை பெருமளவில் மறைந்திருக்கிறது. (ப. 87; சொல்லழுத்தம் சேர்க்கப்பட்டுள்ளது; 'ஒரே சமயத்தில்' என்ற சொல் மூலநூலில் சாய்வெழுத்தில் உள்ளவாறு)

பகுதி 1.4இல் விவாதித்தது போல, கொள்கைவகுத்தல் என்பது ஒரு நுட்பமான செயல்; கோட்பாடுகள் குறித்தும், இருக்கின்ற அளவீட்டு நெறிமுறைகள் குறித்தும், அவற்றுக்கு இணையாக—அல்லது அவற்றை விடவும் முக்கியமாகவே—சூழலைக் குறித்தும் அறிந்திருப்பது அவசியம். இது, கோட்பாட்டிற்கும் கொள்கைக்கும் இடையில், ஓர் இருள் சூழ்ந்த இணைப்புவெளி இருப்பதைப் போன்றது. அந்த இருளடர்ந்த இணைப்பு வெளியின் பாகக்கூறுகளின் மீது ஒளி பாய்ச்சும் முயற்சியே நடப்புப் பகுதியும் அதன் பின்வரும் பகுதியும்.

1898ஆம் ஆண்டில், எம்.ஜி. ரனாதே, 'எஸ்ஸேஸ் ஆன் இண்டியன் எகனாமிக்ஸ்' என்ற தனது புத்தகத்தில், 'மேற்கத்திய' பொருளியலுக்கு எதிராக, இந்தியாவின் தனித்தன்மைகளின் மீதும் நிறுவனக் கட்டமைப்புகளின் மீதும் கட்டியெழுப்பிய 'இந்தியப் பொருளியலை' ஆதரித்து வாதிடுகிறார். ரனாதேவின் புத்தகம் பதிப்புரிமை நீங்கி இணையத்தில் தடையின்றிக் கிடைப்பதால், அந்நூலின் சில பகுதிகளை வாசித்து ரனாதே அவர்கள் சுட்டிக்காட்டிய தனித்தன்மைகள் சமகால இந்தியாவில் காணக்கிடைக்கின்றனவா என்பதை மதிப்பிட்டுப் பாருங்கள். அத்துடன், அவரின் எழுத்துகளில் குறிப்பிட்ட கோட்பாட்டு நிலைப்பாடுகள் இருக்கின்றனவா என்பதையும் கண்டறியுங்கள்.

வேளாண்மை குறித்த விவாதம் இல்லாமல், இந்தியப் பேரியல் பொருளாதாரத்தைப் புரிந்துகொள்வதற்கான முயற்சி முழுமைபெறாது. இந்தியத் தொழிலாளர்களில் 47 விழுக்காட்டினருக்கு வேளாண்மையும் அதுசார்ந்த துறைகளுமே வேலைவாய்ப்பளிக்கிறது என்பதே இதற்குக் காரணம்; இதற்கு இணையாக, சேவைத்துறை 30 விழுக்காடு தொழிலாளர்களுக்கு வேலைவாய்ப்பளிக்கிறது என்பதைக் கொண்டு (ஸ்டேட் ஆஃப் ஒர்க்கிங் இண்டியா 2018, ப. 58), இதனை ஒரு கண்ணோட்டத்தில் பொருத்திப்பார்க்கலாம். மேலும், அமெரிக்கா போன்ற முன்னேறிய நாடுகளிலுள்ளதுபோல், இந்திய வேளாண்மை முதன்மையாகக் கூலி உழைப்பினாலானது கிடையாது. இந்திய வேளாண்மையைப் புரிந்துகொள்ள வேண்டுமென்றால், கிராமப் பொருளாதாரங்கள் எவ்வாறு இயங்குகின்றன என்பதை நாம் புரிந்துகொள்ள வேண்டும் (பகுதி 1.4இல் 'பகுப்பாய்வின் நோக்கம்' என்ற உட்பகுதியில் இடம்பெற்ற உரையாடலையும் காண்க).

கிராமப் பொருளாதாரத்தை, நாம் இதுவரை விவாதித்துவந்த போட்டிநிறை பேரியல் பொருளாதாரத்திலிருந்து சாதாரணமான ஒரு விலகல் என்பதாகப் புரிந்துகொள்ள முடியாது. கிராமவெளி எவ்வாறு பிரித்துப் பகுக்கப்பட்டுள்ளதென்பதை நாம் புரிந்துகொள்ள வேண்டும் (வழக்கமாகச் சாதியின் அடிப்படையில் இருப்பது). 'டெத் ஆஃப் அ மனிலெண்டர்' (2016) நூலில், கடன்பட்ட ஏழை விவசாயியின் வீட்டைச் சித்திரிக்கும் கோட்டா நீலிமாவின் குறிப்பில், கிராமப் பொருளாதாரத்தில் நிலவும் இடம்சார் ஏற்றத்தாழ்வு மிகவும் நன்றாகக் காட்சிப்படுத்தப்படுகிறது:

> மாதவின் வீடு . . . நல்ல வீடுகளிலிருந்து சற்றே தொலைவில், கிராமத்தின் ஓர் ஓரத்தில் குடிசைகளுக்கு இடையில் இருந்தது. (ப. 167)

கிராமப் பொருளாதாரங்களிலிருந்து சற்றுத் தடம் மாறுவதாக இருந்தாலும், நகர்ப்புறவெளிகளில் இடம்சார்ந்த தடைப்பாடுகளைக் கண்டுணர்வது, தொழிலாளர்களின் இடம்பெயர்வுத்தன்மையைப் புரிந்துகொள்ள உதவியாக இருக்கும். 'வெஜிடேரியன்ஸ் ஒன்லி' (2016) என்ற ஸ்கைபாபா எழுதிய சிறுகதை, தெலுங்கர் அல்லாத, புர்க்கா அணியும் முஸ்லிம் ஜோடி ஒன்று, ஐதராபாத் நகரத்தில் ஒரு வாடகை வீட்டைப் பிடிப்பதற்குப் படும் பாட்டை விவரிக்கிறது. ஓர் இந்து குடியிருப்பிலும், ஒரு முஸ்லிம் குடியிருப்பிலும் இவர்களுக்கு இடம் மறுக்கப்படுகிறது; அதற்குப் பிறகு பின்வருமாறு நிகழ்கிறது:

நான் மற்றொரு 'டு லெட்' (வாடகைக்காக) பதாகையைப் பார்த்தேன். அதை நோக்கி நம்பிக்கையோடு நடந்தேன். 'டு லெட்' என்ற சொற்களுக்கு அடியில் ஏதோ எழுதப்பட்டிருந்தது. என்னதென்று நினைத்துக்கொண்டே அதற்கு நெருக்கமாக நகர்ந்து பார்த்தேன். 'சைவம் மட்டும்' என்றது. கடவுளே. இது நேரடியான வார்த்தை. இதைத் தாண்டி வேறெந்த விவரமும் தேவையில்லை. 'வெளியே போ!' என்று நேரடியாகச் சொன்னது அந்தப் பதாகை. (ப. 37)

ஊரகவெளிகள், நகர்ப்புவெளிகள் என இரண்டிற்குள்ளாகவும், அவற்றுக்கு இடையிலும், தொழிலாளர்கள் (மூலதனமும்) தடையில்லாமல் இடம்பெயர்வதில் தீவிரமான கட்டுப்பாடுகளை இத்தகைய சமூகத் தடைகள் விதிக்கின்றன. முழுநிறைவான போட்டி அமைந்த பொருளாதாரத்தை எடுகோளாகக் கொண்ட கோட்பாடுகளில், தொழிலாளர்களின் தடையில்லா இடம்பெயரும் தன்மை என்பது, இன்றியமையாத ஓர் அம்சமாக இருக்கின்றது.

கிராமப் பொருளாதாரங்களில் நிலத்தை உழுதல், கால்நடைகளை மேய்த்தல், கள் இறக்குதல், மீன் பிடித்தல், நெசவு, தச்சுவேலை, பானை செய்தல், சலவை, மக்களைப் பேணுதல், முதலிய வேலைகளுக்கு, உழைப்பு எவ்வாறு பிரிக்கப்படுகிறது என்பதைப் புரிந்துகொள்வதும் முக்கியமாகும். இந்தப் பங்கீட்டைச் சாதியே கணிசமான அளவுக்குத் தீர்மானிக்கின்றது; அம்பேத்கர் அவர்கள் சொன்னதைத் தழுவிச்சொன்னால், சாதி என்பது உழைப்பின் பிரிவினை கிடையாது; மாறாக, உழைப்பாளர்களின் பிரிவினையாகும். குறிப்பாக, வீட்டுவேலைக்கும் (குடும்பத்தின் உறுப்பினர்களாகிய இளையவர்களையும் முதியவர்களையும் பேணுவதும் இதில் அடங்குவதாகும்) வேளாண் அல்லது ஊரக உற்பத்தி வேலைக்கும் இடையில், உழைப்பின் பிரிவினையைத் தீர்மானிக்கக்கூடிய மற்றொரு முக்கியக் காரணியாகப் பாலினம் விளங்குகிறது. வீட்டுவேலையின் சுமையும் பொறுப்பும் கிட்டத்தட்ட எப்போதும் பெண்களின் மீதே சுமத்தப்படுகிறது. நகர்ப்புறங்களில் சாதிய அடிப்படையிலான ஒருதலைச் சார்பு இல்லை என்று அனுமானித்துக்கொள்ள எந்தக் காரணமும் இல்லை என்பது போலவே, நகர்ப்புறப் பொருளாதாரங்களில் பெண்கள் கூலி வேலை புரிவதற்கு எதிரான ஒருதலைச் சார்புநிலை இல்லை என்று முன்கூட்டியே அனுமானித்துக் கொள்வதற்கும் நம்மிடம் எவ்விதக் காரணமும் இல்லை. வேலைவாய்ப்பின் துறைவாரியான அமைவில் பாலினத்திற்கும் ஒரு பங்குண்டு. எடுத்துக்காட்டாக, 2015இல் சேவைத் துறையைக் காட்டிலும் (16.3 விழுக்காடு) வேளாண்மையில் (28.6 விழுக்காடு) ஒப்பீட்டளவில் அதிகப்படியான பெண்கள் பணியாற்றினார்கள் (ஸ்டேட் ஆஃப் ஒர்க்கிங் இண்டியா 2018, ப. 124).

இந்திய வேளாண்மையைப் புரிந்துகொள்வதற்குக் கிராமப் பொருளாதாரத்தைப் புரிந்துகொள்வது எப்படி அவசியமோ, நிலத்தின் அரசியல் பொருளாதாரத்தைப் புரிந்துகொள்வதும் அவசியமே. இந்தியாவில் நிலவுடைமையிலுள்ள வரலாற்று ஏற்றத்தாழ்வுகள் குறித்து பகுதி 5.3இல் ஏற்கெனவே சுருக்கமாக உரையாடினோம். நிலவுடைமையின் வரலாறு,

விவசாயிகளுக்கும் தொழிலாளர்களுக்கும் இடையிலுள்ள வேறுபாடு, இயற்கைவளங்களின் மண்டலவாரியான பரவல், நிலவுடைமையைத் தீர்மானிப்பதில் சாதி மற்றும் பாலினம் வகிக்கும் பங்கு—இவை அனைத்தும், கொள்கை வகுப்பதற்கு இன்றியமையாத விவரங்கள். கிராமப் பொருளாதாரம் என்ற கருத்தாக்கமே அருவமான ஒன்றுதான்; நாகாலாந்தின் திபுயா கிராமப் பொருளாதாரம் என்பது, தமிழ்நாட்டின் நீலக்குடியை விடவோ, கேரளத்தின் கொயிலாண்டியை விடவோ, அல்லது பீகாரின் சுனாப்பூரை விடவோ மிகவும் மாறுபட்டதாக இருக்கும்.

இந்திய வேளாண்மையின் மற்றொரு முக்கியப் பண்பு, வேளாண் உள்ளீடுகளின் பிணைப்புற்ற சந்தைகள். முன்னதாக ராஜ் எழுதிய 'ஆர்கனைசேஷனல் இஷ்யூஸ் இன் இண்டியன் அக்ரிகல்சர்' புத்தகத்திலிருந்து எடுக்கப்பட்டிருந்த மேற்கோளிலும் இது காணப்படுகிறது. அதாவது, விதைகளை விற்பவரே பூச்சிக்கொல்லியையும் விற்பார்; கடனையும் கொடுப்பார். கிராமப் பொருளாதாரத்தில், குறிப்பாக வேளாண்துறையில் நிலவுகிற ஏற்றத்தாழ்வினை இது இன்னமும் மோசமாக்குகிறது. நீலிமாவின் 'டெத் ஆஃப் அ மனிலெண்டர்' (2016) புத்தகத்தில், ஜவுளி உற்பத்தித் துறையில் துறையில் விவசாயிகளின் நலனைப் பறித்துக்கொண்டு எப்படி ஆதாயம் ஈட்டப்படுகிறது என்பதை, ஊடகவியலாளர் ஃபலக் அவர்களுக்கும் நெசவாலையில் பணிபுரியும் மூத்த தொழிலாளர்கள் இருவருக்கும் இடையில் நிகழும் வகையில் இடம்பெறும் உரையாடலிலிருந்து எடுக்கப்பட்ட பின்வரும் நீண்ட மேற்கோள் பக்குவமாக விவரிக்கின்றது (ப. 137–8):

> "எங்கள் ஆலைக்கு மிகக்குறைந்த விலையில சிறந்த பருத்தியை வாங்க நூறு வழிகளை என்னால் சொல்ல முடியும்."
>
> . . .
>
> "சந்தை முகவர்களை நான் 'சமாளிக்க' வேண்டும் அவ்வளவுதான். சந்தைக் குழு அதிகாரி, விவசாயியின் பருத்தியை இரண்டாம் தரம் என்றோ மூன்றாம் தரம் என்றோ சொல்லிவிட்டால் போதும்; முதல் தரப் பருத்தி எனக்கு மூன்றாம் தர விலையில் கிடைத்துவிடும். சரியான ஆளுக்குக் கையூட்டு தந்து ஒரு விவசாயி கூட முதல் தரச் சான்றைப் பெற்றுவிடலாம். ஆனால், விளைபொருளைச் சந்தைக்கு ஏற்றி வரும் வண்டிக்காரருக்குக் கொடுக்கக் கூட விவசாயியிடம் வழக்கமாகப் பணம் இருக்காது."
>
> . . .
>
> "இல்லையென்றால், விளைபொருளை அடமானமாக எடுத்துக்கொண்டு, விதைகளையும், மருந்துகளையும், பூச்சிக்கொல்லிகளையும், பண்ணை இடுபொருட்களையும் கடனாகத் தரும் வியாபாரிகளைக் கண்டுபிடிப்பேன். அந்த வியாபாரிக்குச் சாதகமாக, விளைபொருளை இன்னும் குறைந்த விலைக்கு—வழக்கமாக அரசாங்கத்தின் குறைந்தபட்ச ஆதரவு விலைக்கு—கிடைப்பதை உறுதிப்படுத்த முடியும். விலையை அதைவிடக் குறைவாக விழவிடாமல்

உறுதிசெய்வதற்கு ஏற்கத்தக்க தரநிலையாகவே குறைந்தபட்ச விலை நிர்ணயிக்கப்படுகிறது; ஆனால், அதை வேறுவழியில் எப்படிப் பயன்படுத்துவது என்பது எங்களுக்குத் தெரியும்."

ஃபலக், "உங்களுக்கு எதிராக விவசாயிகள் புகார் செய்ய மாட்டார்களா?" என்று கருத்தாகக் கேட்டான்.

இரண்டு பேரும் புன்னகைகளைப் பரிமாறிக்கொண்டனர். "விவசாயிகளால் புகார் சொல்ல முடியாது. அவர்கள் அடுக்கின் அடிமட்டத்தில் இருப்பவர்கள். அவர்கள், ஒவ்வோர் அறுவடைக்கும் சந்தை முகவர்களைச் சந்தித்தாக வேண்டும் என்பதால் அவர்களுக்கு எதிராக விவசாயிகள் புகார் தெரிவிக்க முடியாது."

. . .

"கடன் தருபவர்களைப் பற்றி புகாரளிப்பார்களா?" என்று கேட்டான்.

"விவசாயிகள், அவசரக் காலங்களை மனதில்வைத்து, வட்டிவீதம் ஆண்டிற்கு 36 விழுக்காடாக இருந்தாலும் கடன் கொடுப்பவர்களோடு நல்ல உறவில் இருக்க வேண்டும். ஏக்கருக்குக் குறிப்பிட்ட பயிர்க்கடனைக் காட்டிலும் குறைவான தொகையை விவசாயிகளுக்குக் கொடுத்தாலும், அவர்கள் வங்கிகளுக்கு எதிராகப் போராட முடியாது."

கிராமப் பொருளாதாரத்தில், குறிப்பாக வேளாண்துறையில் பிணைப்புற்ற சந்தைகள் மலிந்திருப்பதால் ஏற்படும் சமமற்ற பொருளாதார நிலைமைகளை மேற்கண்ட உரையாடல் அடிக்கோடிட்டுக் காட்டுகிறது.

இந்திய வேளாண்மை குறித்த இந்தச் சுருக்கமான மேற்பார்வை, வேளாண்மையில் இருக்கும் நிலையில்லாத் தன்மையின் இயல்பினையும் அளவினையும் குறித்த விளக்கத்தைத்தந்து நிறைவடைகிறது. நிலையற்ற மழைப் பொழிவின் தொடக்கம், முடிவு, அளவு ஒருபுறமிருக்க, நிலையற்ற விற்பனை விலைகளையும் விளைச்சல் அளவுகளையும் விவசாயி எதிர்கொள்கிறார். இருப்பினும், கடனைத் திருப்பிச்செலுத்த வேண்டிய கட்டாயம், கிடங்கு வசதிகள் இல்லாதது, கடன் தருபவரும் விதை விற்பவரும் பூச்சிக்கொல்லி வியாபாரியும், சந்தை முகவர்களும் கூட்டு சேர்வது—இவை மட்டும் இந்திய விவசாயிக்கு உறுதி. இப்படி நிலையில்லாதவற்றையும் நிலையானவற்றையும் சேர்த்துப்பார்த்தால், இந்திய விவசாயியின் மிக மோசமான தடுமாற்ற நிலை தவிர்க்கமுடியாத உண்மையாகத் தென்படுகிறது.

முறைசாராமை இருத்தல்

கணிசமான அளவிற்கு முறைசாரா வேலைவாய்ப்பு நிலவுதல் என்பது, இந்திய பேரியல் பொருளாதாரத்தின் மற்றுமொரு முக்கியமான பண்பு. அமைப்புசாராத் துறையிலுள்ள தொழில்களுக்கான தேசியக் குழுவைப் (*National Commission on Enterprises in the Unorganised Sector–NCEUS*) பொறுத்தவரை, முறைசாராத் தொழிலாளர்கள் என்பவர்கள்.

“சமூகப் பாதுகாப்புச் சலுகைகளைப் பெறும் வழக்கமான தொழிலாளர்கள் நீங்கலாக, அமைப்புசாராத் துறையிலோ, வீடுகளிலோ பணிபுரிவோரையும், பணியில் சேர்த்தவர்களிடமிருந்து வேலைவாய்ப்புப் பாதுகாப்புச் சலுகைகளோ சமூகப் பாதுகாப்புச் சலுகைகளோ கிடைக்காத முறைசார் துறையில் பணிபுரியும் தொழிலாளர்களையும்” குறிப்பிடுபவர்கள் ஆவர். இந்த வரையறையின் அடிப்படையில், ஸ்டேட் ஆஃப் ஓர்க்கிங் இந்தியா (2018) அறிக்கையைப் பொறுத்தவரை, இந்தியத் தொழிற்படையில் 80 விழுக்காட்டிற்கும் மேல் முறைசாரா வேலையில் ஈடுபட்டுள்ளது (ப. 94). இந்திய வேலைவாய்ப்புகளில் சுயதொழிலே முன்னிலையில் உள்ளது (இது முறைசாரா வேலையில் ஒருவகை). அதன் பெயர் உணர்த்துவது போல, சுயதொழில் புரிவோர், “தமக்குச் சொந்தமான பண்ணை அல்லது பண்ணை சாராத தொழிலில், தாமாகவோ அல்லது ஊதியம் பெறும் தொழிலாளர்களைக் கொண்டோ ஊதியம் பெறாத தொழிலாளர்களைக் கொண்டோ ஈடுபடுபவர்கள்” ஆவர் (ஸ்டேட் ஆஃப் ஓர்க்கிங் இண்டியா 2018, ப. 93). பொருளியல் கோட்பாட்டில் பயன்படுத்தப்படும் வழக்கமான வகைப்பிரிவாகிய கூலிஉழைப்பு, இந்திய தொழிற்படையில் வெறும் 20 விழுக்காடு மட்டுமே (ஸ்டேட் ஆஃப் ஓர்க்கிங் இண்டியா 2018, ப. 93); இந்த 20 விழுக்காட்டில் வழக்கமான ஊதியமுறைத் தொழிலாளர்களும் ஒப்பந்தத் தொழிலாளர்களும் அடங்குவர். எனவே, எந்தவொரு பொருளியல் கோட்பாட்டையும் கொள்கை வகுப்பதில் பயன்படுத்தும் முயற்சிக்கு முன்னதாக, முறைசாரா வேலைவாய்ப்பினைப் புரிந்துகொள்வதற்கான முயற்சி முந்திக்கொள்ள வேண்டும்.

வேளாண்மையில் ஈடுபட்டிருக்கும் தொழிற்படையில் பெருவாரியான பங்கு முறைசாராத் துறையைச் சேர்ந்தது என்பது உங்களில் சிலருக்கு ஏற்கெனவே தெரிந்திருக்கலாம். இந்த இயல்பானது, ஆர்த்தர் லூயிஸ் அவர்களின் ஆய்வுப்பணியைப் பின்பற்றி, பொருளாதாரத்தில் முதலாளித்துவத் தொகுதியுடன் சேர்த்து முதலாளித்துவம் அல்லாத தொகுதியும் கணிசமாக இருக்கக்கூடிய இந்தியாவைப் போன்ற பொருளாதாரங்களை ‘இரட்டைப் பொருளாதாரங்கள்’ என்று சில பொருளியலாளர்கள் சித்திரிக்கத் தூண்டியுள்ளது. ரஷ்ய வேளாண்பொருளியலாளராகிய ஏ.வி. சயனோவ், முதலாளித்துவம் அல்லாத பொருளாதாரங்கள் பற்றிய ஆய்வுக்குப் பங்காற்றிய மற்றொரு குறிப்பிடத்தகுந்த பொருளியலாளர் ஆவார். இந்த வகைச் சிந்தனையில் ஆர்வமுள்ளவர்கள், சயனோவ் அவர்களின் ‘ஆன் த தியரி ஆஃப் நான்கேபிடலிஸ்ட் எகனாமிக் சிஸ்டம்ஸ்’ என்ற 1924ஆம் ஆண்டு கட்டுரையினையும், ‘பெசண்ட் ஃபார்ம் ஆர்கனைசேஷன்’ என்ற 1925ஆம் ஆண்டு புத்தகத்தையும் வாசிக்கவேண்டும். ஆனால், லூயிஸின் ஆய்வில் இடம்பெறும் ‘இரட்டைப் பொருளாதாரம்’, சயனோவின் ஆய்வில் இடம்பெறும் ‘குடியானவர் பொருளாதாரம்’ ஆகிய இரண்டுமே—நாம் முன்னதாக விவாதித்த ‘கிராமப் பொருளாதாரத்தைப்’போலவே, எளிமைப்பாடுகள்தான் என்பதை நினைவில் கொள்ளுங்கள். ஒரு பயிற்சியாக, ஜர்னல் ஆஃப் த இண்டியன் எகனாமிக் சொசைட்டி இதழில் வெளிவந்த அம்பேத்கரின் ‘ஸ்மால் ஹோல்டிங்ஸ் இன் இண்டியா அண்ட் தெயர் ரெமடீஸ்’ என்ற 1918ஆம் ஆண்டு கட்டுரையினை வாசித்து,

வேளாண்மையின் பொருளியல் குறித்து அதில் இடம்பெற்ற முக்கிய வாதங்களை அடையாளம் காணுங்கள்.

நலிவுக் காலத்தில் வேளாண் தொழிலாளர்கள் என்ன செய்வார்கள்? அரசு எழுத்தரையோ, மருத்துவரையோ போலல்லாமல், வேளாண் தொழில் என்பது பருவம் சார்ந்தது. வேளாண்மைக்கு அடுத்தப்படியாக, ஊரகத் தொழிலாளர்களுக்கு அதிகப்படியான வேலைவாய்ப்பை அளிப்பது கட்டுமானத்துறையே ஆகும் (ஸ்டேட் ஆஃப் ஒர்க்கிங் இண்டியா, 2018, ப. 62). கட்டுமானத் துறை, ஏறத்தாழ 50 மில்லியன் தொழிலாளர்களுக்கு வேலை அளிக்கிறது; உற்பத்தித்துறை மொத்தத்திற்கும் நிகரானது இந்த எண்ணிக்கை! இந்தியாவின் இத்தனித்தன்மைகளின் காரணமாக, இந்தியாவுக்கான பொருளாதாரக் கொள்கைகளை வகுப்பதற்கு, இயல் 4இல் செய்தது போல்–தொகைவெளியீட்டையும் வேலைவாய்ப்பையும் பார்ப்பது மட்டுமே போதுமானதாக இருக்காது. ஊரகப் பகுதிகளில் விவசாய வேலை பருவம் சார்ந்து இருப்பதாலும், அதன் விளைவாக நகர்ப்புறப் பகுதிகளிலும், ஓரளவு நகர்ப்புறப் பகுதிகளிலும் கட்டுமான வேலை பருவம் சார்ந்திருப்பதன் காரணமாகவும், ஊரகத் தொழிலாளர் ஒருவர் ஓராண்டுக் காலத்தில் மேற்கொள்ளும் பலதரப்பட்ட வேலைகளையும் பற்றி ஒரு நல்ல புரிதலை எட்டுவதற்கு, அத்தொழிலாளரின் புலம்பெயர்வின் போக்குகளைக் காண்பது உதவும்.

இந்தியா: வாழ்வாதார வழிமுறைகள்

இந்தியாவின் நிதிக் கட்டமைப்பைப் பற்றி பகுதி 3.2இல் உரையாடிய போது, வட்டிக்குக் கடன் கொடுத்தல் போன்ற முறைசாரா ஆதாரங்கள் ஆதிக்கம் செலுத்துவது குறித்துக் கூறப்பட்டது. அதைத் தொடர்ந்து, முறைசாரா நிதி உள்ளதனால் பணவியல் கடத்தல் இயங்கமைப்பின் இயக்கத்தில் தாக்கங்கள் ஏற்படும் என்பதைக் குறிப்பிட்டோம் (படம் 3.6–ஐக் காண்க). முறைசாரா நிதி இருப்பதை உணர்ந்து, அதைப் புரிந்துகொண்டு பதிவுசெய்வது, இந்தியாவில் நல்ல பணவியல் கொள்கையை வகுப்பதற்கு இன்றியமையாத ஒன்று (இதுகுறித்த உரையாடல் மேற்கொண்டு எட்டாம் இயலில் வரவிருக்கிறது). உங்கள் புரிதலை மேன்மையடையச் செய்வதற்கு, இந்தியாவின் பல்வேறு ஐந்தாண்டுத் திட்டங்களில் பயன்படுத்தப்பட்ட

மாதிரிகளையும், அவை முறைசாராத் துறையை எந்த அளவுக்குப் பதிவு செய்திருக்கின்றன என்பதன் அடிப்படையில் மதிப்பீடு செய்யுங்கள். இதற்காக, திட்டக்குழுவின் சார்பில் கிரித் எஸ். பரீக் தொகுத்தளித்த 'மேக்ரோ–மாடலிங் ஃபார் த இலெவெந்த் ஃபைவ் இயர் ப்ளான் ஆஃப் இண்டியா' என்ற நூலின் பின்னிணைப்பில் கூறப்பட்டுள்ள கணித மாதிரிகளை நீங்கள் அணுகலாம். கோட்பாட்டிற்கும் கொள்கைக்கும் உள்ள இடைவெளியைப் பற்றிய இந்தப் பகுதி, இந்தியாவில் கருப்புப் பணத்தைப் பற்றிய ஒரு சுருக்கமான உரையாடலுடன் நிறைவுபெறும்; நல்ல கோட்பாடுகளையும் தரவுகளுக்கான தேவையினையும் பற்றிய அடுத்த பகுதிக்கு இது முன்னுரையாகவும் அமையும்.

கருப்புப்பொருளாதாரம் என்பது கருப்புவருமானங்களாலும் கருப்புப்பணத்தாலும் ஆனது; பின்னையது இருப்புநிலை மாறியாக விளங்கும் வேளையில், முன்னையது பாய்வுநிலை மாறியாகும். பொருளியலாளர்களாகிய அருண் குமார் (1999), சாமென் சட்டோபாதியாய் (2018) ஆகியோரின் கூற்றுப்படி, இந்தியாவின் மொத்த உள்நாட்டு உற்பத்தியில் 60 விழுக்காடு அளவிற்குக் கருப்புப் பொருளாதாரம் உள்ளது. அவர்கள் சரியாகச் சுட்டிக்காட்டுவதைப் போல, கருப்புப் பணமும் வெள்ளைப் பணமும் ஒரே சமயத்தில் ஒரே உற்பத்தி நிகழ்முறையில் உருவாக்கப்படுகிற காரணத்தால், கருப்புப் பொருளாதாரத்தை இணைப் பொருளாதாரமாகப் (Parallel Economy) பார்ப்பது தவறானதாகும். எனினும், வருமானச் சுற்றோட்டத்தில் கருப்பு முதலீடு என்பது ஒரு கசிவாக இருப்பதாலும், வெளியீட்டு மற்றும் வேலைவாய்ப்பு மட்டங்களின் மீது எதிர்மறை விளைவுகளை ஏற்படுத்துவதாலும், இந்தியப் பேரியல் பொருளாதாரத்தின் மீது இது குறிபிடத்தக்க பின்விளைவுகளைக் கொண்டுள்ளது. ஆக, இந்தியப் பொருளாதாரத்தைப் புரிந்துகொள்ளும் ஆர்வம் உள்ளவர்கள், கருப்புப் பொருளாதாரத்தைப் பற்றி–வரி மறைவுப் புகலிடங்கள், கடத்து விலை விதிப்பின் (Transfer Pricing) தர்க்கம், கள்ளக்கடத்தல் மற்றும் கள்ளத்தனமான மூலதன வெளியேற்றங்கள் ஆகியவற்றைப் போன்ற அதன் பக்க இயல்புகளைப் பற்றிய அடிப்படை அறிதலைப் பெற்றிருத்தல் வேண்டும்.

மொத்தத்தில், கோட்பாட்டுக்கும் கொள்கைக்கும் இடையிலான இருண்ட பெட்டகத்தை, இப்பகுதியில் பட்டியலிடப்பட்ட நிறைவான அமைப்பியல் விவரங்களைக் கொண்டு நிரப்ப வேண்டும். அதிகம் கஷ்டப்படாமல் அத்தகைய விவரங்களை உள்வாங்கிக்கொள்ளக்கூடிய கோட்பாடே கொள்கை வகுப்பதற்குச் சிறப்பாகத் துணைபுரியும்; ஆகவே, அதுவே நல்ல கோட்பாடும் ஆகும்.

6.5 கோட்பாடுகளும் தரவுகளுக்கான தேவையும்

பொருளியல் சார்ந்த தொடர்புடைய தரவுகள் தாமாகவே முன்வந்து விவரம் தெரிவிக்காது. வழக்கமான அரசு இயந்திரங்களின் வழியாகவும், அரசு மேற்கொள்ளும் கணக்கெடுப்புகளின் வழியாகவும், தனியார் ஆராய்ச்சி அமைப்புகள் அல்லது தனியார் ஆய்வாளர்கள் வாயிலாகவும் தரவுகளைச் சேகரிக்கவேண்டும். தரவுகளைச் சேகரிப்பது யாராக இருந்தாலும், 'எந்தத்

தரவுகள்' சேகரிக்கப்படுகின்றன என்ற கேள்வி, குறிப்பிட்ட ஆராய்ச்சி வினாவையோ, அல்லது–அரசாங்கத்தைப் பொறுத்தவரை–சம்பந்தப்பட்ட அமைச்சகத்தையோ சார்ந்து அமைகிறது. வரி குறித்த நமது தரவுகள் வருமானவரி அமைச்சகத்திடம் உள்ளன. வேளாண்புள்ளித்தரவுகள் சேகரிப்பதை வேளாண்மை மற்றும் விவசாயிகள் நல அமைச்சகம் மேற்கொள்கிறது.

பெரும்பாலும், ஆராய்ச்சி அமைப்புகளையும் தனியார் ஆய்வாளர்களையும் பொறுத்தவரை, 'எந்தத் தரவுகள் சேகரிக்கப்படுகின்றன' என்ற கேள்விக்கான விடை, அவர்களுடைய ஆராய்ச்சியின் (கணக்கெடுப்பு களுக்கும்) அடித்தளத்திலுள்ள கோட்பாட்டுக் கட்டமைப்பைச் சார்ந்தே அமைகிறது. இதனை ஒரு கதைத்துணுக்கைக் கொண்டு விவரிக்கிறேன். 1926ஆம் ஆண்டு, குவைய விசையியல் (Quantum Mechanics) குறித்து வர்னர் ஹைசன்பர்க் அவர்கள் உரையாற்றிய பிறகு, ஆல்பர்ட் ஐன்ஸ்டைன் அவரிடம், "ஒன்றைப் பார்க்க முடிகிறதா இல்லையா என்பது நீங்கள் பயன்படுத்தும் கோட்பாட்டை பொறுத்தது. எதைப் பார்க்க முடியும் என்பதைக் கோட்பாடுதான் முடிவுசெய்கிறது" (ப. 40) என்று தீர்க்கமாகச் சொன்னார். இயற்பியலாளர்கள் இயற்றிய தன்வரலாற்றுக் கட்டுரைகளின் தொகுப்பாகிய 'ஃப்ரம் அ லைஃப் ஆஃப் ஃபிசிக்ஸ்' என்ற 1989ஆம் ஆண்டு வெளிவந்த நூல் தொகுதியில் இடம்பெற்ற ஹைன்ஸ்பர்க்கின் பங்களிப்பில் இந்த உரையாடலை அவர் பதிவு செய்கிறார் ஹைன்ஸ்பர்க். வேறு வார்த்தைகளில் சொன்னால், தக்க தரவுகளை அதிகப்படியாகக் கோருவதன் வாயிலாக, நல்ல கொள்கைகளுக்கான தேடலை ஒரு நல்ல கோட்பாடு உந்தப்படுத்த முடியும். நல்ல கோட்பாடுகள் தரக்கூடிய கருத்தாக்கத் தெளிவும் கோவையான தன்மையும் கட்டாயமாகச் சூழல்சார் தகவல்களுடன் சேர்ந்திருக்க வேண்டும்.

மொத்த உள்நாட்டு உற்பத்தியினை அளவிடுவதென்பது தற்போது பொது வழக்கமாகிவிட்டாலும், அந்த அளவீட்டில் எதனைச் சேர்த்துக் கொள்ள வேண்டும், எதனை ஒதுக்கிவிட வேண்டும் என்பன பற்றிய விவாதங்கள் இன்றளவும் நடைபெற்றுவருகின்றன; அவ்வாறு நடை பெறுவதும் சரியே (பகுதி 2.2இல் குறிப்பிட்டது போல், பெண்களின் ஊதியமில்லா உழைப்பை மதிப்பிடுவதற்கு நேரப் பயன்பாட்டுக் கணக்கெடுப்புகளுக்கான கோரிக்கை எழுந்தது குறித்து நினைவுகூருங்கள்). ரிச்சர்ட் ஸ்டோன் அவர்களின் 1951ஆம் ஆண்டில் வெளியான 'த ரோல் ஆஃப் மெஷர்மெண்ட் இன் எகனாமிக்ஸ்' என்ற குறுஆய்வுநூலில் இடம்பெற்ற பின்வரும் பத்தியில், பட்டறிவுசார் அளவீட்டில் (Empirical Measurement) கோட்பாடு வகிக்கும் பங்கினைப் பற்றி அழுத்தமாக அவர் கூறுகிறார்:

> ஒரு தனிநபரையோ அல்லது ஒரு தேசத்தையோ சான்றாகக் கொண்டு இந்தப் பட்டறிவுசார் (அளவீட்டுக்) கட்டுமானங்களை நன்றாக விவரிக்கலாம். ஒரு நிறுமத்தின் ஏடுகளிலோ அல்லது ஒரு தனிநபரின் ஏடுகளிலோ, முதன்மைப் பதிவுகளை, அதாவது ஆதாரப் பதிவுகளை, எந்த அளவுக்குத் தேடினாலும், ஈட்டப்பட்ட வருமானத்தைக் கண்டுபிடிப்பதற்கு வழியில்லை; அவை உண்மையானவை என்றாலும் சரி, கணிக்கப்பட்டவை

என்றாலும் சரி, வருமானத்தைக் கண்டறிய வேண்டுமென்றால், ஒரு கோட்பாட்டைக் கட்டமைத்து, அதன் அடிகோளிலிருந்து (Postulation) வருமானத்தை ஒரு கருத்தாக்கமாக உய்த்தறியும் வகையில் செய்யவேண்டும்; அந்தக் கருத்தாக்கத்தைக் குறிப்பிட்ட அடிப்படைத் தகவல்களுடன் தொடர்புபடுத்திட வேண்டும். உறுதிப்படுத்திக்கொள்ளும் விதமாக, முடிந்த அளவு அடிப்படைத் தகவல்களை அக்கோட்பாடு கணக்கில் சேர்த்துக்கொள்ள வேண்டும். இல்லை என்றால், வருமானம் என்ற கோட்பாட்டுக் கருத்தாக்கமானது, எவ்வித அளவீட்டுத் தொடர்பும் இல்லாமல் தனிமரமாக நிற்கும். ஆனால், கோட்பாடும் அவசியம்தான்; தனிமனிதர்களும் இயந்திரங்களும் தம்மை வெளிப்படுத்திக்கொள்வதைப் போல, அவ்விரண்டும் உருவாக்கும் வருமானத்தால் கோட்பாடு இல்லாமல் தன்னைத்தானே எளிமையாக வெளிப்படுத்திக் கொள்ள முடியாது. (ப. 9)

அதைப் போலவே, இந்தியாவின் யதார்த்தங்களைக் கருத்தில் கொண்டு பார்த்தால், இந்திய பேரியல் பொருளாதாரத்திற்கு இன்னும் நல்ல பட்டறிவுசார் அளவீடுகள் தேவை என்பதைப் பின்வரும் பத்திகளில் வாதிடுவோம்:

'பணம் என்றால் என்ன?' என்ற கேள்வியை, பகுதி 3.3இல் முன்வைத்தோம். புழக்கத்திலுள்ள செலாவணியின் இருப்பு, வங்கிகளில் இருக்கும் கேட்பு வைப்புத்தொகைகள், அஞ்சல்நிலைய வங்கிகளில் இருக்கும் சேமிப்பு வைப்புத்தொகைகள் ஆகியவற்றைக் குறிப்பதே பணம் என்பது, ரிசர்வ் வங்கி தரும் பதிலாகும். எனினும், கடந்த பகுதியில் (பகுதி 6.4) முறைசாராப் பணம் இருப்பது குறித்து நீங்கள் தெரிந்துகொண்டீர்கள்; இந்நிலையில், இந்திய பேரியல் பொருளாதாரத்தில் பணத்தின் வரையறையான, முறைசாராப் பணத்தை எப்படி புறக்கணிக்கலாம்?

போட்டிநிறை பொருளாதாரத்தில் வேலையின்மை குறித்த விளக்கம் பகுதி 4.2இல் கொடுக்கப்பட்டிருந்தது; எனினும், சென்ற பகுதியைத் (பகுதி 6.4) தொடர்ந்து, இந்தியாவில் முறைசாரா வேலைவாய்ப்பின் அளவு உங்களுக்கு இப்போது தெரிந்திருக்கும். இந்தச் சூழலில், சுயதொழில், ஒப்பந்தமுறை, வழக்கமான ஊதியமுறை—என்று, வேலைவாய்ப்பின் தன்மைக்கேற்ப, இன்னும் விளக்கமான வேலையின்மைவீதங்களைக் குறுகிய இடைவெளிகளில் அடிக்கடி வெளியிட வேண்டுமென்று நாம் கோரிக்கை வைக்க வேண்டுமல்லவா?

இந்தியப் பொருளாதாரத்தில் துறைகளுக்கிடையிலான உறவுகளை அட்டவணை 2.1 காட்சிப்படுத்தியது. முன்பு சுட்டிக்காட்டியதைப் போல, ஒரு பொருளாதாரத்தைப் புரிந்துகொள்ளும் பொருட்டு, குவெனே, மார்க்ஸ், ஸ்ராஃபா ஆகியோரின் கோட்பாடுகளிலும், லியாண்டிஃப் அவர்களின் பயன்பாட்டு ஆய்வுகளிலும் இத்தகைய இடையியல் அணுகுமுறையினைக் காண்கிறோம். பொருளாதாரத்தைப் புரிந்து கொள்வதற்கான பேரியல் அணுகுமுறையானது, தொகைவெளியீடு, வேலைவாய்ப்பு முதலிய கருத்தாக்கங்கள் தோன்ற வழிசெய்கிறது.

பேரியல் அணுகுமுறை பரவலாக ஏற்றுக்கொள்ளப்படுவதனால், மொத்த உள்நாட்டு உற்பத்தியின் தரவுகள் அடிக்கடி வெளிவர வழி ஏற்பட்டுள்ளது; ஆயினும், ஒப்பீட்டளவில் இடையியல் அணுகுமுறையைப் புறக்கணிப்பது–குறிப்பாக இந்தியாவில்–துறைகளிடையிலான தரவுக்கான கோரிக்கையினையும், அதைத் தொடர்ந்து அத்தரவுகளின் வழங்கலையும் குறைவடையச் செய்துள்ளது. மேலும், 'த ரோல் ஆஃப் மெஷர்மெண்ட் இன் எகனாமிக்ஸ்' (1951) நூலில் ஸ்டோன் எழுதுவது போல, "குறுகிய நிர்வாகத் தேவைக்காக ஏற்கெனவே சேகரித்த புள்ளிவிவரங்களைக் கையாளுதலையே நம்பியிருப்பதை விட, முன்கூட்டியே வரையறுத்த கோட்பாட்டு மாறிகளைப் பிரதிபலிக்கும் தகவல்களைச் சேகரிப்பது அவசியமாகும்" (ப. 83). மொத்தத்தில், நல்ல கோட்பாடுகளானவை பொருத்தமான கருத்தாக்கங்களைத் தந்து, பொருளாதாரச் சூழலுக்குச் சம்பந்தப்பட்ட கூறுகளைத் தாங்கிநிற்கும் அதேஅளவுக்கு, பொருத்தமான தரவுகளைக் கோரவும், அவற்றைச் சேகரிப்பதற்கு உந்துதலாகவும் அமைகிறது.

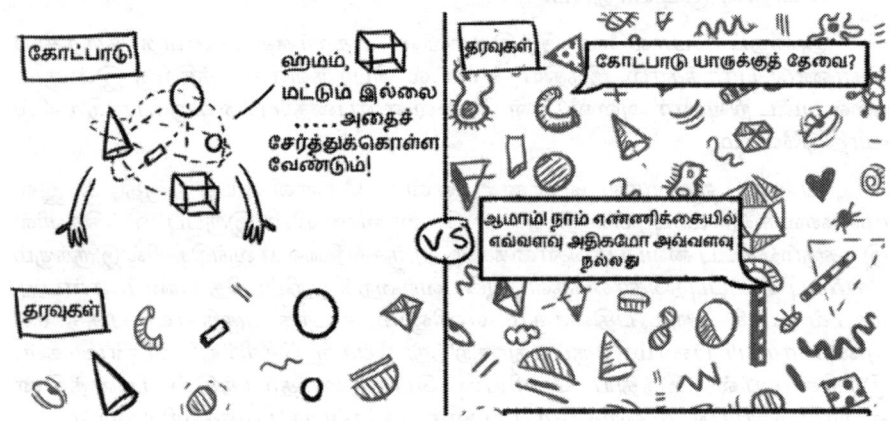

யாருக்கு வேண்டும் கோட்பாடு?

இதற்கு மறுமுனையில் இன்னொரு பிரச்சினை உள்ளது; பெரிய அளவிலான தரவுகளை மட்டுமே சார்ந்திருப்பது; 'பெருந்தரவு' என்று அழைக்கப்படும் இதன் தீவிளைவுகளைப் பற்றிச் சுருக்கமாக உரையாடி இந்தப் பகுதியினை நிறைவு செய்கிறேன். எந்த அளவிலான தரவுகளாலும்– அவை சிறியவையோ பெரியவையோ–தீர்த்து வைக்க முடியாத சில விவாதங்கள் பொருளியலில் உள்ளன. எடுத்துக்காட்டாக, பண்ட விலைகளைத் தீர்மானிப்பது எது? திட்டமிட்ட சேமிப்பானது திட்டமிட்ட முதலீட்டிற்கேற்பத் தன்னைத் தகவமைத்துக்கொள்கிறதா, இல்லை மறுவிதமாக நிகழ்கிறதா? இந்தக் கருத்தாக்க விவாதங்கள், உழைப்பும் மூலதனமும் தடையின்றி இடம்பெயரக்கூடிய பொருளாதாரத்தை அடிப்படையாகக் கொண்டவை; ஆனால், அத்தகைய தடையில்லாப் போட்டியைக் கொண்ட பொருளாதாரங்கள் இல்லை என்பதால், அக்கோட்பாடுகளைச் சோதித்துப்பார்க்க நாம் சேகரிக்கும் தரவுகளைப் பயன்படுத்த முடியாது. தூய கோட்பாடுகளைக் கைவிட்டுவிட்டு, பொருளாதார அளவியலையோ (Econometrics) அல்லது இயந்திரவழிக்

கற்றலையோ (Machine Learning) துணையாகக்கொண்டு முழுவதுமாகத் தரவுகளின் அடிப்படையில் கொள்கைத்தீர்வுகளைத் தேடுவதென்பது, மையநீரோற்றுப்பொருளியலில் நிலவும் கவலைக்குரிய போக்காக இருந்துவருகிறது. 'வெப்பன்ஸ் ஆஃப் மேத் டிஸ்ட்ரக்ஷன்: ஹவ் பிக் டேட்டா இன்கிரீசஸ் இனீகுவாலிட்டி அண்ட் த்ரெட்டன்ஸ் டெமாக்ரசி' என்ற தனது 2016ஆம் ஆண்டுப் புத்தகத்தில், கேத்தி ஓ' நீல் நமக்கு நினைவுபடுத்துவதுபோல்,

> தரவுகள் எங்கும் போய்த் தொலைந்துவிடாது. கணிதம் என்ன– கணினிகள் கூட எங்கேயும் போய்விடாது. நமது நிறுவனங்களை இயக்கவும், வளங்களைப் பயன்படுத்தவும், நம் வாழ்க்கைகளை நிர்வகிக்கவும், நாம் நம்பியிருக்கும் கருவி என்பது கணிப்பு மாதிரிகளே என்ற நிலை அதிகரித்துவருகிறது. ஆனால், நான் இந்தப் புத்தகம் முழுவதிலும் காட்ட முயன்றுள்ளது போல, இந்த மாதிரிகள் தரவுகளை அடிப்படையாகக் கொண்டு மட்டுமே கட்டமைக்கப்படுவதில்லை; எந்தத் தரவுகளில் கவனம் செலுத்த வேண்டும், எந்தத் தரவுகளை ஒதுக்கி வைக்கவேண்டும் என்பது பற்றிய நமது தேர்வுகளின் அடிப்படையிலும் இவை கட்டமைக்கப்படுகின்றன. (ப. 218)

ஓ' நீல் வெளிப்படுத்திய இந்தப் பார்வையை நமது உரையாடலுக்கேற்ற வகையில் தழுவிக் கூறவேண்டுமென்றால், பொருளியல் கோட்பாட்டின் தேர்வும், அந்தத் தேர்வினைத் தெளிவாக விளக்கி முன்வைப்பதும், பெருந்தரவை வடிகட்டும் புள்ளியியல் வடிகட்டியை மேலும் வெளிப்படையானதாகக் காட்டும் என்று சொல்லலாம். 'த லாஸ் ஆஃப் மெடிசின்: ஃபீல்ட் நோட்ஸ் ஃப்ரம் அன் அன்சர்ட்டைன் சைன்ஸ்' (2015) என்ற புத்தகத்தில், சித்தார்த்தா முகர்ஜி அவர்கள், மருத்துவத்தில் பெருந்தரவின் பயன்பாட்டினைப் பற்றி ('தொழில்நுட்பத்' தீர்வுகளைப் பற்றியும் கூட) இதே போன்ற கவலையைத் தெரிவிக்கிறார்:

> புதிய மருத்துவத் தொழில்நுட்பங்களின் வருகை, ஒருதலையான சார்புநிலையைக் குறைத்துவிடாது. அதனைப் பெருக்கிவிடும். ஆய்வுகளைப் புரிந்துகொள்வதற்கு அதிகப்படியான மனிதத் தலையீடும் பொருள்விளக்கங்களும் தேவைப்படும். எனவே, ஒருதலைச் சார்பு இன்னும் அதிகமாகவே நுழையும். பெருந்தரவு என்பது, ஒருதலைச் சார்பு என்னும் பிரச்சினைக்குத் தீர்வாகாது; அது, இன்னும் நுட்பமான (அல்லது இன்னும் பெரிதான) ஒருதலைச் சார்புநிலைக்கான தோற்றுவாய் மட்டுமே. (ப. 65)

மொத்தத்தில், பொருளியல் கோட்பாடு அளிக்கும் கருத்தாக்கத் தெளிவினை, பெருந்தரவின் பேரில் நாம் காவுகொடுத்துவிடக் கூடாது.

6.6 முடிவுரை

இது, ஒரு கடத்துப்பாலத்தைப் போன்ற இயல் என்னும் வகையில், கோட்பாட்டிற்கும் கொள்கைக்கும் இடையே நெறியியல் தளத்தில் உள்ள சில சிக்கல்களைக் கூறியது. எதிர்நோக்காத பின்விளைவுகளைக்

குறைக்கவும், ஒரு கொள்கை/கோட்பாடின் பொருத்தப்பாட்டை மதிப்பீடு செய்யவும் மாதிரியானது உதவுகிறது என்பதை, எளிய கணிதத்தின் துணையோடு காட்டினோம். பொருளாதாரம் குறித்த நமது புரிதலை, கோட்பாடு, மாதிரி ஆகிய இரண்டுமே நெறிப்படுத்துகின்றன. அதைத் தொடர்ந்து, விளிம்புநிலைவாதப் பொருளியலிலிருந்து சில உதாரணங்களைக்கொண்டு, தவறான கோட்பாடுகளிலிருந்து பிறக்கும் எதிர்மறையான கொள்கைவிளைவுகள் வரைந்து காட்டப்பட்டன. இந்தியப் பொருளாதாரத்திற்குத் தனிக்கவனம் அளித்து, வேளாண்மையினையும் முறைசாரா வேலைவாய்ப்பினையும் உற்றுநோக்கினோம்; அதன் வழியே, கருத்தாக்கத்தோடு சேர்த்துச் சூழலுக்கும் முக்கியத்துவம் உள்ளதை வலியுறுத்தினோம். இறுதியாக, கொள்கை தொடர்பான தரவுகளுக்கான கோரிக்கைக்கும், நல்ல கோட்பாடுகளுக்கும் இடையிலுள்ள இணைப்பு காட்டப்பட்டது; பொருளாதாரத் தீர்வுகளுக்குப் பெருந்தரவைப் பயன்படுத்துவதில் எச்சரிக்கை வேண்டும் என்பதும் இந்தப் பகுதியில் கூறப்பட்டது. அடுத்த இரண்டு இயல்கள் முறையே வேலைநிறைவினையும், குறைவான பணவீக்கத்தையும் அடைவதற்கான கொள்கைகளைப் பற்றிக் கூறுகின்றன.

மேற்கொண்டு வாசிப்பதற்கான பரிந்துரைகள்

மதிப்பு, பகிர்மானம் ஆகியவற்றின் விளிம்புநிலைவாதக் கோட்பாடு குறித்த தெளிவான உரைக்கு, 1957இல் வெளியான சல்லிங் கூப்மன் எழுதிய 'Three Essays on the State of Economic Science' என்ற நூலை (நியூ யார்க்: மெக்ரா ஹில் புக் கம்பெனி வெளியீடு) அணுகலாம். குறிப்பாக, அதில் முதல் அத்தியாயத்தைப் பாருங்கள். இந்தியப் பொருளாதாரச் சூழல் குறித்த முழுமையான, ஆழமான புரிதலை எட்டுவதற்கு, கொ. ஓம்கார்நாத் அவர்களின் 'Economics: A Primer for India' என்ற 2012ஆம் ஆண்டில் வெளியான புத்தகத்தின் (ஐதராபாத்: ஓரியெண்ட் பிளாக்ஸ்வான் வெளியீடு) 'Petty Production and Poverty' என்ற அத்தியாயத்தைப் பரிந்துரைக்கிறேன். *Foundation for Agrarian Studies (FAS)* வலைப்பூவில், 2016இல் வெளியான 'Death of a Moneylender' என்ற கோட்டா நீலிமாவின் புதினநூலின், *The Fact/Fiction of Indian Agriculture* என்ற எனது மதிப்புரை (2019, ஜூன் 20), பொதுவாசகர்கள், பொருளியல் மாணவர்கள் என அனைவருமே, இந்தியாவின் வேளாண்பொருளாதாரத்தைப் புரிந்துகொள்வதற்கான ஒரு மிகச் சுருக்கமான அறிமுகமாக இருக்கும். மதுரா சுவாமிநாதன், விகாஸ் ராவல் ஆகியோர் தொகுத்தளித்த *Socio–Economic Surveys of Two Villages in Rajasthan* போன்ற புத்தகங்களைப் (புது டெல்லி: தூலிகா மற்றும் FAS வெளியீடு) பார்த்து, இந்தியாவில் வேளாண்பொருளாதார உறவுகள் பற்றிய தகவல்களின் செறிவைப் பெறலாம். ஆந்திரப் பிரதேசம், கர்நாடகம் ஆகிய மாநிலங்களில் இதேபோல மேற்கொள்ளப்பட்ட ஊரக ஆய்வுகளையும் புத்தகங்களாக வெளியிட்டுள்ளது FAS நிறுவனம். இந்தியாவின் கருப்புப் பொருளாதாரத்தைப் பற்றிப் புரிந்துகொள்ள விரும்பினால், பொதுவாசகருக்காக எழுதப்பட்ட அருண் குமாரின் 'Understanding the Black Economy and Black Money in India' *(புது டெல்லி: அலெஃப் வெளியீடு)* என்ற, 2017ஆம் ஆண்டு வெளியான புத்தகத்தை வாசிக்கலாம். இது

பற்றிய சுருக்கமான புரிதலே போதும் என்று நினைப்பவர்கள், 2018ஆம் ஆண்டு சாமென் சட்டோபாத்யா எழுதிய 'Macroeconomics of the Black Economy' என்ற புத்தகம் குறித்து நான் 2019இல் எழுதி *Economic and Political Weekly* இதழில் வெளியான மதிப்புரையை (தொகுதி 54, இதழ் 33, ப. 47–8) வாசிக்கலாம். இந்தியப் பொருளாதாரத்தின் தனித்தன்மைகளின் அடிப்படையில் விளிம்புநிலைவாதத்தின் விமர்சனத்தைக் காணவும், நெறியியல் தொகைநிலையில் வேரூன்றிய ஒரு மாற்று அணுகுமுறையைக் காணவும், சி.டி. குரியன் அவர்களின் 'Rethinking Economics: Reflections Based on a Study of the Indian Economy' *(புது டெல்லி: சேஜ் வெளியீடு)* என்ற, 1996ஆம் ஆண்டு வெளியான புத்தகத்தை அணுகலாம். பணவியல் பொருளாதாரத்தில் தாமஸ் டூக்கின் பங்களிப்புகளின் மதிப்பாய்வைக் காண, 2017ஆம் ஆண்டு *History of Economics Review* இதழில் வெளியான மேத்யூ ஸ்மித் அவர்களின் 'Ricardo the "Logician" versus Tooke the "Empiricist": On Their Different Substantive Contributions to Classical Economics' என்ற கட்டுரையை *(தொகுதி 67, இதழ் 1, ப. 46–58)* அணுகலாம்.

7

வேலைநிறைவு என்ற கொள்கைஇலக்கு

7.1 முன்னுரை

வெளியீடு, வேலைவாய்ப்பு ஆகியவற்றின் தீர்மானிகளைப் பற்றியும் (இயல் 4), பொருளாதார வளர்ச்சிக்கும் வேலை வாய்ப்பு வளர்ச்சிக்கும் இடையிலுள்ள தொடர்பு குறித்தும் (இயல் 5), இந்தியாவில் வேலைவாய்ப்பிலுள்ள முறைசாராத் தன்மையினைப் பற்றி மிகவும் சுருக்கமாகவும் (இயல் 6) கடந்த இயல்களில் உரையாடினோம். ஆடம் ஸ்மித் எழுதியது போல, "மக்களுக்குக் கணிசமான வருவாயினை, அல்லது, பிழைப்பூதியத்தை வழங்குவதே" அரசியல் பொருளாதாரத்தின் மைய நோக்கம். வேலைநிறைவை எட்டுவதென்பது, மக்கள் அனைவருக்கும் 'கணிசமான வருவாய்' கிடைப்பதை உறுதிசெய்யும் வழிகளில் ஒன்று. அத்தோடு, 4.1ஆவது பகுதியில் கூறியதுபோல, வேலைவாய்ப்பு பாதுகாப்பானதாகவும் (நம்பத்தக்கதாக) நல்ல ஊதியமளிப்பதாகவும் (வருமானம் மிக்கதாக) இருத்தல் வேண்டும். இவ்விரண்டும் சேர்ந்து அனைவருக்குமான நல்வாழ்விற்குப் பங்களிக்கக் கூடியதாக இருக்கும்; ஆகவே, இந்நூலில், வேலைநிறைவை மிகவும் விரும்பத்தக்க கொள்கை இலக்காகப் பார்க்கிறோம்.

இந்தியாவில் வேலைவாய்ப்பின் பல்வேறு கூறுகளையும், அதன் சூழலிலிருந்து தருவித்து, அளவிட்டு, அதன் வாயி லாக இந்தியாவில் வேலைவாய்ப்பின் இயல்பினைத் தொகுத்துக்கூறுகிறது இந்த இயல். 'எதை அளவிடுவது?' என்ற கேள்வி, கருத்தாக்கத்தையும் (கோட்பாட்டோடு ஒரே பொருளில் இச்சொல் பயன்படுத்தப்படுகிறது) சூழலையுமே பெரிதும் நம்பியிருக்கிறதென்பதைக் கடந்த இயலிலிருந்து நினைவுகூர்வீர். அதைத் தொடர்ந்து, கேனீசிய அணுகுமுறையில் வேலைவாய்ப்போடு சம்பந்தப்பட்ட கூறுகளை மீண்டும் சொல்லி, இந்தியாவின் வேலையின்மைச் சிக்கலைக் கையாளுவதற்கான பொதுப்படையான

பேரியல் பொருளாதாரத் தீர்வுகளையும் இந்த இயல் அளிக்கிறது. இங்கு எதிர்நோக்கிப் பார்க்கப்படும் வேலைநிறைவை அடையும் பொருட்டு, கூலிக்கொள்கை, வளர்ச்சிக்கொள்கை, வேளாண்கொள்கை, கல்விக் கொள்கை ஆகியவற்றை அர்த்தமுள்ள வகையில் ஒருங்கிணைத்த ஒரு முழுமைபெற்ற வேலைவாய்ப்புக் கொள்கைக்கான தேவையினையும் வலியுறுத்தி இந்த இயல் நிறைவுபெறும்.

7.2 இந்தியாவில் வேலைவாய்ப்பின் இயல்பு

வேலைவாய்ப்பினைப் பற்றிப் பார்க்க வேண்டுமென்றால், பேரியல், இடையியல், மற்றும் நுண்ணியல் அணுகுமுறைகளுக்கு உள்ளாக எண்ணற்ற வழிகள் இருக்கின்றன. நாம் கேள்விப்படும் பேரியல் கேள்விகளில் சில, பின் வரும் வடிவத்தைப் பெற்றிருக்கின்றன. கடந்த ஆண்டில் பொருளாதாரத்தில் எத்தனை வேலைவாய்ப்புகள் கூடுதலாகச் சேர்க்கப்பட்டுள்ளன? பொருளாதாரத்தில் ஒட்டுமொத்தமாக இருக்கக்கூடிய வேலைவாய்ப்பு நிலைமையின் தரம் என்ன? ஒட்டுமொத்தமாக வேலைவாய்ப்புவீதத்தைத் தீர்மானிப்பதில் பாலினத்திற்கோ சாதிக்கோ பங்கு இருக்கிறதா? இடையியல் கேள்விகள் பின்வரும் வகையிலானவை: ஆண்டுதோறும் சேவைத் துறை எத்தனை வேலைவாய்ப்புகளை உருவாக்குகிறது? ஒரு துறையிலிருந்து மற்றொரு துறைக்கு நிகழும் வாட்டநிலை புலப்பெயர்வுகளின் அளவு என்ன? பாலினமும் சாதியும் துறைவாரி வேலைவாய்ப்புகளைப் பாதிக்கின்றனவா? நுண்ணியல் அணுகுமுறையிலிருந்து எழும் கேள்விகள் பின்வரும் வடிவத்தைக் கொண்டிருப்பவை: குடித்தனத்தின் உறுப்பினர்களுக் கிடையில் உழைப்பு எவ்வாறு பிரித்தளிக்கப்படுகிறது? குடித்தனத்தில் உழைப்பை ஒதுக்கீடு செய்வதில் பாலினத்திற்குப் பங்கு இருக்கிறதா? தனிப்பட்ட குடித்தனங்கள் புலம்பெயர்வதில் உந்துதல்காரணிகளும் இழுப்புக் காரணிகளும் (push and pull factors) யாவை? ஓராண்டுக் காலத்தில் ஒரு குடித்தனம் மேற்கொள்ளும் பல்வேறு வகையான வேலைகள் என்னென்ன?

வேலைவாய்ப்பு (இல்லாமை) என்னும் பேரியல் பொருளாதாரச் சிக்கலை, அளவு, தரம் என்று இரண்டு பாகங்களாகப் பிரிக்கலாம். உருவாகும் வேலைவாய்ப்பின் எண்ணிக்கை குறித்து முதலாவது பாகம் பார்க்கும் நிலையில், பொதுவான புரிதலில் பணிநிலைமைகளை இரண்டாவது பாகம் பார்க்கிறது. பகுதி 6.4இல் வரைந்துகாட்டியது போல, இந்தியச் சூழலைக் கருத்தில் கொண்டு, வேலைவாய்ப்பு (இல்லாமை) பற்றிய முழுமையான விளக்கத்தைப் பெற வேண்டுமென்றால், வேளாண்வேலைகளையும் முறைசாராவேலைகளையும் கணக்கில் எடுத்துக்கொள்ள வேண்டும். இந்தப் பகுதியில் நாம் இடையியல் கேள்விகளை அலசுகிறோம் என்றாலும், முதலில் சில பேரியல் புள்ளிவிவரங்களைப் பார்வையிடுவோம்.

குடித்தன அளவிலான சில கணக்கெடுப்புகளிலிருந்து சேகரித்த தரவுகளை அடிப்படையாகக் கொண்டு, 2015ஆம் ஆண்டின் வேலையின்மை வீதம் 5 விழுக்காடு என்று மதிப்பிடப்பட்டது; இது, 23.3 மில்லியன் தொழிலாளர்கள் வேலையில்லால் இருந்தனர் என்பதற்குச் சமமானதாகும் (ஸ்டேட் ஆஃப் ஒர்க்கிங் இண்டியா 2018, ப. 37). வேலையின்மை பற்றிய

முழுமையான காட்சியைப் பெறவேண்டுமெனில், தொழிலாளர் படை பங்கேற்பு வீதத்தை (தொபபவீ) (Labour Force Participation Rate–LFPR) ஆராய்வது கட்டாயம். ஏனென்றால், பணியாற்றத்தகுந்த வயதிலுள்ள மக்கள்தொகைக்கு நிகராக, தொழிலாளர் படையின்–அதாவது, வேலையில் இருப்பவர்கள் அல்லது வேலை தேடுபவர்களின்–விழுக்காட்டை இது தருகிறது. 16 முதல் 64 வயதுக்கு உட்பட்ட நபர்கள் அனைவரையும் உள்ளடக்கியதே பணியாற்றத்தகுந்த வயதிலான மக்கள்தொகை ஆகும். இந்தியாவின் தொபபவீ 50.3 விழுக்காடு என்று மதிப்பிடுகிறது ஸ்டேட் ஆஃப் ஒர்க்கிங் இண்டியா 2018 அறிக்கை (ப. 37). 2015ஆம் ஆண்டில் இந்தியாவின் பணியாற்றத்தகுந்த வயதிலான மக்கள்தொகை 92.6 மில்லியன் என்றால், இந்தப் பத்தியில் தரப்பட்டுள்ள தரவுகளைக் கொண்டு தொழிற்படையின் அளவைக் (மில்லியன்களின் கணக்கில்) கணக்கிடுவீர்.

இந்தியாவில் தொபபவீ 50.3 விழுக்காடு மட்டுமே என்றால், பணிபுரியும் வயதிலான மக்கள்தொகையில் மிச்சமிருப்பவர்கள் எங்கே? பகுதி 2.2இல் குறிப்பிட்டது போல, தேசிய வருமானக் கணக்கைக் கொண்டு இத்தகைய குறைந்த தொபபவீ-க்கான காரணத்தில் ஒரு பகுதியை விளக்கலாம்; சமையல், தூய்மை செய்தல், குழந்தைகளுக்குப் படிப்பதில் உதவுதல், குடித்தனத்தின் உறுப்பினர்கள் அனைவரையும்–குறிப்பாக முதியோரை–பேணுதல் முதலிய வழக்கமான வீட்டுவேலைகள் 'வேலை'யாகப் பார்க்கப்படுவதில்லை. 'சோஷியல் ரீப்ரொடக்ஷன்: த பொலிடிகல் எகானமி ஆஃப் த லேபர் மார்க்கெட்' என்ற தனது 1992 ஆண்டு நூலில், அடொனெல்லா பிச்சியோ கூர்மையாகச் சொல்வது போல, "வீட்டு வேலை என்பது உழைப்பையே ஒரு பண்டமாக உற்பத்தி செய்வதாகும்; அதுவே, கூலி வேலை என்பது உழைப்பைப் பரிமாற்றம் செய்தல் ஆகும்" (ப. 96; சொல்லழுத்தம் மூலநூலில் இடம்பெற்றவாறு). பிச்சியோ மேற்கொண்டு உன்னிப்பாகச் சொல்கிறார்: "குடும்பத்தில் பெண்கள் செய்யும் மறுஉற்பத்தி வேலைகளில், பொருள் சார்ந்த பணிகள் எவை, உளவியல் சார்ந்து குடும்ப உறுப்பினர்களை ஆதரிப்பது எது என்பதைப் பிரித்துச் சொல்லமுடியாது" (ப. 98). பகுதி 2.2இல் மொத்த உள்நாட்டு உற்பத்தியை அளவிடுதலின் வரலாற்றையும், பெண்கள் மேற்கொள்ளக்கூடிய ஊதியமில்லா வேலையை அதன் அளவீட்டில் சேர்த்துக்கொள்ளாததற்கு வருத்தத்தை வெளிப்படுத்தியதையும் நினைவுகூருங்கள். என்ன நடக்கிறது என்பது குறித்த ஒரு தெளிவான காட்சியைப் பெறுவதற்கு, இந்தியாவிற்கான தொபபவீயினை ஆண்களுக்கும் பெண்களுக்கும் தனித்தனியே கணக்கிட்டுப்பாருங்கள்.

தொபபவீயினைப் பல்வேறு காரணிகள் தீர்மானிக்கின்றன; அவை அனைத்துமே பொருளியல் இயல்பு கொண்டவையாக இருக்கவேண்டிய கட்டாயமில்லை. எடுத்துக்காட்டாக, ஒரு சமுதாயத்தின் பண்பாடு, பெண்களைத் திருமணத்திற்குப் பின் ஊதியமளிக்கும் வேலைகளில் பணிபுரிய அனுமதிப்பதில்லை என்றால் அச்சமுதாயத்தின் தொபபவீ குறைந்துவிடும். அல்லது, நகர்ப்புற நடுத்தர வர்க்கத்தினரிடையில், தம் பிள்ளைகள் இளங்கலைப் பட்டம் பெற்றவுடன் முதுகலைப் பட்டமும் பெற்றுக்கொள்ள வேண்டும் என்ற சமூக எதிர்பார்ப்பு இருக்குமெனில், அது அச்சமுதாயத்தின் தொபபவீ–யினைக் குறையச் செய்துவிடும். எனவே, தொபபவீ என்பது, பொதுவாக, சமூகத்திற்கோ அல்லது நிலப்பகுதிக்கோ

உட்பட்ட—பாலினம், சாதி, வர்க்கம் ஆகிய மூன்றும் தனித்தனியாகவும், ஒன்றோடொன்று கூட்டுசேர்ந்தும் ஏற்படுத்தும் பழக்கவழக்கங்களி லிருந்து பிறக்கக்கூடிய—சமூகஇயக்கங்களையே கணிசமான அளவில் சார்ந்திருப்பதாகக் கூறலாம்.

வேலைவாய்ப்பின் தரம்

இப்போது, வேலைவாய்ப்பின் தரத்தை ஆராய்வதற்குச் செல்வோம். கடந்த ஆண்டுகளில், வேலை அளிப்பவர்கள், ஒப்பீட்டளவில் வழமைசார் தொழிலாளர்களைவிட (regular labourers/employees) ஒப்பந்தத் தொழிலாளர்களை வேலைக்கு எடுப்பதை அதிகரித்துள்ளனர் (ஸ்டேட் ஆஃப் ஒர்க்கிங் இண்டியா 2018, ப. 97). மூன்றாம் தரப்பின் வாயிலாக மறைமுகமாக வேலைக்கு எடுத்துக்கொள்ளப்படும் தொழிலாளர்களே 'ஒப்பந்தத் தொழிலாளர்கள்' ஆவர்; எனவேதான் இவர்களுக்கு 'ஒப்பந்தத் தொழிலாளர்' என்று பெயர். இந்த ஒப்பந்தங்கள், இயல்பாக ஒரு குறுகிய காலத்தையோ அல்லது முன் தீர்மானிக்கப்பட்ட ஒரு கால வரையறையினையோ கொண்டிருப்பவை. தொடர்ந்து வேலையிலிருக்க வேண்டுமெனில், இத்தொழிலாளர்களின் ஒப்பந்தங்கள் தொடர்ந்து புதுப்பிக்கப்படுவதை நம்பியிருக்க வேண்டும். வழக்கமான தொழிலாளர்கள் பெறக்கூடிய அளவு வருமானங்களை இந்த ஒப்பந்தத் தொழிலாளர்கள் பெறுவதில்லை; இவர்கள் ஆட்குறைப்புநடவடிக்கைகளுக்கும் பணிநீக்கலுக்கும் எளிதாக ஆளாகிவிடுகிறார்கள். ஒப்பந்தத் தொழிலாளர்கள் பணியிலிருந்தாலும், அந்த வேலை நிலையானதும் கிடையாது, நல்ல ஊதியமளிப்பதும் கிடையாது என்பதைக் குறித்துக்கொள்ளுங்கள்; இவ்விரண்டும் அந்த வேலைகளின் தடுமாற்றமான இயல்புக்குத் துணைபோகின்றன. இந்தத் தடுமாற்றத் தன்மையானது, பொருளாதாரத் தாக்கங்களை மட்டுமன்றி உளவியல் தாக்கங்களையும் கொண்டது என்பதை மனதில் கொள்ளுங்கள். ஒப்பந்தத் தொழிலாளர்கள் பெறக்கூடிய கூலியானது, கட்டாயக் குறைந்தபட்சக் கூலியை விடக் குறைவாகவும் அதற்குச் சமமாகவுமே இருப்பதாக, சர்வதேசத் தொழிலாளர் அமைப்பின் (International Labour Organisation) வெளியீடாகிய இந்தியா வேஜ் ரிப்போர்ட் (2018) குறிப்பிட்டிருக்கிறது (ப. 86). ஒரு பயிற்சியாக, 1970 ஆண்டின் ஒப்பந்தத் தொழிலாளர் (முறைப்படுத்துதல் மற்றும் ஒழிப்பு) சட்டத்தின் முக்கியக் கூறுகளை வாசியுங்கள். அதற்குப் பிறகு, தங்களுடைய சொந்த மாநிலத்தில் இந்தச் சட்டம் கடந்த 10 ஆண்டுகளில் திருத்தியமைக்கப்பட்டிருக்கிறதா என்பதையும், இந்தச் சட்டத் திருத்தங்கள் தொழிலாளர்களின் நலனுக்குச் சாதகமாக உள்ளனவா என்பதையும் மதிப்பீடு செய்யுங்கள்.

இந்தியாவில் முறைசாரா வேலைவாய்ப்பின் அளவு பற்றி 6ஆவது இயலில் குறிப்பிட்டிருந்த நிலையில், அதன் தரத்தைப் புரிந்துகொள்ளும் பொருட்டு, அதில் அத்துக்கூலித் தொழிலாளர்கள் (casual labourers) வகிக்கும் விகிதத்தின் மீது தற்போது கவனம் செலுத்துவோம். 'எம்ப்ளாய்மெண்ட் அண்ட் அன்எம்ப்ளாய்மெண்ட் சிச்சுவேஷன் ஆஃப் இண்டியா' (2014) என்ற தலைப்பிலான தேசிய மாதிரிக்கூறு கணக்கெடுப்பு அமைப்பின் (National Sample Survey Organisation—NSSO) 554ஆவது அறிக்கையில், "பிறரின் பண்ணை சார்ந்த தொழில்களிலோ அல்லது பண்ணை சாராத

தொழில்களிலோ அத்துக்கூலி அடிப்படையில் வேலையில் ஈடுபட்டு, அதற்குக் கைம்மாறாக, நாட்படி அல்லது காலாந்திரப் பணி ஒப்பந்த விதிமுறைகளின் படி கூலிகளைப் பெறும் ஒருவர்” (ப. 17) என்று அத்துக்கூலித் தொழிலாளர்களுக்கான வரையறை வழங்கப்பட்டுள்ளது. அத்துக்கூலித் தொழிலாளர்களுக்கு நீண்ட கால வேலைவாய்ப்பு ஏற்பாடுகள் ஏதும் இருக்காது; அவர்கள், குறுகிய கால உழைப்பு வேண்டலை நிறைவு செய்ய வேலைக்கு எடுத்துக்கொள்ளப்படுகின்றனர். அத்துக்கூலித் தொழிலாளர்கள், மருத்துவக் காப்பீடு போன்ற பலன்களைப் பெறும் உரிமை இல்லாதவர்கள்; அவர்களுக்கு வேலைஉறுதி என்பது கிடையாது. ‘விலிஸ் ரன்னவே சன்’ (2019) என்ற அபோகலி ஜிமொமி அவர்களின் சிறுகதையில், விலியும், அவரின் கணவரும் நாகாலாந்தில் ஒரு சிறுநகரத்தில் புரியும் அத்துக்கூலி வேலை பற்றிய பின்வரும் குறிப்பு, அந்த வேலையின் தரத்தையும் எடுத்துரைக்கிறது:

> அவரும் அவருடைய கணவரும், அந்நகர மக்களின் வீடுகளில் சில்லறை வேலைகள் செய்யும் நாட்கூலித் தொழிலாளர்கள் ஆவர்; சில நேரங்களில் உடைந்த ஜன்னல்கள், கதவுகளைப் பழுதுபார்ப்பது, சில நேரங்களில் மரக்கிளைகளைக் கவாத்துச் செய்வது, பன்றிப்பண்ணையில் வேலி அமைப்பது, நீர்த்தொட்டிகளைத் துப்புரவு செய்வது என்று கணவனும், பன்றிக்குத் தீவனம் சேகரிப்பது, காய்கனித் தோட்டங்களில் களை பறிப்பது என்று மனைவியும் வேலைபார்த்துவந்தனர். (ப. 150)

சில்லறை வேலைகளில் பணிஉறுதி இல்லாதது பற்றிய சிறிய காட்சியினை மேற்கண்ட மேற்கோள் காட்டுகிறது. 2015ஆம் ஆண்டில், இந்திய தொழிற்படையில் 32.8 விழுக்காடு அளவுக்கு அத்துக்கூலித் தொழிலாளர்கள் இடம்பெற்றிருந்தனர் (*ஸ்டேட் ஆஃப் ஒர்க்கிங் இண்டியா 2018*, ப. 93).

வேலைவாய்ப்பில் தடுமாற்றநிலை ஆதிக்கம் செலுத்துவதைக் கருத்தில்கொண்டுபார்த்தால், வேலைவாய்ப்பு (இல்லாமை) விகிதத்தின் மீது மட்டுமே கவனம் செலுத்துவது முற்றிலும் போதாத ஒன்று என்பது இதற்குள்ளாகத் தெளிவாகி இருக்கும். இந்நூலின் முதல் இயலில் குறிப்பிட்டது போல, இந்தியப் பொருளாதாரத்தை முறையாகப் புரிந்துகொள்ள வேண்டுமென்றால் பேரியல், இடையியல், நுண்ணியல் ஆகிய மூன்று அணுகுமுறைகளையும் ஒருங்கிணைக்க வேண்டியது அவசியம். ஆக, இதன் விளைவாக, இந்தியாவின் வேலைவாய்ப்பு (இல்லாமை) விகிதத்தின் பேரியல் அளவீட்டைப் பார்ப்பதோடு நமது கவனம் நின்றுவிடக் கூடாது. இருப்பினும், இப்புத்தகம் நுண்ணியல் அளவீடுகளையோ கருத்தாக்கங்களையோ பற்றி உரையாடுவதில்லை என்பது ஏற்கெனவே புலப்பட்டிருக்கும்.

2015இல், ஒட்டுமொத்த வேலையின்மை வீதம் 5 விழுக்காடாக இருந்த நிலையில், இளங்கலைப் பட்டம் பெற்றவர்களிடையில் நிலவும் வேலையின்மைவீதம் 16.3 விழுக்காடாகவும், முதுகலைப் பட்டமும் அதற்கு மேற்பட்ட படிப்பையும் முடித்தவர்களிடையில் நிலவும் வேலையின்மை வீதம் 14.2 விழுக்காடாகவும் இருந்தது (*ஸ்டேட் ஆஃப் ஒர்க்கிங் இண்டியா 2018*, ப. 42). 5 விழுக்காடு என்ற பேரியல் வேலையின்மை பேரியல் வீதத்தின்

உள்விவரங்களை இத்தகையை இடையியல் பார்வை விவரிக்கிறது. படித்தவர்களிடையில் ஒப்பீட்டளவில் அதிகப்படியான வேலையின்மை நிலவுவது குறித்து நீங்கள் காணும் காரணங்கள் என்னென்ன?

பல்வேறு வயதுவாரிக் குழுக்களின் கண்ணோட்டத்திலிருந்து பார்ப்பது மற்றுமோர் இடையியல் அணுகுமுறையாகும். 2015இல், இளைஞர்களிடையே (15இல் இருந்து 25 வயதுக்கு உட்பட்டவர்கள்) நிலவிய வேலையின்மை வீதம் 16.5 விழுக்காடு (ஸ்டேட் ஆஃப் ஒர்க்கிங் இண்டியா 2018, ப. 43). 2015இல் இந்த நிலைமையைக் கருத்தில் கொண்டு பார்த்தால், இந்தக் குறிப்பிட்ட வயதுக் குழுவைச் சேர்ந்தவர்கள் அதிகப்படியாகக் கூத்துபாணிப் பொருளாதாரத்தில் (gig economy) வேலையிலிருக்கிறார்கள் என்பதில் வியப்பில்லை; 'டாக்சி' சேவைகளை அளிக்கும் தளங்களின் வாயிலாகவும் (ஓலா, ஊபர்), உணவகங்களிலிருந்து உணவை வாடிக்கையாளர்களிடம் கொண்டுசேர்க்கும் வேலையினை மேற்கொள்ளும் தளங்களின் வாயிலாகவும் (ஸ்விகி, சொமேட்டோ) இவர்கள் கூத்துபாணிப் பொருளாதாரத்தில் பணியாற்றுகிறார்கள். 'கூத்து' என்ற சொற்றொடர், இசைக் கூத்துக் கச்சேரி என்பதிலிருந்து பெறப்பட்டுள்ளது. கூத்துக் கச்சேரிகளில், இசைக் கலைஞர்கள் குறிப்பிட்ட கட்டணத்தைப் பெற்றுக்கொண்டு இசை நிகழ்ச்சிகளை அரங்கேற்றுவார்கள். அந்த இசைக் கலைஞர், எந்த நிறுவனத்திலும் நிரந்தரமாகப் பணிபுரிபவராக அல்லாமல், சுயதொழில் புரிபவரைப்போலவே பார்க்கப்படுகிறார். இந்தத் தொழிலாளர்களும் சுயதொழிலில் ஈடுபடுபவர்களாகக் கருதப்படும் காரணத்தால், இவர்களுக்கு ஒரு மாதத்தில் குறைந்தபட்சமாகக் குறிப்பிட்ட அளவுக்கு வேலை கிடைக்கும் என்பது உறுதி கிடையாது; எனவே, இவர்களுடைய மாதவருமானம் நிலையற்றதாக உள்ளது.

இதுவரை, வேலையின் இயல்பை உற்றுநோக்கி–அதாவது, தொழிலாளர்கள் ஒப்பந்தமுறை வேலையில் இருக்கிறார்களா, அல்லது அத்துக்கூலி வேலையில் இருக்கிறார்களா என்பதைப் பார்த்து–வேலைவாய்ப்பின் தரம் குறித்துப் பார்த்தோம். அத்தோடு, இந்தியாவில் வேலையின்மையின் அமைப்பியலைக் குறித்த, அதன் தன்மை குறித்த மேம்பட்ட புரிதலைப் பெறுவதற்காக, இந்தியாவின் ஒட்டுமொத்த வேலைவாய்ப்பின்மைவீதத்தினை, கல்வியின் கண்ணோட்டத்திலும், 15 முதல் 25 வயதுக்கு உட்பட்ட வயதுக் குழுவின் கண்ணோட்டத்திலும் உற்றுநோக்கிப் பார்த்தோம். இந்த இயலின் தொடக்கத்தில் கூறியதைப் போல, வேலைவாய்ப்பு என்பது, நிலையானதாகவும், நல்ல ஊதியமளிப்பதாகவும் இருக்க வேண்டும்; பகுதி 6.4இல் முறைசாரா வேலைவாய்ப்பைப் பற்றிய உரையாடலுடன் மேற்கொண்ட பத்திகளைச் சேர்த்துவைத்து வாசித்தால், இந்தியாவில் பெருவாரியான தொழிலாளர்களின் வேலைவாய்ப்புநிலை ஒருகாலும் நிலையானதாக இல்லை என்பது தெளிவாகும். இந்தியாவின் வேலைவாய்ப்பு நல்ல ஊதியமளிப்பதாக (அல்லது வருமானம் மிக்கவையாக) இருக்கின்றதா என்பது குறித்து சுருக்கமாகக் காண்போம்:

இந்திய வேலைகள் நல்ல ஊதியம் அளிப்பவையா?

தொகைச் சேமிப்புகளில் பற்றாக்குறை நிலவுகிறது என்ற பார்வை, இந்தியப் பேரியல் பொருளாதாரம் குறித்த உரையாடல்களில் வழக்கமாக

இடம்பெறுவதாக உள்ளது. தொகைச் சேமிப்புகளை அதிகரிக்கும் பொருட்டு, ஊரக இந்தியாவில் வங்கிவசதிகளை விரிவுபடுத்துவது, தனிநபர் சேமிப்புகளுக்குச் சலுகைகள் அளிப்பது போன்ற நடவடிக்கைகளின் வாயிலாக, நிதிவளையத்திற்குள் மக்களைக் கொண்டுவரும் திட்டத்தை அரசு மும்முரமாக மேற்கொண்டுள்ளது. 6.3ஆம் பகுதியில் விவாதித்த சேமிப்புப் புதிர் என்ற கேனீசிய வாதத்தைத் தற்போதைக்கு ஒதுக்கி வைத்துவிட்டு, தனிநபர் சேமிப்புகளின் ஆதாரங்களின் மீது கவனம் செலுத்துவோம். 'ராக் தர்பாரி' (1968) என்ற நூலில், அரசின் விளம்பரங்கள் குறித்த ஷ்ரீலால் ஷுக்லா அவர்களின் விவரிப்பு, இந்தச் சிக்கலின் மையப்புள்ளியையே தொட்டுவிடுகிறது. இக்கதை, உத்தரப் பிரதேசத்தில் "ரேபரேலி மாவட்டத்திற்கே உரிய பாங்கினைக் கொண்ட ஒரு புனைவுக் கிராமத்தில்" (ப. xxiv) 1950களின் பிற்காலத்தில் அமைந்திருந்தபோதிலும், இந்நாவல் அலசும் சிக்கல்கள் இன்றளவிலும் தொடர்ந்து பொருத்தமாகவே இருக்கின்றன.

> 'இன்னும் அதிகமாகப் பணத்தைச் சேமிப்பீர்' என்றது ஒரு விளம்பரம். பணத்தைச் சேமிக்குமாறு பெரும்பாலான ஊர்க்காரர்கள் தலைமுறைதலைமுறைகளாகச் சொல்லிக் கேட்டிருக்கிறார்கள். நடைமுறையில் அது எல்லாருக்கும் தெரிந்த ஒன்றுதான். தேசத்தைக் குறிப்பிட்டதுதான் அந்த விளம்பரத்தில் தென்பட்ட ஒரே புதுமையான விஷயம். உங்களுக்காக இல்லாவிட்டாலும் தேசத்திற்காகச் சேமியுங்கள் என்ற கருத்தை அது உணர்த்தியது. அந்த உணர்வு நியாயமானது தான். கடன் கொடுப்போரும், முக்கிய அதிகாரிகளும், வழக்கறிஞர்களும், மருத்துவர்களும் தங்களுக்காகச் சேமித்து வைத்திருந்தார்கள்; அப்படி இருக்கையில், சிறு விவசாயிகள் மட்டும் தேசத்தின் பேரில் சேமிப்பதற்கு எப்படி எதிர்ப்புக் கூற முடியும்? . . .
>
> பணம் இருக்கும்போது அதை எங்கே, எப்படிப் போட்டுவைப்பது என்பது கூடப் பேச்சுகளிலும் சுவரொட்டிகளிலும் தெளிவாக விளக்கப்பட்டிருந்தன; அப்படி எடுத்துரைக்கப்பட்ட நெறிமுறைகளைப் பற்றியும் யாரும் எந்த எதிர்ப்பையும் சொல்லவில்லை. மக்களுக்குச் சொல்லப்படாத ஒரே விடயம், சேமிக்கத் தேவையான பணத்தை எப்படி அடைவது என்பதுதான்; வேறு விதமாகச் சொன்னால், தங்களுடைய உழைப்பிற்கு எவ்வளவு பணம் தரப்பட வேண்டும் என்பது மட்டுமே. (ப 59)

போதாக்குறையான கூலியே அடிப்படைப் பிரச்சினை என்பதே மேற்கண்ட மேற்கோளில் வலியுறுத்தப்பட்டுள்ள வாதம் (இதற்குத் தொடர்புடையதாகிய நிதித்துறையின் வளர்ச்சி குறித்த பகுதி 5.3 உரையாடலை நினைவுகூருங்கள்). மேலும், சேமிப்புகளை அதிகரிக்க வேண்டுமென்று ஊக்கமளிப்பதற்குப் பக்கபலமாக, வேலைவாய்ப்பையும் நியாயமான கூலியையும் உறுதிப்படுத்தும் தெளிவான கொள்கைகள் இல்லாவிட்டால், ஆடம் ஸ்மித் எடுத்துக்கூறியதைப் போல அரசியல் பொருளாதாரத்தின் மைய நோக்கத்தை அடையவில்லை என்பதே பொருள். இந்த வகையிலான சிந்தனையைப் பின்பற்றி, இந்தியாவில் வேலைகள்

நல்ல ஊதியத்தைத் தரக்கூடியனவா என்பதைப் பின்வரும் பத்திகள் மதிப்பிடுகின்றன.

வேலையின் தன்மை வாரியாக (2015ஆம் ஆண்டில்) இந்தியாவின் தொழிலாளர்களுடைய சராசரி மாதாந்திர வருமானங்களை அட்டவணை 7.1 காட்டுகிறது.

அட்டவணை 7.1
இந்தியாவில் தொழிலாளர்களின் சராசரி மாத ஈட்டல்கள்

	சுய தொழில் புரிவோர் (%)	வழமைசார் கூலி/ ஊதியமுறை தொழிலாளர் கள் (%)	ஒப்பந்தத் தொழிலாளர் கள் (%)	அத்துக்கூலித் தொழிலாளர் கள் (%)
ரூ 5,000 வரை	41.3	18.7	38.5	59.3
ரூ 5,001 முதல் 7,500 வரை	26.2	19.5	27.9	25.0
ரூ 7,501 முதல் 10,000 வரை	17.4	19.0	20.3	12.0
ரூ 10,001 முதல் 20,000 வரை	11.1	23.6	11.0	3.5
ரூ 20,001 முதல் 50,000 வரை	3.5	17.7	2.1	0.3
ரூ 50,001 முதல் 1,00,000 வரை	0.4	1.4	0.1	0
1,00,000 ரூபாய்க்கு மேலாக	0.1	0.2	0	0

ஆதாரம்: *ஸ்டேட் ஆஃப் ஓர்க்கிங் இண்டியா*, ப. 103, அட்டவணை 4.2: 'Average Earnings by Employment Status, 2015–16'. தொழிலாளர் மற்றும் வேலைவாய்ப்பு அமைச்சகத்தின் தொழிலாளர் பணியகம் மேற்கொண்ட 2015ஆம் ஆண்டின வேலைவாய்ப்பு–வேலையின்மைக் கணக்கெடுப்பை (எம்ப்ளாய்மெண்ட்–அன்எம்ப்ளாய்மெண்ட் சர்வே) அடிப்படையாகக் கொண்டது இந்த அட்டவணை.

வேலையின் இயல்பினைச் (ஊதியமுறைத் தொழிலாளர்கள், சுய தொழில் புரிவோர், ஒப்பந்தம் அல்லது அத்துக்கூலி முறை தொழிலாளர்) சாராமல், ஏறத்தாழ அனைத்துத் தொழிலாளர்களுமே மாதந்தோறும் 50,000 ரூபாய்க்கும் குறைவாகவே வருமானம் பெறுகிறார்கள் என்பது இந்த அட்டவணையில் காணப்படும் அதிர்ச்சியளிக்கக்கூடிய பார்வைப்பொருள். மேலும், சுயதொழில் புரிவோர், ஒப்பந்தத் தொழிலாளர்கள், அத்துக்கூலித் தொழிலாளர்கள் ஆகியோரில் பெருவாரியானோர் மாதத்திற்கு 7,500

ரூபாய்க்கும் குறைவாகவே ஈட்டுகிறார்கள். இத்தகைய வேலைவாய்ப்பை நல்ல ஊதியமளிப்பதாகக் கருதுவீர்களா?

மோசமான கூலியானது, தொழிலாளர்களுக்கு மோசமான வீட்டு வசதிகளையும், மற்ற அடிப்படை வசதிகளை அடைவதில் தடங்கலையும் விளைவிக்கிறது. ஸ்கைபாபாவின் 'நோவேர் டு டர்ன்' என்னும் கதையிலிருந்து பின்வரும் மேற்கோள், ஒஸ்மானின் வீட்டு நிலைமையினை உயிர்ப்புடன் விவரிக்கிறது:

அவனுடைய பாட்டன் காலத்தில் கட்டப்பட்ட அந்த வீடு நெரிசலானதாக இருந்தது. ஒருபக்கம், ஒஸ்மான்-சஜிதா இருவரின் அறை. நடுவில், ஓட்டுக்கூரையும் சிறிய சந்தும் உள்ள தாழ்வாரம்; அதன் ஒருமூலை வெளிக் கதவுக்கு இட்டுச்சென்றது. மறு மூலையில், ஒரு கதவில்லாத கழிப்பறை இருந்தது. அதன் நுழைவிடத்தில் திரையைப் போல் சாக்குப்பை ஒன்று தொங்கிக்கொண்டிருந்தது. அதற்குப் பக்கத்தில் ஷாஹாபாத் கல் தரையைக் கொண்ட ஒரு குளியலறை. தாழ்வாரத்தில் ஒரு சிறிய கட்டிலும், மூலையில் ஒரு பழைய தையல்மிஷினும், படுக்கை விரிப்பு கொண்ட ஒரு மரமேசையும் இருந்தன. (ப. 102-3)

அடிமட்டத்திலும், நிலையற்றதுமாக இருக்கும் கூலி, ஒஸ்மான் மீது ஏற்படுத்தும் உளவியல் பாதிப்பைக் கீழ்வரும் நீண்ட மேற்கோள் வருடலுடன் பதிவுசெய்கிறது:

ஒஸ்மானின் மேல் கையைப் போட்டுக்கொண்டு தூங்கி விட்டார் சஜிதா. சிந்தனையில் மூழ்கியிருந்த ஒஸ்மானால் தூங்க முடியவில்லை. கடிகாரக் கடை வேலை அவனது நாள் முழுவதையும் ஆக்கிரமித்துக்கொண்டது. ஐந்துக்கும் பத்துக்கும் பொருட்களை விற்கவும், அவனிடம் வந்த அந்த வெகுசில வாடிக்கையாளர்களைத் தக்கவைத்துக்கொள்வதற்காகத் தன் கண்களில் நீர் ஒழுகக் கடிகாரங்களையும் கைக்கடிகாரங்களையும் பழுதுபார்க்கும் நிலைக்கும் தள்ளப் பட்டிருந்தான். இருந்தாலும், அவன் கவலைகளுக்கு ஒரு முடிவே இல்லாமல்போனது. பணத்திற்கு எப்போதுமே தட்டுப்பாடுதான். அவன் ஈட்டியதெல்லாம் வீட்டைச் சமாளிப்பதற்குக்கூட சரியாகஇல்லை. வாங்கிய கடனை எப்படி அடைப்பான்? அவனுடைய இரண்டு சகோதரிகளுக்கும் எப்படித் திருமணம் செய்துவைக்கப்போகிறான்? அவன் தன்னுடைய இரண்டு வளரும் குழந்தைகளைப் பற்றி வேறு யோசிக்க வேண்டும். அதோடு இப்போது சஜிதா மீண்டும் கர்ப்பமாக இருக்கிறாள்! அவனுடைய சகோதரிகள், அம்மா— யாருமே மகிழ்ச்சியாகவோ மனநிறைவாகவோ இல்லை. ஒவ்வொரு நாளும் அவன் காலையில் சீக்கிரம் கிளம்பி விட்டு இரவு குழந்தைகள் தூங்கிய பிறகே வீடு திரும்புவான். ஓய்வுக்கோ கேளிக்கைக்கோ அவனிடம் நேரமும் இல்லை பணமும் இல்லை. அவன் தன் குழந்தைகளுடன் எந்த வகையிலும் மகிழ்ச்சியாக இருக்க முடியவில்லை. சில நேரம்

அவன் சட்டைப்பையில் சில்லறைக்காசு கூட இருக்காது. குழந்தைகளின் கல்விக்கும், புத்தகங்களுக்கும் துணிமணிக்கும் எங்கிருந்து சமாளிப்பது? இந்தக் கவலைகளுக்கெல்லாம் மத்தியில் அவனுடைய மைத்துனர் வேறு பணஉதவி கேட்டு நச்சரித்துக்கொண்டிருந்தார். இவர்கள் இருவருக்கும் இடையில் சிக்கிக்கொண்டு அவனுடைய சகோதரி மிகுந்த மன அழுத்தத்தில் இருந்தார். ஓஸ்மான் செய்வதறியாது நின்றான். அவனுடைய வாழ்க்கை தறிகெட்டுச் செல்வதுபோல் தோன்றியது. (ப. 105–6)

வேலைவாய்ப்பின் எண்ணிக்கையினை எண்களுக்குள் அடக்கிவிட முடியுமென்றாலும், தரம் குறைந்த வேலைவாய்ப்பின் உளவியல் பாதிப்புகளை இப்படி கதை சொல்லலின் வாயிலாகவே நன்றாகப் புரிந்துகொள்ள முடியும்.

இந்திய வேலைகள் ஏன் வருமானம் மிக்கவையாக இல்லை? தொழிலாளர்களின் தனிநபர் வெளியீடு குறைவாக இருப்பதும், அதன் பலனாகத் தொழிலாளர்களிடம் பகிர்ந்துகொள்ளும் அளவுக்கு நிறுமங்களிடம்/பணியளிப்பவர்களிடம் போதிய மிகைப்பொருள் இல்லாததுமா இதற்குக் காரணம்? தொழிலாளரின் தனிநபர் வெளியீடு அல்லது தொழிலாளரின் ஆக்கத்திறன் ஒருவேளை நத்தை வேகத்தில் வளர்கிறது என்றால் இதைக் காரணமாகச் சொல்லலாம். தொழிலாளரின் ஆக்கத்திறன் மற்றும் அவர்களுடைய கூலி ஆகியவற்றின் வளர்ச்சியை 7.1 ஆவது படம் காட்டுகிறது.

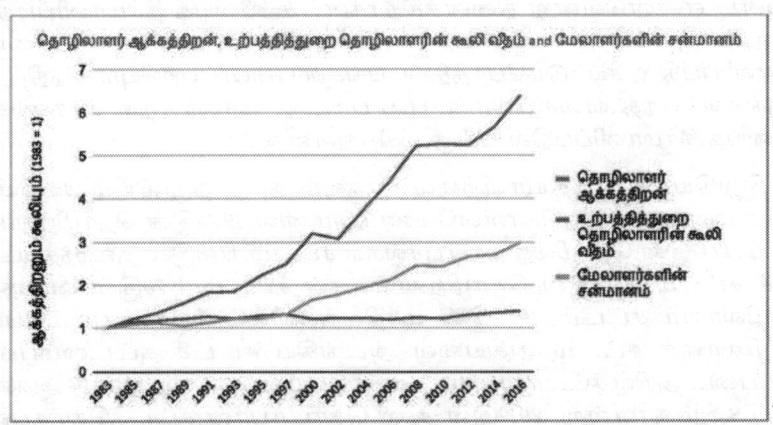

படம் 7.1 இந்தியாவில் தொழிலாளர்களின் ஆக்கத்திறனுக்கும் அவர்களின் ஊதியத்திற்கும் இடையிலான விலகல் போக்கு

ஆதாரம்: ஸ்டேட் ஆஃப் ஒர்க்கிங் இண்டியா 2018, ப. 105, படம் 4.6: 'Productivity and managerial compensation have risen too much faster than workers' wages in organised manufacturing'. வருடாந்திரத் தொழிற் கணக்கெடுப்பின் (Annual Survey of Industries–ASI) தரவுகளை அடிப்படையாகக் கொண்டு இப்படம் வரையப்பட்டுள்ளது. Economic and Political Weekly Research Foundation India Time Series (EPWRFITS) தரவிலிருந்து, தேசிய தொழில் வகைப்பிரிப்பை (National Industrial Classification–NIC) 2-இலக்கத்தில் பயன்படுத்துகிறது இந்தக் கணக்கெடுப்பு. இப்படத்தில் காட்டப்படும் மதிப்புகள் தகுந்த விலைக் குறியீட்டெண்களைக் கொண்டு மதிப்பிறக்கப்பட்டவையே.

பேரியல் பொருளாதாரம்

பயிற்சி: 1962ஆம் ஆண்டின் பொதுத்தர தொழில் வகைப்பிரிப்பு (Standard Industrial Classification) முதலாக பல்வேறு NIC குறியீடுகளையும் பார்வையிட்டு (அண்மையில் வந்தது NIC–2008 ஆகும்), அவை இந்தியாவின் அமைப்பியல் மாற்றங்களை எவ்வாறு பதிவு செய்திருக்கின்றன என்பதைப் பாருங்கள். தேசிய வருமானத்திற்குப் பங்களிக்கும் அனைத்து விதமான பொருளாதாரச் செயற்பாடுகளின் ஒப்பிடத்தகுந்த மதிப்பீடுகளையும் உருவாக்கிப் பராமரிக்க வழிவகை செய்யும் புள்ளியியல் கருவியே NIC ஆகும்.

இது, நீங்கள் கேள்விப்பட்டிருக்கக்கூடிய அல்லது வாசித்திருக்கக்கூடிய 'பொது அறிவுப்' பார்வைக்கு எதிராக இருப்பதனால் இந்த வரைபடம் உங்களில் பலருக்கும் வியப்பானதாக இருக்கலாம். குறிப்பாக, தொழிலாளர் ஆக்கத்திறனில் உயர்வு காணப்பட்டாலும், தொழிலாளர்களின் கூலியில் தேக்கம் ஏற்பட்டிருப்பதை அடிகோடிட்டுக் காட்டுகிறது, இந்த வரைபடம். இதுவும், உள்ளதில் சிறந்த வேலைகளைத் தரக்கூடிய அமைப்புசார் உற்பத்தித்துறையில் இப்படி நிகழ்ந்திருக்கிறது. அதேநேரம், மேலாளர்களின் வருமானம் உயர்வடைந்துள்ளது. தொழிலாளரின் தனிநபர் வெளியீட்டிற்கும் அவர்களுடைய கூலிகளுக்கும் இடையில் ஏற்பட்டுள்ள விலகல்போக்கு நியாயமானதுதானா, சரியானது தானா என்பதைப் பற்றிச் சிந்தித்து, ஒரு பொருளியல் நிலைப்பாட்டில் நின்று விவாதியுங்கள்.

பகுதி 6.3இல் கூலித் தீர்மானிப்பின் இரண்டு கோட்பாடுகளைப் பற்றிய உரையாடலை–குறிப்பாக, செவ்வியல் பொருளியலாளர்களின் கோட்பாட்டை நினைவுகூருங்கள். அட்டவணை 7.1இல் காணப்படுவதைப் போல, பல்வகைத் தொழிலாளர்களிடையே கூலிவேற்றுமை இருப்பதன் காரணம் என்னவென்று நினைக்கிறீர்கள்? கூலியைத் தீர்மானிப்பதில், அதிலும் குறிப்பாக வழமைசார் தொழிலாளர்களின் கூலியைத் தீர்மானிப்பதில் கூட்டுப்பேரத்தின் பங்களிப்பைப் பற்றியும் சிந்தித்துப் பாருங்கள். எந்த வகையிலான பண்பாட்டு, வரலாற்றுக் காரணிகள் கூலியைத் தீர்மானிப்பதில் பங்கு வகித்துள்ளன?

இறுதியாக, இந்தியாவிற்குள்ளாகவும் நாடு தழுவியும் கூலியின் நிலைமையைப் புரிந்துகொள்ளவேண்டுமெனில், 1926இன் தொழிற்சங்கச் சட்டம், 1947இன் தொழில்துறைப் பூசல்கள் சட்டம், 1948இன் குறைந்தபட்சக் கூலிச் சட்டம், 1948இன் தொழிற்சாலைகள் சட்டம், 1970இன் ஒப்பந்தத் தொழிலாளர் சட்டம், 1979இன் மாநிலங்களிடையிலான புலம்பெயர் தொழிலாளர் சட்டம் ஆகியவை அடங்கிய சட்டக் கட்டமைப்பின் அடிப்படை அறிவு கட்டாயமாகும். அண்மையில், 2019ஆம் ஆண்டு ஆகஸ்ட் மாதம் 8ஆம் நாளன்று, 2019இன் கூலி தொடர்பான சட்டத்தொகுப்பை நடுவண் அரசு நிறைவேற்றியது. இச்சட்டம், இதற்கு முந்தைய சட்டங்களுடன் எவ்வாறு ஒப்புமை பாராட்டுகிறது? மேலும், ஒப்பந்தத் தொழிலாளருக்கான குறைந்தபட்சக் கூலி தொடர்பாக இருவேறு சட்டங்கள் உள்ள நிலையில், உங்கள் மாநிலத்தில் இது குறித்து எவ்வாறு தீர்வு எட்டப்படுகிறது என்பதைக் கண்டறியுங்கள்.

கூலித் தீர்மானிப்பு குறித்தும், தொழிலாளர்களின் நலனைப் பாதுகாப்பதில் அரசின் பங்கு குறித்தும், ஸ்மித்தின் வெல்த் ஆஃப்

நேஷன்ஸ் நூலில் இடம்பெறும் முக்கியமான பத்தியொன்றை உங்களுடன் பகிர்ந்துகொள்ள இதுவே ஏற்புடைய நேரம்.

> உழைப்பிற்கான பொதுக் கூலிகள் என்னவென்பது, வழக்கமாக அந்த இருதரப்பினரிடையில் ஏற்படும் ஒப்பந்தத்தைப் பொறுத்தே அமைகிறது. இவ்விரு தரப்பினரின் நலன்கள் எந்த வகையிலும் ஒன்றுபட்டது கிடையாது. தொழிலாளிகள், முடிந்த அளவு கூலியை உயர்த்திப் பெற நினைக்கிறார்கள்; எசமானர்களோ, முடிந்த அளவு குறைவாகக் கொடுக்க நினைக்கிறார்கள். முன்னையவர்கள் உழைப்பிற்கான கூலிகளை உயர்த்தும் பொருட்டும், பின்னையவர்கள் அதைக் குறைக்கும் பொருட்டும் ஒன்றுசேரத் தூண்டப்படுகிறார்கள்.
>
> . . . வேலைக்கான விலையினைக் (கூலி) குறைக்கும் பொருட்டு ஒன்றுசேர்பவர்களுக்கு எதிராக நாடாளுமன்றச் சட்டம் எதுவும் நம்மிடம் இல்லை; ஆனால் அதை (கூலியை) உயர்த்தும் பொருட்டு ஒன்றுசேர்பவர்களுக்கு எதிராகப் பல சட்டங்கள் இருக்கின்றன. இப்படிப்பட்ட மோதல்கள் அனைத்திலும் எசமானர்களால் அதிகக் காலம் தாக்குப் பிடிக்க முடியும். ஒரு நிலக்கிழாரரோ, ஒரு விவசாயியோ, ஒரு தலைமை உற்பத்தியாளரோ, ஒரு வணிகரோ, தொழிலாளி ஒருவரைக் கூடப் பணியமர்த்தாமல் தாம் ஏற்கெனவே சேர்த்து வைத்துள்ள கையிருப்பைக்கொண்டு ஓரிரு ஆண்டுகள் கூட வாழ்ந்துவிட முடியும். பல தொழிலாளிகள், வேலையின்றி ஓர் ஆண்டு என்ன–ஒரு வாரம் கூட தாக்குப்பிடிக்க முடியாது; ஒருசிலர் ஒரு மாதம் வரை தாக்குப் பிடிக்கலாம். நீண்ட கால நோக்கில் எசமானர்கள் தொழிலாளிக்குத் தேவைப்படுமளவுக்குத் தொழிலாளியும் எசமானுக்குத் வேண்டப்படுபவராக இருக்கலாம்; ஆனால் உடனடியாகப் பார்த்தால் அப்படி இருக்கவேண்டிய கட்டாயமில்லை. (ப. 83–4)

தொழிலாளர்களைப் பணியமர்த்துவோருக்கு (அல்லது 'எசமானர்களுக்கு') தொழிலாளர்களின் மீது உள்ள அதிகாரத்தை ஸ்மித் உணர்ந்திருந்தார் என்பது மேற்கண்ட மேற்கோளில் குறிப்பிடத்தக்கதாக இருக்கிறது. அவர் நெறியியல் தொகைநிலை வாதத்தை ஏன் கடைபிடித்தார் என்பதற்கும் இதுவே விளக்கமாக இருக்கலாம்.

இந்தியாவில் வேலைவாய்ப்பு, பெருவாரியான தொழிற்படைக்கு நிலையுள்ளதாகவோ, அல்லது நல்ல ஊதியமளிப்பதாகவோ இல்லை என்பதை முந்தைய உரையாடல் அழுத்தமாக உணர்த்தியது. இந்தியாவின் வேலைவாய்ப்பு (இல்லா) சூழல் குறித்த மற்ற இடையியல் ஆய்வுகளை மேற்கொண்ட பின்னர் இந்தப் பகுதியை நிறைவு செய்வோம்.

இந்தியாவில் வேலைவாய்ப்பு: மேலும் சில இடையியல் அணுகுமுறைகள்

(அமைப்புசார்) உற்பத்தித் துறைக்கு உட்பட்ட பல தொழில்களில் நிலவும் வேலையின்மை வீதத்தை முதலில் ஆராய்ந்துபார்ப்போம்.

1983க்கும் 2015க்கும் இடைப்பட்ட காலத்தில், ஆடைகள், நெகிழி, காலணிகள் ஆகியவை, ஒப்பீட்டளவில் அதிகப்படியான வேலைவாய்ப்பு உருவாக்கவீதத்தைக் கொண்டிருந்த துறைகள் (ஸ்டேட் ஆஃப் ஒர்க்கிங் இண்டியா 2018, ப. 76). அதே காலகட்டத்தில், அறைகலன் தொழிலில் வேலைவாய்ப்பு இரட்டிப்பாகியிருந்த நிலையில், ஜவுளி, உணவு, தளவாடங்கள் ஆகிய தொழில்களோ, வேலைவாய்ப்பில் முழுச் சரிவைக் கண்டன (ஸ்டேட் ஆஃப் ஒர்க்கிங் இண்டியா 2018, ப. 76–7). அமைப்புசார் உற்பத்தித்துறைக்குள்ளாகத் தொழில்களுக்கிடையில் வேலைவாய்ப்பு உருவாக்கத்தில் நிலவும் வேறுபாடுகளுக்குக் காரணம், தொழில்களுக்கு உட்பட்ட தொழில்நுட்பங்களில் நிலவும் வேறுபாடுகளாக இருக்கலாம். எடுத்துக்காட்டாக, வெளியீட்டில் ஓர் அலகை உற்பத்தி செய்வதற்கு வெகுசில தொழிலாளர்களே தேவைப்படும்வகையிலான தொழில்நுட்பத்தைக் கொண்ட தொழிலானது, மற்றவை மாறாதிருப்ப, வெளியீட்டில் ஓர் அலகை உற்பத்தி செய்ய அதிகப்படியான தொழிலாளர்கள் தேவைப்படும் மற்றொரு தொழிலைக் காட்டிலும் குறைவான வேலைவாய்ப்பினையே உருவாக்கும். இருப்பினும், உருவாக்கப்படும் வேலைவாய்ப்பின் அளவானது, உற்பத்தியாகும் வெளியீட்டின் அளவினைச் சார்ந்தே அமையும். எனவே, தொழில்களுக்குட்பட்ட வேலைவாய்ப்பு உருவாக்கம், அத்தொழில் உற்பத்தி செய்யும் பொருட்களுக்கான வேண்டலைச் சார்ந்தே அமையும்; அது உள்நாட்டுவேண்டலாகவும் இருக்கலாம், வெளிநாட்டு நிறுமங்கள்/நுகர்வோரிடமிருந்து வரும் வேண்டலாகவும் இருக்கலாம். உற்பத்தி, உற்பத்தி செய்த வெளியீட்டின் நுகர்வு–ஆகிய இரண்டையும் சார்ந்த தொழில்களின் தனிப்பண்புகளின் காரணமாக, தொழில்களின் மீது கவனம் செலுத்துவதென்பது, கொள்கை வகுக்கும் கண்ணோட்டத்திலிருந்து மிகவும் முக்கியமானதாக விளங்குகிறது. நெசவைப் போன்ற உழைப்புச் செறிந்த தொழில்களிலும், காலஅடைவில் வேலைவாய்ப்பில் முழுச் சரிவு தென்படுகிறதென்பது கவலைக்குரிய ஒன்றே ஆகும். வேறு எந்தச் சூழ்நிலையில் இது கவலைக்குரிய ஒன்றாக இருக்காது என்று நினைக்கிறீர்கள்?

பொருளியலில் சாதியும் பாலினமும் வகிக்கும் பாத்திரத்தை, கதைகளிலிருந்து எடுக்கப்பட்ட மேற்கோள்களின் வாயிலாக இயல்கள் 1, 2 ஆகியவை அறிமுகம் செய்தன. இன்னும் குறிப்பாக, அத்தகைய பழக்கவழக்கங்கள் இருப்பதனாலே, போட்டிநிறை பொருளாதாரத்தின் பொருளாதாரத் தர்க்கமானது, கோட்பாட்டில் உள்ளதைக் காட்டிலும் மிகவும் வேறுபட்ட விதத்தில் இயங்குகிறது என்பதைப் பகுதி 2.3 குறிப்பிட்டது. சாதி மற்றும் ஆணாதிக்கப் பழக்கவழக்கங்கள் திணிக்கும் கட்டுப்பாடுகளைப் பகுதி 1.4 அடிக்கோடிட்டுக் காட்டியது. சாதியமைப்பின் காரணமாக நிலவும் உழைப்பாளரின் இடம்பெயராத் தன்மை பற்றிப் பகுதி 4.4இல் சுருக்கமாகக் குறிப்பிடப்பட்டிருந்தது. பகுதி 5.3இல், ஏற்றத்தாழ்வுகள் மிகுந்த நிலவுடைமை குறித்து உரையாடியபோது சாதியிலிருந்தும் பாலினத்திலிருந்தும் பிறக்கும் வரலாற்று ஏற்றத்தாழ்வுகள் குறிப்பிடப்பட்டது. ஷுக்லா அவர்களின் 'ராக் தர்பார்' நூலில், சாதியே முதன்மை அடையாளமாக விளங்குவது பற்றிய ஓர் எடுத்துக்காட்டை அவர் கூறுகிறார்.

"தம்பி, நீங்க எந்த ஆளுங்க?"

இந்தியர் ஒவ்வொருவரிடமும் இக்கேள்விக்கு ஓர் எளிய பதில் உண்டு; தன் சாதிப்பெயரைக் குறிப்பிடுவதே அது. எனவே, அவன், "நான் ஒரு அகர்வால்" என்றான். (ப. 279)

பெருமாள் முருகனின் 'கூளமாதாரி' நாவலிலிருந்து எடுக்கப்பட்டுள்ள பின்வரும் மேற்கோள், கூளையன் என்கிற தலித் சிறுவன், தன் வேலையில் எதிர்கொள்ளும் ஒரு சோகமான காட்சியைத் தருகிறது.

பால் பீச்சி சரியான அளவில் தண்ணீர் கலந்து பால்போசியைத் தயார்செய்துவைத்திருப்பாள். பால்போசியின் பிடியில் முரட்டுத்துணி ஒன்று சுற்றிக் கட்டியிருக்கும். கைபடாமல் துணியைப் பற்றிப் போசியைக் கொண்டுபோய் மரமேறி வளவில் கொடுக்க வேண்டும். அங்கே ஐந்தாறு வீட்டுக்காரர்கள் பால் வாங்குவார்கள். போசியைத் திண்ணைமேல் வைத்து விட்டு அவன் நிற்பான். போசியைத் திறந்து அவர்களே அளந்து ஊற்றிக்கொள்வார்கள். எல்லோரும் பாலை ஊற்றிக்கொண்டதும் பழையபடியே போசியைக் கொண்டு வந்துவிடலாம்.

இந்த இயலிலும், இதற்கு முந்தைய இயல்களிலும் தரப்பட்டுள்ள எடுத்துக்காட்டுகளைக் கருத்தில் கொண்டு, சாதி மற்றும் ஆணாதிக்க நிறுவனங்கள் வேலைவாய்ப்பைப் பாதிக்கக்கூடிய விதங்களைப் பற்றி உரையாடுவீர்.

தொழிற்படையில் பல்வேறு சாதிக்குழுக்களும் வகிக்கும் பங்கிற்கு ஒப்பாக, அலுவல் வகைப்பிரிவுகளில் அவை ஒவ்வொன்றும் எந்த அளவிற்குப் பிரதிநிதித்துவம் பெற்றிருக்கின்றன என்பதை மதிப்பிடுகிறது, *ஸ்டேட் ஆஃப் ஒர்க்கிங் இண்டியா 2018* அறிக்கை; இது, வேலைவாய்ப்பில் சாதி வகிக்கும் பாத்திரத்தைப் பதிவுசெய்யும் வழிகளில் ஒன்றாக அமைந்துள்ளது. பட்டியல் சாதிகளைச் சேர்ந்த தொழிலாளர்கள், தொழிற்படையில் 30 விழுக்காடு வகித்தபோதிலும், 'தொழில் முறை சார்ந்தவர்' (Professionals) அலுவல் வகைப்பிரிவில் அவர்கள் வெறும் 15 விழுக்காடு இடத்தையே பிடிக்கின்றனர்; எனவே, அவரது பிரதிநிதித்துவக் குறியீடு என்பது 0.5 ஆகும்; வேறுவிதமாகச் சொன்னால், மிகவும் அதிக ஊதியத்தைப் பெறுபவர்களாகிய 'தொழில்முறை சார்ந்தவர்களில்', பட்டியல் சாதிகளைச் சேர்ந்த தொழிலாளர்கள் குறைவாகப் பிரதிநிதித்துவம் பெற்றிருக்கிறார்கள். 'அடிப்படை அலுவல்கள்' வகைப்பிரிவில் (மிகவும் குறைந்த ஊதியத்தைப் பெறும் பிரிவு) பட்டியல் சாதியைச் சேர்ந்த தொழிலாளர்கள் 60 விழுக்காடு இடம் வகிக்கிறார்கள்; ஆக, பிரதிநிதித்துவக் குறியீடு 2 ஆகும்; எனவே, பட்டியல் சாதியைச் சேர்ந்த தொழிலாளர்கள் 'அடிப்படை அலுவல்'களில் அதிகப்படியாகப் பிரதிநிதித்துவம் பெற்றுள்ளார்கள். பட்டியல் சாதிகளையும் பட்டியல் பழங்குடிகளையும் சேர்ந்த தொழிலாளர்கள், மோசமான ஊதியத்தைத் தரக்கூடிய அலுவல்களில் அதிகப்படியான பிரதிநிதித்துவத்தையும், நல்ல ஊதியம் தரும் அலுவல்களில் குறைந்த பிரதிநிதித்துவத்தையும் பெற்றிருப்பதைப் படம் 7.2 மிகவும் தெளிவாகக் காட்டுகிறது.

சாதிகள், பல்வேறு வகைப்பிரிவுகளிலும் இப்படி ஏற்றத்தாழ்வுகள் மிகுந்த பிரதிநிதித்துவத்தைப் பெற்றிருப்பதற்கான காரணங்கள், நிலம், கல்வி, நீர், சாலைகள் போன்ற பொதுவசதிகளை அடைவதற்குத் தடையாக இருந்த–தொடர்ந்து இருக்கின்ற வரலாற்று ஏற்றத்தாழ்வுகளுடன் தொடர்புடையவை. சாதிஅமைப்பு திணிக்கும் அத்தகைய சமூக– பொருளாதாரத் தடைகள், போட்டிநிறை பொருளாதாரத்தின் மையக்கருவாகிய 'போட்டி' என்ற கருத்திற்கு எதிரானவை. போட்டி என்பது, இடம்பெயர்வுத் தன்மையை முற்கோளாகக் கொண்டதாகும்; மூலதனத்தின் (இழுவைவண்டிகள் (Tractors), வேளாண் கருவிகள், காற்றலைச் சுழலிகள் (Wind Turbines) போன்ற, உற்பத்திக்கான உற்பத்தி செய்யப்பட்ட சாதனங்கள்) இடம்பெயர்வு மட்டுமன்றி, உழைப்பின் இடம்பெயர்வும்– ஆகவே உழைப்பாளரின் இடம்பெயர்வும்– இதில் அடக்கம்.

பெண்களுக்கான வேலைவாய்ப்பின் தன்மை குறித்து ஒரு சுருக்கமான விளக்கத்தை அளிப்பதற்கு முன்பாக, வெள்ளோட்டமாகச் சில கேள்விகளை முன்வைக்கிறேன்: வேளாண்மை, உற்பத்தித்தொழில், சேவைகள்–என, பொருளாதாரத்தின் பல்வேறு துறைகளிலும் பெண் தொழிலாளர்கள் வகிக்கும் பங்கு எவ்வளவு என்று நினைக்கிறீர்கள்? எந்தத் துறையில் இது மிகவும் அதிகமாக இருக்கும் என்று எதிர்பார்க்கிறீர்கள்?

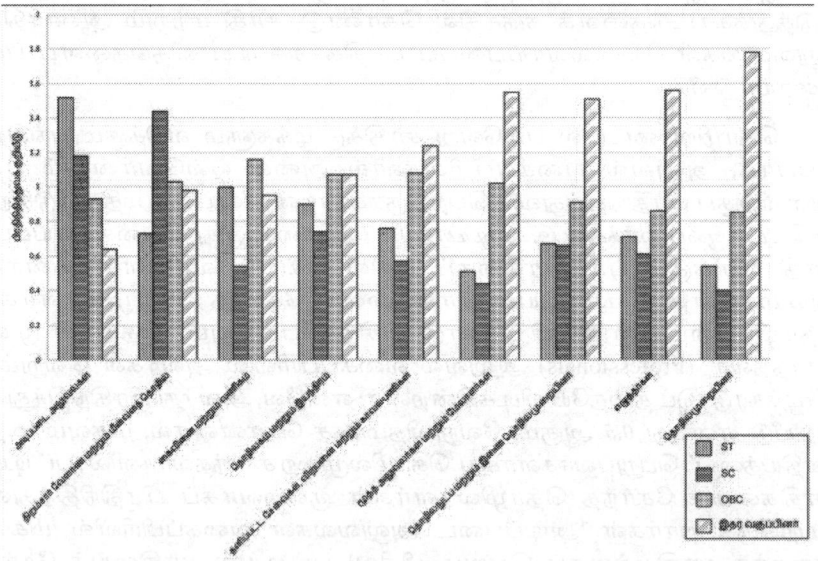

படம் 7.2 இந்தியாவில் சாதியும் ஏற்றத்தாழ்வு மிகுந்த வேலைவாய்ப்பும்

ஆதாரம்: ஸ்டேட் ஆஃப் ஒர்க்கிங் இண்டியா 2018, ப. 133, படம் 5.10: 'SC and ST Groups Are Over–Represented in Poorly Paid Occupations while Upper Castes Are Over–Represented in Well–Paid Ones'. தொழிலாளர் மற்றும் வேலைவாய்ப்பு அமைச்சகம் வெளியிட்ட 2015ஆம் ஆண்டின் வேலைவாய்ப்பு–வேலையின்மைக் கணக்கெடுப்பின் தரவுகளை அடிப்படையாகக் கொண்டு இது மதிப்பிடப்பட்டுள்ளது.

குறிப்பு: SC என்பது பட்டியல் சாதிகளையும், ST என்பது பட்டியல் பழங்குடிகளையும், OBC என்பது இதர பிற்படுத்தப்பட்ட வகுப்புகளையும் குறிப்பதாகும்.

துறைவாரியாகப் பெண்தொழிலாளர்கள் வகிக்கும் பங்கினைத் தீர்மானிக்கும் காரணிகளும் சமூக வரலாற்றுத் தன்மை பொருந்தியவையே. குறிப்பாக, பெண்களின் பாத்திரத்தையும், அவர்களின் இலட்சியங்களையும் குறித்த சமூகத்தின் முன்படிக் கருத்துகள் (Stereotypes) இதில் முக்கியப் பங்காற்றுகின்றன. இதற்குத் தொடர்புடையவகையில், ஊரகக் குடித்தனங்களைச் சேர்ந்த பெண்களை விட, நகர்ப்புறக் குடித்தனங்களைச் சேர்ந்த பெண்கள் அதிகப்படியாக வேலைக்குச் செல்கிறார்களா என்பதைக் கண்டறியுங்கள்; ஆம் எனில், அதற்கு என்ன காரணம் என்பதையும் கண்டறியுங்கள். பெண்களைத் தொழிற்படையில் பங்கெடுக்க விடாமல் தடுக்கும் சமுதாயப் பழக்கவழக்கங்கள் குறித்து உரையாடுவீர். பெண்கள் வேலை தேடி இடம்பெயர விடாமல் ஆணாதிக்க அமைப்பு தடுக்கிறதா? பெண்கள் இடம்பெயர்வது முக்கியமாகத் திருமணத்தின் பொருட்டா, அல்லது வேலைக்காகவா? மகப்பேறும், அதைத் தொடர்ந்து ஏற்க வேண்டிவரும் பெற்றவர் பொறுப்பும், பெண்கள் தொழிற்படையில் பங்குபெறுதலை எவ்வாறு பாதிக்கின்றன?

வேளாண்மை, உற்பத்தி, சேவைகள் ஆகிய முப்பெரும் துறைகளிலும், கட்டுமானத்தொழிலிலும் தொழிலாளர்களில், பெண்கள் வகிக்கும் பங்கினைக் காட்டுகிறது படம் 7.3 (உற்பத்தித் துறைக்குள் கணிசமாக வேலை வாய்ப்பை உருவாக்கும் குறிப்பிடத்தகுந்த துறை கட்டுமானத்தொழில்).

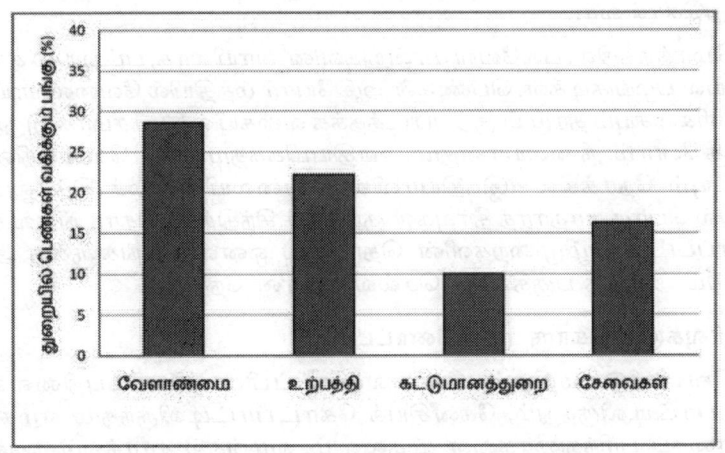

படம் 7.3 இந்தியாவில் பெண்களும் ஏற்றத்தாழ்வு மிகுந்த வேலைவாய்ப்பும்

ஆதாரம்: *ஸ்டேட் ஆஃப் ஒர்க்கிங் இண்டியா*, ப. 124, படம் 5.2: 'Share of Women in Various Sectors'. தொழிலாளர் மற்றும் வேலைவாய்ப்பு அமைச்சகம் வெளியிட்ட 2015ஆம் ஆண்டின் வேலைவாய்ப்பு–வேலையின்மைக் கணக்கெடுப்பின் தரவுகளை அடிப்படையாகக் கொண்டு இது மதிப்பிடப்பட்டுள்ளது.

பெண் தொழிலாளர்களின் பங்கெடுப்பானது, வேளாண்மையில் 28.6 விழுக்காடாகவும், சேவைகளில் வெறும் 16.3 விழுக்காடாகவும் இருப்பதற்கான காரணங்களைச் சிந்தித்துப்பாருங்கள். இதன் காரணங்களில் ஒன்று, பிச்சியோ (1992) எழுதிய புத்தகத்தில் ஒருவேளை காணக்கிடைக்கலாம்;

பெண்கள், தம் வேளாண்மை சார்ந்த வேலைகளோடு சேர்த்து வீட்டு வேலைகளையும் இயல்பாக மேற்கொள்வதற்கு வசதியாக உள்ளது (ப. 109). உற்பத்தித் துறைக்குள், ஜவுளி, ஆடை அணிகலன், புகையிலை ஆகிய மூன்று தொழில்களில்தான் பெண்களின் பங்கெடுப்பு அதிகப்படியாக உள்ளது. மேலும், சேவைத் துறையிலோ, கல்வி, சுகாதாரம், வீட்டு வேலைகள் ஆகிய மூன்று தொழில்களில்தான் பெண்களின் பங்கெடுப்பு அதிகப்படியாக உள்ளது. இந்தக் குறிப்பிட்ட தொழில்களில் பெண்கள் கணிசமான அளவில் பங்கெடுப்பது ஏன் என்பதற்கான காரணிகள் குறித்து உங்கள் நண்பர்களுடன் உரையாடுங்கள்.

வேலைவாய்ப்பு மற்றும் கூலி சார்ந்த கொள்கைகளின் மீது சமூக– வரலாற்றுச் சக்திகள் தாக்கத்தை ஏற்படுத்துகின்றன. எடுத்துக்காட்டாக, கேரள மாநிலத்தில், பெண்கள் மிகுந்திருக்கும் தேயிலைத் தோட்டங்களில் உள்ள குறைந்தபட்சக் கூலியானது, ஆண்கள் மிகுந்துள்ள ரப்பர் இறக்கும் தொழிலின் குறைந்தபட்சக் கூலியை விட மிகவும் குறைவாக உள்ளது (இண்டியா வேஜ் ரிப்போர்ட் 2018, ப. 84). செவ்வியல் பொருளியலாளர்கள் சரியாகச் சுட்டிக்காட்டியதைப் போல, சமூக மற்றும் பொருளாதாரச் சக்திகளே கூலிகளைத் தீர்மானிக்கின்றன. எனவே, நல்ல அரசியலையும், கொள்கைகளையும் ஒருங்கிணைத்தால் நியாயமான கூலிகளைப் பெறலாம். ஒரு பயிற்சியாக, உங்கள் கல்லூரி/பல்கலைக்கழகத்தில் பெண்களுக்கு அளிக்கப்படும் மகப்பேறுகால விடுமுறைச் சலுகைகளைப் பற்றி அறிந்துகொள்வீர்.

மொத்தத்தில், பல்வேறு சான்றுகளின் வாயிலாக, பட்டியல் சாதிகள், பட்டியல் பழங்குடிகள், பெண்கள் ஆகியோர் மத்தியில் வேலைவாய்ப்பின் எண்ணிக்கையும் தரமும் குறிப்பிடத்தக்க வகையில் மோசமாக இருப்பதை விளக்கினோம். நிலையானதும், ஊதியமிக்கதுமாகிய வேலைநிறைவை அடையும் நோக்கில்–(இந்தியாவில்) வேலையின்மைச் சிக்கலுக்கான பேரியல் பொருளாதாரத் தீர்வுகள் குறித்துச் சிந்திக்கத் தொடங்குவதற்காக, பலதரப்பட்ட வழிமுறைகளின் தொகுப்பு ஒன்றை உங்களுக்கு அளிக்க முற்படும் அடுத்த பகுதிக்குச் செல்வதற்கான நேரமிது.

7.3 தீர்வுகளுக்கொரு முன்னோட்டம்

வெளியீடு மற்றும் வேலைவாய்ப்பின் விளிம்புநிலைவாதக் கோட்பாட்டிலிருந்தும், கேனீசியக் கோட்பாட்டிலிருந்தும் எழக்கூடிய கொள்கைப் பரிந்துரைகளை முதலிலும், வழங்கல் சார்ந்தும் வேண்டல் சார்ந்தும் உள்ள வளர்ச்சிக் கோட்பாடுகளிலிருந்து எழக்கூடிய கொள்கைப் பரிந்துரைகளை அதைத் தொடர்ந்தும் வரிசைப்படுத்துகிறது இந்தப் பகுதி. இந்த உரையாடலில் ஒரு சில பகுதிகள் முன்பு சொன்னதையே மறுபடியும் சொல்வது போலானாலும், மற்ற பகுதிகள் புதிதானவை. உழைப்பின் வேலைநிறைவை உறுதிசெய்வதிலும், பொருளாதார வளர்ச்சியிலும், சந்தை வகிக்கும் பங்கானது முன்பு சொல்லப்பட்டதே; அரசாங்கத்தின் கடன்பெறுதல் (மற்றும் பொதுக் கடன்) மீது தனிக்கவனம் செலுத்தி, வேலைவாய்ப்பையும் பொருளாதார வளர்ச்சியையும் தீர்மானிப்பதில் அரசாங்கத்தின் பங்கினைப் பற்றி இடம்பெறும் உரையாடல் பெரும்பாலும் புதிதானதே ஆகும். அதன் பின்னர், கருத்தாக்கமும் (அதாவது, கேனீசியக்

கோட்பாடு) சூழலும் (அதாவது, இந்திய பேரியல் பொருளாதாரம்) ஒன்று சேர்வதில் எழக்கூடிய சிக்கல்களை, பி.சி. மகாலனோபிஸ், வி.கே.ஆர்.வி. ராவ் ஆகியோரின் பங்களிப்புகளின் வாயிலாக இப்பகுதி எடுத்துரைக்கிறது. இந்தியாவின் பேரியல் பொருளாதாரக் கணக்குப்பதிவியல் தொடர்பாக ராவ் அவர்களின் பெயர் ஏற்கெனவே குறிப்பிடப்பட்டிருந்தது. மகாலனோபிஸ் இந்தியாவின் இரண்டாம் ஐந்தாண்டுத் திட்டத்தின் தலைமைக் கட்டுமானியாக விளங்கினார். சுழற்சித் தவிர்ப்பு நிதிக் கொள்கைக்கு ஆதரவாக வாதிட்டு, இப்பகுதி நிறைவடைகிறது.

வெளியீடு மற்றும் வளர்ச்சிக் கோட்பாடுகள்: கொள்கைப் பரிந்துரைகள்

வெளியீட்டையும் வேலைவாய்ப்பையும் தீர்மானிப்பது குறித்த இரண்டு அணுகுமுறைகளைப் பற்றி இயல் 4இல் உரையாடினோம் (பகுதி 4.2). போட்டிநிறை பொருளாதாரமானது, வேலைநிறைவை நோக்கிச் செல்லும் போக்கு இருப்பதாக விளிம்புநிலைவாதக் கோட்பாடு முன்வைக்கும் நிலையில், கேனீசியக் கோட்பாடோ, அத்தகைய போக்கு எதுவும் இல்லை என்பதைச் சுட்டிக்காட்டுகிறது. பண்டங்கள் (மூலதனப் பண்டங்களானவை, உற்பத்தி செய்யப்பட்ட உற்பத்திச் சாதனங்கள் என்பதால், அவையும் இதில் அடக்கம்), உழைப்பு ஆகிய இரண்டையும் பொறுத்தவரையில், வழங்கலானது தனக்குரிய வேண்டலை உருவாக்கிக்கொள்ளும் என்பதைச் சந்தை உறுதிசெய்துவிடும்; எனவே, அரசாங்கத் தலையீடு குறைத்துக்கொள்ளப்பட வேண்டும் என்பதே, விளிம்புநிலைவாதக் கோட்பாட்டிலிருந்து எழக்கூடிய கொள்கைப் பரிந்துரையாகும். கேனீசியக் கோட்பாடோ, இதற்கு நேர்எதிரான வகையில், போதிய அளவிலான தொகைவேண்டல் இருப்பதைச் சந்தைகளால் உறுதிசெய்ய இயலாது என்பதால், அரசாங்கத் தலையீடுகளுக்கு ஆதரவாக அறைகூவல் விடுக்கிறது.

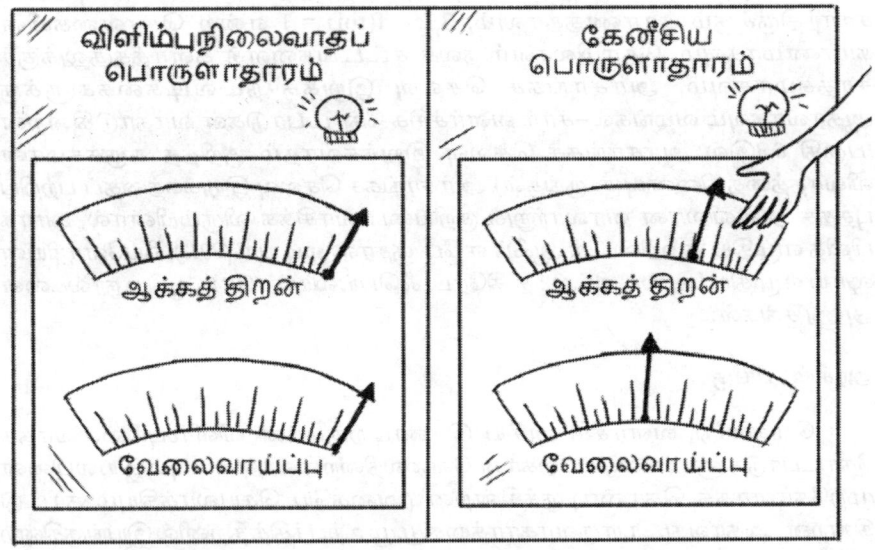

பற்றாக்குறை அணுகுமுறை – பொருண்மிகை அணுகுமுறை

வெளியீடு மற்றும் வேலைவாய்ப்பின் விளிம்புநிலைவாதக் கோட்பாடு, கேனீசியக் கோட்பாடு ஆகிய இரண்டுமே உற்பத்தித்திறன் உள்ளபடியாகத் தொடர்வதாகக் கருதுகின்றன. வேறுவிதமாகச் சொன்னால், அவர்கள் ஆராய்ச்சி செய்யும் கோட்பாட்டுஉலகத்தில் தொழில்நுட்ப முன்னேற்றங்கள் ஏதும் இல்லை. வளர்ச்சிக் கோட்பாடுகளோ, தொழில்நுட்ப முன்னேற்றத்தைக் கணக்கில் எடுத்துக்கொண்டு, கால அடைவில் வெளியீட்டின் பரிணாமம் குறித்து விளக்குகின்றன. வழங்கல்–சார் வளர்ச்சிக் கோட்பாடு, வேண்டல் சார் வளர்ச்சிக் கோட்பாடு என, வளர்ச்சியைப் பற்றிய ஒன்றுக்கொன்று முரண்பட்ட இரண்டு விளக்கங்களை இயல் 5 அளித்தது. இவ்விரு கோட்பாடுகளின் கொள்கைமுடிவுகள் குறித்து பகுதி 5.2இல் விவாதித்ததை மீண்டும் கூறுகிறேன்: தொகைவேண்டலின் தன்னிச்சைக் கூறுகளின் வளர்ச்சியில் தாக்கங்களை ஏற்படுத்தும் பொருட்டு, துடிப்பான (குறிவைத்த) அரசாங்கத் தலையீடுகள் கட்டாயம் என்கிறது வேண்டல் சார் வளர்ச்சிக் கோட்பாடு; அதுவே வழங்கல் சார் கோட்பாடோ, தன் விளிம்புநிலைவாத உட்கருவின் காரணமாக, சந்தை (என்ற இயங்கமைப்பின்) வாயிலாகத் தொகைவழங்கலின் விரிவாக்கத்திற்கு ஏற்புடைய கொள்கைகளை மட்டுமே பாகுபடுத்தி ஆதரிக்கும். 5.2 மற்றும் 5.4 ஆகிய பகுதிகள் சுட்டிக்காட்டியதைப் போல, வழங்கல்–சார் வளர்ச்சிக் கோட்பாட்டினை, 'சிந்தனைகளை' (Ideas அல்லது 'A') உள்ளடக்கும் வகையில் டேவிட் ரோமர் விரிவுபடுத்தியதும், 'இயற்கையை' உள்ளடக்கியவாறு வில்லியம் நார்தவுஸ் விரிவுபடுத்தியதும், முறையே 'சிந்தனைகளுக்கும்', 'இயற்கைக்குமான' சந்தைகளை உருவாக்கும் குறிக்கோளைக் கொண்ட கொள்கைப் பரிந்துரைகளை விளைவாகத் தந்துள்ளன (முன்னையது அறிவுசார் சொத்துரிமை வடிவிலும், பின்னையது கரிம ஒதுக்கீடுகளை (Carbon Credits) வாங்கல்–விற்றல் வாயிலாகவும் நிகழ்த்தப்படுகிறது). வருமானப் பகிர்மானத்தின் விளிம்புநிலைவாத உற்பத்தித்திறன் கோட்பாட்டினைச் சார்ந்திருக்கும் காரணத்தாலும், $S_{FE} = f(roi) = I$ என்ற கொள்கையின் காரணமாகவும், தொழிலாளர் நலச் சட்டங்களைத் தளர்த்துதலுக்குச் சாதகமாகவும், அரசாங்கச் செலவு இறுக்க நடவடிக்கைகளுக்கு ஆதரவாகவும் வழங்கல்–சார் வளர்ச்சிக் கோட்பாடுகள் வாதாடுகின்றன (பகுதி 6.3இல் அரசாங்கச் செலவு இறுக்கவாதம் குறித்த சுருக்கமான விவாதத்தை நினைவு கூருங்கள்). அரசாங்கச் செலவு இறுக்கத்தைப் பற்றிய புத்தக அளவிலான வரலாற்றுக் குறிப்பை வாசிக்க விரும்பினால், மார்க் பிலித் எழுதிய 'த ஹிஸ்டரி ஆஃப் எ டேஞ்சரஸ் ஐடியா' (2013), ஃபுளோரியன் ஷாய் எழுதிய 'ஆஸ்டரிட்டி: த கிரேட் ஃபெய்லியர்' (2014) ஆகிய நூல்களை அணுகுங்கள்.

அரசின் பங்கு

வெளியீடு, வளர்ச்சி ஆகிய இரண்டிற்குமான விளிம்புநிலைவாதக் கோட்பாடுகளும், உழைப்பிற்கான வேலைநிறைவை அடையும் இயல்பினை முற்கோளாகக் கொண்டிருக்கின்றன (அதையே செயலாக்கியும் காட்டு கின்றன). அதாவது, பொருளாதாரத்தை முழு உற்பத்தித் திறனில் இயங்குகின்ற ஓர் அமைப்புமுறையாக இந்தக் கோட்பாடுகள் எடுத்துக்கொள்கின்றன. பொருளாதாரத்தில் பற்றாக்குறை நிலவுவதைக் குறிப்பிட இன்னொரு வழி

இருக்கிறது. ஆட்டக்கோட்பாட்டிலிருந்து (Game Theory) ஒரு சொற்றொடரைப் பயன்படுத்திச் சொன்னால், சுழியக் கூட்டுப்பலன் ஆட்டத்தைப் (Zero-Sum Game) போல, ஒரு வளத்தைப் பயன்படுத்துவதென்பது, மற்றொரு வளம் குறைந்துபோவதை உணர்த்துகிறது. இந்த எடுகோள்/நம்பிக்கையின் விளைவாக, அரசாங்கச் செலவினமானது, தனியார் செலவினத்தைப் புறந்தள்ளிவிடும் அல்லது நெரிசல் ஏற்படுத்தி வெளியேற்றிவிடும் என்பதால் அது பொருளாதாரத்திற்குத் தீமையானது என்று வாதிடுகிறார்கள். அப்படி நேரடியாக நெரிசல் ஏற்படுத்தி தனியார் செலவினத்தை வெளியேற்றுவதுடன் சேர்த்து, (அப்பொருளாதாரத்தில் உள்ள மக்களிடமிருந்து) கடனாகப் பெற்ற நிதியைக் கொண்டு மேற்கொள்ளப்படும் அரசாங்கச் செலவினமானது, வட்டிவீதங்களையும் உயர்த்திவிடும்; அதனால் தனியார் கடன் வாங்கும் செயலிலும் நெரிசல் ஏற்படுத்தி அவற்றை வெளியேற்றிவிடும் என்றும் அவர்கள் வாதிடுகின்றனர். நெரிசல் ஏற்பட்டு நிதி வெளியேறிவிடும் என்கிற கருத்து, புறந்தோன்று பணக் கோட்பாட்டுடன் ஒத்துப்போவதையும், அகந்தோன்று பணக் கோட்பாட்டுடன் ஒத்துப்போவதில் தடங்கல் உள்ளது என்பதையும் நினைவுகூருங்கள் (பகுதி 3.4).

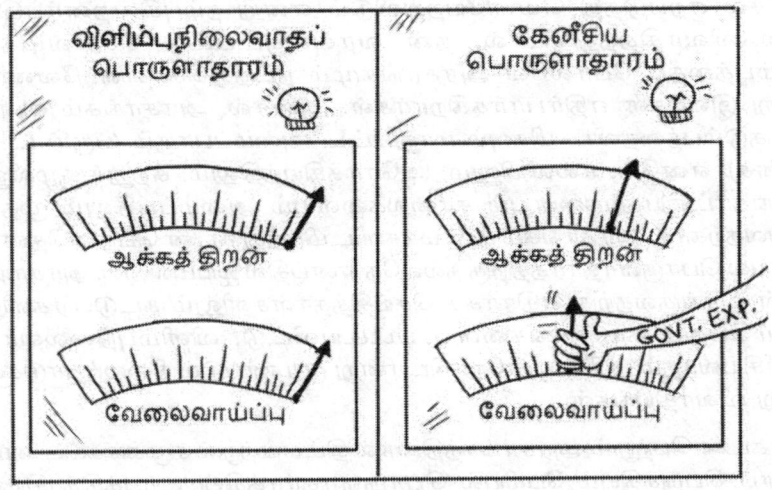

அரசு வகிக்கும் பங்கு

வெளியீடு மற்றும் வேலைவாய்ப்பின் கேனீசியக் கோட்பாடுகளைப் பொறுத்த வரை, மூலதனத்தை–உற்பத்திசெய்யப்பட்ட அந்த உற்பத்திச் சாதனத்தை–எப்போது வேண்டுமென்றாலும் உற்பத்தி செய்துகொள்ளலாம்; எனவே, 'பற்றாக்குறை' என்ற எடுகோள் இடம்பெறுவதில்லை. மேலும், கேனீசிய வெளியீட்டு மற்றும் வேலைவாய்ப்புக் கோட்பாடுகளில், தொகைவேண்டல் பற்றாக்குறையின் காரணமாக, பொருளாதார அமைப்புமுறையின் போக்கானது, உழைப்பிற்கான வேலைவாய்ப்பு இல்லாமையை நோக்கிச் செல்வதாக உள்ளது. எனவே, போட்டிநிறை பொருளாதாரத்தின் இந்தக் கருத்தாக்கத்தில் உபரி உழைப்பு மிஞ்சி விடுகிறது; மூலதனத்திற்குப் பற்றாக்குறை இல்லை. இதன் விளைவாக, கூடுதலான அரசாங்கச் செலவினம் என்பது, தொகைவேண்டலை உயர்த்தி,

வெளியீட்டையும் வேலைவாய்ப்பையும் அதிகரிக்கிறது; பொருளாதாரத்தின் அமைப்பியல் சார்பிணைப்புகள் வழியாக எழும் பெருக்க விளைவுகளின் காரணமாக, தொகைவேண்டலில் ஏற்படும் அதிகரிப்பானது, தொடக்கத்தில் அரசாங்கச் செலவினத்தில் மேற்கொள்ளப்பட்ட அதிகரிப்பைவிட அதிக அளவு கொண்டதாக இருக்கும் (பெருக்க விளைவுகளைப் பற்றிய உரையாடலைப் பகுதி 4.2–ஐக் காண்க). எனவே, கேனீசியக் கட்டமைப்பில், அரசாங்கச் செலவினம் என்பது தனியார் செலவினத்தை உள்ளே ஈர்க்கிறது.

பொதுக் கடனைப் (Public Debt) பற்றியும், பேரியல் பொருளாதாரத்தின் மீது பொதுக்கடன் ஏற்படுத்தும் எதிர்மறையான தாக்கம் பற்றியுமாகிய சமகாலத்துக் கவலைகள், விளிம்புநிலைவாத நிலைப்பாட்டிலிருந்துதான் பிரதானமாக எழுகின்றன என்பதைக் குறிப்பில் எடுத்துக்கொள்ள வேண்டும். தற்போது நாம் விவாதித்ததுபோல, அரசாங்கம் பொருளாதாரத்தில் கணிசமான முதலீடு எதையும் மேற்கொள்ளக்கூடாது என்கிற பார்வை, இந்நிலைப்பாட்டுடன் நெருங்கி இணக்கம் பாராட்டுவதாக உள்ளது. புறந்தோன்று பணத்தின் கட்டமைப்பிற்குள் பொதுவாக இயங்கும் விளிம்புநிலைவாதிகள், பொதுக்கடன் உயர்வது தனியார் முதலீட்டிற்கு நெரிசல் ஏற்படுத்தி வெளியேற்றிவிடும் என்று நம்புகின்றனர். இயல் 6இல் விவாதித்ததுபோல், தன் வரவுக்குட்பட்டு செலவழிக்கும் குடும்பத்தைப் போலவே அரசாங்கமும் நடந்துகொள்ள வேண்டும் என்று இவர்கள் எதிர்பார்க்கிறார்கள். ஆனால், அரசாங்கம் என்பது ஒரு குடும்பத்தைவிட மிகவும் மாறுபட்ட அமைப்பாகும் (பகுதி 6.3–ஐக் காண்க). எனவே, கல்வியிலும், ஆரோக்கியத்திலும், சுற்றுச்சூழலிலும், அருங்காட்சியகங்களையும் சாலைகளையும் அமைப்பதிலும் முதலீடு செய்வதற்காக, அரசாங்கம் தன் மக்களிடமிருந்து கடன் பெறுவதென்பது, பேரியல் பொருளாதாரத்திற்கு நல்லதே என்பதில் ஐயமில்லை. அரசாங்கம் கடன் வாங்குவதற்கு எதிராகச் செய்தித்தாள்களிலும் கட்டுரைகளிலும் இடம்பெறும் காரணங்களைப் பட்டியலிட்டு, விளிம்புநிலைவாதம், கேனீசியவாதம் ஆகிய ஒன்றோடொன்று முரண்படும் நிலைப்பாடுகளில் நின்று விவாதியுங்கள்.

கடன் பெற்றும், அரசாங்கத்தினால் திட்ப மற்றும் சமூகக் கட்டமைப்புகளைப் பெருக்கியும் பேரியல் பொருளாதாரத்தின் உற்பத்தித் திறனை மேம்படுத்த இயலவில்லை என்றால், பேரியல் பொருளாதாரத்தின் அடிப்படையில் கேள்விகளை எழுப்பலாம். எனினும், பொது நிர்வாக அலுவலகங்களில் பணியமர்த்தப்பட்டிருக்கும் ஊழியர்களுக்கு வழங்கப்படும் ஊதியமும் கட்டமைப்பைப் பெருக்குவதில் அடங்கும் என்பதைக் குறிப்பில் எடுத்துக்கொள்வீர். எனவே தான், நம் ஒன்றிய அரசின் செலவின அறிக்கையில், செலவினங்களானவை 'மூலதனம்' சார்ந்தவையாகவும் 'வருவாய்' சார்ந்தவையாகவும் (Capital and Revenue Expenditures) பிரிக்கப்படுகின்றன. மின்னுற்பத்தி நிலையங்களை அமைத்தல், பாசனவசதிக்காகக் குளங்களை வெட்டுதல் முதலியவை மூலதனச் செலவினத்திலும், ஊதியம் வழங்குதல், நிர்வாகச் செலவுகள் முதலியன வருவாய்ச் செலவினத்திலும் அடங்குவன. அண்மையில் வெளிவந்த ஒன்றிய நிதிநிலை அறிக்கையை நாடி, வேளாண்மை மற்றும் உழவர்

நல அமைச்சகத்திற்கான மூலதனச் செலவினங்களையும் வருவாய்ச் செலவினங்களையும் கணக்கிடுங்கள்.

எந்தவொரு பேரியல் பொருளாதாரத்திலும், வேலைவாய்ப்பினை அதிகரிப்பதற்கு ஒரு முக்கிய வழி–ஒருவேளை உள்ளதில் முக்கியமான வழி–அரசாங்கச் செலவினத்தை உயர்த்துவது என்பதால், அரசாங்கம் கடன் பெறுதல் பற்றிய ஒரு சுருக்கமான உரையாடல் பின்வருமாறு: வருமான வரி, தொழிற்கழக (கார்ப்பரேட்) வரி போன்ற நேரடி வரிகளிலிருந்தும், சரக்கு மற்றும் சேவை வரியைப் போன்ற மறைமுக வரிகளிலிருந்தும் கிடைக்கும் கூட்டுவருவாயானது, திட்டமிட்ட அரசாங்கச் செலவினத்தைக் காட்டிலும் குறைவாக இருப்பதனாலே அரசாங்கம் கடன்களைப் பெறுகிறது. (அரசாங்கத் திட்டங்கள் வாயிலாக) திட்ப மற்றும் சமூக உள்கட்டமைப்புகளை உருவாக்குதல் மட்டுமன்றி, பல்வேறு அமைச்சகப் பணியாளர்களுக்கு வழங்கப்படும் ஊதியங்களும், (முக்கியமாக உணவு, உரம், எரிபொருள், வட்டி ஆகியவற்றுக்கான) சலுகைகளும், வட்டிக் கட்டணங்களும் கூடத் திட்டமிட்ட அரசாங்கச் செலவினத்தில் அடக்கம். பெறப்படும் கடன், குறிப்பிட்ட ஒரு காலவரையறையில் சமாளிக்கக் கூடியதாக இருக்குமா என்பதை மதிப்பிட வேண்டுமென்றால், கடனின் இருப்புநிலையைக் காட்டிலும் அதன் பாய்வுநிலையைப் (Flow) பற்றியே பொருளியலாளர்கள் என்ற முறையில் நாம் கவனம் செலுத்த வேண்டும். ஆனால், வட்டிவீதத்தை உள்ளபடியாக வைத்துக்கொண்டால், வட்டிக் கட்டணத் தொகையின் அளவைத் தீர்மானிப்பது கடன் இருப்பே ஆகும்; எனவே, அதுவும் முக்கியமானதே. கடனின் நிலையான தன்மை குறித்த நமது புரிதலில் வட்டிவீதத்தின் தாக்கமும் உள்ளது; எனவே, பணம் புறந்தோன்றுவதாகப் பார்க்கப்படுகிறதா அல்லது அகந்தோன்றுவதாகப் பார்க்கப்படுகிறதா என்ற கேள்வியும் இதில் முக்கியமானதாகும். அத்தோடு, பொருளாதார வளர்ச்சி வீதம் என்பது, பொருளாதாரத்தின் கடனடைக்கும் திறனைப் பற்றிய குறியீடாகவும் விளங்குகிறது.

எவ்சே டோமர் எழுதிய, 'த பர்டன் ஆஃப் த டெட்' *(1944)* 'அண்ட் த நேஷனல் இன்கம்' என்ற தமது செம்மையான ஆய்வுக் கட்டுரையை கேனீசிய மரபில் எழுதுகையில், அரசாங்கங்கள் தமது செலவினத்திற்கு நிதி திரட்டுவதற்குக் கடன் வாங்குவதைத் தவிர்க்கவேண்டும் என்கிற மையநீரோட்டக் கருத்திற்கு எதிராக வாதிடுகிறார் (அப்போதும் சரி, இப்போதும் சரி, இதுவே மைய நீரோட்டக் கருத்தாக உள்ளது). டோமரின் கட்டுரையிலிருந்து மேற்கோளாக எடுக்கப்பட்டுள்ள பின்வரும் பத்தி, அரசாங்கச் செலவினத்தின் தன்மை மட்டுமே முக்கியம் என்ற நமது முந்தைய கருத்தை வழிமொழிவதாக உள்ளது: "'முதலீட்டுச் செலவினம்' என்கிற சொற்றொடர், எஃகு, காரை போன்ற பொருட்களுடனாகவே நெருக்கமாகத் தொடர்புபடுத்திப் பார்க்கப்படுவதனால், நமது கருத்துகளைத் தவறாக வழி நடத்துவதாக உள்ளது. உடல்நலமிக்க மக்கள் அதிக ஆக்கப்பூர்வமாக இருப்பார்கள் என்றால், பொதுச்சுகாதாரத்திற்காக மேற்கொள்ளப்படும் செலவினங்கள் இத்தேவைகளை நிறைவுசெய்யக் கூடியதாக விளங்கும். கல்வி, ஆராய்ச்சி, வெள்ளத் தடுப்பு, வளன் மேம்பாடு முதலியவற்றுக்காக மேற்கொள்ளப்படும் செலவினங்களுக்கும் இது பொருந்தும்" *(ப. 820).*

உட்கட்டமைப்பை உருவாக்குவதில் அரசாங்கம் வகிக்கும் பங்கினைப் பற்றிய நன்கு ஆராய்ந்த புரிதலைப் பெற வேண்டுமெனில், மரியானா மாசுகட்டோ எழுதிய 2013ஆம் ஆண்டு வெளிவந்த 'த ஆண்ட்ரப்ரனூரியல் ஸ்டேட்: டீபங்க்கிங் பப்ளிக் வெர்சஸ் ப்ரைவேட் செக்டார் மித்ஸ்' என்ற புத்தகத்தை வாசியுங்கள்.

விளிம்புநிலைவாத்தை விட கேனீசிய நிலைப்பாட்டின் கோட்பாட்டு மேன்மையைக் கருத்தில் கொண்டு, அந்த நிலைப்பாட்டின் கொள்கை முடிவுகளை வேலையின்மைக்கான ஒரு தீர்வை எட்டுவதற்குப் பயன்படுத்துவோம். தன்னிச்சையான செலவினங்களும், அவை தூண்டிவிடும் செலவினங்களும் சேர்ந்து, 'பெருக்கி' இயங்கமைப்பின் வாயிலாக, தொகைவெளியீட்டின் சமநிலை மட்டத்தைத் தீர்மானிக்கிறது என்று கேனீசியத் திறம்படு வேண்டல் கொள்கை (Principle of Effective Demand) கூறுகிறது. இந்தத் தன்னிச்சையான செலவினங்கள் எவையெவை? தன்னிச்சை நுகர்வு, தன்னிச்சை முதலீடு, அரசாங்கச் செலவினங்கள், ஏற்றுமதிகள் ஆகியவை இந்தப் பிரிவில் அடக்கம். (தன்னிச்சை நுகர்வுக்கும் முதலீட்டுக்கும் வரையறை வேண்டுமெனில், பகுதி 4.2–ஐக் காண்க). பகுதி 4.3இல் சுருக்கமாகக் குறிப்பிட்டிருந்ததைப் போல, தொகைச் செயற்பாட்டு மட்டங்களை அதிகரிக்கச்செய்யும் மற்றொரு வழி அந்நிய நேரடி முதலீடு ஆகும்.

தன்னிச்சையான நுகர்வுக்கும், தன்னிச்சையான முதலீட்டிற்கும், ஏற்றுமதிகளுக்கும், அந்நிய நேரடி முதலீட்டிற்கும் பொதுவாக இருப்பது என்ன? இவை யாவும் தனியார் துறைக்கு உட்பட்ட தனிநபர்களாலோ, அல்லது நிறுமங்களாலோ மேற்கொள்ளப்படுகின்றன. தனியார் துறையின் முதன்மை நோக்கம்–குறிப்பாக, தொழில்களையும் நிறுமங்களையும் பொறுத்தவரை, வேலைவாய்ப்பை உருவாக்குவது கிடையாது; மாறாக, ஆதாயங்களைப் பெருக்குவதே ஆகும். எனவே, வேறொரு துறையில் இதைவிடச் சிறந்த தொழில் வாய்ப்புகள் கிடைக்குமென்றால், தொழில்கள் தம் செயற்பாடுகளை அத்துறைக்குப் பெயர்த்துச் சென்றுவிடும். அதைப் போலவே, ஒரு நாட்டில் வேறொரு பகுதியில்/மாநிலத்தில் சிறந்த வாய்ப்புகள் கிடைத்தால், தொழில்கள் தம் செயல்பாடுகளை அந்தப் பகுதி/மாநிலத்திற்குப் பெயர்த்துச் சென்றுவிடும். அந்நிய நேரடி முதலீடும் இருந்தால், நாடுகளிடையிலும் இவ்வாறு செயற்பாடுகளை இடமாற்றிக்கொண்டு புலம்பெயர்வது நேரும். மேலும், நிறுமங்களின் ஆதாயம் பெருக்கும் குறிக்கோள், உழைப்புச் சிக்கனத் தொழில்நுட்பங்களை (Labour–Saving Technology) ஏற்கவேண்டிய கட்டாயத்தை உண்டாக்கக்கூடும். அவற்றின் ஆதாயம் பெருக்கும் குறிக்கோளை வைத்துப்பார்த்தால், தனியார் முதலீடுகள் பெரிதும் உறுதியற்ற தன்மையைக் கொண்டவை; அந்நிய நேரடி முதலீடுகள் அதை விடவும் அதிகமாக உறுதியில்லாதவை. எனவே, நிலையானதும் ஊதியமிக்கதுமாகிய வேலைவாய்ப்பினை அடையும் இலக்கினை, தனியார் துறையை மட்டுமே நம்பி ஒப்படைத்துவிட முடியாது.

நிலையானதும், ஊதியம் மிக்கதுமாகிய வேலைவாய்ப்பை அடைவதற்கு, அரசாங்கம் தன்னிச்சையான செலவினத்தை மேற்கொள்வதே நல்ல வழி என்று, கேனீசிய நிலைப்பாட்டைப் பின்பற்றி வலியுறுத்திப்

பரிந்துரைக்கிறோம். இந்தப் பின்னணியில், அரசாங்கச் செலவினங்கள், திட்ப மற்றும் சமூக உள்கட்டமைப்புகளுக்காக முதலீடுகளை மேற்கொண்டு பொருளாதாரத்தின் உற்பத்தித் திறனைப் பெருக்கும் என்றால், பொதுக்கடன் அல்லது அரசாங்க நிதிக்கடனின் சமாளிக்கத்தகுந்த தன்மை குறித்துக் கவலைகொள்ள எந்தக் காரணமும் இல்லை என்பதை மீண்டும் சொல்ல வேண்டும். ஒருவகையில், வேலைநிறைவை அடைய அரசாங்கச் செலவினத்தை ஒரு வழிவகையாகத் தேர்வுசெய்வதற்கான விரிவான காரணத்தையே கடந்த பத்திகள் தந்துள்ளன.

கருத்தாக்கமும் சூழலும்: மகாலனோபிஸும் ராவும்

இப்பகுதியில் இதுவரை இடம்பெற்ற உரையாடல்கள் கருத்தாக்கத் தளத்தில் இருந்திருக்கின்றன; இந்தியச் சூழல் பற்றி எதுவும் குறிப்பிடப்படவில்லை. இந்தியப் பொருளாதாரத்தில் வேலைநிறைவை அடைய தேவையான கொள்கைகளை வகுக்கும், குறிப்பான வழிகளை அடையும் நோக்கில், கருத்தாக்கத்தையும் (இங்கே கேனீசியக் கோட்பாடு) சூழலையும் ஒருங்கே கொண்டுவருகின்றன, பின்வரும் பத்திகள். ராவ் (1952), தாஸ்குப்தா (1954) ஆகியோர் முன்வைத்த வாதங்களின் உதவியுடன், இந்தியாவில் கேனீசிய வெளியீட்டு மற்றும் வேலைவாய்ப்புக் கோட்பாட்டின் பொருத்தப்பாடு குறித்த கேள்வியை, பகுதி 4.2இல் எழுப்பியிருந்தோம்.

பி.சி. மகாலனோபிஸ், வி.கே.ஆர்.வி. ராவ் ஆகியோரின் ஆய்வுப் படைப்புகளை அலசுவதன் வாயிலாக, கருத்தாக்கத்தையும் சூழலையும் இணைக்கிறோம்; நாம் பார்க்கவிருப்பதுபோல, இம்முயற்சியில் மறுப்புகள் இல்லாமல் இருக்காது. தொகைவெளியீட்டை அதிகப்படுத்துவதையும், வருமானத்திலும் செல்வத்திலும் உள்ள ஏற்றத்தாழ்வுகளைக் குறைப்பதையும் குறிக்கோளாகக் கொண்டிருந்த இந்தியாவின் இரண்டாவது ஐந்தாண்டுத் திட்டத்திற்கான பொருளாதார மாதிரியைத் தந்தவர் மகாலனோபிஸ் ஆவார். அதில், நம் பொருளாதார இலக்குகளை எட்டுவதில் தனியார் துறைக்கான பங்கினை, நிராகரிப்பதாகவோ, அல்லது (இப்பொது இருப்பது போல) விதந்தோதுவதாவோ இல்லை; மாறாக, அந்தக் கேள்வி, கிடைக்கக்கூடிய பலனைப் பொறுத்ததாக இருந்தது. திட்ட ஆவணத்தில், ‘அப்ரோச் டூ த செகண்ட் ஃபை இயர் ப்ளான்’ என்று தலைப்பிடப்பட்ட இரண்டாவது இயலில், கீழ்க்காணுமாறு எழுதப்பட்டுள்ளது:

> சமுதாயம் ஏற்றுக்கொண்ட ஒருங்கிணைந்த திட்டக் கட்டமைப்பிற்குட்பட்டு, தனியார் துறை தன் பங்கை ஆற்ற வேண்டும். . . . தனியார் தொழில்முனைவுகள், தடையில்லா விலைவிதிப்பு, தனியார் மேலாண்மை–என இவை யாவும், உண்மையில் சமூக இலக்குகளை முன்னெடுத்துச் செல்வதற்கான கருவிகளே; இவற்றை, சமூகப் பலன்களின் அடிப்படையில் மட்டுமே நியாயப்படுத்த முடியும்.

தனியார் தொழில்முனைவுகளுக்கான (Private Enterprises) ஆதரவு, விளிம்புநிலைவாதக் கட்டமைப்பின் சார்பிலிருந்து வருகிறதோ இல்லையோ, அது நிபந்தனையற்றதாக இருக்க முடியாது என்ற உண்மையினை வலியுறுத்திக் காட்டுகிறது மேற்கண்ட மேற்கோள். இரண்டாவது

ஐந்தாண்டுத் திட்டத்தின் அறிவார்ந்த மற்றும் வரலாற்றுப் பின்புலத்தைப் பற்றிய சுருக்கமான விளக்கத்திற்கு, 'டெவெலப்மெண்ட் ப்ளானிங்: த இண்டியன் எக்ஸ்பீரியன்ஸ்' என்ற சுகமோய் சக்கரவர்த்தி எழுதிய 1987ஆம் ஆண்டு புத்தகத்தின் இரண்டாவது இயலை வாசியுங்கள்.

விடுதலைக்குப் பிந்தைய இந்தியப் பொருளாதாரக் கருத்திலும் கொள்கையிலும் 'மகாலனோபிஸ் மாதிரி' வகித்த முக்கியத்துவத்தின் பலனாக, அஜித் தாஸ்குப்தா எழுதிய 'அ ஹிஸ்டரி ஆஃப் இண்டியன் எகனாமிக் தாட்' (1993) என்ற புத்தகத்தில் அது குறித்த ஓர் உரையாடல் இடம்பெறுகிறது. மகாலனோபிஸ் மாதிரிவடிவம் என்பது, மூலதனச் சரக்குகளையும் நுகர்மானச் சரக்குகளையும் உற்பத்திசெய்யும் துறைகளைக் கொண்ட இரு-துறை மாதிரி ஆகும். பொருளாதார வளர்ச்சியைப் பெருமம் அடையச் செய்யும் வகையில், இவ்விரு துறைகளுக்கும் இடையில் உகந்த முதலீட்டுப் பங்கீட்டைத் தீர்மானிக்கிறது, இந்த மாதிரி. இவ்விரு துறைகளுக்கும் இடையிலுள்ள அமைப்பியல் சார்பிணைப்புகளின் காரணமாக, ஒருதுறையில் வளர்ச்சி காணாமல் மற்றொன்றும் வளரமுடியாது. நுகர்மானச் சரக்குகளை உற்பத்தி செய்வதற்கு மூலதனச் சரக்குகள் தேவை; மூலதனச் சரக்குகளை உற்பத்தி செய்யும் தொழிலாளர்களுக்கோ, நுகர்மானச் சரக்குகள் தேவை. துறைகளுக்கிடையிலான இந்த உறவு ஒருபுறமிருக்க, ஒவ்வொரு துறையும் தன் சொந்த வெளியீட்டினையே உள்ளீடாகவும் பயன்படுத்துகின்றன. எடுத்துக்காட்டாக, மூலதனச் சரக்குகளின் வெளியீடானது, வேறுபல மூலதனச் சரக்குகளை உற்பத்திசெய்வதில் உள்ளீடாகவும் நுழைகிறது; நுகர்மானச் சரக்குகளை உற்பத்திசெய்யும் துறையிலுள்ள தொழிலாளர்களும் கூட, நுகர்மானச் சரக்குத் துறையின் வெளியீடுகளை நுகர்கின்றனர்.

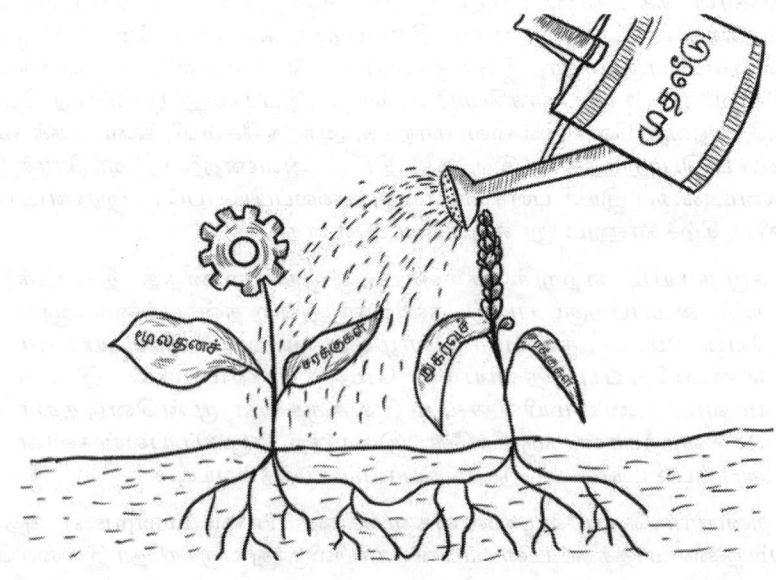

மகாலனோபிஸ் மாதிரி

இந்தியப் பொருளாதாரத்தில் குன்றிய உற்பத்தித் திறன் நிலவுவதைக் கருத்தில்கொண்டு, வழங்கல்–சார் காரணிகளை–குறிப்பாக, திட்ப உள்கட்டமைப்பு வசதிகளை உருவாக்குவதில் 'மகாலனோபிஸ் மாதிரி' கவனம் செலுத்தியது. அதைத் தொடர்ந்து, தொகைவேண்டலின் பங்களிப்பினைப் புறக்கணித்த காரணத்தாலும், கல்வி, சுகாதாரம் போன்ற சமூக உட்கட்டமைப்புகளுக்குப் போதிய முக்கியத்துவம் தராத காரணத்தாலும், 'மகாலனோபிஸின் மாதிரி' சரியான வகையில் விமர்சிக்கப்பட்டது. முதலாவது ஐந்தாண்டுத் திட்டத்தின் முக்கியச் சிற்பியான கே.என். ராஜ் அவர்கள், வேளாண்துறைக்குப் போதிய கவனத்தைத் தராத இரண்டாவது ஐந்தாண்டுத் திட்டத்தின் மீது தனக்கிருந்த அதிருப்தியை வெளிப்படுத்தினார். தொழிலாளர்களின் அடிப்படைத் தேவைகளை உற்பத்தி செய்யும் துறைகளுக்கு (குறிப்பாக, உணவுக்கு) முக்கியத்துவம் தராத காரணத்தால், சி.என். வக்கில், பி.ஆர். பிரம்மானந்தா ஆகியோர் மகாலனோபிஸ் மாதிரியை விமர்சித்தனர். வேண்டல் சார் வளர்ச்சிக் கோட்பாடுகளையும், சமகால இந்தியப் பொருளாதாரத்தின் நிலைமையினையும் கருத்தில் கொண்டு, மகாலனோபிஸ் மாதிரியை நீங்கள் எந்த வகையில் மாற்றியமைப்பீர்கள்?

இரண்டாவது இயலில் விவாதித்ததுபோல, பேரியல் பொருளாதாரத்தைப் புரிந்துகொள்வதற்குப் பேரியல் பொருளாதாரக் கணக்குப்பதிவு குறித்த அடிப்படை அறிவு தேவை. பகுதி 2.2இல் குறிப்பிடப்பட்டிருந்த பொருளியலாளர்களில், இந்தியாவின் தேசிய வருமானக் கணக்குப்பதிவிற்குப் பெரிதும் பங்களித்த வி.கே.ஆர்.வி. ராவ் முன்வைத்த ஒரு வாதத்தைச் சுருக்கமாகப் பார்ப்போம். ராவ், *த அன்னல்ஸ் ஆஃப் தெ அமெரிக்கன் அகடமி ஆஃப் பொலிடிகல் அண்ட் சோஷியல் சைன்ஸ்*–இல் வெளியான இந்திய தேசிய வருமானத்தைக் கணக்கிடுவதைப் பற்றிய தமது 1944ஆம் ஆண்டின் கட்டுரையில், கவனமான பொருளாதாரத் திட்டமிடலின் முக்கியத்துவத்தை வலியுறுத்திப் பின்வருமாறு எழுதுகிறார்: "இந்தியாவின் வறுமை தவிர்க்கமுடியாத ஒன்று என்பது கிடையாது என்ற நம்பிக்கையை இங்கே பதிவுசெய்தே ஆக வேண்டும்; தேச அரசாங்கத்தின் கீழ், திட்டம் சார்ந்த பொருளாதாரத்தைக் கடைப்பிடிக்கும் நிலையில், இந்தியாவின் வருமானத்தில் கணிசமான உயர்வினையும், இந்தியாவின் வாழ்க்கைத்தரம் மற்றும் மெய் வருமானத்தின் மட்டங்களில் கணிசமான முன்னேற்றங்களையும் ஏற்படுத்த முடியும்" (ப. 105). பேரியல் பொருளாதாரத்தையும் இந்தியப் பொருளாதாரத்தையும் பயிலும் மாணவர்களாக, ராவ் எழுதிய இண்டியாஸ் *'நேஷனல் இன்கம் 1950–80: அன் அனாலிசிஸ் ஆஃப் குரோத் அண்ட் சேஞ்ச்'* என்ற 1983ஆம் ஆண்டின் புத்தகத்தைப் படிப்பது அறிவுவளம் சேர்ப்பதாக அமையும்; ஆனால், இந்த நூல்பதிப்பு கிடைப்பது சற்றே கடினம்.

நல்ல கொள்கை வகுத்தல் என்பது, கருத்தாக்கம், சூழல்–ஆகிய இரண்டையும் உணர்ந்து செயல்படுவதாக இருக்க வேண்டும் என்பதைக் குறிப்பிட்டு வலியுறுத்த முந்தைய பத்திகள் முயன்றன. இந்தியாவில் மிகப்பெரிய முறைசாராத் துறை உள்ள நிலையில், தொகைவருமானத்தை மதிப்பிடுவது என்பது, முன்பும் சரி, தற்போதும் சரி–கடினமாகவே இருந்துவருகிறது. இந்தியச் சூழல் குறித்து அறிந்திருந்த ராவ், கேனீசியப்

பொருளாதாரத்தை இந்தியப் பொருளாதாரச் சிக்கல்களின் மீது கண்மூடித்தனமாகப் புகுத்துவதை ஆதரிக்கவில்லை; அப்படி ஆதரிக்காததும் சரியானதே (பொருத்தப்பாடு குறித்த கேள்வியைப் பற்றிய சுருக்கமான உரையாடலை, பகுதி 4.2இல் காண்க). இந்த எச்சரிக்கைக்குறிப்பானது, கொள்கைக்கு உதவும் வகையில் எடுத்தாளப்படும் கோட்பாட்டுக் கட்டமைப்புகள் அனைத்திற்குமே பொருந்தும்.

சுழற்சித் தவிர்ப்பு அரசிறைக் கொள்கை

கேனிசிய வெளியீடு மற்றும் வேலைவாய்ப்புக் கோட்பாட்டை (வேண்டல்–சார் வளர்ச்சிக் கோட்பாட்டையும்) ஏற்றுக்கொண்டு, பின்வரும் பொதுப்பட்ட கொள்கை அணுகுமுறைகள், உழைப்பிற்கான வேலைநிறைவை அடைவதில் உதவியாக இருக்கும். மிகவும் பொதுப்படையாகச் சொன்னால், வேலையின்மைக்கு எதிராகப் போரிடும் நமது பொருளாதாரக் கொள்கை என்பது, எதிர்ச் சுழற்சிக் (Counter–cyclical) கொள்கைகளின் துணையோடு–சுழற்சித் தவிர்ப்புத் தன்மை (Anti–cyclical) கொண்டதாக இருக்க வேண்டும்; சுழற்சி ஆதரவுத் தன்மை (Pro–cyclical) கொண்டதாகக் கண்டிப்பாக இருந்துவிடக் கூடாது.

தனியார் முதலீட்டின் உறுதியில்லாத் தன்மை காரணமாக, தொகைவெளியீடு மற்றும் வேலைவாய்ப்பு சார்ந்த (பெரும்பாலும் மாறி மாறி வரக்கூடிய) ஏற்றஇறக்கக் காலகட்டங்களைப் பொருளாதாரங்கள் சந்திக்கின்றன. இவை, தொழில்சுழற்சிகள் என்று பொதுவாக அறியப்படுகின்றன. அரசாங்கம், இறக்கக் காலகட்டத்தில் செலவினத்தை உயர்த்தியும், வரிகளைக் குறைத்தும் செயல்பட்டால், அது எதிர்ச் சுழற்சிக் (அரசிறை) கொள்கை என்று வழங்கப்படுகிறது. தொகைவெளியீட்டின் சுழற்சிப் பாங்கிலான ஊசலாட்டங்களைக் குறைத்திடும் பொருட்டு எதிர்ச் சுழற்சிக் கொள்கைகள் எடுத்தாளப்படுகின்றன. இறக்கக் காலகட்டங்களின்போது அரசாங்கம் தன் செலவினத்தைக் குறைத்து வரிகளை உயர்த்தினால், அது சுழற்சி ஆதரவுக் (அரசிறை) கொள்கை என்று வழங்கப்படுகிறது. அரசின் ஐந்தொகைக் குறிப்பு பற்றாக்குறை நிலைக்குச் சென்றுவிடக்கூடாது என்பதற்காக அவ்வாறு செய்வதாக இருக்கலாம். அரசுச் செலவு இறுக்கவாதம் என்பது, தீவிரமான சுழற்சி ஆதரவுக் கொள்கைக்கு ஓர் எடுத்துக்காட்டு. எதுவானாலும், நிலையானதும் நல்ல ஊதியமளிப்பதுமாகிய வேலைநிறைவை அடைவதே நமது குறிக்கோள் என்றால், தொகைவெளியீட்டு மற்றும் வேலைவாய்ப்பு மட்டங்களில் ஏற்படும் ஏற்றஇறக்கங்களைக் குறைவாக இருக்குமாறு பராமரிப்பது (எதிர்ச் சுழற்சிக் கொள்கைகளில் (counter–cyclical policy) உள்ளது போல) மட்டுமன்றி, அவற்றைத் தவிர்த்திடும் வகையிலும் (சுழற்சித் தவிர்ப்புக் கொள்கைகளிலுள்ளது (anti–cyclical policy) போல), அரசாங்கம் தன் திட்டமிட்ட செலவினத்தை அமைத்திட வேண்டும். 'த கலெக்டட் ஒர்க்ஸ் ஆஃப் ஜான் மேனார்ட் கேயின்ஸ்' தொகுப்பின் 27ஆவது புத்தகத்தில் இடம்பெற்றுள்ள கேயின்ஸின் கொள்கை உரையாடல்களிலிருந்து எடுக்கப்பட்டுள்ள பின்வரும் மேற்கோளில், சுழற்சித் தவிர்ப்புக் கொள்கையின் இயல்பு குறித்து அவர் மேற்கொண்டு தெளிவுபடுத்துகிறார்:

மூன்றில் இரு பங்கு அல்லது முக்கால்வாசி மொத்த முதலீட்டினை முழு/பகுதி அளவிலான பொதுத்துறை அமைப்புகள் மேற்கொள்ளவோ, அல்லது தூண்டிவிடவோ முடியும் என்றால், நிலையான, நீண்ட காலச் செயல்திட்டத்தைக் கொண்டு ஊசலாட்டத்தின் அளவினை முன்பிருந்ததைவிட குறைக்க முடியும்; அதாவது, பொதுத்துறையின் கட்டுப்பாட்டில் இதைவிடச் சிறிய அளவு முதலீடு இருந்து, அந்த முதலீடும் பொருளாதாரத்தில் தனியார் துறை வசமிருக்கும் முதலீட்டின் ஊசலாட்டங்களைத் திருத்தியமைப்பதாக இல்லாமல், அதையே பின்பற்றிச்செல்வதாக இருந்த நிலையில் இருந்ததை விட ஊசலாட்டங்களைக் குறைவானதாக்க இயலும் . . . நிலையான, நீண்ட காலச் செயல்திட்டத்தைக் கொண்டு பெரிய அளவிலான ஊசலாட்டங்களைத் தவிர்ப்பதே முக்கியப் பணி. இதில் வெற்றிகண்டுவிட்டால், நீண்ட காலச் செயல்திட்டத்தை விரைவுபடுத்தியோ அல்லது வேகத்தைக் குறைத்தோ சிறிய அளவிலான ஊசலாட்டங்களை ஈடுகட்டுவதும் அவ்வளவு கடினமாக இருக்காது. (மாரிஜ் 1980, ப. 322)

மேலும், சிந்தனைசெறிந்த பொருளாதாரத் திட்டமிடல் வேண்டும் என்று கூறுகிறது, இந்த வகையான சுழற்சித் தவிர்ப்பு (அரசிறை) கொள்கை.

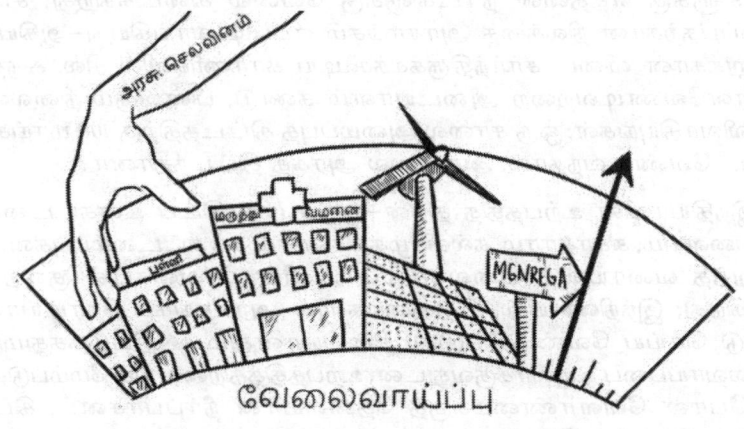

வேலைவாய்ப்புக் கொள்கை வடிவம்

நிலையானதும் ஊதியமிக்கதுமாகிய வேலைவாய்ப்பையும் தர முற்படும் திறன்மிகுந்த சுழற்சித் தவிர்ப்புக் கொள்கையானது, வேலைவாய்ப்புக் கொள்கையோடு மட்டும் அடங்கிவிடாது. சான்றாக, இந்தியாவின் வேலைவாய்ப்புக் கொள்கை, வளர்ச்சிக் கொள்கை, வேளாண் கொள்கை, தொழிற் கொள்கை, கூலிக் கொள்கை, கல்விக் கொள்கை, சூழலியல் கொள்கை—ஆகியவை கூட்டுசேர்ந்த ஓர் ஒருங்கிணைந்த பொருளாதாரக் கொள்கையினை வகுப்பது அறிவுறுத்தத்தக்கது. எந்தவொரு பொருளாதாரக் கொள்கையும், குடித்தனங்கள் மற்றும் நிறுமங்களின் பொருளாதார முடிவுகளைப் பாதித்து, அதன் வழியாகவே பேரியல் பொருளாதார

மாறிகளைப் பாதிக்கின்றன; எனவே, எந்தவொரு பொருளாதாரக் கொள்கையும் (அதன் குறிப்பிட்ட செயல்திட்டங்களோடு சேர்த்து), ஒருங்கிணைந்த ஒன்றாக மட்டுமே இருக்க முடியும்.

எந்த அளவுக்கு அதன் பாதிப்பு இருக்கும் என்பது சூழலைப் பொறுத்தது. பின்வருவது, சூழல் சார்ந்த கேள்விகளுக்கு ஓர் உதாரணம்: பொருளாதார அலகுகள் பெருவாரியாக இருப்பது முறைசார் துறையிலா, அல்லது முறைசாராத் துறையிலா? குடித்தனங்களும் நிறுமங்களும் பெரும்பாலும் ஈடுபடுவது வேளாண் துறையிலா, அல்லது சேவைகள் துறையிலா? மக்கள் பெருவாரியாக நகர்ப்புற இந்தியாவில் வசிக்கிறார்களா அல்லது ஊரக இந்தியாவில் வசிக்கிறார்களா? மாநிலத்திற்குள்ளானதும், மாநிலங்களுக்கிடையிலானதும், வெளிநாடுகளுக்குமான தொழிலாளர் புலம் பெயர்வுகள் எந்த அளவில் உள்ளன? உதாரணமாக, அரசாங்கமானது, ஒப்பந்ததாரர் வாயிலாக நேரடியாகவோ, அல்லது மகாத்மா காந்தி ஊரக வேலைவாய்ப்பு உறுதிச் சட்டத்தைப் போன்ற ஒரு வேலைவாய்ப்புத் திட்டத்தின் வாயிலாக மறைமுகமாகவோ தொழிலாளர்களைப் பணியமர்த்தி ஊரகப் பகுதியில் சாலை ஒன்றை அமைக்கிறது என்றால், அது நல்ல அரசுத் திட்டம் ஆகாதா? இவை அனைத்திற்குமான விடை நிலைமைகளைப் பொறுத்து அமைவது. தொழிலாளர்களுக்குச் சந்தைக் கூலி வழங்கப்படுகிறதா அல்லது குறைந்தபட்சக் கூலி வழங்கப்படுகிறதா, அவர்களுக்கு எத்தனை நாட்களுக்கு வேலை கிடைக்கிறது, சாலை அமைப்பதற்கான நிலத்தை அரசாங்கம் எப்படி வாங்கியது–ஆகியவை, இவற்றுக்கான விடை சார்ந்திருக்கக்கூடிய காரணிகளில் சில. கருத்தில் கொள்ளவேண்டியவற்றை அடையாளம் கண்டு, பின்வரும் நிலையைப் பற்றி விவாதியுங்கள்: ஒரு சாலை அமைப்புத் திட்டத்திற்கு 100 மரங்களை வெட்ட வேண்டிவந்தால், அது நல்ல அரசுத் திட்டந்தானா?

இந்தியாவின் உற்பத்தித் திறன்–குறிப்பாக, திட்ப உள்கட்டமைப்பு வசதிகளையும், சுகாதாரம், கல்வி முதலான சமூகக் கட்டமைப்புகளையும் பொறுத்த வரையில்–கவலைக்கிடம் அளிக்கும் வகையில் குறைவாக இருக்கிறது; இந்நிலையில், இத்துறைகளில் அரசாங்கம் நேரடியாகவே முதலீடு செய்ய வேண்டும். இது, நிலையானதும் ஊதியமிக்கதுமாகிய வேலைவாய்ப்பை உருவாக்குவதுடன், உற்பத்தித்திறனையும் மேம்படுத்தும். அதேபோல, வேளாண்மைக்குத் தேவையான நீர்ப்பாசனம், கிடங்கு வசதிகள் போன்ற திட்ப உட்கட்டமைப்புகளையும் அரசாங்க முதலீடு ஏற்படுத்தித்தர வேண்டும். மேலும், நகரங்கள், ஊர்கள் ஆகிய இரண்டிலும் பசுமை (திட்ப) உட்கட்டமைப்பினை அரசாங்கம் உருவாக்க வேண்டும். 'த பரபில் ஆஃப் த லாஸ்ட் டாட்டர்' (2013) என்ற விநோதினி எழுதிய சிறுகதையிலிருந்து எடுக்கப்பட்டுள்ள பின்வரும் மேற்கோள், ஒரு தலித் கிறித்தவக் குடும்பம் கல்வியின் மீது வைத்திருக்கும் எதிர்பார்ப்புகளைப் பற்றி விவரிக்கிறது:

சுவர்த்தவாணிக்கு அந்த வீட்டில் எப்போதும் ஒரு தனி இடம் உண்டு. அவள் புத்திசாலியாகவும், படிப்பில் தேர்ந்தவளாகவும் இருந்தாள். அவள் அழகாகவும் இருந்தாள். அவர்கள் குண்டூர் அருகில் ஒரு சிறு கிராமத்தில் வாழ்ந்துவந்தபோதிலும்,

அவள் விரும்பிய வரை படிக்கவைப்பது என்று கிருபம்மாவும் பாலதாசும் முடிவு செய்திருந்தார்கள். அவள் மகிழ்ச்சியோடும் மரியாதையோடும் இருக்கவேண்டும் என்று அவர்கள் விரும்பினார்கள்; அதை அடைய ஒருவருக்குத் துணையாக இருப்பது கல்வி ஒன்றுதான் என்றும் அவர்கள் நம்பினார்கள்.
(ப. 166–7)

நல்ல கல்வி அனைவருக்கும் கிடைக்கக்கூடியதாகத் தற்போது இல்லை. எனவே, ஒரு நல்ல அரசுப் பள்ளிக்கூடத்தை அமைப்பது, உள்ளூர் வருமானத்திலும் வேலைவாய்ப்பிலும் பெருக்கவிளைவுகளை (Multiplier Effects) ஏற்படுத்துவதோடு மட்டுமல்லாமல், குடும்பங்கள், சமூக மரியாதையை அடைவதற்கு ஒரு முக்கியப் பாதையாகவும் விளங்கும்.

வேலைநிறைவை எட்டுவது அதிகப்படியாகச் சூழலையே சார்ந்திருப்பது என்பதால், அதை எட்டும்படியான திட்டவட்டமான கொள்கைப் பரிந்துரைகளை இந்த இயல் புறக்கணித்துவிட்டது. எடுத்துக்காட்டாக, சுற்றுச்சூழலுக்கு உவந்த பசுமைச் 'சேவைகளில்' அரசாங்க முதலீட்டினை மேற்கொள்ள வேண்டும் என்று கேரள மக்கள் அதற்கு முன்னுரிமை தரலாம்; பீகார் மக்களோ, பசுமை 'உற்பத்திக்கு' முன்னுரிமை தரலாம். இரண்டுமே வேலைகளை உருவாக்கும் என்றாலும், பசுமைச் சேவைகளைக் காட்டிலும் பசுமை உற்பத்தி அதிகப்படியான வேலைவாய்ப்புகளை உருவாக்குவதாக இருக்கக்கூடும். மேலும், அரசாங்கச் செலவினம் என்னும்போது, ஒன்றிய அரசுடன் சேர்த்து மாநில, உள்ளாட்சி அரசுகளையும் குறிப்பிடுகிறோம் என்பதை நினைவுகூருங்கள். ஒரு பயிற்சியாக, உழைப்பின் வேலைநிறைவை எட்டுவதற்காக இந்த இயலில் குறிப்பிடப்பட்ட வழிகாட்டுதல்களின் அடிப்படையில், உங்களுடைய உள்ளூர்ச் சூழலை மனதில் வைத்துத் தங்களின் மாநிலத்திற்கு ஒரு பொருளாதாரக் கொள்கையினை வரையுங்கள். தற்போதுள்ள அரசுத் திட்டங்களை மாற்றியமைத்தும் புதிய திட்டங்களை நீங்கள் கொண்டுவரலாம்.

முடிவாக, உழைப்பிற்கான வேலைநிறைவு என்ற கொள்கை இலக்கை அடைய கவனமான திட்டமிடலும், (அனைத்துத் தளங்களிலும் உள்ள) அரசாங்கத்தின் முதலீடும் தேவைப்படுகிறது. இந்தக் கொள்கை இலக்கை, முழுமையாகவோ, பெருவாரியாகவோ, தனியார் துறையிடம் ஒப்படைத்திட முடியாது.

7.4 முடிவுரை

வேலையின்மையின் அளவின் மீதும் தரத்தின் மீதும் கவனம் செலுத்தி, இந்தியப் பொருளாதாரத்தில் வேலைவாய்ப்பு இல்லாமையின் இயல்பினை இந்த இயல் வரைந்துகாட்டியது. மொத்த வேலைவாய்ப்பில் ஒப்பந்தத் தொழிலாளர்கள் கணிசமான பங்குவிகிதத்தை வகிப்பது, தொழிற்படையில் அத்துக்கூலிமயமாதலின் எழுச்சி, வேலைவாய்ப்பில் சாதி மற்றும் பாலினம் சார்ந்த ஏற்றத்தாழ்வுத் தன்மை–ஆகியவற்றை, பகுதி 7.2 சுட்டிக்காட்டியது. கேனீசிய வெளியீட்டு மற்றும் வேலைவாய்ப்புக் கோட்பாடு, வேண்டல் சார் வளர்ச்சிக் கோட்பாடு ஆகியவற்றின்

கட்டமைப்புகளை மீண்டும் எடுத்துரைத்தோம்; வேலைநிறைவு என்ற கொள்கை இலக்கை அடையும் பொருட்டு, தொழிலாளர் நலன், கூலி, சுற்றுச்சூழல், வேளாண்மை, கல்வி, உற்பத்தி ஆகிய பலதரப்பட்ட புலங்களை/ அமைச்சகங்களையும் தழுவி ஒருங்கிணைந்த சுழற்சித் தவிர்ப்பு அரசிறைக் கொள்கை தேவைப்படுகிறது என்றும் வாதிட்டோம்.

மேற்கொண்டு வாசிப்பதற்கான பரிந்துரை

2005ஆம் ஆண்டு வெளியான அமித் பாதுரியின் Development with Dignity: A Case for Full Employment என்ற புத்தகம் (புது டெல்லி: நேஷனல் புக் ட்ரஸ்ட்), பொதுவாசகருக்கும் பொருளியல் மாணவருக்கும் இன்றியமையாத ஒரு நூலாகத் தொடர்ந்து விளங்குகிறது. கேயின்ஸின் 'தெ ஜெனரல் தியரி' நூலின் அடிப்படையிலும், *1940*களைச் சேர்ந்த அவரின் கொள்கை ஆவணங்களின் அடிப்படையிலும், கேயின்ஸின் கொள்கைப் பரிந்துரைகளைப் பற்றிய முழுமையான விளக்கத்தைக் காண, *2012*இல் *Economic Record* இதழில் வெளியான டோனி அஸ்ப்ரொமொர்கஸின் 'Keynes's General Theory after 75 Years: Chapter 24 and the 'Character of "Keynesian" Policy' என்ற கட்டுரையை *(தொகுதி 88, இதழ் வரிசை1, ப. 149–57)* வாசிக்கலாம். வேலைவாய்ப்பு என்ற கேள்வியை ஒட்டி, அரசுக்கும் தனியார்த் துறைக்கும் இடையிலான வல்லாதிக்க இயக்கங்களைப் பற்றிய ஆழமான புரிதலைப் பெற, *1943*ஆம் ஆண்டு *Political Quarterly* இதழில் வெளியான மிகல் கலட்ஸ்கியின் 'The Politics of Full Employment' என்ற கூரிய கட்டுரையை *(தொகுதி 14, இதழ் 4, ப. 322–31)* வாசிக்கவும். மிகல் கலட்ஸ்கியின் அதே உணர்வில், *2003*ஆம் ஆண்டின் அரசிறைப் பொறுப்பு மற்றும் நிதிநிலை மேலாண்மைச் சட்டத்தின் மீது இந்தியாவின் அக்கறை குறித்து *2006*ஆம் ஆண்டு அமித் பாதுரி எழுதி *Economic and Political Weekly* இதழில் வெளியான 'The Politics of "Sound Finance"' என்ற கட்டுரையைப் பார்க்கவும் *(தொகுதி 41, இதழ்கள் 43–4, ப. 4569–71)*. இந்தியப் பொருளாதாரச் சிந்தனையைப் பற்றி மேலும் அறிய விரும்பினால், தாஸ்குப்தாவின் நூலோடு *(1993)* சேர்த்து, பி. என் கங்குலியின் 'Indian Economic Thought: Nineteenth Century Perspectives' *(புது டெல்லி: டாடா மெக்ரா ஹில்)* என்ற *1977* நூலையும், பாபதோஷ் தத்தாவின் 'Indian Economic Thought: Twentieth Century Perspectives' *(புது டெல்லி: டாடா மெக்ரா ஹில்)* என்ற *1978* நூலையும் அணுகலாம். இந்தப் புத்தகங்கள் பதிப்பில் இல்லை என்பதாலும், ஒருசில நூலகங்களில் மட்டுமே இருக்கின்றன என்பதாலும், இப்புத்தகங்கள் கிடைப்பது கடினமாக இருக்கலாம். நானே, கங்குலி, தாஸ்குப்தா ஆகியோரின் புத்தகங்களை, டெல்லியிலுள்ள *Institute for Studies in Industrial Development (ISID)* மற்றும் ஜவகர்லால் நேரு பல்கலைக்கழகம் ஆகிய இடங்களிலிருந்து அசிம் பிரேம்ஜி பல்கலைக்கழகத்தின் நூலகத்தின் வாயிலாக, நூலகங்களுக்கு இடையிலான இரவலாகவே பெற வேண்டியிருந்தது. *2009*ஆம் ஆண்டு ஜெ. கிருஷ்ணமூர்த்தி தொகுத்தளித்த *Towards Development Economics: Indian Contributions 1900–1945* என்ற புத்தகத்தின் (புது டெல்லி: ஆக்ஸ்போர்டு பல்கலை. பதிப்பகம்) அறிமுகவுரையை இந்த நூல்களுடன் சேர்த்து வாசிக்கலாம்.

8

குறைவான பணவீக்கம் என்ற கொள்கைஇலக்கு

8.1 முன்னுரை

பருப்பு, வெங்காயம் போன்ற இன்றியமையாத பண்டங்களின் விலைகள் உயரும்போது, அது செய்தித்தாள்களில் தலைப்புச் செய்தியாகிறது. எரிபொருட்களின் (பெட்ரோல் மற்றும் டீசல்) விலைகளும் அவ்வாறே. இந்த விலைகளின் தீர்மானிகள் பற்றிய அறிதல் நம்மிடம் இருந்தால், விலைகளைக் குறைக்கும் நோக்கிலான கொள்கைகளை நம்மால் வகுக்க முடியும். தொகைவெளியீட்டின் பேரியல் தீர்மானிகளையும் (பகுதி 4.2), இந்தியாவின் நிதியியல் கட்டமைப்பினையும் (பகுதி 3.2), இந்தியப் பொருளாதாரத்தில் கணிசமாக நிலவும் முறைசாராத் தன்மை (பகுதி 6.4) – ஆகியவை குறித்தும் முந்தைய இயல்களில் உரையாடினோம். மேற்கண்டவற்றைப் பற்றிய ஒரு சுருக்கமான புரிதல் இருப்பது, பணவீக்கத்தின் இயல்பைப் புரிந்துகொள்ளும் நமது முயற்சிக்கு உந்துதல் அளிக்கும் என்பதைத் தற்போது பார்க்கவிருக்கிறோம்.

பணவீக்கத்தின் பல்வேறு கூறுகளை அளவிடுவதன் வழியாகவும், நீங்கள் சிந்தித்துப் பார்ப்பதற்கென கேள்விகள் பலவற்றை முன்வைப்பதன் வழியாகவும், பணவீக்கத்தை– அதாவது, ஒரு குறிப்பிட்ட காலக்கட்டத்திற்குள் தொகை விலைவாசியில் ஏற்படும் உயர்வினை–உங்களிடம் அறிமுகப்படுத்துகிறது, இந்த இயல். தொகைவிலைவாசியை அளவீடு செய்வதற்கு, 'குறியீட்டு எண்கள்' என்ற புள்ளியியல் கருவியின் உதவி தேவைப்படுகிறது; இது, ஒரு தனிவிதமான சராசரி ஆகும். உயர் பணவீக்கம் என்கிற பிரச்சினையை வரைந்துகாட்டி, அதன் பின்னர், இந்தியச் சூழலுக்குப் பொருத்தமான வகையில் பொதுப்படையான பேரியல்

பொருளாதாரத் தீர்வுகளை இந்த இயல் தருகிறது. பணவீக்கத்தின் விவரங்களுக்குள் செல்வதற்கு முன்பாக, ரிசர்வ் வங்கியின் நோக்கம், அதன் வலைத்தளத்தில் கூறப்பட்டுள்ளதுபோல், "வளர்ச்சியின் நோக்கத்தை மனதில் கொண்டு, விலைவாசியை நிலையாகப் பராமரித்தல்" என்பதைக் குறிப்பில் எடுத்துக்கொள்ளுங்கள்.

மீண்டும் சொன்னால், ஸ்மித் அவர்களைப் பின்பற்றி மொழிந்தால், பொருளியலின் முதன்மைக் குறிக்கோள் என்பது "மக்களுக்கான கணிசமான வருவாயினை, அல்லது பிழைப்பூதியத்தை" உறுதி செய்தலே ஆகும். இதன் பொருட்டு, நிலையானதும் ஊதியமிக்கதுமாகிய வேலைநிறைவு கிடைப்பது மட்டுமின்றி, மக்களின் சமூகத் தேவைகளின் பரிணாமத்திற்குத் தகுந்தவாறு கூலியின் வாங்கும்ஆற்றல் முன்னேற்றம் காண்பதும் அவசியம். பண்டப்போக்குவரத்துகள், பணப்போக்குவரத்துகள் ஆகிய இரண்டின் மீதும் இந்த இயல் கவனம் செலுத்துகிறது; இவை இரண்டுமே பண்ட விலையின் மீது தாக்கம் ஏற்படுத்தக்கூடியவை. பணவீக்கம் குறித்த புரிதலை அடையும் பொருட்டு, கேயின்ஸ் கூறிய 'பணவியல் உற்பத்திப் பொருளாதாரம்' என்ற எடுகோளைத் தீவிரமாகப் பற்றிக்கொள்கிறது, இந்த இயல். பணவீக்கத்துடன் போரிடுவதற்கு, அரசிறைக் கொள்கை *(Fiscal policy)*, பணவியல் கொள்கை ஆகிய இரண்டும் ஒன்றிணைந்த சக்தி தேவை என்று வாதிட்டு, இந்த இயல் நிறைவடையும்.

8.2 இந்தியாவில் பணவீக்கத்தின் தன்மை

அறிமுகப் பகுதியில் குறிப்பிட்டதைப்போல், ஒரு குறிப்பிட்ட காலக் கட்டத்திற்குள் தொகை விலைவாசியில் ஏற்படும் உயர்வே பணவீக்கம் ஆகும். எடுத்துக்காட்டாக, தொகை வெளியீட்டில் 9% வளர்ச்சி ஏற்பட்டால், அது பொருளாதாரத்திற்குச் சாதகமானதாகக் கருதப்படு கிறது; அதுவே தொகை விலைவாசியில் 9% வளர்ச்சி ஏற்பட்டால் அவ்வாறு கருதப்படமாட்டாது. 5 விழுக்காட்டுப் பணவீக்கவீதத்தை விட 1 விழுக்காட்டுப் பணவீக்கவீதம் விரும்பத்தக்கதாகுமா ?

பின்னறிவான *(ex post),* அல்லது உண்மையில் விளைந்த Y மற்றும் P ஆகிய இரண்டுமே (நிறையிட்ட) சராசரிகளே (Weighted Averages); எனவே, இவற்றில் ஏற்படும் உயர்வானது, அனைத்துத் துறைகளிலுமே மதிப்புக் கூட்டலும் விலைகளும் உயர்கின்றன என்பதை உணர்த்த வேண்டிய கட்டாயமில்லை (இதை, P–இன் பின்னணியில் சுட்டிக்காட்டியது *2.5ஆவது பகுதி)*. புள்ளியியலின் மொழியில் சொன்னால், நாம் சராசரியை மட்டுமல்லாமல், அதன் பரவலையும் (Distribution) ஆராய வேண்டும். இந்தப் பாடநூலில், மையநீரோட்டப் பேரியல் அணுகுமுறையுடன் சேர்த்து, இடையியல் அணுகுமுறையினையும் பின்பற்றியதற்கு இது மற்றொரு காரணம். சராசரியை மட்டுமே பார்ப்பதென்பது, தவறாக வழிகாட்டுவதாக அமைந்து, கெடுதியான பொருளாதாரக் கொள்கைகளை விளைவித்து விடலாம். பகுதி 4.1இல், தொழிலாளரின் தனிநபர் வெளியீடு என்பதையும் ஒரு சராசரியாகப் பார்க்கலாம் என்று சுட்டிக்காட்டப்பட்டது; பகுதி *5.3இல்,* வேளாண்மை, உற்பத்தித் தொழில், சேவைத்துறை ஆகியவற்றின் துறைவாரியான வளர்ச்சிக் கண்ணோட்டத்தில் பொருளாதார வளர்ச்சி

பார்க்கப்பட்டது; அந்தக் கண்ணோட்டம் நம் புரிதலுக்குக் குறிப்பிடத்தகுந்த வகையில் பங்களிக்கும் என்ற உண்மையை வலியுறுத்தினோம். இறுதியாக, ஸ்ராஃபா முன்னர் நுட்பமாகச் சுட்டிக்காட்டியது போல், கோட்பாட்டு அளவீட்டிற்கும், புள்ளியியல்/பட்டறிவுசார் (Empirical) அளவீட்டிற்குமுள்ள வேறுபாட்டை நினைவுகூர்வீர் (பகுதி 1.4). மேலும், மொத்த உள்நாட்டு உற்பத்தி என்பதும் உண்மையில் ஒரு புள்ளியியல் சராசரியே என்றாலும், அதன் கோட்பாட்டு இணையாகிய தொகைவெளியீடு என்பது புள்ளியியல் சராசரி கிடையாது. தொகைவெளியீடு என்ற பேரியல் கோட்பாட்டுக் கருத்தாக்கமானது, பெரும்பாலும் சராசரியை உவமையாகக் காட்டியே பயிற்றுவிக்கப்படுகிறது; ஆனால், சரியாகச் சொன்னால், அந்த உவமையினை ஒரு பயிற்றுவிப்புக் கருவியாகவோ, சொல்லாட்சிக் கருவியாகவோ மட்டுமே பார்க்க வேண்டும்.

Y, P ஆகியவற்றில், கோட்பாட்டிற்கும் அளவீட்டிற்கும் இடையிலான தொடர்பைப் பற்றிப் பேச ஒரு சிறிய தடமாற்றம் அவசியமே. Y என்பதை, பொருளாதாரத்தில் உற்பத்தியாகும் பண்டங்கள் அனைத்தையும் சேர்த்த தொகை என்று நாம் கருதுகிறோம்; எனினும், உற்பத்தியாகும் பண்டங்கள் பலபடித்தான தன்மையைக் கொண்டவை என்ற காரணத்தினால், அவற்றைத் தொகைப்படுத்த வேண்டுமென்றால், முன்கூட்டியே அவற்றின் விலை தெரிந்திருக்க வேண்டும். கோட்பாட்டிலோ, ‘Y’ என்பது பண்டங்களின் தனிப்பட்ட விலைகளைச் சாராமல் இருப்பதைப் போன்றதாகும். ஆனால், அளவீட்டில் அப்படி கிடையாது. அதே போல, கோட்பாட்டைப் பொறுத்தவரை, P என்ற உருப்படியை, தொகை விலைவாசி அல்லது பொருளாதாரம் மொத்தத்திற்குமான விலைவாசியின் குறிப்பீடாகவே கருதுகிறோம்; இது, தனிப்பட்ட பண்டங்களையும், தொகைவெளியீட்டையும் சாராமல் நிற்பதாகும். பகுதி 2.5இல் மேற்கோளில் கண்டவாறு, தொகை அல்லது பொது விலைவாசி “அறுதியில்லாத கூறினை” கொண்டிருப்பதாகவும், ஆகவே பொது விலைவாசி என்பது “காரணவியல் பகுப்பாய்விற்குத் தகாதது” என்றும் கேயின்ஸ் குறிப்பிட்டார். மேலும், P–யினை அளவிட்டுக் கணக்கீடு செய்வதற்கு, தனிப்பட்ட பண்டங்களின் உற்பத்தி அளவு குறித்த தகவல் தேவைப்படுகிறது. எனவே, Y, P ஆகிய இரண்டின் அளவீட்டிற்கும் குறியீட்டு எண்களின் உதவி தேவைப்படுகிறது. பொருளாதாரப் புள்ளியியலில் தங்களுக்கு ஆர்வமிருந்தால், இந்தியாவில் வேளாண் மற்றும் தொழில்துறை உற்பத்தி பற்றிய குறியீடுகள் எவ்வாறு கட்டமைக்கப்படுகின்றன என்பதைப் பாருங்கள். வேளாண் மற்றும் தொழில்துறை வெளியீடுகள் எவ்வாறு தொகைப்படுத்தப்படுகின்றன, நிறைகள் எவ்வாறு நிர்ணயிக்கப்படுகின்றன என்பதில் தனிக் கவனம் செலுத்துங்கள்.

மொத்த விற்பனை விலைவாசிக் குறியீடு, நுகர்வோர் விலைவாசிக் குறியீடு ஆகிய குறியீடுகளைக் கொண்டு இந்தியாவின் பொதுவிலைவாசி கணக்கிடப்படுகிறது. மொத்த விலைவாசிக் குறியீட்டை வெளியிடும் பொறுப்பு, வணிகம் மற்றும் தொழில்துறை அமைச்சகத்திடம் உள்ளது (இன்னும் குறிப்பிட்டுச் சொன்னால், பொருளியல் ஆலோசகர் அலுவலகத்திடம் உள்ளது); நுகர்வோர் விலைவாசிக் குறியீட்டை

வெளியிடும் பொறுப்போ, புள்ளியியல் மற்றும் திட்டச் செயலாக்க அமைச்சகத்திடம் இருப்பதாகும் (இன்னும் குறிப்பிட்டுச் சொன்னால், மத்திய புள்ளியியல் அலுவலகத்திடம் உள்ளது). இவை அல்லாமல், தொழிலாளர் நல மற்றும் வேலைவாய்ப்பு அமைச்சகத்தின் கீழ் இயங்கும் தொழிலாளர் துறையானது, குறைந்தபட்சக் கூலியைத் தீர்மானிக்கும் பொருட்டு, பின்வரும் விலைவாசிக் குறியீடுகளை வெளியிடுகிறது: தொழில்துறை தொழிலாளர்களுக்கான நுகர்வோர் விலைவாசிக் குறியீடு, வேளாண் தொழிலாளர்களுக்கான நுகர்வோர் விலைவாசிக் குறியீடு, ஊரகத் தொழிலாளர்களுக்கான நுகர்வோர் விலைவாசிக் குறியீடு ஆகியவை.

நுகர்வோர் விலைவாசிக் குறியீடானது (நுவகு) (2012ஆம் ஆண்டினை அடிப்படை ஆண்டாக வைத்து), 2,68,351 ஊர்ச் சந்தைகளிலிருந்தும், 28,18,001 நகர்ப்புறச் சந்தைகளிலிருந்தும் பெறப்பட்ட விலைப்புள்ளிகளைப் பயன்படுத்துகிறது. அதேவேளையில், மொத்த விற்பனை விலைவாசிக் குறியீடோ (2011–12ஆம் ஆண்டினை அடிப்படை ஆண்டாக வைத்து), மொத்த விற்பனையின் முதற்கட்டத்தில் நடைபெறும் பரிவர்த்தனைகளின் மீது மட்டும் கவனம் செலுத்துவதனால், 8,331 விலைப்புள்ளிகளை மட்டுமே பயன்படுத்துகின்றன. பொருளியல் ஆலோசகரின் அலுவலகம், இணைய அறிவிக்கைகளின் வழியாகவும், களஆய்வுகளின் வழியாகவுமே பின்னைய விவரத்தைச் சேகரிக்கிறது. 2014–15க்கும், 2018–19க்கும் இடைப்பட்ட ஆண்டுகளின் மொத்த விற்பனை விலைவாசிக் குறியீட்டைக் காண்பதற்கு முன்னதாக, அந்தக் குறியீட்டின் உருவாக்கத்தைப் புரிந்துகொள்ள சற்று இடத்தையும் நேரத்தையும் செலவிடுவோம். வேளாண்பண்டங்கள் குறித்த விலைப்புள்ளிகள் சிலவற்றை வருவாய் மற்றும் நுகர்பொருள் வாணிபக் கழக ஊழியர்கள் வழங்குகிறார்கள். வேளாண்மை சாராத பண்டங்கள் குறித்த விலைப்புள்ளிகளை, இந்திய வர்த்தக மற்றும் தொழில் சபைகள் (Indian Chambers of Commerce and Industry) வழங்குகின்றன. இதில் ஈடுபட்டுள்ள பல்வேறு அரசு முகமைகளைப் பற்றியும், தரவுகளின் சங்கிலியைப் பற்றியும் புரிந்துகொள்ள வேண்டுமெனில், எம்.ஆர். சலுஜா அவர்களின் 'மெஷரிங் இண்டியா: த நேஷன்'ஸ் ஸ்டட்டிஸ்டிகல் சிஸ்டம்' (2017) என்ற நூலின் 344–7 பக்கங்களைப் பாருங்கள்.

மொத்த விற்பனை விலைவாசிக் குறியீடானது, 1947 முதல் ஒவ்வொரு வாரமும் வெளியிடப்பட்டு வந்த நிலையில், 2012ஆம் ஆண்டு முதல் அது மாதாந்திரத் தொடராக மாற்றப்பட்டது. மொத்த விற்பனை விலைவாசிக் குறியீட்டின் தற்போதைய அடிப்படை ஆண்டு 2011–12 ஆகும்; இந்தக் குறியீடு லெஸ்பேயர்ஸ் வாய்பாட்டைக் (Laspeyres formula) கொண்டு கணக்கிடப்படுகிறது. 1864ஆம் ஆண்டில், எட்டியன் லஸ்பேயர்ஸ், அடிப்படை ஆண்டில் வாங்கப்பட்ட மொத்தப் பண்டங்களுக்கு ஒப்பாக, (நடப்பாண்டில்) வாங்கப்பட்ட பண்டங்களின் விகிதத்தை நிறையிடும் குறியீட்டை முன்மொழிந்தார்; அதற்குச் சரியாகப் பத்தாண்டுகள் கழித்து 1874ஆம் ஆண்டில், ஹெர்மன் பாஷே (Hermann Paasche), நடப்பாண்டில் வாங்கப்பட்ட மொத்தப் பண்டங்களுக்கு ஒப்பாக வாங்கப்பட்ட பண்டங்களின் விகிதத்தை நிறையிடும் குறியீட்டை முன்மொழிந்தார். லஸ்பேயர்ஸ் வாய்பாடு பயன்படுத்தப்படுகிறதென்றால், மொத்த விற்பனை

விலைவாசிக் குறியீடானது, 2011–12 ஆண்டில் வாங்கப்பட்ட பண்டங்களின் ஒப்பீட்டு விகிதத்தை நிறைகளாகக் கொண்டு கணக்கிடப்படுகிறது; இதனை, $\sum P_1Q_0 / \sum P_0Q_0$ என்று கணிதவடிவில் குறிப்பிடலாம். இங்கு, Q எனப்படுவது பண்டங்களையும், P எனப்படுவது அந்தப் பண்டங்களின் விலைகளையும், 0, 1 ஆகிய அடியெழுத்துகள் முறையே அடிப்படை ஆண்டினையும், நடப்பு ஆண்டினயும் குறிக்கின்றன. ஒரு குறியீட்டு எண் என்பது, பலபடித்தான பருமைகளை (Magnitudes)–அவை விலைகள் ஆனாலும் சரி, (உற்பத்தி) அளவுகள் ஆனாலும் சரி–அளவீட்டு அலகுகள் எதுவும் இல்லாத ஒற்றைப் பருமையாக உருமாற்றுகிறது. இந்தப் பகுதியின் முடிவில் பாஷே வாய்பாட்டைப் பற்றி மேலும் கூறப்படும்.

அடிப்படை ஆண்டு என்பது எவ்வாறு முடிவு செய்யப்படுகிறது? ரிசர்வ் வங்கியின் 2010ஆம் ஆண்டு அக்டோபர் மாதத்தின் மாதாந்திரச் செய்திமடலில் வெளியான ஒரு கட்டுரையிலிருந்து எடுக்கப்பட்டுள்ள பின்வரும் மேற்கோள், ஓர் அடிப்படை ஆண்டினைத் தேர்ந்தெடுப்பதற்கான சில வழிகாட்டுதல்களையும், அதைத் தொடர்ந்து அடிப்படை ஆண்டில் *(Base year)* எப்போது மாற்றம் செய்ய வேண்டும் என்பது குறித்த வழிகாட்டுதல்களையும் தருகிறது.

எந்தவொரு குறியீட்டிற்குமான அடிப்படை ஆண்டினைத் தீர்மானிப்பதற்கும், சில நன்கறிந்த வழிமுறைகள் பின்பற்றப்படுகின்றன. அவை: (அ) அடிப்படை ஆண்டு என்பது ஓர் இயல்பான ஆண்டாக இருக்க வேண்டும்; அதாவது, உற்பத்தி, வணிகம் முதலிய பொருளாதாரச் செயற்பாடுகளைப் பொறுத்தவரையில், அந்த ஆண்டு ஒரு நிலையான ஆண்டாக இருந்திருக்கவேண்டும்; (ஆ) (அடிப்படை ஆண்டு) தொழில் சுழற்சிகளுக்கு ஆட்பட்டிருக்கக்கூடாது; (இ) தேர்ந்தெடுக்கப்பட்ட ஆண்டில் விலைவாசி குறித்த நம்பத்தகுந்த தரவுகள் கிடைக்கும் வகையில் இருக்கவேண்டும் (ஈ) அடிப்படை ஆண்டு என்பது இயன்ற வரை அண்மைக் காலத்தைச் சேர்ந்ததாக இருக்கவேண்டும்; அதாவது, மாற்றியமைக்கப்பட்ட பொருட்களின் தொகுப்பும், அவற்றின் விலைகளும் வெளியாகும் நேரத்தில், அது தன் பயன்பாட்டை இழந்திருக்கக்கூடாது; (உ) நெருக்கமாகத் தொடர்புடைய மற்ற பொருளாதாரக் குறியீடுகளின் அடிப்படை ஆண்டுகளிலிருந்து பெரிதாக விலகி இருக்கக்கூடாது. அடிப்படை ஆண்டு என்பது, காலாவதியான ஒன்றாகவோ, அல்லது, தான் விளக்க நினைக்கும் உலகத்தின் இயக்கத்திற்கு மாறாக இருப்பதாகவோ இல்லாமல் இருப்பதே விரும்பத்தக்கது என்பது மீண்டும் குறிப்பிடப்படுகிறது. (2073)

ஒரு வகையில், அடிப்படை ஆண்டினையோ அல்லது நிறைகளையோ (Weights) மாற்றியமைப்பதென்பது, பேரியல் பொருளாதாரத்தின் அமைப்பியலில் ஒரு மாற்றம் ஏற்பட்டிருப்பதை உணர்த்துகிறது. எனினும், பேரியல் பொருளாதாரம் மாற்றத்திற்கு உட்பட்டிருக்கிறதா என்பதைத் தீர்மானிப்பதற்குக் கணிதச் சூத்திரம் ஏதும் இல்லை. அப்படியான மதிப்பீட்டை, அளவீடு, தரம் சார்ந்த உண்மைகளின் அடிப்படையில் மேற்கொள்ளலாம். ஆனால், இறுதித்தீர்ப்பு என்பதோ, மனிதத் தீர்மானத்தைச் சார்ந்ததே ஆகும்; இயந்திரத்தின் தீர்மானத்தைச் சார்ந்ததல்ல. இந்தியாவில்

மொத்த விற்பனை விலைவாசிக் குறியீட்டு (இனி மொவிவிகு என்று குறிப்பிடப்படும்) எண்களைப் பற்றிய ஒரு நல்ல வரலாற்றுக் குறிப்பை வாசிக்க வேண்டுமென்றால், சலுஜா எழுதிய 'மெஷரிங் இண்டியா' என்ற 2017ஆம் ஆண்டு புத்தகத்தின் பக்கங்கள் 361 முதல் 370 வரை வாசியுங்கள். ஒரு பயிற்சியாக, பொருளியல் ஆலோசகர் அலுவலகம் 2017 மே 12இல் வெளியிட்ட 'ஃப்ரீக்வண்ட்லி ஆஸ்க்ட் குவெஸ்டின்ஸ் ஆன் ரிவிஷன் ஆஃப் ஹோல்சேல் ப்ரைஸ் இண்டெக்ஸ்' என்ற ஆவணத்தை வாசித்து, அதில் எத்தனை முறை மொவிவிகு–வின் அடிப்படை ஆண்டு மாற்றப்பட்டுள்ளது என்பதைக் கண்டறியுங்கள்; அடிப்படை ஆண்டில் செய்யப்பட்ட இந்த மாற்றங்கள் இந்தியப் பொருளாதாரத்தின் அமைப்பியல் மாற்றங்களை உண்மையாகவே உள்ளடக்கிக்காட்டுகின்றனவா என்பதை விவாதியுங்கள்.

2011–12 ஆண்டினை அடிப்படையாகக் கொண்ட மொவிவிகு–வில் பயன்படுத்தப்படும் முதன்மைப் பொருட்கள், எரிபொருள் & மின்திறன், உற்பத்திப் பொருட்கள் ஆகியவற்றின் நிறைகள் படம் 8.1இல் கொடுக்கப்பட்டுள்ளன.

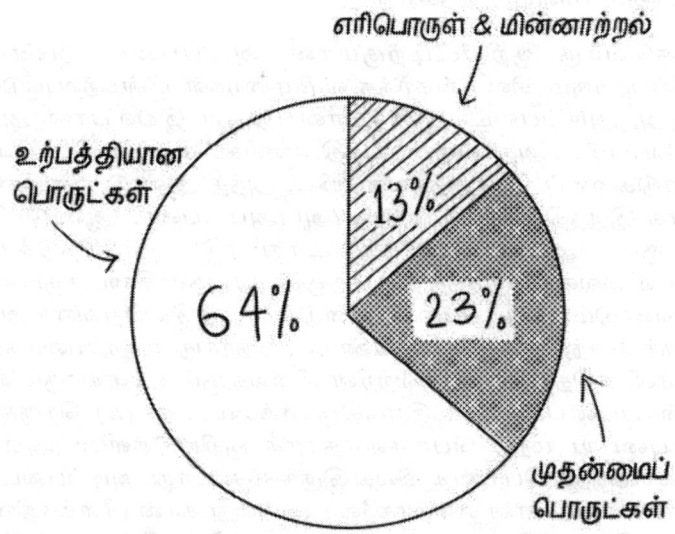

வரைபடம் 8.1

ஆதாரம்: 12 மே 2017 அன்று வெளிவந்த மொத்த விற்பனை விலைவாசிக் குறியீட்டின் புதிய வரிசை; *Frequently Asked Questions on Revision of Wholesale Price Index* (அடிப்படை ஆண்டு: 2011–12=100), வணிக மற்றும் தொழில்துறை அமைச்சகம்.

குறிப்பு: மதிப்புகள், அவற்றின் நெருங்கிய விழுக்காடாக மாற்றப்பட்டுள்ளன

இந்தியப் பொருளாதாரத்தில், 2011–12ஆம் அடிப்படை ஆண்டில், பரிவர்த்தனை செய்யப்பட்ட பண்டங்களின் (ஏற்றுமதி நீங்கலாக) மொத்த மதிப்பில் அப்பண்டங்களின் பங்களிப்பை அவற்றின் நிறைகள் முறையே

காட்டுகின்றன. ஆனால், மொவிவிகு சேவைத்துறையினைத் தவிர்த்து விடுகிறது என்பதைக் குறிப்பில் எடுத்துக்கொள்ளுங்கள். முதன்மைப் பொருட்கள், எரிபொருள், மற்றும் மின்திறன்–ஆகிய அளவீட்டுப் பிரிவுகளில் இடம்பெறும் பொருட்கள் என்னென்ன? உணவு, காய்கனி, பால், இறைச்சி, உணவு–அல்லாத பொருட்களாகிய கச்சா ரப்பர், கச்சாப் பட்டு, கடலை எண்ணெய்–ஆகியவை முதன்மைப் பொருட்களில் அடக்கம்; எரிபொருள் & மின்திறனில், மின்னாற்றல், பெட்ரோல் மற்றும் நீர்மமாக்கப்பட்ட பெட்ரோலிய வளிமம் (LPG)–ஆகியவை, முதன்மைப் பொருட்களில் அடக்கம்; அனைத்து உணவுப் பொருட்களும், சவுளி, ரப்பர், உலோகப் பொருட்கள், குடிபான வகைகள், புகையிலை, மருந்து வகைகள், மின்பொருட்கள்–ஆகியவை, உற்பத்தியான பொருட்களில் அடக்கம். ரிசர்வ் வங்கியின் அடிப்படை ஆண்டு நிர்ணய வழிகாட்டுதலிலிருந்து முன்பு பார்த்த மேற்கோளைக் கொண்டு, 2011–12 ஆண்டு ஓர் ஏற்புடைய அடிப்படை ஆண்டுதானா என்பதை மதிப்பிடுங்கள். மேலும், மொவிவிகு–வில் அளிக்கப்பட்ட நிறைகள் உங்களுக்கு ஏற்கும்படியாக உள்ளனவா என்பது குறித்தும் உரையாடுங்கள்.

பண்டங்களை உற்பத்தி செய்பவர் என்ற முறையில், இடைநிலைப் பொருட்களை உற்பத்தி செய்பவராக இருந்தால் மூலதனப் பொருட்களை வாங்கி விற்கவேண்டிய தேவையின் பேரில், மொத்த விற்பனை விலைகளின் போக்கினைத் தெரிந்துகொள்வதில் எனக்கு ஆர்வம் இருக்கலாம்; அதுவே இறுதிப் (நுகர்மான) பொருட்களை உற்பத்தி செய்பவராக இருந்தால், மூலதனப் பொருட்களை வாங்க வேண்டிய தேவையின் பேரில், மொத்த விற்பனை விலைகளின் போக்கினைத் தெரிந்துகொள்வதில் எனக்கு ஆர்வம் இருக்கலாம். பண்டங்களை வணிகம் செய்பவர் என்ற முறையில், (நியாயமான ஆதாய வீதத்துடன் கூடிய) தகுந்த விலைகளைத் தீர்மானிப்பதற்காக மொத்த விற்பனை விலைகளின் போக்கினைத் தெரிந்துகொள்ள வேண்டியிருக்கலாம். ஆனால், அடிப்படையில் ஒரு நுகர்வோராக–வெங்காயம், சர்க்கரை ஆகியவற்றை நுகர்பவர் என்ற முறையில்–நுகர்வோர் விலைவாசிக் குறியீடே (நுவிகு) எனக்குத் தொடர்புடைய விலைவாசிக் குறியீடாகும். ஒரு பயிற்சியாக, நுவிகு–விலுள்ள பண்டங்களின் ஒப்பு நிறைகளைக் (Relative Weights) கண்டறிந்து, அதே பண்டங்களை வைத்து, உங்கள் குடும்பத்தின் மாதாந்திர நுகர்வுச் செலவினத்தின் பரவலோடு (Distribution) எவ்வளவு ஒத்துப்போகிறது என்பதையும் பாருங்கள். மொவிவிகு மற்றும் நுவிகு ஆகியவற்றின் போக்குகளில் வேறுபாடு இருந்தால் அதற்குப் பொருள் என்ன என்று நினைக்கிறீர்கள்?

2014–15 முதல் 2018–19 வரையிலான காலத்தில் வருடாந்திர மொவிவிகு–வின் மதிப்புகளைத் தற்போது காணலாம். மொவிவிகு, மாதம்தோறும் கணக்கிடப்பட்டு வெளிவரும் காரணத்தால், பின்வரும் மதிப்புகள் ஆண்டுச் சராசரிகளே. பண்டங்கள் அனைத்திற்குமான மொவிவிகு–வையும், (அ) முதன்மைப் பொருட்கள், (ஆ) எரிபொருள் மற்றும் மின்திறன், (இ) உற்பத்தியான பொருட்கள் ஆகியவற்றுக்குத் தனித்தனியான மொவிவிகு–வையும் தருகிறது அட்டவணை 8.1.

அட்டவணை 8.1

இந்தியாவில் மொத்த விற்பனை விலைவாசிக் குறியீட்டு எண்களின் போக்கு

	2014–15	2015–16	2016–17	2017–18	2018–19
மொவிவிகு (அனைத்துப் பண்டங்களுக்கும் சேர்த்து)	113.9	109.7	111.6	114.8	119.8
முதன்மைப் பொருட்கள்	125.1	124.6	128.9	130.6	134.2
எரிபொருள் & மின்திறன்	107.7	86.5	86.3	93.3	104.0
உற்பத்தியான பொருட்கள்	111.2	109.2	110.7	113.7	117.9

ஆதாரம்: இந்தத் தரவுகளின் மூல ஆதாரம் பொருளியல் ஆலோசகர் அலுவலகமே என்றாலும், மேற்கண்ட தரவுகள் ரிசர்வ் வங்கியின் *Handbook on the Statistics on the Indian Economy 2018–19* ஆவணத்தின் 'அட்டவணை 37: Wholesale Price Index – Annual Average' (ப. 80) பகுதியிலிருந்து தரவிறக்கம் செய்யப்பட்டுள்ளது

குறிப்பு: இதில் அடிப்படை ஆண்டு 2011–12 ஆகும்; அந்தக் காலகட்டத்தின் மொத்த விலைகள் 100 என்று நிர்ணயிக்கப்பட்டுள்ளன.

2011–12ஐ அடிப்படை ஆண்டாக எடுத்துக்கொண்டதால், 2014–15 ஆம் ஆண்டுக்கான மொவிவிகு 113.9 என்று சொன்னால், 2011–12, 2014–15 ஆகிய ஆண்டுகளுக்கு இடைப்பட்ட காலத்தில் பண்டங்கள் அனைத்திற்குமான மொத்த விற்பனை விலை 13.9 விழுக்காடு உயர்ந்துள்ளது என்பதை உணர்த்துகிறது. மொவிவிகு என்பது, ஒரு காலகட்டத்தில் மொத்த விற்பனை விலையில் ஏற்படும் வேறுபாடுகளை அளவிடும் ஓர் ஒப்புப் பெறுமானம் (Relative Magnitude) ஆகும். பொதுவாக, விலை அல்லது அளவு பற்றிய குறியீடு என்றால், ஒரு காலகட்டத்திற்குள் இரண்டு பெறுமானங்களுக்கு இடையில் உள்ள விகிதாசாரமே ஆகும். 2019 ஜூலை 5ஆம் நாளன்று ஒரு கிலோ வெங்காயத்தின் விலை என்று வைத்துக்கொள்வோம்; காலத்தின் ஒரு புள்ளியில், ஒரு தனிப்பட்ட பண்டத்தின் விலை என்பது ஒரு தனிநிகர் பெறுமானமாகும் (Absolute Magnitude); அது விகிதாசாரமோ, அல்லது ஒப்பீட்டுப் பருநிறையோ கிடையாது. 2014–15 மற்றும் 2018–19 ஆகிய ஆண்டுகளுக்கு இடைப்பட்ட காலத்தில், மொவிவிகு 5.18 விழுக்காட்டு அளவிற்கு உயர்ந்துள்ளது; இதை அவ்விரு ஆண்டுகளின் மொவிவிகு–களின் வேறுபாட்டினைக் கண்டறிந்து, அதனை 2014–15 ஆண்டிற்கான மொவிவிகு–வால் வகுத்தால் கிடைக்கும் மதிப்பை 100–ஆல் பெருக்குவதன் வழியாகப் பெறுகிறோம்: ((119.8–113.9) / 113.9) x 100. அதே ஐந்தாண்டுக் காலத்தில், முதன்மைப் பொருட்களுக்கான மொவிவிகு 7.27 விழுக்காடு உயர்ந்துள்ளது; எரிபொருள் & மின்திறனைப் பொறுத்தவரையில், 4.43 விழுக்காடு குறைந்துள்ளது; உற்பத்தியான பொருட்களுக்கான மொவிவிகு 6.03 விழுக்காடு உயர்ந்துள்ளது. மொத்த விற்பனை விலைவாசிக் குறியீட்டைக் கணக்கிடும் இந்த இடையியல் அணுகுமுறை, உற்பத்தியான பொருட்களை உற்பத்திசெய்வோரோடு ஒப்பிடுகையில், முதன்மைப் பொருட்களை உற்பத்திசெய்வோரை எவ்வாறு பாதிக்கின்றது என்பதைப் பற்றி

எண்ணுங்கள். இந்தப் பொருளாதார விஷயத்தைப் பற்றிச் சிந்திக்கையில், 2.1ஆவது அட்டவணையையும் நினைவுகூர்ந்து பாருங்கள்.

மேற்கண்ட ஐந்தாண்டுக் காலத்தில், மற்றவை மாறாதிருக்கும் நிலையில், உற்பத்தியான பொருட்களின் விற்பனையாளர்களைக் காட்டிலும் (இவர்களும் முதன்மைப் பொருட்களை வாங்குபவர்களே), முதன்மைப் பொருட்களின் விற்பனையாளர்களே (இவர்களும் உற்பத்தியான பொருட்களை வாங்குபவர்களே) நன்கு செயல்பட்டிருக்கிறார்கள் என்று முதற்பார்வையில் வாதிடலாம். மேலும், வேளாண் துறைக்கும் உற்பத்தித் துறைக்கும் இடையிலுள்ள சார்பிணைப்புகளைச் சார்ந்தே பலன்களின் அளவு அமையும். முதன்மைப் பொருட்களின் மொத்த விற்பனையாளராகிய நீங்கள், உற்பத்தியான பொருட்களை அதிகப்படியாகச் சார்ந்திருந்தால், உற்பத்தியான பொருட்களின் மீது அதிகம் சார்ந்திராத முதன்மைப் பொருள் மொத்த விற்பனையாளரை விடக் குறைவான பலன்களையே பெறுவீர்கள். மேலும், முதன்மைப் பொருட்களின் மொவிவிகு–களும் சராசரிகளே. காய்கனிகளின் மொத்த விற்பனையாளர்கள் பெறக்கூடிய பலனின் அளவானது, அதே முதன்மைப் பொருட்கள் என்ற வகைப்பாட்டிற்குட்பட்ட இறைச்சியின் மொத்த விற்பனையாளர்களோடு ஒப்பிடுகையில் தாம் இருக்கும் நிலைமையைச் சார்ந்து அமைவது. இந்தச் சார்புநிலை, விற்பனையின் அளவு (அதாவது, விற்பனையான இறைச்சியின் அளவுடன் ஒப்பிடுகையில் விற்பனையான காய்கனிகளின் அளவு), விலை (ஒரு கிலோ இறைச்சியின் விலையுடன் ஒப்பிடுகையில் ஒரு கிலோ காய்கனியின் விலை) ஆகியவற்றின் அடிப்படையிலானது ஆகும். இதே ஆய்வினை, பூசணி, கோழி ஆகியவற்றின் மொத்த விலைகளை (அளவுகளையும் கூட) மதிப்பிடும் வகையில், இந்த ஆய்வினை இன்னமும் உற்று நோக்கி மேற்கொள்ளவும் முடியும்.

பணவீக்கத்தின் எளிய அளவீட்டைப் பெறுவதற்கு, பேரியல் தளத்திலுள்ள பொதுவிலைவாசியின் மீது கவனம் செலுத்துவது சரியாகத் தோன்றலாம்; எனினும், இன்னும் திறம்வாய்ந்த கொள்கைகளை வகுக்கவேண்டுமென்றால், துறைகளுக்கிடையிலான பண்டப் போக்குவரத்துகளையும், பணவிலைகளையும் உள்ளடக்கிய இடையியல் அணுகுமுறையைப் பின்பற்றுவது அவசியம்; பொருளாதாரச் சூழல் குறித்த அதிகப்படியான கூறுகளை, இடையியல் அணுகுமுறை தன்னகத்தே அதிகமாகக் கொண்டிருப்பதே இதற்குக் காரணம். முன்பு குறிப்பிட்டது போல, இடையியல் அணுகுமுறையும் அருவத்தன்மை வாய்ந்ததே– ஆனால் அது பேரியல் அணுகுமுறையை விட ஒரு படி குறைவானது. பணவீக்கத்தின் தன்மையைப் பற்றிய தகவல்களை நுண்ணியல் அணுகுமுறையைப் பின்பற்றுவதன் வாயிலாக அதிகப்படியாகப் பெறலாம். வேளாண்பண்டங்களின் மொத்த விற்பனையாளரின் நிலையிலிருந்து பார்த்தால், தனிநபர் விவசாயிகளின் தொழில்நுட்பத் திறன், சாதி நிலை, பாலினம், பண்ணை உட்கட்டமைப்பு வசதிகளின் (விதைகள், இயந்திரம், பாசனம், கடன் வசதி முதலியவை) கிடைப்பு, அவற்றை அடையும் திறன், மண்டிகள் அருகில் அமைந்திருத்தல், வேளாண் சந்தைகள் எவ்வளவு

கால இடைவெளியில் இயங்குகின்றன என்பது முதலிய தகவல்களை உள்ளடக்கியிருப்பதாக நுண்ணியல் அணுகுமுறை அமையும்; இன்னும் பொதுப்படையாகச் சொன்னால், அதன் குறிப்பிட்ட பொருளாதார மற்றும் சமூகச் சூழல்களை உள்ளடக்கியிருக்கும்.

பணவீக்கத்தின் வீதம் என்பது, பண்டங்கள் அனைத்திற்குமான மொவிவிகு–வில் ஏற்பட்ட உயர்வு என்று அளவீட்டின்படி புரிந்து கொள்ளப்பட்டும் வெளிப்படுத்தப்பட்டும் வருகிறது. அதாவது, 2020 டிசம்பரின் முதல் வாரத்தில் நிலவும் பணவீக்கவீதத்தைக் கண்டறிவதற்கு, நவம்பர் 2020, நவம்பர் 2019 ஆகிய ஆண்டுகளின் மொவிவிகு–களுக்கு இடையிலான வேறுபாட்டைக் கணக்கிட்டு, அதனை 2019 நவம்பரின் மொவிவிகு–வால் வகுத்து, பின்னர் 100ஆல் பெருக்குகிறோம்: $((WPI_{Nov\ 2020} - WPI_{Nov\ 2019}) / WPI_{Nov\ 2019}) \times 100$. அட்டவணை 8.1இன் அடிப்படையில், 2017–18 மற்றும் 2018–19 ஆண்டுகளுக்கிடையிலான ‘கடந்தாண்டிற்கு ஒப்பான நடப்பாண்டு பணவீக்கவீதம்’ (Year–on–year inflation rate) 4.36 விழுக்காடு ஆகும். பணவீக்க வீதத்தைக் கணக்கிடுவதற்கு, ‘கடந்தமாதத்திற்கு ஒப்பான நடப்புமாத’ கணக்கீட்டு முறையை விட்டு (Month–on–month method) ‘கடந்தாண்டிற்கு ஒப்பான நடப்பாண்டு’ கணக்கீட்டு முறையினைத் தேர்ந்தெடுப்பதிலுள்ள நன்மைகள் என்ன என்பது பற்றிச் சிந்திப்பீர். அப்படி அதனைத் தேர்ந்தெடுக்கும் செயலானது, பணவீக்கம் குறித்த நமது புரிதலுக்குப் பங்களிப்பைத் தருகிறதா என்பதைப் பற்றிச் சிந்தித்துப்பாருங்கள்.

பணவீக்கத்தைப் பதிவு செய்ய மற்றொரு வழி, ஒரு குறிப்பிட்ட கால வரம்பில், நடப்பு விலைவாசியில் கணக்கிடப்பட்ட மொத்த உள்நாட்டு உற்பத்திக்கும் (GDP at current prices), மாறா விலைவாசியில் கணக்கிடப்பட்ட மொத்த உள்நாட்டு உற்பத்திக்கும் (GDP at constant prices) இடையிலான விகிதாசாரத்தின் பரிணாமத்தைக் காட்சிப்படுத்துவதாகும். அந்த விகிதாசாரத்திற்கு ‘மொத்த உள்நாட்டு உற்பத்திப் பணவாட்டமாக்கி’ (GDP deflator) என்று பெயர். நுவிகு மற்றும் மொவிவிகு ஆகியவற்றிலுள்ளது போன்ற பிரதிநிதிகளாக விளங்கும் பண்டங்களின் தொகுப்பு (Representative Basket of Commodities) என்ற முறையை இந்த அணுகுமுறை புறக்கணிக்கிறது. மொவிவிகு–வோடு ஒப்பிடுகையில், மொத்த உள்நாட்டு உற்பத்திப் பணவாட்டமாக்கியின் நன்மைகளைப் பற்றி குறிப்பெழுதுங்கள். நிதி அமைச்சகத்தின் சார்பில் தேசிய வீட்டுவசதி வங்கி 2007இல் வெளியிட்ட முதல் அதிகாரப்பூர்வ வீட்டுவசதி விலைவாசிக் குறியீட்டை (Housing Price Index) எடுத்துப்பாருங்கள்; 2007, 2015 ஆகிய ஆண்டுகளுக்கு இடைப்பட்ட காலத்தில், மொவிவிகு, நுவிகு, மொத்த உள்நாட்டு உற்பத்திப் பணவாட்டமாக்கி ஆகியவற்றுடன், வீட்டு விலைவாசிக் குறியீட்டை ஒப்பிட்டுப் பாருங்கள். இந்தக் காலகட்டத்தில் பணவீக்கத்தின் தன்மை குறித்து நீங்கள் காண்பது என்ன ?

விலைகள் எவ்வாறு தீர்மானிக்கப்படுகின்றன என்பது குறித்த ஆராய்ச்சிக்குள் நுழையும் முன், விலைகளைப் புரிந்துகொள்ளப் பயன்படும் பேரியல், இடையியல், நுண்ணியல் ஆகிய அணுகுமுறைகள் குறித்து இதுவரை நாம் நிகழ்த்திய உரையாடல்களின் சுருக்கத்தை, படம் 8.2இல் தொகுத்துக் காட்சிப்படுத்துவோம்.

படம் 8.2
விலைகள்: அருவத்தன்மையின் படிநிலைகள்

அணுகுமுறை	தொடர்புடைய கோட்பாட்டுக் கருத்தாக்கம்
பேரியல்	பொது விலைவாசி (P)
இடையியல்	ஒப்பீட்டு விலைகள் (P_1/P_2)
நுண்ணியல்	தனிப்பட்ட விலை (P_1)

பொருளியலில் பல்வேறு விலைவாசிகளில் இருக்கக்கூடிய அருவத்தன்மையின் படிநிலைகளைச் சுட்டிக்காட்டுவதே மேற்கண்ட வகைப்பாட்டின் நோக்கமாகும். பொது விலைவாசி (P) என்ற கோட்பாட்டுரீதியான கருத்து, தனிப்பட்ட விலைகள் (P_1) என்ற கருத்தை விட அதிகமான அருவப் படிநிலையைக் கொண்டதாகும். தொகைவெளியீடு, பொது விலைவாசி ஆகிய பேரியல் கோட்பாட்டுக் கருத்துகள், ஒரே படிநிலையிலான அருவத்தன்மையைக் கொண்டிருக்கின்றனவா என்பதைப் பற்றிச் சிந்தியுங்கள்.

'ஒரு கிலோ பூசணியின் விலை' என்பதும் கூட அருவத்தன்மை கொண்டதே; பூசணிக்காயில் ஒரே தரம் என்று சொல்ல முடியாத பல்வேறு வகைகள் இருக்கக்கூடும். அதே போல, P_1 என்பதை அரிசியின் விலையாகக் கொள்வோமானால், இந்தியாவில் எத்தனையோ வகையான அரிசி ரகங்களும், அந்த வகைகளுக்குள் வெவ்வேறு தரங்களும் உற்பத்தியாகின்றன (2.5ஆவது பகுதியில் பொருளாதாரக் கோட்பாடு வரைதலில் அளவு மற்றும் தரம் குறித்த உரையாடலை நினைவுகூர்வீர்). எனவே, P_1 என்பதும், ஒரு அருவப்பட்ட கோட்பாட்டு உருப்படிதான். உங்கள் பகுதியில் மிகவும் புகழ்பெற்ற வேளாண் பண்டத்தின் ரகங்களையும், விலைகளையும் குறித்த பட்டியல் ஒன்றை வரையுங்கள்.

விலைத் தீர்மானிப்பு: இரண்டு அணுகுமுறைகள்

போட்டிநிறை பொருளாதாரத்தில் விலைகள் எவ்வாறு தீர்மானிக்கப்படுகின்றன என்பது, தொகை விலைவாசியை எவ்வாறு கருத்தாக்கம் செய்கிறோம் என்பதற்கு முக்கியம்; ஆகையால், அது குறித்த ஒரு சுருக்கமான உரையாடல் பின்வருமாறு: பொருளியல் புலத்திற்குள், விலை தீர்மானிப்பை விளக்கக்கூடிய இரண்டு பரந்துபட்ட அணுகுமுறைகள் உள்ளன–அவை, ஸ்ராஃபாவால் உயிர்ப்பிக்கப்பட்ட செவ்வியல் அணுகுமுறை, சமகால மையநீரோட்ட நுண்ணியல் பொருளா தாரப் பாடப்புத்தகங்களில் இடம்பெறக்கூடிய விளிம்புநிலைவாத அணுகுமுறை ஆகியன (பொருளியலின் சுருக்கமான வரலாற்றுக்குப் பகுதி 1.2-ஐ மீண்டும் பார்க்க). 'விலைகளைத் தீர்மானிப்பது எது?' என்ற கேள்விக்கு, 'வேண்டலும் வழங்கலும்' என்பதே, மையநீரோட்ட நுண்ணியல் பொருளாதாரப் பாடநூல்கள் தரும் வாடிக்கையான பதில்; இன்னும்

துல்லியமாக, சமநிலைப் பண்ட விலை (Equilibrium Commodity Price) என்பது விளிம்புநிலைப் பயன்பாட்டின் வாயிலாகவும் (Marginal Utility), சமநிலைக் கூலி என்பது உழைப்பின் விளிம்புநிலை உற்பத்தியின் வாயிலாகவும் (Marginal Product of Labour), சமநிலை ஆதாயம் என்பது மூலதனத்தின் விளிம்புநிலை மூலதன உற்பத்தியின் வாயிலாகவும் (Marginal Product of Capital) விளக்கப்படுகின்றன.

மேற்கொண்டு விவரங்களுக்குள் புகாமல், விளிம்புநிலை விலைக் கோட்பாடானது, நுகர்வோரின் விருப்பத்தை (Consumer preference) தன் முற்கோள்களில் (Givens) (அல்லது அளபுருக்களில் (Parameters)) ஒன்றாகக் கொண்டிருப்பதால், அது அகவயப்பட்ட கோட்பாடு (Subjective Theory) என்று வழங்கப்படுகிறது. இதற்கு மாறாக, தொகைவெளியீட்டின் அளவு, அதன் அமைவுக்கூறு, தொழில்நுட்பம் ஆகியவையும், பகிர்மான மாறிகளில் ஒன்றுமே (மெய் கூலி அல்லது ஆதாய வீதம் ஆகிய இரண்டில் ஒன்று), ஸ்ராஃபாவின் விலைக் கோட்பாட்டிலுள்ள முற்கோள்கள் (Givens); எனவே, இது புறவயப்பட்ட கோட்பாடு (Objective Theory) என்று வழங்கப்படுகிறது. இந்த அகவய-புறவயப் பகுப்பு, ஸ்ராஃபாவின் விலைக் கோட்பாடிலுள்ள முற்கோள்கள் (தேவையான உள்ளீடுகளின் அளவு, தொழிலாளர்களின் எண்ணிக்கை)–விளிம்புநிலைவாத முற்கோளுக்கு (பயன்பாடு) மாறாக– புறவயப்பட்ட அளவீட்டு அலகுகளைக் கொண்டிருக்கின்றன என்ற உண்மையினை அடிக்கோடிட்டுக் காட்டுவதாகும்.

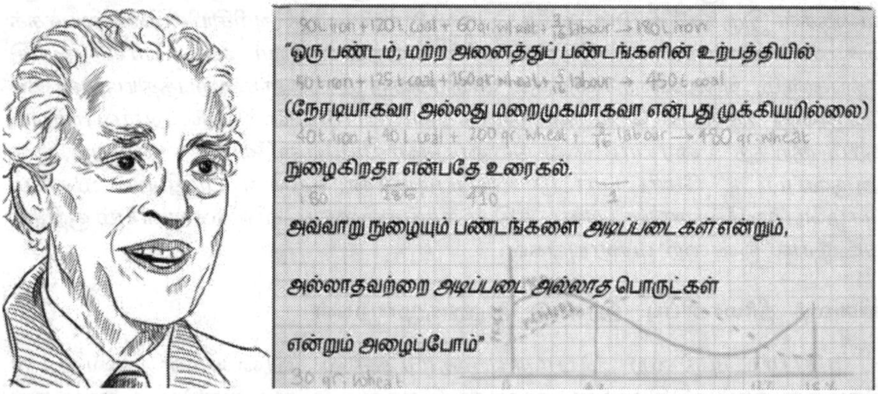

அடிப்படை மற்றும் அடிப்படை அல்லாத பொருட்கள் குறித்து

'புரொடக்‌ஷன் ஆஃப் கமாடிட்‌டீஸ் பை மீன்ஸ் ஆஃப் கமாடிட்‌டீஸ்' (1960) என்ற தனது சிறிய நூலில், ஸ்ராஃபா, பண்டங்களை அடிப்படைகள் என்றும், அடிப்படை அல்லாதவை என்றும் இரண்டு வகைகளாகப் பிரிக்கிறார். ஸ்ராஃபா எழுதுவதுபோல், "ஒரு பண்டம், மற்ற அனைத்துப் பண்டங்களின் உற்பத்தியிலும் நுழைகிறதா என்பதே உரைகல் (நேரடியாகவா அல்லது மறைமுகமாகவா என்பது முக்கியமில்லை). அவ்வாறு நுழையும் பண்டங்களை அடிப்படைகள் என்றும், அல்லாதவற்றை அடிப்படை அல்லாத பொருட்கள் என்றும் அழைப்போம்" (ப.8; மூலநூலில்

சொல்லழுத்தம் இடம்பெற்றவாறு). மீண்டும் சொன்னால், அனைத்துப் பண்டங்களின் உற்பத்தியிலும் நேரடியாகவோ மறைமுகமாகவோ நுழையும் பண்டங்களே அடிப்படைகள். எரிபொருட்கள், தொழிலாளர்களின் தேவைகள் ஆகியவை அடிப்படைப் பொருட்களுக்கான எடுத்துக்காட்டுகள். வாத்துமுட்டைகள் மற்றும் நீர்த் தூய்மையாக்கி போன்றவை அடிப்படை அல்லாத பொருட்களில் அடக்கம். அடிப்படைப் பொருட்களின் விலையைத் தீர்மானிப்பது எது? பயன்பாட்டிலுள்ள தொழில்நுட்பம், மற்றும் பண்பாடு ஆகிய இரண்டும்; தொழிலாளர்களின் தேவைகளைத் தீர்மானிக்கும் காரணத்தால், இதில் பண்பாடும் சேர்த்துக்கொள்ளப்படுகிறது. ரிகார்டோ, தன் 'ப்ரின்சிபிள்ஸ் ஆஃப் பொலிடிகல் எகானமி அண்ட் டாக்சேஷன்' புத்தகத்தில் எழுதுவதைப் போல, "பழக்கத்தின் பேரில் இன்றியமையாததாகிவிட்ட உணவு, தேவைகள், வசதிகள் ஆகியவற்றின் அளவுகளை" (ப. 93) நுகர வழிசெய்யும் வகையில் தொழிலாளர்களின் கூலி அமைய வேண்டும். வேறுவார்த்தைகளில் சொன்னால், கூலி என்பது, பொருளாதார மாதிரிக்கு வெளியில் பண்பாட்டால் தீர்மானிக்கப்படுகிறது; எனவே, செவ்வியல் பொருளியலாளர்கள் ஸ்ராஃபா ஆகியோரது மதிப்புக் கோட்பாடானது, 'புறந்தோன்று பகிர்மானத்தின் வழிவந்த மதிப்பு' என்று அடையாளப்படுத்தப்படுகிறது (பகுதி 6.3இல் இடம்பெற்ற வருமானப் பகிர்மானம் குறித்த உரையாடலுடன் இதனை ஒப்பிட்டுப்பாருங்கள்).

பொருளாதாரத்திலுள்ள அமைப்பியல் சார்பிணைப்பை அடிக்கோடிட்டுக் காட்டும் நவீன செவ்வியல்/ஸ்ராஃபிய விலை/மதிப்புக் கோட்பாடு, அடிப்படைகளுக்கான 'உற்பத்திச் செலவுக் கோட்பாட்டிற்கு' எதிராகவாதிடுகிறது. ஸ்ராஃபா, தனது 'புரொடக்ஷன் ஆஃப் கமாடிட்டீஸ் பை மீன்ஸ் ஆஃப் கமாடிட்டீஸ்' புத்தகத்தில் எழுதுவதைப் போல், "அடிப்படை அல்லாத பொருள் ஒன்றின் விலை, அவற்றின் உற்பத்திச்சாதனங்களின் விலைகளைச் சார்ந்திருக்கும்; ஆனால், உற்பத்திச்சாதனங்களின் விலைகளோ, அடிப்படை அல்லாத பொருட்களின் விலைகளைச் சார்ந்திருக்காது. ஆனால், அடிப்படைப் பொருட்களின் விலைகள், உற்பத்திச்சாதனங்களின் விலைகளைச் சார்ந்திருக்கும்அளவுக்கு உற்பத்தி சாதனங்களின் விலைகளும் அடிப்படைப் பொருகளின் விலைகளைச் சார்ந்திருக்கின்றன" (ப. 9). ஏற்கெனவே சுட்டிக்காட்டியதைப் போல, உள்ள தொழில்நுட்பக் கட்டமைப்பு, தொகைவெளியீட்டின் அளவு மற்றும் அதன் அமைவுக்கூறு, வருமானப் பகிர்மானம் ஆகியவற்றின் விளைவே இந்த விலைகள்; இங்குக் கவனிக்க வேண்டிய முக்கிய வாதம் என்னவென்றால், ஸ்ராஃபாவின் விலைக் கோட்பாட்டில், ஒரு பகிர்மானமாறியானது புறந்தோன்றுவதாக இருப்பதனால், கூலி/ஆதாயத்தைத் தீர்மானிக்கும் மோதல் நிறைந்த நிகழ்முறையே, விலைகளின் தீர்மானிப்பைத் தூண்டுகிறது. 1.2ஆம் பகுதியில் குறிப்பிட்டதுபோல், வருமானப் பகிர்மானத்தின் மோதல் நிறைந்த இயல்பினை ரிகார்டோவும் சுட்டிக்காட்டியிருந்தார். இயல் 6இல் குறிப்பிட்டதுபோல, விளிம்புநிலைவாத அணுகுமுறையிலோ, இதற்கு மாறாக, வருமானப்பகிர்மானம் ஓர் இணக்கமான நிகழ்வாகப் பார்க்கப்படுகிறது (ஒன்றோடொன்று முரண்படும் வருமானப் பகிர்மானக் கோட்பாடுகளைப் பகுதி 6.3இல் விவாதித்தோம்).

அட்டவணை 2.1இல், பண்டப் பொக்குவரத்துகளை அளவீட்டு வடிவில் காட்சிப்படுத்திய உரையாடலை நினைவுகூருங்கள். முதன்மை, இரண்டாம் நிலை மற்றும் மூன்றாம்நிலைத் துறைகளின் மொத்தத் துறைவாரி வெளியீடுகளில், முறையே 73.6 விழுக்காடும், 51.8 விழுக்காடும், 51.2 விழுக்காடும் அந்தந்தத் துறைகளால் அவற்றின் சொந்த உற்பத்தி நிகழ்முறையிலேயே நுகரப்பட்டுவிடுகின்றன. இது, இந்தத் துறைகள் உற்பத்தி செய்யும் மொத்த வெளியீட்டில் பாதிக்கும் மேலானதாகும். மேற்கண்ட பத்திகளில் இருக்கும் உரையாடலின் அடிப்படையில், பணவீக்கத்தைப் புரிந்துகொள்வதற்குப் பண்டப்போக்குவரத்துகளைப் பற்றி அறிய வேண்டியதன் முக்கியத்துவத்தை நன்றாகச் சிந்தியுங்கள்.

பணவீக்கத்தைப் புரிந்துகொள்ளுதல்: இரண்டு அணுகுமுறைகள்

விலைத் தீர்மானிப்பில் தற்போது முன்வைக்கப்பட்ட இரண்டு பரந்த அணுகுமுறைகளைப் போலவே, பணவீக்கத்தைப் புரிந்துகொள்வதிலும் இருவேறு அணுகுமுறைகளை வரைந்துகாட்டுகிறேன். இந்த உரையாடலை 3ஆவது இயலில் சேர்க்காததற்குக் காரணம், பணவீக்கத்தை வெறும் பணவியல் நிகழ்வாக (அதாவது, பணத்தின் அளவில் ஏற்படும் உயர்வினால் விளைவதாக) மட்டும் இந்தப் புத்தகத்தில் பார்க்கவில்லை. பண்டப்போக்குவரத்துகள் மட்டுமல்ல, வருமானப் பகிர்மானமும் விலைகளைப் பாதிக்கும் என்பதை இதுவரை பார்த்தோம். மேலும், பணவியல் பொருளாதாரத்தில், (தொகை மட்டம், ஒப்பீட்டு மட்டம், தனிப்பட்ட மட்டம் ஆகிய மூன்று வகையிலான) விலைகளிலும் ஏற்படும் மாற்றங்களும், எதிர்பார்க்கப்படும் மாற்றங்களும், உற்பத்தி மற்றும் நுகர்வு குறித்து எடுக்கப்படும் தற்கால முடிவுகளையும் வருங்கால முடிவுகளையும் பாதிக்கக்கூடியவை. விலைகளில் ஏற்படும் உண்மையான மாற்றம், எதிர்பார்க்கப்பட்ட மாற்றம் ஆகிய இரண்டுமே கூலிப் பேரத்தைப் பாதிப்பவை; ஆனால், கூலியானது புறந்தோன்றுவதாகத் தீர்மானிக்கப்படுவதனால், கூலிகளின் பரிணாமம் குறித்த முறையான வரலாற்றுப் பகுப்பாய்வை (அரசியல், கொள்கை ஆகிய கண்ணாடிகளின் வழியாக) மேற்கொள்வதன் வாயிலாகத்தான் அதனை முழுமையாகப் புரிந்துகொள்ளமுடியும்.

தொகைவெளியீட்டோடு ஒப்பிடுகையில் பொருளாதாரத்தில் உபரிப் பணம் இருப்பதன் பின்விளைவாகப் பணவீக்கத்தைப் பார்ப்பது ஓர் அணுகுமுறை. பெரும்பாலான பாடநூல்களில் காணப்படுவதும் இதுவே; 'வெகுசில பொருட்களை அளவுமிஞ்சிய பணம் துரத்துகிறது' என்ற தொடர் இதையே குறிக்கின்றது. பணத்தின் அளவுக்கோட்பாடு என்று இது வழங்கப்படுகிறது; பொருளாதாரம் ஒன்றில் பயன்படுத்தப்படும் மொத்தப் பணத்தின் மதிப்பு, அந்தப் பணம் செலவிடப்படும் பொருட்கள் மற்றும் சேவைகளின் மொத்த மதிப்பிற்குச் சமமாக இருக்க வேண்டும் என்ற நியாயமான கணக்குப்பதிவுக் கருத்தினை அடிப்படையாகக் கொண்டது இக்கோட்பாடு. பணத்தின் ஓர் அலகு–உதாரணமாக, ஓர் இருநூறு ரூபாய் பணத்தாளானது, பல கைகள் மாறிவரும். எனவே, அந்தப்

பணம் எத்தனை முறை கைமாறியுள்ளது என்பதைத் தெரிந்துகொள்வது அவசியமாகிறது. இது, பணத்தின் புழக்கவேகம் (Velocity of Money) – அல்லது சுருக்கமாக V–என்று வழங்கப்படுகிறது. பேரியல் பொருளாதாரத்தில் (நாணய வடிவிலும் வைப்புத்தொகை வடிவிலும்) புழங்கிவரும் பணத்தின் கையிருப்பை M என்று வைத்துக்கொள்வோம். எனில், பொருளாதாரம் மொத்தத்திலும் பயன்படுத்தப்பட்ட பணத்தின் மதிப்பை–அல்லது புழங்கிவரும் மொத்தப் பணத்தின் மதிப்பை, M x V உணர்த்துகிறது. பொருளாதாரம் மொத்தத்திற்குமான பொருட்கள் மற்றும் சேவைகளின் மதிப்பைப் பெறுவதற்கு, தொகைவெளியீட்டைத் தொகைவிலைவாசியுடன் பெருக்க வேண்டும். இரண்டும் சேர்ந்தால், MV = PY என்ற, வரையறையின் படி உண்மையாகிய, கணக்குப்பதிவு ஒருமைப்பாடு கிடைக்கும்.

பணத்தின் அளவுக் கோட்பாட்டின்படி பணவீக்கத்தைப் புரிந்துகொள்ளுதல்

தொகை உற்பத்திச் சார்பின் வாயிலாகத் தீர்மானிக்கப்படும் தொகைவெளியீடு, $Y = Y^F$ எனப்படும் வேலைநிறைவு மட்டத்தில் இருப்பதாகும் (பகுதிகள் *4.2, 5.2* ஆகியவற்றைக் காண்க). V என்பது, உற்பத்தியிலும் நுகர்விலும்–நிதி சார்ந்த மற்றும் அமைப்பியல் சார்ந்த சார்பிணைப்புகளின் படிநிலைகளைப் போன்ற–நிறுவனவியற் கட்டமைப்புகளை எடுத்துக்காட்டுகிற காரணத்தால், அதனை உள்ளபடியாகவே முற்கோளாக எடுத்துக்கொள்கிறோம். V மற்றும் Y ஆகியவை முற்கோள்களாக எடுத்துக்கொள்ளப்படும் நிலையில், பண அளவுக் கோட்பாட்டைச் சார்ந்தவர்கள் அல்லது பணவியல்வாதிகள் முன்மொழியும் காரணவியல் தூண்டுதலின் திசை என்பது, Mஇல் இருந்து தொடங்கி, P–ஐ அடைவதாக உள்ளது. M என்பது Y–ஐ விட அதிகமாக இருந்தால், MV, PY ஆகியவற்றுக்கிடையான சமன்பாட்டைக் காக்கும் பொருட்டு, P உயரும் நிலை ஏற்படும். வேலைநிறைவு நிலவுகிறது என்ற எடுகோளின்

காரணமாக, M உயரும்போது Y உயராது. இந்த அணுகுமுறையில், பணம் என்பது வெறும் பரிமாற்ற ஊடகமாக–பண்டப் போக்குவரத்துகளைப் போர்த்திய திரையாக–மட்டுமே பார்க்கப்படுகிறது. எனவே, M > Y என்பது, ‘வெகுசில பண்டங்களை அளவுமிஞ்சிய பணம் துரத்துகிறது’ என்ற கருத்தை வெளிப்படுத்துவதாக அமைகிறது. வேறு விதமாகச் சொன்னால், இந்தக் கோட்பாட்டைப் பொறுத்தவரை, பணவீக்கம் என்பது சுத்தமான பணவியல் நிகழ்முறையாக, ‘அளவுமிஞ்சிய பணத்தின்’ விளைவாகப் பார்க்கப்படுகிறது. பணவியல்வாதச் சார்புடையோரில், மில்டன் ஃப்ரீட்மன் மிகவும் புகழ்பெற்றவராவார்.

பணவீக்கத்தைப் புரிந்துகொள்ள உதவும் மற்றோர் அணுகுமுறை, கேனீசிய வெளியீட்டு மற்றும் வேலைவாய்ப்புக் கோட்பாட்டுடனும், வேண்டல் சார் வளர்ச்சிக் கோட்பாட்டுடனும் உடன்பட்ட ஒன்று. பணத்தின் அளவுக் கோட்பாடானது, ஒதுக்கீட்டுக் கோட்பாட்டைச் (Theory of Allocation) சார்ந்திருக்கும் நிலையில் (அத்தோடு, விளிம்புநிலைவாத உட்கருவினையும் கொண்டுள்ளது), இந்த அணுகுமுறையோ, உற்பத்திக் கோட்பாட்டினை அடிப்படையில் சார்ந்திருப்பதாகும். ஆகவே, முன்னையது பற்றாக்குறையை வலியுறுத்திக்கூறும் நிலையில், பின்னையதோ, மிகைப்பொருளின் உற்பத்தி, பகிர்மானம் மற்றும் அதன் நுகர்மானத்தை வலியுறுத்திக் கூறுகிறது (1.2ஆம் பகுதியிலுள்ள சுருக்கமான வரலாற்றை நினைவுகூர்க). ‘பொருளியலின் மிகைப்பொருள் அணுகுமுறை’ (Surplus Approach of Economics) என்றும் வழங்கப்படும் இந்த அணுகுமுறை, செவ்வியல் பொருளியலாளர்களின் ஆய்வுப் படைப்பிலிருந்தும், அதற்கு ஸ்ராஃபா அவர்கள் ஆற்றிய நவீன உயிர்ப்பூட்டலிலிருந்தும் தன் அறிவாக்கத்தைப் பெறுகிறது. முன்பு குறிப்பிட்டது போல, வருமானப் பகிர்மானத்திலும், துறைகளுக்கிடையிலான அமைப்பியல் சார்பிணைப்புகளின் படிநிலைகளிலும் ஏற்படக்கூடிய மாறுபாடுகளின் காரணமாக, சமநிலை விலைகள்–அதாவது, தடையில்லாப் போட்டி நிபந்தனையின் கீழ் (இச்சூழலில் ஒரேசீரான ஆதாயவீதம் இருப்பதாகப் பொருள்) எட்டப்படும் விலைகள்–மாற்றமடையலாம். சில பத்திகளுக்கு முன்னதாக, அடிப்படைப் பொருட்கள் என்ற கருத்து விளக்கப்பட்டிருந்தது. அடிப்படைப் பொருட்களை உற்பத்திசெய்யும் துறையில் ஏற்படும் அதிர்வலை, பொருளாதாரத்தின் மீது பெருக்க விளைவுகளை உண்டாக்கும்.

ஓர் எடுத்துக்காட்டாக, நிதிசார் துறை தன் ஆதாயவீதத்தை உயர்த்த முடிவுசெய்கிறது என்றால், மற்றவை மாறாதிருப்ப, நிதிச் சேவைகளின் விலை உயர்வடைய அது வழிவகுக்கும். இல்லையெனில், விலைகளை உள்ளவாறு நிலைநிறுத்தும் பொருட்டு, ஆதாயவீதம் உயர்வடையக்கூடிய அதே விகிதத்தில் கூலிகளையும் குறைக்க வேண்டும். ஆனால், நிதித் துறையில் தொழிலாளர்களின் வலுவான நிலைப்பாட்டின் பலனாகத் தம் கூலிகள் குறைக்கப்படுவதை அவர்கள் ஏற்க மறுத்தால், நிதிச் சேவைகளின் விலை உயர்வு தவிர்க்க முடியாததாகிவிடும். வேறு வார்த்தைகளில் சொன்னால், வருமானப் பகிர்மானத்தின் மீதான இந்த மோதல், பணவீக்கத்தின் தோற்றுவாயாக அமையக்கூடும்.

கூலிகளுக்கும், பொது விலைவாசிக்கும் (P) இடையிலான உறவினை, ஒரு குறிப்பிட்ட கணிதச் சார்பு வடிவத்திற்குள் எளிதாகப் புகட்டிவிட முடியாது என்பதைக் குறிப்பில் எடுத்துக்கொள்வது முக்கியம். இதற்குக் காரணம், நாம் முன்பு குறிப்பிட்டதுபோல, கூலிகளின் தீர்மானிப்பைப் பல்வேறு பொருளியல்–அல்லாத காரணிகள் பாதிக்கின்றன. மேஸ்ஸிமோ பிவெட்டி, தமது *'அன் எஸ்ஸே ஆன் த மனி அண்ட் டிஸ்ட்ரிபியூஷன்' (1991)* என்ற நூலில், பொருள்மிகை அணுகுமுறை மரபில் இந்நிலைப்பாட்டினை மேற்கொண்டு பின்வருமாறு தெளிவுபடுத்துகிறார்:

> தொழிலாளர்களின் ஒட்டுமொத்தப் பேரஆற்றலைப் போலவே, விலைவாசியில் ஏற்படும் மாற்றங்களுக்குத் தகுந்தவாறு பணக் கூலியின் எதிர்வினையாற்றக்கூடிய திறனும் பொருளியல், அரசியல்–அமைப்பியல்–ஆகிய இரட்டை இயல்பிலான சக்திகளைச் சார்ந்தே அமைகிறது. இவற்றின் நிறைகள், பொருளாதாரங்கள் ஒன்றோடு ஒன்றும், ஒரே பொருளாதாரத்தில் பல்வேறு காலங்களுக்கு இடையிலும் பெரிதும் மாறுபடுகின்றன. பெரும்பாலும், பணக்கூலி என்பது ஒரு கூட்டுப்பேர நிகழ்வின் பலன்; இதனை, பணக்கூலிக்கும், அத்தோடு தொடர்புடைய பொருளியல் மற்றும் அரசியல்–அமைப்பியல் மாறிகளுக்கும் இடைப்பட்ட, புள்ளியியல் ரீதியாகக் கணிக்கக்கூடிய உறவின் வாயிலாக முன்னறிவாக அளவிட முடியாது. ஆகவே, விலை உயர்வுக்குத் தகுந்தவாறு பணக்கூலி எதிர்வினையாற்றும் திறன் என்பது 'புறந்தோன்றுவது' என்று கூறலாம். . . . (ப. 35)

செவ்வியல் பொருளியலாளர்கள், ஸ்ரஃபா ஆகியோரின் மிகைப் பொருள் அணுகுமுறை, பணவீக்கத்தை ஆய்வதற்கான கருத்தாக்கக் கட்டமைப்பினை அளிக்கின்றது; இந்நிலையில், பணவீக்கத்தை முழுமையாகப் புரிந்துகொள்வதற்கு வரலாற்றுஆய்வு கட்டாயம். குறிப்பாக, பணவீக்கத்துக்கு எதிராகப் போரிடும் நோக்கிலான கொள்கைகளை வகுப்பதற்கு அத்தகைய வரலாற்றுஆய்வு தேவைப்படுகிறது.

இந்தியாவில் பணவீக்கத்தின் தன்மையினைப் புரிந்துகொள்வதற்கு ஒரு மாறுபட்ட அணுகுமுறையினை இப்பகுதி பின்பற்றியுள்ளதை உங்களில் பலரும் கவனித்திருக்கக்கூடும். முதலில், மொத்த விற்பனை விலைவாசியின் போக்கினைப் போன்ற, இந்தியாவிற்குட்பட்ட கூறுகளை விவாதித்தது, இப்பகுதி. அதைத்தொடர்ந்து, விலைத் தீர்மானிப்பையும், பணவீக்கத்தையும் புரிந்துகொள்வது குறித்த இரண்டு உட்பகுதிகள் இடம்பெற்றன. பண வழங்கலின் வளர்ச்சியை, பணவீக்கத்தை விளக்கும் பொருளாக ஏன் பார்க்கவில்லை என்பது பற்றிய என்னுடைய காரண விளக்கத்தை அளிப்பதற்காகவே அத்தகைய பாதை பின்பற்றப்பட்டது. ஸ்மித், ரிகார்டோ, மார்க்ஸ், ஸ்ராஃபா ஆகியோரது மரபை அடியொற்றி, இங்குக் கடைப்பிடிக்கப்பட்டுள்ள நிலைப்பாடானது, பொருளியலில் பொருள்மிகை அணுகுமுறையுடன் உடன்பட்டதாக அமைகிறது.

இந்தியாவில் பணவீக்கத்தின் தோற்றுவாய்கள்: வேளாண்மை மற்றும் எரிபொருள்

இப்பகுதியில் எஞ்சியுள்ள பாகத்தில், இந்தியாவின் பணவீக்கத்தின் மீது குறிப்பிடத்தக்க செல்வாக்கினையுடைய–இந்தியப் பேரியல் பொருளாதாரத்தின் இருவேறு வரலாற்று மற்றும் சமகாலத்து இயல்புகள் மீது கவனம் செலுத்தப்போகிறோம். அவை: அ) மானாவாரியான இந்திய வேளாண்மை மற்றும் (ஆ) இந்தியா, எரிபொருள் இறக்குமதிகளைச் சார்ந்திருக்கும் நிலை.

இந்திய வேளாண்மையில் கணிசமான பங்கு மழையை நம்பியே இருப்பதால், ஒரு வறட்சி ஏற்பட்டுவிட்டால் இந்தியப் பொருளாதாரத்தில் அது அளவுமீறிய எதிர்மறைப் பின்விளைவுகளை உண்டாக்கிவிடும். மேலும், (அட்டவணை 2.1–இல் இருந்து தெரியவருவதைப் போல) வேளாண் வெளியீட்டில் 51 விழுக்காட்டை உற்பத்தித்துறையானது உள்ளீடாகப் பயன்படுத்தும் காரணத்தால், உற்பத்தித்துறையும் பாதிப்புக்குள்ளாகும். வேளாண்துறை, தன் வெளியீட்டில் வெறும் 17 விழுக்காட்டையே தன் சொந்த உற்பத்திக்கு உள்ளீடாகப் பயன்படுத்துகிறது; ஆனாலும், வறட்சி என்பது, வேளாண்துறையின் வழங்கலைக் குறைத்துவிடுகிறது; அதனால், அத்துறையைச் சார்ந்தவர்களின் வருமானங்களையும், கடன்களை அடைக்கும் திறனையும் குறைத்துவிடுகிறது (6.4ஆம் பகுதியில் வேளாண் குடித்தனங்களின் இயல்பினைக் குறித்த உரையாடலைக் காண்க). தொடர்ந்து ஏற்படும் வறட்சிகள் வேளாண்குடித்தனங்களில் பொருளாதாரப் பேரழிவை ஏற்படுத்தி, தொகைவெளியீட்டைக் குறைவடையச் செய்து, வேளாண் விலைகளை உயர்வடையச்செய்கின்றன. இந்திய வானிலை ஆய்வுத் துறையின் வலைத்தளத்தை அணுகி, கடந்த ஈராண்டுகளில் இந்திய வேளாண்மை எத்தனை முறை வறட்சியைச் சந்தித்துள்ளது என்ற பட்டியலை வரையுங்கள்.

காலஅடைவில், மொவிகுகு–வில் முதன்மைப் பொருட்களுக்கு அளிக்கப்பட்ட நிறைகள் குறைந்து, உற்பத்தியான பொருட்களுக்கான நிறைகள் அதிகரித்துள்ளன (அண்மைக் காலத்து மொவிவிகு நிறைகளைக் காண, படம் 8.1–ஐக் காண்க). வேளாண்வெளியீட்டின் ஒரு கணிசமான பங்கு உற்பத்தித்துறையில் இடைநிலைக் கட்டங்களில் பயன்படுத்தப்படுவது தொடர்ந்தாலும், முதன்மைப்பொருட்களுக்கு அளிக்கப்படும் நிறைகள் குறைந்திருப்பது ஏன் என்று நினைக்கிறீர்கள்?

பகுதி 4.3–இல், திறந்தநிலைப் பொருளாதாரத்தின் பேரியல் இயக்கம் குறித்து உரையாடினோம். எரிபொருள் போன்ற தேவைப்படும் மூலதனப் பொருட்களை இந்தியா இறக்குமதி செய்தாக வேண்டிய நிலையில் இருப்பதை அங்கே சுட்டிக்காட்டினோம். எரிபொருள் என்பதை ஓர் அடிப்படைப் பண்டமாக முந்தைய உரையாடல் பார்த்தது. எனவே, பன்னாட்டு எரிபொருள் விலைகளின் போக்கினை ஆராய்வதும் முக்கியம். கச்சா எண்ணெயின் பன்னாட்டு விலைகளைக் காட்டுவதற்குப் பதிலாக, 'பெட்ரோலிய மற்றும் பெட்ரோலியப் பொருட்களின் இறக்குமதி' விலையின் குறியீட்டு எண்களைத் தருகிறேன். இந்தியாவின் பணவீக்கத்தில்

எரிபொருள் இறக்குமதிகள் வகிக்கும் பங்கினை இதுவே சிறப்பாகக் காட்சிப்படுத்த உதவும்.

அட்டவணை 8.2 இந்தியாவில் பெட்ரோலியப் பொருட்களின் இறக்குமதி விலைகளின் குறியீட்டுஎண்கள்

	2014–15	2015–16	2016–17	2017–18
பெட்ரோலியம் & பெட்ரோலியப் பொருட்கள்	451	433	429	429

இதன் அடிப்படை ஆண்டு 1999–2000 ஆகும்; அந்த ஆண்டின் குறியீட்டு எண் 100. 'பெட்ரோலியம் & பெட்ரோலியப் பொருட்கள்' என்பதற்குள் (அ) கச்சா பெட்ரோலியம், (ஆ) கச்சா அல்லாத பெட்ரோலியம், மற்றும் (இ) பெட்ரோலியப் பொருட்கள்– ஆகியவை அடக்கம். 2018–19ஆம் ஆண்டிற்கான மதிப்புகள் இந்நூல் எழுதப்பட்டபோது கிடைக்கவில்லை; அட்டவணை 8.1–இல் 2018–19ஆம் ஆண்டிற்கான மொவிவிகு உள்ளபடியால் இதனைக் குறிப்பிடுகிறேன்.

ஆதாரம்: இந்தத் தரவுகளை வெளியிடும் பொறுப்பு வணிகத் தகவல் மற்றும் புள்ளியியல் இயக்ககச் செயலரிடம் இருக்கிறது; எனினும், மேற்கண்ட தரவுகள் ரிசர்வ் வங்கியின் *ஹேண்ட்புக் ஆஃப் ஸ்டடிஸ்டிகஸ் ஆன் த இண்டியன் எகானமி 2018–19* ஆவணத்தின் 'அட்டவணை 130: Index Numbers of Imports-Quantum and Unit Value' பகுதியிலிருந்து தரவிறக்கம் செய்யப்பட்டுள்ளது.

குறிப்பு: *இதில் அடிப்படை ஆண்டு 1999–2000 ஆகும்; எனவே அந்த ஆண்டின் குறியீட்டுஎண் 100 என்று எடுத்துக்கொள்ளப்படுகிறது. (அ) கச்சாப் பெட்ரோலியம், (ஆ) கச்சா எண்ணெய் அல்லாத பெட்ரோலியம், (இ) பெட்ரோலியப் பொருட்கள்–ஆகியவை, 'பெட்ரோலியம் & பெட்ரோலியப் பொருட்கள்' வகையில் அடக்கம். இந்நூலை எழுதும்போது 2018–19ஆம் ஆண்டிற்கான மதிப்பு வெளியாகவில்லை; அட்டவணை 8.1இல் 2018–19ஆம் ஆண்டிற்கான மொவிவிகு உள்ளதனால் இதனைக் குறிப்பிடுகிறேன்.*

பெட்ரோலிய இறக்குமதிகளின் விலையில் வீழ்ச்சி ஏற்பட்டுள்ளதை அட்டவணை 8.2 காட்டுகிறது. 8.2, 8.1 ஆகிய அட்டவணைகளை ஒப்பிட்டால், எரிபொருளின் விலைகள் குறைந்திருப்பது தெளிவாகும். இறக்குமதியாகும் எரிபொருளின் விலை, பன்னாட்டு எண்ணெய் விலைகளை மட்டுமன்றி, நாணயமாற்று வீதத்தையும் சார்ந்து அமைகிறது (3.5ஆம் பகுதியில் இடம்பெற்ற உரையாடலை நினைவுகூர்க). 3.5ஆம் பகுதியில் குறிப்பிடப்பட்ட காரணங்கள் நீங்கலாக, நாணயமாற்று வீதத்தை 'நிர்வகிக்க' வேண்டும் என்ற வாதத்திற்கு இது மேலுமொரு காரணமாகும்.

அலகுப்பெறுமானக் குறியீடு (Unit Value Index) என்பது, பாஷே முன்னெடுத்த வாய்பாட்டை அடிப்படையாகக் கொண்டு கணக்கிடப்படுகிறது. முன்பு குறிப்பிட்டதுபோல, நடப்புக்காலம் சார்ந்த அளவுகளை நிறைகளாகக் கொண்டு, அடிப்படை ஆண்டிற்கும் நடப்பு ஆண்டிற்கும் இடையிலான விலைவேறுபாடு குறித்த தகவலை அது அளிக்கிறது. குறியீட்டு எண்களைக் கணக்கிடும் பாஷேவின் நெறிமுறையினைக் கணிதமுறையில் பின்வருமாறு வெளிப்படுத்தலாம்: $\sum P_1 Q_1 / \sum P_0 Q_1$. இருவேறு காலகட்டங்களுக்கோ சூழ்நிலைகளுக்கோ இடையிலான

மதிப்பு மாற்றங்களை ஒரு குறியீட்டுஎண் அளவிடுகிறது என்பதையும், ஆனால் காலத்தின் ஒரு புள்ளியில் அளவுமட்டத்தின் மதிப்பீட்டைத் தராது என்பதையும் கவனித்துக்கொள்ளுங்கள். பாஷேவின் நெறிமுறையைப் பொறுத்தவரை, பெட்ரோலிய இறக்குமதிகள் மாறுபடுவதற்கேற்ப, ஒவ்வொரு காலகட்டத்திற்கும் தனித்தனியான நிறைகளைக் கணக்கிட வேண்டும். குறியீட்டுஎண்கள் விஷயத்தில், ஆர்.ஜி.டி. ஆலன் எழுதிய 1975ஆம் ஆண்டைச் சேர்ந்த 'இண்டெக்ஸ் நம்பர்ஸ் இன் எகனாமிக் தியரி அண்ட் பிராக்டிஸ்' ஒரு நல்ல புத்தகமாகும். ஒரு பயிற்சியாக, பல்வேறு காலகட்டங்களைத் தழுவிய குறியீட்டுஎண்களை ஒப்பிடுவது அர்த்தமுள்ள ஒன்றா என்பதை எண்ணிப் பாருங்கள்; ஒப்பிடப்படும் பெறுமானங்களைக் குறித்தும் உன்னிப்பாகச் சிந்தியுங்கள்.

இந்தியாவில் பணவீக்கத்தின் தன்மை, இந்தியப் பொருளாதாரத்தின் தன்மையுடன் பின்னிப்பிணைந்துள்ளது என்பது இப்போது தெளிவாகி யிருக்க வேண்டும். முதன்மை, இரண்டாம்நிலை மற்றும் மூன்றாம்நிலைத் துறைகளுக்கு இடைப்பட்டும், உட்பட்டும் நிகழும் பண்டப் போக்குவரத்து களை ஆராய்வதன் வழியாகவும், அடிப்படைப் பண்டங்களை அடையாளம் காண்பதன் வழியாகவும், இது உறுதியாகியுள்ளது. நமது கணிசமான எரிபொருள் இறக்குமதிகளைக் கருத்தில்கொண்டு பார்த்தால், நாணயமாற்று வீதங்களை நிர்வகிப்பதென்பது பணவீக்கத்துக்கு எதிராகப் போரிடுவதில் இன்றியமையாததாக உள்ளது. இந்தக் காரணிகள் அனைத்தையும் சாராமல், தொழிலாளர்களுக்கும் முதலாளிகளுக்கும் இடையில் நிகழும் வருமானப் பகிர்மானம் மீதான மோதலும்—அதாவது, அதிகரித்த கூலி/ஆதாயங்கள், பண்டங்களின் விலைஉயர்வு என்னும் வடிவில் கடத்தப்பட்டால்—பணவீக்கத்தை விளைவிக்கக்கூடும்.

உற்பத்தியாளர் தரப்பில், எதிர்பார்க்கக்கூடியதுபோல், வருமானம் குறைவானதாகவும் நிலையற்றதாகவும் இருக்கும் தொழிலாளர்கள், விவசாயிகள் மற்றும் தொழில்களின் மீதே பணவீக்கத்தின் சுமை விகிதச்சமத்துவமின்றிச் சுமத்தப்படுகிறது. நுகர்வோர் தரப்பிலோ, குறைவான, உறுதி இல்லாத வருமானங்களைப் பெறக்கூடிய குடித்தனங்களையும், மிகவும் குறைவான செல்வத்தையும் சொத்துக்களையும் கொண்டிருக்கக் கூடிய குடித்தனங்களுமே விகிதச்சமத்துவமின்றிப் பாதிப்புக்குள்ளாகின்றன. கடந்த இயலில் வரைந்ததுபோல, இந்தியாவின் வேலைவாய்ப்பு தடுமாற்றத்தன்மை கொண்டதாக—குறைந்த, நிலையற்ற கூலிகள்/வேலைகள் பொருந்தியதாக உள்ளது. இந்தத் தடுமாற்றத்தன்மை, பணவீக்கத்தின் இன்னல்களை மேலும் கடுமையாக்குகிறது. தற்போது, உயர் பணவீக்கத்துக்கு எதிராகப் போரிடும் குறிக்கோளைக் கொண்ட பேரியல் பொருளாதாரக் கொள்கைகளுக்கு ஒரு வரைவடிவத்தை அளிப்போம்.

8.3 தீர்வுகளுக்கொரு முன்னோட்டம்

இந்தியாவின் தொகைவிலைவாசியில் ஏற்படும் மாற்றங்களுக்குப் பெருவாரியான காரணம், உள்நாட்டு வேளாண்பொருட்களிலும் அயல்நாட்டு எரிபொருளிலும் ஏற்படும் விலைமாற்றங்களே; ஆகவே, பணவீக்கத்துக்கு எதிராகப் போரிடுவதற்கான கொள்கைகளை வகுப்பதற்கு,

அரசிறைக் கொள்கை, பணவியல் கொள்கை ஆகிய இரண்டுக்குமே ஒன்றுபட்ட சக்திகள் அவசியமாகும். இத்தகைய கொள்கைஎதிர்வினை, இந்தியச் சூழல் குறித்த நமது புரிதலிலிருந்து பிறக்கிறது. இச்சூழலோடு சேர்த்து, நாம் தேர்ந்தெடுக்கும் கோட்பாட்டுக் கட்டமைப்பும் முக்கியமாகும். (கருத்தாக்கம், கருத்தாக்கக் கட்டமைப்பு, கோட்பாடு—இவை மூன்றும் நுட்பமாகப் பார்த்தால் வெவ்வேறானவை என்றாலும், இப்புத்தகத்தில், முக்கியமாகச் சொல்லாட்சி நோக்கில் ஒரே பொருள்படுமாறு பயன்படுத்துகிறோம்.)

விளிம்புநிலைவாதப் பொருளியல், பற்றாக்குறை என்ற எடுகோளின் மீது இயங்கி, ஒதுக்கீடு அல்லது விருப்பத்தேர்வு குறித்த அறிவியலாகவே வரையறுத்துக்கொள்கிறது; அதேவேளையில், செவ்வியல் பொருளியலாளர்கள், ஸ்ராஃபா, கேயின்ஸ் ஆகியோரின் மரபில் பணியாற்றுபவர்கள், சமூக மிகைப்பொருளின் உற்பத்தியையும், பகிர்மானத்தையும், அதன் நுகர்வினையும் ஆராய்வதாகப் பொருளியலைப் பார்க்கிறார்கள் (பகுதி 1.2—ஐ நினைவுகூர்க). உற்பத்தியில் உபரித் திறனும், உழைப்பாளருக்கு வேலையின்மையும் இருப்பதை, போட்டிநிறை பொருளாதாரத்தின் நிரந்தர எடுகோளாகக் கொண்டுள்ளது, பின்னைய மரபு; உற்பத்தியில் உபரித் திறனும், உழைப்பாளருக்கு வேலையின்மையுமே பேரியல் பொருளாதாரச்சமநிலை விளைவுகளாம். அதாவது, வேலையின்மையைக் கொண்ட போட்டிநிறை பொருளாதாரம், வேலைநிறைவை அடைய எந்தவொரு தானியங்கு வழிமுறையும் இல்லை. முன்பு குறிப்பிட்டது போல, பணத்தின் அளவுக் கோட்பாடு முன்னைய மரபுடன் நெருக்கமாக உடன்படுகிறது. இதன் விளைவாக, உயர் பணவீக்கத்துடன் போரிடுவதற்கு, பொருளாதாரத்தில் பணத்தின் வழங்கலை ஒழுங்காற்றுப்படுத்துவதில்—அதாவது M—ஐ ஒழுங்காற்றுப்படுத்துவதில்—மட்டுமே இவர்கள் கவனம் செலுத்துகிறார்கள். செவ்வியல் விலைக் கோட்பாடு—அதன் 18ஆம் நூற்றாண்டு வடிவிலும் சரி, ஸ்ராஃபாவின் நவீன மறுகூற்றிலும் சரி—உற்பத்தி அமைப்புமுறையினுள் பொருத்தப்பட்டுள்ளது; ஒப்பீட்டு விலைகளைப் புரிந்துகொள்வதற்காக, துறைகளுக்கிடையிலான அமைப்பியல் சார்பிணைப்புகள் குறித்து நமக்குத் தெரிவிக்கிறது. இது, பணவீக்கத்தைப் பொருளுணர்வதற்கு இன்றியமையாத ஒன்று. வேறு விதமாகச் சொன்னால், இங்குப் பின்பற்றப்பட்டுள்ள இடையியல் அணுகுமுறையானது, இந்தியச் சூழலைக் கருத்தில்கொண்டு, குறைவான, நிலையான பணவீக்கத்தை எட்டுவதற்கு அரசிறைக் கொள்கை நடவடிக்கைகளுக்கு முன்னுரிமை தருகிறது.

இந்தியப் பொருளாதாரம், தன் உள்நாட்டு எரிபொருள் (மற்றும் எரிபொருள் சார்ந்த பண்டங்களுக்கான) தேவைகளை நிறைவு செய்துகொள்வதற்கு இறக்குமதிகளையே நம்பியிருக்கிறது. மொத்த இறக்குமதியின் மதிப்பில் இதுவே மிகப்பெரிய பங்கினை வகிக்கின்றது. இந்தியாவில் பணவீக்கத்தின் கதையில் வேளாண்மை வகிக்கும் முக்கியப் பாத்திரத்தினையும் பகுதி 8.2இல் குறிப்பிட்டோம். எரிபொருள் இறக்குமதியை எளிதாக்குவதற்கும், வேளாண் துறையினை முன்னேற்றுவதற்குமான பேரியல் பொருளாதாரக் கொள்கைகள் மட்டுமல்லாமல், வருமானப்

பகிர்மானத்தைப் பாதிக்கக்கூடிய கொள்கைகளும் பணவீக்கத்தைப் பாதிக்கும் வழிகளை அடையாளம் காணும் வகையில், வட்டிவீதங்கள், ஆதாயம் மற்றும் கூலிகள் ஆகியவற்றுக்கிடையான உறவினைப் பற்றியும் இப்பகுதியில் சுருக்கமாக உரையாடுவோம்.

எரிபொருள் இறக்குமதிகளின் அலகுப் பெறுமானம் குறையும் வண்ணம், நாணயமாற்றுவீதத்தில் பாதிப்பை உண்டாக்க ஒரு கொள்கை செய்யக்கூடியது என்ன? நெறிநுட்பமாக அயல்நாட்டு நாணயங்களை வாங்கல்–விற்றலின் மூலம் இந்திய ரூபாயின் நாணயமாற்று வீதங்களில் ரிசர்வ் வங்கியால் பாதிப்பை ஏற்படுத்த முடியும் என்பது பகுதியில் 3.5இல் குறிப்பிடப்பட்டது. எரிபொருள் இறக்குமதிகளின் அலகுப் பெறுமானத்தைக் குறைக்க வேண்டுமென்றால், இந்திய எண்ணெய் இறக்குமதியாளர்கள், அமெரிக்க டாலர் ஒன்றுக்கு நிகராகக் குறைந்த அளவிலான ரூபாயையே அளிக்கிறார்கள் என்பதை ரிசர்வ் வங்கி உறுதி செய்ய வேண்டும். இந்தச் செயலில் ரிசர்வ் வங்கி வெற்றி கண்டால், ரூபாயின் மதிப்பு (டாலருக்கு நிகராக) வளர்மானம் அடையும். அயல்நாட்டு நாணயமாற்றுச் சந்தையில் அமெரிக்க டாலர்களை விற்பதன் வழியாக ரிசர்வ் வங்கி இதைச் செய்யும். ஆனால், ரிசர்வ் வங்கி அமெரிக்க டாலர்களை எப்படி பெறுகிறது? இதற்கு இரண்டு வழிகள் உள்ளன: (அ) ஏற்றுமதிகள்; (ஆ) அயல்நாட்டுச் சேமிப்புகள் (தற்போதைய வாதத்திற்காக, பெருவாரியாக ஏற்கப்படும் அமெரிக்க டாலரை இவ்விரண்டும் தம் அலகாகக் கொண்டிருக்கின்றன என்று அனுமானித்துக்கொள்வோம்). பகுதி 4.3இல் குறிப்பிட்டதுபோல, ரூபாயின் தேய்மானம் ஏற்றுமதியாளர்களுக்குச் சாதகமாக இருக்கும்; ஆகவே, அமெரிக்க டாலர்களைப் பெறுவதற்கும் சாதகமாக அமையும். மேலும், ரிசர்வ் வங்கி மறுகொள்முதல் வீதத்தை உயர்த்தும்போது, இந்தியாவில் அயல்நாட்டுநிதியின் உள்வரத்து அதிகரிக்கிறது (பகுதி 3.5இல் இடம்பெற்ற உரையாடலை நினைவுகூர்க). எனவே, ரூபாயின் வளர்மானம் எரிபொருள் இறக்குமதிகளுக்குச் சாதகமாக அமையும் வேளையில், இந்திய ஏற்றுமதியாளர்களுக்குச் சாதகமற்றதாகிவிடுகிறது. மேலும், கடன் வாங்க ஆகும் செலவுகளில் (கொள்கை வீதத்தின் உயர்வின் காரணமாக) ஏற்படும் உயர்வை, விலைஉயர்வின் ஊடாக இந்திய நிறுமங்கள் கடத்தினால், அது பணவீக்கத்தில் எண்ணெய் ஊற்றுவதாக அமையும். இந்தியாவில் பணவீக்கத்தைக் கையாள்வதற்கு, நாணயமாற்று வீதம், வட்டிவீதம் ஆகிய இரண்டினையும் கவனமாக நிர்வகிக்க வேண்டும் என்பது, இந்த உரையாடலிலிருந்து முக்கியமாக எடுத்துக்கொள்ள வேண்டிய ஒன்றாகும்.

இந்தியாவின் முக்கியமான பேரியல் பொருளாதார இலக்குகளில் ஒன்று, குறைவானதும் நிலையானதுமாகிய பணவீக்கத்தை அடைவதாகும். இதற்கான முயற்சியாக, ஐந்தாண்டுகளுக்கு ஒருமுறை ரிசர்வ் வங்கியை அணுகி, பணவீக்க இலக்கை நிர்ணயிக்கிறது இந்திய அரசாங்கம். ஆகஸ்ட் 5, 2016 முதல் மார்ச் 31, 2021 வரையிலான காலகட்டத்திற்கான பணவீக்க இலக்கு, நுகர்வோர் விலைவாசிக் குறியீட்டில் 4 விழுக்காடு; இதில் உயர்வரம்பு, 6 விழுக்காடு; அடிவரம்பு, 2 விழுக்காடு ஆகும்.

பணவியல்கொள்கை ஒருபுறமிருக்க, இயற்கை வளிமம், மின்னாற்றல், பசுமை ஆற்றல் முதலியவற்றைத் துடிப்பாக ஊக்குவிப்பதன் வாயிலாக,

அரசிறைக் கொள்கையானது—இன்னும் நுணுக்கமாகச் சொன்னால் அரசாங்கக் கொள்கையானது—எரிபொருள் இறக்குமதிகளை இந்தியா சார்ந்திருக்கும் நிலைமையைக் குறைக்க உதவலாம். கணிதவியலின் கிளைப்புலமாகிய கணக்கோட்பாட்டின் (Set Theory) மொழியில் சொன்னால், அரசிறைக் கொள்கை என்பது அரசாங்கக் கொள்கையின் துணைக் கணம் (Subset). வரிவீதங்களையும், அரசாங்கச் செலவினத்தையும் மாற்றியமைத்தல் பற்றியதே அரசிறைக் கொள்கை ஆகும்; அதே வேளையில், தனிமனிதர்களின் நடத்தையியல்களையும், நிறுமங்களின் நடத்தையியல்களையும் கூட்டு நன்மையின் பேரில் வழிநடத்துவதற்கான விதிகளை வகுப்பதும் அரசாங்கக் கொள்கையில் அடங்கும். பணவியல்கொள்கையோ, விலைவாசியின் நிலையான தன்மையைப் பராமரிக்கும்பொருட்டு, மறுகொள்முதல் வீதம் (பகுதி 3.4இல் விவாதித்தவாறு) போன்ற நிதிக் கருவிகளின் பயன்பாட்டைக் குறிக்கும். பணவியல்கொள்கையும், அது அடைய முயலும் விலைவாசிநிலைத்தன்மையும், சுற்றுச்சூழல் வளங்குன்றாமை என்ற நமது தொலைநோக்குப் பார்வையிலிருந்து பிரித்துப் பார்க்கமுடியாதவை; அரசாங்கக் கொள்கையின் பங்கு குறித்து நாம் வரைந்து காட்டியதும் அழுத்தமாக வலியுறுத்துவது இதைத்தான். மேலும், இந்தக் கொள்கைகளை வகுக்கும்போது, சுற்றுச்சூழல் வளங்குன்றாமை போன்ற அக்கறைகளைக் கணக்கில் எடுத்துக்கொள்ள வேண்டும்.

'சர்னிங் தி எர்த்: த மேக்கிங் ஆஃப் குலோபல் இண்டியா' என்ற அசீம் ஷ்ரீவஸ்தவா, ஆஷீஷ் கோட்டாரி ஆகியோரின் 2012ஆம் ஆண்டு புத்தகத்திலிருந்து எடுக்கப்பட்டுள்ள பின்வரும் மேற்கோளில், பேரியல் பொருளாதாரக் கொள்கைகளுக்கும் சூழலியல் பிரச்சினைகளுக்கும் இடையிலான இணைப்பு, ஆணித்தரமாக பதிவு செய்யப்படுகிறது:

> வட்டிவீதங்கள், வரிவீதங்கள், மற்றும் சமூகச் செலவினம்— போன்ற பேரியல் பொருளாதாரக் கொள்கைகளில் ஏற்படும் மாற்றங்கள், சுற்றுச்சூழலின் மீதும் மக்களின் வாழ்வாதாரங்களின் மீதும்—மறைமுகமாகவே என்றாலும்— கணிசமான பின்விளைவுகளைக் கொண்டவை. அத்தகைய தொடர்புகளைப் பதிவுசெய்யும்வகையில், தேசிய கணக்குப்பதிவு வழிமுறைகள் என்ன—ஒரு கருத்தாக்கக் கட்டமைப்பு கூட நம்மிடம் இல்லாததால், இவை கவனம் பெறாமலே போய்விடுகின்றன. எடுத்துக்காட்டாக, நாணய மதிப்புக் குறைப்பு நடவடிக்கைகள் (Currency Devaluation) சுற்றுச்சூழலின் மீது பெரும் அழுத்தத்தை ஏற்படுத்துகின்றன; ஏனென்றால், ஏற்றுமதி செய்யும் ஒரு 'மேம்பட்டுவரும்' நாடானது, குறிப்பிட்ட அளவிலான திட நாணயத்தைப் (Hard Currency) பன்னாட்டு வணிகத்தின் வாயிலாகப் பெறும் பொருட்டு, முன்பைவிட அதிகப்படியான வளங்களைக் கட்டாயம் இழக்க வேண்டியிருக்கும். வழக்கமாகவும், குறிப்பாகச் சுற்றுச்சூழல் ஒழுங்காற்றுப்படுத்துதலை அரசாங்கம் தளர்த்திவிடும் சூழலிலும், மலிவான கடனும் முதலீட்டிற்கான வரிவிலக்குகளும் சுற்றுச்சூழல் அழிவின்

வேகத்தை முடுக்கிவிடுகின்றன. பண்டச் சந்தைகளிலும் எதிர்கால ஒப்பந்தச் சந்தைகளிலும் (Commodity Futures) (எதிர்பார்த்த விலைகளின் அடிப்படையில் மேற்கொள்ளப்படும் பேரம்) வணிகத்தில் ஈடுபட நிதிச் சந்தைகளைத் திறந்துவிட்டால், உலோகமும், கெடாத வேறு சில மூலப்பொருட்களும்—கையிருப்பாக வைத்துக்கொள்ளவும், பதுக்கிவைத்துக்கொள்ளவும், பணம் ஈட்டுவதற்கும் கவர்ச்சிகரமானதாகிவிடுகின்றன. சுரங்க நிறுவனங்களுடன் அரசாங்கம் புரிந்துணர்வு ஒப்பந்தத்தில் ஒவ்வொரு முறை கையெழுத்திடும்போதும், அதன் பங்குதாரர்கள் பங்குமுதலின் மதிப்பும் உயரும்; இது மேற்கொண்டு கனிமத்தேடுதல்களையும் சுரங்கப்பணிகளையும் ஊக்குவிக்கும்வகையில் அமையும் (பக். 128-9)

அரசின் கொள்கைகளும் ரிசர்வ் வங்கியின் கொள்கைகளும் நம் சுற்றுச்சூழலின் மீது தீங்கு விளைவித்ததாக நீங்கள் நினைக்கும் சந்தர்ப்பங்களை அடையாளம் காணுங்கள். பொருளாதாரத்தை இயற்கைச் சுற்றுச்சூழலில் பொதிந்த அமைப்பாகக் காட்டிய படம் 2.1இன் அடிப்படையிலும், பகுதி 6.5இல் நல்ல கோட்பாடுகளைப் பற்றியும் தரவுகளுக்கான தேவை குறித்தும் இடம்பெற்ற உரையாடல்களின் அடிப்படையிலும், நமது சுற்றுச்சூழலின் மீது பொருளாதார விளைவுகள் ஏற்படுத்தும் தாக்கங்களைப் பதிவு செய்யும் பேரியல் பொருளாதாரக் கணக்குப்பதிவுக் கட்டமைப்புகளை உருவாக்க முயற்சி செய்யுங்கள். இந்தப் பயிற்சிக்காக, (விளிம்புநிலைவாத) சுற்றுச்சூழல் பொருளியலிலிருந்து மாறுபட்டதாகிய ரோமானிய—அமெரிக்கப் பொருளியலாளர் நிகோலஸ் ஜார்ஜஸ்கு—ரோகன் ஆய்வுப்பணியை அணுகுங்கள்.

நார்தவுஸ் பற்றியும், வழங்கல் சார் வளர்ச்சிக் கோட்பாட்டை அவர் கடைப்பிடிப்பதால் எழும் கொள்கைவிளைவுகளைப் பற்றியும் பகுதி 5.4இல் இடம்பெற்ற உரையாடலை நினைவுகூருங்கள். நார்தவுஸைப் போன்ற பொருளியலாளர்கள், விளிம்புநிலைவாத உட்கருவின் மீது—குறிப்பாக $S_{FE} = f(roi) = I$ என்ற கொள்கையின் மீது—தங்களுக்கிருக்கும் சார்பின் காரணமாக, சமூகத்தின் எதிர்கால நுகர்வு விருப்பத்தை வட்டிவீதம் பதிவுசெய்து பிரதிபலிப்பதாக நம்புகின்றனர். மூன்றாவது இயலில் வரைந்து காட்டப்பட்ட அகந்தோன்று பணக் கட்டமைப்புடனும், வேண்டல் சார் வளர்ச்சிக் கோட்பாடுகளின் நிலைப்பாட்டோடும் இந்தப் பார்வை முரண்பட்டதாக அமைகிறது. இதுபோன்ற நம்பிக்கை, சமூகத்தின் (அதாவது, நம்முடைய!) எதிர்கால விருப்பங்களைத் தற்கால விருப்பங்களுடன் சமன்படுத்தும் விலை என்பதாக வட்டிவீதத்தை விளிம்புநிலைவாதப் பொருளியலாளர்கள் கருத வழிவகுக்கிறது. விருப்பங்கள் போன்ற அகவயப்பட்ட காரணிகளைப் பயன்படுத்துவதிலுள்ள சிக்கல்கள் (ஏற்கெனவே பகுதி 8.2இல் குறிப்பிடப்பட்டது) ஒருபுறமிருக்க, பருவநிலை மாற்றத்திற்காக நடப்பு மொத்த உள்நாட்டு உற்பத்தியில் எவ்வளவு பங்கு ஒதுக்க வேண்டும் என்பதைத் தீர்மானிக்க வட்டிவீதத்தைப் பயன்படுத்துவதென்பது அதைவிடப் பெரிய பிரச்சினை. மீண்டும்

சொன்னால், நாம் முக்கியமானதாகக் கருதும் பிரச்சினைகளுக்காக மொத்த உள்நாட்டு உற்பத்தியைப் பங்கீடு செய்யும் செயலை – 'உகந்த' விகிதங்களை (Optimal Proportion) முடிவு செய்யப் பயன்படுத்தக்கூடிய, சமூகம் சாராததும் வரலாறு சாராததுமாகிய–விளிம்புநிலைவாதத்தின் அடித்தளத்தின் மீது கட்டியெழுப்பப்பட்ட எந்தவொரு வாய்பாட்டினிடத்திலும் என்றுமே ஒப்படைக்கக் கூடாது. இருப்பினும், கொள்கை வகுப்பவர்கள், அப்படிப்பட்ட முக்கியச் சமூக–பொருளாதார முடிவுகளை எடுப்பதற்கு வட்டிவீதத்தைச் சார்ந்திருக்கும் வரையில், அவர்கள் பணவீக்கத்தைக் குறிவைக்கும்போது சூழலியல் விடயங்களையும் அதன் கட்டமைப்பில் சேர்த்துக்கொள்ள வேண்டும் என்பதற்கு மற்றுமொரு காரணத்தை நார்தவுஸின் ஆய்வுப்பணி தருகிறது.

"ஊரகப் பொருளாதாரத்திற்குள் சந்தைகள் ஆழமாகவும் குறிப்பிடத்தக்க வகையிலும் ஊடுருவிவிட்ட போதிலும், வேளாண்குடியின் பல்வேறு பிரிவினரும் சந்தைகளில் காட்டும் ஈடுபாட்டின் அளவும் *விதமும்* ஒரே சீரானதாக இருப்பதே இல்லை. சந்தைகளின் பண்பானது, உள்ளூர் வல்லாதிக்க வடிவங்களில் பிரதிபலிக்கப்படுகிறது; சந்தைகளின் பண்பும் கணிசமான அளவில் அந்த வடிவங்களாலேயே தீர்மானிக்கப்படுகிறது"

சந்தைகளையும் வல்லாதிக்கத்தையும் பற்றி பரத்வாஜ

காய்கனிகள், பருப்பு போன்ற உணவுப் பொருட்களின் விலையில் நிலவும் தீவிர உறுதியில்லாமை, இந்தியாவில் பணவீக்கத்தை வழிநடத்தும் முக்கியமான காரணிகளில் ஒன்றாக விளங்குகிறது; இதனைக் குறைத்திடும் பொருட்டு, ஒன்றிய, மாநில மற்றும் உள்ளாட்சி அரசுகள் ஒருங்கிணைந்து, அந்தந்த நிலப்பகுதிக்குத் தகுந்த கொள்கைகளை வகுக்க வேண்டும். அத்தகைய கொள்கை, இந்திய வேளாண் துறையின் பொருளாதார நிலைமையையும் முன்னேற்றமடையச் செய்யும். பெரு வேளாண் நிலஉரிமையாளர்களுக்கும் விவசாயிகளுக்கும் மட்டும் துணைபுரிவதாக அல்லாமல், சிறு நில உரிமையாளர்கள், சிறு விவசாயிகள், வேளாண் தொழிலாளர்கள் ஆகியோருக்கும் துணைபுரிவதாக இக்கொள்கை இருக்கவேண்டும். விதைகளைப் பகிர்ந்தளிக்க ஒரு நியாயமான இயங்கமைப்பை இக்கொள்கை வரைந்தளிக்க வேண்டும்; வேளாண் உள்ளீடுகளுக்கான பிணைப்புற்ற சந்தைகளின் வல்லாதிக்கத்தினைக் குறைக்கும்வகையில், வேளாண் சந்தைகளில் நியாயமான போட்டி நிலவுவதை அது உறுதிசெய்ய வேண்டும். எனினும், (உள்ளூர்) வல்லாதிக்கத்தின்

சமூகக்காரணிகளின் மீது பொருளாதாரத் தலையீடுகளுக்குள்ள செல்வாக்கின் வரம்புகளையும் மனதில் கொள்ள வேண்டும்; சாதிஅமைப்பு, ஆணாதிக்கம் முதலிய ஒடுக்குமுறை அமைப்புகளிலிருந்து அந்தக் காரணிகள் பிறப்பதாகவும் இருக்கலாம். கிருஷ்ணா பரத்வாஜ், 1974ஆம் ஆண்டு வெளிவந்த புரொடக்ஷன் 'கண்டிஷன்ஸ் இன் இண்டியன் அக்ரிகல்சர்: அ ஸ்டடி பேஸ்ட் ஆன் ஃபார்ம் மேனேஜ்மெண்ட் சர்வேஸ்' என்ற புத்தகத்தில் முன்வைக்கும் பார்வையைப் போல, "ஊரகப் பொருளாதாரத்திற்குள் சந்தைகள் ஆழமாகவும் அதிகமாகவும் ஊடுருவிவிட்ட போதிலும், வேளாண்குடியின் பல்வேறு பிரிவினரும் சந்தைகளில் காட்டும் ஈடுபாட்டின் அளவும் விதமும் ஒரே சீரானதாக இல்லை. சந்தைகளின் பண்பானது, உள்ளூர் வல்லாதிக்க வடிவங்களில் பிரதிபலிக்கிறது; சந்தைகளின் பண்பும் ஓரளவுக்கு அந்த வடிவங்களாலேயே தீர்மானிக்கவும்படுகிறது" (ப. 3; சொல்லழுத்தம் மூலநூலில் இடம்பெற்றவாறு). இந்த 'உள்ளூர் வல்லாதிக்க வடிவங்கள்', வேளாண் பண்டங்களின் விலைகளின் மீதும் தாக்கத்தை ஏற்படுத்துகின்றன.

மேலும், மழையை நம்பியிருக்கும் நிலைமையைக் குறைப்பதற்குப் பாசன வசதிகளையும் கிடங்கு வசதிகளையும் மேம்படுத்த முன்னெடுப்புகள் மேற்கொள்ளப்பட வேண்டும். இந்தியாவில், வேளாண்மையில் திட்ப உட்கட்டமைப்பு வசதிகளையும் (குளங்கள், கிணறுகள், குளிரூட்டிய கிடங்குகள், பண்டகசாலைகள், தொடர் மின்வசதி, சாலை இணைப்பு வசதி, சந்தை வெளிகள் போன்றவை), வேளாண்மையில் ஈடுபடும் விவசாயிகளுக்கும் தொழிலாளர்களுக்கும் உள்ள தனித்தேவைகளை நிறைவு செய்வதற்கு–கல்வி, பயிற்சி போன்றவற்றின் வடிவிலான சமூகக்கட்டமைப்புகளையும் கணிசமாக விரிவாக்க வேண்டியுள்ளது. சுற்றுச்சூழலுக்கு உவந்த வேளாண்செயற்பாடுகளை மேம்படுத்துவதற்கான ஆராய்ச்சிகளை மேற்கொள்ள அரசாங்கம் அர்ப்பணிப்பாற்ற வேண்டும். விவசாயிகள் பெரும்பாலும் முறைசாரா கடன் ஆதாரங்களையே நம்பியுள்ளதால், ரிசர்வ் வங்கியானது வேளாண்கடப்பாட்டுநிலையின் இயல்பினையும் அளவினையும் கண்டறிந்து, அவர்களுக்குத் துணை புரியும் வகையில் வங்கிசார் பொருட்களை (சேவைகளை) வளர்த்தெடுப்பதற்குப் பணியாற்ற வேண்டும். பகுதி 7.2இல் குறிப்பிட்டதுபோல, வேளாண் கூலிகள் போதாக்குறையானதாகவும், நிலையற்றதாகவும் இருந்தால் நிதிவளையத்தில் மக்களைச் சேர்க்கும் முயற்சிகள் பொருளற்றவை என்பதை நினைவுகூர வேண்டும். ஒரு பயிற்சியாக, முதலாவது ஐந்தாண்டுத் திட்ட ஆவணத்தை அணுகி, இந்தியாவின் நடப்புப் பொருளாதாரக் கொள்கையில் வேளாண்மைக்குத் தரப்பட்டுள்ள முக்கியத்துவத்தை அதன் பின்புலத்தில் வைத்து ஆராயுங்கள்.

வருமானப் பகிர்மானத்திற்கும் பணவீக்கத்திற்கும் இடையிலான உறவு குறித்து உரையாடி இந்தப் பகுதியை நிறைவுசெய்யலாம். வருமானப் பகிர்மானத்தில் நிலவும் நீடித்த மோதலின் தாக்கம், விலைஉயர்வின் வடிவில் (மூலதனப் பொருட்கள், நுகர்வுப் பொருட்கள் ஆகிய இரண்டிலும்) பண்டங்களை வாங்குபவர்களிடம் ஊடுகடத்தப்படலாம் என்று கடந்த பகுதியில் வாதிடப்பட்டது. ஆடம் ஸ்மித், தனது 1776ஆம் ஆண்டின்

படைப்பாகிய ‘த வெல்த் ஆஃப் நேஷன்ஸ்’ நூலில் இந்த மோதலைப் பற்றிக் கூறுவது போல, ‘தொழிலாளர் முடிந்த அளவு அதிகமாகப் பெற நினைக்கின்றனர்; எஜமானர்களோ முடிந்த அளவு குறைவாகத் தர நினைக்கின்றனர். முன்னையவர்கள் உழைப்பிற்கான கூலிகளை உயர்த்தும் பொருட்டும், பின்னையவர்களை அதைக் குறைக்கும் பொருட்டும் ஒன்றுசேர தூண்டப்படுகிறார்கள்’ (ப. 83; ஏழாவது இயலில் ஸ்மித் அவர்களின் நீண்ட மேற்கோளில் இந்த வரிகளும் இடம்பெற்றிருந்தன). எனவே, பணவீக்கத்தைப் புரிந்துகொள்வதற்கும், அதற்கு எதிராகப் போரிடுவதற்கும், இந்திய நிறுமங்களின் விலை நிர்ணயிக்கும் நெறிநுட்பங்களைப் (Strategies) புரிந்துகொள்ள வேண்டும். அதைத் தொடர்ந்து, நமது பணவீக்கக் கொள்கை என்பது, நமது தொழிற்கொள்கையுடனும், போட்டிக் கொள்கையுடனும், கூலிக் கொள்கையுடனும், வேளாண்கொள்கையுடனும், வரிவிதிப்புக் கொள்கையுடனும், தொழிலாளர் கொள்கையுடனும் ஒருங்கிணைந்த தொடர்புகளைக் கொண்டிருக்க வேண்டும். இங்கும், ஒருங்கிணைந்த பணவீக்கக் கொள்கையினை வகுப்பதில், தொழில்களுக்கிடையிலான உறவுகளை ஆராயும் இடையியல் அணுகுமுறை நன்மை பயப்பதாக அமையும். சுருக்கமாகச் சொன்னால், பணவீக்கம் என்பது சுத்தமாகப் பணவியல் நிகழ்முறை மட்டுமே கிடையாது என்பதனால், அரசு, பணவியல் அதிகாரிகள்—ஆகிய இருசாராரின் கூட்டு முயற்சியையும் வேண்டுகிறது பணவீக்கக் கொள்கை,

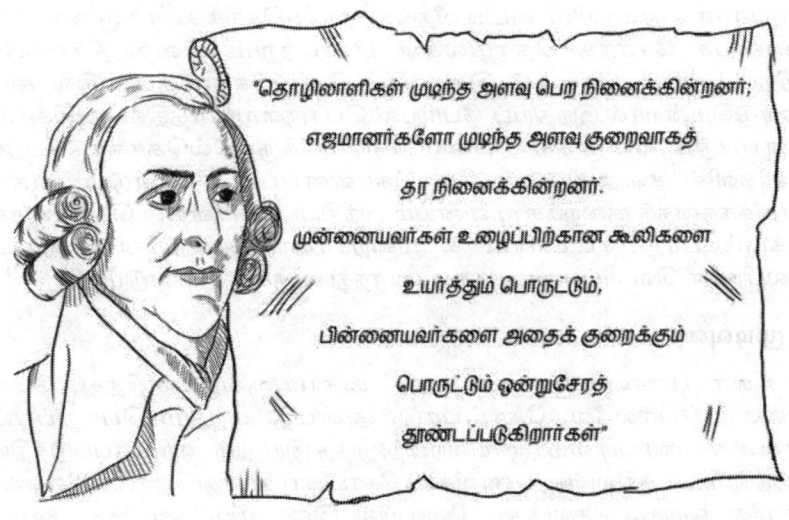

வருமானப் பகிர்மானத்திற்கான மோதல்

ஒருவேளை, பகுதி 1.1இல் கூறியதுபோல், ரிசர்வ் வங்கி பண அளவுக் கோட்பாட்டைப் பின்பற்றி, இந்தியப் பொருளாதாரத்தில் அதிகப்படியான பணம் இருப்பதே பணவீக்கத்தை ஏற்படுத்துகிறது என்று நம்பினால், கொள்கை வட்டிவீதத்தை உயர்த்தி, பண வழங்கலைக் குறைக்கும் முயற்சிகளை மேற்கொள்ளும் (வட்டிவீதத்திற்கும் பணத்தின் வேண்டலுக்கும் இடையில் எதிர்மறைஉறவு இருக்கிறது என்ற–

கேள்விக்கு உட்படுத்த வேண்டிய—எடுகோளின் அடிப்படையில் இவ்வாறு செய்யும்). வட்டிவீதத்தில் ஏற்படும் உயர்வினால், ஆதாயங்களிலும் கூலிகளிலும் நிகழும் பின்விளைவுகளைப் பற்றி எண்ணிப் பார்ப்போம். வட்டிவீதத்தின் உயர்வு காரணமாகக் கடன் வாங்குவதில் செலவு அதிகரித்துவிடுவதால், மற்றவை மாறாதிருப்ப, ஆதாயங்கள் குறைகின்றன; முதலாளிகள் தம் ஆதாயங்கள் குன்றாமல் காத்துக்கொள்ள விரும்பினால், கூலியைக் குறைக்கவோ, விலைகளை உயர்த்தவோ, அல்லது இரண்டையும் ஏதோ ஒருவிதத்தில் கலந்த உத்தியையோ அவர்கள் முயற்சி செய்யலாம். வேறு வார்த்தைகளில் சொன்னால், தொகை விலைவாசியின் மீது கொள்கை வட்டிவீத உயர்வின் தாக்கத்தை முன்னறிவாகக் கணிக்க முடியாது; அது கருத்தாக்கரீதியாகக் குழப்பமற்றதும் கிடையாது. அத்தாக்கத்தின் திசையும் அளவும், உற்பத்தியில் அந்தத் துறைகளுக்கிடையிலான அமைப்பியல் சார்பிணைப்புகளின் தன்மையினையும் படிநிலையினையும் சார்ந்தே அமைகின்றன. பொருளாதாரத்தின் வளர்ச்சிவீதத்தை வட்டிவீதம் முந்திச்செல்வதால் ஏற்படும் பொருளாதார விளைவுகளையும் சமூக விளைவுகளையும் குறிப்பிட்டு, பகுதி 5.3இல் இடம்பெற்ற உரையாடலை நினைவுகூருங்கள்.

இறுதியாகச் சொன்னால், பணவியல் கொள்கையின் இயக்கமும், முறைசாராத் துறையில் கொள்கை வட்டிவீதத்தின் ஊடுகடத்தலும் தெளிவற்றதாகவே உள்ளது. கொள்கை வட்டிவீதத்தில் ஏற்பட்ட உயர்வு முறைசாராத் துறையின் வட்டிவீதங்களை அதிகரிக்குமா? முறைசாராத் துறையைச் சேர்ந்த தொழில்கள் பின்பற்றும் விலை நிர்ணயிப்பு நெறிநுட்பங்கள் யாவை? இத்தகைய கேள்விகளுக்குப் பதில் காண வேண்டுமென்றால்,இந்தியப் பேரியல் பொருளாதாரத்தில் கணிசமாகக் காணப்படும் பன்முகத் தன்மையினைக் கருத்தில்கொண்டு—பற்பல வெளிகளில் களஆய்வுகள் மேற்கொள்ளப்பட வேண்டும். ஆகவே, பணவீக்கத்தைக் குறைக்க முனையும் இந்தியப் பணவியல் கொள்கையை வகுக்கும்போது, கட்டாயமாக முறைசாராத் துறையின் மாறுபட்ட இயல்பினை வெளிப்படையாக உணர்ந்து வகுக்க வேண்டும்.

8.4 முடிவுரை

உயர் பணவீக்கச் சிக்கலைக் கையாளுவது குறித்து, சென்ற இயலைப் போலவே, கோட்பாடு, அளவீடு மற்றும் பொதுப்பட்ட கொள்கை வரைவடிவம் ஆகியவற்றை, இந்த இயலும் அறிமுகப்படுத்தியது. மையநீரோட்டத்திலுள்ள பணவீக்கக் கோட்பாடானது தொகைவிலைவாசி யின் மீது கவனம் செலுத்தும் நிலையில், இடையியல் அணுகுமுறையின் முக்கியத்துவத்தை—குறிப்பாக, இந்தியப் பொருளாதாரத்தில் வேளாண்மை (இன்னும் பொதுப்பட்ட வகையில் முறைசாராத் துறையும் கூட) வகிக்கும் இன்றியமையாத பங்கினைக் கருத்தில் கொண்டு—வாதிட்டது இந்த இயல். விலைத் தீர்மானிப்பு குறித்த செவ்வியல் கோட்பாட்டையும் விளிம்புநிலைவாதக் கோட்பாட்டையும் பற்றிய உரையாடலும் இவற்றுடன் இணைந்திருந்தது. குறியீட்டுஎண்கள் குறித்தும், இந்தியாவில் மொவிவிகு—வின் கணக்கீட்டுமுறை குறித்தும் மிகச் சுருக்கமான ஓர்

உரையாடலும் இடம்பெற்றது. இந்தியாவில் குறைவான பணவீக்கத்தை அடையும் முயற்சியில், பணவியல் கோட்பாடு, அரசிறைக் கொள்கை ஆகிய இரண்டும் சேர்ந்த கூட்டுச் சக்திகள் தேவை என்பதை, தேர்ந்தெடுக்கப்பட்ட கருத்தாக்கத்தில் நின்றும், சூழ்நிலையில் நின்றும் வாதிட்டோம். குறிப்பாக, தரமான வேலைவாய்ப்புடன் கூடிய குறைவான பணவீக்கம், சுற்றுச்சூழல் வளங்குன்றா உற்பத்தி–ஆகிய நம்முடைய சமூக–பொருளாதார இலக்குகளை எட்டுவதற்கான வழிவகைகளாகப் பணவியல்கொள்கை, அரசிறைக் கொள்கை ஆகிய இரண்டும் செயலாற்றும் என்ற கருத்து, இயல்கள் 7, 8 ஆகியவற்றிலிருந்து தோன்றுகிறது.

மேற்கொண்டு வாசிப்பதற்கான பரிந்துரைகள்

பணவீக்கத்தைப் புரிந்துகொள்ள விளிம்புநிலைவாத அணுகுமுறையை எடுத்தாள்வதன் ஆபத்துகளைச் சுட்டிக்காட்டுவதோடு மட்டுமல்லாமல், பேரியல் புரிதலோடு உடன்படும் ஓர் இடையியல் அணுகுமுறையினையும் முன்வைத்தது இந்த இயல். இந்தியாவின் பணவீக்கச் சிக்கல்களைப் பற்றிய உங்கள் புரிதலை வளர்த்துக்கொள்ள, 2009இல் வெளியான மிகிர் ரக்ஷித்தின் *Macroeconomics of Post-reform India* என்ற புத்தகத்தின் (புது டெல்லி: ஆக்ஸ்போர்டு பல்கலை. பதிப்பகம்) ஏழாவது அத்தியாயமாக இடம்பெற்ற 'Inflation in a Developing Economy: Theory and Policy' (ப. 182–222) என்ற உரையை வாசியுங்கள். விளிம்புநிலைவாதக் கண்ணோட்டத்தையே சார்ந்திருந்தாலும், அரசு வகிக்கும் பாத்திரம் குறித்து 1999ஆம் ஆண்டு வெளியான *The Price of Onions* என்ற அசோக் தேசாயின் புத்தகத்தின் சில பகுதிகளை வாசிக்கலாம்; குறிப்பாக, வெங்காயம், சீனி, நெய்ப் பொருட்கள், மற்றும் தானியங்களின் விலைகள் உருவாவதன் இயல்பினை விவரிக்கும் 'The Dance of Prices' (பக். 1–60) என்ற முதல் அத்தியாயத்தை வாசிக்கலாம். பணவியல்கொள்கைக்கும், வட்டிவீதத்திற்கும், பொது விலைவாசிக்கும் இடையிலான இணைப்பைப் பற்றிய சுருக்கமான கருத்தாக்கக் குறிப்பைக் காண, 1991ஆம் ஆண்டு வெளிவந்த *An Essay on Money and Distribution* (நியூ யார்க்: பால்கிரேவ் மெக்மிலன்) என்ற மாஸ்ஸிமோ பிவெட்டியின் புத்தகத்தில் இடம்பெற்ற 'Summary and Concluding Observations' என்ற பகுதியை (பக். 128–36) வாசிக்கவும். பொருள் மிகை அணுகுமுறை என்ற விளிம்புநிலைவாதம் சாராத மரபில், பணவீக்கம் மற்றும் வேலையின்மை குறித்த மேம்பட்ட கையாளுகை, 2001ஆம் ஆண்டு *Review of Political Economy* இதழில் வெளியாகிய 'Inflation, Unemployment and Hysteresis: An Alternative View' என்ற ஆண்டொனெல்லா ஸ்டிராட்டியின் கட்டுரையில் (தொகுதி 13, இதழ் 4, பக். 427–51) காணப்படுகிறது.

9

நல்ல பொருளியலை நோக்கி

முடிவுரைக்குப் பதிலாக எழுதப்படும் இந்த சிறிய இயல், மேற்படியாகப் பொருளியலில் உங்களது ஆய்வுக்கான முன்னுரையாக அமையும் நோக்கத்தையும் கொண்டது. முதலாவதாக, ஒவ்வோர் இயலிலும் கையாளப்பட்ட முக்கியப் பிரச்சினைகளை அடிக்கோடிட்டுக் காட்டி, இப்புத்தகத்தில் கடைப்பிடித்த பேரியல் பொருளாதார அணுகுமுறை குறித்து வெளிவடிவத்தை வரைகிறேன். அடுத்ததாக, இந்தியப் பேரியல் பொருளாதாரச் சூழலைப் புரிந்துகொள்வதற்காக, கருத்தாக்கம் (அல்லது கோட்பாடு) எவ்வாறு எடுத்தாளப்பட்டது என்பது குறித்த சில உதாரணங்களோடு சேர்த்து, இப்புத்தகத்தில் வழிமொழிந்த கோட்பாடுகளை வரிசைப்படுத்துகிறேன். பொருளியலின் ஆய்வில் பன்மைவாதத்தின் (Pluralism) முக்கியத்துவத்தை வலியுறுத்தி நிறைவுசெய்கிறேன்.

9.1 பேரியல் பொருளாதாரத்திற்கு ஓர் அறிமுகம்

இந்தப் புத்தகம் உட்பட எந்தவொரு பாடநூலையும், பொருளியலில் உள்ள செவ்வியல் நூல்களையும் கட்டுரைகளையும் வாசிப்பதற்கும் கற்றாய்வதற்கும் மாற்றாக எடுத்துக்கொள்ளக் கூடாது என்பதை முகவுரையில் வலியுறுத்திக் குறிப்பிட்டிருந்தேன். ஆகவே, இந்த நூலானது, பேரியல் பொருளாதாரத்திற்கு ஓர் அறிமுகமாக மட்டுமே விளங்க முடியும்; என்றும் அப்படியாகவே இருக்கவும் வேண்டும். பொருளியலில் காணக்கிடைக்கும் இரு பெரும் கருத்துக்கூடங்களையும் திறனாய்வுப் பூர்வமாக அலசினோம்; ஆகையால், இங்குப் பின்பற்றப்பட்ட அணுகுமுறை வழக்கத்திற்கு மாறானதாக இருந்துள்ளது. வழக்கமாகப் பாடநூல்கள் தீர்வுகாணப்பட்ட ஓர் அறிவுப்பெட்டகத்தை எடுத்துரைப்பவையாக இருந்தாலும், ஒரு ‘தீர்வுகாணாத அணுகுமுறையை’ உள்ளதுஉள்ளபடி நான் கடைப்பிடித்துள்ளேன். மேலும், முகவுரையில் கூறியது போல், சமகாலத்துப் பொருளியல் பாடநூல்களில் வழக்கமாக

உள்ள சிக்கல்–தீர்வு அணுகுமுறையைக் காட்டிலும், சிக்கல்–முன்வைப்பு அணுகுமுறையே என் தேர்வாக இருந்துள்ளது.

பொருளியல் சிந்தனையின் வரலாறு குறித்த மிக விரைவான பயணத்தில் தங்களை அழைத்துச் சென்றது, முதல் இயல். ஸ்மித், ரிகார்டோ, ஜெவான்ஸ், மார்ஷல், ராபின்ஸ் ஆகியோர் தந்த முக்கியமான பொருளியல் வரையறைகளில் ஒருசிலவற்றைப் பார்த்து, பின்னர் 'செல்வத்தின் அறிவியல்' வரையறையினை ஏற்றுக்கொண்டோம். 'த சைன்ஸ் ஆஃப் வெல்த்: ஆடம் ஸ்மித் அண்ட் த ஃப்ரேமிங் ஆஃப் பொலிடிகல் எகானமி' (2009) புத்தகத்தின் இறுதியுரையில், ஸ்மித்தின் அரசியல் பொருளாதாரம் பற்றிய பின்வரும் கருத்தைத் தெரிவிக்கிறார், டோனி ஆஸ்ப்ரொமொர்கஸ்: "செவ்வியல் அரசியல் பொருளாதாரம் என்பது, ஸ்மித் முதன்முதலாக வடிவமைத்த ஏற்புடைய ஆய்வு அல்லது அறிவியல் முறை என்ற வகையில், கலப்பு முதலாளித்துவப் பொருளாதாரங்களின் பகுப்பாய்வில் பொருளாதார மேம்பாட்டின் இயக்கங்களை மையப்படுத்திய ஒரு வலுவான அணுகுமுறையாகப் பரந்துபட்ட அடிப்படையில் இன்றளவிலும் விளங்குகிறது" (ப. 270; சொல்லழுத்தம் சேர்க்கப்பட்டுள்ளது). துல்லியமாகச் சொன்னால் இந்தப் புத்தகத்தில் பின்பற்றியுள்ள அணுகுமுறையும் இதுவே.

சித்திரங்களின் தொகுப்பு

அதைத் தொடர்ந்து, அரசியலுக்கும் பொருளியல்நிகழ்முறைக்கும் இடையிலான உறவு சுட்டிக்காட்டப்பட்டது. போட்டிநிறை பொருளாதாரத்தின் ஒரு 'பேரியல்' தளப் பகுப்பாய்வு என்பதே இந்நூலில் கடைப்பிடிக்கப்பட்ட அணுகுமுறை என்று வெளிப்படையாகக் கூறியது இறுதிப் பகுதி. கோட்பாட்டில் முற்றிலுமான நுணுக்கத்தன்மை இருக்க

வேண்டியதன் முக்கியத்துவத்தை அடிக்கோடிட்டுக்காட்டி அந்த இயல் முடிவுற்றது.

பெட்டி தொடங்கி, பேரியல் பொருளாதாரத்தைக் கருத்தாக்கம் செய்யும் தனித்துவமான வழிகளின்—அதாவது, தேசிய வருமானக் கணக்குப்பதிவு, உள்ளீட்டு வெளியீட்டு அட்டவணை, நிதிப் போக்குவரத்து ஆகியவற்றின்—சுருக்கமான வரலாற்றுடன் தொடங்கியது, இரண்டாவது இயல். பொருளாதாரம் என்பது, சமூகத்திற்குள்ளாகப் பொதிந்துஅமைந்த தன்மையினையும், இவ்விரண்டும் சுற்றுச்சூழல் பெருவெளியில் பொதிந்தமைந்த தன்மையினையும் அதைத் தொடர்ந்து வலியுறுத்திக்காட்டினோம். அடிப்படையான ஒன்றாக இருந்தாலும், பொருளியலாளர்கள் கொள்கைப் பரிந்துரைகளைத் தரும் போது இந்தப் புரிதல் மிகவும் இன்றியமையாததாக விளங்குகிறது. பணவியல் உற்பத்திப் பொருளாதாரங்களின் (இது கேயின்ஸ் பயன்படுத்திய சொற்றொடர்) ஆய்விற்கு, பேரியல் பொருளாதாரத்தைப் பண்ட மற்றும் பணப் போக்குவரத்துகளின் வலைப்பின்னலாகப் பார்ப்பது அவசியம்; 'போக்குவரத்துகளின் வலைப்பின்னல்' என்கிற கருத்தாக்கத்துடன் தொடர்புபட்ட வகையில் மார்க்ஸின் மூலதனச் சுற்றோட்டத்தைப் பற்றிய சிறு உரையாடலையும் மேற்கொண்டோம். இரண்டு எச்சரிக்கைக் குறிப்புகளுடன் நிறைவுபெற்றது, அந்த இயல்: (அ) போட்டிநிறை பொருளாதாரத்தின் ஆய்விலிருந்து பிறக்கும் முடிவுகளை இந்தியப் பொருளாதாரத்தில் புகுத்திப் பயன்படுத்தும்போது மிகுந்த எச்சரிக்கை தேவை; (ஆ) முந்தைய வாதம் ஒருபுறமிருக்க, பொருளாதாரக் கொள்கைகளானவை, சம்பந்தப்பட்ட சமுதாயங்களின் விருப்பங்களை—பொருளாதார முன்னேற்றம் குறித்த அச்சமுதாயங்களின் பார்வைகளின் அடிப்படையில்—உணர்ந்து, அவற்றைச் சேர்த்துக்கொள்ளவும் வேண்டும்.

ஒரு பணவியல் உற்பத்திப் பொருளாதாரத்தைப் புரிந்துகொள்ள தேவைப்படும் முக்கியக் கருத்தாக்கங்களை இயல்கள் 3, 4 ஆகியவற்றில் அறிமுகம் செய்தோம். இந்திய நிதிக் கட்டுமானத்தைப் பற்றிய ஒரு மேற்பார்வையைத் தந்து இயல் 3 தொடங்கியது. இந்தியாவில் குடித்தனங்கள் தங்களுடைய சேமிப்புகளை எங்கே இருத்திவைக்கின்றன? இந்தியாவின் தனியார் நிறுமங்கள் கடன் பெறுவதற்கென அமைந்துள்ள தளங்கள் என்னென்ன? மொத்த நிதிச் சொத்துகளில் எவ்வளவு விகிதம் பங்குமுதல் வடிவத்தில் இருக்கிறது? முறைசாரா நிதி எந்த அளவுக்கு இருக்கிறது? படம் 3.1 மற்றும் அட்டவணை 3.1 ஆகியவற்றில் காட்சி விவரணைகளின் வாயிலாக இந்தக் கேள்விகளுக்கு விடை காணப்பட்டது. அதைத் தொடர்ந்து, பணத்தின் பண்புகள்—அது பரிமாற்றத்திற்கான உலகப்பொது ஊடகமாக இருப்பதும், மதிப்பின் சேகரமாக இருப்பதும்—முன்வைக்கப்பட்டு விளக்கப்பட்டன; இந்தியப் பொருளாதாரத்தில் நிலவும் பலதரப்பட்ட வட்டிவீதங்களைப் பற்றிய ஒரு சுருக்கமான உரையாடலும் அத்துடன் இடம்பெற்றது. அதைத் தொடர்ந்து, புறந்தோன்று பணக் கோட்பாடு, அகந்தோன்று பணக் கோட்பாடு—எனப் பணத்தின் இருவேறு கோட்பாடுகளைப் பற்றிய குறிப்பு இடம்பெற்றது (பின்னைய கோட்பாடு இன்றளவிலும் பாடநூல்களில் இடம்பெறுவதில்லை). அகந்தோன்று பணக் கோட்பாட்டின் அணுகுமுறையைப் பின்பற்றி, கடனளிப்பதன்

வாயிலாகவே பணம் உருவாக்கப்படுகிறது—வைப்புத்தொகைகளின் வாயிலாக உருவாவதில்லை—என்று வாதிடப்பட்டது. வங்கிகளை மறைமுக இடையூடகங்களாகப் பார்க்க முடியாது, அவற்றை நேரடியான ஆதாயப் பெருக்கிகளாகவே பார்க்க வேண்டும் என்பதும் வாதிடப்பட்டது. ரிசர்வ் வங்கிக்கும், தனியார் நிறுமங்களுக்கும், குடித்தனங்களுக்கும் இடையிலான பொருளாதாரப் பிணைப்புகளைப் பற்றிய ஒரு காட்சிப்படத்தின் வாயிலாக, பொருளாதாரத்தில் ரிசர்வ் வங்கியின் கொள்கைவீதமானது, ஏனைய வட்டிவீதங்களுக்கு எவ்வாறு ஊடுகடத்தப்படுகிறது என்பது காட்டப்பட்டது. இந்தியாவுக்கும் புறவுலகிற்கும் இடையிலான பணப் போக்குவரத்துகளின் அளவும் செறிவும் குறித்து அந்த இயலின் கடைசிப் பகுதியில் பார்வையிட்டோம். இது, உள்நோக்கியும் வெளிநோக்கியும் பாயும் பணப்போக்குவரத்துகள் அனைத்தையும் (அந்நிய நேரடி முதலீடு, அந்நிய நிறுவன முதலீடு ஆகிய இரண்டும் அடக்கம்) உள்ளடக்கிய—அந்நியச் செலாவணிச் சந்தை, நாணயமாற்று வீதம் மற்றும் மூலதனக் கணக்கு ஆகியவற்றைப் பற்றிய உரையாடலுக்கு இட்டுச் சென்றது. வட்டிவீதத்தை நிர்வகிப்பதற்கும், நாணயமாற்று வீதத்திற்கும் இடையிலான முக்கிய இணைப்புகள் பற்றிச் சுருக்கமாகத் தொட்டுச்சென்றோம் (இது குறித்து, உயர் பணவீக்கத்திற்கான தீர்வுக் கட்டமைப்பொன்றை அளித்த பகுதி 8.3இல் மேற்கொண்டு கையாளப்பட்டது).

இயல் 3–ஐ விட இயல் 4 அதிகப்படியான கருத்தாக்கத் தன்மை கொண்டதாக இருந்தது; இந்தியாவில் சாதிஉழைப்பு இருப்பது பற்றிய மிகவும் சுருக்கமான உரையாடல் மட்டுமே அதில் இடம்பெற்றது. விளிம்புநிலைவாதம், கேனீசிய வாதம்—என ஒன்றோடொன்று முரண்படும் இருவேறு வெளியீட்டு மற்றும் வேலைவாய்ப்புக் கோட்பாடுகளை உங்களிடம் முன்வைத்து அந்த இயல் தொடங்கியது. தொகைவெளியீட்டையும் வேலைவாய்ப்பையும் தீர்மானிக்கும் காரணிகளைப் புரிந்துகொள்ள கேனீசியக் கோட்பாட்டைப் பின்பற்றியது இந்தப் பாடநூல்; கேனீசியக் கோட்பாட்டைப் பொறுத்தவரை, இவ்விரு காரணிகளுமே தொகைவேண்டலின் தன்னிச்சையான மற்றும் தூண்டப்பட்ட கூறுகளே அவற்றைத் தீர்மானிக்கும் காரணிகள். மேலும், இந்தக் கோட்பாட்டைப் பொறுத்தவரை, உழைப்பின் வேலைநிறைவை எட்டும் இயல்புகள் எதுவும் இருப்பதில்லை. இதைத் தொடர்ந்து, மூலதனக் கணக்கில் வெளிப்படக்கூடியதாகிய—இந்தியாவிற்கும் புறவுலகிற்கும் இடையிலான பண்டப்போக்குவரத்துகளையும் வருமானப்போக்குவரத்துகளையும் பற்றிய உரையாடல் இடம்பெற்றது. நடப்புக் கணக்கினையும் மூலதனக் கணக்கினையும் ஒன்றாகவைத்துப் பேசியதன் வாயிலாக, பன்னாட்டுப் பண்டப்போக்குவரத்துகளையும் பணப்போக்குவரத்துகளையும் பற்றிச் சுருக்கமாக உரையாடினோம். தொகைவெளியீட்டின் மட்டத்தில் அந்நிய நேரடி முதலீடு வகிக்கும் பங்கு, அயல்நாட்டு நிதிகளுக்கும் (பணப்போக்குவரத்து) உள்நாட்டு முதலீட்டிற்கும் (பண்டப் போக்குவரத்து) இடையிலான இணைப்பு, தொகைவெளியீட்டு மட்டங்களின் மீது நாணயமாற்று வீதம் விளைவிக்கும் தாக்கம்—என, திறந்தநிலைப் பொருளாதாரப் பேரியல் இயக்கங்கள் குறித்து மேற்கொண்டு உரையாடி அந்த இயல் நிறைவுற்றது.

மீண்டும் சொன்னால், இயல் 4இல் கோட்பாடுகளின் வகைப்பிரிப்பு என்பது, அவற்றின் கருத்தாக்கப் பண்புகளின் அடிப்படையிலாக இருந்தது; அவை தோன்றிய காலவரிசையின் அடிப்படையில் அல்ல. மைய நீரோட்டப் பேரியல் பொருளாதாரப் பாடநூல்கள் விளிம்புநிலைவாத வெளியீட்டு மற்றும் வேலைவாய்ப்புக் கோட்பாட்டைச் 'செவ்வியல் பொருளாதாரம்' என்று பட்டம் கட்டி, அதன் பின்னர் கேனீசியக் கோட்பாட்டை (விளிம்புநிலைவாதக் கண்ணோட்டத்தில் என்றாலும்) முன்வைத்து விளக்குகின்றன; ஆகவே, மேற்கண்ட வாதத்தை நான் வலியுறுத்திச் சொல்ல விரும்புகிறேன். கெடுவாய்ப்பாக, 'த ஜெனரல் தியரி' (1936) நூலில் கேயின்ஸ் அவர்கள் செவ்வியல் பொருளாதாரத்தைக் குறிப்பிடப் பயன்படுத்திய காலவரிசையின் காரணமாகவே, இந்தத் தவறான பட்டம் அளிக்கப்படுகிறது; தனக்கு முந்தைய பொருளியலாளர்கள் அனைவரையும் செவ்வியல் பொருளியலாளர்கள் என்று பட்டம் கட்டினார் கேயின்ஸ். உண்மையில், நீங்கள் 'த ஜெனரல் தியரி' நூலை வாசித்துப் பார்த்தால், மார்ஷலும் பிகூவுமே (நமது வரையறையைப் பொறுத்த வரை, இவர்கள் விளிம்புநிலைவாதப் பொருளியலாளர்கள்) கேயின்ஸின் முக்கிய எதிராளர்கள் என்பது தெளிவாகும்.

உள்ளபடியாகத் தொடரும் உற்பத்தித்திறன் என்ற எடுகோளின் கீழ், பணம், வெளியீடு மற்றும் வேலைவாய்ப்பு ஆகியவற்றின் தொகை மட்டங்களைப் பற்றி இயல்கள் 3, 4 ஆகியவை விவாதித்தன; இந்நிலையில், பொருளாதார வளர்ச்சியை ஆராயும் பொருட்டு மேற்கண்ட எடுகோளைத் தளர்த்தியது இயல் 5. இங்கும், வளர்ச்சிக்கான இரண்டு பரந்துபட்ட அணுகுமுறைகளுடன்–அதாவது, வழங்கல் மற்றும் வேண்டல் சார்ந்த அணுகுமுறைகளுடன்–தொடக்கமுற்றது, இந்த இயல். முன்னையது விளிம்புநிலைவாத அடித்தளத்தைக் கொண்டிருக்கும் வேளையில், பின்னையதோ கேனீசிய இயல்பினதாகும். வழங்கல்–சார் வளர்ச்சி மாதிரிகளில், காரணி உள்ளீடுகளுக்கு இணையாகக் குறைந்துவரும் விளிம்புநிலை வரவு (Decreasing Returns to Factor Inputs) என்ற கருத்தாக்கத்தின் இயக்கம் காரணமாக, காரணிப் பேறுகளின் (Factor Endowments) வளர்ச்சி காரணமாகவே–அதாவது, மனித மற்றும் திட்ப மூலதனம் ஆகியவற்றின் வளர்ச்சியின் காரணமாகவே–வளர்ச்சி ஏற்படுகிறது; ஆனால், திட்ப மூலதனத்தின் கொழிப்பினால் மட்டுமே பொருளாதார வளர்ச்சியை வழிநடத்திச்செல்ல முடியாது. தொழிநுட்ப முன்னேற்றங்களின் வாயிலாகவோ, அல்லது 'மனித மூலதன'த்தில் ஏற்படும் முன்னேற்றங்களின் வாயிலாகவோ உயர்ந்துவரும் வரவின் துணையும் அதற்குத் தேவைப்படும். மேலும், இவ்வகை மாதிரிகளைப் பொறுத்தவரை, தொகைவழங்கல் எப்போதுமே அதற்குரிய தொகைவேண்டலை உருவாக்கிவிடும்; இது, சேவின் விதியின் ஒரு நவீன வடிவம். மற்றொரு பக்கம், பொருளாதார வளர்ச்சியின் தோற்றுவாய் என்பது, தொகைவேண்டலின் தன்னிச்சைக் கூறுகளின் வளர்ச்சியில் (குறிப்பாக, அரசாங்கச் செலவினம், தன்னிச்சை முதலீடு, தன்னிச்சை நுகர்வு, ஏற்றுமதிகள் ஆகியவற்றின் வளர்ச்சியில்) இருப்பதாகக் கூறுகின்றன, வேண்டல்–சார் வளர்ச்சிக் கோட்பாடுகள். மீண்டும் சொன்னால், இடையியல் இயல்பிலான வழங்கல்சார் தடைகள்– உதாரணமாக வேளாண்மையிலுள்ள மோசமான சேமிப்புக்கிடங்கு

வசதிகள், அல்லது உற்பத்தித் தொழிலில் விலை உயர்ந்த செயலாக்கப் பணிகள் (Logistics) போன்றவை—வளர்ச்சியைப் பாதிக்காது என்று இதிலிருந்து சொல்வதற்கில்லை; கண்டிப்பாக அவற்றின் பாதிப்பும் உண்டு. போட்டிபோடும் வளர்ச்சிக் கோட்பாடுகள் இரண்டினையும் எடுத்துரைத்த பிறகு, வேண்டல்—சார் வளர்ச்சிக் கோட்பாட்டு நிலைப்பாட்டில் நின்று இடையியல் கண்ணாடியின் வழியாக இந்தியாவில் பொருளாதார வளர்ச்சி பற்றிய குறிப்பு ஒன்றை முன்வைத்தது, அந்த இயல். பொருளாதார வளர்ச்சியின் பலன்கள், தொடக்க நிலவரங்களைச் சார்ந்தவை; அதிலும் குறிப்பாக நிலவுடைமை சார்ந்த வரலாற்று ஏற்றத்தாழ்வுகளைக் குறிப்பிட்டிருந்தோம். அதைத் தொடர்ந்து, வேளாண்மை, கட்டுமானத் தொழில், நிதி, நில—மனை நிலைச்சொத்து வணிகம் (Real Estate), பொது மேலாண்மை ஆகியவற்றைக் குறித்த இடையியல் புரிதலை எட்டுவதற்காக, ஒட்டுமொத்த உள்நாட்டு உற்பத்தியின் வளர்ச்சிபகுத்துப் பார்க்கப் பட்டது (அட்டவணை 5.3). இந்தியாவில் மொத்த உள்நாட்டு உற்பத்தியின் வளர்ச்சி என்பது, அதன் வளர்ச்சிவிகிதத்திற்கேற்ப தொழிலாளர் வேலைவாய்ப்பில் வளர்ச்சியை உருவாக்கவில்லை என்று பின்னர் காட்டப்பட்டது. வரவுவீதம் என்பது பொருளாதார வளர்ச்சி வீதத்தை மிஞ்சி இருப்பதன் பின்விளைவுகள், சுற்றுச்சூழல் வளங்குன்றாப் பொருளாதார வளர்ச்சி ஆகியவற்றைப் பற்றிய உரையாடல்களைத் தொடர்ந்து, திறந்தநிலைப் பொருளாதாரங்களில் அதே போன்ற இடையியல் கேள்விகளை ஆராய்ந்தது, அதற்கு அடுத்த பகுதி. திறந்தநிலைப் பொருளாதாரங்களில் பொருளாதார வளர்ச்சியை அடைவது என்பது, புவி அரசியலையும், உலகப் பொருளாதாரம் மொத்தத்திற்குமான கூட்டு முடிவெடுக்கும் இயல்பையும் பொறுத்தே அமையும் என்பதும் காணப்பட்டது.

சில நேரங்களில், என் வகுப்பில் சூழலியல் விழிப்புணர்வுள்ள ஓரிரு மாணவர்கள், வேண்டல்—சார் வளர்ச்சிக் கோட்பாடுகள் நுகர்வாதத் திற்குச் (Consumerism) சாதகமாக இருப்பவையா என்று என்னைக் கேட்டிருக்கிறார்கள். அப்படிக் கிடையாது என்பதற்கு இரண்டு வலுவான காரணங்களை அளிக்கிறேன். முதலாவதாக, வழங்கல் சார்ந்தவை என்றும் வேண்டல் சார்ந்தவை என்றும் பகுப்பது, தொகைவழங்கலுக்கும் தொகைவேண்டலுக்கும் இடையிலான காரணவியல் தூண்டுதலின் திசையை அடிப்படையாகக் கொண்டதாகும். இரண்டாவதாக, இயல்கள் 7, 8 ஆகியவற்றில் குறிப்பிட்டுக் கூறியதுபோல, தொகைவேண்டலின் அமைவுக்கூறு—குறிப்பாக அரசாங்கச் செலவினம்—என்பது, சுற்றுச்சூழல் குறித்த நமது கூட்டுப் பார்வையினைப் பிரதிபலிக்க வல்லது. உண்மையில், வழங்கல்—சார் வளர்ச்சிக் கோட்பாடுகளைக் காட்டிலும், வேண்டல்—சார் வளர்ச்சிக் கோட்பாடுகளில் கூட்டுஅரசியலுக்கு அதிகமான செயலதிகாரம் அளிக்கப்படுகிறது என்று நான் கூறினால் அது மிகையாகாது. செவ்வியல் பொருளாதாரத்திலும் (விளிம்புநிலைவாதப் பொருளியலில் இல்லாதவாறு) ஒரு வலுவான கூட்டு அரசியல் முகமையின் தேவை உள்ளார்ந்ததாக அமைந்துள்ளது என்பதில் வியப்பில்லை.

பேரியல் பொருளாதாரக் கோட்பாடுகளில் (போதிய சூழ்நிலை விளக்கத்துடன் கூடியவாறு) அதிகக் கவனம் செலுத்திய தொடக்க

இயல்களுக்கும், வேலையின்மை மற்றும் உயர் பணவீக்கம் ஆகியவற்றின் இயல்பு பற்றி (போதிய சூழ்நிலை விளக்கத்துடன்) கையாண்டு, அவற்றுக்கான கொள்கைத் தீர்வுகள் குறித்த முன்னோட்டத்தைத் தந்த பிந்தைய இரண்டு இயல்களுக்கும் இடையில் ஒரு திருப்புமுனையாகச் செயலாற்றியது ஆறாவது இயல். பொருளியலில் கோட்பாடுவரைதலின் முக்கியத்துவத்தையும், அத்துடன் கருத்தாக்கக் கட்டமைப்பை–அதாவது, எடுகோள்கள், நிபந்தனைகள், சமநிலை விளைவுகள் ஆகியவற்றை–கண்கூடாகக் காட்டுவதில் கணிதவியல் ஆற்றும் நேர்மறையான பங்கினையும் வலியுறுத்தித் தொடக்கமுற்றது, அந்த இயல். நமது சிந்தனையினை ஒழுங்குபடுத்தி, எடுத்த பிரச்சினையின் மீது கவனத்தைக் குவிக்க வழிவகுக்கிறது கோட்பாட்டு வரைவு. கேனீசிய வெளியீட்டு மற்றும் வேலைவாய்ப்புக் கோட்பாட்டின் எளிய மாதிரிவடிப்பின் வாயிலாக, கணிதத்தின் துணைப் பாத்திரம் சுருக்கமாக வரையப்பட்டது. அங்கே குறிப்பிட்டதுபோல, உள்ளார்ந்த சீர்நிலை என்பது நல்ல மாதிரிகளின் முக்கிய நற்பண்பாகும். அதைத் தொடர்ந்து, விளிம்புநிலைவாதப் பொருளியலின் பின்வரும் கருக் கோட்பாடுகள்/கொள்கைகள் திறனாய்ந்து மதிப்பிடப்பட்டன: அவை, (அ) நெறியியல் தனிநிலை, (ஆ) புறந்தோன்று பணக் கோட்பாடு, (இ) போதிய கூருணர்வு கொண்ட வட்டிவீதத்தில் ஏற்படும் மாறுதல்களின் வாயிலாகச் சேமிப்பானது முதலீட்டைத் தீர்மானிக்கும் என்ற கருத்து; மற்றும் (ஈ) வருமானப் பகிர்மானத்தின் விளிம்புநிலை உற்பத்தித் திறன் கோட்பாடு. நல்ல கோட்பாடுகள் சூழலை உணர்ந்தவை என்பதால், இந்தியப் பொருளாதாரத்தில் வரையறுத்துக்கூறத்தக்க இரண்டு பண்புகள்–வேளாண்மை மற்றும் முறைசாராத் துறை–குறித்த சிரத்தையான உரையாடலை மேற்கொண்டது, அதற்கு அடுத்த பகுதி. கோட்பாட்டிற்கும் கொள்கைக்கும் இடையிலான இருளடர்ந்த இணைப்புவெளியில் இட்டு நிரப்ப வேண்டிய முக்கியக் கூறுகளில் சூழலும் ஒன்று என்பது கூறப்பட்டது. நல்ல கோட்பாட்டிற்கும், சம்பந்தப்பட்ட தரவுகளுக்கான தேவைக்கும் இடையில் இருக்கக்கூடிய சில கண்ணில்படாத இணைப்புகளைக் கண்கூடாகக் காட்டி, அந்த இயல் முடிவுற்றது.

வேலையின்மைக்கும் உயர் பணவீக்கத்திற்கும் சூழல்–அளவீடு–கோட்பாடு–கொள்கை என்ற அணுகுமுறையினை இயல்கள் 7 மற்றும் 8 பின்பற்றின. எளிய தரவுகளைப் பயன்படுத்தி, இந்தியர்கள் பெரும்பாலானோரின் வேலைவாய்ப்பில் நிலவும் உறுதியற்ற தன்மையினை, எந்தவொரு வேலைவாய்ப்புக் கொள்கையும் உணர வேண்டும் என்று வாதிடப்பட்டது. வேலைவாய்ப்பில் நிலவும் உறுதியற்ற தன்மை என்பது இந்தியத் தொழிற்படையில் அதிகரித்துள்ள ஒப்பந்தமுறையாதல், அத்துக்கூலிமயமாதல் ஆகியவற்றில் பிரதிபலிக்கிறது. இந்தியாவில் வேலைகள் அதிக ஊதியம் அளிப்பவை கிடையாது என்பதும் காட்டப்பட்டது; இந்தியத் தொழிலாளர்களில் ஏறத்தாழ 98 விழுக்காட்டினர் மாதம் 50,000 ரூபாய்க்கும் குறைவாக ஈட்டுகிறார்கள் (அட்டவணை 7.1). 2000, 2016 ஆகிய ஆண்டுகளுக்கு இடைப்பட்ட காலத்தில் தொழிலாளர்களின் கூலிகள் தேக்கமடைந்திருந்த நிலையில், மேலாளர்களின் ஊதியமோ செங்குத்தான ஏறுமுகத்தைக் கண்டது (படம் 7.1). பட்டியல்சாதியினரும் பட்டியல் பழங்குடி இனத்தவரும் அடிமட்டக் கூலி தரும் தொழில்களில் அதிகப்

பிரதிநிதித்துவம் பெற்றிருக்கும் நிலையும், நல்ல ஊதியம் தரும் தொழில்களில் மேல்மட்ட சாதியினர் அதிகப் பிரதிநிதித்துவம் பெற்றிருக்கும் நிலையும் இந்திய வேலைவாய்ப்பின் இயல்பாக விளங்குகிறது (படம் 7.2). வேலை/பணிகளின் தரத்தைப் பொறுத்தவரை, பெண் தொழிலாளர்களின் நிலையும் அதேபோல் மோசமாக இருப்பதும் காணப்பட்டது. அரசாங்கத்தின் கடன் வாங்கல் குறித்த மிகச்சுருக்கமான உரையாடலுக்குப் பின்னர், மகாலனோபிஸ், ராவ் ஆகியோரின் தேர்ந்தெடுத்த பங்களிப்புகளின் வாயிலாகக் கருத்தாக்கத்தையும் (கோட்பாடு என்ற சொல்லுடன் ஒரே பொருளில் பயன்படுத்தப்பட்டது) சூழலையும் ஒன்றாகக் கொண்டுவந்தது, அந்த இயல். வேலைநிறைவு என்ற இலக்கை முற்றிலுமாகத் தனியார் துறையிடம் ஒப்படைக்க முடியாது, அவ்வாறு ஒப்படைக்கவும் கூடாது; ஏனெனில், தனியார் துறையின் முதன்மை நோக்கம் என்பது ஆதாயத்தைப் பெருக்குவதே–வேலைவாய்ப்பைப் பெருக்குவது கிடையாது. இதுவே பொதுப்பட்ட கொள்கை முடிவுரையாக இருந்தது. வேளாண்மை, சுற்றுச்சூழல், கல்வி, வேலைவாய்ப்பு (கூலியும் இதில் அடக்கம்), உற்பத்தி ஆகிய புலங்களில் நமது சமூக–பொருளாதார முன்னுரிமைகளுடன் நன்றாக ஒருங்கிணைந்த ஒரு சுழற்சித்தவிர்ப்பு அரசிறைக் கொள்கை பரிந்துரைக்கப்பட்டது.

பணவீக்கத்தின் பொருளையும், ஒரு தனிவிதமான சராசரி–அதாவது, விலைகளுக்கான குறியீட்டுஎண்கள்–என்ற கருத்தாக்கத்தின் வாயிலாக அதன் அளவீட்டையும் இயல் 8 உங்களுக்கு அறிமுகப்படுத்தியது. பொது (அல்லது தொகை) விலைவாசியினை நேரடியாகப் பார்க்கமுடியாது என்பதால், நிறைகள், அடிப்படை ஆண்டு ஆகியவற்றின் தேர்வின் மீது கவனம் செலுத்தி, மொத்தவிற்பனை விலைவாசிக் குறியீட்டினைக் (மொவிவிகு) கட்டமைக்கும் நிகழ்முறை வரைந்து காட்டப்பட்டது. இந்தியாவின் பணவீக்கத்தில் பிரதானப் பங்காற்றுவது முதன்மைப் பொருட்கள்தாம் (வேளாண்பண்டங்கள்) என்பதை அட்டவணை 8.1–ஐப் பயன்படுத்திக் காட்டினோம். பணவீக்கக் கொள்கை என்பது, துறைகளுக்கு இடையிலான பண்டப்போக்குவரத்துகளையும் பணவிலைகளையும் ஆராயவும் அறியவும் இடையியல் அணுகுமுறையினைக் கடைப்பிடிக்க வேண்டும் என்று பின்னர் அழுத்தமாகப் பரிந்துரைக்கப்பட்டது. விலைத் தீர்மானிப்பின் ஒன்றோடொன்று முரண்படும் இருவேறு கோட்பாடுகளே–அதாவது, மதிப்பு, பகிர்மானம் ஆகியவற்றின் செவ்வியல் மற்றும் விளிம்புநிலைவாதக் கோட்பாடுகள்–அதற்கு அடுத்த சில பத்திகளின் பேசுபொருளாக இருந்தது. அதைத் தொடர்ந்து, பணவீக்கத்தின் இரண்டு கோட்பாடுகள் முன்வைக்கப்பட்டன. ஒன்று, ஒதுக்கீட்டுக் கோட்பாட்டை அடிப்படையாகக் கொண்டது–விளிம்புநிலைவாதக் கூடத்தோடு இணங்கியது; மற்றொன்று, செவ்வியல் பொருளாதாரத்தின் முக்கியக் கூறாக விளங்கும் உற்பத்திக் கோட்பாட்டின் மீது எழுப்பப்பட்ட கேனீசியப் புரிதலை அடிப்படையாகக் கொண்டிருந்தது. பின்னைய அணுகுமுறையினைப் பின்பற்றி, 'அடிப்படைப் பொருட்களை' உற்பத்தி செய்யும் இரண்டு துறைகளின்மீது–அதாவது, வேளாண்மை மற்றும் எரிபொருள் ஆகியவற்றின்மீது–கவனம் செலுத்தியது, அந்த இயல். இந்தத் துறைகளைத் தேர்ந்தெடுத்த செயலும், முன்பு குறிப்பிட்ட இடையியல்

அணுகுமுறையையே பின்பற்றிவருவதாகும். பணவீக்கத்தை எதிர்த்துப் போரிடும் கொள்கைகள், வேளாண் உட்கட்டமைப்புகளையும் பசுமை ஆற்றல் உட்கட்டமைப்புகளையும் மேம்படுத்த முனையும் அரசாங்கக் கொள்கைகளோடு (எண்ணெய் இறக்குமதிகளைச் சார்ந்திருக்கும் நிலையினைக் குறைப்பதற்கு) சேர்த்து, ரிசர்வ் வங்கியின் நாணயமாற்று வீதங்களையும் வட்டிவீதங்களையும் கூட நுணுகி நிர்வகிப்பது அவசியம் என்றும் வாதிடப்பட்டது.

இந்தப் பாடநூலில் ஏற்றுக்கொண்டுள்ள அணுகுமுறையானது, நமது பொருளாதாரச் சுற்றங்களைப் புரிந்துகொள்வதற்கு இருவேறு—பெரும்பாலும் ஒன்றோடொன்று முரண்பட்ட—வழிகளை அறிமுகப்படுத்தி, ஒன்றைப் பின்பற்றுவதாகும். இதைப் பற்றிப் பகுதி 9.3இல் கூறப்படும். இந்நூலின் முதன்மைப் பேசுபொருளானது பேரியல் அணுகுமுறையைச் சேர்ந்த பேரியல் பொருளாதாரம் என்றாலும், நிகழ்முறையினை இன்னமும் நன்றாகப் புரிந்துகொள்ளும் பொருட்டு (அது வேலையின்மையோ அல்லது பணவீக்கமோ) ஓர் இடையியல் அணுகுமுறை தேவைப்படுகிறது; இது, இப்புத்தகத்தின் தனித்துவமான கூறுகளில் ஒன்று. இப்புத்தகத்தின் உணர்வுடன் இணங்கியவாறு, இங்குக் கூறப்படும் கொள்கைப்பரிந்துரைகள் பொதுப்பட்ட தன்மையைக் கொண்டவையே. சொல்லப்போனால், பேரியல் பொருளாதாரச் சிக்கல்களைப் பற்றி முழுமையான விதத்தில் சிந்திக்க வைக்கும் ஒரு கட்டமைப்பையே இயன்ற வரை அளிக்கிறது, இந்தப் புத்தகம்; குறிப்பாக, இடையியல் அணுகுமுறையைக் கடைப்பிடிக்கும்போதும், சாதியோடும் பாலினத்தோடும் உள்ள இணைப்புகளைக் குறிப்பிடும்போதும் இது புலப்படுகிறது.

9.2 கருத்தாக்கத்தையும் சூழலையும் பற்றி

இப்பக்கங்களில் இடம்பெற்ற முக்கியக் கருத்தாக்கங்களையும் சூழல்களையும் தொகுத்துக் கூறியதன் வாயிலாக, மொத்தப் புத்தகத்தையும் புரட்டிப்பார்த்தது, கடந்த பகுதி. இப்புத்தகத்தில் இடம்பெற்ற அணுகுமுறையின்—அல்லது அணுகுமுறைகளின்—மேற்பார்வை ஒன்றையும் தந்தது, அப்பகுதி. இப்புத்தகத்தில் சொல்லப்பட்ட முக்கியக் கருத்தாக்கங்களை வரிசைப்படுத்தி, ஒரு பேரியல் கண்ணோட்டத்திலிருந்து இந்தியப் பொருளாதாரத்தின் சூழல் சார்ந்த கூறுகளை மீண்டும் கூறுகிறது, இந்தப் பகுதி. பயிற்றுவிப்பு நோக்கிலும், சொல்லாட்சி நோக்கிலும், ‘கருத்தாக்கம்’ என்பதைக் ‘கோட்பாட்டிற்குப்’ பதிலாகப் பயன்படுத்தியுள்ளேன் என்பதைச் சுட்டிக்காட்டுகிறேன்; இதை மீண்டும் சுட்டிக்காட்டுவது சோர்வைத் தரக்கூடும் என்றாலும் பரவாயில்லை.

ஸ்மித், ரிகார்டோ, மற்றும் ஏனைய செவ்வியல் பொருளியலாளர்களின் மரபில், செல்வத்தின் அறிவியலாக, பொருளியலானது இந்தப் பக்கங்களில் வரையறுக்கப்பட்டுள்ளது. கேயின்ஸைப் பின்பற்றி, போட்டிநிறை பரிமாற்றப் பொருளாதாரம் (Competitive Exchange Economy) என்ற விளிம்புநிலைவாதக் கருத்தாக்கத்திற்கு (இதில், பணம் எனப்படுவது பண்டப் பரிமாற்றங்களைப் போர்த்திய ஒரு திரை மட்டுமே) மாறாக, போட்டிநிறை பணவியல் உற்பத்திப் பொருளாதாரம் (Competitive

Monetary Production Economy) என்பதே நம் ஆய்வுக்குட்பட்ட பொருளாக எடுத்துக்கொள்ளப்பட்டுள்ளது. போட்டிநிறை பேரியல் பொருளாதாரம் என்பதே பெரும்பாலும் நாம் பகுத்தாயும் பொருளாக இருந்திருக்கிறது; அப்படியான ஒரு பொருளாதார அமைப்புமுறையே அனைவருக்கும் நல்லது என்று, பெருவாரியான பொருளியலாளர்களிடையிலும் கொள்கை வகுப்பவர்களிடையிலும் மலிந்திருக்கும் நம்பிக்கையே இதற்குக் காரணம். இருப்பினும், விளிம்புநிலைவாத நிலைப்பாட்டிலிருந்து எழும் இத்தகைய நம்பிக்கையானது பிழையான ஒன்று என்பதும் காட்டப்பட்டது.

அளவீட்டிலும், சூழலைப் புரிந்துகொள்வதிலும், கொள்கை வகுப்பதிலும், கருத்தாக்கத்தின் தேர்வு முக்கியமாக உள்ளது. இன்னும் பொதுப்படையாகச் சொன்னால், கோட்பாடு முக்கியமானது. முந்தைய இயல்களில் பார்த்த கோட்பாடுகளைத் தற்போது பட்டியலிடுகிறேன். இயல் 3 புறந்தோன்று மற்றும் அகந்தோன்று பணக் கோட்பாடுகளை உங்களுக்கு அறிமுகப்படுத்தியது; வெளியீடு மற்றும் வேலைவாய்ப்பு ஆகியவற்றின் விளிம்புநிலைவாத மற்றும் கேனீசிய கோட்பாடுகளை இயல் 4 அறிமுகப்படுத்தியது; பொருளாதார வளர்ச்சியின் வழங்கல் சார்ந்த மற்றும் வேண்டல் சார்ந்த கோட்பாடுகளை இயல் 5 அறிமுகப்படுத்தியது; வருமானப் பகிர்மானத்தின் விளிம்புநிலைவாத மற்றும் செவ்வியல் கோட்பாடுகளை (சுருக்கமாக) இயல் 6 அறிமுகப்படுத்தியது; விலைத் தீர்மானிப்பின் விளிம்புநிலைவாத மற்றும் செவ்வியல் கோட்பாடுகளையும், பணவீக்கத்தைப் புரிந்துகொள்வதற்குப் பயன்படுத்தப்படும் பணத்தின் அளவுக்கோட்பாட்டினையும், இடையியல் (அல்லது அமைப்பியல்) அணுகுமுறையைக் கடைப்பிடித்து–செவ்வியல்/ஸ்ராஃபிய விலைக் கோட்பாட்டால் தூண்டப்பட்ட–பணக் கோட்பாட்டினையும் இயல் 8 அறிமுகப்படுத்தியது.

மேற்சொன்ன கோட்பாடுகளின் சுருக்கமான வரலாறு அந்தந்த இயல்களில் இடம்பெற்றுள்ளன; அவற்றை, பொருளியலின் சுருக்கமான வரலாற்றைத் தந்த பகுதி 1.2 உடன் சேர்த்து வாசிக்கலாம். இந்த நூலில் கடைப்பிடித்த கருத்தாக்க நிலைப்பாடு கண்கூடானது; ஸ்மித், ரிகார்டோ, மார்க்ஸ், கேயின்ஸ், ஸ்ராஃபா ஆகியோரின் பொருளியல் மரபில் அமைகிறது. ‘பேரியல் பொருளாதாரத்திற்கு ஓர் அணுகுமுறை’ – என்ற இந்த இயலின் கடந்த பகுதித் தலைப்பில் ‘ஓர்’ என்பதற்குச் சொல்லழுத்தம் தர இது மற்றுமொரு காரணமாகும்.

முதலாவது இயலில் நெறியியல் குறித்த பகுதியில் குறிப்பிட்டது போல (பகுதி 1.4), இந்தியப் பொருளாதாரத்தில் எத்தனையோ முக்கிய இயல்புகள் இருக்கின்றன. இதில் எந்த இயல்புகளைத் தேர்ந்தெடுக்கிறோம் என்பதோ, கருத்தாக்கக் கட்டமைப்பு (அல்லது கோட்பாடு) எதனை முக்கியம் என்று கருதுகிறது என்பதைச் சார்ந்திருக்கும். இந்நூலின் நிலைப்பாடு, செவ்வியல் பொருளியலாளர்கள் புரிந்துகொண்டவாறு உற்பத்திக் கோட்பாட்டை அடிப்படையாகக் கொண்டது; எனவேதான், இந்தியாவின் உற்பத்தியில், அமைப்பியல் சார்பிணைப்பின் படிநிலை குறித்து அவ்வளவு சீக்கிரமாக இரண்டாவது இயலிலேயே அறிமுகப்படுத்தினோம். சூழலைப் புரிந்துகொள்ளாமல் உண்மையில் பணத்தைப் புரிந்துகொள்ள

முடியாது என்பதால், இந்தியாவின் நிதிக் கட்டமைப்பு குறித்த உரையாடலுடன் தொடங்கியது, மூன்றாவது இயல். பொருளாதார வளர்ச்சி பற்றிய ஐந்தாவது இயலில், இந்தியப் பொருளாதார வளர்ச்சியின் இயல்பினைப் பற்றி–அதிலும் குறிப்பாக, நிலவுடைமையில் நிலவும் ஏற்றத்தாழ்வு குறித்தும் நமது இயற்கைச் சுற்றுச்சூழல் குறித்தும் உரையாடினோம். இந்தியப் பொருளாதாரத்தின் இரண்டு முக்கிய பண்புகள்–வேளாண்மை மற்றும் முறைசாராத் துறை–பற்றிய நிறைவான உரையாடலை ஆறாவது இயல் கொண்டிருந்தது (பகுதி 6.4). ஏழாவது மற்றும் எட்டாவது இயல்களின் இரண்டாவது பகுதி, சூழலை நுணுகி அலசியது; இந்தியாவில் வேலைவாய்ப்பு, பணவீக்கம் ஆகியவற்றின் தன்மையினை அவை வரைந்துகாட்டின.

பகுதிகள் 7.2, 8.2 ஆகியவற்றின் அடிப்படையில், இந்தியப் பேரியல் பொருளாதாரச் சூழலின் வரைவடிவம் பின்வருமாறு: இந்தியத் தொழிற்படை அத்துக்கூலிமயமாதல் மற்றும் ஒப்பந்தமயமாதல் வகிக்கும் அளவு; சுயதொழில் புரிவோருக்கும், ஊதியமுறைத் தொழிலாளர்களுக்கும், ஒப்பந்தத் தொழிலாளர்களுக்கும், அத்துக்கூலித் தொழிலாளர்களுக்கும் இடையிலான கூலி ஏற்றத்தாழ்வு; மேலாளர்களின் ஈட்டல்களுக்கும், கூலிகளுக்கும் இடையிலான விலகல்; குறைவான ஊதியம் தரும் தொழில்களில் பட்டியல் சாதிகளையும் பட்டியல் பழங்குடிகளையும் சேர்ந்த தொழிலாளர்களின் அதிகப்படியான பிரதிநிதித்துவம்; சேவைத்துறையுடன் ஒப்பிடுகையில், வேளாண்மையில் பெண் தொழிலாளர்கள் அதிக விகிதாசாரம் வகித்திருப்பது–ஆகிய சிக்கல்களின் மீது பகுதி 7.2 கவனம் செலுத்தியது. முதன்மைப் பொருட்கள் (பிரதானமாக வேளாண் பொருட்கள்), எரிபொருள், மின்னாற்றல், உற்பத்திப் பொருட்கள் ஆகியவற்றின் மொத்த விற்பனை விலைகளின் குறியீட்டு எண்களை முன்வைத்து, இந்தியாவில் பொருளுற்பத்தியின் அமைப்பியல் சார்பிணைப்பின் தன்மையை வரைந்தது, பகுதி 2.1; இதையே பகுதி 8.2–உம் வலியுறுத்தியது. ஒரு துறையில் ஏற்படும் விலைமாற்றங்கள்–அவை எந்த அளவுக்கு அமைப்பியல் சார்பிணைப்புடன் இருக்கின்றன என்பதைப் பொறுத்து–மற்ற துறைகளிலும் விலைகளைப் பாதிக்கின்றன; எனவேதான், இந்த வழி பின்பற்றப்பட்டது. இந்தியாவின் பணவீக்கத்தில் வேளாண் விலைகள் வகிக்கும் இன்றியமையாத பங்கினைச் சுட்டிக்காட்டி, இந்தியா பெட்ரோலிய இறக்குமதிகளைச் சார்ந்திருப்பது பணவீக்கத்திற்கு மற்றோர் ஆதாரமாக விளங்குவதையும் அடிக்கோடிட்டுக் காட்டியது பகுதி, 8.2.

இந்தியப் புதின நூல்களிலிருந்து பெற்ற மேற்கோள்களைப் பயன்படுத்தி, சாதியும் பாலினமும் வகிக்கும் பங்கு பல இயல்களில் வலியுறுத்தப்பட்டது. புதின நூல்களிலிருந்து எடுத்த மேற்கோள்களைக் கொண்டு, மேற்சொன்ன சூழலைச் சற்றே விரிவாகப் பார்த்தோம். சமூக அமைப்புமுறையில் பொதிந்த ஓர் அமைப்பாகப் பொருளாதாரத்தை விவரித்த பகுதி 2.3–இன் பார்வைக்கு இந்த மேற்கோள்கள் வலுசேர்த்தன; ஆகவே, இவை பொருளியலின் வரம்புகளையும் மறைமுகமாகச் சுட்டிக்காட்டுகின்றன. 'இண்டியன் பொலிடிகல் எகானமி' என்கிற தன் 1893ஆம் ஆண்டு கட்டுரையில், விளிம்புநிலைவாதப் பொருளியல், செவ்வியல் பொருளியல் ஆகிய இரண்டிலும் உள்ள எடுகோள்களைப் பற்றி ம. கோ. ரனாதே

முன்வைக்கும் திறனாய்வுப் பார்வைகள் இன்றளவிலும் நுட்பமாகப் பொருந்துகின்றன.

பெரும்பாலான முன்னேறிய சமூகங்களிலேயே இந்த எடுகோள்கள் முழுமையாகச் செல்லுபடியாவதில்லை; ஆக, நம்முடையது போன்ற ஒரு சமூகத்தில், அவற்றின் இல்லாமை என்பது முழுமுதலாகக் கண்கூடாக விளங்குகிறது. நம்மைப் பொறுத்தவரையிலோ, தனிமனிதன் என்பவன் பொருளாதார மனிதன் (என்ற கருத்துக்கு) பெரும்பாலும் நேர் எதிரானவன். தனிமனிதனைக் காட்டிலும், வாழ்வில் அவனது நிலைமையைத் தீர்மானிப்பது குடும்பமும் சாதியும் தான் ... ஒருசில முன்தீர்மானித்த மரபுகளுக்குள்ளாகவும் குழுக்களுக்குள்ளாகவும் தவிர்த்து, கட்டற்ற போட்டி நிகழ்வதற்கான விருப்பமோ தகுதியோ இல்லை. போட்டியை விட பழக்கவழக்கமும் அரசாங்கமுறைப்படுத்தலுமே மிகவும் சக்தி வாய்ந்தது; ஒப்பந்தத்தை விட அந்தஸ்தே அதன் செல்வாக்கில் திட்டவட்டமானது. ...அப்படி அமையப்பெற்ற சமூகத்தில், எடுகோள்களாக அனுமானித்துக்கொள்ளப்படும் இயல்புகள் இயக்கமற்றவை என்பதோடு, அவற்றின் சரியான திசையிலிருந்து விலகியிருப்பவையும் கூட. (ப. 328)

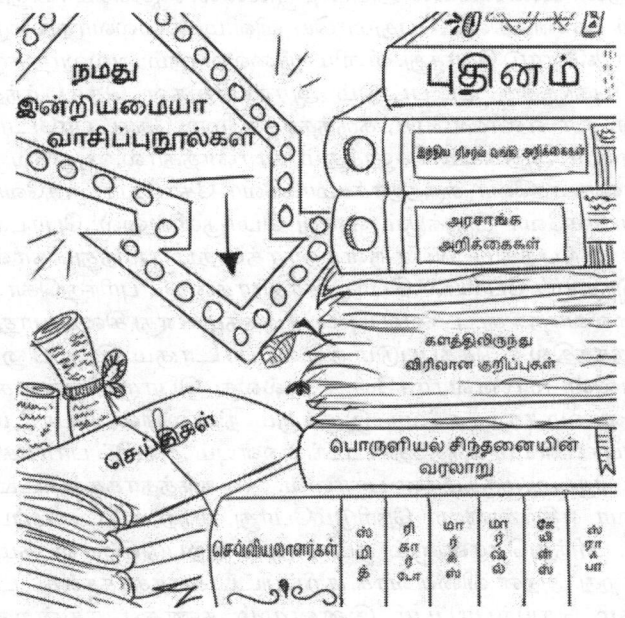

ஒரு நல்ல பொருளியலாளரின் வாசிப்புப் பட்டியல்

பொருளியலைக் கற்கும்போதும், அதைவிட முக்கியமாக, பொருளாதாரக் கொள்கைகளை வகுக்கும்போதும், சமூக அமைப்பியல்களை ஆராய வேண்டியதன் முக்கியத்துவத்தை வலியுறுத்தும் பொருட்டே, ரனாதேவின் மேற்கண்ட மேற்கோள் இங்கே தரப்பட்டுள்ளது.

பேரியல் பொருளாதாரம்

ஆய்வில் நாம் எந்தெந்தச் சூழல்களைத் தேர்ந்தெடுக்கிறோம் என்பதில் கருத்தாக்கக்கட்டமைப்புகள் தாக்கத்தை ஏற்படுத்துகின்றன; சூழலைப் புரிந்துகொள்ளுதல் என்பது நம் கருத்தாக்கப் புரிதலுக்குச் செழிப்பூட்டுவதுடன், பொருளியல்கோட்பாட்டின் வரம்புகளையும் சுட்டிக்காட்டுகிறது என்பதைச் சொல்லி இந்தப் பகுதியை நிறைவு செய்யலாம். மேலும், நல்ல பொருளியலை மேற்கொள்ளும்பொருட்டு, பொருளியலில் செவ்வியல் நூல்கள் (மற்றும் கட்டுரைகள்), பொருளியல் சிந்தனையின் வரலாறு, இந்தியாவில் விரிவான களஆய்வுப்பணிகளை அடிப்படையாகக் கொண்ட ஆராய்ச்சிகள், அரசு மற்றும் ரிசர்வ் வங்கியின் அறிக்கைகள், புதின நூல்கள், மற்றும் செய்தித்தாள்கள்—என, தொடர்ச்சியாக வாசித்து, கருத்தாக்கம், சூழல் ஆகிய இரண்டையும் நாம் சேகரித்துக்கொள்ள வேண்டும்.

9.3 கோட்பாட்டிலும் நெறிமுறையிலும் பன்மைவாதம்

விலைகளைத் தீர்மானிப்பது எது? கூலிகளைத் தீர்மானிப்பது எது? ஆதாயங்கள் எவ்வாறு தீர்மானிக்கப்படுகின்றன? தொகை வேலைவாய்ப்பைத் தீர்மானிப்பது எது? அத்தகைய மையப் பிரச்சினைகள் குறித்த தீர்வுகாணப்பட்ட கருத்துகளைக் கொண்ட புலம் அல்லது பாடம் என்பதாக, பொருளியலைப் பெரும்பாலான பாடநூல்கள் பாவிக்கின்றன. உண்மையில் அப்படி இல்லை. ஆதிக்கமானதும், ஆகவே அதிகமாகக் காணக்கிடைப்பதுமாகிய விளிம்புநிலைவாதக் கருத்தாக்கக் கட்டமைப்புகளோடு சேர்த்து, விளிம்புநிலைவாதம் அல்லாத கருத்தாக்கக் கட்டமைப்புகளுக்கு உட்பட்டும் ஆராய்ச்சிகள் தொடர்ந்து நடந்து வருகின்றன. ஓர் எண்ணமோ, கருத்தாக்கமோ, கோட்பாடோ, அல்லது கட்டமைப்போ ஆதிக்கம் செலுத்தும் காரணத்தால், அதுவே உள்ளதில் சிறந்த எண்ணமாகவோ, கருத்தாக்கமாகவோ, கோட்பாடாகவோ, அல்லது கட்டமைப்பாகவோ இருக்கும் என்று பொருளில்லை. போட்டிநிறைந்த பணவியல் உற்பத்திப் பொருளாதாரத்தைப் புரிந்துகொள்வதற்கு—(எனவே) இந்தியப் பேரியல் பொருளாதாரத்தைப் புரிந்துகொள்வதற்கு—விளிம்புநிலைவாதக் கட்டமைப்பு பொருத்தமானது கிடையாது என்பதே இந்தப் புத்தகத்தில் எடுக்கப்படும் நிலைப்பாடாகும். இருப்பினும், நீங்கள் பொருளியலின் மாணவராகவோ, அல்லது பொருளியலைக் கற்பதில் ஆர்வமுள்ள வாசகராகவோ இருக்கும் நிலையில், போட்டிபோடும் கட்டமைப்புகளையும் கருத்தோட்டங்களையும் அலசிப் பார்க்கவேண்டும் என்பதே எனது அழுத்தமான பார்வை. ஒரு கருத்தாக்கக் கட்டமைப்பை ஆதரிக்கவோ எதிர்க்கவோ நேரிடும்போது, மற்ற கட்டமைப்புகளையும் ஆழமாகப் புரிந்துகொள்ளும் கட்டாயம் ஏற்படுவதால், நமது கற்றல் பலனடைகிறது. அதன் விளைவாக, குறிப்பிட்ட கருத்தாக்கக் கட்டமைப்பின் வரம்புகளும் செயற்பரப்பும் இன்னமும் கண்கூடாகின்றன. இந்தக் கருத்துஇழையைப் பின்பற்றியே கோட்பாட்டில் பன்மைவாதத்தை அறிமுகப்படுத்தியது இந்நூல். இத்தகைய பரிசீலனைகளைக் கருத்தில் கொண்டு, மீண்டும் முதலாவது இயலை வாசிப்பது பயனுள்ளதாக இருக்கும் என்று நம்புகிறேன்.

நீங்கள் ஒரு பொருளியல் மாணவர் என்றால், 'பொருளியலாளர்களுக்கான புள்ளியியல்' 'பொருளியலாளர்களுக்கான கணிதவியல்' ஆகிய பாடங்களை விரைவில் கற்பீர்கள். பேரியல் பொருளாதாரத்தையும் நுண்ணியல் பொருளாதாரத்தையும்போலவே, பொருளியலின் இந்த இரண்டு 'நெறிகளிலும்', பலதரப்பட்ட கருத்தாக்கங்களும், கோட்பாடுகளும், அணுகுமுறைகளும் இருக்கின்றன; பொருளியலின் இந்த 'நெறிகள்' கூட, சமூகச் சூழலுக்குட்பட்டுத் தோன்றிப் பயன்படுத்தப்படுபவையே என்ற உண்மையின் மீது கவனம் செலுத்துவீர். மேலும், பொதுக் கொள்கையின் (Public Policy) பணியில் பொருளியலை எடுத்தாளும் வேளையில் பொருளியலுக்கு ஒரு பன்மைவாத அணுகுமுறை என்பது மட்டுமே போதுமானதாகாது; பகுதி 1.4இல் இடம்பெற்ற க்சாக்சா அவர்களின் கவிதை சுட்டிக்காட்டியது போல, மக்களின் கூட்டு விருப்பங்களை மனதில் கொள்வதும் முக்கியமாகும்.

பன்மைவாதமும் நீங்களும்

உங்கள் கற்றல் பயணத்தில், பன்மைவாதத்தை ஒரு நண்பராக – சில நேரங்களில் அது ஒரு கடுமையான நட்பாக இருந்தாலும் – உடன் அழைத்துச் செல்வீர்கள் என்ற நம்பிக்கையில் இந்த நூலை நிறைவு செய்கிறேன்.

மேற்கொண்டு வாசிப்பதற்கான பரிந்துரைகள்

செவ்வியல் பொருளியல் மரபில் அண்மைக்கால ஆராய்ச்சிகள் குறித்து மேற்கொண்டு அறிந்துகொள்ள ஆவலாக இருப்பவர்கள், Review of Political Economy இதழில் 2004ஆம் ஆண்டு வெளியான டோனி ஆஸ்ப்ரொமொர்க்ஸின் 'Sraffian Research Programmes and Unorthodox Economics' என்ற மதிப்பாய்வுக் கட்டுரை (தொகுதி 16, இதழ் 2, ப. 179–206) ஓர் அருமையான தொடக்கப்புள்ளியாக அமையும்.

பின்னிணைப்புகள்

தரவுகளின் ஆதாரங்கள்

இயல் 2

1. *Input Output Transactions Table 2007–08,* Ministry of Statistics and Programme Implementation (MOSPI), Government of India: *(அட்டவணை 2.1).*

http://mospi.nic.in/publication/input–output–transactions–table–2007–08, *பார்வையிட்ட நாள் 25 ஜூன் 2020.*

இயல் 3

2. 'Flow of Funds Accounts of the Indian Economy: 2015–16', *RBI Bulletin* August 2017, Statement 7.2: *(அட்டவணை 3.1).*

https://www.rbi.org.in/Scripts/BS_PressReleaseDisplay.aspx?prid=41345, *பார்வையிட்ட நாள் 25 ஜூன் 2020.*

3. *Reserve Bank of India,* Press Release, 'Government of India announces the sale of four dated securities for ₹ 14,000 crore', 20 January 2020: *(படம் 3.3).*

https://www.rbi.org.in/Scripts/BS_PressReleaseDisplay.aspx?prid=49200, *பார்வையிட்ட நாள் 25 ஜூன் 2020.*

4. XE Currency Charts: *(அட்டவணை 3.2).*

https://www.xe.com/currencycharts/?from=AED&to=INR&view=5Y, *பார்வையிட்ட நாள் 25 ஜூன் 2020.*

இயல் 4

5. Export Import Data Bank (Import :: Commodity–wise), Department of Commerce, Ministry of Commerce & Industry: *(அட்டவணை 4.2).*

https://commerce-app.gov.in/eidb/icomq.asp, *பார்வையிட்ட நாள் 25 ஜூன் 2020.*

6. Export Import Data Bank (Export :: Country–wise), Department of Commerce, Ministry of Commerce & Industry: *(அட்டவணை 4.3).*

https://commerce-app.gov.in/eidb/ecntq.asp, *பார்வையிட்ட நாள் 25 ஜூன்*

2020.

இயல் 5

7. Key Indicators of Land and Livestock Holdings in India, *National Sample Survey (NSS)* 70th Round, 2013, MOSPI, Government of India: *(அட்டவணை 5.2).*

http://mospi.nic.in/sites/default/files/publication_reports/KI_70_18.1_19dec14.pdf, *பார்வையிட்ட நாள் 25 ஜூன் 2020.*

8. *Economic Survey 2017–18*, Volume 2, Ministry of Finance, Government of India: *(அட்டவணை 5.3).*

http://mofapp.nic.in:8080/economicsurvey/pdf/001–027_Chapter_01_Economic_Survey_2017–18.pdf, *பார்வையிட்ட நாள் 25 ஜூன் 2020.*

9. *State of Working India 2018*, Centre for Sustainable Employment, Azim Premji University: *(அட்டவணை 5.4).*

https://cse.azimpremjiuniversity.edu.in/state-of-working-india/swi-2018/, *பார்வையிட்ட நாள் 25 ஜூன் 2020.*

10. Rishabh Kumar, 2019, 'The Evolution of Wealth–Income Ratios in India 1860–2012': *(அட்டவணை 5.5)*

https://papers.ssrn.com/sol3/papers.cfm?abstract_id=3111846, *பார்வையிட்ட நாள் 25 ஜூன் 2020.*

11. Compendium of Environment Statistics 2016, MOSPI, Government of India: *(அட்டவணை 5.6).*

http://mospi.nic.in/publication/compendium-environment-statistics-2016, *பார்வையிட்ட நாள் 25 ஜூன் 2020.*

இயல் 7

12. *State of Working India 2018*, Centre for Sustainable Employment, Azim Premji University: *(அட்டவணை 7.1, படங்கள் 7.2, 7.3, மற்றும் 7.4).*

https://cse.azimpremjiuniversity.edu.in/state-of-working-india/swi-2018/, *பார்வையிட்ட நாள் 25 ஜூன் 2020.*

இயல் 8

13. *Handbook of Statistics on Indian Economy 2018–19 (அட்டவணை 37:* Wholesale Price Index – Annual Average, p. 80), *Reserve Bank of India: (அட்டவணை 8.1).*

https://rbidocs.rbi.org.in/rdocs/Publications/PDFs/0HB2018–19A91A298806164470A2BCEF300A4FE334.PDF, *பார்வையிட்ட நாள் 25 ஜூன் 2020.*

14. *Handbook of Statistics on Indian Economy 2018–19 (அட்டவணை 130:*

Index Numbers of Imports – Quantum and Unit Value, p. 200), *Reserve Bank of India:* (அட்டவணை 8.2).

https://rbidocs.rbi.org.in/rdocs/Publications/PDFs/0HB2018–19A91A29880616 4470A2BCEF300A4FE334.PDF, பார்வையிட்ட நாள் 25 ஜூன் 2020.

15. Release of New Series of Wholesale Price Index, 12th May, 2017, Frequently Asked Questions on Revision of Wholesale Price Index (Base: 2011–12=100), Ministry of Commerce & Industry, Government of India: *(படம் 8.1).*

https://www.eaindustry.nic.in/uploaded_files/FAQs_on_WPI.pdf, பார்வையிட்ட நாள் 25 ஜூன் 2020.

துணைநூல் பட்டியல்

முதல் பதிப்பின் ஆண்டு பிறைஅடைப்பில் தரப்பட்டுள்ளது. நான் பயன்படுத்தியுள்ள பதிப்பின் ஆண்டு சதுரஅடைப்பில் குறிப்பிடப்பட்டுள்ளது.

நூலாசிரியர் தமிழ்நூல்களின் மொழியாக்கங்களைப் பயன்படுத்திய இடங்களில் அவற்றின் மூலநூல்கள் இம்மொழிபெயர்ப்பில் எடுத்துக் கொள்ளப்பட்டுள்ளன. ஆங்கில நூல்களின் தமிழாக்கம் கிடைக்கும் இடங்களில் அம்மொழியாக்கங்கள் பயன்படுத்தப்பட்டுள்ளன. அப்படிப்பட்ட நூல்களின் விவரங்கள் மட்டுமே தமிழில் கொடுக்கப்பட் டுள்ளன. மொழிபெயர்க்கப்படாத ஆங்கில நூல்களின் விவரங்கள், எளிதில் கண்டறிவதற்கு வசதியாக ஆங்கிலத்திலேயே கொடுக்கப்பட்டுள்ளன – மொழிபெயர்ப்பாளர் குறிப்பு

அம்பேத்கர், பி.ஆர். (1918) (1993), 'இந்தியாவில் சிறு நிலவுடைமைகளும் அவற்றுக்கான தீர்வுகளும்', ஜர்னல் ஆஃப் த இண்டியன் எகனாமிக் சொசைட்டி, தொகுதி 1, 'பாபாசாகேப் டாக்டர் அம்பேத்கர் நூல் தொகுப்பு', இரண்டாம் தொகுதியில் மறுபதிப்பு செய்தவாறு, ஆங்கிலத்திலிருந்து தமிழில் மொழிபெயர்த்தவர் ஐ.இசக்கி முதலானோர், தமிழ்ப் பதிப்பாளர் எஸ். பெருமாள், ஆங்கிலப் பதிப்பாளர் வஸந்த் மூன், புது டெல்லி: இந்திய அரசு, பக். 285–323.

அம்பேத்கர், பி.ஆர். (1936) (1993), 'சாதி ஒழிப்பு', மூன்றாம் பதிப்பிலிருந்து அச்சிடப்பட்டது, தொகுதி 1, 'பாபாசாகேப் டாக்டர் அம்பேத்கர் நூல் தொகுப்பு', முதல் தொகுதியில் மறுபதிப்பு செய்தவாறு, ஆங்கிலத்திலிருந்து தமிழில் மொழிபெயர்த்தவர் ஐ.இசக்கி முதலானோர், தமிழ்ப் பதிப்பாளர் எஸ். பெருமாள், ஆங்கிலப் பதிப்பாளர் வஸந்த் மூன், புது டெல்லி: இந்திய அரசு, பக். 35–119.

இமையம் (2013), 'பெத்தவன்', சென்னை: பாரதி புத்தகாலயம்.

சிவகாமி, ப. (1992), 'ஆனந்தாயி', சென்னை: தமிழ்ப் புத்தகாலயம்.

சேகர், கன்ஸ்டா சௌவேந்திர (2015) (2017), 'பஸோ—ஜி', 'ஆதிவாசிகள் இனி நடனம் ஆடமாட்டார்கள்', ஆங்கிலத்திலிருந்து தமிழில் மொழிபெயர்த்தவர் லி. ஜோசப், பொள்ளாச்சி: எதிர் வெளியீடு, பக். 122–139.

சேகர், கன்ஸ்டா சௌவேந்திர (2015) (2017), 'ஆதிவாசிகள் இனி நடனம் ஆடமாட்டார்கள்', ஆங்கிலத்திலிருந்து தமிழில் மொழிபெயர்த்தவர் லி. ஜோசப், பொள்ளாச்சி: எதிர் வெளியீடு, பக். 173–192.

டிரீஸ், ஜீன் மற்றும் அமர்தியா சென் (2013) (2016), 'நிச்சயமற்ற பெருமை', ஆங்கிலத்திலிருந்து மொழிபெயர்த்தவர் பொன்னுராஜ், சென்னை: பாரதி புத்தகாலயம்.

பிக்கெட்டி, தாமஸ் (2014) (2018), '21ஆம் நூற்றாண்டில் மூலதனம்', ஆங்கிலத்திலிருந்து தமிழில் மொழிபெயர்த்தவர் கு.வி. கிருஷ்ணமூர்த்தி, சென்னை: பாரதி புத்தகாலயம்.

மார்க்ஸ், கார்ல் (1867) (1998), 'மூலதனம்: அரசியல் பொருளாதார விமர்சனப் பகுப்பாய்வு', பாகம் 1 புத்தகங்கள் 1 & 2, முதல் ஆங்கிலப் பதிப்பிலிருந்து மொழிபெயர்த்தவர் தியாகு, தமிழ்ப் பதிப்பாசிரியர் ரா. கிருஷ்ணையா, சென்னை: நியூ செஞ்சுரி புக் ஹவுஸ்.

மார்க்ஸ், கார்ல் (1867) (1998), 'மூலதனம்: அரசியல் பொருளாதார விமர்சனப் பகுப்பாய்வு', பாகம் 2, முதல் ஆங்கிலப் பதிப்பிலிருந்து மொழிபெயர்த்தவர் தியாகு, தமிழ்ப் பதிப்பாசிரியர் ரா. கிருஷ்ணையா, மூலப் பதிப்பாசிரியர் பி. எங்கல்ஸ், சென்னை: நியூ செஞ்சுரி புக் ஹவுஸ்.

மார்க்ஸ், கார்ல் (1867) (1998), 'மூலதனம்: அரசியல் பொருளாதார விமர்சனப் பகுப்பாய்வு', பாகம் 3 புத்தகங்கள் 1 & 2, முதல் ஆங்கிலப் பதிப்பிலிருந்து மொழிபெயர்த்தவர் தியாகு, தமிழ்ப் பதிப்பாசிரியர் ரா. கிருஷ்ணையா, மூலப் பதிப்பாசிரியர் பி. எங்கல்ஸ், சென்னை: நியூ செஞ்சுரி புக் ஹவுஸ்.

முருகன், பெருமாள் (2000), 'கூளமாதாரி', சென்னை: தமிழினி பதிப்பகம்.

ராவ், வி.கே.ஆர்.வி. (1952) (1967), 'வேலைநிறைவும் பொருளாதார வளர்ச்சியும்', பொருளாதார வளர்ச்சிக் கட்டுரைகள், ஆங்கிலத்திலிருந்து தமிழில் மொழிபெயர்த்தவர் எம்.கே. சுப்பிரமணியன், சென்னை: தமிழ் வெளியீட்டுக் கழகம், பக். 65–84.

ராவ், வி.கே. ஆர்.வி. (1952) (1967), 'வளர்ச்சி குறைந்த பொருளாதாரத்தில் முதலீடு, வருமானம், பெருக்கி', பொருளாதார வளர்ச்சிக் கட்டுரைகள், ஆங்கிலத்திலிருந்து தமிழில் மொழிபெயர்த்தவர் எம்.கே. சுப்பிரமணியன், சென்னை: தமிழ் வெளியீட்டுக் கழகம், பக். 46–64.

Agarwal, Bina (2001), 'Disinherited Peasants, Disadvantaged Workers: A Gender Perspective on Land and Livelihood', in Alice Thorner (ed.) *Land, Labour & Rights: 10 Daniel Thorner Memorial Lectures*, New Delhi: Tulika, pp. 159-201.

Allen, R. G. D. (1975), *Index Numbers in Economic Theory and Practice*, New Brunswick: AldineTransaction.

Aspromourgos, Tony (2009), *The Science of Wealth: Adam Smith and the Framing of Political Economy*, London: Routledge.

Aspromourgos, Tony (2013), 'Sraffa's System in Relation to Some Main Currents in Unorthodox Economics', in Enrico Sergio Levrero, Antonella Palumbo, and Antonella Stirati (eds.) 'Sraffa and the Reconstruction of Economic Theory: Volume Three', 'Sraffa's Legacy: Interpretations and Historical Perspectives', Hampshire: Palgrave Macmillan.

Bank of England (2014), 'Money Creation in the Modern Economy', *Quarterly Bulletin*, Quarter 1, pp. 14-27, available at https://www.bankofengland.co.uk/-/media/boe/files/quarterly-bulletin/2014/money-creation-in-the-modern-economy

Barba, Aldo and de Vivo, Giancarlo (2012), 'An "Unproductive Labour" View of Finance', *Cambridge Journal of Economics*, Vol. 36, No. 6, pp. 1479-1496.

Becker, Gary (1976), *The Economic Approach to Human Behaviour*, Chicago: The University of Chicago Press.

Bharadwaj, Krishna (1963), 'Value through Exogenous Distribution', *Economic Weekly*, August, pp. 1450-1464.

Bharadwaj, Krishna (1974), *Production Conditions in Indian Agriculture: A Study Based on Farm Management Surveys*, University of Cambridge, Department of Applied Economics, Occasional Paper 33, London: Cambridge University Press.

Blyth, Mark (2013), *Austerity: The History of a Dangerous Idea*, New York: Oxford University Press.

Cantillon, Richard (1755) (2015), *Essay on the Nature of Trade in General*, translated, edited, and with an introduction by Antoin E. Murphy, Indianapolis: Liberty Fund.

Central Statistical Organisation (CSO) (2008), *National Industrial Classification 2008*, New Delhi: Ministry of Statistics and Programme Implementation, available at http://mospi.nic.in/sites/default/files/main_menu/national_industrial_classification/nic_2008_17apr09.pdf

Centre for Sustainable Employment (2018), *State of Working India 2018*, Bengaluru: Azim Premji University, available at https://cse.azimpremjiuniversity.edu.in/state-of-working-india/swi-2018/

Chakravarty, Sukhamoy (1987), *Development Planning: The Indian Experience*, New Delhi: Oxford University Press.

Chattopadhyay, Saumen (2018), *Macroeconomics of the Black Economy*, Hyderabad: Orient Blackswan.

Chayanov, A.V. (1924) (1966), 'On the Theory of Non-Capitalist Economic Systems', translated by Christel Lane, in Daniel Thorner, Basile Kerblay, R. E. F. Smith (eds.) *A.V. Chayanov on The Theory of Peasant Economy*, Illinois: Richard D. Irwin (for the American Economic Association), pp. 1-28.

Chayanov A.V. (1925) (1966), *Peasant Farm Organization*, translated by R.E.F. Smith, in Daniel Thorner, Basile Kerblay, R.E.F. Smith (eds.) *A.V. Chayanov on The Theory of Peasant Economy*, Illinois: Richard D. Irwin (for the American Economic Association), pp. 29-269.

Copeland, Morris (1949), 'Social Accounting for Moneyflows', *The Accounting Review*, Vol. 24, No. 3, pp. 254-264.

Curriculum Open-access Resources in Economics (CORE), 'Credit, Banks and Money', Unit 11, pp. 1-55, available at https://www.core-econ.org/wp-content/uploads/2017/09/The-Economy-beta-Unit-11.pdf

Dasgupta, A. K. (1954) (2003), 'Keynesian Economics and Underdeveloped Countries', *Economic Weekly*, January 26, pp. 101-106, as republished in *Economic and Political Weekly*, Vol. 38, No. 28, pp. 2919-2922.

Dasgupta, Ajit K. (1993), *A History of Indian Economic Thought*, London: Routledge.

Demirgüç-Kunt, Asli, Leora Klapper, Dorothe Singer, Saniya Ansar, and Jake Hess (2018), *The Global Findex Database 2017: Measuring Financial Inclusion and the Fin- tech Revolution*, Washington, DC: World Bank. doi:10.1596/978-1-4648-1259-0.

Domar, Evsey D. (1944), 'The "Burden of Debt" and the National Income', *American Economic Review*, Vol. 34, No. 4, pp. 798-827.

Drèze, Jean (2002), 'On Research and Action', *Economic and Political Weekly*, Vol. 37, No. 9, pp. 817-819.

Drèze, Jean (2017), 'Sense and Solidarity: Jholawala Economics for Everyone', Ranikhet: Permanent Black.

Eltis, Walter (1984) (2000), *The Classical Theory of Economic Growth*, 2nd edition, London: Palgrave.

Feyerabend, Paul (1999), *Knowledge, Science and Relativism: Philosophical Papers*, Volume 3, Edited by John Preston, Cambridge: Cambridge University Press.

Frank, Andre Gunder (1966), 'The Development of Underdevelopment', *Monthly Review*, Vol. 18, No. 4, pp. 17-31.

Galbraith, John Kenneth (1987), *A History of Economics: The Past as the Present*, London: Penguin Books.

Garegnani, Pierangelo (1978), 'Notes on Consumption, Investment and Effective Demand: I', *Cambridge Journal of Economics*, Vol. 2, No. 4, pp. 335-353.

Garegnani, Pierangelo (1979), 'Notes on Consumption, Investment and Effective Demand: II', *Cambridge Journal of Economics*, Vol. 3, No. 1, pp. 63-82.

Ghosh, Amitav (2016), *The Great Derangement: Climate Change and The Unthinkable*, Gurgaon: Penguin.

Harrod, Roy (1939), 'An Essay in Dynamic Theory', *Economic Journal*, Vol. 49, pp. 14-33.

Heisenberg, Werner (1989), 'Theory, Criticism, and a Philosophy', *From a Life of Physics*, Singapore: World Scientific, pp. 31-55. https://doi.org/10.1142/9789814434430_0003

International Labour Organization (ILO) (2018), *India Wage Report: Wage Policies for Decent Work and Inclusive Growth*, ILO Decent Work Team for South Asia and Country Office for India, available at https://www.ilo.org/wcmsp5/groups/public/---asia/---ro-bangkok/---sro-new_delhi/documents/publication/wcms_638305.pdf

Jevons, William Stanley (1871) (2013), *The Theory of Political Economy*, 4th edition (1911), Hampshire: Palgrave Macmillan.

Jimomi, Abokali (2019), 'Vili's Runaway Son', in Anungla Zoe Longkumer (ed.) *The Many That I Am: Writings from Nagaland*, New Delhi: Zubaan, pp. 150-156.

Jones, Hywel G. (1975), *An Introduction to Modern Theories of Economic Growth*, London: Nelson.

Joseph, Sarah (2011), *Gift in Green*, translated from the Malayalam by Valson Thampu, Noida: Harper Collins.

Kalecki, Michal (1933) (1971), 'Outline of a Theory of the Business Cycle', as reprinted in *Selected Essays on the Dynamics of the Capitalist Economy 1933-1970*, Cambridge: Cambridge University Press.

Keynes, John Maynard (1924) (2013), 'Alfred Marshall', in *Essays in Biography*, as Vol. 10 of *The Collected Writings of John Maynard Keynes*, Cambridge: Cambridge University Press (for the Royal Economic Society).

Keynes, John Maynard (1933) (2013), 'A monetary theory of production', in *The General Theory and After: Part I, Preparation*, edited by Donald Moggridge, as Vol. 13 of The Collected Writings of John Maynard Keynes, Cambridge: Cambridge University Press (for the Royal Economic Society).

Keynes, John Maynard (1936) (2013), *The General Theory of Employment, Interest and Money*, as Vol. 7 of *The Collected Writings of John Maynard Keynes*, Cambridge: Cambridge University Press (for the Royal Economic Society).

Kumar, Arun (1999), *The Black Economy in India*, New Delhi: Penguin.

Lewis, W. Arthur (1954), 'Economic Development with Unlimited Supplies of Labour', *The Manchester School*, Vol. 22, pp. 139-191.

Lutz, F. A. and Hague, D. C. (eds.) (1961), *The Theory of Capital: Proceedings of a Conference held by the International Economic Association*, London: Macmillan.

Luxemburg, Rosa (1913) (1951), *The Accumulation of Capital*, translated from the German by Agnes Schwarzschild, New York: Monthly Review Press.

Manto, Sadat Hasan (2008), 'Ram Khilavan', *Manto: Selected Short Stories*, translated from the Urdu by Aatish Taseer, Gurgaon: Penguin, pp. 91-101.

Marshall, Alfred (1890) (2013), *Principles of Economics*, 8th edition (1920), London: Palgrave Macmillan.

Mazzucato, Mariana (2013) (2018), *The Entrepreneurial State: Debunking Public Vs. Private Sector Myths*, Great Britain: Penguin.

Ministry of External Affairs (MEA) (2020), *Annual Report* 2019-20, March 09, available at http://www.mea.gov.in/Uploads/PublicationDocs/32489_AR_Spread_2020_new.pdf

Moggridge, Donald (ed.) (1980) (2013), *Activities 1940-1946. Shaping the Post-War World: Employment and Commodities*, as Vol. 27 in *The Collected Writings of John Maynard Keynes*, Cambridge: Cambridge University Press (for the Royal Economic Society).

Morgan, Mary S. (2012), *The World in the Model: How Economists Work and Think*, Cambridge: Cambridge University Press.

Mukherjee, Siddhartha (2015), *The Laws of Medicine: Field Notes from an Uncertain Science*, London: Ted Books and Simon & Schuster.

Narayan, R. K. (1952) (2015), *The Financial Expert*, Chennai: Indian Thought Publications.

National Sample Survey Organisation (NSSO) (2005), *Household Indebtedness in India as on 30.06.2002*, All India Debt and Investment Survey (AIDIS), NSS 59th Round, January-December 2003, Report no. 501, available at http://www.mospi.gov.in/sites/default/files/publication_reports/501_final.pdf

National Sample Survey Office (NSSO) (2014), *Employment and Unemployment Situation in India*, NSS 68th Round, July 2011-June 2012, Report No. 554, available at http://mospi.nic.in/sites/default/files/publication_reports/nss_report_554_31jan14.pdf

National Sample Survey Office (NSSO) (2014), Key *Indicators of Debt and Investment in India*, National Sample Survey (NSS) 70th Round, 2013, available at http://www.mospi.gov.in/sites/default/files/publication_reports/KI_70_18.2_19dec14.pdf

Neelima, Kota (2016), *Death of a Moneylender*, Gurgaon: Penguin.

Office of the Economic Advisor (OEA) (2017), 'Frequently Asked Questions on Revision of Wholesale Price Index', May 12, Department of Industrial Policy and Promotion, Ministry of Commerce and Industry, available at https://www.eaindustry.nic.in/uploaded_files/FAQs_on_WPI.pdf

O'Neil, Cathy (2016), *Weapons of Math Destruction: How Big Data Increases Inequality and Threatens Democracy*, Great Britain: Penguin Books.

Pacioli, Luca (1494) (1995), 'Particularis de Computis et Scripturis', *Summa de Arithmetica, Geometria, Proportioni et Proportionalita*, a contemporary interpretation by Jeremy Cripps, Seattle: Pacioli Society, available at http://jeremycripps.com/docs/Summa.pdf

Palumbo, Antonella and Trezzini, Attilio (2003), 'Growth Without Normal Capacity Utilization', *European Journal of the History of Economic Thought*, Vol. 10, No. 1, pp. 109-35.

Parikh, Kirit S. (ed.) (2009), *Macro-Modelling for the Eleventh Five Year Plan of India*, New Delhi: Academic Foundation (for the Planning Commission, Government of India).

Petty, William (1690) (1899), *Political Arithmetick*, as reprinted in C. H. Hull (ed.) *The Economic Writings of Sir William Petty*, Vol. I, Cambridge: at the University Press.

Picchio, Antonella (1992), *Social Reproduction: The Political Economy of the Labour Market*, Cambridge: Cambridge University Press.

Pivetti, Massimo (1991), *An Essay on Money and Distribution*, New York: Palgrave Macmillan.

Planning Commission (1956), 'Approach to the Second Five Year Plan', *2nd Five Year Plan*, New Delhi: Government of India, available at https://niti.gov.in/planningcommission.gov.in/docs/plans/planrel/fiveyr/2nd/welcome.html

Planning Commission (1956), *2nd Five Year Plan*, New Delhi: Government of India, available at https://niti.gov.in/planningcommission.gov.in/docs/plans/planrel/fiveyr/welcome.html

Pradhan, Narayan Chandra (2013), 'Persistence of Informal Credit in Rural India: Evidence from "All-India Debt and Investment Survey" and Beyond', RBI Working Paper Series, No. 5, available at https://www.rbi.org.in/scripts/publicationsview.aspx?id=14986.

Premchand (1932) (2018), 'Thakur's Well' (translated from the Hindi by M. Asaduddin), in M. Asaduddin (ed.) *Stories on Caste*, Gurgaon: Penguin, pp. 1-5.

Quesnay, François (1765) (1972), *Tableau Économique*, in Marguerite Kuczynski and Ronald Meek (eds.) *Quesnay's Tableau Économique*, London: Macmillan (for the Royal Economic Society).

Raj, K.N. (1957), 'Employment Aspects of Planning in Under-developed Economies', *Fiftieth Anniversary Commemoration Lectures Series*, Cairo: National Bank of Egypt.

Raj, K.N. (1990), *Organizational Issues in Indian Agriculture*, Delhi: Oxford University Press.

Ranade, M.G. (1893) (2016), 'Indian Political Economy', *Journal of the Poona Sarvajanik Sabha*, Vol. 15, No. 3, as republished in Bipan Chandra (ed.) *Ranade's Economic Writings*, New Delhi: Gyan Publishing House, pp. 322-49, also available at https://archive.org/details/in.ernet.dli.2015.123624/page/n9/mode/2up

Ranade, M.G. (1898), *Essays on Indian Economics: A Collection of Essays and Speeches*, Bombay: Thacker, available at https://archive.org/details/in.ernet.dli.2015.263053/page/n5/mode/2up

Rao, Raja (1938) (1989), *Kanthapura*, New Delhi: Oxford University Press.

Rao, V. K. R. V. (1944), 'National Income of India', *The ANNALS of the American Academy of Political and Social Science*, Vol. 233, No. 1, pp. 99-105.

Rao, V. K. R. V. (1983), India's National Income 1950-80: *An Analysis of Economic Growth and Change*, Delhi: Sage Publications.

Reddy, Kesava (1993) (2013), *Moogavani Pillanagrovi: Ballad of Ontillu*, translated from the Telugu by the author, New Delhi: Oxford University Press.

Reserve Bank of India (RBI) (2010), *Balance of Payments Manual for India*, September, available at https://rbidocs.rbi.org.in/rdocs/Publications/PDFs/IBPM221110P2.pdf

Reserve Bank of India (RBI) (2010), 'New Series of Wholesale Price Index Numbers (Base: 2004-05=100)', *RBI Monthly Bulletin*, October, pp. 2071-2084, available at https://www.rbi.org.in/scripts/BS_ViewBulletin.aspx?Id=11608

Reserve Bank of India (RBI) (2020), 'No. 45: Ownership Pattern of Central and State Governments Securities', Current Statistics, *RBI Bulletin February 2020*, p. 92, available at https://www.rbi.org.in/scripts/BS_ViewBulletin.aspx?Id=18812

Ricardo, David (1817) (1951), *On the Principles of Political Economy and Taxation*, as Vol. 1 in Piero Sraffa (ed.) with the collaboration of M.H. Dobb *The Works and Correspondence of David Ricardo*, Cambridge: Cambridge University Press.

Robbins, Lionel (1932) (1984), *An Essay on the Nature and Significance of Economic Science*, 3rd edition (1984), London: Macmillan.

Robinson, Joan (1974), *Selected Economic Writings*, Bombay: Oxford University Press (for Centre for Development Studies, Trivandrum).

Romer, Paul (1986), 'Increasing Returns and Long-run Growth', *Journal of Political Economy*, Vol. 94, No. 5, pp. 1002-1037.

Romer, Paul (1994), 'The Origins of Endogenous Growth', *Journal of Economic Perspectives*, Vol. 8, No. 1, pp. 3-22.

Saluja, M. R. (2017), *Measuring India: The Nation's Statistical System*, New Delhi: Oxford University Press.

Schui, Florian (2014), *Austerity: The Great Failure*, New Haven: Yale University Press.

Sekhsaria, Pankaj (2017), *Islands in Flux: The Andaman and Nicobar Story*, Noida: Harper Litmus.

Serrano, Franklin (1995), 'Long Period Effective Demand and the Sraffian Supermultiplier', Contributions to Political Economy, Vol. 14, pp. 67-90.

Shirwale, Bhimrao (2009), 'Livelihood', translated from the Marathi by Shanta Gokhale, in Arun Dangle (ed.) *Poisoned Bread: Translations from Modern Marathi Dalit Literature*, Hyderabad: Orient Blackswan, pp. 197-208.

Shrivastava, Aseem and Ashish Kothari (2012), *Churning the Earth: The Making of Global India*, New Delhi: Penguin.

Skybaaba (2004) (2016), 'Homeland' (translated from the Telugu by R. Akhileshwari), in A. Suneetha and Uma Maheswari Bhrugubanda (eds.) *Vegetarians Only: Stories of Telugu Muslims*, Hyderabad: Orient Blackswan, pp. 57-63.

Skybaaba (2016), 'Vegetarians Only' (translated from the Telugu by Uma Maheswari Bhrugubanda), in A. Suneetha and Uma Maheswari Bhrugubanda (eds) *Vegetarians Only: Stories of Telugu Muslims*, Hyderabad: Orient Blackswan, pp. 33-42.

Skybaaba (2016), 'Nowhere to Turn' (translated from the Telugu by Rama S. Melkote), in A. Suneetha and Uma Maheswari Bhrugubanda (eds.) *Vegetarians Only: Stories of Telugu Muslims*, Hyderabad: Orient Blackswan, pp. 102-114.

Shukla, Shrilal (1968) (1992), *Raag Darbari*, translated from the Hindi by Gillian Wright, Gurgaon: Penguin Books.

Smith, Adam (1759) (1976), *The Theory of Moral Sentiments*, as vol. 1 in D. D. Raphael and A. L. Macfie (eds.) *The Glasgow Edition of the Works and Correspondence of Adam Smith*, Oxford: Clarendon.

Smith, Adam (1776) (1976), *An Enquiry into the Nature and Causes of Wealth of Nations*, as vol. 2 in R. H. Campbell, A.S. Skinner, and W.B. Todd (eds.) *The Glasgow Edition of the Works and Correspondence of Adam Smith*, Oxford: Clarendon Press.

Smith, Matthew (2012), 'Demand-led Growth Theory: A Historical Approach', *Review of Political Economy*, Vol. 24, No. 4, pp. 543-73.

Solow, Robert (1956), 'A Contribution to the Theory of Economic Growth', *The Quarterly Journal of Economics*, Vol. 70, No. 1, pp. 65-94.

Solow, Robert (1987), 'Growth Theory and After', Nobel Memorial Lecture, December 08, available at https://www.nobelprize.org/prizes/economic-sciences/1987/solow/lecture/

Sraffa, Piero (1960), *Production of Commodities by Means of Commodities*, Cambridge: Cambridge University Press.

Stirati, Antonella (1991) (1994), *The Theory of Wages in Classical Economics: A Study of Adam Smith, David Ricardo and their Contemporaries*, translated from the Italian by Joan Hall, Vermont: Edward Elgar.

Stone, Richard (1951), *The Role of Measurement in Economics*, Cambridge: Cambridge University Press.

Stone, Richard (1984), 'The Accounts of Society', Nobel Memorial Lecture, December 8, available at https://www.nobelprize.org/uploads/2018/06/stone-lecture.pdf.

The Royal Swedish Academy of Sciences (2018), 'Integrating nature and knowledge into economics', *The Prize in Economic Sciences 2018: Popular Science*

Background, available at https://www.nobelprize.org/uploads/2018/10/popular-economicsciencesprize2018.pdf

Vinodini, M. M. (2013), 'The Parable of the Lost Daughter', translated from the Telugu by Uma Bhrugubanda, in K. Satyanarayana and Susie Tharu (eds.) *The Exercise of Freedom: An Introduction to Dalit Writing*, New Delhi: Navayana, pp. 164-177.

Volga (2015), 'The Experiment', translated from Telugu by Alladi Uma and M. Sridhar, in Annie Zaidi (ed.) Unbound: 2,000 Years of Indian Women's Writing, New Delhi: Aleph, pp. 71-73.

Weintraub, E. Roy (2002), *How Economics Became a Mathematical Science*, Durham: Duke University Press.

Wheen, Francis (2006) (2008), *Marx's Das Capital: A Biography*, New Delhi: Manjul Publishing House.

Xaxa, Abhay (2011), 'I am not your data', http://roundtableindia.co.in/lit-blogs/?p=1943.

சித்திரங்களின் பட்டியல்

இயல் 1
    ஒரு நல்ல பொருளியலாளரின் பண்புகள்
    பொருளியல் சிந்தனைகளின் சித்திரிக்கப்பட்ட வரலாறு

இயல் 2
    மூன்று கண்ணாடிகளின் வழியே பேரியல் பொருளாதாரம்

இயல் 3
    ஹால்ஸ் மிட்டாய் என்பது பணமா?
    ரொக்க மேலாண்மை
    பேரியல் பொருளாதாரக் கொள்கை நெம்புகோல்கள்

இயல் 4
    பொருளியலின் மைய நோக்கம்
    வேலைநிறைவு என்பது அதிர்ஷ்டவசமாக அமைவது

இயல் 5
    பொருளாதார வளர்ச்சியின் தன்மையும் முக்கியமே
    முதலீட்டின் இரட்டைப் பண்பு
    வளர்ச்சிக் கோட்பாடுகளின் முன்னோடிகள் இருவர்
    நார்தவுஸ்: 'யானைப் பசிக்குச் சோளப்பொரி' அணுகுமுறை

இயல் 6
    கருத்தோட்டக் கிடங்கு
    கருத்தோட்டத்தில் பிழைநீக்குதல்
    இந்தியா: வாழ்வாதார வழிமுறைகள்
    யாருக்கு வேண்டும் கோட்பாடு?

இயல் 7

பற்றாக்குறை அணுகுமுறை–பொருள்மிகை அணுகுமுறை

அரசு வகிக்கும் பங்கு

மகாலனோபிஸின் மாதிரி

வேலைவாய்ப்புக் கொள்கை வடிவம்

இயல் 8

அடிப்படை மற்றும் அடிப்படை அல்லாத பொருட்கள் குறித்து

பணத்தின் அளவுக் கோட்பாட்டின்படி பணவீக்கத்தைப் புரிந்துகொள்ளுதல்

சந்தைகளையும் வல்லாதிக்கத்தையும் பற்றி பரத்வாஜ்

வருமானப் பகிர்மானத்திற்கான மோதல்

இயல் 9

சித்திரங்களின் தொகுப்பு

ஒரு நல்ல பொருளியலாளரின் வாசிப்புப் பட்டியல்

பன்மைவாதமும் நீங்களும்

படங்களின் பட்டியல்

2.1 பொதிந்தமைந்த அமைப்புமுறையாகப் பேரியல் பொருளாதாரம்
2.2 பேரியல் பொருளாதாரத்தில் பண்ட மற்றும் பணப் போக்குவரத்துகள்
3.1 இந்தியாவின் நிதிக் கட்டமைப்பு
3.2 இந்தியாவில் குறிப்பிட்ட சில நிதிக் கருவிகளின் ரொக்கத்தன்மைப் படிநிலைகள்
3.3 இந்திய அரசாங்கக் கடன் பத்திரங்களின் ஈட்ட வளைவரை
3.4 புறந்தோன்று பணமும் அகந்தோன்று பணமும்
3.5 பணவியல் கடத்தல் இயங்கமைப்பு
3.6 இந்திய ரிசர்வ் வங்கியின் ஐந்தொகைக் குறிப்பு: ஒரு மேற்பார்வை
3.7 மூலதனக் கணக்கு
4.1 வணிக நிலுவை: இந்தியா, ஆஸ்திரேலியா மற்றும் புறவுலகம்
4.2 நடப்புக் கணக்கு
7.1 இந்தியாவில் தொழிலாளர்களின் ஆக்கத்திறனுக்கும் அவர்களின் வருமானத்திற்கும் இடையிலான விலகல்
7.2 இந்தியாவில் சாதியும் ஏற்றத்தாழ்வு மிகுந்த வேலைவாய்ப்பும்
7.3 இந்தியாவில் பெண்களும் ஏற்றத்தாழ்வு மிகுந்த வேலைவாய்ப்பும்
8.1 இந்தியாவில் மொத்த விற்பனை விலைவாசிக் குறியீட்டின் நிறைகள்
8.2 விலைகள்: அருவத்தன்மையின் தளங்கள்

அட்டவணைகளின் பட்டியல்

2.1 இந்தியப் பேரியல் பொருளாதாரத்தில் துறைகளுக்கிடையிலான உறவுகள்

3.1 இந்தியப் பேரியல் பொருளாதாரத்தில் நிதிச் சொத்துக்களின் அமைப்புக்கூறு

3.2 இந்தியாவின் நாணயமாற்று வீதங்கள்

4.1 வெளியீடு மற்றும் வேலைவாய்ப்பின் விளிம்புநிலைவாதக் கோட்பாடும் கேனீசியக் கோட்பாடும்

4.2 இந்தியாவின் ஐந்து தலையாய இறக்குமதிகள்

4.3 இந்தியாவின் ஐந்து தலையாய ஏற்றுமதி நாடுகள்

5.1 வேண்டல்–சார் மற்றும் வழங்கல்–சார் வளர்ச்சிக் கோட்பாடுகள்: வேறுபாடுகளின் அட்டவணை

5.2 இந்தியாவில் நிலவுடைமையின் பரவல்

5.3 இந்தியாவின் துறைவாரி வளர்ச்சி வீதங்கள்

5.4 இந்தியாவில் மொத்த உள்நாட்டு உற்பத்தியின் வளர்ச்சியும் வேலைவாய்ப்பு வளர்ச்சியும்

5.5 இந்தியாவில் தேசியச் செல்வம் மற்றும் தேசிய வருமானம் ஆகியவற்றின் மெய் வளர்ச்சி

5.6 இந்தியாவில் மின்னாற்றல் துறை உமிழும் CO_2–வின் வளர்ச்சி

7.1 இந்தியாவில் தொழிலாளர்களின் சராசரி மாத வருமானங்கள்

8.1 இந்தியாவில் மொத்த விற்பனை விலைகளின் குறியீட்டு எண்களின் போக்கு

8.2 இந்தியாவின் பெட்ரோலிய இறக்குமதி விலைகளின் குறியீட்டு எண்கள்

கலைச்சொல் பட்டியல்

அகக் கடன்	*Internal debt*
அகந்தோன்று பணக் கோட்பாடு	*Endogenous Money Theory*
அகந்தோன்று பொருளாதார வளர்ச்சி மாதிரிகள்	*Endogenous Economic Growth Models*
அசையாநிலை	*Steady–State*
அடிப்படை அலுவல்கள்	*Basic Occupations*
அடிப்படை ஆண்டு	*Base Year*
அத்துக்கூலித் தொழிலாளர்	*Casual Labour*
அந்நிய நிறுவன முதலீடு	*Foreign Insititutional Investment (FII)*
அந்நிய நேரடி முதலீடு	*Foreign Direct Investment (FDI)*
அந்நியச் செலாவணி	*Foreign Exchange*
அமைப்பியல்	*S tructure*
அமைப்பியல் சார்பிணைப்பு	*structural Interdependence*
அமைப்புக்கூறு	*Constituent*
அமைப்புமுறை	*System*
அரசாங்கச் செலவினம்	*Government Expenditure*
அரசாங்கச் செலவு இறுக்கம்	*Austerity*
அரசாங்கப் பத்திரங்கள்	*Governent Securities*
அரசியல் பொருளாதாரம்	*Political Economy*
அரசியற் குடி	*Body Politik*

அரசிறைக் கொள்கை	Fiscal policy
அருவம்/அருவக் கருத்து	Abstraction
அலகுப் பெறுமானக் குறியீடு	Unit Value Index
அளபுரு	Parameter
அளவீடு	Measurement
அறிவுசார் காப்புரிமை	Intellectual Copyright
ஆட்டக் கோட்பாடு	Game Theory
ஆண்டுத்தொகை ஈவு	Annuity Entitlements
ஆதாய வீதம்	Rate of Profit
ஆதாயம்	Profit
ஆதித் திரட்டல்	Primitive Accumulation
இடம்பெயர்வுத் தன்மை	Mobility
இடர் முனைமம்	Risk Premium
இடையியல் அணுகுமுறை	Meso Approach
இடைவெட்டு/ குறுக்குவெட்டு	Intersection
இணைகோடு	Parallel Line/Curve
இயந்திரக் கற்றல்	Machine Learning
இரட்டைப் பதிவுக் கணக்கு வைப்புமுறை	Double–Entry System of Bookkeeping
இரட்டைப் பொருளாதாரம்	Dual Economy
இரண்டாம்நிலைத் துறை	Secondary Sector
இரு துறைப் பொருளாதாரம்	Two–Sector Economy
இருதரப்பு வணிக ஒப்பந்தங்கள்	Bilateral Trade Aggreements
இருத்திய வருமானங்கள்	Retained Incomes
இறக்குமதிகள்	Imports
இறப்புப் பதிவோலைகள்	Bills of Mortality
இறையாண்மைப் பத்திரங்கள்	Soverign Bonds
ஈட்டங்கள்	Yields (Finance)
உட்செலுத்தல்கள்	Injections

உண்மையான/ உண்மையில் விளைந்த பெறுமானங்கள்	*Actual Magitudes*
உபரி உற்பத்தித் திறன்	*Excess Productive Capacity*
உமிழ்வுகள்	*Emissions*
உய்த்துணர்வு	*Implication*
உருவளவு	*Size*
உலக மதிப்புச் சங்கிலிகள்	*Global Value Chains*
உழைப்பு	*Labour*
உழைப்புச் சந்தை	*Labour Market*
உழைப்புச் செறிந்த தொழில்கள்	*Labour–Intensive Industries*
உழைப்புப் பிரிவினை/தொழில் பிரிவினை	*Division of Labour*
உள்நாட்டுப் பொருளாதாரம்	*Domestic Economy*
உள்ளபடியாகத் தொடரும் உற்பத்தித் திறன்	*Given Productive Capacity*
உள்ளீடுகளுக்கு இணையாக உயர்ந்துவரும் விளைச்சல்	*Increasing Returns to Scal*
உள்ளீடுகளுக்கு இணையாக மாறாத விளைச்சல்	*Constant Returns to Scal*
உள்ளீடுகளுக்கு இணையாகக் குறைந்துவரும் விளைச்சல்.	*Decreasing Returns to Scal*
உள்ளீட்டு–வெளியீட்டு பரிவர்த்தனை அட்டவணை	*Input–Output Transactions Table (IOTT)*
உள்ளுணர்வு	*Intuition*
உறுதியில்லாத் தன்மை (முதலீடுகளின்)	*Volatality*
உற்பத்தி	*Production*
உற்பத்திச் சாதனங்கள்/ வழிவகைகள்	*Means of Production*
உற்பத்திச் சார்பு	*Production Function*
உற்பத்தித் திறன்	*Productive Capacity*
உற்பத்தித் துறை	*Manufacturing Sector*
ஊகவாணிக நோக்கம்	*Speculative Motive*
ஊடாட்டம்	*Interaction*

ஊடுறவு நிதியம்	Mutual funds
ஊதியமுறை தொழிலாளர்கள்	Salaried Employees
எஃகு	Steel
எடுகோள்	Assumption
எதிர்ச் சுழற்சி அரசிறைக் கொள்கை	Counter Cyclical Fiscal Policy
ஏற்றத்தாழ்வு	Inequality
ஏற்றுமதிகள்	Exports
ஐந்தொகைக் குறிப்பு	Balance Sheet
ஒதுக்கீட்டு வகைகள்	Line Items (in a balance sheet)
ஒதுக்கீட்டுக் கோட்பாடு	Theory of Allocation
ஒப்பந்தத் தொழிலாளர்	Contract Worker
ஒப்பு விலைகள்	Relative Prices
ஒருதலைச் சார்பு	Bias
ஒழுங்காற்றல்	Regulation (of the State)
ஒழுங்காற்றிகள்	Regulators
கசிவுகள்	Leakages
கடத்து விலைவிதிப்பு	Transfer Pricing
கடந்த ஆண்டுக்கு ஒப்பான நடப்பாண்டு கணக்கீட்டு முறை	Year–on–Year Calculation
கடப்பாடுகள்	Liabilities
கடனளிப்பு வீதங்கள்	Lending Rates
கடன்	Borrowing, Credit, Debt, Loan
கடன் கருவிகள்	Credit Instruments
கடன் சமாளிப்புத் தன்மை	Debt Sustainability
கடன் திருப்பிச் செலுத்துதல்	Debt Servicing
கடன்/கடன்முறிப் பத்திரங்கள்	Debt Securities
கடைசிக் கதியில் கடனளிப்பவர்	Lender of The Last Resort
கடைசிக் கதியில் கொடுப்பவர்	Provider of The Last Resort
கடைசியாக வருபவை முதலில் செல்பவை	Last In First Out

கட்டண நிலுவை	Balance of Payments (BoP)
கட்டற்ற வணிகம்	Free trade
கணக் கோட்பாடு	Set theory
கணக்கு	Account
கணக்குப்பதிவு	Accounting
கணக்குவைத்தல்	Bookkeeping
கணம்	Set
கணிதம்	Mathematics
கரிம ஒதுக்கீடுகள்	Carbon Credits
கரிம வரிகள்	Carbon tax
கருத்தாக்கம்	Concept
கருப்பு வருமானங்கள்	Black Incomes
கருப்புப் பணம்	Black money
கருப்புப் பொருளாதாரம்	Black Economy
கருவூல உண்டியல்கள்	Treasury Bills
காப்–டக்ளஸ் உற்பத்திச் சார்பு	Cobb–Douglas Production Function
காப்பீடு	Insurance
காரணத்திசை	Direction of Causation
காரணவியல் தூண்டுதல்	Causation
காரணிப் பேறுகள்	Factor Endowments
கால வைப்புத்தொகைகள்	Time Deposits
காலனியம்	Colonialism
குடியானோர்	Peasants
குறியீட்டு எண்	Index Number
குறுகிய காலம்	Short Run
குறுகிய பணம்/குறும்பணம்	Narrow Money
குறுங்குழு ஆதிக்கம்	OLigarchy
குறை போட்டி	Imperfect Competition
குறைநுகர்வு	Underconsumption
குறைந்தபட்சக் கூலி	Minimum wages

கூட்டுப் பேரம்	Collective bargaining
கூத்துபாணி பொருளாதாரம்	Gig economy
கூருணர்வு	Sensitivity
கூலி	Wages
கூலி உழைப்பு	Wage Labour
கூலி ஏற்றத்தாழ்வு	Wage Inequality
கூலிப் பேரம்	Wage Bargain
கேட்பு வைப்புத்தொகை	Demand Deposits
கேனீசியப் பொருளியல்	Keynesian Economics
கொள்கை	Policy
கொள்கை மறுகொள்முதல் வீதம் (மறுகொள் வீதம்)	Repo Rate
கொள்கை வீதம்	Policy Rate
கோட்பாடு	Theory
சந்தையின் எல்லை	Extent of Market
சமச்சீரான வீதம்	Uniform Rate
சமநிலை	Equilibrium
சமனில்லாப் பரிமாற்றங்கள்	Unequal Transactions
சமுதாயத் தொடர்புவலைகள்	Community Networks
சமுதாயப் பழக்கவழக்கங்கள்	Community Norms
சமுதாயம்	Community
சமூக மிகைப்பொருள்	Social Surplus
சமூகம்	Society
சரக்கு மற்றும் சேவை வரி	Goods and Services Tax (GST)
சார்பிணைப்பு	Interdependence
சிந்தனைப் பரிசோதனை	Thought Experiment
சீட்டு நிதியம்	Chit Funds
சீர்நிலை	Steady–State
சுகாதாரம்	Health

சுங்கம்	Tariff
சுயதொழில்	Self Employment
சுழற்சி ஆதரவு அரசிறைக் கொள்கை	Pro-Cyclical Fiscal Policy
சுழற்சித் தவிர்ப்பு அரசிறைக் கொள்கை	Anti-Cyclical Fiscal Policy
சுழியக் கூட்டுப்பலன் ஆட்டம்	Zero-sum game
சூழல்	Context
செயல்சார் வருமானப் பகிர்மானம்	Functional Distribution of Income
செலவினம்	Expenditure
செலவு	Cost
செலாவணி/நாணயம்	Currency
செல்வம்	Wealth
செவ்வியல் அரசியல் பொருளாதாரம்	Classical Political Economy
செவ்வியல் பொருளாதாரம்	Classical Economics
சேமிப்பு	Saving
சேமிப்பு நாட்டம்	Propensity to Save
சேமிப்பு மறைவு	Dissaving
சேமிப்புகள்	Savings
சேமிப்புப் புதிர்	Paradox of Thrift
சேயின் விதி	Say's Law
சேவைகள்	Services
சேவைத் துறை	Service Sector
சொல்லாட்சி	Rhetorical
தகுதித்திறன்	Merit
தடுமாற்ற நிலை	Precarity
தடையில்லாப் போட்டி	Free Competition
தரவுகள்	Data
தர்க்கம்	Logic
தலைமைச் செயல் அலுவலர்	Chief Executive Officer (CEO)

தனிநபர் வருமானம்	Income Per Capita
தனிநபர் வெளியீடு	Output per Capita
தனிநிகர் விலைகள்	Absolute Prices
தன்னிச்சை செலவினம்	Autonomous Expenditures
தன்னிச்சை நுகர்வு	Autonomous Consumption
தன்னிச்சை முதலீடு	Autonomous Investment
திட்டமிட்ட பெறுமானங்கள்	Planned Magnitudes
திட்ப உட்கட்டமைப்பு வசதிகள்	Physical Infrastructure
திட்ப மற்றும் சமூக உட்கட்டமைப்புகள்	Physical and Social Infrastructure
திறந்தநிலைப் பொருளாதாரப் பேரியல் இயக்கங்கள்	Open Economy Macrodynamics
திறந்தநிலைப் பொருளாதாரம்	Open Economy
திறம்படு வேண்டல் கொள்கை	Principle of Effective Demand
தீர்மானிப்பு	Determination
துணைக்கணம்	Subset
தேக்கம்	Glut
தொகுமுதலீடு	Portfolio Investment
தொகை உற்பத்திச் சார்பு	Aggregate Production Function
தொகைச் செலவினம்	Aggregate Expenditure
தொகை மட்டம்	Aggregate Level
தொகை வருமானம்	Aggregate Income
தொகைவழங்கல்	Aggregate Supplu
தொகை விலைவாசி	Aggregate Price Level
தொகைவேண்டல்	Aggregate Demand
தொகை வேலைவாய்ப்பு	Aggregate Employment
தொடக்கநிலை பொது அளிப்பு	Initial Public Offering
தொழிலாளர் ஆக்கத்திறன்	Labour Productivity
தொழிலாளர் இடம்பெயர்வு	Labour Mobility
தொழிலாளர் படை பங்கேற்பு வீதம்	Labour Force participation Ratio

தொழில் சுழற்சிகள்	Business Cycles
தொழில் துறை	Industrial Sector
தொழில்முனைவர்	Entrepreneur
தொழில்முனைவு	Business Enterprise
தொழிற்கழகம்	Corporate
தொழிற்சங்கங்கள்	Trade Unions
தொழிற்படை	Work Force
தொழிற்படை பங்கேற்பு வீதம்	Workforce Participation Ratio
நடப்பு நுகர்வு	Current Consumption
நடப்புக் கணக்கு	Current Account
நடப்புக் கணக்கு மிகுதி	Current Account Surplus
நடப்புக் கணக்குப் பற்றாக்குறை	Current Account Deficit
நாணயத்தின் தேய்மானம்	Currency Depreciation
நாணயத்தின் வளர்மானம்	Currency Appreciation
நாணயமாற்று வீதம்	Exchange Rate
நிகர	Net
நிகர முதலீடு	Net Investment
நிதி இடையூடகங்கள்	Financial Intermediaries
நிதி நிறுவனங்கள்	Financial Institutions
நிதிக் கட்டமைப்பு	Financial Architecture
நிதிக் கருவிகள்	Financial Instruments
நிதிசாராத் துறை	Non–Financial Sector
நிதிச் சந்தைகள்	Financial Markets
நிதிச் சொத்துகள்	Financial Assets
நிதித் துறை	Financial Sector
நிதிநிலை நொடிவு	Financial Bankruptsy
நிதிப் போக்குவரத்துகள்	Financialflows
நில–மனை நிலைச்சொத்து	Real Estate
நிலையில்லாத் தன்மை	Uncertainty
நிறுமங்கள்	Firms

நிறுவனம்	Institution
நிறுவனவியல் பொருளாதாரம்	Institutional Economics
நிறை	Weight
நிறை போட்டி	Perfect Competition
நீண்ட காலம்	Long Run
நுகர்வதற்கான சராசரி நாட்டம்	Average Propensity to Consume
நுகர்வு	Consumption
நுகர்வு நாட்டம்	Propensity to Consume
நுகர்வோர் விலைவாசிக் குறியீடு (நுவிகு)	Consumer Price Index (CPI)
நுண்கணிதம்	Calculus
நுண்ணியல் பொருளாதாரம்	Microeconomics, Microeconomy
பரந்துபட்ட பணம்	Broad Money
நெம்புகோல்கள்	Levers
நெரிசல் ஏற்படுத்தி (தனியார் முதலீட்டை) வெளியேற்றுதல்	Crowding Out
நெருக்கடி	Crisis
நெறியியல் தனிநிலைவாதம்	Methodological Individualism
நேரடி வரி	Direct Tax
பகிர்மானம்	Distribution
பகுதிநிலைச் சமநிலை	Partial Equilibrium
பகுத்தறிவு	Rationality
பங்குமுதல்	Equity
பசுமைக்குடில் வாயு உமிழ்வுகள்	Greenhouse Gas Emissions
பட்டறிவுசார் அளவீடு	Empirical Measurement
பட்டியல் சாதிகள்	Scheduled Castes
பட்டியல் பழங்குடிகள்	Scheduled Tribes
பண அனுப்புதல்கள்	Remittances
பணக்கூலி	Money Wages
பணச் சந்தை	Money Market
பணத்தின் அளவுக் கோட்பாடு	Quantity Theory of Money

பணம்	Money
பணவாட்டம்	Deflation
பணவியல் கடத்தல் இயங்கமைப்பு	Monetary Transmission Mechanism
பணவியல் கொள்கை	Monetary Policy
பணவீக்கம்	Inflation
பணிப் பாதுகாப்பு	Job security
பணியாற்றத்தக்க வயதிலான மக்கள்தொகை	Working Age Population
பதிலீடு	Substitution
பத்திரச் சந்தை	Securities market
பயன்	Utility
பரவல்	Distribution (Statistical)
பரஸ்பர ஆதாய நிதி நிறுவனம்	Mutual Benefit Finance Company
பரிவர்த்தனை ஊடகம்	Medium of Exchange
பரிவர்த்தனை நோக்கம்	Transactionary Motive
பருமை	Magnitude
பற்றாக்குறை	Scarcity
பற்று	Debit
பன்னாட்டு வணிகம்	International Trade
பன்னாட்டுக் கட்டண நிலுவை	Balance of Paymets (BoP)
பாய்வுநிலை மாறி	Flow Variable
பிணைப்புற்ற சந்தைகள்	Interlinked Markets
பிணைமுறி	Bonds
பிழைப்புநிலைக் கூலி	Subsistence Wages
பிழைப்பூதியம்	Subsistence
பிறவாய்ப்புத் துறப்புச் செலவு	Opportunity Cost
பின்னறிவு	Ex Post
புதுப்பிக்கவியலா வளங்கள்	Non-Renewable Resources
புலம்பெயர்வு	Migration

புவிஅரசியல்	Geopolitics
புழக்கம்	Circulation
புழக்கவேகம்	Velocity of circulation
புள்ளியியல்	Statistics
புறக் கடன்	External Debt
புறந்தோன்று பணக் கோட்பாடு	Exogenous money theory
புறவுலகம்	Rest of the World (RoW)
பெருக்கி	Multiplier
பெருந்தரவு	Big Data
பெருமந்தம்	The Great Depression
பெருமம்	Maxima
பெறுமானம்	Magnitude, Value
பேரியல் பொருளாதாரக் கணக்குப்பதிவு	Macroeconomic Accounting
பேரியல் பொருளாதாரச் சமநிலை	Macroeconomic Equilibrium
பேரியல் பொருளாதாரம்	Macroeconomics, Macroeconomy
பொதுக் கடன்	Public Debt
பொதுக் கொள்கை	Public Policy
பொதுத் துறை நிறுவனங்கள்	Public Sector Undertakings (PSUs)
பொருளாதார அளவியல்	Econometrics
பொருளாதார வளர்ச்சி	Economic Growth
பொருளியல்	Economics
பொருளியல் சமநிலை	Economic Equilibrium
போட்டி	Competition
போட்டிநிறை பணவியல் உற்பத்திப் பொருளாதாரம்	Competitive Monetary Production
போட்டிநிறை பொருளாதாரம்	Competitive Economy
மட்டங்கள்	Levels
மண்டல ஊரக வங்கிகள்	Regional Rural banks
மதிப்புக் கூட்டல்	Value Addition
மதிப்புக் கோட்பாடுகள்	Value Theories

மதிப்புச் சங்கிலிகள்	Value Chains
மறுகாப்பீடு	Reinsurance
மறுகொள்முதல் கொள்கை வீதம்	Policy Repo Rate
மறுதலைப் பட்சமாக	Vice Versa
மறைமுக வரி	Indirect Tax
மறையிடர்	Risk
மற்றவை மாறாதிருப்ப	Ceteris Paribus
மாசுபாடு	Pollution
மாதிரிகள்	Models
மாதிரிக் கூறு	Sample
மானியம்	Subsidy
மானுடவியல்	Anthropology
மீப்பெருக்கி	Super Multiplier
மீள்பட்ட நெருக்கடிகள்	Recurring Crises
முடுக்கி	Accelerator
முதலாளித்துவம்	Capitalism
முதலாளித்துவம் அல்லாத சமூகங்கள்	Non–Capitalistic Societies
முதலில் வருவது முதலில் செல்லும்	First In First Out (FIFO)
முதலீடு	Investment
முதற்பார்வை	Prima Facie
முதன்மைத் துறை	Primary Sector
முறைசாரா நிதி	Informal Finance
முறைசாராத் துறை	Informal Sector
முறைசாராமை	Informality
முற்கோள்	Postulate, Given
முற்றொருமை	Identity
முன்படிக் கருத்துகள்	Stereotypes
முன்னறிவு	Ex Ante
முன்னெச்சரிக்கை நோக்கம்	Precautionary Motive

மூலதன இருப்பு	Capital stock
மூலதனக் கணக்கு	Capital Account
மூலதனக் கொழிப்பு	Capital Accumulation
மூலதனக் கோட்பாடு	Capital Theory
மூலதனச் சந்தை	Capital Market
மூலதனச் செலவினம்	Capital Expenditure
மூலதனம் செறிந்த நிறுமங்கள்	Capital–Intensive Firms
மூன்றாம்நிலைத் துறை	Tertiary Sector
மெய்க் கூலி	Real Wages
மெய்யியல்	Philosophy
மேம்பாடு	Development
மையநீரோட்டம்	Mainstream
மைய வங்கி	Central Bank
மொத்த உள்நாட்டு உற்பத்தி	Gross Domestic Product (GDP)
மொத்த உள்நாட்டு உற்பத்திப் பணவாட்டமாக்கி	GDP Deflator
மொத்த விற்பனை விலைவாசிக் குறியீடு (மொவிவிகு)	Wholesale Price Index (WPI)
ரொக்கத்தன்மை	Liquidity (of Money)
வங்கி வைப்புத்தொகை	Bank Deposits
வட்டிவீதங்கள்	Rates of Interest
வட்டிப் பரப்பு	Interest Spread
வணிக நிலவரம்	Terms of Trade
வணிக நிலுவை	Balance of Trade
வணிக வங்கிகள்	Commercial Banks
வணிகவாதம்	Merchantilism
வரவு	Credit (accounting); Return
வரவு வீதம்	Rate of Return
வரி மறைவுப்புகலிடங்கள்	Tax Havens
வரிவிதிப்பு	Taxation
வருங்கால நுகர்வு	Future Consumption

வருங்கால வைப்புநிதி	Provident Fund
வருமானப் பகிர்மானத்தின் விளிம்புநிலைவாதக் கோட்பாடு	Marginalist Theory of Income Distribution
வருமானப் பகிர்மானம்	Income Distribution
வருமானம்	Income
வருவாய்	Revenue
வருவாய்ச் செலவினம்	Revenue Expenditure
வர்க்கம்	(Social) Class
வல்லாதிக்கம்	Power
வழங்கல்	Supply
வழங்கல்சார் வளர்ச்சிக் கோட்பாடு	Supply–Side Growth Theory
வளங்குன்றாப் பொருளாதார வளர்ச்சி	Sustainable Economic Growth
வளர்ச்சி	Growth
வளர்ச்சிக் கணக்குப்பதிவு	Growth Accounting
வளைவரை	Curve
வாங்கும் ஆற்றல்	Purchasing Power
வாங்குவோர் முற்றாதிக்கம்	Monopsony
வாட்டநிலை புலம்பெயர்தல்	Distress Migration
வாய்பாடு	Formula
வாரம்	Rent
வாழ்நாள் காப்பீட்டுத் திட்டங்கள்	Life Insurance Policies
விகிதம்	Ratio
விகிதாசாரப் பிறழ்வு	Disproportionality
விருப்பத்தேர்வு	Choice
விலைவாசி	Price Level
விழுக்காட்டுப் புள்ளி	Percentage Point
விளக்கக் குறிப்பு	Explanan
விளக்கப்படு பொருள்	Explanandum
விளிம்புநிலை ஆக்கம்	Marginal Product

விளிம்புநிலை சேமிப்பு நாட்டம்	*Marginal Propensity to Save*
விளிம்புநிலை நுகர்வு நாட்டம்	*Marginal Propensity to Consume*
விளிம்புநிலைச் செலவு	*Marginal Cost*
விளிம்புநிலைவாத நுண்ணியல் பொருளாதாரம்	*Marginalist Microeconomics*
விளிம்புநிலைவாத வளர்ச்சிக் கோட்பாடு	*Marginalist Growth Theory*
விளிம்புநிலைவாத விலைக் கோட்பாடு	*Marginlist Price Theory*
விளிம்புநிலைவாதப் பேரியல் பொருளாதாரம்	*Marginalist Macroeconomics*
விளிம்புநிலைவாதப் பொருளியல்	*Marginalist Economics*
விளிம்புநிலைவாதம்	*Marginalism*
வீதம்	*Rate*
வெளியீடு	*Output*
வெளியீட்டு மற்றும் வேலைவாய்ப்புக் கோட்பாடு	*Theory of Output and Employment*
வேண்டல்	*Demand*
வேண்டல்சார் வளர்ச்சிக் கோட்பாடு	*Demand–Led Growth Theory*
வேலைநிறைவு	*Full Employment*
வேலையின்மை	*Unemployment*
வேலைவாய்ப்பு	*Employment*
வைப்புத்தொகைகள்	*Deposits*

பொருள் மற்றும் பெயர் அட்டவணை

இதோ ஒரு எதிர்பாராத பயிற்சி: வேலைவாய்ப்பு இயக்ககம் வெளியிடும் இந்தியாவின் அலுவல்களின் தேசிய வகைப்பிரிப்பை (National Classification of Occupations–NCO) அணுகி, இந்த அட்டவணையை வரைந்தவர் எந்த வகையின் கீழ் வருகிறார் என்பதைக் கண்டறியுங்கள். அது பொருத்தமானது தான் என்று நினைக்கிறீர்களா?

அகக் கடன், 79

அகந்தோன்று பணக் கோட்பாடு, 95–96, 180, 181, 219, 254, 262, 269

அகந்தோன்று வளர்ச்சி மாதிரிகள், அவற்றின் தோற்றம், 145, 171

அகர்வால், பினா (Agarwal, Bina), 80

அகவய மதிப்புக் கோட்பாடு. காண்க விளிம்புநிலைவாதப் பொருளியல்

அடகுக்கடை நடத்துவோர், 84

அடிப்படை ஆண்டு, 234–238, 249

அடிப்படைப் புள்ளிகள், 99

‘அண்டைநாடுகளைப் பிச்சைக்காரர் களாக்கும்’ கொள்கை

அதில் பேரியல் பொருளாதாரச் சமநிலை, 112, 118, 129–131, 175

அத்துக்கூலித் தொழிலாளர், 203–204, 207, 270

அந்தமான் மற்றும் நிகோபார் தீவுகள், 65, 165

அந்நிய நாணயம், அவற்றின் வாங்கல்–விற்றல், 101, 104

அந்நிய நிறுவன முதலீட்டாளர்கள், 105

அந்நிய நேரடி முதலீடு, 105–106, 120, 126, 136, 139, 168, 222, 263

அந்நிய மூலதனம். காண்க அந்நிய நேரடி முதலீடு; அந்நிய நிறுவன முதலீடு

அந்நிய வேண்டல். தொகைவேண்டல் என்பதையும் காண்க

அந்நியச் செலாவணி, 103–105, 131, 136

அமெரிக்க ஒன்றிய மாகாணங்கள், 56, 125, 128, 167–168

அமெரிக்க டாலர், 44, 101, 103, 137, 252

அமைச்சகங்கள்

தொழிலாளர் நல மற்றும் வேலை வாய்ப்பு, 128, 234

நிதி, 240

புள்ளியியல் மற்றும் திட்டச் செயலாக்கம், 76

வணிகம் மற்றும் தொழில்துறை, 233

வருமான வரி, 194

வெளியுறவு, 135

வேளாண் மற்றும் விவசாயிகள் நலன், 220

→ 310 ←

அமைப்பியல் சார்பிணைப்பு. இடையியல் அணுகுமுறை, என்பதையும் காண்க

அமைப்புசாராத் துறை. காண்க முறைசாராத் துறை

அமைப்புசாராத் துறையிலுள்ள தொழில்கள் மீதான தேசியக் குழு (National Commission on Enterprises in the Unorganised Sector), 190

அம்பேத்கர், பி.ஆர்., 45, 188, 280

அயல்நாட்டு வணிகம். காண்க பன்னாட்டு வணிகம்

அரசாங்கக் கடன். பொதுக் கடன் சுமாளிப்புத் தன்மை என்பதைக் காண்க

அரசாங்கக் கடன்வாங்கல், 98, 103

அரசாங்கச் செலவினம், 38, 50, 63, 113, 122–125, 129, 147, 182–183, 219–223, 229, 253, 264–265

அரசாங்கச் செலவு இறுக்கம், 183, 218, 226

அரசாங்கப் பத்திரங்கள். காண்க இறையாண்மைப் பத்திரங்கள்

அரசியல், 43–44, 64, 148, 164, 170, 215–216, 244–245, 265

அரசியல் ஏற்றத்தாழ்வுகள், 167

அரசியல் கணக்கியல், 97

அரசியல் பொருளாதாரம், 43

    அதன் கருத்தாக்கம், 36, 39–40

    அதன் நோக்கம், 109, 200, 206–208

    செவ்வியல் பொருளியலாளர்கள், 36–38

    நிலத்தின் அரசியல் பொருளாதாரம், 188–189

    மார்க்ஸ், கார்ல் 152

    ரிகார்டோ, டேவிட் 36, 40, 69, 151–153

    ஸ்மித், ஆடம், 36, 40, 43, 69, 151, 166, 183–185, 261

    ஸ்ராஃபா, பியேரோ, 68–70, 152–153

அரசியற்குடி, (body politik), 62

அரசிறைக் கொள்கை, 226, 230, 232, 251, 253, 259, 267

அரசின் பாத்திரம்

    செலவு இறுக்கம், 183, 218, 226

    தனியார் துறையுடன் ஒப்பீடு, 49–50, 76, 121–122, 220–221

    முனைப்பு சக்தியாக, 32–33

    பணவீக்கக் கொள்கை, 257, 267

    பொதுக் கடன், 79–80, 216, 220, 223

    வேலைவாய்ப்பு அளிப்பவராக

        மகாத்மா காந்தி தேசிய ஊரக வேலைவாய்ப்பு உறுதிச் சட்டம், 178, 228

        வேலையின்மை காப்பீடு வழங்குநராக, 59

        வேலைவாய்ப்புக் கொள்கை 201, 227, 266

அரசு

    அதன் பங்கு, 210–211, 216–217, 218–224

    அதுவும் அரசிறைக் கொள்கையும், 250–253, 258

    அதுவும் உற்பத்தித் திறன் உருவாக்கமும், 105

    அதுவும் பணவீக்கக் கொள்கையும், 257, 266–267

    அதுவும் வேலைவாய்ப்புக் கொள்கையும், 200–201, 227, 266–267

    இந்திய அரசு, 79–80, 90–92, 121–122

    எதிர்ச் சுழற்சிக் கொள்கை, 226

    ஐந்தாண்டுத் திட்டம். காண்க இந்தியாவின் ஐந்தாண்டுத் திட்டம்

    சுழற்சி ஆதரவுக் கொள்கை, 226

    சுழற்சித் தவிர்ப்புக் கொள்கை, 226

    பேரியல் பொருளாதார மேலாண்மை, 103

அரவணைப்பு. காண்க பேணுதல்

அருவப்படுத்துதல்

    இடையியல் பொருளாதாரம். இடையியல் அணுகுமுறை என்பதையும் காண்க

    இரட்டைப் பொருளாதாரம், 191

ஊரகப் பொருளாதாரம், 187–192

கருப்புப் பொருளாதாரம், 192–194, 198–199

குடியானோர் பொருளாதாரம், 191

பேரியல் பொருளாதாரம், 54–64

போட்டிநிறை பணவியல் உற்பத்திப் பொருளாதாரம், 74, 268, 272

போட்டிநிறை பொருளாதாரம், 46

முறைசாராப் பொருளாதாரம், 48

அரெஸ்டிஸ், ஃபிலிப் (Arestis, Philip), 107

அர்த்த விஞ்ஞானா (Artha Vijnana), 53

அர்த்தசாத்திரம் (கவுடில்யார்), 36, 52, 56

அழியத்தக்க வளங்கள். காண்க புதுப்பிக்கவியலா வளங்கள்

அளபுரு, 175–176, 242

அளவீடு, 52–53, 55, 74–75, 127, 195, 204, 231, 235, 258

அறிவாக்கம், 34, 42, 68, 110, 246

அறிவியலின் மெய்யியல், 39

அறிவியல், 39, 43, 116, 261

அறிவுசார் காப்புரிமை, 145

அனைத்திந்திய கடன் மற்றும் முதலீட்டுக் கணக்கெடுப்பு (All–India Debt and Investment Survey–AIDIS), 83, 155

ஆட்டக் கோட்பாடு. விளிம்புநிலைவாதப் பொருளியல் என்பதையும் காண்க

ஆணாதிக்கம், 46, 154, 212–213, 215, 256

ஆண்கள். பாலினம் என்பதையும் காண்க

ஆதாய வீதம். 53

அதுவும் பொருளாதார வளர்ச்சியும், 161–163

ஆதாயம்

அதன் பெருமம், 222

தீர்மானிப்பு, 152

ஆய்வுப் புலங்கள், 59

ஆராய்ச்சி மற்றும் மேம்பாடு, 71, 100, 145, 154

ஆலன், ஆர்.ஜி.டி. (Allen, R.G.D.), 250

ஆஸ்ட்ரேலியன் குவாட்டர்லி (Australian Quarterly), 138

ஆஸ்திரேலியா, 109, 132, 168

ஆஸ்ப்ரோமொர்கஸ், டோனி (Aspromourgos, Tony), 153, 261, 138, 273

இங்கிலாந்து வங்கி, 96–97, 107

இடர் முனைமம், 91

இடையியல் அணுகுமுறை, 49, 68, 170, 258–259, 267

பணவீக்கம், 239–240

வளர்ச்சி, 140–141, 153–154, 156–157

வேலைவாய்ப்பு, 204–205, 211–217

இடையியல் பொருளாதாரம், 64, 68, 72, 123, 201, 204–205, 211, 232, 238–240, 251, 257–259, 264–265, 267–269

இண்டியன் எகனாமிக் ரெவ்யூ (Indian Economic Review), 124

இதர வங்கிசாரா நிறுவனங்கள், 86

இந்திய அரசு. அமைச்சகம் என்பதையும் காண்க

இந்திய உள்கட்டமைப்பு மேம்பாட்டு நிறுவனம், 221, 223, 225, 228

இந்திய தொழில்துறை மேம்பாட்டு வங்கி, 81

இந்திய பத்திரங்கள் மற்றும் பரிமாற்ற வாரியம் (Securities and Exchange Board of India–SEBI), 86

இந்திய ரிசர்வ் வங்கி, 31, 78, 86, 91, 180, 232, 263

அதன் ஆண்டு அறிக்கை, 104–105

அதன் கடப்பாடுகள், 104–105

அதன் பங்கு, 78

அதில் உள்ள அரசின் வைப்புத் தொகைகள், 104–105

அந்நியச் செலாவணித் தேவைகள், 101

ஆர் பி ஐ புல்லெட்டின், (RBI Bulletin), 93

ஐந்தொகைக் குறிப்பு, 104, 106

'ஃப்லோ ஆஃப் ஃபண்டஸ் அக்கவுண்ட்ஸ் ஆஃப் த இண்டியன் எகானமி' (Flow of Funds Accounts of the Indian Economy), 87

    பணத்தின் அளவுக் கோட்பாடு, 251

    பணவியல் கொள்கை, 96–8, 101–3, 104–5, 106–7

    பணவியல் கொள்கைக் குழு, 97

    பேலன்ஸ் ஆஃப் பேமெண்ட்ஸ் மேனுவல் ஃபார் இண்டியா (Balance of Payments Manual for India) (2010), 135

    மறுகொள்முதல் கொள்கை வீதம், 97

    வட்டி வீதங்கள், 31–32, 77–78, 99–100, 262–263

    வணிக வங்கிகளுக்கு அளிக்கப்பெறும் கடன்கள், 104

இந்திய ரூபாய், 78, 87, 101–104, 118–119, 122, 132, 252

இந்திய விவசாயிகள், 31–32, 74, 83, 167, 189, 190, 206, 239, 250, 255–256

இந்திய வேளாண்மை. வேளாண்மை என்பதையும் காண்க

    இந்திய வர்த்தக மற்றும் தொழில்துறை சபைகள், 234

இந்தியப் பொருளாதாரத்தில் உள்ள துறைகள். இடையியல் அணுகுமுறை என்பதையும் காண்க

    அதன் பிரிவினை

        உள் ளீட் டு – வெளி யீட் டு பரிவர்த்தனைகளின் வாரியாக, 62

        நிதிப் போக்கிவரத்துகளின் வாரியாக, 63

    அவற்றின் மொத்த வெளியீடு, 62–63

    இரண்டாம்நிலைத் துறை, 72

    உற்பத்தித் துறை, 31–32, 127–128, 157, 189, 191–192, 209–211

    சேவைத் துறை, 31–32, 131–132, 188, 191–192, 201, 216, 228

    நிதிசாராத் துறை, 123

நிதித் துறை, 70–72, 78–83, 93, 122–124, 126, 159, 206–208, 246

மின்னாற்றல் துறை, 163

முதலாளித்துவம் அல்லாத துறை, 191

முதன்மைத் துறை, 72

மூன்றாம்நிலைத் துறை, 72

இந்தியப் பொருளாதாரம். இந்தியா என்பதையும் காண்க

    அதன் தன்மை, 163–165

    இரண்டாம் ஐந்தாண்டுத் திட்டம், 83, 161, 217, 223–226

    கருப்புப் பொருளாதாரம், 198–199

    சாதி. சாதி முறை என்பதையும் காண்க

    சூழலியல், 162–165

    சூழல், 156–157

    திட்டக் குழு, 161, 193

    நிதிக் கட்டமைப்பு, 77–89

    நிலவுடைமை, 153–157

    பணவீக்கம், 232–250

    பாலினம், 156

    பொருளாதார வளர்ச்சி, 156–160

    முதல் ஐந்தாண்டுத் திட்டம், 81–83, 225–226, 256–257

    முறைசாராமை, 189–194

    வட்டி வீதம், 31–32, 77–78, 93–94

    வேலைவாய்ப்பு, 158–162

இந்தியப் பொருளியல், 187

இந்தியப் பொருளியல் சிந்தனை, 58

இந்தியா. இந்தியப் பொருளாதாரம் என்பதையும் காண்க

    அமைச்சகங்கள்

        தொழிலாளர் நலன் மற்றும் வேலைவாய்ப்பு, 234

        நிதி, 240

        புள்ளியியல் மற்றும் திட்டச் செயலாக்கம், 234

வணிகம் மற்றும் தொழில்துறை, 234

வருமான வரி, 194

வெளியுறவு, 135

வேளாண் மற்றும் விவசாயிகள் நலன், 194, 220–221

ஊரக நிலவுடைமைகள், 154–156

எரிபொருள் இறக்குமதிகளைச் சார்ந்திருக்கும் நிலை, 252

தலையாய ஐந்து இறக்குமதிப் பொருட்கள், 127

தலையாய ஐந்து ஏற்றுமதி நாடுகள், 128

நிலவுடைமைகள், 154–156

நீண்ட கால சமூக–பொருளாதார முன்னுரிமைகள், 136–137

பண உள்வரத்து, 133

புறவுலகிலிருந்து வரும் இறக்குமதிகள், 131–132

இந்தியாவில் கடனளிப்பு வீதங்கள், 96–99, 106

இந்தியாவில் நிலவுடைமை, அதன் பரவல், 155, 189

இந்தியாவின் ஐந்தாண்டுத் திட்டம், 192–193

    இரண்டாம் திட்டம் (1956–61), 83, 161, 217, 223–226

    முதல் திட்டம் (1951–56), 81–83, 225–226, 256–257

இந்தியாவின் திட்டக்குழு, 161, 193

    இந்தியாவின் ஐந்தாண்டுத் திட்டம் 192–3

        இரண்டாம் திட்டம் (1956–61), 83, 161, 217, 223–226

        முதல் திட்டம் (1951–56), 81–83, 225–226, 256–257

    சக்கரவர்த்தி, சுகமோய் (Chakravarty, Sukhamoy), 224–5

    மகாலனோபிஸ், பி.சி., 54–5, 57–8, 216–7

    ராஜ், கே.என்., 160–1

இந்தியாவின் நிதிக் கட்டமைப்பு, 77–89, 90–2, 100–1, 185, 192

ஒழுங்காற்றிகள். 80, 86, 106

சீட்டு நிதியம், 79

துறைகளுக்கிடையிலான நிதிப் போக்குவரத்துகள், 78

நிதி ஒழுங்காற்றிகள், 86

நிதி நிறுவனங்கள், 80–83

பணச் சந்தை, 80–81, 93, 98

முறைசாரா நிதி, 81–87

மூலதனச் சந்தை, 80–81, 86–87, 90–94, 101–103, 105–106

இந்தியாவின் மின்னாற்றல் துறை

    அதன் CO_2 உமிழ்வுகள், 163

    சூழலியல் தாக்கங்கள், 162–165

    புதுப்பிக்கவியலா வளங்களின் பயன்பாடு, 163

    மின் உற்பத்தி, 163

இந்து, த (Hindu, The), 139

இயக்கங்கள், 78, 112, 126, 148, 165, 167, 203, 230, 261, 263

இயந்திரக் கற்றல், 196

இயந்திரத் தளவாடம், 57, 127, 212

இயல்பு என்ற கருத்து, 44, 47, 51

இயற்கை வளங்கள், 133, 136, 154

    அதன் பயன்பாட்டு வீதம், 58–60

    பிராந்தியவாரியான பரவல், 188–9

இயற்கைச் சுற்றுச்சூழல், 270

இரட்டைப் பதிவு கணக்கு வைப்புமுறை

    'அண்டைநாடுகளைப் பிச்சைக்காரர் களாக்கும்' கொள்கைகள், 131

    அதுவும் பேரியல் பொருளாதாரமும், 135–136

    சுழியக் கூட்டுப்பலன் ஆட்டம், 131–132, 218–220

    பாசியோலி, லூகா (Pacioli, Luca), 96

இரட்டைப் பொருளாதாரங்கள். அருவப் படுத்துதல் என்பதையும் காண்க

இரு துறைப் பொருளாதாரம், 174, 121

இருதரப்பு வணிக ஒப்பந்தங்கள், 128

இருத்திய வருமானங்கள், 71

இளைஞர் வேலையின்மை, 205

இறக்குமதிகள், 101–102, 104, 126–127, 129–133, 135–137, 165, 167, 148–253, 268, 270

இறப்புப் பதிவோலைகள், 57

இறையாண்மைப் பத்திரங்கள், 79

ஈட்ட வளைகோடு, 92

ஈட்டங்கள், 91–93, 98

ஈட்வெல், ஜான் (Eatwell, John), 53, 139

ஈர்த்தல் (தனியார் முதலீட்டை). பெருக்கி என்பதையும் காண்க

உட்செலுத்தல்கள், 113, 123, 129

உணவு சார்ந்த பணவீக்கம், 243–244,

உணவுதானியங்களுக்கான கிடங்குவசதிகள், அவற்றின் உருவாக்கம், 71, 183, 190, 228, 256

உபரி உற்பத்தித் திறன், 73, 251

உலக நிதி நெருக்கடி (2008), 139

உலக மதிப்புச் சங்கிலிகள், 167

உலகப் பொருளாதாரம், 101, 131, 165,–167, 169, 265

உலகவங்கியின் குலோபல் ஃபிண்டெக்ஸ் டேடாபேஸ், 83

உவமை, 44–45, 141, 154, 233

உழைப்பிற்கான வேண்டலும் அதன் வழங்கலும், 115

உழைப்பு

    அதற்கான பொதுக் கூலி, 210–211

    அதன் இடம்பெயர்வு, 36–38, 45–48, 78–79, 109–110, 127–128, 187–188, 211–213

    அதன் ஒதுக்கீடு, 188–189

    அதன் கூலி, 187–188

    அதன் பிரிவினை, 35–36, 151–152, 166–167, 187–188

    அதன் வழங்கல், 36–38

    அதன் வேலைவாய்ப்பு, 38–39, 48–49, 115–116, 125–126, 143–144, 147–148, 217–218, 265–266

    அதுவும் பாலினமும், 125–126

    அதுவும் வல்லாதிக்கமும், 210–211

    அதுவும் வேலைவாய்ப்புக் கொள்கையும், 200–201, 266–267

    இந்தியச் சூழலில், 201–202

    ஒழுங்காற்று நீக்கம், 144–146

    சாதி, 125–126, 214–215

    செவ்வியல் பொருளாதாரத்தில், 36–38, 40–41

    பெண்களின் ஊதியமில்லா உழைப்பு, 58–60

    விளிம்புநிலைவாதப் பொருளியலில், 36–38, 173–174

    வேலையின்மை, 218–220

உழைப்புச் சந்தை, 114–115, 125, 145–146, 184

உழைப்புச் செறிந்த தொழில்கள், 212

உழைப்புச் செறிந்த நிறுமங்கள், 54

உழைப்புச் செறிந்த பொருளாதாரம், 146

உழைப்புப் பிரிவினை, 151, 167

உளவியல் தாக்கங்கள், 203, 208–209

உளவியல். காண்க விளிம்புநிலைவாத விலைக் கோட்பாடு

உள்கட்டமைப்பு, 221, 223, 225, 228

உள்நாட்டுப் பொருளாதாரம், 54, 129, 136

உள்ளாட்சி அரசுகள், 229, 255

உள்ளீடுகளுக்கு இணையாக உயர்ந்துவரும் விளைச்சல், 264

உள்ளீடுகளுக்கு இணையாக மாறாத விளைச்சல், 255

உள்ளீடுகளுக்கு இணையாகக் குறைந்து வரும் விளைச்சல். விளிம்புநிலைவாதப் பொருளியல் என்பதையும் காண்க

உள்ளீட்டு–வெளியீட்டு பரிவர்த்தனை அட்டவணை, 60, 62–63, 68–69, 72, 75, 152, 158, 262

உறுதி காக்கும் கொள்கைகள். காண்க சுழற்சித் தவிர்ப்புக் கொள்கை; எதிர்ச்சுழற்சிக் கொள்கை

உறுதித்தன்மை, 121, 168

உறுதியில்லாத் தன்மை, 226

உற்பத்தி

அதன் கோட்பாடு 148–149

உழைப்புச் சிக்கனத் தொழில்நுட்பங்கள் 221–222

உற்பத்தி வழிவகைகள். காண்க உற்பத்திச் சாதனங்கள்

உற்பத்திச் சாதனங்கள். காண்க விளிம்புநிலைவாதப் பொருளியல்

உற்பத்திச் சார்பு. விளிம்புநிலைவாத வளர்ச்சிக் கோட்பாடு என்பதையும் காண்க

உற்பத்தி வலைப்பின்னல்கள், 166–167

உற்பத்தித் திறன், அதன் வளர்ச்சி, 100, 105, 120, 141, 174, 228

உற்பத்தித் தொழில், 31, 59, 81, 158, 167, 214, 232, 265

ஊடுருவு நிதியம், 63, 71, 78, 80–81, 90, 92–93, 100

ஊதியமுறை தொழிலாளர்கள், 72, 191, 207, 270

ஊரகப் பொருளாதாரம், 256

ஊரகப் பொருளாதாரம். அருவப்படுத்துதல் என்பதையும் காண்க

ஊராட்சி மன்றம், 91, 157

எஃகுத் துறை, 71–72, 80, 221

எகனாமிக் அண்ட் பொலிடிகல் வீக்லி (*Economic and Political Weekly*), 34, 53

எகனாமிக் இஷூஸ் (*Economic Issues*), 171

எகனாமிக் வீக்லி, த (*Economic Weekly, The*), 124

எகிப்தின் தேசிய வங்கி, 161

எங்கல்ஸ், ஃபிரெட்ரிக் (Engels, Friedrich), 56

எண்ணெய், 73, 80, 98, 127, 237, 249, 252

எண்ணெய் மற்றும் இயற்கை வாயுக் கழகம் (Oil and Natural Gas Corporation), 163, 169

எதிர்ச் சுழற்சிக் கொள்கை, 226

எரிபொருள் சார் பணவீக்கம், 251

எல்டிஸ், வால்டர் (Eltis, Walter), 150

எளிமைப்பாடு. அருவப்படுத்துதல் என்பதையும் காண்க

அதுவும் கோட்பாடும், 167–168

அதுவும் சிந்தனைப் பரிசோதனையும், 101–103, 178–179

கருத்தாக்கம், 191–192

காட்சியில் எளிமை, 70, 126

சூழல், 191–192

சொல்லாட்சி கருதி, 232–233

கற்பித்தல் முறையில், 28, 119–120, 130–131, 232–233, 267–268

ஏற்றத்தாழ்வு. இடையியல் அணுகுமுறை என்பதையும் காண்க

இந்தியாவைத் தழுவிய அளவில், 154–157, 165–166, 188–189

கூலியில், 108–109, 270–271

சாதிகளுக்கிடையில், 31–32, 211–213

செல்வத்தில், 160–161, 222–224

நாடுகளுக்கிடையில், 196–197

நிலவுடைமையில், 265–266

பாலினங்களுக்கிடையில், 31–32, 211–213

வருமானத்தில், 56–57, 160–161, 222–224

வேலைவாய்ப்பில், 270–271

ஏற்றுமதிகள், 36, 63, 102–104, 126–127, 129–133, 135, 137, 147, 165, 167, 222, 252, 264

ஏற்றுமதித் தரம், 128

ஐக்கிய நாடுகள் மன்றம்,

தேசியக் கணக்குப்பதிவு முறை, ஐந்தொகைக் குறிப்புகள், 97, 104, 106, 226

ஐன்ஸ்டைன், ஆல்பர்ட் (Einstein, Albert), 194

ஒதுக்கீடு, 103, 128, 201, 251

ஒப்பந்தத் தொழிலாளர், 191–192, 202–203

    அதற்கான குறைந்தபட்சக் கூலியை நிர்ணயித்தல், 210–211

    ஒப்பந்தத் தொழிலாளர் (ஒழுங்காற்றல் மற்றும் ஒழிப்பு) சட்டம் (1970), 210–211

    ஒப்பந்தத் தொழிலாளர் சட்டம் (1970), 202–203

ஒப்பு விலைகள். இடையியல் அணுகுமுறை என்பதையும் காண்க

ஒழுங்காற்றல், 40, 81, 86, 102–103, 106, 126, 145, 251, 253

ஒன்றிய ரிசர்வ் (அமெரிக்கா), 80

ஓ'நீல், கேத்தி (O'Neil, Cathy), 197

ஓம்கார்நாத், கொட்டண்டி, 198

ஃபயராபாண்ட், பால் (Fayeraband, Paul), 39

ஃபவுண்டேஷன் ஃபார் அக்ரேரியன் ஸ்டடீஸ் (Foundation for Agrarian Studies–FAS), 198

ஃப்ராங்க், அண்ட்ரே குண்டர் (Frank, Andre Gunder), 166

ஃப்ரீட்மன், மில்டன் (Friedman, Milton), 38, 246

கங்குலி, பி.என்., 230

கசிவுகள், 113, 129

கடத்து விலை விதிப்பு, 193

கடந்த ஆண்டுக்கு ஒப்பான நடப்பாண்டு கணக்கீட்டு முறை, 240

கடப்பாடு, 104–105, 136

கடன், 42, 71, 73, 78, 79–81, 83–86, 89–91, 95, 97–100, 103–104, 106, 155, 178, 190, 192, 206, 219–221, 239, 252, 256, 258

கடன் கருவிகள், 80

கடன் சந்தைகள், 80

கடன் சமாளிப்புத் தன்மை, 200–202

கடன் திருப்பிச் செலுத்துதல், 189–191

கடன் பத்திரங்கள், 71, 79, 87, 89–90

கடன் வாங்குதல்

    அதற்கான காரணங்கள், 84–86, 99–100

    அதன் தீர்மானிகள், 119–120

    விதிக்கப்படும் வட்டி வீதங்கள், 84–6

கடைசிக் கதியில் கடனளிப்பவர், 86

கடைசிக் கதியில் கொடுப்பவர், 178

கடைசியாக வருபவை முதலில் செல்பவை, 95

கட்டண நிலுவை, 105

கட்டற்ற வணிகம். காண்க பன்னாட்டு வணிகம்

கணக்குப்பதிவு. காண்க பேரியல் பொருளாதாரக் கணக்குகள்

கணக்குவைத்தலில் இரட்டைப் பதிவுமுறை, 56, 58, 96

கணிதம்

    அதன் வரலாறு, 173–174

    பொருளியலில் அதன் பங்கு, 196–198, 252–253, 265–266, 272–273

கண்டுபிடிப்புகள், 218

கரிம ஒதுக்கீடுகள், 169

கரிம வரிகள், 168–170

கருத்தாக்கம். கோட்பாடு என்பதையும் காண்க

    சூழல், 185–194

    பணம், 93–96, 257–258

    பணவீக்கம், 232–250

    வட்டி வீதம், 84–86

    வளர்ச்சி, 142–153

    விலை, 72–74, 231–232

    வேலைவாய்ப்பு, 109–126

கருப்பு வருமானங்கள், 193

கருப்புப் பணம், 193

கருப்புப் பொருளாதாரம், 193, 198

கருவூல உண்டியல்கள், 92, 100

கரேகியானி, பியரெஞ்சலோ, 147, 171

கர்ஸ், ஹெயின்ஸ் (Kurz, Heinz), 53

கலட்ஸ்கி, மிகல் (Kalecki, Michal), 38, 110, 230

கல்வி, 71–72, 158–160, 161–162, 177–178, 182–183, 213–216, 220–221, 224–230, 256–257, 266–267

    அதுவும் வேலையின்மையும், 205–206

    அதை அடையும் வாய்ப்பு, 31–32, 228–229

    கல்விக் கொள்கை, 200–201

    குழந்தையின் கல்வி, 78–79, 208–209

    வேலைவாய்ப்புக் கொள்கை, 200–201

கவுடில்யர், 36

காகா, அபேய் (Xaxa, Abhay), 49, 65

காப்–டக்ளஸ் உற்பத்திச் சார்பு, 144

காப்பீடு, 59, 63, 80–81, 86–87, 89–90, 92–93 133, 204,

காப்பீடு ஒழுங்காற்றல் மற்றும் மேம்பாட்டு ஆணையம் (Insurance Regulatory and Development Authority-IRDA), 86

காரணவியல் தூண்டுதல், 181, 245, 265

கால வைப்புத்தொகைகள், 71, 80, 89, 93

காலநிலை மாற்றத்திற்கான பல்லரசாங்க அமர்வு (Intergovernmental Panel on Climate Change-IPCC), 169

காலனியம், 154, 166

கால்தூன், இபுன் (Khaldun, Ibn), 36

கால்பிரைத், ஜான் கென்னத் (Galbraith, John Kenneth), 38

கிருஷ்ணமூர்த்தி, ஜெ. (Krishnamurty J.), 230

கிரெடிர். கடன் என்பதையும் காண்க

குடியானவர் பொருளாதாரம், 191

குமார், அருண் (Kumar, Arun), 193, 198

குமார், ரிஷப் (Kumar, Rishabh), 162

குரியன், சி.டி. (Kurien, C.T.), 199

குரோன்வீகன், பீட்டர் (Groenwegen, Peter), 53

குலோபல் ஃபிண்டெக்ஸ் டேடாபேஸ் (Global Findex Database), 83

குவெனே, ஃபிரான்கஸ் (Quesnay, François), 45, 59–60, 62, 68–70, 150, 195

குறியீட்டு எண்

    அடிப்படை ஆண்டு, 233–239

    அளவுகள், 235–236

    இண்டெக்ஸ் நம்பர்ஸ் இன் எகனாமிக் தியரி அண்ட் ப்ராக்டிஸ் (Index Numbers in Economic Theory and Practice) (ஆலன்), 249–250

    தொகை விலைவாசி, 231–233

    நுகர்வோர் விலைவாசிக் குறியீட்டு (நுவிகு), 73–74, 233–234, 236–239, 240–124, 252–253

    பணவீக்கக் கொள்கை, 257–258, 266–267

    மெஷரிங் இண்டியா (Measuring India) (சலூஜா), 233–236

    மொத்த உள்நாட்டு உற்பத்தி, 240–241

    மொத்த விற்பனை விலைவாசிக் குறியீடு (மொவிவிகு), 73–74, 233–241, 248–249, 258–259, 266–267

    விலைகள், 32, 73–74, 78, 96, 101, 106, 121, 127, 130, 137, 148, 167, 173, 183, 190, 196, 231–233, 235, 237, 239–241, 243–244, 246, 248–249, 254, 256, 258–259, 267, 270, 272

குறுகிய காலம், 36, 92–93, 105, 112, 142, 176, 203–204

குறுங்குழு ஆதிக்கம். காண்க குறை போட்டி

குறை போட்டி, 47, 53

குறைநுகர்வு, 110–112, 152–153

கூலிப் பேரம், 36–38, 183–185, 244–245

குறைந்தபட்சக் கூலி,

    அதை நிர்ணயிப்பதன் நோக்கம், 233–234

    அரசியல், 36–38, 147–148, 244–245

    குறைந்தபட்சக் கூலிச் சட்டம் (1948), 210–211

    கொள்கை, 147–148, 226–228, 257–258

குறைபாடுகள், 34, 162

குஸ்னெட்ஸ், சைமன் (Kuznets, Simon), 57

கூட்டுப் பேரம், 148, 184, 210, 247

கூத்துபாணி பொருளாதாரம், 205

கூப்மன்ஸ், சல்லிங் (Koopmans, Tjalling), 198

கூலி

    அதன் தீர்மானிப்பு, 246–248

    அதன் பரிணாமம், 244–245

    குறைந்தபட்சக் கூலி. காண்க குறைந்தபட்சக் கூலி

    வாங்கும் ஆற்றல், 231–232

கூலி உழைப்பு, 138, 187, 191

கூலி ஏற்றத்தாழ்வு, 270

கூலி குறித்த சட்டத் தொகுப்பு (2019), 210

கூலி தீர்மானிப்பு, 114–115, 242–244

    அது குறித்த கோட்பாடுகள், 209–211

    ஒப்பந்தத் தொழிலாளர்கள், 210–211

    கூலி குறித்த தொகுப்புச் சட்டம் (2019), 210–211

    ஸ்மித்தின் கருத்துகள், 210–211

கூலி வேற்றுமை, 210

கேயின்ஸ், ஜான் மேனார்ட் (Keynes, John Maynard), 34, 43–44, 58–60, 131–132, 178–179, 250–252, 267–268

    'பணவியல் உற்பத்திப் பொருளாதாரம்' என்ற எடுகோள், 232

    பணவியல் உற்பத்திப் பொருளாதாரம் என்ற கருத்து, 38–39

    பொது விலைவாசி என்ற கருத்தின் திறனாய்வு, 71–72, 232–233

    வெளியீட்டு மற்றும் வேலைவாய்ப்புக் கோட்பாடு, 110–112, 116–122

கேரளப் பொருளாதாரம், 44, 48, 74

கேனீசியப் பொருளியல், 125–126, 186–187

    அதன் பயன்பாடு, 225–226

    கேனீசிய பெருக்கி, 121–124

    சேமிப்பும் முதலீடும், 57–58, 114–116, 152–153, 181–183

    திறம்படு வேண்டல் என்ற கேனீசிய கொள்கை, 221–222

    பெருக்கி, 121–124

    வெளியீட்டு மற்றும் வேலைவாய்ப்புக் கோட்பாடு, 110–112, 143–144, 146–147, 173–174, 216–220, 265–266

    வேண்டல் சார் வளர்ச்சிக் கோட்பாடு, 110–112

கேனீசியப் புரட்சி, 62

கொத்தாரி, ஆஷிஷ் (Kothari, Ashish), 163

கொயிலாண்டி, 189

கொழிப்பு. காண்க முதலீடு

கொள்கை

    அதுவும் அளவீடும், 51–52

    அதுவும் கோட்பாடும், 171, 177–185

    அதுவும் சூழலும், 200–201

    அரசிறை, 216–217, 225–229, 250–253, 258–259, 266–267

    அரசு, 36–38, 158–160, 252–253, 267–268

    தரவுகள், 51–52, 74–75, 161–163, 193–198

    பணவியல், 96–98, 101–103, 147–149, 192–193, 231–232, 250–253, 254–256, 258–259

    பணவீக்கம், 257–258, 266–267

    வேலைவாய்ப்பு, 81–83, 200–201, 226–228, 266–267

கோட்பாடு. கருத்தாக்கம் என்பதையும் காண்க

    அதன் வரம்புகள், 34–35

    அதன் வரலாறு, 34–40

    கேனீசிய வாதம், 110–121, 125–126, 128–130, 137–138, 142–144, 167–168, 182–183, 216–220, 222–226, 229–230, 245–246, 263–266, 268–2670

    செவ்வியல், 113–114, 146–149, 152–153, 167–171

    பணவீக்கம், 258–259

வளர்ச்சி, 110–112, 142–154, 165–171, 216–218, 225–226, 229–230, 253–254, 263–266

விலை, 242–244, 250–252, 268–270

விளிம்புநிலைவாதம், 113–116, 125–126, 137–139, 142–146, 152–153, 182–185, 197–198, 216–217, 263–265, 266–267

வெளியீடு, 106–107, 110–116, 125–126, 128–130, 137–138, 142–146, 152–153, 173–174, 178–179, 222–226, 229–230, 245–246, 263–266

கோப்லண்ட், மாரிஸ் (Copeland, Morris), 62–63, 77

கோஷ், அமிதாவ் (Ghosh, Amitav), 66

க்ளார்க், காலின் (Clark, Colin), 57

க்ளார்க், பீட்டர் (Clark, Peter), 139

சக்கரவர்த்தி, சுகமோய் (Chakravarty, Sukhamoy), 224

சட்டோபாதியாய், சாமென் (Chattopadhyay, Saumen), 193, 199

சந்தையின் எல்லை. வேண்டல்; ஸ்மித், ஆடம் ஆகியவற்றையும் காண்க

சமயம், 167

சமுதாயத் தொடர்புவலைகள், 167

சமுதாயப் பழக்கவழக்கங்கள், 64–67, 203, 212, 215, 271

சமூக அறிவியல்கள், 156

சமூக மிகைப்பொருள். செவ்வியல் பொருளாதாரம் என்பதையும் காண்க

சமூக முன்படிக் கருத்துகள், 215

சமூகப் பாதுகாப்புச் சலுகைகள், 191

சமூகம், 32–34, 37, 48, 54, 56, 65, 67, 69–70, 75, 111, 181, 202, 254–255, 262, 271

சயனோவ், ஏ. வி. (Chayanov, A.V.), 191

சரக்கு மற்றும் சேவை வரி, 221

சாதி சார்ந்த கட்டப் பஞ்சாயத்துகள், 64

சாதி முறை, 45–46

இடம் சார்ந்த ஏற்றத்தாழ்வு, 187–188

ஊரகப் பொருளாதாரம், 187–192

தொழிலாளர் இடம்பெயரவியலாத தன்மை, 63–64

தொழிலாளர் இடம்பெயர்வு, 187–188

தொழில்/உழைப்புப் பிரிவினை, 45–46, 187–188

நிலவுடைமை, 154–7

புதினம். பொருளியலாளர்களுக்கான புதினம் என்பதையும் காண்க

பேரியல் பொருளாதாரம், 54–57

பொருளாதார வளர்ச்சி, 152–165

சாமுவெல்சன், பால் (Samuelson, Paul), 39

சாயர், மால்கம் (Sawyer, Malcolm), 107

சார்பிணைப்பு, அதன் கருத்து, 58–60
அமைப்பியல் சார்பிணைப்பு என்பதையும் காண்க.

சிக்கல்–தீர்வு அணுகுமுறை, 261

சிக்கல்–முன்வைப்பு அணுகுமுறை, 261

சிந்தனைப் பரிசோதனை, 102, 178–179

சிவகாமி, ப., 46

சிஸ்மாண்டி, ஜே.சி.எல் (Sismondi, J.C.L.), 111

சீட்டு நிதியம், 79

சீர்நிலை, 144, 152, 266

சுகாதாரம், 71, 159, 162, 216, 225, 228

சுங்கம், 126, 128

சுயதொழில், 72, 191, 195, 205, 207, 270

சுவாமிநாதன், மதுரா, 198

சுவீடன் அரச அறிவியல் கழகம், 169

சுழற்சி ஆதரவுக் கொள்கை, 226

சுழற்சித் தவிர்ப்புக் கொள்கை, 217, 226–227, 230, 267

சுழியக் கூட்டுப்பலன் ஆட்டம், 131, 165, 219

சுற்றுச்சூழல், 31, 33, 39, 42, 54, 58, 61, 65–67, 73–75, 154, 163–164, 169, 220, 229–230, 253–254, 256, 259, 262, 267, 270

சூழலியல், 66–68, 152, 164–165, 169–170, 227, 253, 255, 265

செயல்சார் வருமானப் பகிர்மானம், அதன் கோட்பாடுகள். ஆதாயம்; கூலி ஆகியவற்றையும் காண்க

செர்ரனோ, ஃப்ராங்க்லின் (Serrano, Franklin), 147, 150

செலவுகள்

    உற்பத்தி, 166–167, 188–189

    கடன் வாங்கலில் ஏற்படும் செலவுகள், 94, 103–104, 252–253, 257–258

    தொழிலாளர், 45–46

    பணவீக்கம், 232–233

    விலை. அமைப்பியல் சார்பிணைப்பு என்பதையும் காண்க

    வேளாண், 137–138

    ஸ்ராஃபா, பியரோ 241–242

செலாவணி. நாணயம் என்பதையும் காண்க

செல்வ ஏற்றத்தாழ்வு, 161

செல்வத்தின் அறிவியல், 42

செவ்வியல் அரசியல் பொருளாதாரம். காண்க செவ்வியல் பொருளாதாரம்

செவ்வியல் பொருளாதாரம், 35–38, 40–44, 113–114, 146–147, 158–160, 179–181, 183–185, 263–265, 267–268, 270–271

    அதுவும் விளிம்புநிலைவாதப் பொருளாதாரமும், 36–39, 53

    கரேகியானி, பியரஞ்செலோ (Garegnani, Pierangelo), 146–147, 170

    கேயின்ஸ் கொடுத்த தவறான அடையாளம், 158–160

    டூக், தாமஸ் (Tooke, Thomas), 35–36, 198–199

    தொழிலாளர் வேலையின்மை, 146–147, 250–252

    பணவீக்கக் கோட்பாடு, 232–233

    பரத்வாஜ், கிருஷ்ணா, 53, 84–86, 147–148

    பொருளியலின் வரையறை, 39–44

மதிப்புக் கோட்பாடு, 242–244

மார்க்ஸ், கார்ல் (Marx, Karl), 35–38

ரிகார்டோ, டேவிட் (Ricardo, David), 46–48, 151–152

வளர்ச்சிக் கோட்பாடுகள், 150–153

வேண்டல் சார் வளர்ச்சிக் கோட்பாடு, 142–143, 147–149

ஸ்மித், ஆடம் (Smith, Adam), 39–40, 41–43

ஸ்ராஃபா, பியரோ (Sraffa, Piero), 51–52, 146–147

சென் சுனந்தா (Sen, Sunanda), 107

சென், அமர்த்தியா (Sen, Amartya), 150

சே, ஜே.பி. (Say, J.B.), 110

சேகர், ஹன்ஸ்டா சௌவேந்திர, 43, 164

சேக்சரியா, பங்கஜ் (Sekhsariya, Pankaj), 65, 165

சேமிப்பு நாட்டம், 124, 176, 181

சேமிப்பு மறைவு, 79, 124

சேமிப்புகள், 63, 79, 88, 99, 113, 144, 178–179, 181, 206, 252, 262

சேமிப்புப் புதிர், 179, 206

சேயின் விதி, 117

சேவைகள், 59 61, 69, 71, 158, 160, 214–215, 228

சேவைத்துறை, 32, 49, 131, 154, 157, 187, 201, 216, 232, 237, 270

சொத்து/உடைமை, 98, 104, 124, 155, 164, 250

சொத்துகள்,

    நிதி 86–89, 135–136, 262–263

    நிலம் 154–156

    வேளாண் 133–135

சொல்லாட்சி, 233, 251, 268

சோலோ, ராபர்ட் (Solow, Robert), 110–112, 143–144, 173–174

    பொருளாதார வளர்ச்சி மாதிரி, 143–144

டா வின்சி, லியோனார்டோ (da Vinci, Leonardo), 96

டிரவுட்மன், தாமஸ் ஆர். (Trautmann, Thomas R.), 53

டிரீஸ், ஜீன் (Drèze, Jean), 34, 150

டிரெஸ்ஸினி, அட்டிலியோ (Trezzini, Attilio), 147

டீன் ஃபில்லிஸ் (Dean Phyllis), 59

டூக், தாமஸ் (Tooke, Thomas), 36, 181, 199

டென்மார்க், 109

டே விவோ, கியான்கார்லோ (de Vivo, Giancarlo), 159

டௌ ஜோன்ஸ் (Dow Jones), 101

டோமர், எவ்சே (Domar, Evsey), 221

தகுதித்திறன், 43

தங்கம், 56, 104

தடுமாற்ற நிலை, 204, 190

தடையில்லா வணிக மண்டலம், 128

தத்தா, பாபாதோஷ் (Datta, Bhabatosh), 230

தரவு

    அதன் மெய்யியல், 49–50

    அதுவும் கொள்கையும், 197–198

    இடையியல், 49–50, 153–154

    சூழல், 201–202

    பெருந்தரவு, 196–198

    பேரியல், 49–50, 153–154

தர்க்கம், 110, 178, 183, 193

தலித்துக்கள், 46, 64, 84, 138, 213, 228

தலைமைச் செயல் அலுவலர்கள், 140

தனிப்பட்ட நடத்தையியல்களின் கூட்டுத்தொகை, 110

தனிப்பட்ட விருப்பங்கள். விளிம்பநிலைவாதப் பொருளியல்; நெறியியல் தனிநிலை ஆகியவற்றையும் காண்க

தனியார் முதலீடு, 38, 50, 76, 121, 124, 168, 182, 220, 222, 226

தன்னிச்சை நுகர்வு, 147, 222, 264

தன்னிச்சை முதலீடு, 124, 147, 222, 264

தன்னிச்சைச் செலவினம், 222

தாராளவாத முதலாளித்துவம், 138–139

தாஸ்குப்தா, ஏ.கே. (Dasgupta, A.K.), 124–125, 223, 236

திட்ப மூலதனம். காண்க உற்பத்தித் திறன்

திடுயா, 189

திறந்தநிலைப் பொருளாதாரம்

    அதில் பேரியல் இயக்கங்கள், 125–137

    அதில் வளர்ச்சி, 165–170

    அந்நிய நிறுவன முதலீடு, 104–105

    அந்நிய நேரடி முதலீடு, 104–105

    இறக்குமதிகள், 101–103

    ஏற்றுமதிகள், 35–36, 62–63, 103–104

    கேனீசிய கோட்பாட்டின் பயன்பாடு, 128–130

    நடப்புக் கணக்கு, 105–107, 135–136, 262–263

    பணம், 100–106

    பன்னாட்டு நிதி, 101–103

    பன்னாட்டு வணிகம், 131–2, 136–138, 165–168, 253–254

    பன்னாட்டுக் கட்டண நிலுவை, 105–106, 135–136

    புதினம். பொருளியலாளர்களுக்கான புதினம் என்பதையும் காண்க

    புவியரசியல், 127–130, 168–170

    பேரியல் பொருளாதாரக் கணக்குப்பதிவு, 79–80, 216–217, 225–226, 253–254

    பொருளாதார வளர்ச்சி, 165–170

    மூலதனக் கணக்கு, 105–107, 135–136, 262–3

    வெளியீட்டுக் கோட்பாடு, 106–107, 110–112, 113–117, 125–126, 138–139, 142–146, 152–153, 167–168, 178–179, 225–226

திறம்படு வேண்டல், அதன் கொள்கை, 115, 117, 153, 222

துறைகளுக்கிடையிலான உறவுகள்

    அதன் கருத்தாக்கம், 58–62, 224–225

    இந்தியப் பேரியல் பொருளாதாரத்தில், 60–61, 194–196, 224–225

    உள்ளீட்டு–வெளியீட்டுக் கட்டமைப்பு, 64–66

    நிதிப் போக்குவரத்துகள், 78–81

துறைவாரியான நிதிப் போக்குவரத்துகள், 70

தேக்கம். தொகைவேண்டல் என்பதையும் காண்க

தேசாய், அசோக் (Desai, Ashok), 259

தேசிய அனல்மின் கழகம், 80

தேசிய கணக்குப்பதிவு முறை, 58, 253

தேசிய மாதிரிக்கூறு கணக்கெடுப்பு நிறுவனம் (National Sample Survey Organisation-NSSO), 154–156

    அனைத்திந்திய கடன் மற்றும் முதலீட்டு அறிக்கை (All India Debt and Investment Survey report), 81–83

    இந்தியாவில் வேலைவாய்ப்பு–வேலையின்மை நிலை (Employment and Unemployment Situation of India), 202–203

தேசிய வருமானக் கணக்குகள், 201–202

    'பசுமை'க் கணக்குகள், 58–60

    அதன் மதிப்பீடு, 57–58

    அதன் வளர்ச்சி, 57–58

    இந்தியாவில், 57–58

தேசிய வருமானக் கணக்குப்பதிவு, 57–59, 68, 262

தேசிய வீட்டுவசதி வங்கி, 86, 240

தேசியக் கணக்குப்பதிவுப் புள்ளியியல், 58

தேசியப் பங்குமுதல் பரிவர்த்தனையகம், 81

தேவைகள். கூலி என்பதையும் காண்க

தொகுமுதலீடு, 80

தொகை உற்பத்திச் சார்பு, 142–144, 245

தொகைச் செலவினம், 62–63, 113–114

தொகை வருமானம், 49–50, 63–64, 68–70, 121–126, 136–138, 140–141, 144–146, 148–149, 152–153, 174–177, 182–183, 191–192, 194–196, 218–220, 221–224, 226–228, 240–241, 244–246, 248–249, 262–263

    அதன் உருவளவும் அமைப்புக்கூறும், 242–244

    அதன் கணக்குப்பதிவு முறை, 35–36

    அதன் தீர்மானிகள், 115–117, 231–232

    அதன் மட்டங்கள், 41–43, 108–109, 116–117, 120–121, 153–154

    அதன் வளர்ச்சி, 232–233

    அதன் வளர்ச்சி வீதம், 153–154

    உள்நாட்டு, 147–148

    நாணயமாற்று வீதத்தின் தாக்கம், 263–265

    பகிர்மானம், 40–41

தொகைவழங்கல், 112–121, 125–126, 128–130, 137–138, 141–142, 147–148, 151–153, 217–218, 263–266

தொகைவேண்டல், 174–175

    அதன் குறைபாடு, 62–63

    அதன் சிக்கல்/பிரச்சினை, 110–112

    அதன் தன்னிச்சைக் கூறுகள், 124–125, 147–148

    அதன் தூண்டப்பட்ட கூறுகள், 124–125, 147–148

    அதன் பற்றாக்குறை, 110–112, 218–220

    அதன் பாகக்கூறுகள், 182–183

    அதன் வளர்ச்சி, 151–152

    இந்தியச் சூழல், 150–151, 201–202, 222–226

    கலட்ஸ்கி [Kalecki], 38–39, 110–112

    கேயின்ஸ் [Keynes], 38–39, 58–61, 110–112, 115–116

    திறம்படு வேண்டல் கொள்கை, 115–117, 221–222

    பெருக்கி, 121–124, 130–131, 144–146, 153–154, 218–220, 221–222, 228–229

பொருளாதார வளர்ச்சிக் கோட்பாடு, 150–151

முடுக்கி, 119–120, 144–146

வெளியீடு மற்றும் வேலைவாய்ப்புக் கோட்பாடு, 106–107, 110–112, 113–117, 138–139

வேலைவாய்ப்புக் கொள்கை, 200–201, 226–228, 266–267

தொகை வேலைவாய்ப்பு, 108

தொடக்கநிலை பொது அளிப்பு, 71

தொழிலாளர் ஆக்கத்திறன் மற்றும் கூலி, அவற்றின் வளர்ச்சி, 210

தொழிலாளர் நலச் சட்டங்கள், 218

தொழிலாளர்கள், 35–36, 38, 45–46, 64, 73, 108, 110, 120, 126, 135, 138, 167, 188–191, 201, 203–205, 212–213, 250

தொழில் சுழற்சிகள், 235

தொழில் பிரிவினை. காண்க உழைப்புப் பிரிவினை

தொழில் பூசல்கள் சட்டம் (1947), 210

தொழில் போர். காண்க 'அண்டைநாடு களைப் பிச்சைக்காரர்களாக்கும்' கொள்கைகள்

தொழில்களுக்கிடையிலான அமைப்பியல், 127–128

தொழில்களுக்கிடையிலான உறவு, 257

தொழில்துறை உற்பத்தி, 233

தொழில்நுட்ப வளர்ச்சி, 106

தொழில்நுட்ப முன்னேற்றம்

    அதன் தீர்மானிகள், 112–113, 141–142, 144–147, 151–152, 165–166, 168–170, 217–218, 263–265

    உழைப்புப் பிரிவினை, 151–152

    சூழலியல், 151–152, 168–170

    பொருளாதார வளர்ச்சி, 105–106, 112–113, 141–142, 146–147, 151–152, 165–166

    வேலைவாய்ப்பு, 217–218

தொழில்நுட்பம், 137, 142, 145, 148, 181, 242–243

தொழிற்கழக (கார்ப்பரேட்) கடன் பத்திரச் சந்தை, 90

தொழிற்கழக (கார்ப்பரேட்) பத்திரங்கள், 90–92

தொழிற்கழக (கார்ப்பரேட்) வரி, 221

தொழிற்கழகங்கள். காண்க நிறுமங்கள்

தொழிற்சங்கங்கள், 161

தொழிற்சங்கச் சட்டம் (1926), 210

தொழிற்சாலைகள் சட்டம் (1948), 210

தொழிற்படை, 191, 202, 211, 213, 215, 229, 270

தொழிற்படை, 191–192, 202–205, 210–211, 213–215, 228–229, 266–267, 270–271

தொழிற்படை பங்கேற்பு வீதம்,

நகர்ப்புறப் பொருளாதாரங்கள், 46, 188

நடப்புக் கணக்கு, 105, 133

நடப்புக் கணக்கு மிகுதி, 134–136

நடப்புக் கணக்குப் பற்றாக்குறை, 134–135

நம்பிக்கை, 32, 48, 65, 84, 86, 183, 219, 225, 254, 269, 273

நல்லற உணர்வுகள். ஸ்மித், ஆடம் என்பதையும் காண்க

நல்வாழ்வு, 33, 108

நவுரோஜி, தாதாபாய் (Naoroji, Dadabhai), 58

நாணயமாற்று வீதம், 48, 101–103, 126, 128, 136–137, 167, 249–250, 252, 263, 268

நாணயம். செலாவணி என்பதையும் காண்க

நாராயண், ஆர்.கே, (Narayan, R.K.), 83

நார்தவுஸ், வில்லியம் (Nordhaus, William), 169, 218

நால்–துறை பொருளாதாரம், 130

    அதில் பேரியல் பொருளாதாரச் சமநிலை,

நிகர முதலீடு. முதலீடு என்பதையும் காண்க

நிதி

    அந்நிய நிறுவன முதலீட்டாளர்கள், 104–105, 126–127, 167–168, 262–263

    இந்தியப் பொருளாதாரம், 48–49, 72–73

கடன், 72–73, 81–83, 86–87, 94–96

பன்னாட்டு, 101–103, 104–105, 167–168

பிணைப்புற்ற சந்தைகள், 84–86, 188–191, 254–256

முறைசாராமை, 81–87

வங்கிகள், 71–72, 78–79, 83–84, 87–89, 94–99, 104–105, 178–179, 205–206,

நிதி இடையூடகங்கள். காண்க இந்தியாவின் நிதிக் கட்டமைப்பு

நிதி உள்வரத்துகள், 136

நிதி ஒழுங்காற்றிகள், 86

நிதி நிறுவனங்கள், 78, 81, 84–86, 90, 92, 159

நிதி மூலதனம், 168

நிதி வளையத்தில் மக்களைச் சேர்க்கும் திட்டங்கள், 81–84, 205–206, 256–257

நிதிகளின் போக்குவரத்து, 100–101, 109–110

'இந்தியப் பொருளாதாரத்தின் நிதிப் போக்குவரத்துக் கணக்குகள்', 62–63, 87–89

அது குறித்த ரிசர்வ் வங்கியின் அறிக்கைகள், 62–63

இந்தியாவுக்கும் புறவுலகிற்கும் இடையிலானவை, 106–107

கோபலேண்டின் கோட்பாடு, 62–63

துறைகளிடையேயான நிதிப் போக்கு வரத்துகள், 78–81

துறைவாரியான நிதிப் போக்குவரத்து, 61–64

நிதி உள்வரத்துகள், 135–136

பணத்தைக் கடன்வாங்கல், 84–86

பணப் போக்குவரத்துகள், 62–63

பன்னாட்டு நிதிப் போக்குவரத்துகள், 104–105

நிதிகள், 80, 97, 102, 110

நிதிக் கருவிகள், 78, 80, 87–94, 99–100, 103, 253

நிதிசாராத் துறைகள், 71, 79, 81, 123

நிதிச் சந்தைகள், 254

நிதிச் சொத்துகள், 87, 262

நிதித் துறை, 70–72, 78–81, 93–94, 126–127, 157–160, 245–248

அதன் அமைப்பியல், 93–94

அதன் வளர்ச்சி, 158–160, 206–208

நிதிச் சேவைகள், 71–72, 245–248

நிதிநிலை அறிக்கை. பொருளியல் ஆதாரங்கள் என்பதையும் காண்க

நிதியம். காண்க நிதி

நிலத்தடிப் பொருளாதாரம். காண்க கருப்புப் பொருளாதாரம்

நிலம்

அதுவும் ஏற்றத்தாழ்வும், 154–157

அதுவும் சாதியும், 213–214

நிலவுடைமை. காண்க நிலவுடைமை

பரவல், 154–156

நிலவுடைமை, 43–44

அதன் ஏற்றத்தாழ்வு, 154–157, 188–189

அதன் வரலாறு, 188–189

அதுவும் பொருளாதார வளர்ச்சியும், 153–157

சாதி மற்றும் பாலினம் ஆகியவை வகிக்கும் பங்கு, 188–189

நிலவுடைமையாளர், 162

நிலையில்லாத் தன்மை, 190

நிறுமங்கள், 39, 41, 71–72, 75, 78–79, 90, 99–100, 111, 119–122, 252, 262

நிறுவனங்கள். காண்க நிறுமங்கள்

நிறுவனவியல் பொருளாதாரம், 67

நிறை போட்டி. காண்க போட்டிநிறை பொருளாதாரம்

நீண்ட காலம். காண்க போட்டிநிறை பொருளாதாரம்

நீதி, 166

நீலிமா, கோட்டா (Neelima, Kota), 189

நுகர்வதற்கான சராசரி நாட்டம், 175

நுகர்வு

    அதுவும் குறியீட்டு எண்களும், 237–239,

    அதுவும் பணவீக்கமும், 181–183, 245–246, 250–252

    அதுவும் முதலீடும், 124–125

    தன்னிச்சையான ,124–125, 147–148, 175–177, 221–222, 263–265

    தூண்டப்பட்ட, 124–125

    நுண்ணியல் அணுகுமுறை. 48–50, 151–152, 200–205, 239–241

    பெருக்கி, 221–222

    பொருளாதார வளர்ச்சிக் கோட்பாடுகள், 221–222

    வெளியீட்டின் கோட்பாடுகள், 106–107, 128–130

நுகர்வு நாட்டம், 175–176

நுகர்வோர் விலைவாசிக் குறியீடு, 73, 233, 237, 252

    ஊரகத் தொழிலாளருக்கான நுகர்வோர் விலைவாசிக் குறியீடு, 234

    தொழில்துறைத் தொழிலாளருக்கான நுகர்வோர் விலைவாசிக் குறியீடு, 234

    வேளாண் தொழிலாளருக்கான நுகர்வோர் விலைவாசிக் குறியீடு, 234

நுண்கணிதம், அதன் பயன்பாடு, 174, 178

நுண்ணியல் பொருளாதாரம். நுண்ணியல் அணுகுமுறை என்பதையும் காண்க

    செவ்வியல் பொருளாதாரத்தில், 37, 41–42, 146, 184, 267

    விளிம்புநிலைவாதப் பொருளியலில், 265

நெடுக்குவாட்ட ஆய்வுகள், 99

நெரிசல் ஏற்படுத்தி (தனியார் முதலீட்டை) வெளியேற்றுதல், 219–220

நெரிசலின் பேரில் நிதி வெளியேற்றம், 219

நெருக்கடி, 86, 110–111, 139

நெறியியல் தனிநிலை. விளிம்புநிலைவாதப் பொருளியல் என்பதையும் காண்க

நோக்கங்கள்

    பொருளாதாரக் கொள்கையின் நோக்கம், 64–66, 96–98, 172–173, 181–182, 225–226, 228–229

    பொருளியலின் நோக்கம், 64–66

நோபல் பரிசு, 169

பகிர்மானம், 36–37, 42, 44, 108, 148–149, 198, 243, 246, 250, 267

    அதுவும் மோதலும். காண்க மோதல்

    அதுவும் வளர்ச்சியும், 140–141

    செவ்வியல் பொருளியலில், 266–267

    வருமானத்தின் பகிர்மானம், 35–38, 108–109, 113–114, 142–144, 146–147, 148–149, 177–178, 183–185, 242–246, 249–252, 256–257, 265–266

    விளிம்புநிலைவாதப் பொருளியலில், 38–39, 266–267

பகுதிநிலைச் சமநிலை, 74

பகுப்பாய்வின் பொருள், 45

பங்குமுதல், 71, 81, 87, 89, 90, 91, 101, 262

பசுமை மின்னாற்றல் உட்கட்டமைப்பு, 228

பசுமைக்குடல் வாயு உமிழ்வுகள், 169

பட்டியல் சாதிகள், 213–214, 216

பட்டியல் பழங்குடிகள், 213–214, 216, 266, 274

பண அனுப்புதல்கள், 105

பணக்கூலி, அதன் எதிர்வினையாற்றுத் தன்மை, 247

பணச் சந்தை. இந்தியாவின் நிதிக் கட்டமைப்பு என்பதையும் காண்க

பணத்தின் அளவுக் கோட்பாடு, 244–246, 251

பணத்தின் சுழற்சிப் போக்குவரத்து, 128–130

பணப் போக்குவரத்துகள், 62

பணம்

    அகந்தோன்று பணம், 94, 218–220

அதற்கான வேண்டல், 93–96, 257–258

அதன் உள்வரத்துகளும் வெளியேற்றங்களும், 101–103

அதன் கோட்பாடுகள், 93–100, 185,

அதன் பண்புகள், 89–90

அதன் புழக்கம், 78–79

அதன் புழக்கவேகம், 245–246

அதன் பொருள், 88

அதன் வரையறை, 87–89, 194–196

அதன் வழங்கல், 94–96

அதற்கான வேண்டல், 93–96, 257–258

கட்டணம் செலுத்துவதற்கான சாதனமாக, 87–89

திறந்தநிலை பொருளாதாரத்தில், 100–106

நிதிக் கட்டமைப்பு, 77–89

பணத்தின் அளவுக் கோட்பாடு, 244–245, 257–258

பணத்தின் உருவாக்கம், 94–96

பணவியல் கடத்தல் இயங்கமைப்பு, 96–99, 100–103, 192–193

பணவியல் கொள்கையின் இயக்கம், 258–259

புறந்தோன்று பணம், 94, 105–106, 218–220

பேரியல் பொருளாதாரத்தில், 94–96

முறைசாரா நிதி. முறைசாராமை என்பதையும் காண்க

வட்டி வீதம், 257–258

பணம். காண்க நாணயம்/செலாவணி

பணவியல் உற்பத்திப் பொருளாதாரம், 38, 42, 63, 232, 268

பணவியல் கடத்தல் இயங்கமைப்பு, 97–98, 100, 103, 192

பணவியல் கொள்கை, 97–98, 102, 104, 106, 148, 192, 232, 251, 258

பணவியல் பொருளாதாரம், 45, 62, 106, 199, 244

பணவியல்வாதம், 38

பணவீக்கம்

அதன் அளவீடு, 233–234

அதன் இன்னல்கள், 249–250

அதன் சிக்கல், 231–232, 249–252, 258–259, 262–263, 265–267

அதன் சுமை, 249–250

அதன் தன்மை, 232–250

அதன் தோற்றுவாய்கள், 246–250

அதன் வீதத்தைக் கணக்கிடுதல், 240–241

அதுவும் அரசுக் கொள்கையும், 252–253

அதுவும் பணவியல் கொள்கையும், 101–105

அதுவும் பன்னாட்டு நிதியும், 101–105

அதுவும் பன்னாட்டு வணிகமும், 165–166

அதுவும் மோதலும், 246–248, 256–257

அதைப் பாதிக்கும் காரணிகள், 246–249

அதைப் பிரதானமாக நடத்திச் செல்பவை, 254–256

அதைப் புரிந்துகொள்வதற்கான அணுகுமுறைகள், 244–248

அருவத்தன்மையின் படிநிலைகள், 240–241

இந்தியாவில், 124–125

தீர்வுகளுக்கொரு முன்னோட்டம், 250–259

பணத்தின் அளவுக் கோட்பாடு, 244–245, 250–252, 257–258, 268–270

விலை தீர்மானிப்பு, 241–244

வேளாண் மற்றும் எரிபொருட்கள், 246–250

ஸ்ராஃபாவின் விலைக் கோட்பாடு, 241–242

பணிப் பாதுகாப்பு, 204–205

பணியாற்றத்தக்க வயதிலான மக்கள்தொகை, 202

பண்ட மற்றும் பணப் போக்குவரத்துகள், 70, 77, 126, 262

பண்ணை அல்லாத/ வேளாண் அல்லாத தொழில்கள், 191–192

பதிலீடு. விளிம்புநிலைவாதப் பொருளியல் என்பதையும் காண்க

பத்திரச் சந்தை. இந்தியாவின் நிதிக் கட்டமைப்பு என்பதையும் காண்க

பயன்பாடு. விளிம்புநிலைவாதப் பொருளியல் என்பதையும் காண்க

பயிற்றுவிப்பு முறை, 29–30, 119–120, 130–131, 178–179, 232–233, 267–268

பரத்வாஜ், கிருஷ்ணா, (Bharadwaj, Krishna), 84–86, 147–148, 254–256

பரவல்

    செல்வத்தின் பரவல், 41–43

    நிலத்தின் பரவல், 43–44, 154–156

    வேளாண்–காலநிலை மண்டலங்கள், 70–71

பரஸ்பர ஆதாய நிதி நிறுவனம், 62–63, 71–72, 100–101

பரிமாற்ற ஊடகம். காண்க பரிவர்த்தனை ஊடகம்

பரிவர்த்தனை ஊடகம், 88

பரிவர்த்தனை நோக்கம், 94

பரீக், கிரித் எஸ். (Parikhm Kirit S.), 193

பலும்போ, அண்டோனெல்லா (Palumbo, Antonella), 147

பழங்குடியினர் உரிமைக்கான தேசிய பிரச்சாரம் (National Campaign on Adivasi Rights), 49–50

பழங்குடியினர் பொருளாதாரம். அருவப்படுத்துதல் என்பதையும் காண்க

பற்றாக்குறை. காண்க விளிம்புநிலைவாதப் பொருளியல்

பன்னாட்டு நிதி, 102, 104

பன்னாட்டு நிதிப் போக்குவரத்துகள், 168

பன்னாட்டு வணிகம், 136, 165, 253

பன்னாட்டுத் தொழிலாளர் அமைப்பு (International Labour Organization-ILO)

    இந்தியா வேஜ் ரிப்போர்ட் (India Wage Report) 2018, 203, 216

உலக வங்கி, 81–83

ஐக்கிய நாடுகள் மன்றம், 57–58

காலநிலை மாற்றத்திற்கான பல்லரசாங்க அமர்வு (Intergovernmental Panel on Climate Change-IPCC), 169

பன்னாட்டு அமைப்புகள்

    பன்னாட்டுத் தொழிலாளர் அமைப்பு (International Labour Organization-ILO), 202–203

    உலக வங்கி, 81–83

    ஐக்கிய நாடுகள் மன்றம், 57–58

    காலநிலை மாற்றத்திற்கான பல்லரசாங்க அமர்வு (Intergovernmental Panel on Climate Change-IPCC), 169

பஜாஜ் ஃபைனான்ஸ் லிமிடெட், 81

பாசியோலி, லூகா (Pacioli, Luca), 96

பாசினெட்டி, லூகி எல். (Pasinetti, Luigi S.), 171

பாதுரி, அமித் (Bhaduri, Amit), 107, 230

பாய்வுநிலை மாறி, 162, 193

பாரத ஸ்டேட் வங்கி, 96, 100

பாரத கனரக மின்பொருள் லிமிடெட் (Bharath Heavy Electricals Limited), 79–80

பார்பா, ஆல்டோ (Barba Aldo), 159

பாலினம்,

    இடையியல் பொருளாதாரம். இடையியல் அணுகுமுறை என்பதையும் காண்க

    தொழிலாளர் இடம்பெயர்வு, 45–46, 167–168

    நிலவுடைமை, 43–44, 72–73, 188–189

    புதினம். பொருளியலாளர்களுக்கான புதினம் என்பதையும் காண்க

    பேரியல் பொருளாதாரம், 55–56

    பொருளாதார வளர்ச்சி, 31–32, 211–213

    வேலைவாய்ப்பு, 188–189, 200–202

பாஷே, ஹெர்மன் (Paasche, Hermann), 234

பிகூ, ஏ.சி. (Pigou, A.C.), 110

பிக்கெட்டி, தாமஸ் (Piketty, Thomas), 56, 162

பிச்சியோ, அண்டோனெல்லா (Picchio, Antonella), 202

பிணைப்புற்ற சந்தைகள், அதன் கருத்து. பரத்வாஜ், கிருஷ்ணா என்பதையும் காண்க

பிலித், மார்க் (Blyth, Mark), 218

பிவெட்டி, மாசிமோ (Pivetti, Massimo), 107

பிழைப்புநிலைக் கூலி, 36

பிழைப்பூதியம், 40, 109, 200, 232

பிறவாய்ப்புத் துறப்புச் செலவு, 95

பின்னறிவு, 232

புது வளர்ச்சிக் கோட்பாடு, 171 விளிம்பு நிலைவாத வளர்ச்சிக் கோட்பாடு என்பதையும் காண்க

புதுச்செவ்வியல் / நவச் செவ்வியல் பொருளாதாரம். காண்க விளிம்பு நிலைவாதப் பொருளியல்

புதுப்பிக்கவியலா வளங்கள், 163–164

புரிந்துணர்வு ஒப்பந்தம், 254

புலம்பெயர்வு, 158, 167

புவியரசியல், 128, 138, 169, 170

புழக்கம், 45, 68

    துறைவாரியான போக்குவரத்து, 68–70

    தொழிலாளர் புலம்பெயர்வு, 137–138

    நிதிப் போக்குவரத்து, 61–64

    பணம், 78–79, 245–246

    பண்டங்கள், 54–55

    மருத்துவத் துறைக் கலைச்சொற்கள், 44–45

புள்ளியியலின் மெய்யியல், 74–75, 194–198

புள்ளியியல் 52, 57–58, 60–61, 73–76, 95, 99, 162, 197, 210, 231–234, 238, 247, 249–250, 273

புறக் கடன், 79

புறந்தோன்று பணக்கோட்பாடு, 95, 180–181, 219, 266

புறவுலகம், 70, 126, 132,

பெக்கர், கேரி (Becker, Gary), 41

பெட்டி, வில்லியம் (Petty, William), 35, 54

பெண்கள். பாலினம் என்பதையும் காண்க

    கூலி உழைப்பு, 188–189

    தேசியக் கணக்குகள், 57–58, 113–114, 253–254

    தொழிற்படையில் பங்கெடுப்பு, 214–215

    வேளாண்மையில் பணிபுரிவோர், 188–189

பெருக்கி, 123, 130, 145, 154, 222,

பெருந்தரவு, 196–197

பெருமந்தம், 38

பேரியல் பொருளாதாரக் கணக்குகள்

    உள்ளீட்டு–வெளியீட்டு பரிவர்த்தனை அட்டவணை, 60–61, 68–70

    டீன், ஃபில்லிஸ் (Deane, Phyllis), 58–60

    தேசிய வருமானம், 57–58

    தேசியக் கணக்குப்பதிவுப் புள்ளியியல், 57–58, 60–16

    நடப்புக் கணக்கு, 105–106, 132–138, 165–166, 262–263

    நவுரோஜி, தாதாபாய், (Naoroji, Dadabhai) 57–58

    பன்னாட்டுக் கட்டண நிலுவை, 105–106, 135–136

    பெண்களின் உழைப்பு, 188–189

    மத்திய புள்ளியியல் நிறுவனம், 57–58, 76

    மூலதனக் கணக்கு, 105–7, 135–7, 165–166, 262–263

    ராவ், வி.கே.ஆர்.வி., 54–55, 57–58, 124–126, 216–217

    ஷஹூஜா, எம்.ஆர்., 233–234

    ஸ்டோன், ரிச்சார்ட், 57–58, 194–196

பேரியல் பொருளாதாரக் கணக்குப் பதிவு, 79, 217, 225, 254

பேரியல் பொருளாதாரக் கொள்கை

    அதில் எச்சரிக்கை, 54–55, 73–74, 125–126, 175–177, 183–185, 225–226, 261–262, 272–273

அதுவும் கணக்குப்பதிவும், 62–63

அதுவும் கருத்தாக்கமும், 267–272

அதுவும் சூழலும், 267–272

அதுவும் புள்ளியியலும், 232–233

கொள்கை நெம்புகோல்கள், 101–103

பணவீக்கம் குறித்து, 232–250

வளர்ச்சி குறித்து, 150–151

வேலைவாய்ப்பு குறித்து, 200–217

பேரியல் பொருளாதாரச் சமநிலை, 112, 118, 251

பேரியல் பொருளாதாரத்தின் மெய்யியல்

அருவப்படுத்துதல், 240–241

அளவீடு

கோட்பாடு சார்ந்தவை 51–53, 74–75

புள்ளியியல் சார்ந்தவை 74–75

கணிதவியல், 83–84, 173–174, 175–177, 196–197

கருத்தாக்க வரைவு, 54–55

கருத்தாக்கம், 260–268

கருத்தோட்டம், 179–181, 272–273

கோட்பாடு, 67–68

கோட்பாடு வரைதல், 44–45

சூழல், 185

தரவுகள், 162–163

தர்க்கம், 109–110, 175–179

முறைப்படுத்துதல், 150–151

பேரியல் பொருளாதாரம், 44–50, 73–75, 77–78, 94–100, 108–110, 112–115, 121–126, 135–137, 157–165, 174–179, 181–185, 187–193, 194–196, 205–206, 216–221, 225–226, 235–236, 245–249, 253–254, 258–259, 261–262, 267–268, 272–273

அதன் கருத்தாக்க வரைவு, 54–64

துறைகளுக்கிடையிலான உறவுகள், 58–62

துறைவாரியான நிதிப் போக்குவரத்து, 61–64

தொகை வருமானம் மற்றும் செலவினம், 56–60

பொதிந்து அமைந்த அமைப்புமுறையாக, 63–68

போக்குவரத்துகளின் வலைப்பின்னல், 67–73

பேரியல் பொருளியல். காண்க பேரியல்

அதன் தோற்றங்கள் 60–61

பொது நிர்வாகம், 158–159

பொது வசதிகள், 213–214

பொதுக் கடன் சமாளிப்புத் தன்மை, 79–80, 216–217, 218–221

பொதுக் கல்வி, 71–72, 161–162, 200–201, 215–216, 221–222, 226–230, 256–257, 266–267

பொதுக் கொள்கை, 273

பொதுச் சந்தை, 128

பொதுச் சுகாதாரம், 71–72, 158–160, 161–162, 220–222, 224–225, 228

பொதுத் துறை நிறுவனங்கள், 79–80

பொதுத்துறை தனியார்த்துறை கூட்டாண்மை, 161–162

பொருளாதார அளவியல், 196

பொருளாதார ஆதாரங்கள்

அகராதிகள், 53

அரசு அறிக்கைகள், 178–179

அளவீட்டுத் தரவுகள், 28, 193–197, 274–275

ஆண்டு அறிக்கைகள், 104–105, 135–136

இதழ்கள், 34, 170, 229–230

இந்திய ரிசர்வ் வங்கியின் அறிக்கைகள், 271–272

சட்டங்கள், 183–185

செய்தித்தாள்கள், 31–32, 138–139, 220–221, 231–232, 271–272

நிதி நிலைத் திட்ட அறிக்கைகள், 32–33, 90–92, 220–221, 270–272

நூல்கள், 32–35, 38–52

புதினங்கள், 32–33, 198–199, 270–272

பொருளாதார ஏற்றத்தாழ்வுகள். ஏற்றத்தாழ்வு என்பதையும் காண்க

பொருளாதார மாதிரிகள், 223, 243

பொருளாதார வளர்ச்சி

    அகந்தோன்று மாதிரிகள், 114–116

    அதன் கோட்பாடுகள், 142–153

        செவ்வியல் பொருளியலாளர்கள் 150–153

        வழங்கல் சார்ந்தவை, 142–146, 153–154, 165–166

        வேண்டல் சார்ந்தவை, 144–151, 153–154, 160–161, 165–166

    அதன் சூழலியல் தாக்கங்கள், 151–152, 162–165

    அதன் தன்மை, 31–32, 152–165

    அதன் தீர்மானிகள், 141–144, 151–152

    அதுவும் ஏற்றத்தாழ்வு மிகுந்த நிலவுடைமையும், 153–157

    அதுவும் வேலைவாய்ப்பு உருவாக்கமும், 158–162, 200–201

    ஆதாய வீதங்கள், 161–163

    இந்தியாவில், 31–32, 152–165

    சோலோவின் மாதிரி, 143–144

    திறந்தநிலைப் பொருளாதாரத்தில், 165–170

    துறைசார், 156–160

        துறைகளுக்கிடையில், 153–154

        துறைகளுக்குட்பட்டு, 153–154

    தொழில்நுட்ப முன்னேற்றத்தின் பங்கு, 141–142, 151–152

    புறந்தோன்று மாதிரிகள், 144–146

    மகாலனோபிஸின் மாதிரி, 150–151

    மார்க்ஸின் கோட்பாடு, 151–152

    ரிகார்டோவின் கோட்பாடு, 151–152

    விளிம்புநிலைவாதக் கோட்பாடுகள்

        அகந்தோன்று மாதிரிகள், 144–146

        புறந்தோன்று மாதிரிகள், 144–146

        வேண்டல் சார் கோட்பாடுகளும் வழங்கல் சார் கோட்பாடுகளும், 148–149

    ஹாரட்டின் மாதிரி, 144–146

பொருளாதாரக் கணக்குகள். பேரியல் பொருளாதாரக் கணக்குகள் என்பதையும் காண்க

பொருளாதாரக் கொள்கைகள்

    அவற்றை வகுப்பது, 191–192

    உயர் பணவீக்கத்துக்கெதிராகப் போரிடுவதற்கு, 250–259

    எதிர்ச் சுழற்சி, 226–228

    சுழற்சி ஆதரவுக் கொள்கை, 226–228

    சுழற்சித் தவிர்ப்புக் கொள்கை, 216–217, 225–229, 266–267

    வேலையின்மைக்கு எதிராகப் போரிடுவதற்கு, 225–226

பொருளாதாரச் சீர்திருத்தங்கள். பொருளாதாரத் திட்டமிடல்; பொருளாதாரக் கொள்கைகள் ஆகியவற்றையும் காண்க

பொருளாதாரத் திட்டமிடல்,

    அரசிறைக் கொள்கை, 216–217, 225–229, 250–253, 258–259, 266–267

    இந்தியாவின் திட்டக்குழு, 160–161, 192–193

    ஐந்தாண்டுத் திட்டங்கள், 81–83, 150–151, 160–161, 192–193, 216–217, 222–226, 256–257

    டெவலப்மெண்ட் ப்ளானிங் (Development Planning) (சக்ரவர்த்தி), 224–225

    தரவுகள், 51–52, 55–57

    பணவியல் கொள்கை, 96–98, 101–107, 147–149, 192–193, 250–256, 258–259

பொருளாதாரம் சாராத இதழ்கள்,

    அக்கவுண்டிங் ரெவ்யூ (Accounting Review), 62–3

பொலிடிகல் குவாட்டர்லி (Political Quarterly), 229–30

பொருளியலாளர்களுக்கான புதினம்

'ஆதிவாசிகள் இனி நடனம் ஆடமாட்டார்கள்' (சேகர்), 43–44

'த பேரபில் ஆஃப் த லாஸ்ட் டாட்டர்' (The Parable of the Lost Daughter) (வினோதினி), 228–229

'தாகூர்ஸ் வெல்' (Thakur's Well) (பிரேம்சந்த்), 137–138

'தி எக்ஸ்பெரிமெண்ட்' (The Experiment) (வோல்கா), 80

'நோவேர் டு டர்ன்' (Nowhere to Turn) (ஸ்கைபாபா), 208–209

'பஸோ-ஜி' (சேகர்), 163–165

'ராம் கிலாவன்' (Ram Khilavan) (மாண்டோ), 63–66

'லைவ்லிஹுட்' (Livelihood) (ஷிர்வாலே), 83–84

'விலிஸ் ரன்னவே சன்' (Vili's Runaway Son) (ஜிமாமி), 204–205

'வெஜிடேரியன்ஸ் ஓன்லி' (Vegetarians Only) (ஸ்கைபாபா), 187–188

'ஹோம்லேண்ட்' (Homeland) (ஸ்கைபாபா), 133–135

'ஆனந்தாயி' (சிவகாமி), 45–46

'காந்தபுரா' (Kanthapura) (ராவ்), 21

'கிஃப்ட் இன் கிரீன்' (Gift in Green) (ஜோசஃப்), 84–86

'கூளமாதாரி' (பெருமாள்முருகன்), 213–214

'டெத் ஆஃப் அ மனிலெண்டர்' (Death of a Moneylender) (நீலிமா), 187–189, 198–199

'த ஃபைனான்ஸியல் எக்ஸ்பர்ட்' (The Financial Expert) (நாராயண்), 83–84

'பெத்தவன்' (இமையம்), 45–46, 63–66

'மூகவாணி பில்லானகிரோவி' (Moogavani Pillanagrovi) (ரெட்டி), 154–156

'ராக் தர்பாரி' (Raag Darbari) (ஷுக்லா), 156–157, 205–206, 211–213

பொருளியலில் செந்நூல்கள். பொருளியல் ஆதாரங்கள் என்பதையும் காண்க

'An Inquiry into the Nature and Causes of Wealth of Nations' (ஸ்மித்), 35–36, 39–41, 150–152, 166–167, 182–183, 210–211, 256–257

'Principles of Economics' (மார்ஷல்), 36–38, 40–41, 50–51

'Princples of Political Economy and Taxation' (ரிகார்டோ), 40–41, 46–48, 151–152, 242–244

'Production of Commodities by Means of Commodities' (ஸ்ராஃபா), 68–70, 144–146, 147–148, 241–244

'The General Theory of Employment, Interest and Money' (கேயின்ஸ்), 38–39, 58–61, 73–74, 115–116, 131–132, 229–230, 263–265

'மூலதனம்' பாகம் I (மார்க்ஸ்), 35–36, 56–60, 68–70, 110–112, 151–152, 166–167

பொருளியல் ஆய்விதழ்கள்,

அர்த்த விஞ்ஞானா (Artha Vijnana), 53

எகனாமிக் அண்ட் பொலிடிகல் வீக்லி (*Economic and Political Weekly*), 34, 53, 171, 198–199, 209–210, 229–230

எகனாமிக் இஷ்யூஸ் (*Economic Issues*), 171

எகனாமிக் ரெக்கார்ட் (*Economic Record*), 229–230

எகனாமிக் வீக்லி (*Economic Weekly*), 124–125, 147–148

கேம்பிரிட்ச் ஜர்னல் ஆஃப் எகனாமிக்ஸ் (*Cambridge Journal of Economics*), 138–139, 170

மெட்ரோயெகனாமிகா (*Metro economica*), 106–107

ரெவ்யூ ஆஃப் பொலிடிகல் எகானமி (*Review of Political Economy*), 259, 273

ஹிஸ்டரி ஆஃப் எகனாமிக்ஸ் ரெவ்யூ (*History of Economics Review*), 198–199

பொருளியல் ஆலோசகரின் அலுவலகம் (Office of the Economic Advisor), 233–234

பொருளியல் கோட்பாடு, 142–153, 197–198

    அதற்கான தேவை, 172–178

    அதன் தன்மை, 173–174

    அதன் முக்கியத்துவம், 172–173

    இடையியல் அணுகுமுறை, 48–49, 156–157, 211–213

    கேனீசிய வாதம், 62–63, 115–125, 128–132, 144–149, 218–222

    கொள்கை வகுத்தலில் அதன் பயன்பாடு, 191–192

    சூழல், 172–178

    செவ்வியல் பொருளாதாரம், 150–153

    தவறான கோட்பாடுகள், 177–185

    துறைசார்ந்த, 189–194

        துறைகளுக்கிடையில், 153–14

        துறைகளுக்குட்பட்டு, 153–14

    நல்ல கோட்பாடுகள், 185–194

        தரவுகளுக்கான தேவை, 193–198

    நுண்கணிதத்தின் பயன்பாடு, 173–174

    முறைசாராமை, 189–194

    வழங்கல் சார்ந்தவை, 142–146, 153–154, 165–166

    விளிம்புநிலைவாதம், 36–40, 63–64, 116–117, 167–168, 173–174, 179–185, 197–198, 250–252, 265–266

    வேண்டல் சார்ந்தவை, 144–151, 153–154, 160–161, 165–166

    வேளாண்மையின் பங்கு, 185–191

பொருளியல் சமநிலை, 112–113, 118–119, 128–131, 173–175, 250–252

பொருளியல் சிந்தனை, 34–35, 51–53, 57–58, 60–61, 224–225, 229–230, 260–261

பொருளியல் சிந்தனையின் வரலாறு

    இந்தியப் பொருளாதாரச் சிந்தனை

    கங்குலி, பி.என். (Ganguli, B.N.), 229–30

    கர்ஸ், ஹைன்ஸ், (Kurz, Heinz) 53, 171

    கேனீசிய பொருளியல், 124–125

    சுருக்கமான வரலாறு, 34–40

    செவ்வியல் உயிர்ப்பூட்டல், 245–246

    தத்தா, பாபாதோஷ் (Datta, Bhabatosh), 229–230

    தாஸ்குப்தா, அஜித். கே, (Dasgupta, Ajit. K) 124–125, 224–225, 229–230

    நூல் பரிந்துரைகள், 53, 229–230

    பரத்வாஜ், கிருஷ்ணா, 53

    ரொன்காலியா, அலெஸ்ஸாண்ட்ரோ (Roncaglia, Alessandro), 53, 138–139

    விளிம்புநிலைவாதப் புரட்சி, 40–41

பொருளியல் பரிவர்த்தனைகள்

    அவற்றில் நம்பிக்கையின் பாத்திரம், 64–6

    அவற்றின் சமூகப்பண்பு, 64–66

பொருளியல் விதிகள், 131–132

    சேயின் விதி 114–117, 263–265

பொருளியல். பொருளியல் கோட்பாடு என்பதையும் காண்க

    20ஆம் நூற்றாண்டில் ஏற்பட்ட முன்னேற்றங்கள், 38–39

    அதன் சமூகப் பண்பு, 63–64

    அதன் பன்மைத்துவ இயல்பு, 39–40

    அதன் மெய்யியல், 172–181, 197–198

    அதன் வரம்புகள், 66–67

    அதன் வரலாறு, 34–40

    அதன் வரையறை, 39–44

    அதிலுள்ள பன்மைவாதம், 260–261

    செல்வத்தின் அறிவியலாக, 41–44, 51–52, 54–55, 260–261

பொருள்மிகை. காண்க சமூக மிகைப்பொருள்

போக்குவரத்துத் துறை, 72–73

போட்டி, 46–49, 99–100, 143–144, 196–197, 213–214, 245–246, 254–258, 270–271

    குறை போட்டி, 46–48

    கொள்கை, 257–258

    சமச்சீரான ஆதாய வீதம், 245–246

சாதி, 187–188, 213–214

தடையில்லாப் போட்டி. செவ்வியல் பொருளாதாரம் என்பதையும் காண்க

தொழிலாளர் இடம்பெயர்வு

உள்நாட்டு, 137–138

பன்னாட்டு, 101–103, 109–110

நிறை போட்டி. விளிம்புநிலைவாதப் பொருளாதாரம் என்பதையும் காண்க

பாலினம், 31–32, 45–46

மூலதன இடம்பெயர்வு

உள்நாட்டு, 187–188

பன்னாட்டு, 109–110

போட்டித்தன்மை, 167–168

போட்டிநிறை பொருளாதாரம். அருவப் படுத்துதல் என்பதையும் காண்க

அதன் சீர்நிலை வளர்ச்சி, 152–153

குறுகிய கால வரையறை, 112–113, 142–143

சமச்சீரான ஆதாய வீதம், 245–246

நீண்ட கால வரையறை, 36–38, 245–246

ரிகார்டோ, டேவிட், 40–41, 46–48

விலைகளின் பங்கு, 72–73

வேலையின்மை இருத்தல், 194–196

ஸ்மித், ஆடம் 40–41

போட்டியில்லாத பொருளாதாரங்கள், 46–48

மகாத்மா காந்தி தேசிய ஊரக வேலைவாய்ப்பு உறுதித் திட்டம், 178

மகாலனோபிஸ், பி.சி. (Mahalanobis, P.C.), 58, 217, 223

மக்களாட்சிச் சமூகம், 56–57

மக்கள் நிதித் திட்டம், 83, 84

மணிமொழி, 173

மண்டல ஊரக வங்கிகள், 83

மண்டிகள், 239

மதனப்பள்ளிப் பொருளாதாரம், 44, 74

மதிப்புக் கூட்டல், 69

மதிப்புக் கோட்பாடுகள், 35–36, 143–144, 266–267. விலைக்கோட்பாடுகள், நுண்ணியல் பொருளாதாரம் ஆகியவற்றையும் காண்க

மதிப்புச் சங்கிலிகள், 167

மதிப்புக் தேய்வு, 103–104, 136–137, 151–152, 252–253

மத்திய புள்ளியியல் அலுவலகம், 234

மத்திய புள்ளியியல் நிறுவனம், 60, 76

மத்திய–மாநில நிதி உறவுகள், 45

மரபுசாராப் பொருளியல். செவ்வியல் பொருளாதாரம், கேனீசியப் பொருளியல் ஆகியவற்றையும் காண்க

மரபுசார் பொருளியல். காண்க விளிம்புநிலைவாதப் பொருளியல்

மருத்துவக் காப்பீடு, 204

மறுகாப்பீட்டு நிறுவனங்கள், 86–87

மறைமுக வரி, 221

மறையிடர், 46, 81, 90, 91, 92

மற்றவை மாறாதிருப்ப (Ceteris Paribus) 50, 74, 103, 123, 130, 131, 137, 167, 174, 176, 181, 183, 212, 246, 258

மனித மூலதனம். தொழிலாளர் என்பதையும் காண்க

மஸ்ஸுகட்டோ, மரியானா (Mazzucatto, Mariana), 222

மாசுபாடு, 163–164

மாண்ட்டோ, சாதத் ஹசன், 64

மாதிரிகள், 144, 145, 147, 173, 177, 179, 197

மாநில நிதிக் கழகங்கள், 81

மாநிலங்களுக்கிடையிலான புலம்பெயர்வு, 167–168

மாநிலங்களுக்கிடையில் புலம்பெயர் தொழிலாளர்கள் சட்டம், 210–211

மார்கன், மேரி எஸ். (Morgan, Mary S.) 177

மார்க்ஸ், கார்ல், 35–38, 56–57, 110–112

ஆதித் திரட்டல், 166–167

கூலி, 35–36, 110–112

நெருக்கடி, 110–112, 152–153

பேரியல் பொருளாதாரத்தின் தோற்றம், 60–61

பொருளாதார வளர்ச்சி, 150–152

மூலதனத்தின் சுற்றோட்டம், 110–112, 261–262

'மூலதனம்'

    பாகம் I (1867), 58–60, 151–152, 166–167

    பாகம் II (1885), 58–60, 151–152

    பாகம் III, (1894) 151–152

மார்ஷல், ஆல்ஃபிரெட் (Marshall, Alfred), 37, 110

மால்தூஸ், தாமஸ் ராபர்ட் (Malthus, Thomas Robert), 111, 114

மானியம், 101–103, 126–127, 114–116, 167–168, 220–221

மானுடவியல், 64, 67

மில்கேட், முர்ரே (Milgate, Murray), 53, 139

மின்ஸ்கி, ஹைமன் (Minsky, Hyman), 181

மீப்பெருக்கி, 145, 147

'முகமதிம்மா' (Muquaddimmah) (இபுன் கால்தூரன்), 36

முக்கர்ஜி, சித்தார்த்தா (Mukherjee, Siddhartha), 197

முடுக்கி, 119, 145

முதலாளிகள், 40, 69, 258

முதலாளித்துவச் சமூகங்கள், 37, 69, 70, 111

முதலாளித்துவம் அல்லாத சமூகங்கள், 111

முதலாளித்துவம் அல்லாத துறை, 191

முதலாளித்துவம், அதன் தோற்றம், 34–35, 46–48

முதலில் வருவது முதலில் செல்லும், 75

முதலீடு

    அதன் இரட்டைப் பங்களிப்பு, 141–142

    அதுவும் உற்பத்தித் திறனும், 104–105, 110–112, 217–218

    அதுவும் உற்பத்தித் திறன் பயன்பாடும், 120–121, 151–152

    அதுவும் சேமிப்பும், 57–58, 98–99, 194–196

    அதுவும் தேய்மானமும், 151–152

    அதுவும் பெருக்கியும், 153–154

    அதுவும் பொருளாதார வளர்ச்சியும், 140–142

    அதுவும் முடுக்கியும், 119–120, 144–146

    அரசாங்கங்கள் மேற்கொள்பவை, 62–63

    தனியார்த் துறை, 38–39, 62–63

    தன்னிச்சையானது, 124–125, 147–148, 175–177, 221–222, 263–265

    திறந்தநிலைப் பொருளாதாரத்தில், 128–130

    திறம்படு வேண்டல் என்ற கொள்கை, 115–117, 221–222

    தூண்டப்பட்டவை, 124–125

முதற்கட்டப் பொதுது அளிப்பு, 79, 80

மும்பைப் பங்குச் சந்தை, 81

முறைசாரா நிதி, 81, 83, 84, 85, 192, 262

முறைசாரா வேலைவாய்ப்பு, 190

முறைசாரத் துறை

    இந்தியச் சூழல், 258–259, 266–270

    நிதி, 225–226

    வேலையின்மை, 62–63

முறைசாராப் பொருளாதாரங்கள். காண்க முறைசாராத்துறை

முறைசாராமை, 81–86, 192–193, 262–263.

முன்னறிவு, 112

முன்னேற்றம். அறிவாக்கம் என்பதையும் காண்க

மூலதன இருப்பு. திறன், உற்பத்தி என்பதையும் காண்க

மூலதனக் கணக்கு, 105, 106, 135, 136, 263

மூலதனக் கொழிப்பு. காண்க முதலீடுகள்

மூலதனக் கோட்பாடு, 52

மூலதனச் சந்தைகள், 81

மூலதனச் செலவினம், 220–221

மூலதனம்

    அதற்கு இணையாகக் குறைந்துவரும் விளைச்சல், 142–146, 151–152, 263–265

    அதன் கோட்பாடு. காண்க மூலதனக் கோட்பாடு

    அதன் தடையில்லா இடம்பெயர்வுத் தன்மை, 36–38, 46–48, 78–79, 109–110, 127–128, 187–188

    அதன் வரவு வீதம், 161–162

    இடம்பெயரவியலாமை, 137–138

    இடம்பெயர்வுத் தன்மை, 36–38, 45–48, 78–79, 109–110, 127–128, 213–214

    கொழிப்பு. காண்க முதலீடு

    திட்ப வகை, 71–72, 263–265

    நிதிசார், 167–168

    பன்னாட்டுப் போக்குவரத்துகள், 101–103

    முதலாளித்துவம், 34–35, 46–48, 166–167

மூலதனம் செறிந்த நிறுமங்கள், 54

மூலப் பொருட்கள். இயற்கை வளங்கள் என்பதையும் காண்க

மூன், தாமஸ் (Mun, Thomas), 36

மெங்கர், கார்ல் (Menger, Karl), 36

மெட்ரோயெகனாமிகா (Metroeconomica), 107

மேம்பாட்டு நிதி நிறுவனங்கள், 81

மைய வங்கி, 78, 87, 95, 96, 97, 178

மொத்த உள்நாட்டு உற்பத்தி, 56, 76, 108, 157, 160, 163, 166, 193, 194, 196, 202, 233, 240, 254, 259, 265

மொத்த உள்நாட்டு உற்பத்திப் பணவாட்டமாக்கி, 240

மொத்த விற்பனை விலைவாசிக் குறியீடு (மொவிவிக), 73–74, 233–234, 248–249

    அதன் கட்டமைப்பு 233–236

    அதன் கணக்கீடு 258–259

    பாஷேவின் வாய்பாடு 235–236

    லஸ்பேரேவின் வாய்பாடு 233–234

    குறியீட்டு எண்கள்

        பெட்ரோலிய இறக்குமதி விலைகள், 248–249

        மொத்த விற்பனை விலை, 237–239

        இந்தியாவின் மொவிவிகு–வில் நிறைகள், 236–7

        முதன்மைப் பொருட்கள், 239–40

    'Frequently Asked Questions on Revision of Wholesale Price Index' (2017), 235–6

    மொவிவிக–வைக் கணக்கிடுவதற்கான வாய்பாடு

மொழி, அதன் பங்கு, 167–168

மோதல். வல்லாதிக்கம் என்பதையும் காண்க

    ஆதித் திரட்டல், 166–167

    கூலிப் பேரம், 36–38, 183–185, 244–245

    சாதி, 83–84

    பணவீக்கக் கோட்பாடு, 232–233

    பன்னாட்டுப் பொருளியல், 51–52

    பாலினம், 79–80

    பிணைப்புற்ற சந்தைகள், 84–86, 188–191, 254–256

    வருமானப் பகிர்மானத்தின் விளிம்புநிலைவாதக் கோட்பாட்டில் அதன் இல்லாமை, 265–266

    வருமானப் பகிர்மானம், 35–36, 242–244, 246–250, 256–258

ரக்ஷித், மிகிர் (Rakshit, Mihir), 259

ரனாதே, எம்.ஜி. (Ranade, M.G.) 187

ராபின்சன், ஜோன் (Robinson, Joan), 131

ராபின்ஸ், லயனல் (Robbins, Lionel), 41

ராவல், விகாஸ் (Rawal, Vikas), 198

ராவ், வி.கே.ஆர்.வி. (Rao, V.K.R.V), 217, 223, 225

ராஜ், கே.என். (Raj, K.N.) 161, 186, 225

ரிகார்டோ, டேவிட், 35–36, 40–41, 46–48, 50–51, 68–70, 113–114, 150–153, 170–17, 183–185, 198–199, 242–244, 246–248, 260–261, 267–270

    கூலி, 242–244, 260–261, 267–268

    பொருளதாரத்தின் வரையறை, 260–261

    பொருளாதார வளர்ச்சி, 50–51, 150–153

    ப்ரின்சிபிள்ஸ் ஆஃப் பொலிடிகல் எகானமி அண்ட் டாக்சேஷன் (Principles of Political Economy and Taxation) (1817), 40–41, 46–48, 151–152, 242–244

    வல்லாதிக்கம், அதன் பாத்திரம், 229–230

ரெட்டி, கேசவ (Reddy, Kesava), 155

ரெவ்யூ ஆஃப் பொலிடிகல் எகானமி (*Review of Political Economy*), 40, 41, 151, 241, 261

ரொக்கத்தன்மை, 89, 90, 93, 94, 100

ரொன்காலியா, அலெஸ்ஸாண்ட்ரோ (Roncaglia, Alessandro), 139

ரோமர், பால் (Romer, Paul), 145

லக்சம்பர்க், ரோசா (Luxemburg). 111

லியாண்டிஃப், வாசிலி (Leontief, Wassily), 60

லூயிஸ், ஆர்த்தர் (Lewis, Arthur), 191

லெவின், கர்ட் (Lewin, Kurt), 173

லெஸ்பேயர்ஸ், எட்டியென் (Laspeyres, Etienne), 234

வகில், சி.என். (Vakil, C.N.), 225

வங்கி வைப்புத்தொகை, 63, 87, 88, 89, 93, 97, 181

வங்கிகள். இந்தியாவின் நிதிக் கட்டமைப்பு என்பதையும் காண்க

    கடனளிப்பு, 71–72

    பண உருவாக்கம், 94–96

    பணத்தின் கோட்பாடுகளில் அதன் பாத்திரம், 93–100

    ரிசர்வ் வங்கி. காண்க இந்திய ரிசர்வ் வங்கி

வங்கிக் கடன், 78–79, 94–96

வங்கிசாரா நிதி நிறுவனங்கள், 80–81

வட்டிவீதம், 94–96, 114–116, 181–185, 220–221

    அதன் தீர்மானிப்பு, 181–182

    அதுவும் பணத்திற்கான வேண்டலும், 257–258

    மெய் வட்டி வீதம், 179–81

வட்டித்தொழில், 192–193

வட்டித்தொழில் புரிவோர், 78–79, 81–86, 105–106

வட்டிப் பரப்பு, 94

வணிக நிலவரம். இடையியல் அணுகுமுறை என்பதையும் காண்க

வணிக நிலுவை, 49, 132

வணிக வங்கிகள், 98, 99, 106

வணிகக் கடன்வாங்கல், 136–137

வணிகத் தடைகள், 128

வணிகம். காண்க தொழில்களுக்கிடையிலான உறவு; பன்னாட்டு வணிகம்

வணிகவாதம், அதன் கொள்கை, 131–132

வணிகவாதிகள், 35

வர்க்கம். நெறியியல் தொகைநிலை என்பதையும் காண்க

வரலாறு

    அதுவும் அறிவியல் முன்னேற்றமும், 116–117

    அதுவும் கூலி தீர்மானிப்பும், 114–115, 209–11

    கணக்குப்பதிவின் வரலாறு, 35–6, 55–56

    கணிதவியலின் வரலாறு, 173–174

    செவ்வியல் பொருளாதாரத்தில் அது வகிக்கும் பங்கு, 43–44

    தேசிய வருமானக் கணக்குப்பதிவின் வரலாறு, 57–58, 225–226, 26126–2

    நிலவுடைமையின் வரலாறு, 188–189

    புள்ளியியலின் வரலாறு, 51–52, 74–75

பொருளியலின் வரலாறு, 34–40, 241–242, 261–262

விளிம்புநிலைப் பொருளாதாரத்தில் அது வகிக்கும் பங்கு, 36–38

வரவு வீதம், 32–33, 46–48, 50–51, 90–92, 101–103, 136–137, 161–162, 167–168, 265–266

 நிதிப் பொருட்களின் மீதான வரவு வீதம், 90–92, 104–105

 மூலதனத்தின் வரவு வீதம், 161–162

வரி மறைவுப் புகலிடங்கள், அவற்றின் தோற்றம், 193

வரி விதிப்பு, 128–130, 257–258

வரிகள்

 சரக்கு மற்றும் சேவை வரி, 71–72

 சலுகைகள், 167–168

 தொழிற்கழக வரி, 71–72, 220–221

 நேரடி வரி, 220–221

 மறைமுக வரி, 220–221

 வருமான வரி, 55–56, 71–72, 220–221

வருங்கால வைப்புநிதி, 80

வருமான ஏற்றத்தாழ்வு, 56

வருமான வரி, 56, 221

வருமானத்தின் சுழற்சிப் போக்குவரத்து, 113

வருமானப் பகிர்மானத்தின் விளிம்பு நிலைவாதக் கோட்பாடு, 183

வருமானப் பகிர்மானம், 108–109, 143–144, 242–243

 அதன் விளிம்புநிலைவாதக் கோட்பாடு, 36–38, 113–114, 143–144, 177–178, 183–185, 217–218

 சுழல் போக்குவரத்து, 192–193

 செவ்வியல் பொருளாதாரத்தில், 41–43, 158–160, 183–185, 263–265, 265–266

 தொழிலாளர்களுக்கும் முதலாளிகளுக்கும் இடையிலான மோதல், 35–38, 242–244

 முதலாளியச் சமூகத்தில், 36–38

வருமானம்

 அதன் சுற்றோட்டம், 175–177, 192–193

 அதுவும் செல்வழும், 160–161, 222–224

 அதுவும் வேலைவாய்ப்பும், 38–39, 106–107

 தனிநபர் வருமானம், 140–141

 தொகை, 38–39, 55–60, 106–107, 109–110, 113–114, 115–116, 118–120, 124–125, 128–131, 174–175, 225–226

 பாய்வுநிலை பெருமானமாக, 166–167

வல்லாதிக்கம்

 அரசு, 79–80, 90–92

 ஆதித் திரட்டல், 166–167

 காகா, அபேய், 49–50, 64–66, 272–273

 சாதி 45–46

 தொழிலாளர்களும் முதலாளிகளும், 35–38, 249–250

 நிலம், 31–32, 43–44, 153–157

 பரத்வாஜ், கிருஷ்ணா, 84–86, 147–148, 254–256

 பாலினம் 125–126

 பிணைப்புற்ற சந்தைகள் 84–86, 188–191, 254–256

 புள்ளியியல், 125–126

 ரிகார்டோ, டேவிட், 50–51, 246–248

 ஸ்மித், ஆடம், 41–43

வழங்கப்படும் அளவு. காண்க தொகைவழங்கல்

வழங்கல்

 அந்நியச் செலாவணி, 104–105

 இயற்கை வளங்கள், 58–60, 188–189

 உழைப்பு, 36–38, 137–138

 தொகை மட்டத்தில், 233–234

 பணம், 94–96

 மூலதனத்தின் வழங்கல், 181–182

வழங்கல் சார் பொருளியல். காண்க விளிம்புநிலைவாதப் பொருளியல்

வழங்கல் சார் வளர்ச்சிக் கோட்பாடு, 142, 143, 169, 254

வளங்குன்றாப் பொருளாதார வளர்ச்சி 265

வளர்ச்சி வீதங்கள், 170

வளர்ச்சி. பொருளாதார வளர்ச்சி என்பதையும் காண்க

வளர்ச்சிக் கணக்குப்பதிவு, 165–166

வறுமை, 138, 165, 225

வாங்கும் ஆற்றல், 89

வாங்குவோர் முற்றாதிக்கம், 186

வாட்டநிலை புலம்பெயர்தல், 158

வாரம், 16, 40, 211

வால்ரஸ், லியான் (Walras, Leon), 37

வாழ்க்கைத் தரம், 225

வாழ்க்கைத் தரம். காண்க சாதி முறை; பாலினம்; தேவைகள்; கூலி

வாழ்நாள் காப்பீட்டுக் கழகம், 63, 80

வாழ்நாள் காப்பீட்டுத் திட்டங்கள், 63

விகிதம், 61, 88, 97, 119, 262

விரிவுபடுத்துக் கொள்கைகள். காண்க பொருளாதாரக் கொள்கைகள்

விலை

    அதன் கோட்பாடுகள், 241–244

    அதன் தீர்மானிப்பு, 241–244, 246–248, 258–259, 266–267, 270–271

    அதுவும் பணவீக்கமும், 31–32, 231–237

    உழைப்பு. காண்க கூலி

    ஒப்பு விலைகள், 136–137, 147–148, 166–167, 250–252

    குறியீட்டுஎண்கள், 231–236, 248–250, 258–259, 266–267, 270–271

    பணம். காண்க வட்டிவீதம்

    பொது விலைவாசி, 73–74, 232–234, 239–241, 259

    வெங்காயத்தின் விலை, 237–239, 258–259

விலைக் கோட்பாடு

    அதன் வரலாறு, 241–244

    அதுவும் பணவீக்கக் கோட்பாடும், 242–244

    செவ்வியல் பொருளாதாரம், 35–38, 40–43, 113–114, 146–147, 179–181, 183–185, 263–268, 270–271

    விளிம்புநிலைவாதப் பொருளியல், 36–41, 167–168, 173–174, 179–183, 197–199, 250–252, 265–266

விழுக்காட்டுப் புள்ளி, 99

விளக்கக் குறிப்பு, 116

விளக்கப்படு பொருள், 116, 117

விளிம்புநிலை உற்பத்திப் பண்டம், 36–39, 113–114, 142–144, 173–174, 177–178, 183–185, 217–218, 241–242, 265–266

விளிம்புநிலை சேமிப்பு நாட்டம், 175–177

விளிம்புநிலை நுகர்வு நாட்டம், 175, 176

விளிம்புநிலைச் செலவு, 174

விளிம்புநிலைவாத நுண்ணியல் பொருளாதாரம், 115, 178

விளிம்புநிலைவாத வளர்ச்சிக் கோட்பாடு. வேண்டல் சார் வளர்ச்சிக் கோட்பாடு என்பதையும் காண்க

விளிம்புநிலைவாத விலைக் கோட்பாடு,

விளிம்புநிலைவாதப் புரட்சி, 37, 41

விளிம்புநிலைவாதப் பேரியல் பொருளாதாரம், 139, 147, 179, 183

விளிம்புநிலைவாதப் பொருளியலாளர்கள், 38, 64, 146, 159, 181, 183, 254, 264

விளிம்புநிலைவாதப் பொருளியல், 36–41, 53, 167–168, 173–174, 177–8, 179–183, 197–199, 250–152, 265–266

    கோட்பாடுகள்

        பணவீக்கம், 258–259

        வட்டி, 106–107

        வளர்ச்சி, 150–154, 168–170, 173–174

        விலைகள், 242–224, 250–252, 268–270

        வேலைவாய்ப்பு, 109–114

விற்போர் முற்றாதிக்கப் போட்டி. காண்க குறை போட்டி

விற்போர் முற்றாதிக்கம். காண்க குறை போட்டி

வினோதினி, எம்.எம். (Vinodini, M.M.),

வீட்டுவசதி, 86, 240

வீட்டுவசதி நிதிநிறுவனங்கள்,

வீட்டுவசதி விலைவாசிக் குறியீடு, 240

வெப்லன், தார்ஸ்டெயின் (Veblen, Thorstein), 38

வெயிண்ட்ரப், ஈ. ராய் (Weintraub, E. Roy), 174

வெல்த் ஆஃப் நேஷன்ஸ் (Wealth of Nations) (ஸ்மித், ஆடம்), 36, 150, 151, 166, 183, 211, 257

வெள்ளைப் பணம். கருப்புப் பணம் என்பதையும் காண்க

வெளியீட்டு மற்றும் வேலைவாய்ப்புக் கோட்பாடுகள், 109–126

    இந்தியாவுக்கான பொருத்தப்பாடு, 124–126

    கேனீசியக் கோட்பாடு, 121–124

    கேனீசியப் பெருக்கி, 121–124

    செவ்வியல் பொருளியலாளர்கள், 113–114

    சேயின் விதி, 114–115, 116–117

    தொகைவேண்டல்

        தன்னிச்சையான மற்றும் தூண்டப் பட்ட கூறுகள், 124–125

        விளிம்புநிலைவாத மற்றும் கேன்சீய அணுகுமுறைகள், 115–117

        விளிம்புநிலைவாதக் கோட்பாடு, 113–116

வேண்டப்படும் அளவு. காண்க தொகைவேண்டல்

வேண்டல் சார் வளர்ச்சிக் கோட்பாடுகள், 142, 168, 171, 218, 225, 229, 246, 254

வேண்டல். காண்க தொகைவேண்டல்

வேலை நிறைவு, 36–39, 41–43, 48–49, 62–63, 72–73, 105–106, 114–116, 120–121, 124–126, 131–132, 137–138, 143–148, 167–168, 182–183, 197–198, 200–201, 216–217, 222–224, 226–232, 245–246, 262–263, 266–267

வேலையின்மை. வேலைவாய்ப்பு என்பதையும் காண்க

    அதற்கான கட்டமைப்பு, 221–222

    அதன் சிக்கல், 62–3, 115–116, 194–196

        இந்தியா, 108–109

        சம்பந்தப்பட்ட கொள்கைச் சிக்கல்கள், 172–173

        பேரியல் பொருளாதாரத் தீர்வுகள், 216–217

    அதன் வீதம், 201–202

    அதை எதிர்த்துப் போரிடும் பொருளாதாரக் கொள்கை, 225–226

    இளைஞர் வேலையின்மை, 204–205

    உழைப்பு, 218–220

    காப்பீட்டுத் திட்டங்கள், 58–60

    சாதி, 125–126, 201–203

    தொழிற்படை பங்கேற்பு வீதம், 201–203

    பாலினம், 188–189

வேலைவாய்ப்பு, 38–39, 48–49, 105–106, 115–166, 125–6, 143–144, 147–8, 173–4, 201–2, 217–8, 265–6

    அடிப்படை அலுவல்கள், 213–214

    அதன் உருவாக்கம், 221–222

    அதன் தரம், 202–206

    அதன் தன்மை, 200–217

    அதன் தீர்மானிகள், 200–201

    அத்துக்கூலித் தொழிலாளர்கள், 202–205

    அரசின் பங்கு, 217–226

    இடையியல் அணுகுமுறைகள், 211–217

    இந்தியப் பொருளாதாரத்தில், 136–137, 160–161, 211–217

    கூத்துபாணி பொருளாதாரம், 204–205

    கேன்சீய கோட்பாடு, 110–112, 216–220

    சுயதொழில், 191–192

    சுழற்சித் தவிர்ப்பு அரசிறைக் கொள்கை, 225–229

தீர்வுகளுக்கொரு முன்னோட்டம், 216–229

துறைவாரியான அமைப்புக்கூறு, 188–189, 201–202

தொழிலுக்கு உட்பட்டு அதன் உருவாக்கம், 211–213

தொழில்களுக்கிடையிலான வேறுபாடு, 211–213

பணியாற்றத்தகுந்த வயதிலான மக்கள்தொகை, 201–202

பொருளாதார வளர்ச்சியும் அதன் உருவாக்கமும், 158–162, 200–201

மகாலனோபிஸின் மாதிரி, 222–226

முறைசாராமை, 189–91, 194–6, 202–3

விளிம்புநிலைவாதக் கோட்பாடு, 113–117, 125–126, 137–138, 142–146, 152–153, 182–185, 197–198, 216–217, 263–265

வெளியீட்டு மற்றும் வளர்ச்சிக் கோட்பாடு, 216–218

வேலைநிறைவுக் கொள்கைகள், 222–226

வேளாண் மற்றும் வேளாண் சாராத தொழில்களில், 204–205

வேலைவாய்ப்பு உருவாக்கம், 212

வேலைவாய்ப்புச் சந்தை. காண்க வேலைவாய்ப்பு

வேளாண் உற்பத்தி, 32, 74, 152

வேளாண் தொழிலாளர்களுக்கான சந்தை, 74

வேளாண் பண்டங்கள், அவற்றின் விலைகள், 234, 267

வேளாண் பொருளாதாரங்கள், அவற்றின் இயல்புகள், 186

வேளாண் மற்றும் ஊரக மேம்பாட்டிற்கான தேசிய வங்கி (NABARD), 81

வேளாண் வருமானங்கள், 141

வேளாண்மை

அதில் வல்லாதிக்கம், 220–221

அதுவும் ஊரகப் பொருளாதாரமும், 188–189

அதுவும் பணவீக்கமும், 232–233

அதுவும் மற்ற துறைகளும், 60–61

அதுவும் முறைசாராமையும், 189–194

இந்தியப் பேரியல் பொருளாதாரத்தில் அதன் பங்கு, 185, 187–189

இந்தியாவின் பேரியல் பொருளாதாரச் சூழல், 260–261, 270–271

சாதி, அதன் பாத்திரம், 45–46, 156–157, 187–188

பாலினம், அதன் பாத்திரம், 31–32, 79–80, 156–157

பிணைப்புறற சந்தைகள், 84–86, 188–189

மொத்த உள்நாட்டு உற்பத்தியில் அதன் பங்களிப்பு, 140–141

விலைகள், 31–32, 188–189

வேலைவாய்ப்பு, 141–142

வைப்புத்தொகைகள். காண்க வங்கி வைப்புத்தொகைகள்

ஜன்தன் யோஜனா. காண்க மக்கள் நிதித் திட்டம்

ஜார்ஜெஸ்க்யூ–ரோகன், நிகோலஸ் (Georgescu-Roegen, Nicholas), 254

ஜோசஃப் சாரா (Joseph Sarah), 85

ஜோன்ஸ், ஹைவெல் ஜி. (Jones, Hywel G.), 171

ஷலூஜா, எம். ஆர். (Shaluja, M. R.), 76

ஷிர்வாலே, பீம்ராவ் (Shirwale, Bhimrao), 84

ஷுக்லா, ஷ்ரிலால், 156

ஷுய் ஃப்ளோரியன் (Schui, Florian), 218

ஷ்ரீவாஸ்தவா, அசீம், 163, 253

ஸ்கிடெல்ஸ்கி, ராபர்ட் (Skidelsky, Robert), 139

ஸ்டிரட்டி, அண்டொனெல்லா (Stirati, Antonella), 184, 259

ஸ்டீல் அதாரிட்டி ஆஃப் இண்டியா லிமிடெட், 79–80

ஸ்டோன், ரிச்சார்ட் (Stone Richard), 57

ஸ்பீடாஃப், ஆர்த்தர் (Spiethoff, Arthur), 42

ஸ்மிதின், ஜான், 107

ஸ்மித், ஆடம் (Smith, Adam), 36, 40, 43, 150, 185, 200, 206, 256, 261

 உழைப்புப் பிரிவினை. தொழில்நுட்ப முன்னேற்றம் என்பதைக் காண்க

 கூலி, 113–114

 சந்தையின் எல்லை, 151–152

 தியரி ஆஃப் மாரல் செண்டிமெண்ட்ஸ் (*Theory of Moral Sentiments*) (1759), 66–67

 பொருளாதார வளர்ச்சி, 147–148

 பொருளியலின் வரையறை, 39–40

 வல்லாதிக்கத்தின் பாத்திரம், 41–43

 வெல்த் ஆஃப் நேஷன்ஸ் (*Wealth of Nations*) (1776), 35–36, 39–40, 150–151, 166–167, 182–183, 210–211, 256–257.

ஸ்மித், மேத்யூ, 199

ஸ்ராஃபா, பியேரோ (Sraffa, Piero), 38–39, 51–52, 69, 148, 242, 251

 அதுவும் செவ்வியல் பொருளாதாரமும், 146–147

 அளவீடுகள் குறித்து, 38–39

 குவெனே குறித்து, 68–70

 செவ்வியல் உயிர்ப்பூட்டல், 246

 ப்ரொடக்‌ஷன் ஆஃப் கமாடிட்டீஸ் பை மீன்ஸ் ஆஃப் கமாடிட்டீஸ் (*Production of Commodities by Means of Commodities*) (1960), 69, 242–243

 மதிப்புக் கோட்பாடு, 148

 மூலதனக் கோட்பாடு, 38–39

 விலைக் கோட்பாடு, 241–242

ஹாரட், ராய் (Harrod, Roy), 144

ஹிக்ஸ், ஜான் (Hicks, John), 147

ஹிஸ்டரி ஆஃப் எகனாமிக் ரெவ்யூ (*History of Economic Review*), 88

 ஹைசன்பர்க், வெர்னர் (Heinsenberg, Werner), 194

കനേഹസ്വ(ൻ) പുരിഞ്ഞുകൊൾകേനേ (ട്ട്) ഫു_
Published by Kaaduvedu Publications Pvt. Ltd
605, K P Road, Nagercoil 629001, India
Phone: 91-4652-279515
e-mail: publicationskaaduvedu@com

காலச்சுவடு பப்ளிகேஷன்ஸ் (பி) லிட்.
Published by Kalachuvadu Publications Pvt. Ltd.,
669, K.P. Road, Nagercoil 629001, India
Phone: 91-4652-278525
e-mail: publications@kalachuvadu.com

10/2022/S.No. 1110, kcp 3835, 18.6 (1) 9ss